ఆంధ్ర సాహిత్య చరిత్ర

గ్రంథకర్త

స్వర్గీయ డా॥ పింగళి లక్ష్మీకాంతం

ప్రచురణ

ఆంధ్రప్రదేశ్ సాహిత్య అకాడమి

కళాభవన్, సైఫాబాద్, హైదరాబాదు-500004

II

ఉ॥ సారతరాంధ్రవాఙ్మయ విశాల జగత్పరిణామ కారణో
దార కవీంద్ర కావ్య పురుషార్థ నిరూపిత తత్తదాత్మ సం
స్కార విలోక దర్పణ ముఖమ్మిది, యీ చరితమ్ము సాహితీ
మేరువులౌ బుధోత్తముల మెప్పుగడించెను మున్నె నీకృపన్.

గీ॥ ఇది జనించిన నలుబది యేండ్లనుండి
సరస సాహిత్య విజ్ఞాన సత్రమనుచు
ఆశ్రయింపని తెలుగు విద్యార్థిలేడు
చొచ్చి చూడని తెల్గు వ్యాసుండు లేడు.

పిం. లక్ష్మీకాంతం

ప్రకరణానుక్రమణిక

ప్రస్తావన

వాఙ్మయ మనగానేమి? "వాక్" శబ్దమునకు, వికారార్థమున "మయట్" ప్రత్యయము చేర్చిన యీ పదమునకు గల అవయవార్థమునుబట్టి విచారించినచో శబ్దకృతములైన రచనలన్నియు లక్ష్యభూతములగును "రచన" అన్నప్పుడు, వ్రాయకపోయినను, నోటితో, నుచ్చరించు వాక్యములుఁగూడ రచనలే అని గ్రహింపవలెను. రచన యనగా కూర్పు అని యర్థమేగాని. వ్రాతయనే యర్థము లేదు. కూర్పు అనగా శబ్దములతోఁ గూర్చిన వాక్యరచన, ఉత్తపోడి శబ్దములు కూర్పు అనిపించుకొనవు నోటితో ఉచ్చరించిన వాక్యములు రచన లగునా యన్నచో అగును అని యీ క్రింది తిక్కన సోమయాజి కృతపద్యము నిరపవాదమైన నిదర్శనము కాగలదు. భీష్ముఁడు అంపశయ్యమీద వరుండి వృషాకపిస్తవమను పేర శ్రీ మహావిష్ణువును స్తుతించినప్పుడు తాను భగవంతుని వాఙ్మయాధ్వరార్చితునిజేసి కృతార్థుడనైతినని ఆత్మ తృప్తి కల్గించుకొనెను. (వాఙ్మయాధ్వరార్చి) కాని వ్యావహారికముగా రచనయనగా వ్రాసిన భాషకే వర్తించుచున్నది.

తే॥ తపమునకు విద్యకును ఙనుష్ఠానమైనఁ
జనన రహితుని యజ్ఞాత్ము శౌరి వాఙ్మ
యాధ్వరార్చితుఁ జేసితి నా జనార్ద
నుండు మద్భజనమునఁ బ్రీతుండుగాత. (శాంతిపర్వం)

కావున మానవుడు నోటితో మాటలాడెడి భాషను చేతితో వ్రాసినప్పుడు ఆ వాక్యములు తాల్చెడి స్థిరరూపము వాఙ్మయ శబ్దవాచ్యముగా పరిగణింపబడినది. అయితే మానవుడు వ్రాసిన వ్రాతలన్నియు వాఙ్మయమనిపించుకొనునా యంటే "అవును" అని. వాటిలో వెలిపెట్టతగినది ఏదియు నుండదని హాలం (Hallam) అనే యొక విమర్శకుడు సమాధానము చెప్పెను. ఈ సిద్ధాంతమును నిర్ణయముగా ఖండించి (Charles Lamb)పద్యరచనలే వాఙ్మయమగునుగాని తక్కినవేవియు ఆ బిరుదుకు తగవని వేరొక సిద్ధాంతముచేసెను, వీరిద్దరును అతి

దులని సమబుద్ధుల తీర్పు. వ్రాతలన్నియు వాజ్మయమే యగుచో మనము నిత్య కృత్యముగా వ్రాసికొను పద్దులు, ఉత్తరాలు మొదలైనవి కూడ వాజ్మయమేయై మన మందరము వాజ్మయకర్తలమే కావలసివచ్చును అగుట మనకు సంతోష దాయకమేగాని, పరులకు మాత్రము హాస్యాస్పదులమగుదుము. మరి పద్య రచనలే వాజ్మయమనుకొని, తక్కిన ఛందోరహిత మహారచనలను వెలివెట్టి నచో, ఆ రచయితలకును సారస్వతమునకును అపచారముచేసిన పాపమున బోదుము. కావున పైసిద్ధాంతములు రెండును ఉపాదేయములుగావు ఇక సమ బుద్ధులైన విమర్శకులు, వాజ్మయ శబ్దార్థములైన రచనలకు కొన్ని లక్షణము లను నిర్దేశించి, వాటిలో ఏ యొక్కటియున్నను ఆ రచనను వాజ్మయముగానే స్వీకరింపవలెనని సిద్ధాంతీకరించిరి వారు నిర్దేశించిన లక్షణములలో ముఖ్య మైనవి రెండు:- అందులో మొదటిది ఆ రచన మనకు విజ్ఞానమును ప్రసాదించు నదిగా ఉండవలెననుట. రెండవది విజ్ఞానముతోపాటు భావనాత్మక నిర్వృతిని కల్గింపవలెననుట (Imaginative pleasure). కొన్ని రచనలలో కేవలము విజ్ఞానబోధయే యుండవచ్చును. కొన్ని ఆనందమునుమాత్రమే కల్గింపవచ్చును. మరికొన్ని రెండు గుణములను కలసియై యుండవచ్చును. ఈ వివర ణమును మనసున పెట్టుకొనియే రాజశేఖరుడనెడి ఆలంకారికుడు సారస్వ తమును, శాస్త్ర సారస్వతము, కావ్య సారస్వతము అని రెండు భాగములు చేసెను. ఆ విభజన ప్రకారము మానవుని విజ్ఞాన సంపా దనకును బుద్ధివికాసమునకును అక్కరకు వచ్చెడి తర్క వ్యాకరణ మీ మాంసాది సమస్త శాస్త్రములు మొదటి విభాగమునకును, రామాయణాది కావ్య ములు, శాకుంతలాది నాటకములు విజ్ఞానముతోపాటు ఆనందమును గూడ ప్రసాదించెడి రెండవ విభాగమునకును లక్ష్యభూతములగును. మరి యేవిధ మైన విజ్ఞానలేశమును కల్గింపలేని పదములు కీర్తనలు మొదలైన చిల్లర రచన లును ఉండవచ్చునుగదా! విజ్ఞాన ప్రబోధము లేకున్నను చిత్తసుఖమును కల్గించునేని అవికూడ కావ్యజాతిగానే పరిగణింపబడును ఈ రెండవ విభాగ మునే సుప్రసిద్ధ వాజ్మయ చరిత్రకారులు, తమ చరిత్రకు లక్ష్యముగా గైకొనుట ప్రపంచమున ఆచారమైనది. కావ్య వాజ్మయమును పాశ్చాత్యులు "సాధారణ వాజ్మయము"(General Literature) అని పేర్కొందురు. మరియే భాషలో నైనను కావ్యేతరములైన గ్రంథములు అసంఖ్యాకములుగా ఉండునుగదా! వాటికి జాతివాచకమేమి? అని అడుగుదుమేని వారు చెప్పెడి సమాధానమిది:-

శాస్త్రములు అనేకములుగదా! ప్రతి భాషలోను, ఏ శాస్త్రమున కా శాస్త్రమే అనేక గ్రంథములుగా రచింపబడి యుండును. ఆ గ్రంథములనన్నింటిని కలిపి "తచ్ఛాస్త్ర వాఙ్మయము" అని పేరుపెట్టవలెను. వ్యాకరణ గ్రంథములన్నియు కలిసి వ్యాకరణ వాఙ్మయముగా, తర్క గ్రంథములన్నియు కలసి తర్క వాఙ్మయముగా, ధర్మశాస్త్రములన్నియు కలిపి ధర్మశాస్త్ర వాఙ్మయముగా పేర్కొనబడవచ్చును. ఆ యా శాస్త్రశాఖలకు. ఆయా వాఙ్మయముల పేరుమీద చరిత్రలను వ్రాయవచ్చును; నిజమే; కావ్య వాఙ్మయములో మాత్రము అనేక శాఖలుండునుగదా! ఆయా శాఖల పేరుమీద పురాణ వాఙ్మయమని, ప్రబంధ వాఙ్మయమని నాటక వాఙ్మయమని వేరు వేరుగా అవాంతర వాఙ్మయ చరిత్రలు వ్రాయవచ్చును.

అయితే ఏది కావ్యము ? ఏది కాదు? అనే ప్రశ్నకు నిష్కర్షమైన నిర్వచనము నొసగుట కష్టమైన పని. అందుచే కావ్య శబ్దార్హత కలిగి యుండవలసిన గ్రంథమునకు ముఖ్యముగా మూడు లక్షణము లుండవలెనని పాశ్చాత్య విమర్శకులు సిద్ధాంతీకరించిరి. అందు మొదటిది దాని సర్వజనానురంజకత్వము. అనగా గ్రంథము నందలి విషయము (Subject Matter) సర్వజనులకును ఆమోదజనకముగా నుండవలెననుట రెండవది రచన అలంకారికముగా (సుందరముగ) నుండుట. మూడవది ఆ గ్రంథముయొక్క పఠనము వలన గాని, శ్రవణమువలనగాని భావనాహ్లాదము కలుగుట. దానిపేరే రసానంద జనకత్వము. ఈ మూడు లక్షణములను సమగ్రముగా నున్న గ్రంథము. చిన్నదైనను పెద్దదైనను కావ్య మనిపించుకొనును. ఎందేని ఈ మూడు గుణములలో రెండవదియైన సుందర శాబ్దిక రచన లోపించినను తక్కిన రెండు లక్షణములు మాత్రము విధిగా ఉండి తీరవలయును. ఆ రెండును లేని యెంత సుందర రచనయైనను కావ్య మనిపించుకొనదు. ఈ లక్షణములు శాస్త్రమునకు పట్టవు. శాస్త్రములోని విషయము తత్పరిశ్రమ చేయువారికి, చేసిన వారికి, అందు నిష్ణాతులైనవారికి మాత్రమేగాని యెల్లరకును అక్కరకు వచ్చునది కాదు. మరి అది భావనాహ్లాద జనకమును గాదు. పతంజలి మహాభాష్యము, ఆది శంకరుల ఉపనిషద్భాష్యము, సంస్కృత భాషలో నుత్తమోత్తమమైన సుందర రచనలుగా చెప్పుదురు. కాని ఆ గ్రంథములు వ్యాకరణశాస్త్ర పరిశ్రమ చేయువారికి, వేదాంత శాస్త్రాభ్యాసము చేయువారికి మాత్రమే ప్రయోజనకరముగాని

మానవమాత్రుల కెల్లరకును అక్కరకు రావు. మరి తత్పఠనమువేళ కల్గెడి అనుభూతి భావనాహ్లాద మనిపించి కొనదు. అదేకాక శాస్త్రకర్త తనకంటె పూర్వమే- జగత్తున ఆవిర్భవించి, నిగూఢమైయున్న సత్యములను దర్శించువాఁడే కాని కొత్త వాటిని సృష్టించువాఁడు కాదు. కావున అతడు ద్రష్ట. కావ్యకర్త స్రష్ట. కావ్యకర్త, సృష్టికి అపరసృష్టి చేయగల బ్రహ్మ. కావ్యమునందలి విషయము శాస్త్ర విషయమువలె లోకమున తత్పూర్వమే ఆవిర్భవించి నిగూఢమైయున్న వస్తువు కాదు. దాని జన్మస్థలమే కవి హృదయ క్షేత్రము. ఇది నాది అని అతడు చెప్పుకోదగిన స్వంత ధనము. ఒకే ఇతివృత్తమును గైకొని యెవరెన్ని కావ్యములు రచించినను ఆ యన్నింటను ఆయా రచయితల యొక్క ప్రత్యేకత వేరువేరుగా గోచరించుచునే యుండును తన సృష్టి తనదిగా గోచరింపజేయలేని యే రచయితయు కావ్య నిర్మాత కాజాలడు అతనిదిగా ఇతరులకు గోచరించెడి ఆ పదార్థమునే ఆత్మీయత (Personality) అని విమర్శకు లందురు ఈ ఆత్మీయతముద్ర గలవన్నియు కావ్యములు. అవి పౌరుషేయములు (Subjective writings) ఆ ముద్రలేనివన్నియు శాస్త్రములు, అవి అపౌరుషేయములు (Objective writings).

పిండితార్థమేమనగా, సుందరమైన రచనయు సార్వజనీనమైన ప్రయోజనమును కలిగి, భావనాత్మకమైన నిర్వృతిని ఇచ్చుచు కర్తయొక్క ఆత్మీయతను స్ఫురింపఁజేయు గ్రంథము కావ్యము. అట్టి కావ్యములయొక్క చరిత్రయే సాధారణ వాఙ్మయ చరిత్ర అని అంగీకరింపవలసి యుండును. ఇది పరిమితార్థమే అయ్యును అపరిహార్యము. వాఙ్మయ స్వరూపమిది.

ఇక వాఙ్మయ చరిత్ర యనగా నేమి? ఏ చరిత్రయైనను, తద్విషయభూతమగు, పదార్థముయొక్కగాని, జాతియొక్కగాని, దేశముయొక్కగాని, జీవియొక్కగాని పుట్టుక మొదలు వర్తమానము వరకు జరిగిన ఉత్పత్తి వికాస క్షయాది దశలయొక్క సహేతుకమైన వ్యాఖ్యానము వాఙ్మయ చరిత్రకు విషయభూతమైనవి గ్రంథములు కనుక ఆ గ్రంథ సమూహముయొక్క ఉత్పత్తి వికాస క్షయాది దశలను పై సూత్రానుసారము వ్యాఖ్యానించుటయే వాఙ్మయ చరిత్ర వ్రాయుట

గ్రంథకర్తలేని గ్రంథముండుట అసంభవము గనుకను, గ్రంథకర్త జీవితమునకు గ్రంథమునకును పొరానిపొత్తు ఉండును గనుకను ఆ కర్తల

యొక్క జీవిత గాథలును ఇచ్చుట అవశ్యకమే యగును. కాని ఆ జీవితగాథలే ప్రధానముగాగల చరిత్రలు కవి జీవిత చరిత్ర లనిపించుకొనునుగాని వాఙ్మయ చరిత్ర లనిపించుకొనవు. కవి జీవిత చరిత్రలో కొంత భాగమే వాఙ్మయ చరిత్రకు అక్కరకు వచ్చును. అతని జీవితమునకును, తత్కృత గ్రంథమునకును కారణబద్ధమైన సంబంధమును నిరూపించెడి అంశములు మాత్రమే యిందు గ్రహింపబడును. మరియు అతని కాలమునందలి సాంఘిక, రాజకీయాది దేశ పరిస్థితులు ఆతని జీవితము మీదను, అతని గ్రంథముమీదను ఏమేని ప్రభావము నెరపినట్లు పొడకట్టినచో వాటి పరిశీలనము, వివరణము జరుగును. అంతేకాదు, మహా ప్రతిభాశాలియైన ఒక కవి తన ప్రభావమునే తత్కాల సంఘముమీద నెరపినవాడుండును. ఇష్టమున్నను లేకున్నను కాల ప్రవాహమునబడి కొట్టుకొని పోవువారు అనేకులుండగా, దాని కేదురీది తాము చేరదలచిన ఒడ్డు ఎక్కిన వారు కొందరుందురు. ఇట్టివారి పురుషకారము చరిత్ర గతినే మార్చగల సామర్థ్యము గలది. కావున వాఙ్మయ చరిత్రలో కేవల గ్రంథ నామముల నుదాహరించి వ్యాఖ్యానించుటే గాక తత్కర్తలయొక్క ప్రతిభా విశేషములను, దానికిని దేశ కాల పరిస్థితులకునుగల అన్యోన్య సంబంధమును, ఆ సంబంధము కావ్యమున ప్రతిఫలించిన విధమును, ఆ ప్రతిఫలమువలన ఆ రచనకు కల్గిన గుణదోషములను వివరించి వ్యాఖ్యానించుట చరిత్రాశయమై యుండును. ప్రతిభాహీనులైన చిల్లర కవుల విషయములో ఇంత పరిశ్రమ అవసరము కాదు కాని, ప్రతిభా సంపన్నులైన మహాకవుల విషయములో పడెడు శ్రమ సఫలమై వారి యాత్మీయతా దర్శనమునకు వలసిన కనువెలుగు నొసగును ఇట్టి లక్ష్యములతో చరిత్ర రచనకు ఉపక్రమించెడి చరిత్రకారుడు విధిగా విమర్శకుడై యుండును. కావ్య విమర్శకుశలుడే యథార్థమైన వాఙ్మయ చరిత్రకు పూనుకొనును. అట్టివాడు రాగద్వేష రహితమైన సమబుద్ధియై యుండును. కావున వాఙ్మయ చరిత్ర కారుడు పాండిత్యము, పరిశీలనము, సమబుద్ధి, నిశితదృష్టి వ్యాఖ్యాన నైపుణి గలవాడగుచో ఆ చరిత్ర విమర్శనాత్మకమైన చక్కని వచన రచనగా కూడ వెలుగొందును. ప్రపంచభాషలలో ఉత్తమమైన వాఙ్మయ చరిత్రలన్నియు ఇట్టి గుణములు కలపియేయై యున్నవి. అయితే కావ్య చరిత్రయే వాఙ్మయ చరిత్ర కాదగి యున్నను, కావ్యేతరములైన గ్రంథములను అవశ్యకమైనపుడు తడవక తప్పదు. ఎట్లనగా ఇష్టములేని ఒక సాక్షిని న్యాయ నిర్ణయార్థము న్యాయస్థాన

మునకు రప్పించినట్లు, ఇందు ప్రవేశార్హతలేని యే కావ్యేతరమునైనను, ఒక సిద్ధాంతమును సమర్థించుటకో, వేరొక దానిని నిరాకరించుటకో సాక్ష్యముగా స్వీకరించవలసి వచ్చును. మరి స్వదేశ చరిత్రయందు ఆ జాతిలో నెల్లరకు ఆస్థ యుండునుగదా ! అట్టి సార్వజనీనాదరముగల దేశ చరిత్ర చక్కని శైలిలో రచింపబడినచో, అది వాఙ్మయ చరిత్రలో గ్రాహ్యమగునా ? అను ప్రశ్నకు సమాధానమిది:- ఆ చారిత్రక గ్రంథములో చక్కని శైలియేగాక రసపత్తిగూడ ఉన్నచో అది కావ్యమే అనిపించుకొని వాఙ్మయకోటి కెక్కును. సంస్కృతమున హర్ష చరిత్రము, విక్రమాంకదేవ చరిత్రము అట్టివే తెనుగున కృష్ణరాయ విజయము, రంగరాయ విజయము మొదలగు ప్రబంధములును, పలనాటి వీర చరిత్ర, కాటమరాజుకథ మొదలగు పదములును అట్టివే. అయితే చరిత్ర యథార్థ కథనము చారిత్రకేతి వృత్తమును గైకొన్న రచయిత రస సంపాద నార్థమై కావ్య మర్యాదానుసారముగా కొన్ని కల్పనలను చేయవలసి వచ్చును. అవి ఒక్కొక్కయెడ సత్య కథనమునకు భంగము కల్గింపవచ్చును. ఆ గ్రంథ మును అసత్య కల్పనా భూయిష్ఠమని ఐతిహాసికులు త్రోసి పుత్తురు. సారస్వ తులు దానిని తమదిగా చేరదీసి వాఙ్మయ కులములో చేర్చుకొందురు. కావున మంచిశైలి యున్నంత మాత్రమున దేశచరిత్ర గ్రంథములు వాఙ్మయము కాజాలవు. అదీగాక చరిత్రలో తనకు నచ్చిన ఏదో ఒక ఘట్టమును ఇతివృత్త ముగా గైకొని రసవంతముగా రచించిన గ్రంథకర్త లుందురుగాని దేశచరిత్ర నంతను అట్లే వ్రాసిన వారుండరు.

కావ్య పరిశీలనము

వాఙ్మయ చరిత్రకు విషయభూతమైన కావ్యజాలము నంతను సవిమర్శ ముగా వ్యాఖ్యానింపవలెనన్నచో కావ్య పఠనమునకు సక్రమమైన ఒక పద్ధతి నేర్పరచుకొనవలెను. రసాస్వాదనార్థము కావ్య పఠనము చేయుట వేరు. చరిత్రార్థము కావ్యపఠనము చేయుటవేరు. రస పిపాసువు తన ఇచ్చవచ్చిన కావ్యమును, ఇచ్చవచ్చిన కావ్యభాగములను, ఏకాలమునాటివైనను చేకొని చదివి ఆనందింపవచ్చును. చారిత్రకుడో తన కిష్టమున్నను లేకున్నను కాలానుసరణ పద్ధతిని, తులనాత్మక పద్ధతిని కావ్యముల నన్నిటిని పరించి తీరవలయును.

1. కాలానుసరణ పద్ధతి యనగా కావ్యములను కవుల జీవిత కాలాను సారముగా జ్యేష్ఠానుపూర్విగా చదువుట. అనగా వాఙ్మయములో ఆదికవి యొక్క గ్రంథమును తొలుదొల్త చదువుట. తరువాతి కవులవి ఆ వరుసలో ఒకదాని వెంట ఒకటి స్వీకరించుట. ఒక కవి పెక్కు గ్రంథములు రచించియున్నపుడు వాటి రచనాకాలమునుబట్టి పూర్వాపరములను నిర్ణయించుకొని ఆ వరుసలోనే చదువుట. దీనివలన వాఙ్మయము ఏయే కవుల వశమున ఏ యే కాలముల పెంపు చెందినదో ఏ యే కాలమున ఏ యే కవుల వశమున క్షీణించినదో అట్లే ఏ యే కాలమున ఏ యే మార్పుల నొందినదో గ్రహించుటకు తగిన యుపపత్తి లభించును. మఱియు అనేక గ్రంథములు రచించిన కవుల ప్రతిభా విశేషములు నానాటికి తరిగినవో పెరిగినచో గ్రహించుట సుకర మగును.

2. తులనాత్మక పద్ధతి: సమానేతివృత్తములుగల కావ్యములను, సమాన ధర్మముగల కవులను, సమకాలికులైన కవులను పరస్పరము పోల్చి చూచుచు తారతమ్య నిరూపణము చేయవలెను. మఱియు నే కావ్యమేని అనువాద మైనపుడు దానిని మూలముతో పోల్చి అనువాదకుడు మూల కర్తతో ఎంతవరకు సాటి రాగలడో, ఆ యనువాద మెంతవరకు మూల విధేయమో, ఎంతవరకు స్వతంత్రమో, స్వతంత్రమైనపుడు అనువాదమునకు గుణాధిక్యము గలిగినదో లేదో, పరిశీలనచేసి నిర్దేశింపవలెను.

ఈ పరిశ్రమలో పర్వతశ్రేణిలో శిఖరములవలె గుణౌన్నత్యముచే వెలుగొందు మహాకవులు కొందరు కానవత్తురు. వారినే యుగకర్తలని, శక కర్తలని పేర్కొని, వారి పేరుమీద ఈ చరిత్రను, విభాగములు చేయవలసి యుండును. చరిత్రను విభజించుట పఠన సౌకర్యార్థము - అని సాధారణమైన సమాధానము చెప్పవచ్చును. కాని, అందులో అంతకంటె విశేషమున్నది.

వాఙ్మయమొక జీవనది వంటిది. ఆ నది యెంత తరుముకొనిపోయి చూచినను కానరాని, యొక అజ్ఞాత ప్రదేశములో సన్నని ధారగ ఉత్పన్నమై యుండును. ఆ పైని కొంత దూరము అది ఇరుకైన కొండ సందులలో పారి విమ్మట బయళ్ళలో ప్రవేశించి విశాలమైన ప్రవాహముగా పారుచు సముద్రాభిముఖముగా నడచును.

మధ్యేమార్గమున దానికి కొన్ని ఉపనదులు చేరవచ్చును. దానినుండి కొన్ని శాఖా నదులు వెలువడవచ్చును. తీర భూములలో కొన్ని ఘట్టములు తీర్థభూతము లగును. అట్లే వాఙ్మయముయొక్క పుట్టుకయు, పరిశోధనలకు అందని అత్యంత దూర కాలముననే జరుగును. నదీ ప్రవాహము, కొండలను అడవులను దాటి జనపదముల ప్రవేశించినప్పుడే సంసేవ్యమైనట్లు, వాఙ్మయముకూడ సాహిత్య భక్తులకు ఉపలభ్యమైన నాటినుండియే సంసేవ్యమగును. వాఙ్మయమునను తీర్థభూతులైన కొందరు మహాత్ములుందురు. వారే యుగకర్తలనియు శక కర్తలనియు వ్యవహరింపబడు మహా కవులు వారు కవి వంశములో కులదీపకుల వంటివారు. ఆ కులదీపకులు ఆ వంశమున ఆది పురుషులే కానక్కరలేదు ఆది మధ్యాంతములలో ఎచ్చటనైనను ఆవిర్భవించి ఆ వంశమును ఉన్నతికి కొనిపోయిన చాలును. సూర్యవంశమునకు కులదీపకులుగా వెలుగొందిన ఇక్ష్వాకువు, రఘువు మొదలైనవారు ఆ వంశమునకు కూటస్థులు కారు. ఆ వంశ చరిత్రలో ఎప్పుడో ఆవిర్భవించి తదాదిగా తమ పేరుమీద ఆ వంశమునకు ప్రతిష్ఠను సంపాదించి ఉన్నతికి గొనిపోయిన మహాపురుషులు. అట్లే వాఙ్మయ యుగకర్తల విషయమునను, ఎవనిపేరుమీద ఒక కాలమున కవి వంశము ప్రతిష్ఠ సంపాదించునో, ఎవని నడచిన మార్గమును అర్వాచీనులు శిష్యప్రాయులుగా ననుసరించెదరో, ఎవని అవతారమునకై ఆ కాలమునందలి పూర్వకవుల సాధన తపః ప్రాయమగునో, ఎవడు సూత్రధారుడై కావ్య సరస్వతిని నూత్న వేషముతో అలంకరించి రంగమున ప్రవేశపెట్టునో, ఎవడు క్షీణదశయందున్న వాఙ్మయమును నూత్న మార్గముదొక్కి శక్తిమంతము చేయునో అతడు యుగకర్త అనిపించుకొనును. అతని కాలములో అతడే సాహితీ సింహాసనమున పట్టభద్రుడై యుండును. ఆ యా కాలములయందు వాఙ్మయమున శైలిలో, ప్రక్రియలో, వస్తు స్వీకారములో కలిగెడి రూప పరిణామమునకు అతడే కర్తయు కారకుడును అయి యుండును.

ఆ యుగ కర్తల పేరుమీద వాఙ్మయ చరిత్రను విభాగముచేయుట సమంజసమైన పద్ధతి రాజవంశముల పేరులమీదను, దేశ విభాగముల పేరుమీదను, మరికొన్ని ప్రమాణములమీదను ఈ విభాగములు చేయవచ్చును గాని, మహాకవుల పేరుమీదనే ఆ యుగములను విభజించి పిలచుట న్యాయము.

అవసరమైనచో ఒక కాలమున సర్వోన్నతుడు అని చెప్పదగిన కవి కానరాక సమస్కంధులు పెక్కురున్నప్పుడు ఆ కాలమునకు ఇంకొకపేరు వాడ వచ్చును.

దేశ చరిత్రయందువలె ఈ చరిత్రయందును రాజవంశముల పేర్లమీదనే కాల విభాగములు చేయనేల? ఆ రాజులు పోయిరి, ఆ వంశములును ఏనాడో అస్తమించిపోయినవి. ఇక కవిరాజులు వారి గ్రంథరూపములలో సజీవులైయున్నారు. వీరిని త్రోసిపుచ్చి గతించిన వారికై అన్వేషణలు జరుపుట భావ్యము కాదు. వారి రాజ్యములకంటె వీరి రాజ్యములు స్థిరములు, అజరామరములు. మఱి ఆంధ్ర వాఙ్మయ చరిత్రను అనువాదయుగము, స్వతంత్ర యుగము, అను పేర్లతో గాని, పురాణయుగము, ప్రబంధయుగము అను పేర్లతోగాని, ఆదికాలము, మధ్యకాలము, ఆధునిక కాలము అనే పేర్లతోగాని పిలుచుటయు సార్థకమైన విభజన కాదు. ఏమన, అనువాదయుగ మనుకొన్న దానిలో స్వతంత్రములు పుట్టుటయు, పురాణ యుగమనుకొన్న దానిలో ప్రబంధములు పుట్టుటయు కలదు. మరి యీ విభాగములు ఒక్కొక్కటి కొన్ని వందల యేండ్లు సాగవలసి వచ్చును. అంత దీర్ఘకాలము ఒకే యుగముగా అంగీకరించినచో ఆ కాలములో వచ్చిన ఎన్నో మార్పులు విస్మరింపబడును. అదియు న్యాయము కాదు. మరియు సమగ్రమైన సాధన సామగ్రిగల భాషలలో వాఙ్మయ చరిత్రల విభాగములు అనతికాల పరిమితములై అల్ప పరిణామములను కూడ నిర్దేశించుచుండును. మనకు అట్టి సాధన సామగ్రి లేదు- మన భాషలో పుట్టిన గ్రంథములలో సగము నశించి పోయినవి. ఉన్నవాటిలో సగము అచ్చుపడి చేతి కందుటలేదు. కవుల జీవిత చరిత్రలు లేవు. అసలు కొన్ని గ్రంథములకు కవులపేర్లే తెలియవు. కొన్ని పేర్లు వివాదగ్రస్తములు- దేశచరిత్ర సమగ్రమైనది లేదు. సాంఘిక మత చరిత్రలు వ్రాయుట మనవారు అసలే ఎరుగరు. ఈ పరిస్థితులలో ఆదర్శప్రాయమైన వాఙ్మయ చరిత్ర వ్రాయుట సాధ్యము కాదు.

ఆంధ్రకావ్య పథము తీర్చిన మహాకవి నన్నయభట్టు అని ఆయన భారతము పుట్టినది మొదలు నేటి వరకును ఆంధ్రులెల్లరును అంగీకరించిన చారిత్రకాంశము. ఆయనకు పూర్వము ఆంధ్రభాష లేదా? ఆంధ్ర కవులు లేరా? ఆంధ్ర కావ్యములు లేవా? అనే ప్రశ్నలను పరిశీలనచేసి ఆ కాలమునకు

ప్రాఙ్నన్నయ యుగము అని పేర్కొనుట ఆచారమైనది. కాబట్టి యీ చరిత్ర ప్రాఙ్నన్నయ యుగముతో ప్రారంభమగుచున్నది. అది క్రీ.శ. 1000 వఱకు.

1. ప్రాఙ్నన్నయ యుగము క్రీ. శ. 1000 వఱకు.
2. నన్నయ యుగము క్రీ. శ. 1000-1100 వఱకు
3. శివకవి యుగము క్రీ. శ. 1100-1225 వఱకు.
4. తిక్కన యుగము క్రీ. శ. 1225-1320 వఱకు.
5. ఎఱ్ఱాప్రగ్గడ యుగము క్రీ. శ. 1320-1400 వఱకు.
6. శ్రీనాథుని యుగము క్రీ. శ. 1400-1500 వఱకు.
7. రాయల యుగము క్రీ. శ. 1500-1600 వఱకు.
8. దక్షిణాంధ్ర యుగము లేక నాయకరాజ యుగము } క్రీ. శ. 1600-1775 వఱకు.
9. క్షీణయుగము క్రీ. శ. 1775-1875 వఱకు.
10. ఆధునిక యుగము క్రీ. శ. 1875 మొదలు.

ప్రాఙ్నన్నయ యుగము

మన భాషకు తెనుఁగు, తెలుఁగు, ఆంధ్రము అని మూడు పేర్లు కలవు. ఈ మూడిటిలో తెనుఁగు, తెలుఁగు అనునవి రూపాంతరములే గనుక, ఆంధ్రము తెలుఁగు అనునవి మాత్రమే పర్యాయ పదములుగా మిగులునని నా యూహ. మఱియు ఈ రెంటిలో ఆంధ్రము అనునది మొదట రాజవంశ పరముగ, పిమ్మట ఆ రాజవంశముచే పరిపాలింపబడిన దేశ పరముగ, ఆపై ఆ దేశ ప్రజల భాషాపరముగ ప్రయోగింపబడి యుండెను. మఱి తెలుఁగు అనునది మొదట ఈ భూఖండమున జీవించిన ప్రజల పరముగ, ఆ పిమ్మట ఆ భూఖండ పరముగ, ఆపై వారి భాషాపరముగ వాడబడి యుండెను. ఒక జాతి ప్రజలను బట్టియే వారు నివసించు భూభాగమునకు పేరు వచ్చును, గాని భూభాగమును బట్టి ప్రజలకు పేరు వచ్చుట చాలా అరుదు ఈ భారతదేశములో తొలినాడు ఇది తెలుఁగు దేశమని ఇది అరవదేశమని నిర్జన ప్రదేశములకు పేర్లు లేవు.

తెలుఁగువారు అరవవారు మొదలైనవారు సంఘజీవనము మొదలిడి పల్లెలు, గ్రామములు నిర్మించికొని వ్యవసాయము కొఱకు కొంత భూభాగము నాక్రమించుకొని దానిని తమ సొత్తుగా అనుభవించుటకు మొదలిడినప్పుడు వారి యధీనములో నున్న ఆ భూభాగమును దెలుఁగు దేశమని, అరవదేశమని, కన్నడ దేశమని పేర్కొనుటఆచారమైనది. వారు దక్కించుకొన్న భూఖండములు కాలక్రమమున విస్తరించినంతవరకు అవి వారి పేరుమీదనే చెల్లుచుండును. అట్లే కాలవశమున వారి భూమిని ఇతరులు ఆక్రమించుకొని తమ దేశములో కలుపుకోగా ఆ భాగము ఆ విజేతలజాతి పేరుమీదను, మిగిలినదే పరాజితులజాతి పరముగాను పేర్కొనబడును. అంటే ఒక ప్రజ తాము అనుభవించు భూమికి తమ పేరొనంగుట సహజము. ఆ భాషకు ఆ పేరు వచ్చుట ఆ ప్రజలను బట్టియే! ఇది సర్వసాధారణమైన చారిత్రక ధర్మము. దీని ననుసరించియే తెలుఁగు అనునది మొదట ప్రజాపరముగ, ఆపై దేశపరముగ, ఆపై భాషాపరముగ వాడబడి యుండునని నేనూహించితిని. కాగా మేము తెలుఁగువారము అనుకొన్న యొక సంఘ ప్రజలు మాట్లాడుకొన్న భాషకు వారినిబట్టి తెలుఁగు అనే పేరు వచ్చినదిగాని తెలుఁగు భాషను మాట్లాడుటబట్టి వారు తెలుగువారు కాలేదు వ్యక్తి, భాష అను రెండింటిలో వ్యక్తి తరువాతనే భాష పుట్టుటయు, ఆ వ్యక్తి యే సంఘమునకుఁ జెందినవాడో ఆ సంఘము పేరే ఆ భాషకు సంక్రమించుటయు లోక ధర్మము. ఈ సిద్ధాంతము ఆదికాలమునకు సంబంధించినది. యుగములు గడచిన కొలది ఈ న్యాయము తారుమారై రాజులనుబట్టి దేశమునకు, దేశములనుబట్టి ప్రజలకు క్రొత్తపేర్లు సంక్రమించుచుండును. కనుక చరిత్ర నిర్దేశింపలేని ఒక కాలమున ఒక తెలుఁగు సంఘము తమలో తాము మాట్లాడుకొన్న భాష తెలుఁగుభాషయైనది. ఆనాడు వారు నివసించిన ఆ కొద్దిపాటి ప్రదేశమే ఆనాటి తెలుఁగు దేశము. కాలక్రమమున ఆప్రజల సంఖ్యయు ఆ భూభాగముయొక్క వైశాల్యమును ఆ భాషయొక్క విస్తృతియు పెరిగి నేటి ఆంధ్రప్రదేశము, ఆంధ్రజాతి, ఆంధ్రభాషగా పరిణమించినవి. కాబట్టి తెలుఁగు భాషను మాట్లాడిన మన జాతి కూటస్థులు అని చెప్పదగిన ఆ చిన్న సంఘము మాట్లాడుకొన్న భాషలో ఏ సహస్రాంశమో, నేడు మనము వ్యవహరించు భాషలో మిగిలియున్నదిగాని ఆనాటి భాషయే ఈనాటి భాషగాదు. అట్లే మన కూటస్థులు నివసించిన భూభాగము నేటి ఆంధ్రప్రదేశములో యే మూలనో యెక్కడనో ఉండునుగాని నేటి ఆంధ్రదేశమంతయు అదికాదు.

భాషయు, నాగరకతయు సంఘ్యాజీవితమునకు ఫలములు. జాతి సంస్కృతి ఈ రెంటికిని ఫలము. ఇవి అన్యోన్యాశ్రయములు. మఱి వాటి పెంపుకూడ క్రమ పరిణతమేగాని ఆకస్మికము గాదు. ఈ సూత్రమునుబట్టి తెలుఁగు భాష యే యే దశలు గడచి వాఙ్మయ మనిపించుకొనదగిన గ్రంథ రచనకు అనువైన భాషగా పరిణమించినదో విచారింతము.

భాషయొక్క పుట్టుకకును వాఙ్మయముయొక్క పుట్టుకకును సంబంధము లేదు. ఆ రెంటికిని కొన్ని శతాబ్దుల వ్యవధాన ముండును. "తెలుఁగులు" అనిపించుకొన్న ప్రజలు ఏనాడు పుట్టిరో ఆనాడే తెలుఁగుభాషయును పుట్టెను భాషయే లేనిచో వారి జీవితమే సాగదు. ఒకరినొకరు వరుసలతో పిలుచు కొనుట, తమ పల్లెలకు పేర్లు పెట్టుకొనుట, తాము చేసెడి పనులకు క్రియలు కల్పించుట తాము తినెడి పదార్థముల రుచులు చెప్పుట, తమ కంటి యెదుట కానవచ్చెడి మూర్త పదార్థములకు పేర్లు కల్పించుట, మొదలగు వాటితో ఆనాటి సంఘ జీవితమున కాధారభూతమైన కొంత శబ్దజాలము కర్తృ, కర్మ, క్రియ, విశేషణాది పదములతో రూపము తాల్చి యుండును. ఇదియే ప్రజాభాష కాల వశమున ఆ ప్రజలు తమకంటె బలసంపన్నులును, నాగరికులును ఐన రాజులచే పరిపాలింపబడవలసిన పరిస్థితి తటస్థించినపుడు ఆ రాజుల భాష వేరుగను, ఈ ప్రజలభాష (Popular language) వేరుగను ఉండును. అప్పుడు ప్రజా భాషకు భిన్నముగ ఒక ఆస్థానభాష (Court language) వెలయును. ఈ రెండునుకాక విద్వద్భాష అనే పేరుతో విద్యా పరిశ్రమోచితమైన వేరొక ప్రాచీన భాష (Classical language) పై రెండింటినిమించి రాజాస్థానముల మీదను విద్వత్పరిషత్తుల మీదను విద్యా సముపార్జనాభిలాషకల ప్రజలమీదను తన ప్రభా వము నెఱపుచుండును. ఇది సాధారణముగ అన్ని దేశములలోను పూర్వకాలమున ప్రవర్తిల్లిన సాంఘిక సంప్రదాయము.

కవిత్వావిర్భావము

సంఘములో రసార్ద్ర హృదయుడైన వ్యక్తి సుఖాత్మకమో దుఃఖాత్మ కమోయైన తన వేదనను అవశుడై తనకు వచ్చిన కొలదిపాటి శబ్దములతోనే ఒక పాటగ నోట వ్యక్తము చేయుటయే ఆ ప్రాకృతభాషలో కవిత్వము అవత రించుట. భాషయొక్క పుట్టుకవలెనే అట్టి కవిత్వముయొక్క పుట్టుకయు ఏ

పరిశోధనకును అందని అతి దూర కాలమున జరుగును. కవిత్వము రాజ్యముల యొక్కయు సభ్యతలయొక్కయు పుట్టుకకుముందే పుట్టును. అయితే ఆనాటి పాట గాలిలోపుట్టి గాలిలోనే అడగిపోవు ఆశు కవిత్వమేకాని భావి కాలమువారు చదువుకొనుటకు అక్కరకు రాదగిన స్థిరరూపము కలది కాదు. లిపి అనెడి సాధనము లేనిదే కవిత్వమునకుగాని భాషకుగాని అట్టి స్థిరత్వము కలుగదు కావున భాషకును దానితోపాటు ఆ భాషా కవిత్వమునకును అక్షరరహితమైన దశ యొకటియు, అక్షరబద్ధమైనదశ యొకటియు రెండు, విధిగా ఏర్పడును. లిపి ఏర్పడిన పిమ్మట గూడ వెంటనే అది కావ్య రచనకు అక్కరకు వచ్చునని చెప్పుట సాహసమే యగును. ఏమనగా ప్రజాభాష అనునది ఆస్థానభాషగ స్వీకరింబడి అదియే విద్యా పరిశ్రమకు గూడ తగినభాషగ పరిణమించినపుడుగాని ఆ లిపిని కవిత్వ రచనకు ఉపయోగింపరు. ప్రజలకును, ప్రభువులకును, పండితులకును, ఒకేభాష సంసేవ్యమగుట ఈ 20 వ శతాబ్దిలోగూడ ప్రపంచమందలి అన్ని దేశములలోను సాధ్యము కాలేదు. లిపి అనునది మొదట పరిపాలనా వ్యవహారములకు వినియోగపడును. రాజులు తమ లెక్కలను, తమ శాసనములను వ్రాయించుకొనుటకు ఆ లిపిని ఉపయోగింతురు. పిమ్మట కొంత కాలమునకు ప్రజాభాష, తక్కిన రెండు భాషల సహాయమున పెంపొంది కావ్యరచనకు అనువైన శబ్ద సంపన్నతను సేకరించుకొన్నప్పుడు ఆ లిపి ప్రజాసారస్వత సాధనముగ నుపయోగపడును. ఈ ధర్మము ఇంచుమించు లోకములోని అన్ని భాషలకును సాధారణమే.

ఆంధ్రుల నాగరక సంఘ జీవితము ఏనాడు సుప్రతిష్ఠితమైనదో కనుగొనుటకు ఇంకను చారిత్రక పరిశోధనలు జరుగుచునే యున్నవి. సంఘ జీవితము సుప్రతిష్టితమగుటయే రాజ్యము సప్తాంగములతో పరిపాలింపబడుట ఇప్పటికి తెలియ వచ్చినంతవరకు శాతవాహన వంశపు రాజులు (వారు ఆంధ్రులే) ఈ ఆంధ్రభూమిలో పౌరాణిక కాలమునాటి మహారాజులవలె క్రీ. పూ. 2 శతాబ్ది మొదలుకొని క్రీ. శ. 2, 3 శతాబ్దుల వరకు ఇంచుమించు నాలుగైదువందల యేండ్లు ప్రజాహితముగ సుపరిపాలన చేసిరని తెలియ వచ్చినదిగదా ; వారి కాలములో విద్వద్భాష సంస్కృతము; రాజభాష ప్రాకృతము; ప్రజాభాష ఆనాటి తెలుఁగు. వారి శాసనములన్నియు సంస్కృత ప్రాకృతములలోనే యున్నవి. ఆ లిపికూడ ఆనాటి సంస్కృత ప్రాకృతిభాషల లిపియే. తెలుఁగును భాష

రాజభాషగ స్వీకరింపలేదు. కాని తెలుఁగు ప్రజలు తమకు వచ్చిన భాషలో పదములు, పాటలు కట్టుకొని పాడుకొనుచు, ఆడుకొనుచు సుఖముగ, సుందర ముగ సంఘజీవితమును గడపుకొనుచుండిరి. వారి పాటలు మాత్రము సంస్కృత ప్రాకృతములవలె లిఖితరూపమును తాల్చలేదు. శాసనములలోని లిపితోనే ఆ పాటలనుగూడ వ్రాయుగ ఆపె నరించిపోయినవో లేదా అవి వ్రాయదగినంత ప్రౌఢములు కావని ఉపేక్షింపబడినవో తెలియదు. కాని అప్పటికి ప్రచార ములోనున్న ప్రాకృత పద్యములను గాథలు అను వాటిని గాథా సప్తశతి అను పేర హాలుడు అనే శాతవాహనరాజు సంకలనము చేసెను. ఆ గాథలలో కొన్నిట ఆనాటి ప్రజలు పాడుకొను పాటల ప్రశంస కలదు. అవి పొలము పాటలు, పెండ్లిపాటలు, శృంగార గీతికలు మొదలైన సరస జీవితమునకు సంబంధించినవి. ఆ ప్రాకృత గాథలు వ్రాసినవారిలో కొందరైనను ఆంధ్ర కవులే అయి యుండ వలెను. అనగా ఆంధ్ర భాషలో కవిత్వము చెప్పిరని కాదు. తమ భాష కావ్య రచనా సమర్థము కాకపోబట్టి విద్వద్భాషయైన సంస్కృతమును, రాజభాషయైన ప్రాకృతమును అభ్యసించి ఆ భాషలలో కవిత్వము చెప్పిన ఆంధ్రకవులు. మరి శాతవాహనుల కాలములోనే గుణాఢ్యుడు అనే ఒక ఆంధ్రుడు బృహత్కథ అను పేర ఒక ఉద్గ్రంథమును పైశాచి భాషలో వ్రాసెను. పైశాచి భాషకూడ ఒక ప్రాకృత విశేషమే. కాని శౌరసేనాదులైన ఇతర ప్రాకృత భాషలకంటె తక్కువ ప్రౌఢత్వము గలది. నేటి తెలుఁగు భాషలో గ్రాంథికము, శిష్టవ్యవ హారము, గ్రామ్యము అనే భాషా భేదములలో శిష్ట వ్యవహారమువంటిది ప్రాకృ తము. గ్రామ్యము వంటిది పైశాచి.

అప్పటి సంస్కృత ప్రాకృత భాషలతోడి పొత్తువలన ఆంధ్రము సంస్కృత భవములును, ప్రాకృత భవములును అయిన కొన్ని శబ్దములను తనలో కలుపుకొని కొంత విస్తృతిని చెంది యుండును. ఆతద్భవములు శాస్త్రాను సారము పండితులు నిష్పన్నము చేసెడివి కావు. ఆ మూల పదములు వాడు కొనుటలో ప్రజలు ఉచ్చరించిన వర్ణలోప వర్ణాగమాదులైన మార్పులకు లోనై క్రొత్త రూపములో తద్భవములనే పేర అంగీకరింపబడినవి. ఆ మార్పులను, వాటివల్ల శబ్దములకు వచ్చిన క్రొత్త రూపములను వ్యాకరించి సూత్రబద్ధము చేసి, వైయాకరణులు తద్భవ శబ్ద నిష్పత్తికి ఒక శాస్త్ర ప్రక్రియ వ్రాసి యుందురు. మరియు శాతవాహనుల కాలమున బౌద్ధమతము ఆంధ్ర భూమిలో బహుళ

ప్రచారమున ఉండెను. ఆ రాజులు బ్రాహ్మణులయ్యు వారిలో కొందరు ఆ మతమును ఆదరించిరి; కొందరు అవలంబించిరి; కొందరు తాము వైదిక మతావలంబులై యుండియు తమ సిద్ధాంత జనము బౌద్ధమునే ఆశ్రయించుటకు అంగీకరించిరి అమరావతి, విజయపురి ఆ రాజుల రాజధానీ నగరము లగుటయే గాక బౌద్ధమత పీఠస్థానము లయ్యెను. ఆ మత ప్రబోధ ప్రచారములు పాళీ భాషలో జరిగెను. పాళీభాష అర్ధమాగధి యనబడెడు ఒక ప్రాకృత విశేషము. ఆ మతాచార్యులయొక్క బోధలను వినియు ఆ మత గ్రంథములను పఠించియు చాలమంది ప్రజలు పాళీభాషా పరిచయము గలవారైరి. వారు ఆ నూతన పదజాలమును వాడుకలో ప్రవేశపెట్టి ఆంధ్రశబ్ద జాలమును మరికొంత విస్తృతపరచిరి అరవభాషకు లేని, తత్సమ, తద్భవాత్మకమైన సంస్కృత ప్రాకృత భాషా ప్రభావము ఆంధ్రమున ప్రసరించుటకు చారిత్రకమైన కారణ మిదియే। సంస్కృత పాండిత్యము కలిగి ప్రాకృత భాషను ఆస్థానభాషగా స్వీకరించిన ఆంధ్ర శాతవాహనులు చిరకాలము ప్రజాపరిపాలకులగుటయు, వారి రాజధానీ నగరమును కేంద్రముగా జేసికొని బౌద్ధులు పాళీ భాషలో మత ప్రచారము చేయుటయు ప్రజలు మతము ద్వారా సంక్రమించిన పాళీ పదములను, ప్రభుత్వము ద్వారా సంక్రమించిన ప్రాకృత పదములను తమ తాతలనాటి తెలుఁగుతోపాటు కలిపి వాడుకొనుటయు ఆ కార్యకారణ పరంపర. శాతవాహనుల రాజ్యము తూర్పుసముద్రమునుండి పశ్చిమసముద్రము వరకును దక్కను పీఠభూమిని ఆక్రమించి యుండెను. ఒకప్పుడు ఉత్తరమున మాళవా మొదలగు దేశములను గూడ ఆక్రమించినను, దక్షిణమున వ్యాప్తి చెందినట్లు లేదు. ఆ రాజ్యపుగడి దేశపు ప్రజలు (frontier area) సమీప దేశములకు సరిహద్దు భూములలో ఉండుటచేత ఆ సమీప దేశ ప్రజల భాషా పదములను తమ తెలుఁగుతోపాటు వాడుకొనుట కూడ సంభావ్యమే. కావుననే ఆంధ్రులైయుండి, ఆంధ్ర రాజులచే పరిపాలింపబడు గడి దేశ ప్రజలు తమకు సరిహద్దు భూముల భాషలైన అరవము, కన్నడము, మరాటీ భాషా పదములను తమవిగా వాడుకొనుటయు న్యాయ్యమే కనుకనే నేటికిని చిత్తూరు ప్రాంతపువారు తెలుగుతోపాటు అరవమును, అనంతపురము వారు తెనుగుతోపాటు కన్నడమును, రాయచూరు ప్రాంతమువారు తెనుగుతోపాటు మహారాష్ట్రమును, బరంపురము వారు తెనుగుతోపాటు ఓఢ్రమును మాటలాడ నేర్చియుండుటయు, వారి సంభాషణలో ఆయా

భాషా పదములు ప్రయోగించుకొనుటయు జరుగుచున్నది. కేంద్రములో జరుగుచుండిన భాషా పరివర్తనము గడిప్రదేశములకు త్వరగా వ్యాపించి యుండదు. ఆ కాలమున ప్రాకృత పదములు తెలుఁగులోనికి చొచ్చినట్లే పెక్కు తెలుగు పదములు ప్రాకృతములోను చొచ్చియుండును. రెండు భిన్నభాషలు పొత్తునకో పోరాటమునకో తారసిల్లి చిరకాలము ఏకత్ర మెలగుట తటస్థించినపుడు పరస్పర శబ్ద వినిమయము తప్పదు. ఇట్టి కార్య ప్రతికార్యములు(Action and Reaction) భాషలలోనే కాక ఆచార వ్యవహారములలో కూడ కలుగుచుండును.

శాతవాహనులు తెనుఁగును రాజభాషగా స్వీకరింపలేదనుటకు నిదర్శనము వారి శాసనములన్నియు ప్రాకృతములో నుండుటయే. రాజ్య పరిపాలనా వ్యవహారములందైనను తెనుఁగు వాడబడియున్నచో అది యేమాత్రమేని శాసనముల కెక్కియుండెడిదే. ఒకటి రెండు శతాబ్దుల పిమ్మట నేను రాయలసీమ అని పిలువబడెడి భూభాగమును రేనాటిచోడులు అను పేర బరగెడి ఒకచోడవంశ శాఖ పరిపాలించుచుండెను. వారు వేయించిన శాసనములలో తెనుఁగుభాష వాడబడినది. వారి ఆస్థానభాష గూడ తెలుఁగే అయియుండవలెను. తెలుగు ఆస్థానభాష యైనను కాకున్నను వారికిని విద్వద్భాష సంస్కృతమే యైయుండును. ఏమనగా మొన్న మొన్నటివరకు-నేటికికూడ-సంస్కృతమే భారతదేశమున విద్వద్భాషగా నడుచుచున్నది. మత గ్రంథముల సంగతి అటుండగా ఇతర శాస్త్ర గ్రంథములు పురాణేతిహాస కావ్యనాటకాదులైన ఉదాత్త సాహిత్యమంతయు ఆ భాషలోనే నిక్షిప్తమై యుండుటచేత విద్వాంసులు కాదలిచినవారు ఆ భాషనే సేవింపక తప్పదు. దేశభాష, రాజభాషగ, సాహిత్యభాషగ పెంపు చెందినను విద్వద్భాషగ సంస్కృతమును త్రోసిపుచ్చజాలదు. ఆ కార్యము ఇప్పటికిని జరగలేదు మనదేశములోవలెనే ఇంగ్లాండులో కూడ "ఛానర్"నకు పూర్వము "లాటిన్" భాష విద్వద్భాషగా నార్మన్-ఫ్రెంచిభాష రాజభాషగా, "ఆంగ్లో శాగ్జన్" ప్రజాభాషగా కొంతకాలము వ్యవహారము సాగెను. రెండు శతాబ్దుల కాలము ప్రజాభాషయైన "ఆంగ్లో శాగ్జన్" తక్కిన రెండింటి పొత్తున సత్తువ చేకూర్చుకొని, రాజభాషతో పెనగులాడి ఓడించి ఆ గద్దె తానెక్కెను. కాని "లాటిన్" భాషను విద్వద్భాషగానే శిరసావహించి సేవించెను. ఆంగ్లము ప్రపంచ విఖ్యాతి గడించిన తరువాత ఈ శతాబ్దిలో తానే విద్వద్భాషయు నయ్యెను. నార్మన్-ఫ్రెంచి రాజభాషగా ఉన్నప్పటి ఆంగ్లో శాగ్జన్ రచనలు మన

శాసనాలలోని తెలుగువలె ఉండును. అది ప్రాత ఆంగ్లము. భారతీయ భాషల చరిత్రయు అట్టిదే ! శాతవాహనుల పిమ్మట మూడు నాల్గు శతాబ్దులకు చాళుక్య రాజులు మధ్యాంధ్రదేశమును పరిపాలింప దొడగినది మొదలు (7 వ శతాబ్ది ప్రారంభము) శాసనములలో సంస్కృతముతోపాటు తెలుగు విరివిగ ఉపయోగింపబడినట్లు పొడకట్టును. భాషా చారిత్రక ప్రాధాన్యముగల వాటిలో జయసింహ వల్లభుని కాలమునాటి విప్పర్తి శాసనము మొదటిది (క్రీ. శ. 638) మఱికొన్ని నాళ్ళకు మంగి దొగరాజు కాలమున వేయబడిన లక్ష్మీపుర శాసనము రెండవది. ఆపై మఱి 50 ఏండ్లకు వేయబడిన (క్రీ. శ. 727) అహదనకర శాసనము మూడవది పైని పేర్కొన్న శాసనములను పరిశీలించి చూచినవారు ఇవి పూర్తిగ తెలుఁగు శాసనములు కావనియు ప్రాకృత భాషా ప్రభావమునకు వశమైన తెనుఁగు వాక్యములు కలిపి వ్రాయబడిన శాసనములనియు నిర్ణయించిరి అవి తెలుఁగు శాసనములే యైనను ఆ తెలుఁగు ఇప్పుడు మనకు అర్థము కాదగిన తెలుఁగు కాదు. ఆ శాసనములు పుట్టిననాటికిని నేటికి ఎంతకాల వ్యవధాన మున్నదో ఆ భాషకును నేటి మన భాషకును అంత వ్యవధాన మున్నది. అహదనకర శాసనము పిమ్మట సుమారు 125 సంవత్సరములకు నేటి తెలుఁగువారికి ఎక్కువ భాగము బోధపడదగిన భాషలో అద్దంకి శాసనము వెలువడినది. ఇది చాళుక్య రాజైన గుణగవిజయాదిత్యుని కాలమునాటిది (క్రీ. శ. 850 ప్రాంతమున) ఈ శాసనము పూర్వ శాసనములవలె వచనరూపమునగాక పద్యరూపమున నున్నది. అది తరువోజ. ఆ పద్యము శుద్ధదేశిచ్ఛందస్సు. పూర్వకాలపు తాళప్రధానములైన తెనుగు పాటలన్నియుఛందశ్శాస్త్రానుసారముగ గణబద్ధము చేసినచో తరువోజ, రగడ, ద్విపద మొదలైన జాత్యుపజాతి పద్యములుగ రూపొందును పాట తాళానుగుణముగ నుండుటకై కొన్ని అక్షరములకు శబ్ద స్వరూప విరుద్ధముగ కలుగు దీర్ఘాదులు పాటను ఛందోగణానుసారముగ మార్చునపుడు లోపించిపోవుటతప్ప పాటలకును తరువోజాది పద్యములకును వేరు భేదముండదు. శాసనములలో కానవచ్చిన మొదటి తెలుగు పద్యము ఈ అద్దంకి శాసన తరువోజయే ! అప్పటికి 2 శతాబ్దుల పూర్వము తప్పటడుగులు వేయ ప్రారంభించిన తెలుగు భాష 9 వ శతాబ్ది మధ్యకాలమునాటికి నిలద్రొక్కుకొని సంస్కృత ప్రాకృతములను జీర్ణించుకొని పుష్టిచెంది స్వాతంత్ర స్థితికి వచ్చినదని చెప్పవచ్చును. ఆ గుణగవిజయాదిత్యుని కాలముననే వెలసిన ఇంకొక పద్య

శాసనము ధర్మవర శాసనము. అందు గుణగవిజయాదిత్యుని సేనాధిపతియైన పండరంగని ప్రశంస కలదు. ఈ వరుసలో మూడవది గుణగవిజయాదిత్యుని తమ్ముడైన యుద్ధమల్లుని బెజవాడ శాసనము ఈ శాసనము మధ్యాక్కరలో నున్నది మొదటి అద్దంకి శాసనమువలెనే తరువాతి రెండు శాసనములలోనుగల పద్యములు దేశీయచ్ఛందస్సున ఉన్నవే. ఈ మూడు శాసనములును కొంతకు కొంతమనది అని చెప్పుకోదగిన తెనుఁగు భాషకలవి. దైనందిన వ్యవహారములో మాత్రమే యుపయోగపడుచు, ఆశువుగపుట్టిన పాటలు, పదాలు, గాలిలో కలిసి పోవుచుండ, నిలువుకొనదగిన శక్తిలేక నిర్విణ్ణమై వెచ్చనూర్చుచు కాలము పుచ్చుచుండిన తెనుగు, చాళుక్య రాజుల ఆదరముచే-అందును గుణగవిజయాదిత్యుని చేయూతచే-పద్యరూపము దాల్చి ఆ నాటి తెలుగువారికి కనువిందొనర్చినది.

పైని ఉదాహరించిన ఆరుశాసనములలో మొదటి మూడును ఒక వర్గముగా, రెండవ మూడును ఇంకొక వర్గముగా గ్రహించుట లెస్స ఏమన రెండింటికిని నడుమ సుమారు 125 సంవత్సరముల వ్యవధానముండెను. ఆ వ్యవధిలో తెలుఁగునకును, సంస్కృత ప్రాకృతములకును జరిగిన సంఘర్షణలో కార్య ప్రతి కార్యవశమున చేకూరిన బలముతో తెలుఁగు రాజభాషగా నెలకొని, స్వతంత్ర స్థితికి వచ్చెను.

రేనాటి చోడుల శాసనములలో కానవచ్చెడి భాష తెలుగేయైనను అది మన తెలుగుగాదు. మనభాషా ప్రాచీనతను కొనియాడుకొనుటలో నిదర్శనముగా చూపుకొనుటకు అక్కరకువచ్చు మాటలు మాత్రమే అందుకలవు. ఇక చాళుక్య శాసనములలోని భాష-వర్ణక్రమాది వ్యత్యాసములు, లిపి భేదములు ఉన్నను-నేటి తెలుఁగునకు కూటస్థ భాషగా చెప్పుకొనదగిన సుపరిష్కృత భాష.

పైని పేర్కొన్న రెండవవర్గపు శాసనములు మాత్రాగణబద్ధములైన దేశీయచ్ఛందోరీతులై యుండగ మఱి ఆ పై ఒక నూరేండ్లలో సంస్కృతమునందు వలె అక్షర గణబద్ధములైన వృత్తములుకూడ శాసనములలో వ్రాయబడినవి. సంస్కృతమునుండి తెలుగు కవులు అవలంబించిన వృత్తములలో మత్తేభ శార్దూల చంపకోత్పలమాలలు ముఖ్యమైనవి. వీటిలో మత్తేభ శార్దూలములు యథాతథముగానే తెనుగున వ్రాయబడినవి. చంపకోత్పలముల పద్ధతి సాంస్కృతికమే యైనను గణపరి సంఖ్యానములో కొంత భేదమున్నది. ఈ మార్పు

కన్నడములోనే తటస్థించెనట. తెలుగువారును దానినే అనుకరించి యుందురు. నన్నయకు పూర్వమే ఈ సంస్కృత వృత్తములు తెనుగు శాసనములకు ఎక్కెను. క్రీ. శ. 10 వందల ప్రాంతమున పుట్టిన విరియాలకామసాని శాసనము అను దానిలో ఈ చంపకోత్పలమాలలు కలవు.

నన్నయకు పూర్వమే ఆంధ్రమున మాత్రాగణబద్ధములును అక్షరగణ బద్ధములును అయిన పద్యములు తెనుగున విరివిగా వ్రాయబడుచుండెననుటకు ప్రత్యక్ష ప్రమాణముగ ఈ శాసనములు ఉదాహరింపబడినవి విడి విడి పద్యములే కాక ఆనాడు శాసన పద్య కవిత్వమువంటి కవిత్వములో గ్రంథ రచనకూడ సాగుచుండెనని తలంచుటకు తగిన అనుమాన ప్రమాణములుకూడ ఉన్నవి. అరవమున "యాప్పిరంగన్'' అను ఒక ఛందశ్శాస్త్రములో (ఇది నన్నయకు పూర్వకాలమునాటిది) ఆ గ్రంథకర్త తాను వాంఛయ్య అను ఒక తెలుగు లక్షణ వేత్త రచించిన గ్రంథమును చూచినట్లు ఈ క్రింది వాక్యములో చెప్పుకొనెనట. ''వాంఛియార్ సేయిదవడగు ఛందవుం" అనగా వాంఛయ్య చేసిన వడగు భాష యొక్క ఛందము అని అర్థము. వడగు అనగా తెనుగు ఆ గ్రంథకర్త నాటికి తెనుగులో వాంఛయ్య వ్రాసిన ఒక ఛందోగ్రంథమున్నట్లు ఊహించుటకు నిర్బాధకమైన అవకాశమున్నది. వాంఛయ్య వ్రాసిన ఛందోగ్రంథము సంస్కృత ప్రాకృత పద్యములకు మాత్రమేకాక తెలుగు పద్యములకుకూడ లక్షణముగలది యగుచో ఆనాటికి తెలుగు గ్రంథములు దేశిచ్ఛందములో చాల వెలసియుండవలెను. బహుసంఖ్యాకములైన లక్ష్యములు పుట్టిన పిమ్మటనే లక్షణము పుట్టుట సారస్వత ధర్మము లక్షణము తరువాత లక్ష్యములెప్పుడును పుట్టవు. మఱియు ఒకటి రెండు లక్ష్యములు మాత్రమే యున్నపుడు వాటిని ఆధారముచేసికొని లక్షణ కర్త శాస్త్రమును వ్రాయడు. కనుక వాంఛయ్యనాటికి పెక్కు తెలుగు గ్రంథములు ఉండి యుండవలెను. అదిగాక పాల్కురికి సోమనాథుడు పండితారాధ్య చరిత్రావతారికలో "అనియతగణైః యతిర్వా ప్రాసోవా" అని మాత్రాగణబద్ధములైన పద్యముల గుఱించి ఒక లక్షణ వాక్యమును ఉదాహరించెను.

(ఈ శాసనములన్నియు నేను పరిశీలనము చేసినవికావు. చరిత్ర పరిశోధకులు సంపాదించి, చదివి, అర్థనిర్ణయముచేసి ప్రకటించి ఆంధ్రులకు అర్పింపగా అందరివలె నేను ఆ ఉమ్మడి సొత్తును కొంత ఉపయోగించుకొంటిని. శాసనములకు చూడుడు; అనుబంధము 1.)

జాతులం మాత్రానుసంధాన గణవి
నీతులుగాగ 'అనియతగణైః' ర
నియును, 'ప్రాసోవా' యనియు 'యతిర్వా' య
నియుఁ జెప్పు ఛందోవినిహితోక్తి గాన.

ప్రాసమైనను యతిపై వడిమైన
దేసిగా నిలిపిన యది ప్రాసనియతి
తప్పకుండగ ద్విపదలు రచింతు.

ఆ పద్యములకు యతిగాని ప్రాసయతిగాని చెల్లుచుండుననియు అదిశాస్త్రసమ్మత మనియు అర్థము. అట్టి యతి చెల్లుచుండునవియే నేటి మన ఉపజాతి పద్యములు. సోమన ఉదహరించిన ఈ లక్షణ వాక్యము తెలుఁగు కవిత్వమునకు సంబంధించిన యొక ఛందశ్శాస్త్రములోనిదై యుండును. ఆ శాస్త్రముకూడ తెనుగున శాస్త్రబద్ధము చేయదగినంత కవిత్వము విస్తరించియున్న కాలముననే పుట్టియుండవలెను కాగా శాస్త్రములకు లక్ష్యములు కాదగిన గ్రంథములు పెక్కు వెలసియున్నవన్న మాట. కాబట్టి ప్రాఙ్నన్నయ యుగములో తెనుగున పామర భాషలో ప్రజలు పాడుకొను పదములు, పాటలు మాత్రమే కాక ఛందోబద్ధములైన దేశీయ పద్యములును సాంస్కృతిక పద్యములును విరివిగ నుండెననియు పద్యమయములైన గ్రంథములును కొన్ని రచింపబడి యుండుననియు ఆ గ్రంథముల ననుసరించి లక్షణ గ్రంథములు పుట్టియుండుననియు నిర్ధారణ చేయుట సహేతుకమే కాని నిరాధారము కాదు. భాషకు ఈ మహోపకారమంతయు చాళుక్య రాజుల సేవవలన కలిగినది. అంతకుపూర్వము మార్గకవిత్వ మనిపించుకొనెడి సంస్కృత ప్రాకృత గ్రంథములను చదువుకొనుచుండిన ఆంధ్రులు, చాళుక్య రాజులు పుట్టించిన దేశీయ కవితలను చదువుకొని ఆనందింప బొచగిరి.

శాతవాహనులకును చాళుక్యులకును మధ్యకాలములో మనదేశమును చాలమంది ఆంధ్రేతర రాజులు పరిపాలించిరి. వారిలో పశ్చిమ చాళుక్యులు ముఖ్యులు. తూర్పు చాళుక్యులును వారిదాయాదులే. నిజమునకు వీరును ఆంధ్రేతరులే అయినను ఆంధ్రభూమిని తమ స్వదేశముగ సభిమానించి ఆంధ్రభాషను రాజభాషగ మాతృభాషగ కూడ మన్నించి ఆంధ్రమునకు, ఆంధ్ర ప్రజలకు మహోపకారముచేసిరి. పశ్చిమ చాళుక్యుల కాలములో కన్నడము రాజభాష

అయ్యెను. దేశభాషాభిమానముగల సంస్కృత విద్వాంసులుకూడ రాజాదరము కొఱకో, గ్రంథ రచన కుతూహలము చేతనో, ఆ కన్నడమునే అభ్యసించి కన్నడ పండితులైరి. ఆనాడు ఆంధ్ర కన్నడములకు చెప్పుకోదగినంత ఎడము లేదు. ఆ రెంటిలో ఒక భాషలో ప్రవేశమున్నవారు రెండవదానిని సులువుగా అభ్యాసము చేయగలిగి యుండిరి. అయినను ఆంధ్రముకంటె కన్నడమే ఒకటి, రెండు శతాబ్దులకు పూర్వము సాహిత్య భాషగా పరిణతి చెందియుండుటచేత సోదరభాషయైన దానిని ఆంధ్రులు పఠింపసాగిరి.

ఆంగ్లేయులుకూడ తమ స్వభాషయైన "ఆంగ్లో శాక్సన్" ఆంగ్లభాషగ స్థిరరూపము, తాల్చకముందు సాహిత్యభాషగ ఫ్రెంచి భాషను అభ్యసించుచుండెడివారు. ఆదికాలమునాటి ఆంగ్ల గ్రంథములు కొన్ని ఫ్రెంచి గ్రంథములకు అనువాదములును, అనుకరణములును అగుట తటస్థించెను. అన్యభాషా పరిచయమువలన స్వభాషకు శబ్దజాలములోనేగాక కవుల మనోభావ సంపదలోకూడ ఉన్నతి కలుగుచున్నప్పుడు దాని నరికట్టుటకు భాషాభ్యుదయము కోరెడి విద్వాంసులెవ్వరును తలపెట్టరు. కావున వివేకవంతులైన ప్రాచీనాంధ్రులు సంస్కృత ప్రాకృతములనే కాక కన్నడమును కూడ అలవరచుకొని బహుభాషా పాండిత్యము సంపాదించుకొని యుండుదురు. పంపడు, రన్నడు మొదలైనవేగి నాటి కవులు కన్నడ భాషలో గ్రంథములు వ్రాయుటకు అది ఒక కారణము. ఆకాలమున తెనుఁగు భాషకు మిక్కిలి పుష్టి చేకూర్చిన భాషలలో సంస్కృతము మొదటిది. తత్సమతద్భవ రూపమున సంస్కృత పదజాలము తెలుఁగున ప్రవేశించి దేశ్యపదములతోపాటు తెనుగు ధనమును తాల్చి ఆంధ్రభాషయు సంస్కృత భాషవలె ఉద్గ్రంథ రచనకు ఉచితమైన ద్రవ్యముగా ఫలింపజేసెను. ఒక్క శబ్దజాలములోనేకాదు, ప్రజల మనోభావ సంపదలో కూడ సంస్కృతభాష కలిగించిన పెంపు ఎంతో యున్నది. చిరకాల సముపార్జితమైన భారతీయ విజ్ఞానమునకు నిధానమైన సంస్కృత భాష నభ్యసించుటచేతనే ఒక్క తెలుగువారేకాక ఇతర ప్రాంతీయ ప్రజలును ఆధిభౌతిక, ఆధ్యాత్మిక శాస్త్రపరిజ్ఞానములను, మర్మములను గ్రహించి తత్తద్భావానుగుణమైన ఆలోచనలతో మనోమయ, విజ్ఞానమయ, ఆనందమయకోశములను వికసింపజేసికొనిరి. అన్నమయ ప్రాణమయ కోశములను అతిక్రమించి మానవుని ఆలోచన మనోమయకోశమును ప్రవేశించినప్పుడే పశుత్వము నశించి బుద్ధిజీవి యగుట తటస్థించును. ఆపై విజ్ఞానమయ, ఆనంద

మయకోశములు వికసించుటయే సంస్కృతిగల మానవుడగుట. అట్టి సంస్కారమును భారతీయులెల్లరకు ప్రసాదించిన భాష గనుకనే సంస్కృతము భరత ఖండమునందలి ఎల్ల భాషలకు తల్లి భాషఅయ్యెను. సంస్కృతము నుండియే ఎల్లభాషలు పుట్టినవి అనెడి పూర్వ భాషావేత్తల అభిప్రాయము తప్పైనను ఆ భాషలకన్నిటికి అత్యుత్తమ సంస్కృతిమయమైన భావ పరంపరను ప్రసాదించిన తల్లిభాష యనుట ఒప్పేయగును. ఒక ఉదాహరణము చూడుడు. మానవ శరీరములో బహిరంతరావయవములగు ముక్కు, చెవి, కాలు, చేయి, పొట్ట,వీపు, కందనగాయ మొదలైన అచ్చ తెనుఁగు పదములు సంస్కృత పదముల ఆవశ్యకము లేకయేగ్రంథములయందును వ్యవహారము నందును వాడుకొనవచ్చును సంస్కృత మెరుగని ప్రాచీనాంధ్రులు వాటినే వాడుకొనిరి అట్లే తోలు, నల్ల, ఎరచి,ఎముక మూలగ అనే దేశ్యపదములు వరుసగ రక్తము, మాంసము, అస్థి, మజ్జ అనెడి తత్సమ పదముల ఆవశ్యకము లేకుండగనే తెలుఁగు వారి వ్యవహారమున చెల్లుచుండదగును. కాని వాటికి పర్యాయ పదములైన తత్సమములను గూడ స్వీకరించుటచేత తెలుఁగు శబ్దజాలము ఒకటికి రెండు రెట్లయ్యెను. దానిని స్వీకరించి భాషను పెంపొందించుకొనుటకు మన పూర్వులు వెనుదీయలేదు అదీగాక పైన చెప్పిన పదములన్నియు మూర్త పదార్థములకు సంబంధించినవి. ఏ జాతిలోనైనను ఏ విధమైన నాగరికతయు లేని ప్రాక్తనమానవులు సైతము ప్రకృతిలో దృశ్యమానమగు మూర్త పదార్థములకు తమ తమ బుద్ధికి తగినట్లు శబ్దములు కల్పించుకొనుటకు సమర్థులయ్యే ఉందురు అట్లుకానిచో వారి నిత్యజీవితమేసాగదు. అమూర్త పదార్థములకు శబ్దములు కల్పించుట వారికి దుర్ఘటమైన కార్యము. తెలుగులో బుద్ధి, చిత్తము అహంకారము, ఆత్మ మొదలైన అమూర్త పదార్థములకు అనాడుగాని, నేడుగాని దేశీయపదములున్నట్లు నేనెరుగను అట్టి పదములును వాటికి ఆనుషంగికములైన ఆలోచనలును సంస్కృతమునుండియే మనకు సంక్రమించి ఆంధ్రభాషను సుసంపన్నమైన భాషలలో ఒకటిగా తీర్చిదిద్దగలిగెను. కావున సంస్కృతము తెలుగును అణచివేసి తానే రాజ్యమేలుకొనజొచ్చెనని వాపోవుట తగనిపని. అయితే తత్సమ తద్భవ, దేశ్యములలో ఏది ఎక్కడ ప్రయోగించి వాక్యమునకు, శైలికి వన్నె చేకూర్చవలెనో తెలియక తెలుగు మాటలతో పొత్తు కలియని అప్రసిద్ధ, నైఘంటిక, సంస్కృత పదప్రయోగముతో తెలుగు రచనలు చేయువారు తెలుగు భాషకేగాక తెలుగు ప్రజలకును అపచారముచేసినవారే

అగుదురు. మన పూర్వకవులలో ఏ ఒకరిద్దరో తప్ప అట్టి దుష్కార్యము చేసిన కవులులేరు.

తెలుగు ద్రావిడభాషా వర్గములోనిదే యని చరమ సిద్ధాంతము చేయబడినది. ఇది సంస్కృత భవమనెడివాదము శాస్త్రీయముగ నిలువదు. ఆర్యభాషా స్వభావమునకు భిన్నములును, ద్రావిడభాషా కుటుంబమునకు సాధారణములును అయిన లక్షణములు మనభాషలో చాలా కలవు పుట్టుకను గూర్చి ఇది ద్రావిడ భాషయే అని అంగీకరింపక తప్పదు పోషణలో మాత్రము తెలుగునకు సంస్కృతోపకారమే ఎక్కువ కలిగినది. మనభాష సర్వసంపన్నమగట సంస్కృత శిక్షలో పెరుగుటవలననే। సహజముగ ద్రావిడ లక్షణములనుబట్టి సరళమును, సుకుమారమును అయిన తెలుగువాణి కాలక్రమమున సంస్కృత సేవవలన గాంభీర్య పటుత్వముల నలవరచుకొని, తల్లికిని అక్కసెల్లెండ్రకును లేని క్రొత్త సొగసుదనమును కైసేసికొన్నది. పరస్పర భిన్నములైన ఆర్య ద్రావిడభాషలైన రెంటిని ఒక్కచో సమ్మేళన మొనర్చి సమరసభావము సాధించినది గనుకనే ఆంధ్రము ఆ రెంటికిని లేని గుణాతిశయమున విలసిల్లుచున్నది. కాకున్న "దేశభాషలందు తెలుగు లెస్స" అగుట ఎట్లు?

భాష అనునది శబ్దమయము గనుకను ఆ శబ్దమును ముందు గ్రహించునది శ్రవణేంద్రియముగనుకను చెవికి ఇంపుగానుండు భాషను మానవుడు ఆరాధించుట సహజము సంస్కృత భాషలో గాంభీర్యమాధుర్యములతోపాటు పారుష్యము కూడ కొంత ఉన్నది. ద్రావిడ కుటుంబములోనుండి బయలుదేరిన తెలుగు, సంస్కృతముతో అధికముగ చెలిమిచేసినను, అందలి పారుష్యము తన కంటకుండ, గాంభీర్యమాధుర్యములను మాత్రమే జీర్ణముచేసికొని తన సహజ సౌకుమార్యమునకు వన్నె పెట్టుకొన్నది. మేలిపువ్వులను ఏర్చి కూర్చెడి నేర్పుగల మాలకరి గూర్చిన దండవంటిది తెలుగు. సంస్కృతములో ఇట్లు క్షీరనీర న్యాయముగ కలిసిపోవు నేర్పు, మరి ఏ ఇతర భారతీయ భాషలకును కుదిరి యుండదు. ఇతర కీటకములకు సారూప్యమునిచ్చు భ్రమరము వంటిది తెలుగు. సంస్కృత ప్రాకృత శబ్దములలో ఏవి తమ మెత్తని మాటలతో పొందికగా పొసగుటకు పనికివచ్చునో వాటినే ఏర్చుకొని, అవసరమైన సంస్కారములుచేసి తనలో కలిపివేసికొన్నది. కనుకనే తెలుగు కవీశ్వరుడు శుద్ధ సంస్కృత సమాస కల్పనము చేసినను, అది తెలుగు సమాసమంత మెత్తగ చెవికి వినిపించును.

"మేలిపసింది గాజుల సమేళపు పచ్చల కీల్కడెంపు డాతేలు"

అన్న తెలుఁగు సమాసము ఎంత మృదువుగానున్నదో-

"జలధివిలోలవీచి విలసత్కలకాంచి సమంచితావసీతల వహనక్షమంబు"

అన్న సంస్కృత సమాసముగూడ అంత మృదువుగానే యున్నది. మరి సంస్కృత పదములను తెలుగు పదములను జోడించుటలో ఆంధ్రకవి చూపెడి నేర్పు ఇంతకంటెను ఎక్కువగ నుండును.

"ఈసునబుట్టి డెందమున హెచ్చిన శోకదవానలంబుచే
గాసిలియేడ్చె ప్రాణపిభు కిట్టెదుటన్ లలితాంగి పంకజ
శ్రీసఖమైన మోముపయి చేలచెఱఁగిడి..........."

ఈ పద్యములో తెలుఁగుపదములు సంస్కృతపదములు భేదము తెలియ రాకుండ ఒండొంటిని బెరసిగాన కళలోని రాగము వలె శ్రవణసుభగమైన ఒక ఆంధ్రశైలినిఆలపించినవి. తెలుగు కవుల సంస్కృత సమాసములు సంస్కృత భాషలో సంస్కృత కవులు గూర్చిన సమాసములకంటె ఎక్కువ సరళముగ మధురముగ ఉండుననుట నిస్సందేహము. తెలుగులో చేరిన సంస్కృతమునకు పుట్టినింటలేని ఆ సౌలభ్యము తెలుఁగు పలుకుబడి యొక్క సాహచర్యముతో లభించెనని చెప్పుటయు నిస్సందేహమే! ఈ సంస్కృతాంధ్ర సమన్వయము కాలక్రమమున మూడునాలుగు శతాబ్దుల పరిశ్రమవల్ల జరిగినది గాని హఠాత్తుగా రెండు భాషలయొక్క మొదటి సమావేశముననే జరుగలేదు. ఈ భాషా సామరస్యము ఆర్య ద్రావిడసామరస్యములో ఒక భాగము. అది మన నడవడిలో ఆచార వ్యవహారములలో నభ్యతలో విశదమగుచుండును. ఇంత చక్కని పొత్తు ఏ ఇతర రాష్ట్రములందును కుదురలేదని చెప్పుట అతిశయోక్తికాదు. ఆర్యులైన ఔత్తరాహులకును, ద్రావిడులైన దాక్షిణాత్యులకును, మధ్యగానున్న భూభాగము ఆది కాలమునుండియు మనకు ఉనికిపట్టగుటచే ఆ రెండు జాతుల సంప్రదాయములను చేపట్టి పదను చెడకుండ పాకముచేసి ఆంధ్రత్వమనెడి అమృతమును చేసితిమేమో అనిపించును. అందుచే గంగాయమునల మధ్య ప్రదేశమైన ఆర్యావర్తము వైదికవిజ్ఞానమునకు పీఠమైన పవిత్రక్షేత్రముగ పరిగణింపబడినట్లు ఆర్య ద్రావిడ విజ్ఞాన సంప్రదాయ సమన్వయమునకు ఆంధ్ర భూమికూడలియైనది. బాహుళ్యముమీద చూచినచో ఔత్తరాహులు, పూర్వయుగ

ముల మాట ఎట్లున్నను చారిత్రకయుగమునుండి మతములో భక్తి పరాయణులనియు, దాక్షిణాత్యులు కర్మ పరాయణులనియు స్థూలముగ నిర్దేశించవచ్చును. కొన్ని కులములలోగాని, కొన్ని వంశములలోగాని, కొందరు వ్యక్తులలోగాని ఈ సిద్ధాంతమునకు అపవాదములుండినను ఇది సాధారణసత్యముగ అంగీకరింపవలెను. ఇక ఆంధ్రులసంగతి మనము ఏకాంతభక్తులము కాము. వాలాయముగ కర్మనిష్ఠులముకాము. శుద్ధ జ్ఞానమార్గ మవలంబించినవారముగాము. యథోచితమైనభక్తియు యథావకాశ కర్మయు యథాశక్తి జ్ఞానమును కలిగి ఒక విధమైన తాత్వికదృష్టితో జీవితమును గడుపుచు త్యాగభోగములనుసమముగా కొనియాడే ఒక చిత్తధర్మము మనమవలంబించితిమి. ఆ తాత్వికదృష్టితోపాటు మనకు ఆత్మీయ యోగక్షేమములపట్లను ఉదాసీనత వహించుట అలవాటైనది. చరితము (Conduct) మంచిదైనచో ఐహికాముష్మిక ప్రాప్తి సుకరమగుననెడి భావము మనలో నిరూఢమైనది. ప్రజలలో ఇట్టి తాత్వికదృష్టి ఏర్పడుటకు గల ముఖ్య కారణము మన దేశము చిరకాలము బౌద్ధమత ప్రచారప్రబోధక్షేత్రముగ వర్ధిల్లుటయే అని నా యూహ. కావున భాషలోగాని మతములోగాని ఆచారములలోగాని మనము సమన్వయ దృష్టి కలవారమగుట ఒక విశేషము. దీనివలన కొంత మేలును కొంత కీడును అనుభవించితిమి, అది వేరు విషయము. ఇట్టి పవిత్ర క్షేత్రమున పూర్వోదాహృతములైన ఆ భాషా సభ్యతలు రూపముదాల్చిన మొదటి ఆంధ్ర గ్రంథము నన్నయభట్టు రచించిన భారతము. నన్నయభట్టు ఆది కవి కాకపోయినను ఆయన భారతము మాత్రము ఆది కావ్యముగ అంగీకరింపబడినది. నన్నయకు పూర్వమే తెనుగున కొన్ని ఉద్గ్రంథములు వెలసెనని కొందరు చెప్పుదురుగాని అవి లభింపనపుడు లభ్యమైన భారతమునే ప్రథమ గ్రంథముగ అంగీకరించుటలోపాపమేమియులేదు. నన్నెచోడుని కుమార సంభవము నన్నయకు పూర్వకాలముననే పుట్టినది అనెడి శ్రీ మానవల్లి రామకృష్ణ కవిగారి ప్రతిపాదన పెక్కురుచేసిన చారిత్రక పరిశోధనల ఫలితముగ నిలువదాయెను. మరి సర్వదేవుడను ఒక కవి క్రీ. శ. 10వ శతాబ్దములో ఆది పురాణమనెడి ఒక జైన గ్రంథమును వ్రాసినట్లును ఆ గ్రంథము నష్టమైపోయినట్లును అందలి పద్యములలో మూడు మాత్రము లభించినట్లును మరికొందరు చెప్పుదురు. అనగా భారతమునకు పూర్వమే ఉద్గ్రంథ రచన తెలుగులో జరిగినదని భావన. మరి ఆ నాటికి మన దేశమున జైనమతము కన్నడ దేశమందువలెనే జనాదర పాత్రమై

వ్యాప్తి చెందియుండెననియు ఆ సర్వదేవుడను ఆ కన్నడకవి తెనుగున కూడ ఆది పురాణము పేర ఒక మహాగ్రంథమును రచించెననియు అందుచే భారతము మొదటి గ్రంథము కాదనియు కొందరు చెప్పుదురు. 10వ శతాబ్దిలో సర్వదేవుడను ఒక కన్నడ కవి నన్నయకు పూర్వకాలమున ఉన్నమాట నిజమే. తెనుగున నశించిపోయినదని చెప్పెడి ఆ ఆది పురాణమును రచించినవాడు ఆ సర్వదేవుడే అని చెప్పుటకు తగిన ఆధారములు లేవు. సర్వదేవనామధేయులు వివిధ కాలములలో పెక్కురుండవచ్చును. పురాణకర్తయైన సర్వదేవుడు కాక నన్నయకు తరువాతి కాలములో ఇంకొకడు ఉండకూడదా? అను ప్రశ్నకు నిరుత్తరమైన సమాధానము చెప్పుట కష్టము. అదియునుగాక జైనమతము వ్యాప్తిలోనున్న కాలముననే అది రచింపబడినదనుటయు, యుక్తి సహముకాదు. అట్లే యగునేని తిరుపతి వేంకట కవులు నిన్న మొన్న రచించిన బుద్ధ చరిత్ర బౌద్ధమతము ప్రచురముగనున్న కాలమున పుట్టలేదుగదా! మరి తిరుపతి వేంకట కవులు బౌద్ధులును కారుగదా! కావున జైనమతాభిమానముగల ఒక సర్వదేవుడు నన్నయకు తరువాత ఏ శతాబ్దిలోనైనను ఆ పురాణము వ్రాసి యుండవచ్చును. అదియునుగాక ఆ గ్రంథము 10వ శతాబ్దిలో పుట్టి యున్నచో అందలి భాషా శైలి ఆ శతాబ్దిలో పుట్టిన శాసనములభాషను పోలియుండవలెను. కాని లక్షణ దీపికలో ఉదాహరింపబడినవి అని చెప్పెడి ఆ పద్యములశైలి ఆంధ్ర ప్రబంధ ముల శైలిని పోలియున్నది. ఒక పద్యము చూడుడు :

మ॥ సరసీజాత వియోగకారి పురయోషా వక్త్రహృద్యాతి సుం
దర కాంతిన్ దరిగించుటో యని మదిం దర్కించి దోషాకరున్
పురముద్దండ కరంబులెత్తి చరవన్ పొత్తైనయట్లొప్పను
ద్ధుర సౌధాగ్ర నిబద్ధకేతువు మహాందోలాభి రామంబుగన్.

ఈ పద్యము యొక్క తాత్పర్యమిది:—

పద్మములకు విరోధియైన చంద్రుడు సుందరముఖులైన ఆ పురస్త్రీల ముఖకాంతిని హరించునేమో? అని యూహించి ఆ పురము, దీర్ఘములైన తన భుజదండములెత్తి చంద్రుని కొట్టబోయినట్లుగా ఆ పుర సౌధాగ్రములయందు కట్టబడిన కేతువు (గాలిలో) ఆడుచున్నది.

ఇటువంటి అర్థముగల శ్లోకము శ్రీహర్షనైషధమున కలదు దానిని శ్రీనాథుడు ఈ క్రింది విధముగ తెనిగించెను.

శా॥ వేదాభ్యాస పవిత్ర పూతరసనావిర్భూత భూరిస్తవా
సాది బ్రహ్మముఖౌఘవిఘ్నిత నవస్వర్గ క్రియాకేళిచే
ఆదిన్ గాధితనూజుచే సగము చేయంబడ్డ మిన్నేరు ప్రా
సాద స్వచ్ఛదుకూల కైతవమునన్ చాలంగ నొప్పున్ పురిన్.

ఈ పద్యమున కూడ ఆది పురాణ పద్యమునందు వలెనే ప్రాసాదాగ్ర కేతువు గాలి వశమున చలించుట ఉత్ప్రేక్షింపబడినది. ఇట్టి ఉత్ప్రేక్షలు ప్రబంధ శైలికి సహజములు. ఆ గ్రంథములు ఉత్ప్రేక్షాతిశయోక్తులతోనే నిండి యుం డును. పురాణములు సాధ్యమైనంతవరకు ఆ వర్ణనలు చేయవు. వాటిశైలి కూడ నిర్మల శరత్కాల నదీజలములవలె ప్రసన్నముగ ప్రవహించుచుండును. కావున లక్షణ దీపికలో నుదాహరింపబడిన పై పద్యము ప్రబంధకాల కవిత్వ చ్ఛాయలు గలదని నా యుద్దేశము. ప్రబంధయుగమున పుట్టిన పురాణములు కూడ ప్రబంధశైలిలోనే యుండును. దానికి యుగశైలి అని పేరు. కావచ్చు; కాకపోవచ్చు. అదియునుగాక నేను పైని చెప్పినట్లు మనభాషా సభ్యతల సమ న్వయ దృష్టి భారతమున ప్రతిఫలించినట్లు ఆ సర్వదేవుని ఆదిపురాణమున ప్రతిఫలింపదు. ఒకవేళ భాష సంస్కృతాంధ్ర సమన్వయరూపము కలదియే యైనను ఆ పురాణేతివృత్తము మాత్రము ఆంధ్ర సంస్కృతిని వ్యక్తము చేయు నదిగాదు. ఇంతకు ఈ ఆది పురాణము మాట ఎట్లున్నను నన్నయకుపూర్వమే తెనుఁగున సుపరిష్కృతమైన భాషలో పద్యరచన విరివిగ సాగినదనియు, అట్టి పద్యములు రచించిన కవులు పెక్కండ్రు కలరనియు, వారిలో కొందరు భారతము వంటివి కాకపోయినను ఏవో కొన్ని గ్రంథములు రచించియుందు రనియు ఎల్లరు అంగీకరింపదగిన విషయము. కావున నన్నయ ఆదికవి కాకపోయినను భారతము మాత్రము ఆది గ్రంథమని ఇప్పటికి అంగీకరింపక తప్పదు నన్నయకు పూర్వము ఆంధ్ర వాఙ్మయ నాటక ప్రదర్శనమునకు అనువైన సన్నాహమంతయు జరిగినది. రంగము అలంకృతము చేయబడెను. ప్రస్తావనము జరిగెను. ప్రస్తావనాంతమున పాత్రప్రవేశసూచనయు చేయబడెను. భారతరూపమున నన్నయ సూత్రధారునిచే ఆ పాత్ర ప్రవేశపెట్టబడెను. భారత

రచనా ప్రేరణయశస్సు రాజ రాజ నరేంద్రునకు దక్కినను, మార్గకవితను సేవించుచుండిన ఆంధ్రులకు తెనుఁగు కవితను పుట్టించి రుచి చూపిన యశము ఆతడు పుట్టిన చాళుక్య రాజవంశమునకు దక్కెను. చారిత్రక నిర్ణయము చేయుటకు నన్నెచోడుడు తన కుమార సంభవములో వ్రాసిన ఈ క్రింది పద్యము ప్రబల సాక్ష్యము.

కం॥ మును మార్గకవిత లోకంబున వెలయగ దేశికవిత పుట్టించి తెనుం
గున నిలిపి రంధ్రవిషయంబున జన చాళుక్యరాజు మొదలుగ
పలువుర్.

మార్గకవిత - దేశికవిత

మార్గ - దేశి - అనుపదములు రెండును సాహిత్యపరముగ ఏ అలంకార గ్రంథమందును వాడబడినట్లు కానరాదు. ఒకవేళ ఎందేని వాడబడెనేమో నేనెరుగను. కాని ఇవి, గాన కళాపరముగ సంగీత దర్పణమునందును, నాట్యపరముగ దశరూపకమునందును కలవు. సంగీత దర్పణమున మార్గదేశి విభాగమునకు సంబంధించిన ఈ క్రింది లక్షణ వాక్యములుకల శ్లోకములను వీరేశలింగముగారు ఎత్తిచూపిరి.

శ్లో॥ మార్గదేశి విభాగేన
సంగీతం ద్వివిధం మతం
ద్రుహిణే నయముద్దిష్టం
యదుక్తం భరతేనచ.

తన్మార్గోహి యయారీత్యా
యత్స్యాల్లోకాను రంజకం
దేశే దేశేషు సంగీతం
తద్దేశీత్యభిధీయతే

బ్రహ్మచేత ఉద్దేశింపబడి భరతునిచే చెప్పబడినది మార్గ సంగీతము. ఆయా ప్రదేశములయందు ఆయా ప్రజల అనురంజనార్థమై ఒక్కొక్క ప్రదేశమున ఒక్కొక్క రీతిగ ఉండునది దేశి సంగీతము -అని పై శ్లోకమునకు తాత్పర్యము.

అనగా నియమబద్ధమును లక్షణ యుక్తమును శాస్త్ర సమ్మతమును ఐన సంగీతము మార్గము. ఈ లక్షణమే సంగీత రత్నాకరమునను గలదు.

''దేశే దేశే జనానాం యద్
రుచ్యా హృదయరంజకం
గీతం, చ, వాదనం, నృత్తం
తద్దేశీత్యభిధీయతే''

అట్టి నియమముగాని, లక్షణముగాని లేక శాస్త్రములకెక్కక సామాన్య ప్రజా రంజనార్థమై పాడెడి చిల్లరపాటలు, పదములు, కీర్తనలు మొదలైనవి దేశి సంగీతము. ఈ రెండు జాతులకును సమానధర్మము గానము. లక్షణబద్ధమై శాస్త్రోక్తముగ పాడెడి సంగీతములో ఆనందదాయకమైన ఏ కళాంశము కలదో శాస్త్రబద్ధము కానట్టి సంగీతములోను ఆనందదాయకమైన అట్టి కళాంశమే కలదు అదియే గానమనగ. ఐనను మార్గ సంగీతములో గానగర్భితమైన ఆ గేయము లక్షణ యుక్తమైన ఒక రాగమునకు ఒక తాళమునకు అనుబంధింపబడియుండును. ఆ గేయమును ఆ రాగలక్షణము చెడకుండ స్వరప్రధానముగ పాడుదురు. అట్టి సంగీతమునకు శాస్త్ర నిబద్ధత వలన ''మార్గ'' అను పేరు ఏర్పడెను. ఆ గేయమును పాడు గాయకుడు ఆ రాగ లక్షణమును ఆ స్వర గ్రామమును ఆ తాళగతులను శాస్త్రము చదివి తెలిసికొని శాస్త్ర విరోధము లేకుండ పాడును మరి దేశి సంగీతమున కూడ ఏదో ఒక రాగము ఏదో ఒక తాళము ఉండితీరును, రాగతాళములులేనిది సంగీతమే కాదుగదా! కాని ఆ రాగముయొక్కయు ఆ తాళముయొక్కయు లక్షణమును దేశి పాట పాడువాడు ఎరుగడు. కాకపోయినను ప్రజలు పాడుకొనెడి కొన్ని పాటలలో ఏది యే రాగమో వివరించి చెప్పుట సంగీత శాస్త్రజ్ఞునకును సాధ్యముకాదు కొన్ని పాటలలో రాగ సాంకర్యము కలుగుచుండును. కొన్నింటిదిశాస్త్రమునకెక్కని ఏదోయొక రాగమై ఉండును. త్యాగరాజ కీర్తన, సంగీత శాస్త్రము తెలిసినవాడు లక్షణ విరోధము లేకుండ ఉద్దిష్ట రాగతాళ పూర్వకముగ పాడి, గాన కళాభిజ్ఞులను మెప్పింపగలడు అతని గానములో లక్షణ విరోధమే యున్నచో గాన కళాభిజ్ఞులు నిరసింతురు. మరి శాస్త్ర పరిజ్ఞానము లేని సామాన్యుడొకడు ఏదేని జానపద గేయమునో శృంగార పదమునో భజనకీర్తననో పాడునపుడు తాళము తప్పినను రాగ సాంకర్యము కలిగినను ప్రజా సామాన్యము దానిని గుర్తింపలేరు గనుక

సర్తింపక పాటయందలి అర్థమునకును పాటగాని గాత్ర మాధుర్యమునకును ముగ్ధులై ఆనందింతురు. ఈ పాటలు ఒక జాతిలోనే ఒక భాషలోనే ఒక్కొక్క సీమకు ఒక్కొక్క రకముగ-అసంఖ్యాకములు-పాడబడుచుండును. వీటినన్నిటిని క్రోడీకరించి లక్షణములు కల్పించి శాస్త్రబద్ధము చేయుట పొసగదు. కామచార ప్రవర్తనమే వాటి లక్షణము. లక్షణబద్ధముచేసితిమా ! అవి మార్గ కక్ష్యకే చెందును.

శ్లో॥ కామచార ప్రవర్తిత్వం
దేశి రాగస్య లక్షణం
నియమే సతి చేత్తత్ర
మార్గత్వ మనులక్షితం
(సంగీత రత్నాకరం)

పెళ్ళిళ్ళలో స్త్రీలు అప్పగింతల పాట పాడునపుడు శ్యామ శంకరాభరణ రాగములు సాంకర్యము కలుగుచుండును. ఇది లక్షణ విరుద్ధము. ఐనను ఆ పాట ఆలకించునప్పుడు పెండ్లివారికి ఆబాల వృద్ధము హృదయము ద్రవీకరించి ఈషద్బాష్పకలితమైన ఆనందమును పొందుదురు ఆ పాట కలిగించిన అనురంజన ఫలమే ఈ ఆనందము ఆ పాట పాడిన ముత్తైదువులు ఆ రాగమెరుగరు ఆ తాళ మెరుగరు. అట్లే రామదాసు కీర్తనలు పాడుచు రామభజన చేసిన భక్తులు ఆ కీర్తనల రాగతాళ జ్ఞానము లేకయే పాడుచు భజన చేయుచు ప్రజలను భక్తి పరవశులను చేయుదురు.

పాట: - సీతమ్మకు చేయిస్తి చింతాకూ పతకము రామచంద్రా !
ఆ పతకామునకు బట్టే పదివేలా వరాహాలు రామచంద్రా !

ఈ పాట యదుకుల కాంభోజి రాగమున పాడుచున్నామనిగాని, దాని లక్షణ విధియని గాని ఆ భజన పరులెరుగరు ఎరుగనక్కరను లేదు. ఆ పాట వినుట వలన ప్రజానురంజనము కలుగుటయే వారి భజనకు ఫలము.

మరి సంగీత రత్నాకరమునందలి ఈ క్రింది శ్లోకములు ఈ అర్థమునే చెప్పుచున్నవి.-

శ్లో॥ దేశే దేశే జనానాంయ ద్రుచ్యా హృదయ రంజకమ్
గీతంచ వాదనం నృత్తం తద్దేశీత్యభిధీయతే॥

యేషాంశ్రుతి స్వరగ్రామ
జాత్యా దినియమోన హి
నానాదేశ గతిచ్ఛాయా
దేశరాగాస్తుతే మతాః
కామచార ప్రవర్తిత్వం
దేశిరాగస్య లక్షణం
నియమేనతి చేత్తత్ర
మార్గత్వ మనులక్షితం.

వివిధ దేశప్రజల అభిరుచియు హృదయ రంజనమును మాత్రమే లక్షణముగా కలిగిన పాట, నృత్యము మొదలగునవియే దేశి నామవ్యవదిష్టములని తెలియు చున్నది కావున తెలుగులో త్యాగరాజ కృతులకును జానపద గేయములకును ఉన్న భేదమే మార్గ, దేశి సంగీత విభాగములకు గల భేదము. మరి ఈ భేదమే దశ రూపకమున నృత్య, నృత్తపరముగ చెప్పబడినది.

శ్లో॥ ఆద్యం భావాశ్రయం నృత్యం; నృత్తం తాలలయాశ్రితం,
ఆద్యం పదార్థాభినయోమార్గో; దేశితథాపరం

నృత్య, నృత్తములలో నృత్యము భావము నాశ్రయించి యుండును. అది గేయములోని పదములయొక్క అర్థాభినయ పూర్వకము. అది మార్గమనిపించు కొనును. రెండవది తాళమును, లయను మాత్రమే ఆశ్రయించి యుండును. అది నృత్తము అది దేశియనిపించుకొనును. నృత్త, నృత్య, నాట్యములకుగల భేదమును, గాత్ర విక్షేప విద్యా పరిణతిలో ఈ మూడింటికిగల స్థానమును, నా గ్రంథములలో ఒకటి రెండుచోట్ల విశదీకరించితిని. ఆ వివరణమే ఇయ్యెడ పునరుద్ఘాటించుచున్నాను. నృత్తము, నృత్యము, నాట్యము అనెడి మూడు పదము లను లోకము సాధారణముగ సమానార్థకములుగానే వాడుచుండును. అది పొర బాటు. ఈ మూడును పర్యాయ పదములుగావు అవి నిరూపించెడి అర్థముల యందు. సామ్యముకంటె భేదభావమే ఎక్కువకలదు. వీటిలో నృత్తము తక్కిన రెండింటికంటె ముందు పుట్టినది. తరువాత నృత్య నాట్యములు వెలసినవి.

శరీరావయవ విక్షేపమును లయాన్వితము చేయ నెంచిన ప్రాక్తన మాన వుడు మొట్టమొదట సృష్టించుకొన్న కళ నృత్తము. ఏ పటహ వాద్యమునో

నెరపుచు, ఆ తాళమునకు అనుగుణముగ లయశుద్ధి యొప్పునట్లు అతడుచూపిన పాదన్యాసమే నృత్తమునకు ప్రారంభదశ. క్రమముగ దానిని అన్ని తాళములకును, అన్నికాలములకును (1,2,3, కాలములు) అనురూపముగ ప్రపంచింపి పెంపుచేయవలెనని అతడు యత్నించెను. ఎంత యత్నించినను పాదన్యాసము తాళమును తుదముట్ట అనుగమింపజాలదు హస్తనాడులకుగల లాఘవము పాదనాడులకు ఉండదు గనుక హస్తముచే వేయు తాళగతులనన్నిటిని పాదముచే చేయు నృత్తగతులన్నియు అనుసరింపలేవు కనుక నృత్తవిద్య తాళముతో కొంత దూరమే నడచినది. నృత్తముచేయునపుడు పూర్వాపరకాయములకు సమత కుదురుటకై వేరొకదశలో పాద విక్షేపమునకు హస్త విక్షేపముతోడైనది. ప్రారంభదశలోగాని ఈ దశలోగాని నృత్తమునకు శబ్దముతోడి సంబధము ఇంచుకయులేదు. అనగా నృత్తము చేయునపుడు తాళము మాత్రమే అపేక్షింపబడునుగాని, గీత మపేక్షింపబడదు. ఈ గాత్ర విక్షేప విద్య తాళలయాన్వితముగ నుండుటయేగాక శబ్దార్థ సూచకముగను ఉండవలెననెడి యాశతో మానవుడు కల్పించిన ప్రక్రియాంతరము నృత్యము. నోటితో గీతము పాడుచు ఆ గీతమునందలి భావమునకు అనుగుణమగు శబ్దముల అర్థమును హస్తన్యాస, నేత్రన్యాసములతో ప్రదర్శించుట దాని ప్రధానాశయము. ఆ పాడెడి గీతము తాళబద్ధముగ నుండును గనుక ఆ తాళమునకు తగినట్లు కాలితో నృత్తము చేయుచుండుట దానికొక అంగము. కావుననే నృత్యమునందు అర్థసూచకమైన హస్తన్యాసమేకాక ఒక్కొక్క చోట తాళాశ్రయమైన నృత్తముకూడ ప్రకటితమగుచుండును. కృష్ణలీలా తరంగ నృత్యము దీనికి ఉదాహరణము. కావున భావాశ్రయమును శబ్దార్థసూచకమును అయిన నృత్యము శుద్ధతాళాశ్రయమైన నృత్తముకంటె గుణాధికమై శాస్త్ర నిబద్ధమైనది. అందుచేతనే దానిని 'మార్గ' యనియు, నృత్తమును దేశియనియు ఆలంకారికులు పేర్కొనిరి. దశరూపకమును ఆంగ్లములో అనువదించిన ప్రొఫెసర్ హాస్ (Prof: Hass) అను విద్వాంసుడు నృత్యమును 'High style'. నృత్తమును 'Popularstyle' అనియు అనువదించెను. ఈ అనువాదము పైవివరణమునందలి అర్థమునకు అనుగుణముగ నున్నదనుట స్పష్టము. నృత్త, నృత్యపదములకుగల ఈ అర్థభేదమును సాహిత్యపరముగ అన్వయించుకొన్నచో తేలెడి సారాంశమిది:- నియమబద్ధమై శిష్ట సమ్మతమును శాస్త్ర సమ్మతమును అగు ఉత్తమ ఫణితిని రచింపబడినది మార్గ

కవిత; నియమరహితమై శాస్త్రమునకెక్కక కేవల ప్రజానురంజనమునకై రచింపబడినది దేశి కవిత.

అయినచో పూర్వకాలమున మార్గ కవిత యుండగా చాళుక్యరాజు దేశి కవితను పుట్టించెనను మాట కర్థమేమి? అనివరకు శాస్త్ర సమ్మతమైన ఉత్తమ కవిత్వ ముండగా దానిని త్రోసివుచ్చి, పామర కవిత్వమును పుట్టించెననియా నన్నెచోదుని యభిప్రాయము? అట్లే యగుచో తెనుగువేశమున తెనుగును ప్రతిష్ఠించుట ఎట్లగును? మంచి కవిత్వమును రూపుమాపుట భాషా ప్రతిష్ఠాపనము కాజాలదు. కావున భారతీయ సాహిత్యమున అన్ని దేశముల వారికి సంస్కృత కవిత్వము మార్గి (classical); మరి ఆ యా దేశభాషలలో తత్తత్సంప్రదాయానుసారముగ ప్రవర్తిల్లు కవిత్వము దేశి (vernacular). చాళుక్యరాజు నాటికి ఈ దేశమున మార్గకవిత్వ మనిపించుకొన్న సంస్కృతమే యున్నది. అతడు దేశి కవితను అనగా దేశభాషా కవితను పుట్టించెనన్న అర్థమే చక్కగా పొసగును. దేశభాషా కవిత్వమే దేశి. ఈ ప్రమాణమునుబట్టి నన్నయ భారతము దేశి కవిత్వము. వ్యాస భారతము మార్గ కవిత్వము. నన్నయకు పూర్వమే పాటలుగ, పదములుగ దేశీయ చ్ఛందస్సులో రచింపబడిన కవిత్వము దేశి కవిత్వము కాదా? అది చాళుక్య రాజులకు పూర్వమే దేశ మెల్లెడను కలదుకదా? మరి చాళుక్యరాజే దేశి కవిత్వము పుట్టించెననుమాట కర్థమేమి? అని ఒక ప్రశ్న పుట్టును. దానికి సమాధానమిది: ఆ పాటలు పదములు ఒక రాజుగాని ఒక కవిగాని పుట్టించినవి గావు. వాటికి కారకత్వము ఉండదు కర్తృత్వముండును గాని ఆ కర్తల నామముద్ర వాటిపై నుండదు. వారు కవియశమును ఆర్థించి ఆ పాటలు వ్రాసినవారు గారు మరి విద్యావంతులును గారు. వాటి స్వత్వము రచయితలతోపాటు ప్రజల కెల్లరకును దక్కును. ఆ విధమైన దేశి కవిత్వము నేటికిని తెలుగు పల్లె లన్నింటిలోను కలదు. చాళుక్యరాజు ప్రయత్న పూర్వముగ పుట్టించిన దేశి కవిత్వము కావ్యరూపము తాల్చగల ఒక గ్రంథ రచన. ఆ గ్రంథమే భారతము అని నేననుకొందును. ఆ భారతము సంస్కృతము నెదుట అనాటికి దేశి కవిత్వమనిపించుకొనెను. దేశభాషలో వ్రాయబడుట చేతనే అది దేశి కవిత్వ మయ్యెను. ఆ తెలుగు భారతముతో నేడు మనము జానపద రచనలనుపోల్చి చూచితిమేని భారతము మార్గ కవిత్వమును జానపద రచనలు శుద్ధ దేశి కవిత్వమును అగును అనగా భారతము దేశభాషలో వ్రాయబడినను రచనా

పద్ధతియంతయు మార్గకవిత్వానుకరణముగ ప్రౌఢముగ ఉండునుగాన దానిని మార్గియనియే మనము భావింతుము. ఆ భారతము ఒక్కటియేకాదు. తరువాత తెలుఁగున వెలసిన పురాణేతిహాసములు, ప్రబంధములు, నాటకములు మొదలగు ప్రౌఢ వాఙ్మయమంతయు మార్గకవిత్వమే యనిపించుకొనును. ఆ గ్రంథకర్తలను మార్గానుయాయు (Neo-classicists) లని పేర్కొనదగును.

దేశి కవితను పుట్టించిన చాళుక్యరాజు ఎవరు ?

ఆ రాజెవరైనను అతనితోపాటు మరికొందరుకూడ ఆ ఉద్యమమున పాల్గొనిరి అని నన్నెచోడుని పద్యములో చెప్పబడియున్నది. ఆ పలువురు అట్టి ఉద్యమమున పాల్గొనదగిన అర్హతగలిగి, రాజు మన్ననపొందినవారై యుండవలెను. అనగా పండితులై, నూతన కవిత్వావిర్భావామోదకులై యుండదగుదురు గాని సామాన్యులై యుండరు. అట్టివారి సహాయమున రాజు ఆ ఉద్యమమును ప్రారంభించి వారిలో మేటియైన ఒక కవిని ఆహ్వానించి గ్రంథమును వ్రాయించె నను కొన్నచో ఆ రాజు రాజ రాజనరేంద్రుడనియు ఆయన సంకల్పమునకు తోడ్పడినవారు నారాయణభట్టు మొదలైన విద్వాంసులనియు, అట్టి విద్వాంసులు సభ్యులుగా గలవి ఆనాటి పరిషత్తులనియు, రాజుచే ఆహూతుడైన మేటికవి నన్నయభట్టనియు ఒక పక్షమున ఊహింపవచ్చును. అట్లుగాక తెలుగుభాషను రాజభాషగ ఆదరించి శాసనముల కెక్కించిన చాళుక్య రాజు గుణగవిజయాదిత్యుడుగ కానవచ్చుచున్నాడుగాన తెనుగు కవితను పుట్టించిన చాళుక్య రాజు అతడే అనుకొనుట ఇంకొక పక్షము. కాని నన్నెచోడుడు కొనియాడదగిన తెలుగు కవితగల గ్రంథమేదియు, గుణగవిజయాదిత్యుని కాలమునగాని తరువాత రాజనరేంద్రుని కాలమువరకుగల 200 సంవత్సరములలో ఏకాలమునగాని లభింపలేదు గనుక నన్నెచోడుడు స్మరించిన చాళుక్యరాజు రాజ రాజనరేంద్రుడే యనియు అతడు పుట్టించిన తెలుగు కవిత్వము ఆంధ్ర భారతమే యనియు ఇప్పటికి అనుకొనుటలో విప్రతిపత్తి ఏమియు ఉండదు. అదియుగాక, భారతము పుట్టినదాదిగా భారతమే ఆది గ్రంథమగునాయని అనుమానము పొడమిన నిన్న మొన్నటిదాక, నన్నయ భారతమునే మొదటి కావ్యముగ పూర్వ కవులందరును ప్రస్తుతించిరి. అంతకంటె ప్రాచీనమైన గ్రంథము లభించువరకు భారతముతోనే ఆంధ్ర వాఙ్మయము ప్రారంభమ

య్యెనని ఒప్పుకొని ముందడుగు వేయుట మంచిది. మరియు తత్పూర్వము లోకమున ఎంత విరివిగ పద్యరచన సాగినను ఆ పద్యములన్నియు వాఙ్మయారంభమునకు మూలభూతములు కాజాలవు. కావున నన్నయ ఆదికవి కాకపోయినను ఆది కావ్యకర్త, భారతమే ఆంధ్ర వాఙ్మయ సృష్టికి మూలస్తంభము.

నన్నయకు పూర్వమే పెక్కు దేశికావ్యములును, వాటిని పురస్కరించుకొని లక్షణ గ్రంథములును పుట్టియుండెనని నిర్ధారణమైన పిమ్మట నన్నయ భారతమే ప్రథమ కావ్యమెట్లగును ? అనే ప్రశ్నకు నిష్కర్షమైన సమాధానము కుదురదు కాకపోతే అవన్నియు ప్రజాదరము లేకనో, రాజు మన్ననలేకనో వస్తుతః వాటిలో జీవము లేకనో నశించిపోయి ఉండునని ఇష్టములేని తృప్తి పొందవలసి ఉండును. జీవమున్న గ్రంథము ఎవరు చంపదలచినను చావదు. భాసుని నాటకములవలె ఏ మూలనో ఒదిగియుండి కాలానుకూలత తటస్థించినప్పుడు వెలువడి అర్హపూజలను అందుకొనును. గ్రంథ విషయములో ఉదాత్తతయు, భాషాశైలిలో నిర్దుష్టతయు గ్రంథకర్త భావములలో గంభీరతయు లేని రచనలు ఇతరములైన సొగసులేవియున్నను చిరకాలము నిలిచియుండవు. పూర్వకాలపు గ్రంథములు నశించిపోవుటకు వాటిలో ఆలోచనల లేమియే కారణమై యుండవచ్చును. మరియు గేయరూపమున ఉన్న రచనలు, వాటిని లోకములో పాడుకొనుచున్నంతవరకే బ్రతికియుండునుగాని పాటగాడు లేనినాడు విస్మృతములగును. దేశీయచ్ఛందములో వ్రాయబడిన పూర్వపు రచన లన్నియు స్వభావమునుబట్టి చదువుకొనుటకుగాక పాడుకొనుటకే అనువై యుండినచో వాటిని పాడగలవారి అభావము వలన అవియు లోపించి యుండవచ్చును. మరియు సంస్కృత భాషను సంస్కృత వాఙ్మయమును లక్ష్యముగా పెట్టుకొన్న ఆనాటి ఆంధ్రులు సంస్కృత భారతముతో దీటురాగల ఆంధ్ర భారతము పుట్టిన పిమ్మట పూర్వపు దేశిరచనలపై పెడమోము పెట్టి యుండవచ్చును. ఇవన్నియు ఊహలు. ఇదమిత్థమని ఏ సిద్ధాంతము చేయుటకును చరిత్రకారులకు ఆధారములు ఇంతవరకు దొరకలేదు. నన్నయను ఆదికవిగ స్తుతించిన కవులందరు ఇట్టి చారిత్రక చర్చచేసి యుండరు. "గతానుగతికో లోకః" అను న్యాయముచొప్పున ఒకరినిబట్టి ఇంకొకరు ఆయనకు ఆ బిరుదమిచ్చి యుందురు. కాని ఆంధ్ర భారత రచనారూపమున నన్నయ ఉత్తమ కావ్యపథము తీర్చినవాడు అని వారు నమ్ముట సమంజసమే : కావ్య

పథము తీర్చుట అనగా కథా నిర్వహణములో, భాషలో, శైలిలో అర్వాచీనులకు మేలుబంతి కాదగిన ఆదర్శ గ్రంథరచన చేసి చూపించుట అది ఇతరులకు అనుకరణీయమైనపుడు ఆ కవినే ఆదికవి యని వారు కొనియాడుకొనుటను కాదనలేము. కొలని గణపతిదేవుడు తన శివయోగసారమున పూర్వకవి స్తుతిచేయుచు నన్నయభట్టు ఆంధ్ర కావ్యపథము తీర్చిన కవియని అభినుతించెను.

> "వీరినెల్లను సంస్కృత విమలవాణి
> లని ప్రశంసించి మఱియును నంధ్రకావ్య
> పథము దీర్చిన నన్నయభట్టుగారి
> నుభయ కవిమిత్త్రు, నెఱ్ఱన నభినుతించి".

ఈ పద్యమునకును నన్నయకును ఇంచుమించు మూడు శతాబ్దుల అంతరమున్నది. ఈ గణపతిదేవుడు ఆ కాలమున లోకమున వ్యాపించియున్న జనశ్రుతిని బట్టి ఈ వాక్యము వ్రాసియుండును గాని చారిత్రక ప్రమాణమునుబట్టి వ్రాసియుండడు. భారతము పుట్టినది మొదలు ఈ గణపతిదేవునివరకు లోకమున పరంపరగా చెప్పుకొనుచుండిన వృత్తాంతమునే అతడును నమ్మియుండెననియు, అది లోక నిరూఢమగుటచే అతని నమ్మకము నిరాధారము కాదనియు అనుకొనవచ్చును అంతకుపూర్వమే 100 ఏండ్లనాడు తిక్కన శిష్యుడైన మారన తన మార్కండేయ పురాణమున నన్నయ ఆంధ్ర కవితా గురువని స్తుతించెను.

> ఉ॥ సారకథాసుధారస మజస్రము నాగళపూరితంబుగా
> నారగఁ గ్రోలుచున్ జనులు హర్షరసాంబుధిఁ దేలునట్లుగా
> భారత సంహితన్ మునుఁ ద్రిపర్వములెన్నఁ దొనర్చె నట్టి వి
> ద్యారమణీయ నంధ్రకవితాగురు నన్నయభట్టుఁ గొల్చెదన్.

పూర్వము తమిళదేశమున సంగములు అనుపేర కొన్ని విద్వత్పరిషత్తులు ఉండెడివట. వారు గ్రంథములయొక్క మంచిచెడ్డలను వివేచించి శుద్ధమైన వాటిని ఆమోదించెడివారట. వారి ఆమోదము పొందిన గ్రంథముల భాషకు "శెందమిళ్" అని పేరువచ్చెడిదట. అనగా శుద్ధమైన తమిళమని అర్థమట వారు ఆమోదింపని గ్రంథములకు వ్యాప్తి వచ్చెడిదికాదట. వారు ఆమోదించినవాటి నన్నిటిని సంకలనముచేసి కాలగర్భమున కలిసిపోకుండ భద్రపరచి యుంచిరట. రాజనరేంద్రుని కాలముననో అతని తండ్రికాలముననో మనదేశములోగూడ తమిళ సంప్ర

దాయాసుకరణముగ కొన్ని విద్వత్పరిషత్తులు స్థాపింపబడి యుండవచ్చును ఆ పరిషత్తుల ప్రశంస నన్నయ భారతావతారికలో ఎక్కువచోట్ల కలదు. కృత్యాదినే ఆయన ఇష్టదేవతా నమస్కారములతోపాటు పండిత సభలకుకూడ నమస్కారములు చేసెను.

చ॥ పరమ వివేక సౌరభ విభాసిత సద్గుణ పుంజవారిజో
త్కర రుచిరంబులై సకల గమ్యసుతీర్థములై మహామనో
హర సుచరిత్రపావన పయఃపరిపూర్ణములైన సత్సభాం
తర సరసీవనంబుల ముదంబొనరం గొనియాడి వేడుకన్.

అని గ్రంథారంభమునచెప్పి పర్వానుక్రమణికలో ''సభలనుతింపగ జెల్లును" ఇత్యాది వాక్యములచే గూడ విద్వత్సభలను నుతించెను. రాజనరేంద్రుని యాస్థాన మందలి విద్వత్సభకు నన్నయ అధ్యక్షుడై యుండునోపును. ఆ పరిషత్తులు శబ్దముల సాధుత్వాసాధుత్వములను చర్చించి నిర్ణయించెడి కార్యములో నన్నయ యెక్కువ భారమునే వహించి యుండును. అందుచేతనే ఆయనకు "విపులశబ్ద శాసనుడు" అనెడి బిరుదు కలిగియుండనోపు

సంస్కృతమున వాల్మీకి రామాయణము ప్రథమ కావ్యమై యుండగా దానివి విడిచిపుచ్చి. రాజనరేంద్రుడు భారతాంధ్రీకరణమునే మొదట ఏలకోర వలెను?

కృతిపతికి భారత శ్రవణాసక్తి, పార్వతీపతి పదాబ్జధ్యాన పూజా మహోత్సవముతోపాటు సతతము మిక్కిలి ఇష్టమట. మరి ఆ కథ చంద్రప్రభవమైన తన వంశమున ప్రసిద్ధులైన పాండవోత్తముల చరిత్ర గనుక దానిని వినుట అతనికి అభీష్టము. అది యట్లుండగా కన్నడమున విక్రమార్జున విజయమను పేర ప్రసిద్ధికెక్కియున్న పంప భారతమును చదివిచూచి అతడు తనివి చెంది యుండడు. ఏమనగా అది వ్యాసప్రోక్తమైన భారతమునకు సరియైన అనువాదముకాదు. అందు భారత కథ యంతయులేదు. పంపకవికి పోషకుడైన విక్రమాదిత్యునకు భారత వీరుడైనఅర్జునునితో అభేదాధ్యవసాయము కల్పించి అతని పరాక్రమాదులను వర్ణించిన గ్రంథము. తమిళమునకూడ 7,8 శతాబ్దుల మధ్యకాలమున "పెరిందేవనార్'' అను నొక కవి భారతమునుదేశిచ్ఛందములో రచించెనట. చోళరాజ దౌహిత్రుడైన రాజనరేంద్రుడు ఆ తమిళ భారతమును

చదివి యుండవచ్చును. అదియు, వ్యాస భారతముపలె నుండని కారణమున అతనికి తృప్తిగొలిపి యుండదు. కాగా ఆ రెండు భాషల భారతములకంటె గుణాతిశయముచే మిన్నయై తెలుగు భారతము రాణింపవలెను అనెడి స్వాభిమానముతో అతడు వ్యాసభారతానుసారియైన భారత రచనకు కారకుడు కావలెనని సంకల్పించి యుండును ఇది మొదటికారణము. అప్పట్ల ఉదాత్త కథాత్మకమైన ఉత్తమ కావ్యముతో వాఙ్మయ ప్రతిష్ఠాపనము జరుగునని ఆతని యాశ.

వ్యాసభారతమును పురాణమనియో, ఇతిహాసమనియో, కావ్యమనియో వర్ణింపరాదు. అది నన్నయభట్టు చెప్పినట్లు :

సీ॥ "ధర్మతత్త్వజ్ఞులు ధర్మశాస్త్రంబని యధ్యాత్మవిదులు వేదాంతమనియు
నీతి విచక్షణుల్ నీతిశాస్త్రంబని కవివృషభులు మహాకావ్యమనియు
లాక్షణికులు సర్వలక్ష్య సంగ్రహమని యైతిహాసికు లితిహాసమనియు
బరమ పౌరాణికుల్ బహుపురాణ సముచ్చయంబని మహిఁగొనియాడ"

దగిన విజ్ఞాన సర్వసము. "ఆ విజ్ఞానమంతయు ఆర్యజాతిదేగాని ద్రావిడులమైన మనజాతిదికాదు. దానితో మనకేమివని" అనెడి భేదభావమును సంకుచిత బుద్ధియు ఆనాటి తెలుగువారికిగాని అరవవారికిగాని లేవు. ఆ సేతు శీతాచలము ఒకే భూఖండమనియు అందుగల కులపర్వతములు, మహానదులు, పుణ్యక్షేత్రములు అన్ని రాష్ట్రములవారికిని, అన్నిజాతులవారికిని సంసేవ్యములేయనియు మన పూర్వుల ఉదారాశయములు. అందుచేత దాక్షిణాత్యులుగాని ఔత్తరాహులుగాని భరతభూమికి మాతృభాష అని చెప్పదగిన సంస్కృత గ్రంథజాలమును మొదట దేశభాషలలోనికి అవతరింపజేసిరి. భారతజాతికంతకు ఒకే సంస్కృతి కలదనియు అది సంస్కృత భాషలో నిక్షిప్తమై యున్నదనియు అంగీకరించిన దేశభాషా కవులు విజ్ఞానదాయకమును, ఉపదేశ పూర్వకమును అయిన ఉత్తమ సాహిత్య రచనలకు దొరకొన్నప్పుడు ఆ సంస్కృత మహానిధులను త్రవ్వి తమ దేశీయులకు ఆ ధనములను పంచిపెట్టుటకంటె తాము క్రొత్తగా సృష్టించేది ఏదీ ఉండదని భావించియుందురు. వారు సంస్కృతానువాదములను ప్రారంభింపక ముందు ఆయా భాషలలో కవులు లేకపోలేదు; కవిత్వము పుట్టకపోలేదు కాని అది యంతయు బాల్యదశ. ఆ దశలోని కవిత్వమంతయు రమణీయముగ ఆనంద జనకముగ ఉండవచ్చు. ఆనందజనకమై

నంత మాత్రమున సారస్వత ప్రయోజనము పూర్తిగా నెరవేరదు. ఆహ్లాదముతో పాటు విజ్ఞాన బోధకత్వముకూడ ఉన్నప్పుడే సారస్వతము ఉత్తమ కక్ష్యకు ఎక్కును సంగీతాది చిత్రకళలు ఆనందదాయకములే కాని విజ్ఞానదాయకములు కావు ఆ యుభయ సామర్థ్యములు కలది కావ్యము. తక్కిన సోదర కళలకు దుర్గమమైన భూములను సాహిత్య కళ మెట్టగలదు. అందుచేత మహాకావ్యము లెప్పుడును విజ్ఞానోపదేశముతో విశ్వశ్రేయమును కాంక్షించుచునే యుండును. ''విశ్వశ్రేయః కావ్యం'' అనెడి కారికకు ఇదియే అర్థము. మరియు అట్టి మహా గ్రంథముతో ప్రారంభమైన వాఙ్మయమున అదియే ఆదర్శముగ, ఆ పోలిక లతో తరువాతి గ్రంథములు పుట్టుచుండును. మంచికిగాని చెడ్డకుగాని ఇంకొక ఆదర్శము ప్రాదుర్భవించువరకు తొలినాటి గ్రంథ ప్రభావము సాహిత్యముపై నెగడుచునే యుండును. తెలుగు భారతమునకు అట్టి ప్రభావమే కలదు. మరి ప్రజలు ఎంత నాగరికులైయున్న, రాజులకు ప్రజా పరిపాలనము అంత సుక రము. సంస్కార హీనమై జాంతవ స్వభావము వదలని ప్రజాసమూహమును రాజు దండించి శిక్షించి హింసించి పరిపాలింపగలడు గాని ఆ పరిపాలనలో ఆతనికి చిత్తశాంతి యుండదు. కావున ప్రజా శ్రేయస్సునే కాక తన శ్రేయ స్సును కాంక్షించెడి రాజు ఉత్తమ పురుషుల జీవితములను, ఉత్తమ ధర్మములను ప్రజలకు ఆదర్శములుగ నెలకొల్పి వారికి సన్మార్గ వర్తనము పరోక్షముగ అల వరచుచుండును. ఆ కాలముననేమి, ఈ కాలముననేమి ప్రభుత్వములు విద్వాంసు లను విద్యా సంస్థలను పోషించుట కదియే కారణము. అందు స్వార్థమును పరార్థ మును రెండును కలవు. ఆంధ్ర భారతావతరణమునాడు రాజరాజు ఆశించినది ప్రజల విజ్ఞానమయ జీవితమనే నా నమ్మకము.

వ్యాసభారతము కేవలము కురుపాండవ యుద్ధమునకు సంబంధించిన చరిత్ర మాత్రమేకాదు. ఆ యుద్ధము అంతకుపూర్వము ఎంతోకాలమునుండి భారతదేశములో విజృంభించుచుండిన సాంఘిక దావాగ్నియొక్క పరిణామము. ఆ దావాగ్నిలో పురాతన భారతీయ విజ్ఞానమంతయు ఇంచుమించు దగ్ధమైపోయి నది. వేదములు తారుమారైనవి. ధర్మశాస్త్రములు విస్మృతములైనవి. ఆ నాడు విజ్ఞానమంతయు గ్రంథరూపములోగాక శ్రుతరూపములో ఉండెడిది ద్వాపరాం తమున జరిగిన ఆ యుపప్లవములో శ్రుతరూపమైన ఆ విజ్ఞానమంతయు వ్యగ్రమై అసద్ధర్మములు, అసత్య సిద్ధాంతములు తలయెత్త సాగినవి. ఇంచుమించుగా అస్త

మించిపోయిన ఆ విజ్ఞానమును పునస్సంస్థాపన చేయుటయే తన జన్మ ప్రయోజనముగ వ్యాసుడు అవతరించెను. ఆ యుగాంతములో యాదవ కృష్ణుడును, కృష్ణ ద్వైపాయనుడును పుట్టియుండకపోయినచో భారతీయ నాగరకత కథావశేషమయ్యెడిది.

వ్యాసుడు తద్విజ్ఞాన సంరక్షణకు పూనుకొని మొదటజేసిన కార్యము వేదములను విడదీయుట. ఆనాటి వేదములు చిక్కువడ్డ నూలుగుట్టవలె పోగు తీయుటకు వీలులేకుండ చేతపట్టినచో తెగిపోయెడి స్థితిలో నున్నవి. ఆ నూలి రాశివద్ద కూర్చుండి పోగును తెగకుండ ఆ చిక్కు తీసి పడుగుగా చాచినవాడు వ్యాసుడు. ఈ యర్థమునే ఎఱ్ఱా ప్రగ్గడ "ప్రోగులై యెందును పోగేర్పడక యున్న శ్రుతులన్నియును నోజ సూత్రపరిచె" అని చక్కగా సంగ్రహముగా ధ్వని ప్రధానమైన పద్యపాదములో ప్రకాశించెను. వేదములు విడదీసినంతనే భారతీయ సంస్కృతి భవనమునకు దృఢమైన పునాది యేర్పడెను. ఆ పై ఆయన భారతమును రచించుట, ఆ పునాదిమీద విజ్ఞాన సౌధమును నిర్మించుట. కురు పాండవ చరిత్రను నిమిత్తమాత్రముగ గ్రహించి ఆ మహాకవి భారతములో ధర్మశాస్త్ర వాక్యములను ఆగమ తాత్పర్యములను ఉపనిషద్రహస్యములను ఐతిహాసిక గాథలను పురాణ చరిత్రలను రాజవంశ వర్ణనలను-అదీ ఇదీ అననేల-మన ప్రాచీన సంస్కృతిసారమంతయు రాశీభూతముచేసి ఏకత్ర నిబంధించెను. మీదు మిక్కిలి సర్వోపనిషత్ సారమైన భగవద్గీతను అందు నిబంధించి, ఉపనిషదర్థములకు స్థిరమైన వసతి కల్పించెను. ఇంచుమించు సనత్సుజాతీయము కూడ అట్టిదే।

ఈ మహారచనవల్ల చెపికి జీర్ణించి పోవుచుండిన భారతీయత ఆరోగ్యవంతమై నూతన యౌవనముతో వసంతోద్యానమువలె కలకలలాడజొచ్చెను. ఆ కల్పవాటికలో లభింపని సత్పదార్థములేదు. ఎవరు ఏ భావముతో సేవింతురో ఆ భావితార్థమే అందు వారికి లభించెను. "ధర్మతత్త్వజ్ఞులు ధర్మశాస్త్రంబని" అనెడి పద్యముతో నన్నయభట్టు చేసిన ప్రశంసకు ఇదియే అర్థము. ఈ అర్థమునే సూత్రప్రాయముగ

"ధర్మే చార్థేచ కామేచ
మోక్షేచ భరతర్షభ ।

యది హాస్తి తదన్యత్ర
యన్నేహాస్తి నతత్క్వచిత్".

అని వైశంపాయనుడన్నాడు. అయితే వారి వారి అభిమతములనుబట్టి నానా మూర్తులుగా గోచరించే ఈ భారత సరస్వతియొక్క నిజస్వరూపమేమిటన్ని ప్రశ్నించినచో అది "ధర్మాద్వైతమూర్తి" అని తిక్కన సోమయాజి చరమ పరమ సిద్ధాంతము చేసెను.

కావున-సమస్త వేదవేదాంగసారము క్రోడీకరించిన కోశము గావున-ఆ మహా గ్రంథము పంచమ వేదమైనది.

ఇట్టి పంచమవేదమును ఆంధ్రులకు తమ భాషలో అర్పించుటకంటె ఆ భాషకుగాని ఆ ప్రజలకుగాని చేయదగిన మహోపకారము మరియొకటి యుండ దని ఆ మహారాజు తలచియుండును. ఇది రెండవ కారణము. ఆ తలంపు ఫలిం చినదనుటలో సందేహమక్కరలేదు.

అయితే నానా ధర్మ ప్రసంగ సమేతమును లక్ష శ్లోక పరిమితమును ఐన ఆ మహాభారతమంతయు వ్యాసరచితము కాదనియు మూడుదశలలో ఆ గ్రంథ విస్తృతి జరిగినదనియు కొందరు పరిశోధకులందురు. వారి మతము ప్రకారము వ్యాసుడు తొలుత తనచేతిమీదుగా వ్రాసిన గ్రంథము 8800 శ్లోక ముల పరిమితిగల జయము అను పేరుగలది. అది మొదటి దశ. రెండవదశలో వైశంపాయనుడు జనమేజయునకు సర్పయాగ సందర్భమున వినిపించిన గ్రంథము దానికి భారతము అనిపేరు. అది 24,000 శ్లోకములు గలది. మూడవదశలో సౌతి శౌనకాదులకు నైమిశారణ్య సత్రయాగమున వినిపించిన గ్రంథము. దానికి మహాభారతము అని పేరు. అది లక్ష శ్లోకపరిమితము. కాబట్టి ఈ గ్రంథమునకు మూడు ప్రాకంభములున్నవనియు అందుచేత ఏకకర్తృకము కాదనియు కాలక్రమమున పెంపుచెందినదనియు ఆ మతము వారందురు. వారు ప్రమాణముగా చూపెడి శ్లోకములివి:-

1) ''అష్టౌశ్లోక సహస్రాణి
అష్టౌశ్లోక శతాని చ
అహంవేద్మి శుకోవేత్తి
సంజయో వేత్తివానవా ॥

2) చతుర్వింశతి సాహస్రం
చక్రే భారత సంజ్ఞితం
ఉపాఖ్యానైర్వినాతావద్
భారతం ప్రోచ్యతే బుధైః ॥
3) ఇదంశత సహస్రాఖ్యం
శ్లోకానాం పుణ్యకర్మణః
ఉపాఖ్యానైః సహజ్ఞేయం
శ్రావ్యం భారత ముత్తమం ॥".

సంప్రదాయాభిజ్ఞులు ఈ వాదమును పూర్వపక్షము చేయుటకు ఎన్నోయుక్తులు చెప్పుదురు. అందు ముఖ్యమైనది వ్యాసుడును అయన శిష్యుడైన వైశంపాయనుడును ప్రశిష్యుడైన సౌతియు ఒకేతరమువారు. కావున వ్యాసుడు జీవించియున్న కాలముననే అయన వ్రాసిన భారతము మూలస్వరూపము కానరాకుండ మార్పు చేయుటకు ఆ శిష్య ప్రశిష్యులు సాహసింపలేరు అనెడి యుక్తి. మరి రెండవది వ్యాసభారతమున 8,800 శ్లోకములు గ్రంథపరిమితిసూచకములు కావనియు అవి వ్యాసునకును శుకునకును తెలిసిన గూఢార్థముగల శ్లోకములనియు చెప్పుదురు 24000 శ్లోకముల పరిమితిగల గ్రంథము ఉపాఖ్యాన రహితమును, లక్ష శ్లోములుగలది ఉపాఖ్యాన సహితమనియు పై శ్లోకములలోనే చెప్పబడి యుండుటబట్టి భారతము మహాభారతమగుట, అది యితర కర్తృకము కాక వ్యాసకృతములోనే ఆధికారిక కథకును, సప్రాసంగిక కథకును సంబంధించినదనియు పూర్వపక్షము చేయుదురు. కాని వ్యాసభారతము అను పేర మనకు లభించిన గ్రంథములో అనేక కాలముల అనేక ప్రక్షిప్తములవల్ల వచ్చిన గ్రంథ విస్తృతి చిరకాలమునాడే జరిగినదనియు సమబుద్ధులైన పరిశోధకులు వేరొక అభిప్రాయమును చెప్పుదురు. ఆ వివాదముతో మనకు అంతగా ప్రసక్తిలేదు. నన్నయ వ్యాసభారతమును చేపట్టు నాటికి అది లక్ష శ్లోక పరిమితమైన గ్రంథముగానే లోక విదితమై యున్నది. ఆ గ్రంథము కేవలము కురుపాండవ కథయేగాక సర్వ ధర్మసార సంగ్రహముగ గూడ ఉండుటనుబట్టియే దాని మహత్వము ఆంధ్రమున ప్రదర్శించుటకు ఆయన పూనుకొనెను. ఈ గ్రంథము వ్యాసకర్తృకమా కాదా? మూలగ్రంథము ఎన్నిదశలలో ఎంత పెరిగినది? అనెడి మీమాంసలకు, పరిశోధనలకు ఆయన దిగలేము. ఆయనకది అవశ్యకమును గాదు.

ఆంధ్ర భారత కర్తృత్వము

నన్నయ రచితమని మన మనుకొనుచున్న భారత భాగము నిజమునకు నన్నయ వ్రాయలేదనియు నన్నయాదుల సహాయముతో రాజనరేంద్రుడే దానిని రచించెననియు ఒక వింత సిద్ధాంతము ఇటీవల బయలుదేరినది దానికి ఉపపత్తిగా రాజ రాజనరేంద్రుడు వేయించిన శ్రీ కూర్మ శాసనములోని ఈ క్రింది శ్లోకమును చూపుదురు:

శ్లో॥ "తస్మాదభూత్ క్షితిపతి ప్రణుతాంఘ్రిపద్మః
శ్రీరాజ రాజనృపతిః ప్రవిశాల కీర్తిః
యస్సూరి భిస్సహకిల స్మృతిజాలసార
మంధ్రీచ కారవర భారత వంశవృత్తం''.

ఈ శాసన లేఖకుడు "కృ"ధాతువునకు ''లిట్''లో ప్రేరణార్థకమున వచ్చెడి "కారయామాస" అను రూపమును ఎరుగకయో పొరబాటుననో "చకార" అనెడి స్వార్థరూపమును వాడుటచే భారతమునకు రాజరాజే కర్తయనెడి సిద్ధాంతము బయలుదేరినది. ఇయ్యెడ క్రియాపదము తప్పినది. ఇట్టి దోషములు శాసనములలో తండోపతండములుగ నుండును. శాసన వ్యాఖ్యాతలు వాటిని సవరించుకొనియే అర్థమును సరిపెట్టుకొందురు. శాసనార్థములను యథాక్షరముగానే గ్రహించినచో చరిత్ర నిర్మాణమునకే అనేక ప్రతిబంధకములేర్పడును అదీగాక కొన్నియెడల ధనాశచే ఆస్థాన కవులు తాము రచించిన గ్రంథములకు రాజుల పేర్లుపెట్టుట ఉండవచ్చునుగాని, రాజే తాను రచించిన గ్రంథమునకు ఆస్థాన కవి పేరుపెట్టుట విపరీత కార్యము. మరియు కొద్దిగనో గొప్పగనో గ్రంథ రచనా సందర్భమున నారాయణభట్టు తనకుచేసిన సాయమునకు నన్నయ ఎంత కృతజ్ఞతాపూర్వకముగా అతనిని నుతించెనో చూచిన మనము అన్యకర్తృక గ్రంథమునకు తన పేరుపెట్టుకొనుటకు సమ్మతించెనని నమ్మజాలము. ఈ శాసన కర్తకు రాజ రాజును స్తుతించుటే ప్రధాన ప్రయోజనముగనుకను భారత రచనా ప్రోత్సాహము ఆ ప్రశంసకు ఒక వన్నెపెట్టును గనుకను ఆతడు భారత ప్రసక్తి తెచ్చెనేగాని, భారతకర్త రాజరాజు అని స్థాపించుటకు కాదు ఇంతకు ఈ శాసన శ్లోకములో క్రియాపద ప్రయోగము దుష్టమగుటదప్ప వేరు విశేషము లేదు. అది యిట్లుండగా భారత రచనలో నన్నయయును,నారాయణభట్టును కలిసి జంటకవనము చెప్పియుందురనియు దానినే నన్నయ "సహాధ్యాయుడునైనవాదభిమతంబుగతోడయి నిర్వహింపగన్"అని యుదాహరించెననియు జంటకవనమే

కానిచో తోడై నిర్వహించుట అనుమానమొందనిమ్ము. మరికొందరు చెప్పుదురు అది జంటకవనమే అయినచో నన్నయ తన పేరుమీదనే భారతమును చెల్లింపజేసికొనుటకు సాహసింపడు. ఆశ్వాసాంత గద్యములన్నిటిలో నన్నయ రచించినట్లే కలదు కదా! అట్టి కృతఘ్నత ఆ పవిత్ర పురుషునకు అంటగట్టరాదు. అయినచో నారాయణభట్టు చేసిన సాయమేమి? పట్టిష్ఠ యుండును? భారతము పంచమవేదమనెడి ప్రశస్తికలదగుటచే దానిని దేశభాషలో అనువదించుటకు శ్రోత్రియులు అంగీకరించి యుండరు. నాటికాదు నేటికిని వేదములు దేవభాషలో ఉండవలెనుగాని దేశభాషలో ఉండతగవను పండితుల యభిప్రాయము. వేదములను తెనిగించినచో ప్రజలకు పదార్థములు బోధపడెడు మాట నిజమేగాని, ఆ తెలుగునేతలో వేదమంత్రముల మహత్త్వము మాత్రము ఉండదు. మంత్రముల యొక్క అలౌకిక శక్తియు అవి యొసగు సత్ఫలములును వాటి అక్షర సంపుటిలో, స్వరశక్తిలో నిక్షిప్తమై యున్నవిగాని అర్థములో లేదని అరవిందయోగి చేసిన ఉద్ఘాటనలో చాల సత్యము కలదని పెక్కుర అభిప్రాయము. భారతములో వేదమంత్రములు లేకపోయినను, వేద శిరస్సులని చెప్పగు ఉపనిషత్తుల సారమైన భగవద్గీత అందు ఒక భాగమై ఉన్నదిగదా. కనుక, అట్టి గ్రంథమును పవిత్రీ(?)మించిన కవి ఆ భాగమునుగూడ తెనిగింపవలెనని యుండును గదా. ఆ తెనిగింపు వేదముల తెనిగింపువంటిదే యగునని వారు భయపడి యుందురు. భారతాంధ్రీకరణము వంటి మహాకార్యము శిష్టజన సమ్మతమైనపుడే సఫలమగునుగాని రాజాజ్ఞామాత్ర నిర్వర్తితమైనంత మాత్రమున సఫలము కాజాలదు. నిరంకుశుడైన రాజైనను వేదసద్వేదులగల పౌరులకు సమ్మతము గానట్టి కార్యమునకు తలపెట్టి నెగ్గలేడు. రాజనరేంద్రుడు అట్టి నిరంకుశుడై యుండడు. నన్నయయును పండిత సమ్మతము కాని రచనకు పూనుకొని యుండునుగాదు. ఆ రాజునానతి పైగాని దేశభాషాహితము కోరి చేయబూనిన ఆ సారస్వత కార్యము శిష్టజనామోదమునిపనే నెరవేర్ప కుతూహలపడి యుండును. ఈ యూహ నిజమయ్యెనేని పండిత వర్గములో కొంతమందికి కలిగిన భయసందేహములను పండిత సదస్సులలో తర్కించి, వారిని సమాధానపరచుటకు నారాయణభట్టువంటి బహుభాషా విజ్ఞానియు, ఉద్దండ పండితుడును అయిన ఒక మిత్రుని సహాయము నన్నయభట్టునకు ఆవశ్యకమై యుండును. ఆ వాగ్వివాదములలో పాల్గొని నారాయణభట్టు శిష్టజనులను సమాధానపరచి నన్నయ పూనికను సుకరము చేసి యుండును. మత గ్రంథములు దేశ

భాషలలోనికి అవతరించుట తగదనెడి అభిప్రాయము పూర్వకాలమున మనదేశమునందే కాక ఇతర దేశములలో కొన్నింట కలదు ఇంగ్లండులో 16 వ శతాబ్దిలో ''రోమన్ క్యాథలిక్'' మతమునకు త్రోసివుచ్చిన మత సంస్కారము జరిగినపుడు బైబిలు గ్రంథమును ఇంగ్లీషు భాషలో అనువదింపవచ్చుననియు, అనువదింపరాదనియు రెండువర్గములవారు పట్టుదలతో వాగ్యుద్ధములు చేసిరి. అనువాదమునకు అనుకూలమైన వర్గమునకు టిండేల్ (Tindale) అను నొక విద్వాంసుడు నాయకత్వము వహించెను. మరి థామస్ మోర్ (Thomas More) అను ఇంకొక విద్వాంసుడు బైబిలు ఇంగ్లీషులో అనువదించుట యనగా దానిని అపవిత్రము చేయుటయే యని ఎదిరి వాదమును నిర్దయముగ ఖండించెను. ఆ వాగ్యుద్ధము ఖడ్గయుద్ధముకంటె ఘోరముకాగా టిండేల్ (Tindale) ప్రజల కోపాగ్నికి ఆహుతియయ్యెను అయినను 8వ హెన్రీ (Henry VIII) థామస్ మోర్ (Thomas-More) కు మరణశిక్ష విధించి మత సంస్కారముతోపాటు బైబిలుయొక్క ఆంగ్లానువాదమును కూడ ప్రజలచే శిరసావహింపజేసెను. ఏ కాలమందైనను, ఏ దేశమందైనను జాతిభేదములు మతభేదములు ఎట్లున్నను మానవ స్వభావము సర్వత్ర ఒకటిగానే యుండునని తెల్పుటకు ఈ నిదర్శనమీయబడినది. ప్రాచీన కాలమున జరిగిన మహాయుద్ధములలో అనేకము ధర్మయుద్ధములను పేర మతమును పురస్కరించుకొని జరిగినవే యథార్థముగ కొన్ని యుద్ధములలో మతము మూలకారణము గాకున్నను మత సంరక్షణార్థమే పోరుటకు తారసిల్లినట్లు రాజులు ప్రజలను ఉద్బోధించెడివారు మతావేశముతో యుద్ధముజేసెడి సేన ప్రళయకాలునివలె తాండవించి శత్రు సంహారము చేయగలదు. కనుక మత రక్షణార్థము, ధర్మ రక్షణార్థము జరిగెడి వివాదములు కూడ చాల తీక్షణముగానే యుండును అట్టి వివాదములలో ఎదిరి పక్షమును సమాధానపరచుట సర్వతంత్ర స్వతంత్రుడును సమర్థుడును సమదర్శియును అయిన విద్వాంసునకే సాధ్యమగును నారాయణభట్టు అట్టివాడై యుండును. మరియు నారాయణభట్టు చేసినది రచనలో ఏదో కొంచెపు, మాట మాత్రపు సహాయమే అయినచో

ఉ॥ పాయక పాకశాసనికి భారత ఘోరరణంబునందు నా
రాయణునట్ల నారణ ధరామరవంశ విభూషణుండు నా
రాయణభట్టు వాఙ్మయధురంధరుఁడుం దనకిష్టుఁడున్ సహా
ధ్యాయుఁడునైన వాఁ డభిమతస్థితిఁ దోడయి నిర్వహింపగన్"

అనెడి ఉపమానమే నిరర్థకమగును. ఈ యుపమానములో ఇంకొక విశేషము ఉన్నట్లు నాకు పొడగట్టుచున్నది. పాకశాసనికి నారాయణుఁడు భారత యుద్ధమున చేసినది ఆయుధము పట్టని సహాయము.

కం॥ "ఊరక నిరాయుధ వ్యాపారతమై నుండువాఁడఁ బరమాప్తుఁడనై".
అది రథసారధ్యరూపమునను, సమయోచిత హితోపదేశ రూపమునను నెరవేరినది. అట్లే ఇయ్యెడను నారాయణభట్టు గంటము పట్టని సహాయమేచేసి సారధ్యము నడపెను. మూల భారతమును తెనిఁగించుటలో ఏ ప్రకరణమును ఎత్తివేయవలెనో ఏ ప్రకరణమును ఎంతవరకు తగ్గింపవలెనో ఏ అర్థము ఎంతవరకు చెప్పవలెనో ఏ వాక్యార్థమును మార్చవలెనో ఇరువురును కలసి సంప్రదించుకొన్నప్పుడు నారాయణభట్టు చేసిన సముచిత సూచనలను సంతోషపూర్వకముగ స్వీకరించి ఆ ప్రకారము నన్నయభట్టు రచన సాగించియుండును. గ్రంథారంభమునుండి కవికి ఆ సహాధ్యాయుడు చేదోడు వాదోడుగా సహాయపడుట బట్టియే కృతజ్ఞతాపూర్వకమైన ఆ పై పద్యము నన్నయనోట వెలుపడినది అది యెంతయో సార్థకమైన పద్యము.

భారతాంధ్రీకరణ పద్ధతి

నన్నయగాని-తదుపరి, తిక్కన, ఎఱ్ఱనలుగాని సంస్కృత భారతమును ఎంతవరకు అనుసరించిరో ఎంతవరకు అనువదించిరో తెలిసికొనుట చాల దుష్కరము ఏమన సంస్కృత భారత ప్రతులు అనేక రాష్ట్రములలో అనేక రీతులుగానున్నవి. వాటిలో ఉత్తరదేశ ప్రతులకును దక్షిణదేశ ప్రతులకును చాల వ్యత్యాసములున్నవి. ఉత్తరాది ప్రతులలోకూడ ఒండొంటికిని భేదమున్నది. వాటిలోనుండు కొన్ని ప్రకరణములు, ఉపాఖ్యానములును వీటిలో కనబడవు. అట్లే వీటిలో నుండునవి వాటిలో కానరావు. అందును ఇందును సమానముగానున్న భాగములయందైనను శ్లోకసంఖ్య సరిపోదు మూల భారతము పుట్టిన పిమ్మట గడచిన ఇన్నివేల సంవత్సరముల కాలములో ప్రతులు వ్రాసికొనువారు ఎవరికి తోచినట్లు వారు కొన్ని శ్లోకములు కల్పించి, కొన్నిటిని తొలగించి కొన్ని ప్రకరణములను పెంచి కొన్నిటిని తగ్గించియుందురు. కావున సమగ్ర గ్రంథము మనకు యథాతథముగా దక్కలేదు ఈ తారుమారు నన్నయ నాటికే జరిగినది.

ఎట్లనగా నన్నయకు పూర్వము కొన్నివందల సంవత్సరములనాడే జావాద్వీపము నకు తరలిపోయిన భారతము, ఉత్తరదేశ ప్రతులకంటె కొంచెము భిన్నముగా దక్షిణదేశ ప్రతులలో కొన్నిటిని పోలియున్నదట। ఇది సహజమే। బలి, జావా మొదలగు ద్వీపములకు వలసపోయిన భారతీయులు పూర్వకాలపు కళింగాంధ్రము నుండి తూర్పు సముద్రము తరించిపోయినవారేగాన, వారు తమవెంట గొని పోయిన భారతము మనదేశమున అప్పుడు ప్రచారములో ఉన్న భారత ప్రతికి ప్రతియై యుండును. దానికిని నన్నయ పర్వసంగ్రహములో చెప్పిన శ్లోక సంఖ్యకును ఎక్కువ తేడా లేదట. మరి అరవదేశమున గ్రంథలిపిలో కానవచ్చు భారతమునకును దానికిని ఎంతో భేదము లేదట. నన్నయ పర్వసంగ్రహములో గణనజేసిన శ్లోకసంఖ్య లక్షకుమించి ఉన్నను (1,00,700) ఆనాటి తెలుఁగు దేశమున ప్రచారముననున్న భారతము ఇంచుమించు లక్ష శ్లోకపరిమితమై యుండుటబట్టి అదే ఎక్కువ ప్రక్షిప్తములులేని మూల భారతముగ నన్నయ స్వీకరించి యుండును. కవిత్రయము వారు ముగ్గురును దాక్షిణాత్యులే గనుకను ఆంధ్రులే గనుకను ఆంధ్రదేశమున మొదట నన్నయకు లభించిన ప్రతివంటివే తక్కిన ఇరువురకును లభించి యుండుననుకొనుటలో సామంజస్యముకలదు. ఇటీవల వ్యాస భారత పాఠనిర్ణయమునుగూర్చి భారత దేశమున పరిశోధనలు చేయుచున్న విద్వత్సంస్థలు నన్నయనాటికి తెలుఁగుదేశమున ప్రచారములోనున్న తెలుఁగు భారతమే తక్కినవాటికంటె మూల భారతమునకు ఎక్కువ సన్ని హితముగ నున్నదని ఒప్పుకొనిరి. దానిని బట్టియే కీ. శే. P. P. S శాస్త్రి సంపాదకత్వమున నాగరిలిపిలో వావిళ్ళవారు అచ్చువేసిన భారతము నన్నయ గణించిన పర్వసంగ్రహ శ్లోకసంఖ్యకు అనుగుణముగ పరిష్కరింపబడినది. శ్రీ శాస్త్రి పరిష్కరించిన ఈ భారతప్రతి దక్షిణ దేశమునందు తెలుఁగు లిపిలో, గ్రంథలిపిలో లభించిన ప్రతులన్నింటి తోడ్పాటుచే నిర్ణయింపబడినది గావున తెలుఁగు భారతమును మూలముతో పోల్చి చూచునపుడు ఆ ప్రతినే ఆధారముగా గైకొన్నచో ఎక్కువ దారితప్పిపోకుండ నడువవచ్చును.

నన్నయ కథామాత్ర ప్రధానమును, యథోచితానుసరణమును ఐన అను వాదమునే ప్రారంభించెనుగాని, మూలవిధేయముగా యథాతథముగ తెనిఁగింప పూనుకొనలేదు అట్లని మిక్కిలి స్వతంత్రించి మూలమునకు దూరముగ తొలగి

పోలేదు. సందర్భవశమున ఒక మూలశ్లోకము రమణీయమని తోచినపుడు మురిపెముతో దానిని ఒక పద్యమున తెనిఁగింపకపోలేదు

నన్నయభట్టు వ్రాసిన భారత భాగములో సుమారు నాలుగువేల పద్యములుగలవు. ఆ భాగము సంస్కృతమున సుమారు పదునేడువేల శ్లోకములలో నున్నది. ఈ లెక్కనుబట్టి నన్నయ తన గ్రంథమును నాల్గవ వంతునకు సంక్షేపించెనేమోయని భ్రమపడరాదు. కథా ప్రాధాన్యమునకు భంగమురాకుండ గ్రంథము సంక్షిప్తమైనమాట నిజమేకాని అది నాల్గవ వంతునకు తగ్గిపోవుట మాత్రముకాదు. ఏమన మూలశ్లోకములకు యథాక్రమముగ అనువదింపవలెనని గాని అనుసరింపవలెనని గాని ఆయన సంకల్పించలేదు. మూలార్థమును గైకొని కథను నడుపుచున్నప్పుడు రెండుమూడు శ్లోకముల అర్థము ఒక పద్యములో ఇమిడిన సందర్భములును, అనేక శ్లోకముల యర్థము ఒక వచనమున వ్రాయబడిన సందర్భములును కలవు. సంస్కృత శ్లోకములు తెలుఁగు వృత్తములకంటె చాలచిన్నవి గనుక అట్లు ఇముడుట సహజమే। మరి కథావశమున ఏదేని యొక శ్లోకార్థము ఒక పద్యమున కానవచ్చినపుడు సర్వత్ర అట్లే ప్రతి శ్లోకమునకు ప్రతి పద్యము ప్రతిబింబముగా నుండుననియు అనుకొనరాదు. ఆ శ్లోకము యొక్క ఇంపునకు మురిసి నన్నయ ప్రత్యేకముగ దానిని ఒక పద్యముగ వ్రాయును. మరికొన్నియెడల రమణీయములైన శ్లోకములను తడవక వదలివేయుటయు కలదు. దారిలేనిచోట నడచువాడు దారి చేసికొనవలసివచ్చినపుడు అటునిటు తీగలను పొదలను ఒత్తిగించి నడచుటలో కొన్ని పూతీగలు తెగిపోవుటయు కొన్ని పూలు రాలిపోవుటయు సహజమేగదా। మరియు పరంపరాగతములై తన చెవిసోకిన అనేక చరితములను అర్థవంతములును, నీతిదాయకములును అని తనకు తోచినవాటిని-సంప్రదాయ సంరక్షణార్థము పురాతనేతిహాసములు అనుపేర వ్యాసుడు భారత కథతో అతికి వాటి ఉనికికి స్థిరత్వము చేకూర్చెను. చిన్నవియు పెద్దవియునైన ఆ ఉపాఖ్యానముల మూలమున ప్రధానగ్రంథము ఆవశ్యకమునకు మించిన విపులత దాల్చినట్లు పొడగట్టును. అందును అవతారికా ప్రాయమైన మొదటి రెండుమూడు ఉపపర్వముల గ్రంథము మహాగహనమువలె నిరంధ్రముగ అల్లుకొని ఉన్నది. భారత కథారంభమునకును ఈ భాగములోని కొన్ని ప్రకరణములకును దూర బంధుత్వమేగాని దగ్గరి చుట్టరికములేదు. మరియు బ్రహ్మకోశమువలె ఇతిహాస పురాణములు

నయితము శ్రుతముగానే నేర్వఁబడి సంరక్షింపబడవలసిన ఆ కాలములో గ్రంథ సందర్భమునకు విషయ సూచిక కావగిన అంశములుకూడ ఈ గ్రంథములో అంతర్భాగములే కావలసిన ఆవశ్యకము కలిగినది. పర్వసంగ్రహ పర్వానుక్రమణికాది కథనమంతయు ఆ జాతిలోనిదే. ముద్రణ సౌభాగ్యమెఱుగని మన పూర్వులు గ్రంథసంరక్షణార్థము పడినపాట్లకు, పన్నిన ఉపాయములకు ఇదియొక దృష్టాంతము. నన్నయభట్టు వ్యాసుని గ్రంథావతారికాగహనమును చాలవరకు ఛేదించి మార్గమును సుగమము చేసెను చూడుడు:—

మూలమున ఉదంకుని చరిత్ర అతని గురు పరంపరతో ప్రారంభమగును. అతనికి పరమాచార్యుడైన అయోదధౌమ్యుడు అనే ఒక ఋషి తన శిష్యుల భక్తిశ్రద్ధలను నిశితముగ పరీక్షించి వారి అర్హతలను మెచ్చుకొని ఆశీర్వదించి పంపుచుండును. ఆ గురుశిష్యుల చరితమును ఉగ్గడించుచు వ్యాసుడు మూడు కథలను వ్రాసెను వాటిలో ఉపమన్యుడనెడి బాలుని కథ అతిరమణీయముగ హృదయావర్జకముగ నుండును. నన్నయ ఆ భాగమునంతను అనావశ్యకమను బుద్ధిచే ఎత్తివేసెను. ఆ విసర్జనలో రమణీయమైన ఉపమన్యుని కథ పోవుచున్నదనెడి విచారము ఆయనకు కలిగియుండదు అట్లుగాక ఇంపైన ఆ కథను చెప్పబూనినచో మీఁదరాని ఒక క్లేశము తటస్థించును. అది ఏదన: ఉపమన్యుడు వనములో గురువుగారి గోవులు కాయుచు ఆకలి భరింపలేక జిల్లేడాకులుతిని అంధుడై ఒకనూతిలోపడ వెదకుకొనుచు వచ్చిన గురువుగారి ఆదేశమున అశ్వినీదేవతలను స్తుతించి వారి అనుగ్రహమున దృష్టిబడసెను. ఈ స్తుతి ఋక్కులలో చేయఁబడ్డది అవి వేదమంత్రములు. తత్కథారామణీయకముచే వశీకృతచిత్తుడైన నన్నయ ఈ భాగమును తెనిఁగింప పూనుకొన్నచో ఈ ఋక్కులను తెనిఁగించుటెట్లు? వేదమంత్రములను తెనిఁగింపరాదుకదా? తెనిఁగించినచో పండితనిందతప్పదుకదా? తెనిఁగింపక "అశ్విని దేవతలను స్తుతించి దృష్టిబడసెను'' అని ఒక వాక్యముతో దాటిపోయినచో ఆ కథకు మకుటాయమానమైన ఆ ఋక్కుల అర్థము జారిపోవునుగదా? ఉదంకుని కథకు ఆ భాగము అనావశ్యకమనెడి అభిప్రాయమునకాక ఈ ఋక్కుల యనువాద విషయమునగల క్లేశమును గుర్తించి నన్నయ దానిని ఎత్తివేసెనని నేను అనుకొందును. అట్లే సభాపర్వమున పాండవులు దిగ్విజయముచేసిన ఘట్టమున నానారాజుల వంశములును వారి చరిత్రలును విపులముగ వర్ణింపబడియున్నవి. తెలుఁగు

భారతమున ఆ భాగమంతయు సంక్షిప్తము చేయబడినది. ఆ రాజుల చరిత్ర యంతయు తెలుగున లేదు. కావున ఐతిహాసిక జిజ్ఞాసగలవారికి తెనుఁగు భారతము తృప్తినీయదు. ఇదియేకాదు; తెనుఁగున ఏ పురాణమును సంస్కృత పురాణమువలె ఐతిహాసిక పరిశోధనలకు పనికిరాదు. భారతాది పురాణేతిహాసములు దేశభాషలో అవతరించు కాలమునాటికి ఆ చరిత్రాంశముల ఆవశ్యకము లేకపోగా అవి అప్రస్తుతములనెడి భావము కూడ అనువాదకులకు కలిగి యుండును. నన్నయ ఆ సభాపర్వ భాగమును చాల సంగ్రహపరచెను

మూలమున ఉదంకుని నాగస్తుతి తొమ్మిది శ్లోకములలోనున్నది వాటి తాత్పర్యమును నన్నయ నాలుగు పద్యములలో చెప్పెను.

ఆ శ్లోకముల వ్యస్తపదములను గాని, సమస్తపదములను గాని, అనుకరించుటకును, అనువదించుటకును ఆయన ప్రయత్నము చేయలేదు. నాగస్తుతి పూర్వకములైన ఈ క్రింది నాలుగు పద్యములు మూల కరావలంబమైనను లేని స్వతంత్ర గమనము కలవి.

1) చ॥ బహు వనపాద పాబ్ధికులపర్వతపూర్ణ సరస్సరస్వతీ
సహిత మహామహీభర మజస్రసహస్ర ఫణాళి దాల్చి దు
స్సహతర మూర్తికిన్ జలధిశాయికిఁ బాయక శయ్యయైన య
య్యహిపతి దుష్కృతాంతకుఁ డనంతుఁడు మాకు ప్రసన్నుఁడయ్యెడున్

2) చ॥ అరిది తపోవిభూతి నమరారుల బాధలు వొందకుండఁగా
నురగుల నెల్లఁగాచిన మహోరగనాయకుఁడాన మత్సురా
సుర మకుటాగ్రరత్నరుచి శోభిత పాదున కద్రినందనే
శ్వరునకు భూషణంబయిన వాసుకి మాకుఁ బ్రసన్నుఁడయ్యెడున్

3) ఉ॥ దేవమనుష్య లోకములఁ ద్రిమ్మరుచున్ విపులప్రతాప సం
భావిత శక్తి శౌర్యులు నపార విషోత్కట కోపవిస్ఫుర
త్పావక తాపితాఖిల విపక్షులునైన మహానుభావులై
రావతకోటి ఘోరఫణి రాజులు మాకుఁ బ్రసన్నులయ్యెడున్

4) ఉ॥ గోత్రమహామహీధరనికుంజములన్ విపినంబులం గురు
క్షేత్రమునం బ్రకామగతి ఖేలననొప్పి సహాశ్వసేనుఁడై

ధాత్రిఁ బరిభ్రమించు బలదర్ప పరాక్రమదక్షుఁ దీక్షణ
శ్రోత్ర విభుండు తక్షకుఁడు శూరుఁడు మాకుఁబ్రసన్నుఁ డయ్యెడున్.

పౌష్యోదంకులు పరస్పర శాపములిచ్చుకొని శాపములు ఉపసంహరించుకొనవలసివచ్చినపుడు పౌష్యుడు తనకు ఉపసంహారశక్తి లేమికి కారణమును నిర్దేశించిన ఈ క్రింది శ్లోకమును నన్నయ యథాతథముగ తెనిఁగించి తెలుఁగు పద్యమునకు మూలముకంటె ఎక్కువ సిందుదనమును సంపాదించెను. ఇట్టి తెనిఁగింపు మూల శ్లోకమునకు మురిసి చేసినది.

శ్లో॥ "యథానవనీతం హృదయం బ్రాహ్మణస్య
వాచిక్షురో నిశిత స్తీక్ష్ణ ధారః
తదుభయ మేత ద్విపరీతం క్షత్రియస్య
తదేవంగతేన శక్తోహం తీక్ష్ణ హృదయ
త్వాత్తం శాపమన్యథా కర్తుం గమ్యతాం"

తెలుఁగుసేత-

ఉ॥ నిండుమనంబు నవ్యనవనీతసమానము పల్కు దారుణా
ఖండల శస్త్రితుల్యము జగన్నుత విప్రులయందు నిక్కమీ
రెండును రాజులందు విపరీతముగావున విప్రుఁడోపు నో
పం డతిశాంతుఁడయ్యు నరపాలుఁడు శాపము గ్రమ్మరింపగన్.

పాండురాజు మరణమునకు హేతుభూతమైన మాద్రీసంగమ సందర్భమున ఆ దంపతులు ఇరువురు విహరించిన వసంతోద్యాన శోభావర్ణనలో నన్నయ మూలశోకార్థము నేమియు తడవక స్వయముగ తుమ్మెద ఝుంకారములును, కోయిల కూజితములును, చెవిసోకునట్టి రెండు లయగ్రాహి వృత్తములను వ్రాసెను. ఇయ్యెడ సందర్భానుసరణమేగాని శోకానువాదము లేనేలేదు.

1) లయగ్రాహి :

కమ్మని లతాంతములకు మ్మొనసివచ్చు మధుపమ్ముల సుగీత
నినదమ్ములెసగెం జూ
తమ్ముల లసత్కిసలయమ్ముల సుగంధి ముకుళమ్ములను నానుచు
ముదమ్మెసర వాథా

లమ్మలగు కోకిలకులమ్ము లరవమ్ము మధురమ్మగుచు విన్చె
నని శమ్ము సుమనోళా
రమ్ముల నశోకనికరమ్ములును జంపకచయమ్ములును గింశుక
వనమ్ములును నొప్పెన్.

2) లయగ్రాహి :

చందనతమాలతరులందునగరుద్రుమములందుఁ గదళీ వనములందు
లవలీమా
కందతరుషండముల యందు ననిమీలదరవింద సరసీ వనములందు
వన రాజీ
కంపశిత పుష్ప మకరంద రసముందగులుచుం దనువు సౌరభము
నొంది జనచిత్తా
నందముగ బ్రోషితుల డెందము లలందురఁగ మందమలయా
నిల మమందగతి వీచెన్.

కచుని గురు శుశ్రూషా సందర్భమున నన్నయ వ్రాసినవి రెండు లోకోత్తరములైన పద్యములు గలవు ఆ రెండింటికిని ఆధారమైన మూల శ్లోకములును గలవు. కాని తెలుగు పద్యములు మూలార్థమునే గ్రహించినను వాటి కంటె పుష్టిమంతములును ఉజ్జ్వలములును అయి యున్నవి ఇవియును కథావశమున విడిచి పెట్టరాని శ్లోకములని భావించుటచేతనే ఆయన వాటిని తెనిఁగించెనని యనుకొనవలెను. ఆ శ్లోకములు, పద్యములు ఇవి:

శ్లో॥ ఆహూతంచాగ్నిహోత్రంతే । సూర్యశ్చాస్తం గతః ప్రభో
అగోపాశ్చాగతా గావః । కచస్తాత నదృశ్యతే॥
శ్లో॥ వ్యక్తం హతోమృతో వాపి । కచస్తాత భవిష్యతి
తంవినాసచ జీవేయం, కచం సత్యం బ్రవీమితే॥

తెలుగు ;

ఉ॥ వాడిమయూఖముల్ గలుగువాఁడపరాంబుధిఁ గ్రుంకె ధేనువుల్
నేఁడిట వచ్చె నేకతమ సిష్టమెయిన్ భగదగ్నిహోత్రముల్
వోఁడిగ వేల్వఁగాఁ బడియెఁ బ్రొద్దును బోయెఁ గచుండు నేనియున్
రాఁడు వనంబులోన మృగరాక్షస పన్నగ బాధనొందెనో.

శ్లో॥ యస్యాంగిరా వృద్ధతమః పితామహో
బృహస్పతి శ్చాపి పితా మహర్షిః।
ఋషేః పుత్రం తవ శిష్యం కథంతు
పితర్ నశోచామికథం నరుద్యామ్॥

తెలుగు :—

మ॥ మతిలోకోత్తరుఁడైన యంగిరసు మన్మండాశ్రితుండా బృహ
స్పతికింబుత్త్రుఁడు మీకు శిష్యుఁడు సురూప బ్రహ్మచర్యాశ్రమ
వ్రతసంపన్నుఁడకారణంబ దనుజవ్యాపాదితుండైన న
చ్యుత ధర్మజ్ఞ మహాత్మ యక్కచునకే శోకింప కెట్లుండుదున్.

కాని ఈ కథలో కచుడు దేవయానిని వీడ్కొని గురుకులమును విడిచి పోవు సందర్భమున వారిరువురి సంభాషణలో మూలమున కానవచ్చెడి సౌకుమార్యము తెనుగున కానరాదు. ఈ లోపమునకు గలకారణము వేరొకచో చెప్పెదను.

ఈ గ్రంథమంతయు నిట్లే అనువాదము నయ్యు కానట్లు స్వేచ్ఛగా సాగిపోవును.

నన్నయ్య శైలి-భాష-ఆత్మీయత: శైలియను పదము భాషా పరముగనే నెరిగిన ఏ అలంకార శాస్త్రములోనులేదు. ఇతరత్ర ఎచ్చటనైన ప్రయుక్తమై యున్నదేమో నే నెరుగను. దానికి శబ్ద నిష్పత్తిని బట్టి "శిలవంతుని భావ కర్మ" అని ఒక నిఘంటువులో నున్నది. ఈ నిర్వచనములో "శిలవంతుని" అనెడి విశేష వాచకమును సాధారణ వాచకముగా గ్రహించినచో మానవుని భావకర్మ అని యర్థమగును భావకర్మ అనగా మానవుడు శారీరకముగా గాక మానసికముగా చేసెడి వ్యాపారము. కాగా శైలికి మానవుని మనోవ్యాపారము అని యర్థము వచ్చును. దానికే భావగతి యనిపేరు. ఆ భావమును శబ్దరూపమున వ్యక్తము చేయునపుడు ఆ భావగతి శబ్దగతిగా రూపొంద ఆంగ్లమున Style అను పదము ఏ యర్థమున వాడబడుచున్నదో ఆ యర్థమునకు సరిపోవును కావున కల్పితమైనను శైలియను పదము శాస్త్రసమ్మతమే యగునని నా తలంపు. ఇది బహుజనాంగీకృతమగుటచే విమర్శకులు ధారాళముగా వాడుచుండిరి. ఆంగ్లమున సాహిత్యపరముగానే గాక ఆ పదమును తీరు, సరణి, రీతి మొదలగు ఇతరార్థములలో కూడ వాడుచుందురు.

సాహిత్యపరముగ శైలిని రెండు విధములుగ విభజింపవచ్చును. ఒకటి కావ్య సామాన్య సరణి; రెండవది పదగుంఫన సరణి. మొదటిది వస్తు విన్యాసమునకు సంబంధించినది. రెండవది శబ్ద విన్యాసమునకు సంబంధించినది. మొదటి దాని వివరణమిది :- వాఙ్మయము అనిపించుకొనదగిన గ్రంధజాలమంతయు ఏ యే రూపములలో ఉన్నను అది ప్రధానముగ మూడు శాఖలకు చెంది యుండును. ఆ మూడిటిలో మొదటిది ఆఖ్యానము(Narrative), రెండవది నాటకము (Dramatic), మూడవది వర్ణనము (Description) కథన రూపమున చెప్పబడిన కావ్యములన్నియు ఆఖ్యానములు. వాటి సరణి ఆఖ్యాన శైలి. సంవాద రూపమున చెప్పబడిన కావ్యములన్నియు నాటకములు. వాటి సరణి నాటకీయ శైలి. కథనమునకు గాని సంవాదమునకుగాని ఆధారమైన ఇతివృత్తమేదియు లేకుండ కేవలము ఒక మనోభావము యొక్కగాని ఒక రమణీయ పదార్థము యొక్కగాని ప్రపంచనము కల రచనలు వర్ణనలు. అట్టి వర్ణనలతో ఇతివృత్తము పెంచి రచించిన కావ్యముల సరణి వర్ణనాత్మక శైలి.

ఈ మూడును ఒండొంటికి సంబంధము లేని ప్రత్యేక లోకములు కావు. ఆఖ్యానములలో సంవాదములు గాని వర్ణనలుగాని యుండవని అనుకొనరాదు. అట్లే నాటకీయ శైలిగల కావ్యమున ఆఖ్యానశైలి యుండదనియు తలపరాదు. ఏ కావ్యమున ఏ సరణి యెక్కువగా భాసిల్లునో ఆ ప్రాధాన్యమును బట్టి ఆ శైలిని స్థూలముగా నిర్ధారణ చేయుటయే గాని కేవలము ఆ గుణము ఒక్కటే కలదని యభిప్రాయముకాదు. ఒక వ్యక్తిని సత్వగుణ ప్రధానుడు అనిగాని రజోగుణ ప్రధానుడు అని గాని తమోగుణ ప్రధానుడు అనిగాని అన్నప్పుడు అతనిలో తక్కిన రెండు గుణములును తక్కువపాలు ఉండునను అర్థమే కాని పూర్తిగా నశించిపోయినవని యర్థముకాదు అందుచేతనే ప్రధానమను విశేషణము వాడబడుచుండును. అట్లే కావ్యశైలి విషయమున కూడా.

రెండవదాని వివరణమిది : కావ్యకర్త స్వీకరించిన శబ్దములయొక్కయు ఆ శబ్దముల కూర్పుచే రచింపబడి వాక్యముల యొక్కయు గుణమును వ్యక్తము చేయునది పదగుంఫనసరణి పాఠకునకు కావ్యపఠనమువేళ కలిగెడి విక్రియ (Reaction) కు కవియొక్క వాక్యరచనాసరణియే కారణము. అలంకార శాస్త్రమున చెప్పబడిన గుణదోషప్రకరణములు ఈ శబ్దవిన్యాస సరణిమీద ఆధార

పడి రచింపబడినవియే ఆ శాస్త్రములలో చెప్పఁబడినట్టియు, చెప్పబడనట్టియు కావ్యగుణము లన్నియు (1) బుద్ధిగమ్యము (Intellectual) (2) భావస్ఫోరకము (Emotional) (3) కర్ణపేయము (Aesthetic) అనెడి మూడువర్గములకు చెందియుండును. ఏ కావ్యమునందైనను ఈ మూడు వర్గముల గుణములు సందర్భమునుబట్టి సమ్మిశితములై యుండుట నిజమే. అయినను ప్రధానముగా ఒక్కొక్క కవికి ఒక్కొక్క శైలి ఆత్మధర్మమై నెగడుచుండుట అంతకంటెను నిజము. ఆ శైలినిబట్టియే అతని స్వభావముకూడ వ్యక్తమగు చుండును. శైలియే శీలము. ఆత్మీయతలో అదియొక భాగము.

పై రెండులక్షణములబట్టి పరిశీలించినచో నన్నయది ప్రధానముగ ఆఖ్యానశైలియని చెప్పదగును అక్కడక్కడ నాటకీయశైలియు కలదు. వర్ణనలును కలవు. బకవధకు పూర్వము బ్రాహ్మణకుటుంబమున భార్యాభర్తలకు, తండ్రికొడుకులకు జరిగిన సంవాదము చక్కని నాటకీయరంగముగ దిద్దబడినది. సభాపర్వమున మయసభా దర్శనానంతరమున దుర్యోధనుని అసూయాగ్రస్తచిత్తవృత్తియు నాటకీయముగానే ప్రదర్శింపబడినది ఇది ఆంగ్లేయ విషాదాంత నాటకములలో నాయకుని అకార్యాచరణమునకు పురికొల్పెడి చిత్తాందోళనము వంటిది. మరియు అచ్చటచ్చట నిల్లేక్కావిత్క్యములైన వర్ణనలును కలవు ఇట్టివి యున్నను నన్నయశైలి నాటకీయము కాదు; వర్ణనాత్మకమును కాదు. ఆయన ఉత్తమజాతి కథకుడు. కథాగమనమునకు క్లిష్టతగాని వక్రతగాని, అతి సంకుచితత్వముగాని, అతి విస్తృతిగాని కలుగకుండ ప్రసన్నముగ నిర్వక్రముగ అనతి విస్తారముగ నడపగలడు. ఈ ప్రజ్ఞనే

"సారమతింగవీంద్రులు ప్రసన్న కథాకలితార్థయుక్తి లోనారసి మేలు నాన్" అని ప్రతిజ్ఞగా పేర్కొని దానిని సార్థకము చేసినాడు ఈ కథాప్రసన్నతతో పాటు ఆయన రచనలో చూడవలసిన రెండవ యంశము అర్థయుక్తి. ఇతఃపూర్వము ఉదంకుని చరిత్రలో ఉదాహరించిన నాగరాజస్తుతిపూర్వకములైన పద్యములు మరల ఒకమాటు చదివిచూచినచో ఈ అర్థయుక్తికి చక్కని దృష్టాంత మేర్పడును. ఆ నాల్గు పద్యములలోఉన్న రహస్య మేమనగా:- మొదటిపద్యము అనంతునిస్తుతి. అనంతుడు సర్పజాతిలో ముఖ్యుడు. అతడు మహావిష్ణునకు శయ్యయగుటయే గాక సప్తస్వామునును అయి, భూభారము వహించి జగత్పూజ్యు డగుటచే మొదట ప్రస్తుతింపబడెను. అతని తరువాత

... వాడు వాసికి ఆకంతుకు విష్ణువరు శయ్యకాగా వాసుకి శివునకు భూషణ ... అందుకే రెండవపద్యమున స్తుతింపబడెను. మూడవపద్యములో ... లోకముల కందరెందు ఐరావత సాగరరాజవంశస్థు లందరు ... పక్షపాతరహితక సాధారణ స్తోత్రము. నాల్గవది ఉదంకుని ... కంకణములు పొందిన తిషనకు ప్రత్యేకముగా అంకితము చేయబడినది. ఈ పద్య ... ఈ వార్ల పక్ష్మముల అనుక్రమమున గర్భితమైయున్న అర్థ ... 'నాకటకం గభీరము లోనారని మేలు' అందురని నన్నయ ... ఈ మర్మయుక్తి పెక్కుచోట్ల కానవచ్చుచుందును.

... కందపద్యముల శబ్దచ్ఛాయక్తరీబేధములు మూడింటిలో ... నన్నయది ... ఈ శైలి ఎడమ మేఘనగా పద్యము విన్నంతనే అర్థము తెలిసి ... హొకకుల చెవికి కుప్పనింప బోయగలుగుట. వై ... స్తుతపద్యముల మరల పలికిన ఉదాహరణములు. మరి ప్రసిద్ధము లై :—

ద "............ క్రదాయక బ్రహ్మన్నారాధ ధారల్ భయం ...... వైలేవుకాడు వాయువులపై గప్పిన డిశల్నింద బం ...... వాతిల ఉల్క్............తట సందోహంబులపై గప్పు దు ...... పద్మాధారావం పోలుచున్.

ద. .... వంతప్రకాశిసమంవిలావనీ తల పహా............. విధిజిహా స్థమనందు చుర్నమ ...... కను ప్రకరరాజముపట్టి నూతితో ...... శక్తి యదూంతి ప్రీతితోన్.

ద .... వారి ఉత్తాప్తొర్క గాణిక్కు నం ...... నుండు ఎడమొక్కునగాంచి నేమెవి ర ...... స్టుయల్ ఇంతతా ...... పొగుష్ణ ప్రతాపోదయన్."

...... అక్షరముల ... శబ్దపటుత్వము కలవి అయినను ...... పద్యములకు ముగ్ధలమై ఆర్థవిచారణ

పొంతబోము. నాచనసోముడు, పోతన, శ్రీనాథుడు తరువాతి ప్రబంధకవులలో చాలమంది ఈ శబ్దగుంఫన నైపుణిని నన్నయవలననే నేర్చుకొనిరి అసలు ఈ సమాసఘటనాచాతుర్యమును నన్నయయే కన్నడమున ఆదిపంపనిభారతమును చదివి నేర్చుకొనెననియు ఈయన సమాసములు పెక్కు పంపభారతసమాసమునకు అనుకరణములే గాక యథాక్షరములే యనియు కొందరు చెప్పుదురు. భవతు!

అయినను నన్నయ సంస్కృతము నంతను అధ్యయనముచేసినట్లే తనకు పూర్వము కన్నడమున వెలసిన పంపభారతాది గ్రంథములనుకూడ శ్రద్ధగా చదివి, ఆ భాషాపాండిత్యమును సైతము సంపాదించెననుట నిస్సందేహము. సంస్కృత గ్రంథములుపలెనే కన్నడగ్రంథములును ముఖస్థములైయున్నపుడు అందలి అర్థములును శబ్దములును రీతులును బుద్ధిపూర్వకముగానో అప్రతర్కితముగానో ఆయన రచనలో చొచ్చియుండును. బుద్ధిపూర్వకముగానే అయినచో ఆ యనుకరణము పంపకవియెడ నన్నయకు గల గౌరవమునకు దృష్టాంతమగును-దానివల్ల నన్నయకు ఏమియు న్యూనతరాదు.

నన్నయశైలికి వచ్చిన గాంభీర్యమంతయు బహుళ సంస్కృత పద ప్రయోగమువలన. ఆయనచేసిన విద్యాపరిశ్రమమంతయు సంస్కృత సంబంధియే అయియుండుటయు ఆయనకు పఠనయోగ్యము కాదగిన ఆంధ్రసాహిత్యమేమియు లేకపోవుటయు దానికి ప్రథమకారణము. మరియు నన్నయ, రాజులు రాజపురుషులు పండితులు మొదలైన ఆనాటి శిష్టజనవర్గములో మెలగిన రాజాస్థానకవి. రాజధానిని రాజవంశమును విడిచి ఆవలకు పోయి గ్రామసీమల యందలి ప్రజలతో కలసిమెలసి తిరిగినవాడు కాడని నా యభిప్రాయము. అందుచేతనే తరువాతికవులు-అందు ముఖ్యముగ తిక్కన-వాడిన లోకవ్యవహార భాషను నన్నయ వాడలేకపోయెను.

ఆయన శైలి ఎంత తత్సమ పదభూయిష్ఠమైనను అందు అర్థకాఠిన్యము గాని శబ్దపారుష్యముగాని యుండవు. ఈ శబ్దగాంభీర్యమువలన రచనకు ఉదాత్తతయు, ఠీవియు లభించినవి. ఎఱ్ఱన నన్నయను భద్రగజముతో పోల్చుట భారతపద్యముల నడకనుబట్టియే యని నే ననుకొందును.

ఉ॥. ఉన్నతగోత్రసంభవము నూర్జితసత్త్వము భద్రజాతి సం
పన్నము నుద్ధతాన్యపరిభావిమదోత్కటమునన్ నరేంద్ర్యపూ
జోన్నయనోచితంబునయి చొప్పడు నన్నయభట్టకుంజరం
బెన్న నిరంకుశోక్తిగతి నెందునుగ్రాలుటఁ బ్రస్తుతించెదన్."

తొట్రుపడుటగాని పరువెత్తుటగాని లేకుండ గంభీరముగా నడచుచు అటు నిటు తొండమును విసరుచు తన ప్రాభవమును ప్రదర్శించెడి భద్రగజమువలెనే నన్నయ రచనకూడ తొట్రుపాటుగాని వేగిరపాటుగాని లేకుండ గంభీరముగ సమానవిక్షేపములతో సాగిపోవుచుండును. ఈ గాంభీర్యమునకు కారణమైన శబ్దప్రయోగమునే ఆయన అక్షరరమ్యత అని తన కవిత్వమునకు రెండవ గుణముగ చెప్పెను. అక్షరమ్యతకై అనుప్రాసాది శబ్దాలంకారములను అతి మాత్రముగ ప్రయోగించి పెనగులాడిన కవులు పెక్కురుందురు. అట్టిది శబ్దాడంబరమగునుగాని అక్షరరమ్యత గాదు. నన్నయ కవనమునకు ఈ ఆడంబర దోషము పట్టలేదు. ఆడంబరమేమోయని భ్రమగొల్పెడి శబ్దజటిలతమాత్రము అందు కలదు. (ఆడంబరము: Pomposity—జటిలత: Closeness) ఈ జటిలత ఆయనను మొదటి రెండుపర్వములకంటె మూడవదానిలో చాలావరకు తగ్గిపోయినది. గ్రంథము సాగినకొలది ఆయన శైలికి సాధుత్వముతోడి క్రొత్త వన్నె వచ్చినదని చెప్పవచ్చును

ఒక శైలిలోనే కాదు, కథ నడుపుటలోసైతము ఆరణ్యపర్వములోనే నన్నయ కృతహస్తుడయ్యెను. ఆదిపర్వమునందలి శకుంతలోపాఖ్యానమును, అరణ్యపర్వమునందలి నలోపాఖ్యానమును పోల్చి చదువుదురేని నా వివరణ మక్కరలేకయే ఆ తారతమ్యమును గ్రహింపగలరు.

శబ్దసంగ్రహమునే కాక వాక్యరచనలోకూడ నన్నయ చాలావరకు సంస్కృతసంప్రదాయమునే అనుకరించును కారకము-క్రాంతకర్మణిప్రయోగము సంబంధార్థకయత్, తత్, యోగముతోకూడిన వాక్యములు-వ్యవహితవిశేషణ విశేష్యములు-ఏకవాక్యగతములైన అనేకసంబోధనప్రథమలు మొదలైనవన్నియు తెలుగుభాషాజాత్యములు కావు

అందరకవులవలెనే నన్నయకృత్యాదియందు తననుగురించి చెప్పికొనిన విశేషణములు కొన్నికలవు. ఆయన చాళుక్యరాజవంశమున* కులబ్రాహ్మణుడు. అనగా తాతతండ్రులవలె తానును ఆ రాజవంశమునకు ఆశ్రితుడు; విశేషించి రాజునకు అనురక్తుడు; అవిరళ జపహోమతత్పరుడు సంహితాభ్యాసుడు. (నిరంతర వేదాధ్యయనపరుడు), నానా పురాణ విజ్ఞాన నిరతుడు. ఈ విశేషణములనుబట్టి స్థూలముగా నన్నయ నిష్కళంక బహిరంతర పవిత్రమూర్తియని కొంతకు కొంత గ్రహింపవచ్చును. స్వాధ్యాయ తపస్సునకు భంగము కల్గించెడి దురాచారములలో వాచాలత యొకటి. అట్టి తపోభంగమును తనంతట తాను కలిగించుకొనెడి లఘు చిత్తవృత్తి కలవాడైననే తప్ప, సంహితాభ్యాసులు సాధారణముగ వాచాలురై యుండరు అధ్యయన శీలుడు చాలా మితభాషిగ నుండును. అట్టివాడు కావ్యమే వ్రాసినపుడు అతని యాత్మ స్వభావమే కావ్యమున ప్రతిఫలించును గనుక కావ్య గత జీవులచేతను మితముగానే పలికించును. మితభాషి మానవ హృదయ సాధారణ ధర్మమైన భావావేశము లేనివాడని యనుకోగూడదు కాని ఆ యావేశమును యిచ్చ వచ్చినట్లు నోట మాటలలో వెడలనీయక నిగ్రహించుకొని పరిమిత వాక్యములలో ఆ భావమును వ్యక్తము చేయును. కర్ణ జనన వృత్తాంతములో నన్నయ కుంతికి ఈ యాత్మ గుణమునే ఆపాదించి ఆ కన్యను వయస్సుకు మించిన ధీరత్వముకల దానినిగా చిత్రించెను.

తరువోజ :

ఏల యమ్ముని నాకు నిచ్చె నిమ్మంత్ర మిమ్మంత్రశక్తియే నెఱుఁగంగ వేఁడి
యేల పుత్రకుఁగోరి యెంతయు భక్తి నినుఁ దలంచితిఁ బ్రీతి నినుఁడును నాకు
నేల సద్యోగర్భమిచ్చెఁ గుమారుఁడేల యప్పుడ యుదయించె నింకెట్టు
లీ లోక పరివాద మే నుడిగింతు నింతకు నింతయు నెఱుగరె జనులు.

వసంత తిలకము :

ఈ బాలు నెత్తికొని యింటికిఁ జన్న నన్నున్
నా బంధులందఱు మఱంబుచనేమనా రె
ట్లీ బాలు సూర్యనిభు నిట్టుల డించి పోవం
గా బుద్ధి పుట్టునని కన్య మనంబులోనన్."

* ఈ శబ్దమునకు వేరొక అర్థము కలదట. దానిని భాస్కరరామాయణ ప్రకరణమున చెప్పితిని. దానిని చూడదగును.

ఆయన ఆశ్రమవాస జీవితమును వర్ణించెడి కథలను చెప్పునపుడు కల్పించెడి ఉద్దీపన విభావము తపోవనోచితముగ నుండి పాఠకుని ఆత్మను తపోవనముల విహరింపజేయును భారతీయ చరిత్రలో ఐతిహాసిక యుగమునకు పూర్వము జరిగి పోయిన వైదిక యుగమును భావనచేసి చెప్పుటలో నన్నయకు గొప్ప నైపుణి కలదు. ఆ యుగమునకే బ్రాహ్మణ యుగమని చారిత్రకులు పేరు పెట్టిరి ఆ యుగమున పురోహితుడు మూర్తీభవించిన బ్రహ్మ వర్చసము అనదగి యుండెడువాడు కాబోలు! ఈ భారతమున పురోహిత పాత్రను చిత్రించవలసి వచ్చినపుడు గతించి పోయిన ఆ బ్రహ్మ తేజమును నన్నయ పునఃసృష్టి చేయును మరియు ఈయన కఠోర ధర్మనిష్ఠ కలవాడు ధార్మిక జీవనము ఆయనకును, ఆయన కవిత్వమునకు జీవగఱ్ఱ ధర్మాపేతమైన వాక్యమును వినలేడు, పలుకలేడు. కథా వశమున ఒక పాత్రచే అట్టిది పల్కింపవలసి వచ్చినపుడు ఆ వాక్యమును లోకము వినుటకు వ్రాయునేకాని తాను మాత్రము చెవులు మూసికొని వ్రాసెనేమో అన్నంత యుదాసీనముగా వ్రాయును. ధార్మికేతరమైన వర్తనమును శిక్షించునపుడు నిర్దయముగా శిక్షించును. అధార్మికమైనను సరసమైన కచదేవయాని కథ నన్నయ చేతిలో నీరసమై పోయినది. కచుని సంభాషణము తెలుగు భారతమునందుకంటె మూలమున సరసముగా నుండును. తెలుగున నన్నయభట్టే కచుడై దేవయానికి సమాధానము చెప్పినవాడుగా తోచును. కాని యది కచుని వయస్సునకు ఆతడు దేవయానితో చేసిన స్నేహమునకు అనురూపముగా నుండదు కచదేవయానీ సంవాద శ్లోకములు సంస్కృతమున ఉత్తర దక్షిణ ప్రతులన్నిటను కలవు అందుచేత అవి ప్రక్షిప్తములని త్రోసిపుచ్చుటకు వీలులేదు. వాటిలో రెండు మూడు శ్లోకములు అతి మనోహరములై హృదయమును ద్రవింప జేయుచుండును నన్నయ వాటిని ముట్టక విసర్జించెను. ఆ విసర్జనము దారి చేసికొని నదపువాడు ప్రక్కకు ఒత్తిగింపగా తెగిన తీగలు కావు. మరి కాలితో మట్టగించి వేసిన తీగలు. కనుక ఎంత సుందరములైనను ధర్మేతరములైన వాక్యములు ఆయన మనస్సునకెక్కవు

సంహితాధ్యాయుడును, అనవరత జప హోమ తత్పరుడును అని చెప్పుకొనుట వలన ఆయన కర్మనిష్ఠ యని తాత్పర్యము. వేదోక్తమైన కర్మాచరణమునకు 'అపూర్వ' మను పేరుగల స్వర్గ సుఖము ఫలము. ఇది పూర్వ మీమాంసా శాస్త్రమున ఉపదేశింపబడినది నన్నయ ఇతర శాస్త్రములతోపాటు పూర్వ

మీమాంసనుకూడ అధ్యయనముచేసి తదుపదేశములను యథాతథముగ ఆచరించి యుండును. కావుననే తత్కృత భారతమును పఠించుటవలన ఐహికముగ శుచి వర్తనమునందును, ఆముష్మికముగా స్వర్గప్రాప్తి యందును మనస్సు లగ్నమగును. అదీగాక నిరంతర సంహితాభ్యాస పరుడుగాన వేదము నందలి త్రిస్వర సంపాదితమైన గంభీర నినాదమునకు అలవాటుపడి తన పద్యములలో అట్టి నినాదము ధ్వనితముచేయుట ఆయనకు సహజమైనది. కావుననే స్తోత్రాత్మకములైన కొన్ని పద్యములు వేద ఋక్కులవలె నినదించుచుండును. ఉదంకుని నాగస్తోత్రము మరల నిచ్చటను ఉదాహరణమే!

నన్నయ భారత రచనా కాలము : భారత కృతిపతియైన రాజనరేంద్రుడు1022వ సంవత్సరములో పట్టాభిషిక్తుడై1068 వరకు రాజ్య పరిపాలన చేసెను. కాని ఆ పరిపాలనము అవిచ్ఛిన్నముగ జరుగలేదు. మొదటి ముప్పదిసంవత్సరములలో అతడు రెండు మూడుమార్లు సవతిసోదరుడైన విష్ణువర్ధసుని చేతిలో ఓడిపోయి పదభ్రష్టు డయ్యెను. తుడిసారి 1051లో కాబోలు అత్తింటివారైన చోళరాజుల సాయమున సోదరుని మరల తల యెత్తకుండ అణచివేసి, సింహాసనమెక్కి రాజ్యమును సుస్థిరము చేసికొనెను. ఆ పంద్రెండు సంవత్సరముల కాలములోనే అతడు విద్యాపోషకుడుగా, అగ్రహార దాతగా ప్రజా శ్రేయస్కాముడుగా సుపరిపాలనముచేసి యుండును. ఆ కాలముననే భారత రచనకు నన్నయను నియోగించి యుండునని పలువుర అభిప్రాయము. అది యట్టిదే కావచ్చును. పట్టాభిషిక్తుడైనది మొదలు పట్టుమని కొంత కాలమైనను చిత్త సుఖమెరుగని ఆ రాజు సారస్వత కార్యములకు పూనుకొనుటగాని, అందు నిమగ్నుడగుటగాని తటస్థింపదు. స్వస్థత చిక్కిన పిమ్మట రాజ్యము చేసిన పంద్రెండు సంవత్సరముల కాలంలో ఏ సంవత్సరము నన్నయభట్టు భారత రచనకు ఉపక్రమించెనో తెలియ దగిన ఆధారము లేవియు లేవు. కాని గ్రంథము పూర్తి గాక నడుమనే ఆగిపోవుటనుబట్టి అది రాజరాజ నరేంద్రుని పరిపాలనా కాలములో చివరి భాగమున ఉపక్రమింపబడి యుండుననియు, రాజు మరణముచే నిర్విణ్ణుడైన నన్నయ గ్రంథ రచన విరమించెననియు కొంద అనుకొందురు. కాని రాజనరేంద్రుని జీవితము, భారత గ్రంథము అను రెండింటిలో మొదటిది ఏనాటికైనను నశ్వరమే! రెండవది ఎంత కాలమునకైన అనశ్వరమే! 'నల సారము సంసారము' అని యుపదేశించిన నన్నయ నశ్వర వస్తువు నశించినదని

విలపించుచు అనశ్వర వస్తువును చేజార్చె ననుటకు నా మనస్సు ఒప్పదు. తెనుగున భారతమును అవతరింప జేయుటయే ఆయన పూనిన దీక్ష. ఆ క్రతువు విఘ్నమగుటకు రాజనరేంద్రుని మరణముగాక నన్నయ స్వర్గ గమనమే కారణమని నే ననుకొందును. నా వలెనే ఈ యభిప్రాయము గలవారు పెక్కురు ఉందురని నా నమ్మకము.

నన్నయ ఇతర కృతులు: భారతము గాక ఈయన చాముండికా విలాసము, ఇంద్ర విజయము అను రెండు కావ్యములు వ్రాసెనని లోకమున వాడుకగా నున్నది.

చాముండికా విలాసమునకే చౌడేశ్వరీ విలాసమని యింకొక పేరు కలదు. ఇది మూడాశ్వాసములును, దాదాపు 120 పద్యములును గల చిన్న పుస్తకము. మూడాశ్వాసముల చివరను ఆశ్వాసాంత గద్యములు మూడు భిన్న విధములుగ నున్నవి. ఈ మూడాశ్వాసములలో మొదటిదాని యందు నందవరీక బ్రాహ్మణులను గూర్చియు, రెండు మూడు ఆశ్వాసములయందు దేవాంగకులములోని ఒక శాఖకు సంబంధించిన కథలను గలవు. మరి గ్రంథావతారికలో కవి తనను గూర్చి చెప్పికొన్న యీ క్రింది పద్యము గలదు.

సీ॥ వ్యాసాది ఋషులకు వందనం బొనరించి
కవి భల్లటుల చాల ఘనత నెంచి
సుకవీశ్వరుల నెల్ల సొంపుగా వినుతించి
గురు పాదపద్మముల్ నరసఁగాంచి
యిష్టదేవా సంహృష్టత సేవించి
మంత్రాది దేవత ల్మదిని నుంచి
సర్వ జనాళికి సంతోష మొనరించి
పార్థివ సభల వైభవముగాంచి

యాంధ్ర వాక్యానుశాసనం బతిశయిల్లఁ
జేసి లోకోపకారార్థ సిద్ధిఁ జెంది
ఘనత రాజనరేంద్రుని కరుణ పడసి
కల్గి వాఁడను నన్నయభట్ట నేను.

గద్య భాగముల వైవిధ్యమునకు తోడు బాలిశమైన ఈ పద్య రచనకూడ ఈ గ్రంథము భారత కర్త నన్నయ రచించినది కాదు అని విమర్శకులదాక పోనక్కర లేకుండ ఏ విద్యార్థి యైనను చెప్పగలడు. రెండవదియైన ఇంద్ర విజయము సంగతి. ఆనందరంగరాట్ఛందమున ఇంద్ర విజయము లోనిదిగా ఈ క్రింది పద్యము ఉదాహరింపబడి యున్నదట.

చ॥ ఒక పలువాఁతగొన్నకిటి యుందలలోనిడు కూర్మ భర్త నా
లి కలిరుగొన్న సోఁదరపు తేఁడు, పయోధరధారఁ బొట్ట వెం
చకులనగాళి ఋూడు ప్రతిజోదని యెన్నఁగఁ గూడ దేరి తె
న్నిక యయాతియందె ధరణీ భరముండి చెలంగు దానికిన్.

4. ౬ మాటలుతప్ప తక్కిన భాగమంతయు అచ్చ తెనుఁగు పదములతో కూర్పబడిన యీ పద్యము నన్నయ శైలికి అసహజము మరి రెండవ పాద మందలి "ల" "అ"ల యతి నన్నయ నాటికి ఈ భాషలో పుట్టలేదు. అదీగాక "చెలంగు దానికిన్" అనెడి పలుకుబడి నెల్లూరు మాండలిక జాత్యమేగాని గోదావరి మాండలిక జాత్యము గాదు. ఈ పలుకుబడి తిక్కన భారతమున తండోపతండములుగ గలదు. నన్నయ భారతమున ఒక్కటియు లేదు. కనుక ఈ రెండు గ్రంథములును నన్నయవి కావు.

నన్నయ సమకాలికులు: అధర్వణుడు, వేములవాడ, భీమకవి అను ఇరువురు సుప్రసిద్ధులు నన్నయకు సమకాలికులుగా చెప్పబడుచున్నారు. వీరిలో-

1. అధర్వణాచార్యుడు:- ఇతడు నన్నయ కాలమువాడనుటకు ఒక పుక్కిటి పురాణమే ఆధారము. నన్నయ భారతము వ్రాయు దినములలోనే అధర్వణుడు ఒక భారతము వ్రాసి తీసికొనివచ్చి చూపగా నన్నయ అసూయచే దానిని తగులబెట్టించెనని ఆ పుక్కిటి పురాణముయొక్క సారము. ఈ పాపపు కథ కల్పించిన వానికి వచ్చిన పుణ్య మెట్టిదో వానికే ఎరుక. అధర్వణునిచే ఒక భారతము రచింపబడిన మాట నిజమే। సర్వ లక్షణసార సంగ్రహము, కవితా చింతామణి. అప్పకవీయము మొదలగు లక్షణ గ్రంథములు ఆ భారత పద్యములను ఉదాహరించినవి. వాటి నన్నిటిని ఒకచోజేర్చి పరిశీలించిన శ్రీ వీరేశలింగము పంతులు ఆ పద్యములు విరాటోద్యోగ భీష్మ పర్వముల కథకు సంబంధించినవని నిర్ధారణచేసెను. తిక్కనవలెనే అధర్వణుడు విరాటపర్వాదిగా

రచనకు పూనుకొని కొంత భాగము వ్రాసి యుండెననియు, తిక్కన రచితమైన సమగ్ర భారతము వెనుక అధర్వణుని అసంపూర్ణ గ్రంథము నిష్ప్రయోజనమై లోకముచే విస్మరింపబడినదేమో ననియు విమర్శకులు ఊహించిరి. ఈ యూహ నిజమైనచో అతడు నన్నయకు తరువాతి వాడగును గాని సమకాలికుడు గాడు.

మరి అధర్వణుని పేరు మీద వికృతి వివేకము, త్రిలింగ శబ్దానుశాసనము, అధర్వణ ఛందస్సు అను మూడు లక్షణ గ్రంథముల పేర్లు వినవచ్చుచున్నవి. వీటిలో అధర్వణ ఛందస్సునుండి ఇతర లక్షణ గ్రంథములలో క్రింది పద్యము ఉదాహరింపబడినది.

మగణం బుంగవియు రగణము
పగవగు కృతి మొదట నిలుపు వానికి మరణం
బగు నిక్కమండ్రు మడియండె
నగునని యిది తొల్లి వేంకణాదిత్యునివిన్.

ఈ పద్యము అధర్వణునిదే యైనచో అతడు నన్నెచోడునకు పూర్వుడు కాడు. ఎట్లనగా మగణము ప్రక్క రగణముంచి కృతి మొదలు పెట్టరాదు అను నియమము పాటింపక సాహసించి మగణము ప్రక్క రగణము నిలిపిన వానికి మరణమగును నిక్కము, అట్లు నిలిపి వేంకణాదిత్యుడు మరణించె ననియు ఈ పద్యముయొక్క తాత్పర్యము. కృత్యాదిని మగణము ప్రక్క రగణము నిలిపిన కవి నన్నెచోడుడు. కుమారసంభవ మంగళాచరణ పద్యము స్రగ్ధర. దానిలో మగణము ప్రక్క రగణమే నిలుచును. ఆ నిషేధమును పాటింపక పోబట్టియే నన్నెచోడుడు మరణించెనని అధర్వణుని యభిప్రాయము కాబోలు. ఏమైనను 12వ శతాబ్ది మధ్యకాలమువాడైన నన్నెచోడుని తరువాతనే అధర్వణు డుండెననుటకు ఈ పద్యము నిదర్శనము కాగలదు.

వేములవాడ భీమకవి - ఇతని చరిత్ర అధర్వణుని చరిత్ర కంటెను నిరాధారము. ఇతనిని పురస్కరించుకొని కూడ నన్నయకు దుష్కీర్తి నాపాదించు కథ యొకటి అప్పకవి అల్లెను. ఆ కథ సారాంశ మేమనగా భీమకవి రాఘవ పాండవీయమును రచించి రాజమహేంద్రవరమునకు పోయి నన్నయకు చూపగా దానిముందు, తాను రచించు భారతము నిలువదనెడి భయముచే నన్నయ దానిని రూపుమాపెనట. అంతట భీమకవి ప్రతీకారార్థము నన్నయ

భట్టు రచించిన ఆంధ్రశబ్ద చింతామణిని సంగ్రహించుకొనిపోయి గోదావరిలో కలిపెనట.

1 తే॥ భారతముఁ దెనిఁగించుచుఁ దా రచించి
నట్టి రాఘవ పాండవీయంబు నడఁచె
ఛందమునడంప నీఛక్కి నంగ్రహించె
నసుచు భీమన యెంతయు నడఁచె దాని.

2 కం॥ ఆదిని భీమ కవీంద్రుడు
గోదావరిలోనఁ గలిపెఁ గుత్సితమున, నా
మీఁదట రాజనరేంద్ర
క్ష్మాదయితునివట్టి దాని మహి వెలయించెన్.

(అప్పకవీయము")

ఆంధ్రశబ్ద చింతామణినీ నన్నయకు అంటగట్టి ఆయనకులేని కీర్తిని నంపాదించి పెట్టదలచిన అప్పకవి ఈ పాపపు వృత్తాంతమును కూడ అతనికి అంటగట్టి లేని దుష్కీర్తిని నంపాదించి పెట్టెను.

ఈ కట్టుకథనే నమ్మినచో భీమకవి నన్నయకు నమకాలికుఁడగునని భ్రమ కలుగును.

ప్రాచీన కవులలో చాల మంది భీమ కవిని పూర్వ కవులలో ఒకనినిగా స్తుతించిరి. లాక్షణికులు చాలమంది తమ సూత్రములకు లక్ష్యములుగా ఆతని గ్రంథములలోనివిగా కొన్ని పద్యములు ఉదాహరించిరి. అవి అన్నియు నిజమైనను కాకపోయినను వేములవాడ భీమకవి విస్మృత కవి వర్గములో చేరిన యొక ప్రాచీన కవి యని నమ్ముటకు అవి కొంత ఆధారమగును. అదీకాక శ్రీనాథుడు కాశీ ఖండమున వేమారెడ్డి నోట వలికించినట్లుగా తన నానావిధ శైలీ విశేషములను ఉగ్గడించుకొనుచు వేములవాడ భీమకవిని నన్నయ, తిక్కన, ఎఱ్ఱనల కంటె ప్రథమముగ పేర్కొని యుండుటచే భీమన నన్నయకంటె ప్రాచీనుడేమో అని ఒక నంశయము కలుగుటకు ఆవకాశ మేర్పడినది.

సీ॥ వచియింతు వేములవాడ భీమనభంగి
నుద్దండ లీల నొక్కొక్కమాటు,
భాషింతు నన్నయభట్టు మార్గంబున
నుభయ వాక్ప్రౌఢి నొక్కొక్కమాటు,

వాక్రుత్తు తిక్క యజ్వ ప్రకారము రసా
భ్యుచిత బంధముగ నొక్కొక్క మాటు
పరిఢవింతు ప్రబంధ పరమేశ్వరుని రేవ
సూక్తివైచిత్రి నొక్కొక్కమాటు

నైషధాది మహా ప్రబంధములు పెక్కు
చెప్పినాఁడవు మాకు నాశ్రితుఁడవనఘః
యిపుడు చెప్పఁ దొడంగిన యీ ప్రబంధ
మంకితముసేయు వీరభద్రయ్య పేర.

ఆపై సుమారు నూట యిరువదియైదు సంవత్సరములకు పిమ్మట పింగళి సూరన తన రాఘవ పాండవీయమున పూర్వకాలమున భీమన రాఘవ పాండవీయము రచించెనన్న ఒక వదంతి కలదనియు అందు "ఏమియు ఏయెడన్ నిలుచు టెవ్వరు కానరు" అనియు చెప్పుటబట్టి ఆ గ్రంథము భీమకవి రచించెనన్న సంగతి లోకమున వ్యాపించి యుండెననుట నిజము.

"భీమన తొల్లి చెప్పెనను పెద్దల మాటయె కాని యందు నొం
దేమియు నేయెడ న్నిలుచు టెవ్వరుఁ గాన రటుండ నిమ్మ నా
నా మహిత ప్రబంధ రచనాఘన పైశుతి నీకుఁ గల్గుటన్
నామదిఁ దద్ద్వయార్థకృతి నైపుణియుం గలడంచు నెంచెదన్."
(రాఘవ పాండవీయము)

పెక్కు గ్రంథములతోపాటు అదియును నశించిపోయి యుండవచ్చును. ఆ నాశమునకు కారణ మూహింపలేక అప్పకవి పైని చెప్పిన ఒక కట్టుకథ అల్లె ననుమాట నిజము. సారాంశమేమనగా గ్రంథములు పోయినను భీమకవి పేరు మాత్రము నిలిచి యున్నది అతడు నన్నయకు పూర్వుడా సమకాలికుడా యనునది ప్రస్తుతాంశము. శ్రీనాథుని సీసపద్య పాదమునుబట్టి పూర్వుడే యను భ్రమ కలిగినను భీమన చాటు పద్యములనుబట్టి పూర్వుడు కాకపోవుటయేగాక నన్నయకు సమకాలికుడును కాడనియు అనంతర కాలము వాడనియు నిర్ధారణ చేయవచ్చును.

భీమన చాటువులని చెప్పబడునవి లోకమున చాల పద్యములు గలవు. కాని వాటిలో అతని పేరు కలవి మాత్రమే కాలనిర్ణయమునకు సాధనములగును. తక్కినవి నిరుపయోగములు. ఉపయుక్తములైన వాటిలో ఈ క్రింది రెండు

పద్యములు మాత్రమే ముఖ్యమైనవి. వీటిలో మొదటిది తెలుంగాధీశుని దర్శింపబోయినపుడు అతడు చెప్పినది; రెండవది రాజ కళింగ గంగును శపించినది.

మ॥ "ఘనుఁడన్ వేములవాడ వంశజుఁడ దాక్షారామ భీమేశ నం
దనుఁడన్ దివ్య విషామృత ప్రకట [ప్రముఖ] నానాకావ్య ధుర్యుండ భీ
మన నాపేరు వినంగఁ జెప్పితి, దెలుంగాధీశ । కస్తూరికా
ఘన సారాది సుగంధ వస్తువులు వేగందెచ్చి లాలింపరా ।

ఉ॥ వేములవాడ భీమకవి వేగమె చూచి కళింగగంగు తా
సామముమాని కోపమున నందడి దీఱిన రమ్ము పొమ్మనెన్
మోమును జూడ దోసమిఁక ముప్పది రెండు దినంబు లావలన్
జామున కర్థమందతని సంపద శత్రులఁ జేరుఁ గావుతన్".

పై పద్యములలో పేర్కొనబడిన తెలుంగాధీశ కళింగ గంగులు సమకాలము వారైననేతప్ప భీమకవి వారిరువురిని దర్శింప బోవుట తటస్థింపదు. కావున ఆ కవి ఆ యిరువురకు సమకాలమువాడై యుండవలెను. శ్రీనాథుడు దర్శించిన తెలుంగాధీశు డొక్కడు కలడని అతని చాటు పద్యము వలన తెలియ వచ్చుచున్నది.

శా॥ "అక్షయ్యంబుగ సాంపరాయని తెలుంగాధీశ। కస్తూరికా
భిక్షాదానము చేయరా సుకవి రాడ్బృందారక శ్రేణికిన్
దాక్షారామపురీ విహారవర గంధర్వాప్సరోభామినీ
వక్షోజద్వయ కుంభి కుంభములపై వాసించుఁ దద్వాసనల్".

ఈ పద్యములో శ్రీనాథుని పేరు లేకపోయినను కస్తూరిని యాచించుటయు దాని వినియోగమును గూర్చి బాహాటముగ వక్కాణించుటయు శ్రీనాథునకే చెల్లును. కాబట్టి ఈ పద్య కర్తృత్వమును శంకింప నక్కరలేదు శ్రీనాథుని తెలుంగాధీశుడును, భీమకవి తెలుంగాధీశుడును ఒక్కడే యయినచో ఆ కవులు ఇరువురును నమకాలికులు కావలసి వచ్చును. కాని అది యట్టిది కాదు. భీమన శ్రీనాథునకు మిక్కిలి ప్రాచీనుడని శ్రీనాథుని సీసపద్య పాదమే సాక్ష్యము. కావున ఈ తెలుంగాధీశులు భిన్నులు. మొదటి పద్యమందలి 'తెలుంగాధీశ' అనెడి సమాసము వ్యాకరణ యుక్తము కాదనియు దానిని 'కళింగాధీశ' యని సవరించుకొన్నచో వ్యాకరణ యుక్త మగుటయే గాక రెండవ పద్యములో చెప్ప

భట్టు రచించిన ఆంధ్రశబ్ద చింతామణిని సంగ్రహించుకొనిపోయి గోదావరిలో కలిపెనట.

1 తే॥ భారతముఁ దెనిఁగించుచుఁ దా రచించి
నట్టి రాఘవ పాండవీయంబు నడఁచె
ఛందమునడంప నీఘక్కి సంగ్రహించె
ననుచు భీమన యెంతయు నడఁచె దాని.

2 కం॥ ఆదిని భీమ కవీంద్రుడు
గోదావరిలోనఁ గలిపెఁ గుత్సితమున, నా
మీఁదట రాజనరేంద్ర
క్ష్మాదయితునివట్టి దాని మహి వెలయించెన్.

(అప్పకవీయము")

ఆంధ్రశబ్ద చింతామణినీ నన్నయకు అంటగట్టి ఆయనకులేని కీర్తిని సంపాదించి పెట్టదలచిన అప్పకవి ఈ పాపపు వృత్తాంతమును కూడ అతనికి అంటగట్టి లేని దుష్కీర్తిని సంపాదించి పెట్టెను.

ఈ కట్టుకథనే నమ్మినచో భీమకవి నన్నయకు సమకాలికుఁడగునని భ్రమ కలుగును.

ప్రాచీన కవులలో చాల మంది భీమ కవిని పూర్వ కవులలో ఒకనినిగా స్తుతించిరి. లాక్షణికులు చాలమంది తమ సూత్రములకు లక్ష్యములుగా అతని గ్రంథములలోనివిగా కొన్ని పద్యములు ఉదాహరించిరి. అవి అన్నియు నిజమైనను కాకపోయినను వేములవాడ భీమకవి విస్మృత కవి వర్గములో చేరిన యొక ప్రాచీన కవి యని నమ్ముటకు అవి కొంత ఆధారమగును. అదీకాక శ్రీనాథుడు కాశీ ఖండమున వేమారెడ్డి నోట పలికించినట్లుగా తన నానావిధ శైలీ విశేషములను ఉగ్గడించుకొనుచు వేములవాడ భీమకవిని నన్నయ, తిక్కన, ఎఱ్ఱనల కంటె ప్రథమముగ పేర్కొని యుండుటచే భీమన నన్నయకంటె ప్రాచీనుడేమో అని ఒక సంశయము కలుగుటకు అవకాశ మేర్పడినది.

సీ॥ వచియింతు వేములవాడ భీమనభంగి
నుద్దండ లీల నొక్కొక్కమాటు,
భాషింతు నన్నయభట్టు మార్గంబున
నుభయ వాక్ప్రౌఢి నొక్కొక్కమాటు,

ఈ పద్యము కవి జనాశ్రయ ప్రతులు పదింటిలో తొమ్మిదింట లేదు. గద్యమున నిది 'శ్రావకాభరణాంక' విరచిత మని కలదు. భీమన దీనిని రేచనపేర జెప్ప నుద్దేశించినచో తాను రచించినట్లు పయి పద్యము వ్రాయుట స్వవచో వ్యాఘాతమేకాక ఆశ్రయ మిచ్చిన వానిని మోసపుచ్చుటయు అగును. అదిగాక, భీమన పరమ శైవుడు; రేచన జైనుడు 11 వ శతాబ్దమున శైవులకు జైనులకు సాంఘిక యుద్ధములు తీవ్రముగ జరుగుచుండగా భీమన దీనిని రేచన పేర రచించుట పొసగదు. ఒకవేళ మత భేదముల నతిక్రమించిన మైత్రి వారిరువురకు నున్నను, నిందు జిన మత ప్రశంసచేయు విశేషణము లుండరాదు. జినమత ప్రశంస కవి జనాశ్రయమున విశేషముగా గలదు. కావున కవి జనాశ్రయమునకు భీమనకు నెంత మాత్రమును సంబంధము గలదని చెప్ప వీలులేదు.

కాకతీయుల సామంతుడగు గోకర్ణుడను ఒకరాజు కవి జనాశ్రయ కర్త అనెడు ప్రతీతి కలదు.

అధర్వణుడును భీమకవియుకాక నన్నయకు సమకాలికులైన యితర కవులు పెక్కురుందురు. ఇతరులమాట అటుండనిండు; అయనకు సహాధ్యాయుడై భారత రచనకు తోడ్పడిన నారాయణభట్టే ఆంధ్రముతోసహ నానా భాషలలో కవిత్వము చెప్పగలవాడుగదా! అట్టివారే మరికొందరు గ్రంథకర్తలుకాకపోయినను కవిత్వము చెప్పిన వారును ఉండవచ్చును నన్నయ యుగము అని చెప్పిన ఈ 11 వ శతాబ్దిలో ఒక్క భారతము తప్ప వేరొక గ్రంథము కానరాకపోవుటచే ఆ యుగమునకు నన్నయకర్త యయినట్లుగానే ఆ భారతము ఆ శతాబ్ది వాఙ్మయమునకు ఏకైక ప్రాతినిధ్యము వహించినది.

శివకవి యుగము

రాజనరేంద్రుని తరువాత రాజ్యమునకు వచ్చిన అతని కుమారుడు కులోత్తుంగ చోళుడు వేంగీ రాజ్యమును స్వయముగా పరిపాలింపక తన ప్రతినిధుల పాలనకు వదిలి, తన మేనమామల రాజ్యమైన చోడదేశము లభించుటచే ఆ సింహాసన మధిష్ఠించి చాళుక్య చోళరాజ్యముల రెండింటికి చక్రవర్తియై దక్షిణ దేశముననే ఉండిపోయెను. అతని కుమారులు ఇద్దరు ముగ్గురు రాజ్య ప్రతినిధులుగా వేంగీ దేశమును పరిపాలించిరి. తరువాత తెలుగు దేశమునకు రాదగిన రాజవంశీయు లెవరును లేకపోవుటచే చాళుక్య సేనాధిపతులలో ఒకడైన

గొంకరాజు అనెడి మహా వీరుడు చాళుక్య సామంత రాజుగా ధనద పురమను నామాంతరముగల చేందవోలును రాజధానిగా జేసికొని, చాళుక్య రాజ్యమును పరిపాలింప దొడగెను. ఈ గొంకవంశపు రాజులు వెలనాటి చోళులమని పేరు పెట్టుకొనిరి. రాజనరేంద్రుడు పలు పాట్లుపడి రాజ్యమునకు కలిగించిన స్థిరత్వము క్రమముగా నడలి వెలనాటి చోళుల కాలములో సామంత నృపతుల పరస్పర-అనూయాద్వేషములవల్ల సామ్రాజ్యము ఖండ ఖండములై తుదకు చాళుక్యరాజ్య మనెడిపేరే లేకుండపోయెను. ఆ స్థితిలో ఒకప్పుడు చాళుక్యులకు సామంతులైన కాకతీయులు తమ పేరుమీద ఒక స్వతంత్ర రాజ్యమును స్థాపించుకొనిరి. ప్రథమ దశలో ఈ కాకతీయులు పశ్చిమ చాళుక్యులకు సామంతులుగ నుండి తుదకు స్వతంత్రులై ఆంధ్రదేశమున చాల భాగమునకు అధిపతులై సామ్రాజ్య మును స్థాపించుకొనిరి. వారి ఆధిపత్యము ఇంచుమించు 125 సంవత్సరములు అవిచ్ఛిన్నముగ సాగెను (1200 మొదలు 1328 దాక). ఈ కాలములో తెలుగు దేశమున అవైదికములైన బౌద్ధ జైన మతములనే కాక వైదికమైన అద్వైతమును కూడ తిరస్కరించుచు, శివుడుతప్ప వేరు దేవుడు లేడు అని శివపారమ్యమును బోధించెడి శైవ మతము తలయెత్తి విజృంభింప సాగెను. ఆ మతమును వాఙ్మయముద్వారా విస్తరిల్ల జేసిన తెలుగు కవులు ఆ శతాబ్దిలో ముఖ్యముగ ముగ్గురు కలరు. వారే నన్నెచోడుడు, పండితారాధ్యుడు, పాల్కు-రికి సోమనాథుడు. ఈ ముప్పురిలో మూడవ వాడైన సోమనాథుడు 13 వ శతాబ్దిలోకూడ కొంత కాలము జీవించి గ్రంథ రచన చేసినను ఆతని జీవితాంత్యమును నిర్ణయించెడి యథార్థ చరిత్ర లేకపోవుటచే సౌలభ్యము కొరకు రంగ నాథ రామాయణమునకు పూర్వము ఈ శైవ కవితా విజృంభణమునకు ఒక మేర యేర్పరచుట న్యాయమని ఈ యుగమును 1225తో ఆపితిని ఈ ముప్పురిలో నన్నెచోడుడు, తక్కిన ఇరువురివలె శివాచార్యకత్వమును వహించి మత ప్రచారకుడుగా ప్రవర్తించినవాడు కాడు. అతడు శివాచార తత్పరుడును జంగమ భక్తుడును అయినను మత గ్రంథమును వ్రాయక కావ్య గుణముచే వాఙ్మయమునకు అలంకారము కాదగిన ఒక ప్రబంధమును వ్రాసి శైవులకేగాక అన్య మతస్థులకు కూడ కవిగా ఆదర్శప్రాతు డయ్యెను. ఆతని ప్రబంధము కుమారసంభవము. 1910 వ సంవత్సర ప్రాంతమున కీ.శే. శ్రీ మానవల్లి రామ కృష్ణకవి ఈ ప్రబంధముయొక్క వ్రాత ప్రతిని సంపాదించి దానిని ప్రకటించు

వరకును ఆంధ్రములో ఈ పేరుగల కవి యొకఁ డున్నాడన్నమాటయే ఎవ్వరును నెరుగరు. ప్రాచీన గ్రంథ సంపాదన ప్రకటనములే సాహిత్యోపాసనగా వర్తించిన శ్రీ రామకృష్ణకవి ఈ గ్రంథమును ప్రచురించినపుడు నన్నెచోడుడు నన్నయకంటె పూర్వుడు అని ఒక సిద్ధాంతమును చేసెను. అంతకుముందు నన్నయయే ఆది కవియని, భారతమే ప్రథమ గ్రంథమని విశ్వసించియున్న ఆంధ్ర సాహిత్య లోకమున శ్రీ రామకృష్ణకవి సిద్ధాంతము ఒక సంచలనము కలిగించినది. తదాదిగా ఈ కవీశ్వరుని యథార్థకాల నిర్ణయము చేయుటకు ఎన్నో పరిశోధనలు జరిగినవి. ఇప్పుడును జరుగుచున్నవి. ఇక ముందును జరుగవచ్చును. ఏవో శాసన పరిశోధనలవల్ల నేడు చేయబడిన ఒక సిద్ధాంతము అచిర కాలములోనే వేరొక శాసనాధారము వలన నిరస్తమగుచున్నది. పురాతత్వ పరిశోధనలు జరిగినంత కాలము శాసనములు లభించుచునే యుండును. ఆ పరిశోధనలకును వాటి లబ్ధికిని అంత ముండదు కాగా తెలుఁగు కవుల కాలమును, జీవిత చరిత్రలను నిష్కర్షగా చెప్పుట సాధ్యము కాదు. కావున నన్నెచోడుని విషయము కూడ ఇంతవరకు సాధ్యము కాలేదు. కాకపోతే ఆతని పేరుమీద జరిగిన వాదోప వాదములతో ఆతని గ్రంథము మీద జరిగిన విమర్శనలతో చారిత్రక విమర్శనాత్మకమైన ఒక గ్రంథ జాలము వెలసినది. తెనుఁగున ఏ కవిని గురించియు ఇంత విమర్శ వాఙ్మయము పుట్టలేదు. శ్రీ రామకృష్ణకవి ఇతనిని నన్నయకు పూర్వుడనే సిద్ధాంతమే చేయక పోయినచో ఆయనగాని మరి యితరులుగాని సంపాదించి ప్రకటించిన ప్రాచీన గ్రంథములలో కుమారసంభవము కూడ ఒకటియై ఇంతమంది దృష్టిని ఆకర్షించెడిదే కాదు. కృష్ణదేవరాయనిచే సమ్మానితుడై రాధా మాధవ విసదమును సంపాదించిన చింతలపూడి ఎల్లనార్యుని రాధామాధవ మనెడి కావ్యము శ్రీ నడకుదుటి వీరరాజు పంతులు వ్రాసిన పీఠికతో మొన్న మొన్న ప్రకటితమగు పర్యంతము లోకము దాని పేరైనను విని యుండలేదు. ప్రకటితమైన పిమ్మట దానిమీద వివాదములుగాని విమర్శనలుగాని బయలుదేర లేదు ఉత్తమజాతి కవి యైనను ఎల్లనార్యుని గురించి మహా కవులలో ఒకనిసిగా పేర్కొనువారును లేరు తాళపత్ర గ్రంథ భాండార పరిశోధకుల దయవలన పునర్జన్మలెత్తిన కవులు అట్టి వారెందరో కలరు. వా రెవ్వరికిని రాని ప్రచారము ఈ నన్నెచోడునకు వచ్చుటకు కారణము ఆతని కాలనిర్ణయ సమస్యయే। నన్నెచోడుని గ్రంథమున కవి

కాల నిర్ణయమునకు అక్కరకు రాదగిన చారిత్రకాధారములు అంతగా లేవు. కృతి కర్తయొక్క వంశ వర్ణనముగాని కృతిపతివంశ వర్ణనముగాని పూర్వాంధ్ర కవుల అనుస్మరణముగాని ఈ గ్రంథమున లేవు. గ్రంథకర్త స్వ విషయమును చెప్పికొన్న పద్యములనుబట్టి అతని తండ్రి పేరు చోడబల్లి అనియు, తల్లి పేరు శ్రీసతి అనియు ఆ తండ్రి పాకనాటియందు ఇరువదియొక్క వేయి గ్రామముల కధీశుడనియు తాను టెంకణాదిత్యుడనియు మాత్రము తెలియ వచ్చును. టెంకణాదిత్యుడనగా దక్షిణ సూర్యుడు. ఇది మొదట దక్షిణదేశ చోళరాజైన కరికాల చోడుని బిరుద నామము. అతడు తమకు మూల పురుషుడని చెప్పుకొన్న చోడ రాజులు పెక్కురు ఆ బిరుదమును తాము కూడ తాల్చిరి. నన్నెచోడుడు టెంకణాదిత్యుడనని చెప్పికొనుటలోగల యర్థ మిదియే।

కృతికర్తకు సంబంధించిన వృత్తాంతము ఇంతమాత్రమే। మరి ఈ గ్రంథమునకు కృతిపతి మల్లికార్జున యోగి యనెడి యొక శైవాచార్యుడు. కృతిపతి కృతికర్తకు మతగురువే కాకుండ విద్యా గురువుకూడ అయి యుండు నేమో। అంతేకాదు ఈ కవి ఆ ఆచార్యుని ఇష్ట దైవముగా జీవితేశ్వరునిగా ఆరాధించిన ట్లున్నది. పై అంశములకు ఆధారములైన పద్యము లివి:

ఉ॥ జంగమ మల్లికార్జును నిసర్గ కవిస్తవనీయసూక్తియు
క్తిం గొనియాడి సత్కవితఁ గేనములే కనురక్తయైన భా
షాంగన పెక్కు నేలిన మహత్త్వము లోకమునం బ్రసిద్ధి నా
కంగొని విస్తరించెదఁ బ్రబంధము సద్రసబంధురంబుగాన్

చ॥ గురువుగ శిష్టశైవమునకుం బతికింగృతిసెప్పి పుణ్యమున్
వరమును దేజముం బడయవచ్చు జగంబుల నిశ్చయంబు మ
ద్గురువును శిష్టశైవమును గూర్చునిజేశుఁడు దానదాతఁగా
కొలదనపెట్టి చేకుఱునె యొక్కట లాభములెన్నియన్నియున్.

చ॥ అతిశయపాక పోలికతాంఘ్రి యుగుండయి మేటిపాకనా
టి పదియు రెండువేలకు నధీశుఁడు నాఁజనుచోడబల్లి కిం
బరఁగిన కీర్తి కి గుణహిమ తిలకంబన హైహయాన్వయాం
బరతలశోభితైన గుణశాలిని శ్రీసతికిం దనూజుఁడన్.

శ్రీరామకృష్ణకవి నన్నెచోడుడు నన్నయకంటె చాల పూర్వుడని సిద్ధాంతము చేయుటలో ఆయన యుదాహరించిన ఉపపత్తులు రెండు తరగతులకు చెందియున్నవి. ఒకటి శాసన ప్రమాణము, రెండు భాషా ప్రాచీనత.

1. శాసన ప్రమాణము : అయా పేర్కొన్న శాసనములు మూడు.

కుడుంబాలూరు శాసనము :-ఈ శాసనములో 900—950 మధ్యకాలమున ఉన్న విక్రమకేసరి యనునొక చోళరాజు మల్లికార్జునుడనెడి ఒక యోగిని గౌరవించి ఆయనపేర నొక మఠమును కట్టించెనట.

బీచుపల్లి శాసనము :- ఈ శాసనములో చోడబల్లిదేవుడు అనెడి ఒకరాజు 902వ సంవత్సరములో కృష్ణాతీరమున విశ్వనాథ దేవాలయమునకు భూదానమిచ్చినట్లు ఉన్నదట

పేరులేని మరియొక శాసనము :- నన్నెచోడుడను ఒకరాజు పశ్చిమ చాళుక్యులతోడి యుద్ధమున 940వ సంవత్సరములో హతుడైనట్లు కలదట.

మొత్తముమీద ఈ మూడు శాసనములలోని పేర్లు గ్రంథములోని తండ్రి కొడుకుల యొక్కయు, గురుశిష్యుల యొక్కయు పేర్లతో సరిపోవుచున్నవి. కనుక ఆ ముగ్గురే ఈ ముగ్గురనియు 940లో యుద్ధమున చనిపోయిన నన్నెచోడుడే ఈ గ్రంథకర్తయనియు కవిగారి సిద్ధాంతము.

2. భాషా ప్రాచీనత : ఇక భాషా ప్రాచీనత విషయములో శ్రీరామకృష్ణకవి వ్రాసిన వాక్యములివి :- నన్నెచోడుడు నన్నయ భట్టారకునికంటే ప్రాచీనుడని, కుమారసంభవమునందలి వ్యాకరణ ఛందో విశేషాత్మకా పూర్వ పద ప్రయోగములు సహస్ర ముఖముల ఘోషించుచున్నవి

పై సిద్ధాంతమునకు ఈ క్రిందివి ఉదాహరణములగును.

1. ఛందో విశేషములు :- దీర్ఘముమీది అరసున్నను నిండుసున్నచేసి సిద్ధానుస్వారపూర్వకాక్షరముతో ప్రాసను చెల్లించుట.

కం॥ వీండేమి సేయుఁ బంచిన
వాండుండఁగ నిక్కమునకు పథ్యుఁడుగా నా
ఖండలుఁడుగాక, యేసిన
వాండుండఁగ నేమి సేయుఁ బరికర మనిలోన్.

ఉ॥ చందన కర్దమంబు ఘనసారరజః ప్రసరంబు శీతలుల్
... ...
... ...
నందగు శీతలోపకరణంబుల నేర్చి తలిర్చి సిద్ధికిన్.

ఉ॥ పింగునపార
... ...
లోఁగినకేర్మితో నఖిలలోకములుండగఁ గాచుచున్నవే
వాంగు ననంతు విష్ణుఁగమలాధిపుసంస్తుతిఁ దేల్చిసమ్మతిన్.

మొదలగునవి.

(ఇవి పింగ, లోఁగి అని కవి వ్రాసియున్నచో దీర్ఘముమీద నిండుసున్న సంధినట్లగును. లేకున్నచో పూర్ణార్ధబిందు ప్రానమగును.)

రేఫపూర్వాక్షరముగాగల సంయుక్తాక్షరమునకు రేఫతో కూడని రెండవ అక్షరముయొక్క ద్విత్వముతో ప్రాస చెల్లించుట.

శా॥ "కర్షుండంతకు వాహినుల్ శరహతిన్ ఖండించు సద్దెమ్మెయిన్
వర్షంబా [illegible] తములె విటిగి వేయిండాంకురాసీకముల్
[illegible] సూత్నాశ్వ పుష్పోఘముల్
[illegible] వనముం మద్బాణ వర్షంబునన్."

2. వ్యాకరణ విశేషములు: సాధ్యములుగా గాని, మిశ్రమములుగా గాని యంగీకరించుటకు వీలులేని సంస్కృతాంధ్ర పదఘటిత సమాసములు; వీనిని వైరి సమాసములందురు.

"[illegible] వర్షమెల్ల
[illegible]
[illegible]
[illegible]

మ॥ ... ...
... ... మ్రసా
[illegible] మిశాత్మజేం దూదయక్షో
[illegible] ఆలభమహాభీకరంబయ్యె జూడన్

చ॥ పుడమిపుఁడున్ ధనాఢ్యుఁడును భూరిబలుండును శౌర్యవంతుడున్
గడు దృఢపాణిపద్ముఁడునుగాక యొదంబడ దశ్వమే ధమిం
దదరఁగఁజేయుఁ దన్మఖమునందుల పుణ్యఫలంబులందఁగా
నడుగడు గశ్వమేధమను నాజిమొనఁజని చావుసేగియే.''

3. అలంకార విశేషములు : ఉపమావాచక ద్విరుక్తి.

సీ॥ "వేలావనమునందు విలసిల్లు విద్రుమ
పల్లికయుదయించు వడుపువోలెఁ
బూర్వ దిక్సతి కతి స్ఫురణతో నుతసుధా
కరరేఖ యుదయించు *కరణివోలె.*''

4. అశ్రుతపూర్వ శబ్దములు, అర్థములు :

1. అగుధాతువుయొక్క భావార్థకరూపము ''అగుటకు'' బదులు ''అగుడు''

"దో, షారంభులు వర్జనీయు *లగుడది* యరుదే"
''అతినత్త్వులఁ గూడిబలియు *లగుడది* యరుదే"

2. కుందుధాతువునకు ''కుందిల్లు'' అను రూపము
"వనటం *గుందిల్లి* చింతించుచున్''

3. సమూహము అను అర్థమున సమూహి
''శారద నీరద సమూహి చాడ్పునఁబోలెన్"

4. గ్రహశబ్దమునకు తద్భవముగ గ్రాము (నేటి ప్రయోగము గాము.)
"పఱతెంచి మగుడఁబెట్టిన నళిముఖివలి *గ్రాము* పట్టినట్ల నలుడుమై.

5. పరభాగ శబ్దమునుండి అతిశయిల్లు లేక అతిశయిల్లజేయు అను నర్థమున ''పరభాగిల్లు'' అని నామ ధాతువును నిష్పన్నము చేయుట.
"ఉమామహేశ్వరుల పురోభాగంబుం *బరభాగిల్లఁచు*''
దానివంటివే కావడించు, ఎంగిలించు అను ఈ క్రింది నామధాతువులు.
"ప్రమథగణముదక్షుఁబడఁగొట్టి కట్టుచుఁ
గాలుఁజేయు బడియఁ *గావడించి.*''

''మొసలావులించి వానస నల్లఁబసిగొని
లేఁదేటిగము లెంగులింప కుండ"

6. వెంటబడు, వెంబడించు అనునర్థమున వెసదెంచు
''ప్రజ్వరిల్ల దిగ్గజేంద్రంబు వెనుదెంచెఁ దెరలగుహాంఁడు.

7. ఆందురు = స్త్రీలు, ఏకవచనము — అలు
బేటము = అనురాగము, మేలిల్లు = శ్రేష్ఠము.
కేనము = అసూయ, కంపపడము = తెర.
కొలవేరు = వట్టివేరు, గోమిని = లక్ష్మి
తలతంత్రము = సేన

ఇవిగాక అసంఖ్యాకములైన కన్నడ పదములు, తమిళ పదములు విచ్చలవిడిగా వాడబడియున్నవి.

సంస్కృత పుంలింగ శబ్దములు తత్సమములగు నపుడు ఉకార పూర్వక "డు" ప్రత్యయము చేరును అని నియమము. దీనికి భిన్నముగ శాసనములలో ఉత్వము మాత్రమే విచ్చి "డు" చేరని రూపములు అరుదుగానున్నవి. ఆ యాచారమును బట్టియే నన్నయ సేచు, మూర్ఖు, వృద్ధు శబ్దములకు "డు" చేర్చకుండగనే ప్రయోగించెను. నన్నెచోడుడు అట్టిదియగు కరికాలచోడు అను ప్రయోగము చేసెను.

"జలధి మహీపతి ముంగూరుగాఁ జుట్టి పాలించెఁగలిఁగరికాలచోడు."

మరి శాసనములలో ఉకార పూర్వకము గానట్టి "డు" చేరిన రూపములును ఉన్నవి.

దేవండు, భీమండు. రామణ్డు, గరుడడు మొదలైనవి

ఇట్టి విశేష రూపములు నన్నయ భారతములో గాని తరువాతి గ్రంథములలోగాని కానరాక పోవుటకు కారణము నన్నయ నాటికి తెలుగుభాష అన్ని విధముల సుపరిష్కృతమై నియమితమైనదనియు నన్నెచోడుని నాటికి అట్టి సంస్కారము జరుగలేదనియు ఆనాటికి తెలుగు సోదరభాషలైన ద్రావిడ కన్నడములతో పూర్తిగా విడివడిపోక ఆ భాషల పదములను అర్థములను కొంత వరకు వాడుకొనుచున్న కాలములో ఈ గ్రంథము పుట్టినదనియు ఆయన వ్యాఖ్యానించెను.

ఈ సిద్ధాంతములకు పూర్వపక్షము: కవిగారు చూపిన శాసనాధారములో ఒక దోషమున్నది ఎట్లనగా-

చోడ రాజవంశమున నన్నెచోడ నామాంకితులు పెక్కురు కలరట అట్లే చోడబల్లి, ఒల్లిదేవుడు అనే పేర్లును పెక్కుమందికి కలవట. శివాచార్యులలో మల్లికార్జున నామధేయులును కొందరు కలరట కావున ఏ శాసనమునందైన ఒక నన్నెచోడ నామము కానవచ్చినంత మాత్రమున అవ్యక్తి కుమారసంభవ కర్తయనిగాని, వేరొక శాసనమున చోడబల్లి పేరు కానవచ్చినంత మాత్రమున ఆ పురుషుడు నన్నెచోడుని తండ్రియనిగాని ఆ కాలముననే మల్లికార్జునడనెడి ఒక ఆచార్యుని పేరు కానవచ్చినంత మాత్రమున అతడు నన్నెచోడుని గురువేయని గాని వెగిరపడి చుట్టరికమును కలుపరాదు.

శ్రీ జయంతి రామయ్య పంతులు, శ్రీ వేటూరి ప్రభాకరశాస్త్రి ఈ చారిత్రక వివాదమును పరిష్కరించుటకు శాసన పరిశోధనలుచేసి ఆ ముర్వురకు అట్టి సంబంధమును నిరూపింపగల మూడు శాసనములను ప్రకటించిరి. వాటిలో రెండు పెదచెఱుకూరు శాసనములు. వీటిని వేయించినవాడు మల్లిదేవుడనెడి ఒక చోళరాజు. అతడు ఆ గ్రామమున వేంచేసియుండిన భీమేశ్వరస్వామికి 'పరిదంపూడి' అను గ్రామమును అర్పించుట ఈ శాసన విషయము. మరి ఆ గ్రామదానము అప్పటి కాకతీయ చక్రవర్తియగు గణపతిదేవుని పుణ్యప్రాప్తి కొరకు జరిగినట్లు ఆ శాసనముననే వ్రాయబడియున్నది. గణపతిదేవుని రాజ్యకాలమైన 1193 నుండి 1260 వరకుగల మధ్యకాలములో ఈ శాసనము పుట్టియుండును. అది యతని చరమదశలో వేయబడిన శాసనమని యూహించుటకు పెదచెఱుకూరు రెండవ శాసన మాధారమగుచున్నది. అదియు ఈ మల్లిదేవుడు వేయించినదే; అందు గణపతిదేవుని ప్రశంసలేదు. గణపతిదేవ చక్రవర్తి అంత్యకాలమున అతని సామంతులు ఒకరొకరే స్వతంత్రులు కాజొచ్చిరని దేశ చరిత్రవలన తెలియవచ్చినది. కావున మొదటి శాసనమునాటికి సామంతుడుగా నున్న మల్లిదేవుడు రెండవ శాసనమునాటికి స్వతంత్రుడయ్యెనేమోయని తలచుటకు వీలున్నది. కాగా మొదటి శాసనము 1250 ప్రాంతమున పుట్టి ఉండవచ్చును. అప్పటికి మల్లిదేవుడు గణపతి చక్రవర్తికి సామంతుడు. ఆ శాసనములో ఆ మల్లిదేవుని వంశవృక్షము ఈ విధముగా నున్నది.

కరికాల చోళుడు (మూల పురుషుడు)
|
చోడబల్లి
|
నన్నిచోడడు
|
సూరభూపతి
|
రాజరాజమహిపతి—(ఇతడు సూరరాజు తమ్ముడట)
|
ఘంటాకారుడు
|
మల్లిదేవుడు
|
నన్నిచోడడు
|
మల్లిదేవుడు (శాసనదాత)

ఈ వంశములో చోడబల్లి కుమారుఁడు నన్నిచోడఁడొకఁడు గలఁడు. అతఁడీ శాసనదాతకైదుతరములు పైవాఁడు. పురావస్తు పరిశోధన శాఖవారి సూత్రముప్రకార మొక్కొక రాజు తరమునకు 25 సంవత్సరముల చొప్పున లెక్కించుచుఁబోగా నన్నిచోడఁడితనికి 125 సంవత్సరములు పూర్వుఁడు అనగా 1125 ప్రాంతమువాఁడు. ఈ శాసనము తప్ప చోళరాజుల శాసనములలో చోడబల్లి కుమారుఁడు నన్నిచోడఁడని నిరూపించు శాసనము మరొకటి యింతదనుక దొరకలేదు.

2 కొవ్వురపు శాసనము (1115).— దీని దాత చోడబల్లి ఇతడు సోమేశ్వరమను గ్రామమును ధృతకాలాముఖవ్రతుడును తత్త్వవేత్తయునగు మల్లికార్జునున కర్పించినట్లిందు గలదు. 1115లో చోడబల్లిచే సత్కృతుడయిన మల్లికార్జునయోగి 1125-30 ప్రాంతమున నన్నిచోడనిచేత గ్రంథ ప్రదాన రూపమున సత్కృతుఁడగుట చూడగా నీ ముప్వురు పురుషులకు గ్రంథ సూచితమగు సంబంధమే కలదని నిశ్చయముగాఁ జెప్పవచ్చును. 1115 ప్రాంతముననే తన తండ్రితోడి పరిచయముగల మల్లికార్జునయోగి యీ కవికి గురువగుట సంగతమే

ఇంతకంటె ప్రబలమైన యాధారము దొరికి యీ సిద్ధాంతమును పూర్వపక్షము చేయువఱకు ఇదియే నిజమని యనుకొనవలెను.

ఇవిగాక త్రిభువనమల్ల చక్రవర్తి (చలమర్తిగండనృపతి) రామేశ్వరుడు అను ఒక శివయోగికి ఒక సూర్యగ్రహణ కాలమున భూదానము చేసినట్లు 1090వ సంవత్సరమున వేయించిన ఒక శాసనమున కలదు. శ్రీశైలమఠ చరిత్రమునుబట్టి ఆ మఠమున ఒకప్పుడు రామేశ్వరుడనెడి ఒక భక్తకవి యుండినట్లు తెలియవచ్చినది.

గ్రంథావతారికలో ఏ తెలుఁగు కవిని ప్రస్తుతింపని నన్నెచోడుడు గ్రంథ మధ్యమున ఒక రామేశ కవీంద్రుని పేర్కొని ఈ క్రింది పద్యమును జెప్పెను.

శా॥ "శ్రీరామేశ కవీశ్వరాదులెద నీ శ్రీపాదముల్ భక్తితో
నారాధించి సమస్తలోక సముదాయాధీశులై రన్న సం
సారుల్ దుఃఖనివారణార్థ మభవున్ సర్వేశు లోకత్రయా
ధారున్ నిన్ మదిఁగొల్వ కున్కి యుఱవే దారిద్ర్య విద్రావణా!"

ఈ "దారిద్ర్య విద్రావణా!" మకుటముతో బృహస్పతి వరమేశ్వరుని స్తుతించినట్లు ఈ వరుసలో పది పద్యములు గలవు. ఈశ్వరానుగ్రహమునకు పాత్రుడైన ఆ రామేశకవి విధిగా శివ కవియై యుండవలెను. అతడు శ్రీశైల మఠ చరిత్రలో పేర్కొనబడిన రామేశుడేయైన యెడల నన్నెచోడుడు 1090 సంవత్సరమునకు తరువాతివాడు కావలెను. ఈ శాసనము కూడ అతని కాలము 12 వ శతాబ్ది పూర్వభాగ మనుటకు తోడ్పడుచున్నది. అనగా ఈ కవి నన్నయకు ఇంచుమించు 70-80 సంవత్సరముల తరువాతివాడని ఈ శాసనాధారముల వలన తేలినది. మరియు నన్నెచోడుడు "సురవరులన్ క్రమంబున"—అనెడి పద్యములో మార్గసత్కవీశ్వరులను దేశి సత్కవులను సంస్తుతి చేసితినని చెప్పుకొనెను. కాని దేశి సత్కవి స్తుతి పూర్వకములైన పద్యములు ఈ గ్రంథమున లేవు. అతడు మానసికమైనస్తుతి నెరపి తృప్తిపడెనో, లేదా "మునుమార్గకవిత" అను పద్యములో ఆంధ్ర విషయంబున తెలుగు నిలిపిన చాళుక్యరాజు మొదలగు పలువుర సంస్మరణమే స్తుతి యనుకొని సరిపెట్టెనో తెలియదు అట్టి వానిని పేరుపెట్టి స్తుతించినచో ఈ గ్రంథముయొక్క కాల విషయిక వివాదము ఉండెడిదే కాదు. అదియునుగాక నన్నయకు పూర్వము శాసనములలోను,

నన్నయ భారతమునందును నన్నెచోడుని మధ్యాక్కర వృత్తములు కుమారసంభవమున ఒక్కటియైనను లేదు. అది చిరవృత్తము. ఏ వేళ కవితాదీక్ష వహించిన ఈ కవి తరువాతివారి ఒతడు ఏక చ్ఛందములను అనుసరించి మధ్యాక్కరను కన్నెత్తి చూడక పోవుటకు కారణము ఆ వృత్తమునెడ కవులకు ఆస్థ పూర్తిగా తగ్గిపోయిన కాల ప్రభావమై యుండును. ఇదియును ఇతడు నన్నయకు తరువాతి వాడనుటకు ఒక నిదర్శనము. అనేకులు ఇతని కాలనిర్ణయము తానిచ్చిన శాసనము ఏదయైన లభించి యీ కాల సిద్ధమును నిరూపించుటకు ఆధారమైనచో ఏమగునో చెప్ప లేము గాని, ఇప్పటి వరకు చారిత్రకముగా ఇతని కాలము 12 వ శతాబ్ది పూర్వ భాగము అనుకొనుట కొంత సమంజసము కాకపోదు. శ్రీ దేవరపల్లి వెంకట కృష్ణా రెడ్డి నన్నెచోడుని గురించి ఎక్కువ పరిశ్రమచేసి అతని 11 వ శతాబ్ది చివరి భాగమున నుండి యుండెనని తేల్చెను. అనగా నన్నయకు ఇంచుమించు సమ కాలికుడన్నమాట. మరియు శ్రీ శ్రీపాద లక్ష్మీపతిశాస్త్రి ఈ కవి తిక్కనకు తరువాతివాడని వేరొక సిద్ధాంతము చేసెను. నిరపవాదముగ సత్య నిరూపణము చేయలేని ఈ అరగొర శాసనములను నిరాకరించి, తిక్కన రచనలలోని పోలికలు కొన్ని- ముఖ్యముగా యుద్ధ వర్ణనలు- కుమారసంభవమున కానవచ్చు చుండుటచేత నన్నెచోడుడు తిక్కన తరువాతివాడై యుండునని శ్రీ లక్ష్మీపతి సిద్ధాంతసారము. ఇరువురి గ్రంథములయందు కానవచ్చే ఆ పోలికలు తిక్కనయే నన్నెచోడుని అనుకరించుటవల్ల తటస్థించి యుండునని పై సిద్ధాంతమునకు ప్రతి వాదము కలదు. కాని తిక్కన నన్నెచోడుల యుద్ధ వర్ణనలలో కానవచ్చే పెక్కు అర్థ సంవాదములను శబ్దసంవాదములను తిక్కన నన్నెచోడుని గ్రంథమునుండి అపహరించెననుకొనుట అంత విశ్వాసయోగ్యము కాదు. అయిదు పర్వములలో పునరుక్తిలేకుండ పదునెనిమిది రోజుల కురు పాండవ యుద్ధమును పదునెనిమిది గంటలు చూడదగిన చలనచిత్రమువలె చిత్రించి ప్రదర్శించిన తిక్కనకు కుమార సంభవమునందలి రెండాశ్వాసముల యుద్ధ వర్ణనా భాగమునుండి ఎరవు తెచ్చు కొనవలసినంతటి భాగ్యహీనత యేమి తటస్థించును? మీదు మిక్కిలి నన్నెచోడుని కాలము భావి పరిశోధనలవల్ల నిశ్చయముగా తేలినపుడు తిక్కన యుద్ధ వర్ణనలే కుమారసంభవ యుద్ధ వర్ణనలకు మాతృకలని తేలునేమో! అయినను అదియును నన్నెచోడునకు న్యూనతను కలిగింపదు. అదిగాక వారిరువురును పాకనాటి సీమ వాసులు. ఆ మాండలిక పదజాలము వారిరువురికిని సాధారణము

వారిలో ఒకరు రాజు, వేరొకరు మంత్రి ఇరువురకును రాజధర్మ, యుద్ధతంత్ర పరిజ్ఞానము సమానము కాగా ఒకరిని ఒకరు అనుకరించుటగాక ఎవరికి వారే స్వతంత్రముగ అట్టి వీరవిహార వర్ణనలు చేసి రనుకొన్నను తప్పు లేదు. అసలు కవులలో ఎవరిని ఎవరు అనుకరించినను అనుకరణము దోషము కాదు. తమకు పూర్వులైన కవుల భావములను పలుకుబడులను స్వేచ్ఛగా ఏక కుటుంబ ధనమువలె వాడుకొనుట పూర్వాంధ్ర కవులకేగాక సంస్కృత కవులకును ఆచారము అట్టి యనుకరణములు, అనుసరణములు తమకు న్యూనతను తెచ్చెడి గ్రంథ చౌర్య భావచౌర్యములుగా వారెన్నడును భావించి యుండరు. వాల్మీకి వాగ్విలాసములు కాళిదాసు గ్రంథములలో పెక్కుచోట్ల ప్రతిబింబించు చుండును దానివల్ల కాళిదాసు ఘనతకు లోకమున ఏమియు లోటురాదు. తెనుగున నన్నయ భారతమునందుకూడ దానికి మూలమైన వ్యాస భారత పద బంధములే కాక కాళిదాస భారవి ప్రముఖ కవుల శబ్దములు, భావములు అక్కడక్కడ కానవచ్చును. వాటి యునికి నన్నయకు అపకీర్తి హేతువుకాదు. ఒక యుదాహరణ చూడుడు: అర్జునుడు పాశుపతాస్త్ర సంపాదనార్థము తపమునకు వెడలునపుడు ద్రౌపది యతనిని "తన స్నేహలాలస విలోలాపాంగ విలోకనంబులం బార్థుం బరిగృహీత పాథేయుం జేయుచు" అన్న నన్నయ భారతములోని వాక్యమునకు మూలము భారవిలో ఉన్నది. ఆ శ్లోకమిది:

"అకృత్రిమ ప్రేమ రసాభిరామం
రామార్పితం దృష్టి విలోభి దృష్టం
మనః ప్రసాదాంజలినా నికామం
జగ్రాహ పాథేయ మివేంద్ర సూనుః".

పూర్వకవులకు అనుకరణరూప పూజ చేసిన తెలుగు కవులలో శ్రీనాథుని మించిన భక్తాగ్రేసరుడు లేడు. సందర్భము పొసగినపుడెల్ల కవి సార్వభౌముడు కాళిదాస, భట్టబాణ, మురారి, భవభూతి, మయూర ప్రముఖ సంస్కృత మహా కవుల శ్లోకములను అనుకరించియో అనువదించియో తన గ్రంథముల నలంకరించుకొనెను. తెనుగు కవులలో తిక్కన పలుకుబడులను పెక్కింటిని శ్రీనాథుడే వేడుకపడి ప్రయోగించెను

అట్లే కుమారసంభవములో కాళిదాసాది కవుల అనుకరణములు చాల ఉండును. కుమారసంభవములోని యనుకరణములు తరువాతి తెలుగు కవుల గ్రంథములలో అక్కడక్కడ కానవచ్చును. అంతమాత్రమున అనుకారి అను కార్యునికంటె తక్కువ వాడనికాని స్వయముగా ఆమాత్రపు భావమును ఊహింప లేడనిగాని తలచుట, పూర్వ కవులయెడ అపచారము చేయుటయే యగును. ఒకే భావము ఒకే కాలమునగాని అనేక కాలములగాని, అనేక దేశముల అనేక భాషలలో అనేక కవులకు స్ఫురింప వచ్చును. దీనిని బట్టియే శబ్దస్ఫోటతోపాటు భావస్ఫోటయు కలదని తార్కికు లందురు. ఆ భావమును ఆ యా కవులు వ్యక్తము చేసెడి విధానమే వారి రచనా నైపుణి. వారి విశిష్టతకు అ కూర్పు నేర్పే కారణభూతము.

"త ఏవ పద విన్యాసా స్తాయేవార్థ విభూతయః,
తథాపి నవ్యం భవతి కావ్యం గ్రంథన కౌశలాత్".

కావున భావ చౌర్యమనునది లేనేలేదు. కాకపోతే అసమర్థుడై అధమ కవిత్వము చెప్పెడివాని గ్రంథములలో అట్టి అనుకరణములు కానవచ్చునపుడు ఆ కవిని యథార్థముగా చౌర్యము చేసిన వాడనుటలో తప్పులేదు. సమర్థులైన కవులకు అట్టిది అపాదింపరాదు.

నేను మొదట చెప్పినట్లు ఈ కవీశ్వరుడు చేసిన పుణ్యమువల్ల ఇతని గురించి, ఇతని కాలమును గురించి మరి కొంతకాలము గ్రంథము పెరుగుచునే యుండును

శ్రీ రామకృష్ణకవి చూపిన అపూర్వ ఛందోవ్యాకరణాది ప్రయోగ విశేషములు కొన్ని నన్నయ తరువాతి కవులలో కూడ కానవచ్చుచున్నవనియు అందును ముఖ్యముగ పాల్కురికి సోమనాథుని రచనలలో విస్తారముగ ఉన్నవనియు ఆ ప్రయోగ విశిష్టతయే నన్నెచోడుని ప్రాచీనతకు నిదర్శన మగునేని సోమనాథ ప్రభృతులు కూడ నన్నయకంటె ప్రాచీనులని చెప్పవలసి వచ్చుననియు రెండవ పక్షమువారు ఆ నిదర్శనమును త్రోసివచ్చిరి. ఈ క్రిందివి వారు చూపిన ఉదాహరణములలో కొన్ని:

"పాండు రాంగంబైన పడతి గర్భమునఁ
బోడిగాఁ బెరుగుచు పుత్రుడీ క్రియను.

(ఇపి పోండిగా అని కవి వ్రాసి యున్నచో దీర్ఘ మునీద నిండునున్న నుంచినట్లగును. లేకున్నచో పూర్ణార్థబిందుప్రాస యగును.

-బసవపురాణము

వైరి పదములు:

"వుడ మీశ్వర గొంక నృపతి భోగ సురేంద్రా"

(మనుమంచిభట్టు - హయలక్షణము.)

"దిన వెచ్చ మేరాజు తీర్పఁగలఁడు"

-శ్రీనాథుడు

"ప్రాణ గొడ్డము" -నన్నయ

"ఆ పరంజ్యోతి స్స్వరూపంబుఁకును
దీప కంభంబు లెత్తించిన యట్లు"

-బసవపురాణము

"వృడమీశ మీ ధనంబునకుఁ జేసాఁప
నొడయల కిచ్చితి నొడయల ధనము"

-బసవపురాణము

శాంతప్రాసము,

"సర్వజ్ఞ భక్తి విరహితు—
డెవ్వడు" -శివతత్వసారము

"సర్పంబు పడగ నీడను
గప్ప వసించిన విధంబు"

-సుమతిశతకము

దిగ్వాసుం డురుపింఛ లాంఛిత శిఖోదీర్ణుండు వర్షాపయో
ముగ్వర్ణుండు నవాంబుజాహితలతా ముక్తాంగదుండున్ సుధా
రుగ్విస్మేర ముఖుం డసంగశత జిద్రూపాధికుం డగ్ర భూ
వాగ్గర్వోద్భవ భూమి శ్రీపిభుఁడు శ్రీవత్సాంక వక్షుండునై

-పాండురంగ మాహాత్మ్యము

"ద్యూత క్రీడకు కొండొక
సేర్తుక్" —తిక్కన విరాటపర్వము

"........................ప్రాం
గారెడు నేతికిఁ బైపై
సిరలకిస యట్టు వోలె నిష్ఫలమయ్యెన్"
-కేతన దశకుమారము

ఇట్టివి ఎఱ్ఱాప్రగడ రచనలలోను కలవు. ఇట్టి వింత ప్రయోగములే కాక "నమూహి, జేటము," మొదలైన అపూర్వ పదములుకూడ పాల్కురికి సోమనాథుని రచనలలో మిక్కిలి కానవచ్చుచున్నవి.

(1) భక్త సమూహికి బసవయ్య మహిమ
(2) వలచుట పాపమే నట్టి జేటంబు సలుపుట నీతియే."

ఇవన్నియు ఇటుండుగాక. ఇంకొక విషయము.

భాష - పాతదనము:- అరువదియేండ్లనాడు శ్రీ మానవల్లి రామకృష్ణకవి ఈ గ్రంథమును ప్రకటించినపుడు ఏ మాత్రమేని సాహిత్యజ్ఞానము కలిగి గ్రంథ పఠనాభ్యాసముకల యువకులందరు చారిత్రక చర్చల వరకు పోకుండ తెలిసికట్టి ఈ గ్రంథము శాసన భాషవలె దుర్బోధమై పఠనయోగ్యముగా లేదని దీనియెడ విముఖులైరి నన్నయకంటె ప్రాచీనుడను సిద్ధాంతమును సహింపలేని విద్వాంసులు మాత్రము దీని జననకాల పరిశోధనలకు పూనుకొని కవిగారి సిద్ధాంతమును పూర్వపక్షము చేసిరి శ్రీ మానవల్లి రామకృష్ణకవి ఈ గ్రంథము ప్రతిని సంపాదించి అచ్చు వేయునప్పుడు ఆ వ్రాత ప్రతి చక్కగా సంస్కరింపక యథాతథముగ ముద్రించుటచేత ఈ గ్రంథమునకు సహజముగా లేని పాతదనము వచ్చినది దానివల్లనే పాఠకులకు ఆ భాష దుర్బోధమైనది. మన దేశమున పుస్తక భాండాగారములలోగాని ఇతరత్రగాని లభించెడి వ్రాత ప్రతులన్నియు ఇంచుమించు మూడు వందల సంవత్సరములకంటె పూర్వము వ్రాసినవి కావు ముద్రణ యంత్రములు వెలసిన తర్వాత పూర్వ గ్రంథములను అచ్చువేయ తలపెట్టినవారు వాటిని నేటి భాషకు అనుగుణముగ వర్ణ క్రమములను, వ్యాకరణ విశేషములను మార్చి వాటియెడ పాఠకులకు సుముఖత్వమును గలిగించిరి. ఈ సంస్కారములో వ్యాకరణ విషయక భాగమునకు చిన్నయ

సూరి వ్యాకరణమునే ప్రమాణముగా గైకొని ఆ సూత్రములకు విరుద్ధములైన ప్రయోగము లన్నిటిని మార్చి మూల గ్రంథ కర్తలకే అపచారము చేసిరి. ఇట్టివి పరమ ప్రమాణములైన భారతాది మహా గ్రంథములలోనే జరుగబట్టి మనము మూల రూపములు ఎరుగక ఈ రూపములకే అలవాటుపడి ఇవే ఒప్పుగా తక్కినవి తప్పుగా నమ్మ జూసితిమి శ్రీ రామకృష్ణకవి కుమారసంభవ ప్రతిని భారతాదులను వలెనే నేటి భాషకు అనుగుణముగ సంస్కరించి ముద్రించి యుండినచో ఈ గ్రంథమునకు ఇప్పడున్నంత పాతదనము వచ్చెడిది కాదు. ఇది ప్రాఙ్నన్నయ యుగమునకు చెందినదని స్థాపింప దలచి కవిగారు అట్టి సంస్కారమే చేసి యున్నచో తన ప్రతిపాదనకు భంగము వాటిల్లును గాన ఆ పనిచేయ తలపెట్టలేదు. మరి తంజావూరు మొదలైన స్థలములందలి పుస్తక భాండారములలో కానవచ్చెడి ప్రాతకాలపు వ్రాతప్రతు లన్నిటిలోను దీర్ఘముల మీద అరసున్న స్థానమున నిండు సున్నయు, ప్రథమాక్షరము రేఫముగాగల సంయుక్తాక్షరములో రెండవదానికి వలపలగిలకయు మొదలైన పూర్వకాలపు వర్ణక్రమము సర్వ సాధారణముగ కానవచ్చును. ఆ రూపములు అచ్చు వెలసిన తరువాత, నేటి వర్ణక్రమానుసారము అచ్చులో సవరింపబడినవి. శ్రీ రామకృష్ణ కవి ఇట్టి వాటిని కూడ సవరింపలేదు. మరియు, ఆయన తరువాత ఇటీవల ఈ గ్రంథమునకు రెండు మూడు ముద్రణములు బడినవి. వీటిలో ఆయన గ్రంథమున కానవచ్చెడి "వనలచ్చి, మరహరుడు" మొదలైన వైరి సమాసములు, కానరాక వాటి స్థానమున "వనలక్ష్మి, స్మరహరుడు" అని ముద్రింపబడి యున్నవి.

ఈ పరిష్కృత రూపములు మూలమున నున్నవేకాని కల్పితములు కావని మన మనుకొనవచ్చును. సత్యాన్వేషణ తత్పరములైన ఇట్టి పరిశోధనలవల్లనే నన్నెచోడుని కుమారసంభవము అనాటి కంటె నేటికి కొంత సుబోధముగ నున్నది అయినను ఇప్పటికిని ఈ గ్రంథము సులభ గ్రాహ్యము గాదు ఏ గ్రంథమైనను దుర్బోధ మగుటకు రెండు కారణము లుండును ఒకటి:- కవి యూహించిన అర్థము (Idea)లోతుగ నుండుట. రెండు:- ఆ యర్థమును సర్వ సాధారణ భాషలో తాను వ్యక్తము చేయులేకనో ఆ భాష తన యర్థమును వ్యక్తము చేయజాలదను తలంపుచేతనో అసాధారణములైన మారు మూల పదములను వాడుట. ఈ రెండింటిలో మొదటిదైన అర్థ గాంభీర్యము గ్రంథమున

ప్రతి పద్యములోను ఉండదు ఉన్నచోట కవి అసమర్థుడైనచో రెండవది తటస్థించును. నన్నెచోడుని పద్యములలో కొన్నింట తరచి చూచినగాని తెలియని అర్థ గాంభీర్యము కలమాట నిజమే; ఆ యర్థమును వ్యక్తము చేయుటకు సర్వత్ర కాకున్న కొన్నిచోట్ల నయినను అతడు అపూర్వ శబ్దములు ప్రయోగించుటయు నిజమే. వీటివల్లనే అతని రచన దుర్బోధ మనెడి నిందకు పాత్రమైనది ఈ యపూర్వపద ప్రయోగములు కూడ సంస్కృత శబ్దముల యందుకంటె తెలుఁగు పదములలోనే ఎక్కువ కానవచ్చుచున్నవి. అరవ కన్నడ పదముల సాహచర్యము దీనిని మరి కొంత దూరము కొని పోయినది.

ఇతడు వాడిన పదములు నిఘంటువున కెక్కక పోవుటచే అర్థావబోధమునకు నిఘంటువులు కూడ నిరుపయోగములైనవి. నిఘంటువులైనను గ్రంథస్థములైన పదములనే స్వీకరించునుగాని గ్రంథస్థములు కాకుండ వాడుకలోనే యున్న పదములను స్వీకరింపవు కుమారసంభవము నిఘంటుకారులు చూడలేదు. నన్నెచోడుడు వాడిన దేశి పదజాలములో ఎక్కువ పాలు మాండలికము. ఆంధ్రుల అందరిభాష ఆంధ్రమే యనిపించుకొన్నను ఈ దేశమునగల నానా మండలములలో నానా విధములైన మాండలిక పదములు ఉన్నవి. దేశి యనెడి పేరుమీద ఆ మాండలిక పదములనే ఎక్కువగా ప్రయోగించినవాని కవిత్వము నిఘంటు సహాయము లేకుండ ఇతర ప్రాంతములకు అర్థముగాదు. ఈ లక్షణము ఒక్క తెలుఁగునకే కాక ప్రపంచ భాషలన్నింటిలోను కలదు. ఏ ప్రాంతమువారు ఆ ప్రాంతీయ పదములనే వ్యవహారమున వాడుకొనుచున్నను గ్రంథ కర్తలు మాత్రము బహుళముగా సాధారణీ కృతమైన భాషనే వాడుచుందురు. ఆంధ్ర భాష యొక్క సాధారణీ కృతికి సంస్కృతము ఎక్కువగా తోడ్పడినది. అందు చేతనే నన్నెచోడుని కవిత్వములో సంస్కృత భాగము సుబోధము, దేశి భాగము దుర్బోధము అయినవి. అదియుగాక ఆంధ్ర సాహిత్య విద్యార్థులు మొదట నన్నయ భారతము ద్వారానే భాషా పరిజ్ఞానమును సంపాదించిరి. ఆ గ్రంథమున కూడ కొన్ని మాండలికము లున్నను, అవి తద్గ్రంథ పఠనా భ్యాసము వలన పాఠకులకు సుపరిచితములై కేవల మాండలికత్వమును కోల్పోయినవి. కుమారసంభవమునకు భారతమువలె పఠన యోగ్యత కలుగక పోవుట్టి ఆ భాష నేటికిని వింతగానే తోచుచున్నది. పాల్కురికి సోమనాథుడు నన్నెచోడునివలెనే ఎక్కువగా మాండలిక దేశి పదములనే వాడెను.

కాని ఆతని గ్రంథములు భారతమువలె సాహిత్యపరు లందరకు సంసేవ్యములు కాలేదు. దానికి కారణము - సోమనాథుడు కావ్యములనువేర మత గ్రంథము లను వ్రాయుట ఆ మతస్థులు తప్ప ఇతరులు ఆ గ్రంథములను సాహిత్య సంపాదనార్థ మైనను చదువకపోవుట సహజమే! మరి నన్నెచోడుని తర్వాత తిక్కన కూడ దేశ భాషను సుప్రతిష్ఠితము చేయుటలో కొంత పాలు నెల్లూరి మాండలికము అని చెప్పదగిన దేశి పదములను, జాత్యమును తన గ్రంథములలో వాడె ననుటలో సందేహము లేదు. అయినను అట్టి పదములు నిఘంటువులకు ఎక్కుటచేత, తెలియని యర్థములను వాటి ద్వారా గ్రహింప గలిగితిమి. అదియునుగాక తిక్కన భావములు ఇతర కవుల భావములకంటె ఎక్కువ లోతుగలవి యయినను ఆయన ఇతరులవలె తాను క్లేశపడక పాఠకు లను క్లేశ పెట్టక సుకరముగా ఆ భావమును వ్యక్తము చేయగలడు. తిక్కన తరువాతనే దేశి పదజాలమున మన భాషలో సాధారణీకృత మేర్పడినది కావున మాండలిక పద ప్రయోగమునే ఎక్కువగచేయు కవి దేశవ్యాప్తమైన ఆదరమును పొందలేడు. నన్నెచోడుని గ్రంథమునకు అట్టి స్థితియే పట్టినదని నా యభి ప్రాయము.

గ్రంథ సమీక్ష

తెలుఁగు కవులలో కొందరు తమ గ్రంథావతారికలలో కావ్య కళను గూర్చిన తమ ఆశయములను, ఆదర్శములను సూత్రప్రాయము లైన కొన్ని లక్షణ వాక్యములలో వ్యక్తము చేసిరి. ఆ లక్షణ నిర్దేశములో తమకు పూర్వమునగాని సమకాలమునగాని రచింపబడిన కొన్ని గ్రంథములను గూఢముగా ఆధిక్షేపించు టయు, అట్టి దోషములులేని తమ రచనా విధానమును సూచించుటయు గలదు. అట్టి వారిలో నన్నెచోడుడు ప్రథముడు. సత్కావి కావ్యము ముఖ్యముగా ఈ క్రింది లక్షణములు కలిగి యుండవలెనని ఈ కవి యాశయము

1. భావములు జాను తెనుగున సరళముగా వ్యక్తము చేయుట.

2. కావ్యముకలిగించెడి ఇంపు పెంపుతో పిరిగొనియుండుట అనగా రచన హృదయమునకు ఇంపు నింపుటయే గాక చిత్తమునకు ఔన్నత్యము కలిగించునది కావలెను, అనుట. అట్టి ఔన్నత్యము ఉదాత్తవస్తు స్వీకారమున కలుగును.

౩. శైలి కర్ణరసాయనముగా నుండవలెను.

4. పైపై తళుకు బెళుకులతో చూపరకు మిరుమిట్లు గొలిపియు లో ఉత్త గుల్లయైన ప్రతిమవలె గాకుండ, ఉత్తమ కావ్యము చూచుటకు అన్ని విధముల సుందరముగా నుండుటయే గాక అంతరమున సారవంతమై, సాలభంజి వలె నుండవలెను (Substantial).

౫. కృతి చెప్ప బూనినవానికి చతుష్షష్టి కళా పరిజ్ఞాన ముండవలెను.

౬. గ్రంథమున నవరసములు, అష్టాదశ వర్ణనలు ఉండవలెను. ఇవిగా

"మార్గ కుమార్గము, దేశియ
మార్గము, వదలంగఁ దమకు మది గొల్పక దు
ర్మార్గపథవర్తు లనఁదగు
మార్గ కవుల దలఁప నలఁతి మహి సుకవులకున్"

అను పద్యములో ఆనాటి మార్గ కవితాభిమానులను అతడు నిరసించిన సూచన కలదు, ఎట్లనగా చాళుక్యుల కాలమున దేశి కవిత్వము పుట్టి నన్నయ భారత రూపమున సుప్రతిష్ఠితమైనను, దానిని మెచ్చక మార్గ కవితయందే- సంస్కృతమునందే- ఇంకను పక్షపాతము చూపెడి ఛాందసులను గూర్చి పలికిన వాక్యము లివి. అంతేగాని నన్నయ భారతము మార్గ కవిత్వమనియు తదనుయాయులు తత్పక్షపాతులు మార్గ కవులనియు నితని యభిప్రాయము గాదు. అట్లే యగుచో ఆ ఆక్షేపణ తన గ్రంథమునకును తగులును. ఎట్లనగా నన్నయ కవిత్వమునకును తన కవిత్వమునకును సంస్కృతాంధ్ర పదముల పాళ్ళలో హెచ్చుతగ్గు లుండవచ్చుగాని పద్య రచనా విధానము రెండింటను ఒకటియే। ఎక్కువపాలు దేశి పదము లుండుట తప్ప కుమారసంభవములో మార్గకు భిన్నమైన దేశితన మేమియులేదు. నేను ఇతః పూర్వము చెప్పినట్లు ఆనాడు మార్గ మనగా సంస్కృతమే। దేశి యనగా దేశ భాషయే. కావున ఈ పద్యమందలి మార్గ కవిత్వము సంస్కృత కవిత్వమే యని అతని యభిప్రాయమై యుండును. దానినే ఆరాధించి దేశిని మెచ్చక పోవుట "కుమార్గము" అని యతని నింద. (కుమార్గము = మంచి పద్ధతి కాదు). ఈ పద్యమునకు ఇంతవరకు సరియైన అర్థము కుదరలేదు. పైది నాకు తోచిన అర్థము.

ప్రస్తుతము మన దేశములో ఉన్నతవిద్యా బోధన మంతయు మాతృభాష ద్వారా జరుగుట శ్రేయస్కరమని కొంతమంది ప్రతిపాదించుచుండగా వేరొక వర్గమువారు ఆంగ్లము ద్వారానే ఆ బోధనము ఫలప్రద మగునుగాని మాతృభాష ద్వారా బోధించుట తగదు అని వాదించుచున్నారు గదా! ఈ వివాద మెట్టిదో నన్నెచోడుని నాటి కావ్యభాషా వివాదము కూడ నట్టిదేయై యుండెను కాబోలు. ఇతని యాశయములలో ప్రధానమైనది-భావములను జాను తెనుగున సరళముగా చెప్పవలెననుట. ఈ 'జాను తెనుఁగు' అనెడి పదమును ఇతడే మొదట ప్రయోగించినవాడుగా పొడగట్టును. జాను తెనుఁ గనగా ఏమియో అతడు చెప్పక పోయినను సరళమైన తెలుఁగు అని పద్యతాత్పర్యమునుబట్టి యూహింప వచ్చును. ఈ పదమును పాల్కురికి సోమనాథుడు తన గ్రంథములలో ప్రయోగించి దాని స్వరూపమును గూర్చి కొంత వివరణమును చెప్పెను.

ఉరుతర గద్య పద్యోక్తులకంటె సరసమై బరగిన జాను తెనుంగు
చర్చింపగా సర్వ సామాన్యమగుట కూర్చెద ద్విపదలుకోర్కి దైవార.
(బసవ పురాణము)

ఆరూఢ గద్య పద్యాది ప్రబంధ పూరిత సంస్కృత భూయిష్ఠ రచన,
మానుగా సర్వ సామాన్యంబుగామి జాను తెనుఁగు విశేషము
ప్రసన్నతకు. (పండితారాధ్య చరిత్ర)

పై ద్విపదలనుబట్టి సర్వ సామాన్యమైన భాష జాను తెనుఁగని ఆ కవి యనుకొన్నట్లు మనము భావింప వచ్చును. కాని "ఆరూఢ గద్య పద్యాది ప్రబంధ పూరిత సంస్కృత భూయిష్ఠ రచన" అను సమాసము సర్వ సామాన్యమేనా? అని ప్రశ్నించిన వారికి నా సమాధానమిది : సర్వులు అనగా ఆబాల గోపాలము, ప్రజలు అని యర్థము కాదు కొద్దియో గొప్పయో భాషా జ్ఞానము కలిగి, పాండిత్యము లేక పోయినను ఇతర సహాయ్య మపేక్షించకుండ, చదివెడి గ్రంథమును అర్థము చేసికొన కలిగిన అక్షరాస్యులను మాత్రమే అతడు ఉద్దేశించెనని నేను భావింతును. ఒకగా సంస్కృత శబ్దములను ఉండినను తెలుఁగు వారికి నిత్య వ్యవహారమున సుపరిచితములై తెలుఁగు తనమును తాల్చిన శబ్దములైనచో అవి తెలుఁగు పదములతోపాటు సర్వ సామాన్యములే యగును. ఇంత వరకు లెస్సగా నున్నది. కాని ఆ సోమనాథుడే తన వృషాధిప శతకమున జాను తెనుఁగునకు ఉదాహరణముగా ఒక పద్యమును వ్రాసెను,

బలుపొడతోలు సీరయును బాఁపసరుల్ గిలుపారు కన్ను వె
న్నెలతల సేఁదుకుత్తుకయు నిండిన వేలుపుటేఱు వల్గువూ
సలు గలతేని లెంకనని జానుఁ దెనుంగున సన్నుతించెదన్
వలపు మదిందలిర్ప బసవా! బసవా! బసవా! వృషాధిపా!

ఈ పద్యమునుబట్టి జాను తెనుఁగనగా అచ్చ తెనుఁగు అని స్ఫురించుట తథ్యము. అచ్చ తెనుఁగు పద్యములు కొన్ని సంస్కృత సమాస ఘటిత పద్యములకంటె దుర్బోధముగా నుండుట అందర మెరిగినదే! అచ్చ తెనుఁగు భాష ఎన్నటికి సర్వ సామాన్యము కాదు చాళుక్యరాజు మొదలగు పలువురు దేశి కవిత్వమును నిలిపిననాడే తెనుఁగు తత్సమ సంయుతమై ఉత్తమ కావ్య రచనా యోగ్యమయ్యెను. పోని, తత్పూర్వము ఎట్టి సంస్కృత ప్రాకృతశబ్ద సంక్రమణములేని కాలమున అచ్చ తెనుఁగు వాక్యములు ఉండెనని చారిత్రకముగా నిరూపిత మైనను ఆ వాక్యముల తెలుఁగు అతి ప్రాచీనములైన శాసనముల భాష వలె మనము ఎన్నడును వినని ఏదో పరభాషగ వినబడునేగాని సర్వ సామాన్య భాషగ వినబడదు కావున సోమనాథుడు జాను తెనుఁగు పేర అచ్చ తెనుఁగు పద్యము వ్రాయుట సరియైన యుదాహరణము కాదు నన్నెచోడుని అభిప్రాయమునను జాను తెనుఁగనగా అచ్చ తెనుఁగుగాదు. అతని గ్రంథము అచ్చ తెనుఁగున వ్రాయబడలేదు. పోతే అతని అభిప్రాయము సోమనాథుని వివరణము వలెనే సర్వ సామాన్య భాషయే జాను తెనుఁగై యుండవలెను. కాని గ్రంథము నందలి భాష సర్వ సామాన్యమని చెప్పలేము ఈ గ్రంథమున కొన్ని కొన్ని పద్యములు, కొన్ని కొన్ని వాక్యములు సరళముగా, సుబోధముగా నున్నను ఇంచుమించు నూటికి ఏబదిపాళ్ళు కఠిన సంస్కృత భూయిష్ఠమైన రచనయే యనుట సత్యదూరము కాదు. కావున సర్వ సామాన్యమైన జాను తెనుగు రచన అతనికి ఆదర్శము మాత్రమే! ఆచరణ సాధ్యములు గాక పోయినను ఉత్తమాదర్శములు ప్రశంసనీయములే!

ఈ జాను తెనుఁగు శబ్దము వంటిదే అతడు వాడిన వస్తు కవిత యనెడి అస్పష్టమైన యింకొక శబ్దము. అవతారికలో ఈ పదము నతడు పదే పదే ప్రయోగించెను. తాను జంగమ మల్లికార్జున గురువు వలన వస్తు కవిత్వమును నేర్చెనట.

ఆ॥ "నింగి ముట్టియున్న జంగమ మల్లయ
వరమునందుఁ గనిన వస్తు కవిత
దగిలి వారియందనె గడింతు రవికి దీ
పమున నర్చలిచ్చు పగిదివోలె."

ఆ గురువునకు తన కుమారసంభవ వస్తు కవితను రవికి దీపమున అర్చలిచ్చువగిది సమర్పించెనట. అనగా ఈ గ్రంథము వస్తు కవితా బంధురమని మన మనుకొనవలెను, మరి ఈ గ్రంథమునే అతడు ప్రబంధమని ఇంకొక పద్యమున పేర్కొనెను.

ఉ॥ "జంగమ మల్లికార్జునుని..................
...విస్తరించెదఁ బ్రబంధము సద్రస బంధురంబుగాన్''

ఈ ప్రబంధ కవిత్వమునే అతడు వస్తు కవిత్వముగా పేర్కొనెనని తలవవచ్చును గాని మరి సంస్కృత కవిస్తుతి సందర్భమున వాల్మీకి రామాయణమును భారవి కిరాతార్జునీయమును వస్తు కావ్యములుగాను, ఉద్భటుని కుమారసంభవమును గూడ వస్తుమయ కావ్యముగాను ప్రశంసించెను.

కం॥ ''కవితామృతోదయాంబుధి
కవి సజ్జనజనకు వస్తుకావ్యాబ్జరవిన్
గవితారంభంబుల న
త్కవు లభినందింతు రాదికవి వాల్మీకిన్.

కం॥ భారవియు వస్తు కవితను
భారవియును బరఁగి రుదయ పర్వత శిఖరా
గ్రారోహణేంద్ర కీల న
గారోహణ వర్ణనల జనారాధితులై.

కం॥ క్రమమున నుద్భటుఁడు గవి
త్వము మెఱయఁ గుమారసంభవమ్ము నలంకా
రము గూఢవస్తుమయకా
వ్యముగా హరులీల చెప్పి హరు మెచ్చించెన్."

ఈ ప్రశంస చూడగా వాల్మీకియు భారవియు ఉద్భటుడు మాత్రమే సంస్కృతములో వస్తుకవులనియు అందులోను ఉద్భటుడు గూఢవస్తు కవి యనియు అనుకొనవలసి వచ్చును. ఆతని కుమార సంభవము లభ్యముకాదు గనుక అది ఏవిధముగా గూఢమో మనము చెప్పలేము. బహుశా ప్రబోధ చంద్రోదయమునందువలె ఆతని కుమార సంభవములో వాచ్యార్థముకాక ఆధ్యాత్మిక అంతరార్థము ఏమైన ఉన్నదేమో! ఇక భారవియు, వాల్మీకియు ప్రత్యేకము వస్తుకవులుగా ప్రస్తుతింపబడుట ఏ కవితా గుణమునుబట్టియో మన మూహింపలేము. భారవి వస్తుకవియైనపుడు మాఘుడు ఏల కాగూడదు? భట్టి హర్షుడు ఏల కాగూడదు? కావున ఆ యిరువురనే ఇతడు ప్రశంసించుటలో విశేషార్థమేమియులేదు. తన గ్రంథమును ప్రబంధము అని చెప్పుకొన్నాడు గనుక ప్రబంధ కవిత్వమే వస్తు కవిత్వమని ఆతని యభిప్రాయముగా గ్రహింప వచ్చును.

అలంకార శాస్త్రములలో వస్తుశబ్దమును కథాపరముగాను, కథాంశపరము గాను వాడిరి. వస్తునేతృ రసభేదములనుబట్టి దశరూపకములేర్పడునని ఈ క్రింది సూత్రమున కలదు:

> "వస్తునేతృరసాస్తేషాం రూపకాణాం హి భేదకాః" (ప్రతాపరుద్రీయం)
> ఈ సూత్రములో వస్తుపనగా నాటకేతి వృత్తమనియే అర్థము. మరి,
> "యత్తత్స్యాదనుచితంవస్తు నాయకస్య రసస్యవా,
> అవశ్యం తత్పరిత్యాజ్యం అన్యథావా ప్రకల్పయేత్"
>
> (దశరూపకము)

ఈ కారికయందలి 'వస్తు' శబ్దమునకు ఇతివృత్తములో ఏదో యొక అంశమని యర్థమేగాని ఇతివృత్తమంతయు అని యర్థముకాదు కథయంతయు అనుచితమైనచో కవి దానిని చేపట్టనే చేపట్టడు కావున ఈ రెండు కారికలను బట్టి అభిజ్ఞాన శాకుంతలమునందు ప్రధాన కథయైన శకుంతలా దుష్యంతుల దాంపత్య గాథ వస్తువు అయినట్లే ఆ నాటకమునందలి జాలరి వృత్తాంతముగాని, దుర్వాసశ్శాప వృత్తాంతముగాని, దుష్యంతుని మృగానుసరణముగాని వస్తువులే యగును. మానవ శరీరమువలె కావ్య శరీరముకూడ అనేకావయవసంయుతమై యుండును. అవయవ పరిపుష్టియే అవయవి పరిపుష్టి ఏ అవయవము క్షీణించి

నను అవయవికి అంగవైకల్యమను రాకమానదు. కావున కావ్యములో ప్రధాన కథను గుణాలంకార వర్ణనాదులతో రసవంతము చేయుటేకాక తదవయవ స్థానీయములైన ఇతర కథాంశములను కూడ ఆ విధముగానే పరిపోషించి రసవంతములు చేయుటయే వస్తు కవిత్వము చెప్పుట అదియే ప్రబంధ రచన చేయుట అని ఈ కవి యూహయని నేను ఊహింతును. నా యూహయే నిజమైనచో ఇతని వస్తుకవితా శబ్ద ప్రయోగములో నూత్న ప్రతిపాదన మేమియులేదు.

ప్రబంధ శబ్దము సంస్కృతములో ఏయే అర్థములలో వాడబడినదో, తెనుగున ఎట్టి గ్రంథములు ప్రబంధములుగా పేరెన్నికగన్నవో ఆ వివరణ మంతయు ఇంకొక ప్రకరణమున చెప్పబడును. ప్రస్తుతము కుమార సంభవము ప్రబంధమగునా ? కాదా ? అను ప్రశ్నకు రచనా విధానమునుబట్టి ఇది ప్రబంధమే యని అసందిగ్ధమైన సమాధానము చెప్పవచ్చును. కానీ ప్రబంధమునకుండవలసిన లక్షణములలో ముఖ్యమైన వస్త్వైక్యము మాత్రము ఇందులేదు

మహాస్రగ్ధర :- సతి జన్మంబున్ గణాధీశ్వరు జననము దక్ష
క్రతుధ్వంసముం బా
ర్వతి జన్మంబున్ భవోగ్రవ్రత చరితయు దేవ
ద్విషత్ క్షోభమున్ శ్రీ
సుతసంహారమ్ము భూశృత్సుతతపము నుమా
సుందరోద్వాహమున్ ద
ద్రతి భోగంబుం గుమారోదయము నతండనిం
దారకుం బోరఁ గెల్వున్".

అనెడి పద్యములో చెప్పబడిన కథాంశములలో సతి జన్మంబును, గణాధీశ్వరు జననమును, దక్షక్రతు ధ్వంసమును అనెడి మూడింటికి ఉత్తర కథతో ఉన్న సంబంధము అపరిహార్య కారణబద్ధముకాదు. ఈ కావ్యము కుమారస్వామి సంభవమునకు సంబంధించినది. అతని సంభవము తారకాసుర సంహారార్థమే గనుక తారకాసురవధ కుమారుని సంభవమునకు కార్యమైనది. కనుక కుమార సంభవ కావ్యము కుమారుని సంభవముతోనే ముగియుటకంటె తారక వధతోనే ముగియుట కథా బీజారోపణమునకు అనురూపమైన ఫలము. ఉమామహేశ్వరుల పరస్పరానురాగమే ఆ బీజము. ఆ అనురాగమునకు పార్వతి పూర్వ జన్మ గాథను చెప్పుట వస్త్వైక్యమును సాధింపదలచిన కవికి ఆవశ్యకముకాదు. ఆ భాగ

మునందలి మూడంశములలో మొదటి రెండును ప్రధాన కథకు, మూడవదియైన దక్షాధ్వర ధ్వంసముకంటె, ఎక్కువ దూరమున నున్నవి. వాటిని బలవంతముగా లాగికొనివచ్చి ఉమామహేశ్వరుల కథతో అతుకుట పౌరాణిక పద్ధతియే గాని ప్రబంధ పద్ధతికాదు. ఈ ఔచిత్యము నెరింగియే కాళిదాసు,

"అస్త్యుత్తరస్యాం దిశి దేవతాత్మా
హిమాలయో నామ నగాధి రాజః"

అని పార్వతీ జనకుడైన హిమవంతుని వర్ణనతో కథను ఉపక్రమించెను. అంతే గాక ప్రబంధమునకు ఉచితముగానట్టియు పురాణములయందు మాత్రమే చెప్పదగినట్టియు కథాంశములు కొన్ని నన్నెచోడుని గ్రంథమున గలవు. కుమారుని జననమునకు పూర్వము జరిగిన కార్యకలాపమంతయు పౌరాణికమే గాని ప్రాబంధికముగాదు. కావున నన్నెచోడుడు పౌరాణిక గాథను పురాణముగా గాక వర్ణనాదులచే నలంకరించి ప్రబంధముగా రచించెను. ఈ యర్థముననే ఇది ప్రబంధము.

కథా ప్రణాళిక

ఆశ్వాసము I

(1) ఆదిశక్తి దక్షుని ప్రార్థనమీద అతనికి సతీదేవి యను పేర పుత్రికయై జన్మించి శివుని వివాహమాడుట. (2) ఆ దంపతులు గజరూపధారులై క్రీడింప, గజాననుడు పుట్టుట (3) దక్షుడు తన పుత్రికా సంతానమునంతను చూడనేగి కశ్యపాది జామాతలచే సత్కృతుడగుట.

ఆశ్వాసము II

(1) దక్షుడు శివుని చూడనేగగా ఆయన ఇతర అల్లుండ్రవలె మామను గౌరవింపకపోవుట. (2) ఆ అవమానమునకు ప్రతీకారముగ దక్షుడు తానుచేయ తలపెట్టిన యజ్ఞమునకు శివుని ఆహ్వానింపక కుమార్తెను పిలిపించుట. (3) సతీదేవి తన భర్తను ఆహ్వానింపని తండ్రిని అధిక్షేపించగా అతడు శివనిందచేయుట ఆసాధ్వి దుర్భరకోపముచే యోగాగ్నిదగ్ధయగుట. (4) గజాననుడు ప్రమథులతో గూడి దక్షయజ్ఞధ్వంసముగావించి, దక్షుని కట్టితెచ్చి

శివునిమ్రోల పెట్టుట (5) శివుడు అతనిని క్షమించి అధ్వర ఫలము ప్రసాదించి ప్రజాపతిగ నియోగించుట

ఆశ్వాసము III

(1) సతీదేవి హిమవంతుని కూతురై జనించుట. (2) ఆమె యుక్త వయస్కురాలైనపుడు నారదుడువచ్చి ఈశ్వరునకు పత్నియగునని యేష్యము చెప్పుట. (3) శివుడు ఏదో కాంక్షించి తపస్సు చేయుటకై హిమవద్గిరికి రాగా హిమవంతుడు ఆయనకు తగిన సౌకర్యములను కలిగించి ఆయనకు పరిచర్యార్థము పార్వతిని నియోగించుట.

ఆశ్వాసము IV

(1) తారకాసురుడు దేవతలకు నానాబాధలు పెట్టుట, వారు బ్రహ్మతో మొరపెట్టుకొనుట, ఆయన శివపార్వతుల తేజమున ఉదయించినవాడే తారకాసురుని సంహరింప సమర్థుడగునని యుపదేశించుట (2) ఇంద్రుడు మన్మథుని తన కొలువునకు రావించి శివపార్వతులకు సంయోగమును కల్పింపుమనుట. (3) మన్మథుడు సపరివారుడై ఈశ్వరుని తపోవనమునకేగుట. (4) వసంతుడు తపోవనమున ప్రవేశించి అకాలవసంతోదయమును కల్గించుట.

ఆశ్వాసము V

(1) వసంత పుష్పాభరణాలంకృతయై సపర్యార్థమై వచ్చిన పార్వతిని చూచి శివుడు చలించుట. (2) తన మనోవికారమునకు కారణమైన మన్మథుని ఫాలనేత్రముతో భస్మముచేయుట. (3) రతివిలాపము (4) ఆకాశవాణి సమాశ్వాసము. (5) పార్వతీ విరహార్తి (6) సఖుల శిశిరోపచారములు.

ఆశ్వాసము VI

(1) తండ్రి యనుమతిగొని పార్వతి తపమునకేగుట. (2) ఒక ముని పల్లెనుజేరి అందున్న జంగమ మల్లికార్జునునివద్ద దీక్షగొని తపోవేషము దాల్చి గంగాతీరమున నివాసమేర్పరచుకొని ఘోరమగు తపస్సు చేయుట.

ఆశ్వాసము VII

(1) శివుడు మాయాబ్రహ్మచారి వేషమున పార్వతిని పరీక్షించి, మెచ్చి సాక్షాత్కరించుట (2) కన్యావరణార్థము సప్తర్షులను హిమవంతుని చెంతకు పంపుట.

ఆశ్వాసము VIII

(1) సప్తర్షులు వివాహ నిశ్చయముచేసికొని వచ్చుట. (2) శివుడు బ్రహ్మాది పరిష్కృతుడై పెండ్లికి తరలిపోవుట. (3) హిమవంతుడు భక్తిపూర్వకముగా ఎదుర్కోలు సేకపుట. (4) ఆ రాత్రి ఓషధీ ప్రస్థపురమున విజృంభించిన విటవిటీ విలాసాది శృంగార క్రీడలు.

ఆశ్వాసము IX

(1) పార్వతీ పరమేశ్వరుల వివాహము. (2) తుంబురు నారదుల గానము (3) రంభాదుల నాట్యము. (4) దేవతల ప్రార్థనలు ఆలకించి శివుడు మన్మథుని పునరుజ్జీవితునిచేసి రతిని అనుగ్రహించుట (5) వసంతోత్సవము. (6) జలకేళి (7) పార్వతీ పరమేశ్వరులు రజతగిరికేగుట. (8) వారి వివిధ రతి క్రీడావిలాసములు.

ఆశ్వాసము X

(1) శివపార్వతుల శయ్యాగృహము (2) అకాలమున అందు ప్రవేశించిన అగ్నిమీద శివుడు తన చరమ ధాతువును చల్లుట. (3) అగ్ని దానిని ధరించిపోయి ఋషిపత్నులమీద విడుచుట (4) వాయు దానిని శరవణ సరసిలో గుప్తముచేయుట. (5) అందు కుమారస్వామి జనించుట. (6) కలహకుతూహలుడైన నారదుడు ఆ పిల్లవాని తేజో విశేషాదులను ఇంద్రునికి చెప్పగా అతడు దండెత్తివచ్చి ఓడిపోయి ఈశ్వరుని మరుగుజొచ్చుట. (7) ఉమామహేశ్వరులు ఆ పిల్లవానిని తమ బిడ్డగా గుర్తించి తారకాసుర వధార్థము దేవసేనానాయకుని జేయుట (8) క్రౌంచ పర్వత భేదనము (9) దేవతలు బృహస్పతిసుతుడైన సుమతిని తారకాసురునివద్దకు రాయబారము పంపుట (10) తారకుడు దూతను నిందించి వధింపబూనుట. (11) శుక్రుని ధర్మోపదేశము. (12) దానవ దూత దేవ సభకు వచ్చుట (13) యుద్ధ నిర్ణయము (14) శుక్రుడు తారకునకు రాజనీతిని ఉపదేశించి యుద్ధము మాన్పనెంచుట, తారకుని తిరస్కారము.

ఆశ్వాసము XI

(1) ఉభయ సైన్యములు చతురంగ బలసమేతముగా యుద్ధభూమి చేరుట.

ఆశ్వాసము XII

(1) సురాసురులలో ప్రధాన వీరులు పరస్పరము నానావిధముల పోరుట. (2) కుమార తారకులు తారసిల్లుట. (3) తారకాసుర సంహారము. (4) దేవతల అభినందనములు, జయ జయ ధ్వానములు (5) విజయలక్ష్మీ శోభితుడైన కుమారుడు తల్లిదండ్రులను దర్శించుట. (6) పరమేశ్వరుడు కుమారునకు ఈశ్వర తత్త్వోపదేశము గావించుట.

ఈ కథ బ్రహ్మాండ పురాణములో ఉన్నదట. మరి ఇతర శైవ పురాణములలో కూడ నుండవచ్చును. దీనికి ప్రపంచ వ్యాప్తి వచ్చుటకు కారణము కాళిదాసు చేపట్టుట. ఆ కవికులగురువే కుమారసంభవము వ్రాసియుండనిచో ఈ కథ గణపతి సంభవ కథవలెనే పురాణములలోనే యుండిపోయెడిది నన్నెచోడుని గ్రంథము కాళిదాసుని కుమారసంభవమునకు ఆంధ్రీకరణముకాదు ఒక వేళ ఉద్భటుని కుమార సంభవమే ఈ తెలుగు గ్రంథమునకు మూలమేమో యని అనుమానించుటకైనను వీలులేకుండ నన్నెచోడుడు అవతారికలో ఒక ప్రమాణ వాక్యము వ్రాసెను.

"అస్మదీయా నూన ప్రతిభార్ణవోదీర్ణ రుచిరవస్తు విస్తారితోత్తమ కావ్య రత్నంబు" ఇది నా ప్రతిభా సముద్రమున పుట్టిన కావ్య రత్నమేతప్ప ఎవరు తెచ్చుకొన్నదిగాని, కొన్నదిగాని గాదని ఈ వాక్యముయొక్క తాత్పర్యము. అయితే ఈ కావ్యమే అతని ప్రతిభా సముద్రమున పుట్టినదికాని, కథ మాత్రము కాదు. పురాణములలోని కథను నిమిత్త మాత్రముగా తీసికొని దానిని తా నిచ్చ వచ్చినట్లు మలచి సింగారించి వన్నెలు చిన్నెలు కల్పించి ఒక చక్కని శిల్పమూర్తిని సృష్టించినాడు. స్వతంత్ర రచన అనెడి మాటకు అర్థ మింతే. కథను గూడ కల్పించినాడని కాదు. మరి కాళిదాసు కావ్యమునైనను మూలముగా గైకొన్నా డేమో అని యనుమానించుటకు వీలు లేకుండ అతడు చేసిన ప్రతిజ్ఞ సందేహ నివృత్తిని జేయుచున్నది. కాళిదాసుపై ఇతనికి ఎనలేనిభక్తి. "భాసురమతి వాల్మీకి వ్యాసాదులు చనిన జగతి వరకవితాసింహాసనమెక్కి కవీంద్రుల దాసులఁగా నేలెఁ గాళిదాసుఁడు పేర్మిన్" ఇంత భక్తిగలవాడు అతని కుమారసంభవమును ఇతర సంస్కృత కావ్యములకంటె ఎక్కువ శ్రద్ధతో చదివి యుండుననుట తథ్యము. ఊరక చదువుటయే కాకుండ దానిని చిరకాల మననము చేసి తన

కవితాత్మను ఆ కావ్య సౌందర్య వాహినిలో నోలలాడించి యుండును. అందుచేతనే గ్రంథ రచనవేళ కాళిదాసుమూర్తి ఇతనికి అడుగడుగునను సాక్షాత్కరించుచునే యుండెనని తలపవచ్చును. ఆ సాక్షాత్కార ప్రభావము ఈ గ్రంథమున చాలవరకు నీడలారుచుండును. అందుచేతనే విమర్శకులు ఈ గ్రంథమునకు కాళిదాసు కుమారసంభవమే మూలమనుకొని దానితో పోల్చి చూచుటకు ఉద్యమించిరి. అది మూలము, ఇది ప్రతికృతి అని పోల్చి చూచుటకంటె ఈ రెండును స్వతంత్ర గ్రంథములుగ భావించి తారతమ్యము నిర్ణయించుట సముచితము. ఎఱ్ఱన, సోమనల హరి వంశమువలె ఈ రెండును తెలుఁగు గ్రంథములే అయి యుండినచో అట్లు పోల్చి చూచుట కొంత సుకరమే యగును గాని కాళిదాసుది సంస్కృతమును, నన్నెచోడునిది తెలుగు అగుటచేత వాటిని పోల్చి చూచుట కొంత దుర్ఘటమైన పని అయినప్పటికిని ఈ రెండు గ్రంథములలోని కథను, ఈ కవులు ఆ కథను నడపిన పద్ధతిని, కవితాశక్తిలో చిత్తసంస్కారములో ఇరువురకునుగల తారతమ్యమును కొంతవరకైనను పోల్చి చూడవచ్చును. నిజమునకు తెనుఁగుమాట అటుంచి సంస్కృతములోనైనను కాళిదాసు చేపట్టిన వస్తువును ఇంకొక కవి చేపట్టి యున్నచో- అట్టి సాహసుఁడు లేడు- కాళిదాసుతో అతనికి పోలిక ఏమిటి? అని యతని గ్రంథమును విప్పి చూడకుండగనే త్రోసి పుచ్చవచ్చును. ఎందుచేత ననగా కవి కులములో కాళిదాసుని పేరు చెప్పిన తర్వాత ద్వితీయుడుగానైనను చెప్పుటకు వెంటనే రెండవవాని పేరు స్ఫురింపదు. అందుచేతనే "అనామికాసార్థవతీ బభూవ" అన్న అభియుక్తోక్తి పుట్టినది. అట్టి కాళిదాసుతో ఈ తెనుఁగు కవినిపోల్చి చూచినపుడు ఇతనికి ఏమి న్యూనత కలుగునో యనెడి సంకోచము కలుగుట సహజమే. కాని బరిమీద వదలిపెట్టినచో గెలవక పోయినను కాళిదాసుతో పెనగగల వాడేగాని మల్లచరపు విన్నంతనే భయపడి పారిపోవువాడు కాదనుమాట మాత్రము నిజము.

కాళిదాసు పేరుమీద చెల్లుచున్న కుమారసంభవములో ఉత్తర భాగము (౯వ సర్గనుండి) అతడు వ్రాసినది కాదనియు ప్రతిభాశాలియైన ఏ కవియో దానిని పూర్తిచేసి యుండుననియు, సూక్ష్మదృష్టికి ఆ భేదము కానవచ్చుచుండుననియు కొందరందురు. మల్లినాథసూరి మొదటి ఎనిమిది సర్గలకే వ్యాఖ్యానము వ్రాసి తక్కినవి విడిచి పెట్టుటవల్ల ఆ మహా వ్యాఖ్యాతకు కూడ ఉత్తరభాగము కాళిదాసు కృతము కాదనియే తోచెనని తమ యభిప్రాయమును సమర్థింతురు.

నన్నెచోడునకు కూడ ఇట్టి అభిప్రాయమే కలిగి యుండవచ్చును. ఇతడు పూర్వ భాగమును అనుసరించి నడచినంతగా ఉత్తర భాగము వెంట నడకసాగింపలేదు నన్నెచోడుడు చేసిన అనుసరణములు, అనుకరణములు, అనువాదములు పూర్వ భాగమునకే సంబంధించి యున్నవిగాని ఉత్తర భాగమున లేవు అందును 5 వ సర్గ తరువాత కాళిదాసు దగ్గర సెలవు తీసికొని. తన దారిని తాను పరుగెత్తి పోయెను. సప్తర్షులు కన్యావరణార్థము హిమవంతు నొద్దకు వెళ్ళి మనువు నిశ్చయము చేసికొని వచ్చిన 6 వ సర్గపు నన్నెచోడుడు ఎట్లు విస్మరింప గలిగెనా? యని నాకు విస్మయము కలుగుచుండును ఆ సర్గలో కాళిదాసు చిత్రించిన ఆర్యత్వము మన కుమారసంభవమున-ఛాయామాత్రముగా నైనను - లేదు. భారత జాతియొక్కయు భారతీయ కవియొక్కయు సంస్కృతి సంపన్నతకు నిధాన మైన ఆ సర్గను తెనుగున అపవదించుటకు గాని అనుసరించుటకు గాని నన్నెచోడుడు చాలడు. ఈ గ్రంథమును కాళిదాసునకు వినిపించినచో అతడు ఒక మారు తల యూచుచు, ఒకమారు పెదవి విరచుచు ఆలకించును.

సంస్కృత కుమారసంభవములోని కథ హిమవద్వర్ణనతో పార్వతీ జననముతో ప్రారంభమై కుమారుని తారకాసుర సంహారముతో అంతమగును. తెనుగున పార్వతియొక్క పూర్వ జన్మమైన సతీదేవియొక్క జననము, దక్షుడు ఆమెను శివునకిచ్చి పెండ్లి చేయుట, ఆ పరమ దంపతులకు గజాననుడు పుట్టుట, తండ్రియైన దక్షుడు తన భర్తను అవమానించినందులకు సతీదేవి యోగానల దగ్ధ యగుట ఆ పై దక్షాధ్వరధ్వంసము జరుగుట అనెడి అధిక కథ మొదటి రెండాశ్వాసములలోను కలదు.

మూడవ ఆశ్వాసమునుండి నడచిన కథ మాత్రము కాళిదాసు కథా క్రమముతో సంవదించుచుండును. అది మొదలు రెండు గ్రంథముల యందును కథా ప్రణాళిక సమానమే। ఆ ప్రణాళికను ఉన్మీలనము చేయుటలో మాత్రము నన్నెచోడుడు కాళిదాసుకంటె ఎక్కువ పెంపు చేసెను ఆ పెంపు అనేక విధముల జరిగినది. ముఖ్యముగా వస్తు వర్ణనలోను భావ ప్రపంచములోను అది ఎక్కువ ద్యోతిత మగును. ఈ భేదము ఒక్క ఈ యిరువురకే కాదు; ఇది ప్రాచీన నవీన కవి వర్గములకు ఉండెడి సర్వ సాధారణ ధర్మము ఈ ప్రాచీన నవీనత లనునవి కాలమునుబట్టి యేర్పడునవి కావు, ఆ యా కవుల రచనా

పద్ధలనుబట్టియు ఏర్పడును. ప్రాచీన కవిత్వమునకు సాధుత్వము, సహజ సౌందర్యము, అలంకరణ విరళత్వము, బహువర్ణనా రాహిత్యము, కథా ప్రాధాన్యము, భావసంయమనము ముఖ్య లక్షణములు. నవీన కవిత్వమునకు శబ్దాడంబరము, అర్థ చమత్కారము, అలంకరణ ప్రచురత్వము, వర్ణనా బాహుళ్యము, భావావేశము, ఇతివృత్త ప్రపంచనము ముఖ్య లక్షణములు. ఈ విభాగమునే ఆంగ్లములో Classicism and Romanticism అని యందురు ఈ యర్థములో మన ప్రాచీన నవీన కవులను ఆర్షకవులు, లౌకిక కవులు అనవచ్చును. ఆర్ష కవులనగా కేవలము ఋషి కవులనియే అర్థము కాదు. పైన చెప్పిన లక్షణానుసారముగ పురాణేతిహాసములను కావ్యములను వ్రాసిన కవులందరును ఆర్ష కవులే యగుదురు. కుమారసంభవ కథగల ప్రాచీన పురాణములు చూచినపుడు ఆ రచన ఆర్షమనియు దానితో పోల్చినపుడు కాళిదాసు రచనపై జెప్పిన లక్షణములను బట్టియే కొంతవరకు లౌకిక మనియు స్పష్టమగును. ఆ కాళిదాసుతో ఈ నన్నెచోడుని పోల్చి చూచినచో ఈ తెలుగు కవిత్వము లౌకికము ఆ కాళిదాస కవిత్వము ఆర్షము అనిపించును అనగా లౌకిక మనదగిన నవీన కవిత్వ లక్షణము కాళిదాను గ్రంథమునందుకంటె నన్నెచోడుని గ్రంధములో అధికముగా నుండునన్నమాట. ఈ పెంపు జరిగిన కొలదియు లౌకికగ్రంథము విస్తృతి చెందుటయేగాక కొన్నిచోట్ల ఆ విస్తృతి, కావ్య శరీర నిర్మాణదృష్ట్యా అనావశ్యకము కూడ అగును. మరి కొన్నిచోట్ల వ్యంగ్య ప్రధానమై సూచనా మాత్రముగ ఉన్న యర్థము వివరణమువల్ల పలచబడును. ఒక యుదాహరణ చూడుడు:

"అపచిత బలిపుష్పా వేది సమ్మార్గ దక్షా
నియమ విధి జలానాం బర్హిషాం చోపనేత్రీ
గిరిశముపచచార ప్రత్యహంసా సుకేశీ
నియమిత పరిఖేదా తచ్ఛిరశ్చంద్రపాదైః."

ఈ శ్లోకమునందు కాళిదాను, పార్వతి తపస్వితుడైన శివునకు చేసిన పరిచర్యా స్వరూపమును సంగ్రహముగా, అంతకంటె అపేక్షణీయము లేకుండ వ్యక్తీకరించెను.

ఈ శ్లోకములోని భావములనే ఛాయా మాత్రముగా అనుకరించుచు నన్నెచోడుడు మూడు పద్యములను వ్రాసెను. మూడవ దానిలో పార్వతి నిత్యము

కోసి తెచ్చిన పువ్వుల ప్రత్యగ్రతను వివరించుచు రమణీయమైన యొక అర్థమును కొని తెచ్చెను.

సీ॥ "మొనలావులించి వాసనసల్లఁ బసిగొని
లేఁ దేటిగము లెంగు లింపకుండ
నెర సూఱఁగొని వేచి సుడియు తెమ్మెరలచే
బొడము పుష్పొడి వొలివోవకుండఁ
దరణి కూటమున మే యెరలి పద్మిని మేన
మొలతెంచు మధుమద మొటుకకుండ
మేల్కని గోమిని మెలఁగి మై మురిసినఁ
బొది గొన్నయళరువుల్ సెదరకుండఁ
తే॥ వెలిసి ఱక్కవ లొండొంటిఁ గలయఁ దారు
కలకలంబున రేకులు గదలకుండ
మున్న కొనివచ్చి గణికా సమూహితోడ
గిరిజ పూజించెఁ బసిఁడి తామరల వరదు."

ఈ పద్యమును కాళిదాసే చూచి యున్నచో ౪ వ పాదముతప్ప తక్కిన భాగమును నిజముగా సంస్కృతములో అనువదించెడి వాడేమో యని నాకు తోచును. (ఆ పాదమునందలి యర్థము అసభ్యము) కాళిదాసునే మురిపించెడి పద్యములు ఇట్టివి ఈ గ్రంథములో అక్కడక్కడ చాల కలవు వాటిలో రెండు మూడు ఉదాహరణము లిచ్చుచున్నాను:

"మ॥ వల రాజామనిఁబిల్చి వేగమెయి నీవానంతి కానంద దో
హల మీకానన లక్ష్మి కిమ్మనుడు నాహ్లాదంబుతో నెయ్యమ
గ్గలమైయుండ వసంతకుండు దమపైఁ గన్విద్దఁ గారాకుఁ గెం
దలి రాకయ్యెనొనాఁ దలిర్చె వడిఁ గాంతాకాంతరోర్వీజముల్."

కం॥ కని కోపించెనొ? కానక
మును గోపించెనొ మహోగ్రముగ నుగ్రుఁడు సూ
చినఁ గాలెనొ చూడక యట
మును గాలెనొ నాఁగ నిమిషమున నఱఁగాలెన్

కం॥ గిరిసుతమైఁ గామాగ్నియు
హరుమై రోషాగ్నియుం దదంగజుమై ను
ద్ధుర కాలాగ్నియు రతి మై
నరు శోకాగ్నియునుఁ దగిలి యొక్కట నెగసెన్."

మన్మథుడు తన సఖుఁడైన వసంతునితోను, శంకిత స్వాంతయైన రతితోను కలిసి ప్రాణము లర్పించి యైనను సరే, నెరవేర్చవలసిన కార్యము కొరకు హిమవత్పర్వతము మీది శివుని తపోవనమునకు బయలుదేరి వెళ్ళెను అని చెప్పుటకు కాళిదాసు ఈ క్రింది శ్లోకమును వ్రాసెను.

"సమాధ వేనాభి మతేన సఖ్యా
రత్యాచ సా శఙ్కమను ప్రయాతః
అంగవ్యయ ప్రార్థిత కార్యసిద్ధిః
స్థాణ్వాశ్రమం హైమవతం జగామ."

ఇంతలో ఆతడు వాహనారూఢుడై వెళ్లెనో కాలి నడకనే వెళ్లెనో ఆకాశ గమనమున వెళ్ళెనో కాళిదాసు వివరింపలేదు. ఆగమన ప్రకారమును అవసరమైనచో మనము ఊహించుకొనవలసినదేగాని దానిని వివరించి చెప్పుట ఆ కవి కుల గురుని పద్ధతి కాదు. నన్నెచోడుడు మన కా యూహించుకొనవలసిన అవకాశము లేకుండ వారి గమనమునకు ఒక పుష్ప రథమును సృష్టించి చూపెను. (పుష్పకము వంటి రథము కాదు; తెలుగువారి రెండెడ్ల బండి)

సీ॥ పంకరుహంబులు బండి కన్నులు,
చంపకంబులు నొగ, లుత్పలంబు లిరుసు
గర పీఠములు పలుఁగాడి, జాదులు
పసుపుగొయ్య, లశోకముల్ గోడిపీఁట
సిందువారంబులు శీలలు, గేతకుల్
మెట్టులు, మొల్లలు మెట్టుగుదెలు
పొగడలు పలువులు, పున్నాగములు
పగ్గములు, సహకారముల్ పూసుగాడి
కుసుమకాసీక మూలంపుఁ గోల, కైర
వములు మునుకోల, కోకముల్వాహనములు

గా వసంతుండు సూతుఁడై పూఁవుదేర
నెరయఁ గుసుమాయుధంబులు నినిపి తెచ్చె.

రథమునకు చక్రాలు, ఇరుసు, కాడి మొదలైన ఎన్ని అవయవము లుండునో అన్నిటికి అన్ని రకముల పువ్వులు సంపాదించి ఆ రథ నిర్మాణము చేసిన ఈ శిల్పి నేర్పు ఎంతయో కొనియాడ దగినది. కాని ఆ రథ నిర్మాణ మెంత బాగున్నను చమత్కార భూయిష్టమే గాని రసవంతమని చెప్పదగిన రామణీయకతా భూయిష్ఠము కాదు. ఇట్టి చమత్కార పద్యమును వ్రాయుట సంస్కృత కవులలోనైనను ఉత్తర కాలమందలి శ్రీ హర్షాదులకు పరిపాటి యైనదిగాని అశ్వఘోష కాళిదాసాదులనాడు లేదు. ఈ సంగతి యటుండనిండు. శివుని తపోవనములో వసంతుడు అడుగు పెట్టగానే అకాల వసంతోదయ మైనది ఆ ఘట్టములో కాళిదాసు వ్రాసిన శ్లోకములలో కొన్నిటిని ఇతడు యథాతథముగ తెనిగించెను. మరి కొన్నిటిని ఇంచుక మార్పులతో అనుకరించెను చూడుడు:

"మధు ద్విరేఫః కుసుమైకపాత్రే
పపౌ ప్రియాం స్వా మనువర్తమానః
శృంగేణ సంస్పర్శ నిమీలితాక్షీం
మృగీమ కండూయత కృష్ణసారః.
దదౌరసా త్పఙ్కజరేణు గన్ధి
గజాయ గండూష జలం కరేణుః
అర్థోపభుక్తేన బిసేన జాయాం
సంభావయామాస రథాఙ్గనామా.
గీతాన్తరేషు శ్రమవారి లేశైః
కించిత్సముచ్ఛ్వసితపత్త్రలేఖమ్
పుష్పా స వా ఘూర్ణిత నేత్రశోభి
ప్రియా ముఖం కిం పురుష శ్చుచుమ్బే."

సీ॥ "కరియిచ్చె నరమేసి కరిణికి నల్లకీ
పల్లవ ముల్లంబు పల్లవింప
మృగ మర్థిఁ గబళించి మృగికిచ్చెసంచు ద
ర్భాంకురంబులు చిత్త మంకురింప

హంస పెక్కువ యిచ్చె హంసికి నోర్నీర
నెలదూడు మొగముల నెలమి మిగుల
భృంగమ్ము దావితో భృంగికి దయనిచ్చె
వికసితాబ్జ మధువు వికసితముగఁ

గీ॥ గిన్నరుండు గ్రోల్చెఁ గిన్నరి వీనుల
రాగ రసము మేన రాగ మెసఁగ
మధు విడంబనమున మగలును మగువలు
విరలి గొనిరి మదన పరవశమున."

ఈ ప్రకరణమును కాళిదాసు 8 శ్లోకములతో సరిపెట్టగా నన్నెచోడుడు ఇరువది పద్యములతోగాని తృప్తి పడలేదు. ఈ పెంపు లౌకిక కవులలో భావ నిగ్రహముగల ఎవరికో తప్ప తక్కిన వారందరికి సహజ లక్షణము. నన్నెచోడునకు కాళిదాసుమీద గల భక్తి ఇంతంత యనరానిది. ఒక కుమారసంభవము నుండియే గాక, అవసరమైనపుడు కాళిదాను ఇతర గ్రంధములనుండి కూడ మేల్తరములైన శ్లోకములను అనువదించుటకు ముచ్చట వడెను. ఒకమారే చంద్రాస్తమయము, సూర్యోదయము జరుగుచున్న ప్రకృతి సన్నివేశమును వర్ణించిన నన్నెచోడుని ఈ పద్యమును చూడుడు:

తే॥ "అస్తగిరిఁ బొందె రా, జుదయాద్రి నెక్కె
నినుఁడు, దేజస్వులగు వారికెల్ల ప్రొద్దు
మానితంబగు నిల నొక్కమాట పొందు
హాని వృద్ధులు సూచించు నట్లవోలె.''

ఇది శాకుంతలములోని ఈ క్రింది శ్లోకమునకు అనువాదము.

శ్లో॥ యాత్యేకతోస్త శిఖరం పతి రోషధీనా
మావిష్కృతారుణ పురస్సర ఏకతోఽర్కః
తేజోద్వయస్య యుగపద్వ్య సనోదయాభ్యాం
లోకో నియమ్యత ఇవాత్మ దశాన్తరేషు."

మొదట ఇది స్వతంత్ర ప్రబంధమని కదా కవి చేసిన ప్రతిజ్ఞ, మరి ఈ యనువాదము లేమి; ఈ యనుకరణములేమి? అని ఒక ప్రశ్న పుట్టవచ్చును.

అచ్చటచ్చట ఇటువంటి అనుకరణము లున్నను ఇది స్వతంత్ర రచన మాత్రము కాకుండ పోదు. ఆ మాత్ర మనుకరణమైనను లేకుండ వ్రాయవలెనని ఈ కవి సంకల్పించనూ లేదు; వ్రాయుదునని ప్రతిజ్ఞయు చేయలేదు. ఒకవేళ ప్రతిజ్ఞ చేసినను అది నెరవేరుట దుర్ఘటము. వరదుకనగా, ఆకాశమున సూర్యునివలె కాళిదాసు దేదీప్యమానముగా వెలుగుచుండగా ఆ రశ్మి తనకు సోకకుండ నడవ గలనని ఎవడు ప్రతిజ్ఞ పట్టగలడు? గొడుగు అడ్డము పెట్టుకొన్నను ఆ వేడి సుషిర మార్గము వెంట ఒడలికి తాకుచునే యుండును. కాళిదాసు శ్లోకములు సందర్భవశమున జ్ఞప్తికి వచ్చినపుడు నన్నెచోడుడు వాటిని నమస్కార పూర్వకముగ స్వీకరింపక ఎట్లు ఉండగలడు? కొంచమో గొప్పయో కాళిదాసునకు తాను ఋణపడుదునని ఋణపడితినని యెరుగును. పూర్వకవి స్తుతిలో కవులందరును కాళిదాసునకు దాసులే యని భక్తి పూర్వకముగా నమస్కారము చేసియే-ద్రోణాచార్యులవారికి ప్రదక్షిణము చేసియే యుద్ధమునకు తలపడిన అర్జునునివలె-కావ్య రచనకు ఉపక్రమించి ఉద్దిష్టగమ్యమును చేరెను.

కావ్యము రసవంతముగా నుండవలెనన్నతో ప్రసన్నముగా నుండుటయే గాక ఔచిత్యబంధురమైకూడ ఉండవలెను. ఈ ఔచిత్య మనునది శబ్దములో, అర్థములో, వస్తువులో, వర్ణనలో, భాషణలో, సంవాదములో-అది యిది యన నేల-శరీరమంతయు వ్యాపించి యుండెడి ఓజస్సువలె కావ్యమంతట నిండి యుండవలెను. కాళిదాసు కవికుల గురువనిపించుకొనుటకు గల కారణములలో యౌచిత్య పరిపాలనమొకటి. ఆ శక్తి సంస్కృతకవులలోనే చాలామందికి లేదు. తెలుగు కవులలోను మరిపెక్కుమందికి లేదు. ఆ లేనివారిలో నన్నెచోడు డొకడు. వివాహనిశ్చయమునకు హిమవంతునివద్దకు వెళ్ళివచ్చిన సప్తర్షులు, వధువు చాల అందగత్తె అని శివునితో, జగన్మాత కాబోయెడి పార్వతియొక్క అవయవములను వర్ణించి చెప్పుట యెంతమాత్రమును ఉచితముకాదు. ప్రబంధమునకు స్త్రీరూపవర్ణనము ఒక అలంకారము గనుక కవి పార్వతీవర్ణనను ఆ ఋషులనోట పలికించెనని సమాధానపడుద మనుకొన్నను పొసగదు. ఆ రూప వర్ణన అంతకుముందే యొకమాటు జరిగినది. మరి అట్టి వర్ణననే ఇంకొకమారు చేయుట అనావశ్యమేగాక సందర్భోచితమును పాత్రోచితమును కాదు. ఒకవేళ కవికి ఆమె రూపమును మరికొంత వర్ణింపవలెననెడి కుతూహలమున్నచో రెండవ

పక్షముగా తానై తనమాటలలో వర్ణింపవచ్చును గాని, ఆ ఋషిపాత్రలకు ఆరోపించరాదు.

మరి శివుని తపోభంగమునకు బయలుదేరిన మన్మథుని వారించుటకు రతి చేసిన హితోపదేశనముకూడ ఔచిత్యపుమేరను మీరుచునేయున్నది. భార్య భర్తకు హితముగరపుట న్యాయమేకాని ఆ యుపదేశము అనునయపూర్వకముగ మృదు-మధురముగ నుండవలెనుగాని తర్జనపూర్వక శాపవాక్యములుగా నుండరాదు. ఈ ఘట్టమున కవి రతినోట పలికించిన వాక్యములన్నియు తనవేకాని, రతి పాత్రవి కావు. కావ్యములో కవి, తానే పాత్రయగుట యొకటి, పాత్రయే తానగుట యింకొకటి-అనెడి రెండువిధములుగా భాషించుచుండును. అనగా పాత్ర భావములు తననోట పలుకుటయొకటి, తన భావములే పాత్రనోట పలికించుట యింకొకటి. ఈ రెండింటిలో మొదటిది కావ్యధర్మము, రెండవది కావ్యధర్మ భంజకము. తానే పాత్రయైనచో కవి పాత్రోచితమైన భావములు, వాక్యములు వ్యక్తముచేయుచుండును. పాత్రయే తానైన కవి ఆ యౌచిత్యమును విస్మరించి తన వాక్యములే పాత్రనోట పలికించును. రతి హితోపదేశ ఘట్టమున నన్నెచోడుడు ఈ రెండవ పద్ధతి నవలంబించి పాత్రౌచిత్యమునకు భంగము కలిగించెను.

ఇతడు స్త్రీజనావయవవర్ణనా కుతూహలమును తీర్చుకొనుటలో స్థానాస్థాన, వేళావేళ పరిజ్ఞానమునుకూడ కోల్పోవుననుటకు ఇంకొక నిదర్శనము చూడుడు : పార్వతీ పరమేశ్వర వివాహానంతరము హిమవంతుడు అల్లునకు అరణమొసంగి వీడ్కొలుపు సందర్భమున మేనయు ఉమాదేవియు ఒండొరులను కౌగలించుకొందురు. ఆసమయమున వారిరువురి హృదయములలో అమృతరసపూరితములైన ఏవో భావతరంగములు పుట్టును. ఆడపిల్లను అత్తింటికి సాగనంపెడి దంపతు లందరును ఎరుగుదురు ఆ సన్నివేశమును మహాకవియైనవాడు ఎంతో రసవంతముగా వర్ణింపవచ్చును. నన్నెచోడునకు ఆ సన్నివేశ సౌందర్యమే గోచరింపలేదు. పైపెచ్చు వారి యాలింగనమును జుగుప్సావహమైన ఈ క్రింది పద్యమున చిత్రించెను:

తే॥ "ఉపకుచాగ్రంబు లొండొంటినొత్తుదేర
వెసరు కౌఁగిలింపఁగ నను వెట్టుఁగాక

కెలని కౌఁగిలించుఁ గుచతటుల్ బలిమినొత్త
నంది కేలెటకేనియు నందికొనిరి."

ఇట్టి పద్యములు ఇయ్యేరనేకాదు సారస్వతమున ఎక్కడనున్నను సరసుల మదికెక్కవు. అవి యీ కావ్యములకు కళంకములనుటకు సందేహింప నక్కరలేదు.

పరాకాష్ఠచెందిన ఇతని గురుభక్తి యారాధనీయమే కాని ఆ గురునకు పరమశివునితో అభేదమును పాటించెడి పారవశ్యము మాత్రము సమర్థనీయము కాదు. పార్వతికి శివమంత్రోపదేశము చేసిన ఋషీశ్వరుని జంగమ మల్లికార్జునుని పేర పిలిచినప్పటికంటె, శబరకాంతలు వెదురుబియ్యము దంచునపుడు జంగమ మల్లికార్జునుని పేరుతోనే పాడిన రోకటిపాటకంటె, పెండ్లికి తరలివచ్చెడి శివుని చూడవచ్చిన పౌరకాంతలు చూచినవ్యక్తి జంగమ మల్లికార్జునుడే యని వర్ణించుట సమంజసము కాదు. వరుసగా ఆ పద్యములివి:

చ॥ "కమలదళాక్షి సొలఁదమకంబునఁగూర్చునిజేశుతోడఁ జి
త్తము దనివోవఁగా బహువిధంబులఁగూడిన హృద్గతానురా
గము వెలిఁబేర్చునోయన నఖక్షతచుంబనరంజితాంగ వి
భ్రమగతి వచ్చిచూచె నొకభామిని జంగమ మల్లికార్జునున్."

ఉ॥ వాసనగా శివాగమము వర్ణనకెక్కఁ ద్రయీసదర్థముల్
దేసిగ నాత్మశిష్యులకుఁ దెల్పుచు సద్విధినున్న నిష్కళా
ఖ్యానమునందు లీనమగు భావమునిల్పి వెలుంగుచున్న స
ద్భూసుర ముఖ్య విప్రమునిపుంగవు జంగమ మల్లికార్జునున్

తే॥ మగువ జంగమ మల్లయ్యఁ దగిలిచూచి
యందకన్నుల మనమును నంటియున్న
నచల భావననిల్పెఁ దానట్ల పరము
నభవుఁగని జను లచలాత్ములగుట యరుదె?

చ॥ పటికవు రోటిలో వెదురుబ్రాలొగిపోయుచు గౌరుకొమ్మరో
కటఁగొని దంచుచున్ శబరకామిని పెక్కులు రాగముల్ మదో
త్కటముగఁ బాడెఁ బుట్టిన మృగంబులు సోమ, మనుష్యరూప ధూ
ర్జటి మునిముఖ్యలోకగురు జంగమ మల్లికార్జునున్.

భక్తిపారవశ్యము నానావిధభావావేశములలో ఒకటి. మితిమీరిన భావావేశముగల కవి కావ్యరచనా మర్యాదలను పాటించుట దుష్కరము.

ఇతని సామెతలు, పలుకుబళ్ళు, జాత్యములు దేశీయముగా నుండుటయే గాక కథకుసంబంధించినను సంబంధింపకపోయినను దేశీయములైన ఆనాటి సాంఘికాచారములుకూడ కొన్ని యీ గ్రంథమున ప్రవేశపెట్టబడినవి. అట్టివికూడ ఇతడు ప్రతినిచేసిన కావ్యరచనాదేశీయతకు కొంత సాధనభూతములై యుండెనని నా యూహ. యుద్ధమునకు పూర్వము సేనాకటకమున వీరభటులు తమ తమ ప్రతాపములను ప్రకటించుట, త్యాగభోగపరాయణులగుట, ప్రియురాండ్రను తుది సారి వీడ్కొనుట. ప్రియురాండ్రు భావివియోగభారమును సహింపలేక ప్రియులకన్న ముందే ప్రాణములు వీడుట మొదలైన వీరశృంగార కృత్యములన్నియు క్షత్రియకులజుడును యుద్ధవిశారదుడును ఆయిన ఈ కవికి సాక్షాదనుభూతములై యుండును.

మరి రాజసేవకులకు పసిడిరాసులుబోసి జీతములిచ్చుటయు, యుద్ధభటులలో ముక్కిడిమూకలకు జొన్నలు గొలుచుటయు ఆనాటి యాచారము కాబోలు.

క॥ "భావజ విభుఁడలిశుకపిక
సేవకతతికెదరు దీర జీతముసేయం
గావెలిఁబోసిన పసిఁడుల
ప్రోవులు నాఁదమ్ములెలమిఁజూచె బెడంగై

చ॥ మునుయిడి వైరివాహపులముట్టి పడల్వడ వ్రేసిగిట్టి క్రై
వునఁ బయికెత్తువాహకుల పొంకమఖండల కొంత
గోసి మున్కొనివడివాటు వండలను గోవుల నూరెలఁదోలిమార్చు వే
ర్పునఁ బతికెత్తికేల్గలన జొన్నలుగొన్నఋణంబు నీఁగుదున్."

రాజు ఒక అసాధారణ కార్యనిర్వహణమునకై ఒక సేవకుని నియోగించి నపుడు అతనికి సత్కారపూర్వకముగ తాంబూలమొసంగుటయు ఆతడు దానిని అంగీకారసూచకముగ గ్రహించుటయు ఆనాటి రాజసేవా మర్యాదలలో ఒకటియై యుండును. ఆ మర్యాదయు ఈ కావ్యమున పాటింపబడినది.

వ॥ నాకుదగిన కెలసంబు (Service) గంటి దీనికింతకుమైకొంటిఁ దాంబూలంబు దయసేయుమని వసంతసహితంబుగా వలరాజు సురరాజుచేత నపారసత్కారంబులుగొని వీడుకొని చనుదెంచు నంతనక్కడ."

కథ ఏకాలమునాటిదైనను కవికాలమునాటి ఆచారవ్యవహారములు కావ్యమున చోటుచేసికొని ప్రవేశించును. అట్టివి కాలధర్మవిరుద్ధములని కవులు శంకింపరు.

"ఓలినకడచన నఖువది
నాలుగు విద్యలనునేర్పు నైసర్గికమై
వాలిన సుకవులకుం గా
కేలతరమె కృతులుచెప్ప నెవ్వరికైనన్."

అనిగదా ఇతడు ఉత్తమకవి కుండవలసిన విజ్ఞానమును నిరూపించెను. ఇది ఆలంకారికులు కావ్యహేతువులుగ చెప్పిన ప్రతిభా, వ్యుత్పత్తి, అభ్యాసములనెడి మూటిలో వ్యుత్పత్తికి సంబంధించిన విజ్ఞానము. ఆ విజ్ఞానము నానావిధ శాస్త్రసంబంధియు, నానావిధ కళాసంబంధియు అయియుండి కవికి చక్కని సంస్కృతినిచ్చును. అట్టి సంస్కృతిగలకవి పండితకవి యనిపించుకొనును. మన పూర్వకవులలో చాలామందికి అనేకశాస్త్రపరిచయముతోపాటు సంగీతాది కళాపరిచయమును కలదు ఆయా శాస్త్రవిషయములను, కళావిషయములను సందర్భము వొసగినపుడు వారు కావ్యములలో ప్రదర్శించుటయు కలదు. నన్నెచోడుడు అట్టి పండిత కవులలో ఒకడు. ఇతనికి కవిత్వముతోపాటు చిత్రలేఖనము నాట్యము సంగీతము మొదలైన కళలనైపుణియు, అశ్వశాస్త్ర, గజశాస్త్ర, యోగశాస్త్ర యుద్ధతంత్రాది పరిజ్ఞానమును కలవని చెప్పుటకు ఈ గ్రంథమున అనేక నిదర్శనములు చూపవచ్చును. ఈ పరిజ్ఞానమును అతడు అవసరమునకు తగినంతగాక ఎక్కువగానే ప్రదర్శించుచుండును. మరియు చిత్రకవిత్వము, బంధకవిత్వము, ముద్రాలంకారము మొదలైన కేవల పాండిత్య ప్రదర్శకమైన రచనయందును ఇతనికి కుతూహల మెక్కువ. ఇట్టి రచనలు ఆంధ్రవాఙ్మయములో ఆకాలమున లేవు. అందుచేతనే ఇతడు నన్నయకు ప్రాచీనుడు కాకపోవుటయే కాక అర్వాచీనులలో కూడ చాల తర్వాతికాలపు వాడని కొంతమందికి సందేహము కలుగుచుండును. మొత్తముమీద చూచినచో

ఈ కావ్యము రెండు విరుద్ధాంశములకు సంగమస్థానమేమో యనిపించును. ఒక వంక కాళిదాసాది సంస్కృతకవులయొక్కయు, తిక్కనాది ఆంధ్రకవుల యొక్కయు శిల్పలక్షణములును ఇంకొకవంక క్షీణయుగములోని అధమప్రబంధ లక్షణములును ఈ కావ్యములో రాశీభూతములైయున్నవి. అయినను నన్నెచోడుడు ఆంధ్ర కవిశ్రేష్ఠులలో ఎన్నదగ్గవాడేగాని, సామాన్యుడు కాడు. అతి స్వతంత్రమైన బుద్ధిసత్తయు అతి నిశితమైన భావనయు నానాశాస్త్ర పరిజ్ఞానమును గల మహావ్యక్తియు నని ఉపచారపూర్వకముగ కొనియాడదగిన కవీశ్వరుడు.

పండితారాధ్యుడు

ఈయనపేరు మల్లికార్జునుడు. మహాపండితుడును, ఆరాధ్య బ్రాహ్మణుడును ఆగుటచేత పండితారాధ్యుడనే పేరు ప్రశస్తికెక్కినది. ఈ పేరు తదుపరి కొన్ని ఆరాధ్యబ్రాహ్మణుల కుటుంబములకు ఇంటి పేరైనది.

ఈయన వీరశైవ మత సంస్కర్తయైన బసవేశ్వరునితో తులతూగ గల మాహాత్మ్యము కలవాడు. అందుచేతనే పాలకురికి సోమనాథుడు బసవని చరితమును బసవపురాణమను పేర వ్రాసినట్లే, ఈతని చరితమును పండితారాధ్య చరిత్రమను పేర ఒక మహా గ్రంథముగ వ్రాసెను. పండితుడు బహు గ్రంథకర్తయట. పండితారాధ్య చరిత్రలో సందర్భ వశమున ఆ గ్రంథములలో కొన్ని పేర్కొనబడినవి. వాటిలో కొన్ని సంస్కృత కర్ణాట భాషలలో కూడ కలవట. కాని ఇతడు వ్రాసిన గ్రంథములలో ఏది తెలుగో ఏది కాదో నిర్ణయించుటకు వీలు లేకుండ అవి యన్నియు నామమాత్రావశిష్టము లయినవి. ఒక శివతత్వ సారము మాత్రము అయుర్భాగ్యము కలిమి, శేషించి యున్నది.

సోమనాథుడు పండితారాధ్య వాద ప్రకరణములో పేర్కొన్న పెక్కు గ్రంథములలో శివతత్త్వ సారము తప్ప తక్కిన వాటిలో ఏవి పండితుని రచనలో ఏవి కావో చెప్పలేము.

"అత్తఱి కట్టి గైవారంబునేయ
"పర్వత పంచ గద్యముల్" "రుద్ర మహిమ"యు
శతకంబు "శివతత్త్వసార" మాదిగను
గద్య పద్యంబు లాకాంక్షఁ జదువుచు
హృద్యంబుగా సత్కవీశ్వరుల్ వొగడ
మతిఁ జెప్పి "సంసార మాయా స్తవంబుఁ"

బదములుఁ దుమ్మెద పదములఁ ప్రభాత-
పదములుఁ బర్వతపదము లానంద-
పదములు శంకర పదముల్ నివాళి-
పదములు వాలేశు పదములు గొబ్బి-
పదములు వెన్నెల పదములు సంజ-
వర్ణన మణి గణ వర్ణన పదము
లర్ణవ ఘోషణ ఘూర్ణిలుచుండఁ
బాడుచు నాడుచుఁ బరమ హర్షమునఁ
గూడి సద్భక్తసంకుల మేఁగుదేర. (పం. చ. వాద)

పై వాటిలో తుమ్మెద పదములు గొబ్బి పదములు వెన్నెల పదములు మొదలైనవి పండితారాధ్యుడు రచించినవై యుండవు అవి పద కవిత్వములో కొన్ని ఫణుతులపేర్లు. నేటికిని సంక్రాంతి పండుగ దినములలో-

"పంచ పాండవులే తుమ్మెదా" అనియు
"గొబ్బియాడో గొబ్బియాడో" అనియు

పల్లె ప్రజలలో స్త్రీలు జట్టులుగా పాడుట కలదు.

పండితుని శిష్యులు అతనివెంట ఈ పదములు పాడుచు కోలాహలముగ నడచిరని పాల్కురికి సోమనాథుడు చెప్పినదాని కర్థము. అవి తుమ్మెద పదముల, గొబ్బి పదముల ఫణుతులమీద శివపరముగ వ్రాయబడిన యేవో పదములై యుండును. ఆ శివపరములైన పదములు కూడ లోకములో ఆనాటికి ప్రచారములో నున్నవే కాని పండితారాధ్యుడు ప్రత్యేకము వ్రాసినవి కావని యనుకొనుట లెస్స।

శ్రీకంఠుఁడను పువ్వు దుమ్మెదా। పర
మై కాంతమున వెల్గు తుమ్మెదా।

అని వేదాంతార్థముగల ఒక తుమ్మెద పదము ఇప్పటికిని అచ్చటచ్చట పాడుచుండుట కలదు.

కాలము : ఇతని జీవితకాలము 1100-1170 కావచ్చును. ఇతడు వెలనాటి చోడుని యాస్థానమునకు వెళ్ళి అచటి బౌద్ధాచార్యుని, మత వివాదమున

సోకింపగా ఆ బౌద్ధుడు శివనింద చేసెనట. శివునిగాని, శివ మతమునుగాని, శైవులనుగాని నిందించిన వారిని హత్య జేయుట పాపము గాకపోవుటయే గాక దానివల్ల కైలాసప్రాప్తి కలుగుననెడి పండితుని మత విశ్వాస ప్రకారము అతని శిష్యులు ఆ బౌద్ధ పండితుని ఉపాంశువధ గావించిరట. దానికి ప్రతీకారముగ ఆ రాజు పండితుని కనులు తీయించెనట. ఈ భయంకర నాటకమున ఒక పాత్ర ధరించిన ఆ వెలనాటి చోడుని రాజ్యకాలము 1163-1180 అని చారిత్రకులు నిర్ణయించిరి. మరి పండితుడు వెలనాడుదాటి శ్రీశైలము మీదుగ బసవేశ్వరుని దర్శనార్థము కళ్యాణ కటకమునకు పయనమై పోవుచు మధ్యే మార్గముననే బసవని శివైక్యమునుగూర్చి విని ఆ పయనము మానుకొనెనట. బసవని నిర్యాణము 1167లో జరిగినదనుట చరిత్ర ప్రసిద్ధము. అప్పటికి పండితారాధ్యుడు ముసలితనముచే శ్రీశైల పర్వత మెక్కలేక అతని శిష్యుని ద్వారా స్వామికి తన భక్తిని నివేదించెనట. ఆ పై వయోభారము వల్లను, బసవని చూడలేక పోయితినను నిర్వేదమువల్లను, మరి రెండు మూడు సంవత్సరములలో తనువు చాలించెనట. కాగా ఇతడు 12 వ శతాబ్ది ప్రారంభమున పుట్టి 1170 పర్యంతము బ్రతికి యుండెనని నిర్ణయింపబడినది.

శివతత్త్వసారము : ఈ గ్రంథము కొద్ది సంవత్సరముల క్రితమే ప్రకటితమైనది. తత్పూర్వము దీనిపేరు సోదర గ్రంథములతోపాటు పండితారాధ్య చరిత్రమున వినవచ్చుట మాత్రముతోనే సరిపోయెడిది. పండితారాధ్య చరిత్రలో సోమనాథుడు "శతకంబు శివతత్త్వసార మాదిగను గద్యపద్యంబు లాకాంక్ష చదువుచును" అని వ్రాయుటబట్టి ఇందలి శతక శబ్దము శివతత్త్వసారమునకు విశేషణముగా ఈ గ్రంథమును శతకముగ అంగీకరింప పూనిరి. కాని ఇందు శతక లక్షణ మేమియు లేదు. శతకమున కుండదగిన సంఖ్యా నియమము గాని మకుట నియమముగాని లేదు. పైగా గ్రంథమునగల 489 పద్యములును ఏకసూత్ర బద్ధములునుగావు. అదియునుగాక లాక్షణికు లుదాహరించిన:

"ఆయతిఁద్రిపురాంతక దే
వాయని పిలుచుటయు గటక మంతయు వినగా
జాయక కిన్నర బమ్మయ
కో యని యెలుగివె తొల్లి యురగాభరణా!"

అనెడి యీ పద్యము ఇందు కానరాదనియు ఇటువంటివే మరికొన్ని నశించి యుండుననియు అందుచే ఈ గ్రంథము అసంపూర్ణమనియు కొందరందురు. పాల్కురికి సోమనాథుని "శతకంబు శివతత్త్వ సారమాదిగను" అన్న పంక్తిలో సూచింపబడిన శతకము వేరుగా నున్నదనియు అది "శ్రీగిరి మల్లికార్జునా" అను మకుటము కల శతకమనియు ఇంకొక వాదమున్నది. శివతత్వ సారమునందలి ప్రకీర్ణతనుబట్టి ఇది విషయైక్యముగల గ్రంథముగా కవి సంకల్పింపలేదని యను కొనవచ్చును. దక్షాధ్వరధ్వంసము ప్రళయ వర్ణనము గణ తాండవము మొద లైన కొన్ని శైవలీలలను, అద్వైత ఖండనము జగత్కర్తృత్వ విచారము పశు పతి శబ్ద సమర్థనము మొదలైన కొన్ని శాస్త్ర మీమాంసలను, శివదీక్షితులు పాటింపవలసిన ఆచార వ్యవహారములను పురాతన భక్తుల మహిమలను గూర్చి విశదీకరించుచు తన భక్తితో మేళవించి వ్రాసిన కొన్ని పద్యముల సంపుటిగా మాత్రమే ఈ గ్రంథమును గ్రహించుట లెస్స. ఇందులో తన భక్తిని ఈశ్వ రునికి నివేదించిన పద్యములు తప్ప తక్కిన భాగములో కావ్యమునకు యోగ్య మైన కవితా పదార్థ మేమియు లేదు. శివతత్త్వసార మనెడి పేరు పెట్టుటలోనే శైవమత సిద్ధాంత సంగ్రహముగా కవి ఊహయైనట్లు ద్యోతిత మగును. కావున దీనిని శైవస్మృతి యనుట బాగు. కవిత్వ మనిపించుకొన దగిన లక్షణ మేదైన నిందున్నచో అది శైలిలో మాత్రమే కలదు.

ఇతర శివ కవులవలె జాను తెనుఁగు దీక్ష యితనికి లేదు. నన్నయవలె ఇతడును చాలవరకు సంస్కృతపద భూయిష్ఠమైన రచనయే చేసెను. సంస్కృత జటిలమైనను సుబోధకత్వము కలిగి అప్రసిద్ధ పద ప్రయోగముగాని అన్వయ కాఠిన్యముగాని లేకుండ, సమతాగుణ శోభితములైన వాక్యములతో రచన నిండు దనము గలిగి యుండును. ఈ క్రింది పద్యములు కొన్ని యుదాహరణములు:

కం॥ అవి కలదేవాసుర నర
నివహసదా పూజనీయ నిత్యోత్సవ స
చ్ఛివలింగ పరాఙ్ముఖ మా
నవ సంభాషణములెల్ల నరకార్థమగున్.

కం॥ సకలామర దైతేయ
ప్రకర సదారాధ్యమాన పాదాబ్జ భవాం
తక నీ భక్తుల దుర్గుణ
శకలంబుల వెదకువాఁడు చండాలుఁ డజా।

కం॥ ప్రాజ్ఞులు వేదజ్ఞులు శో
కజ్ఞులు చేకొంద్రె గత శిఖా గాయత్రీ
యజ్ఞోపవీత నాస్తి కు
లజ్ఞులు చేకొంద్రుగాక యద్వైత మజా!

కం॥ అతి మూఢుం డతిపతితుం
డతి దుర్జనుఁ డనఁగ వలవ దతిశయ భక్తి
స్థితి నెగడునేని నాతం
డతి వందితుఁ డతి పవిత్రుఁ డతి సుజనుఁ డజా!"

ఇష్ట దేవతపిద కవిత్వము చెప్పెడి భక్త కవులు అందరికిని ఉండెడి ఆవేగము, అర్ద్రిత, ఊష్మలత, ప్రపన్నత మొదలైన హృదయ ధర్మములు ఇతని కవిత్వములో స్పష్టముగా గోచరించును.

చూడుడు :

కం॥ పూజింపుఁడు పూజింపుఁడు
పూజింఁపుడు శివుని భక్తిఁ బూజింపుడు మీ
రోజ సెడి సదవకుండుఁడు,
రాజులురట్టక్సు నగుట రావెల్లిటికిన్.

కం॥ దేవా సంసారాంబుధి
లో వెలువడఁజేసి ప్రమథ లోకం బెలుఁగన్
నావాఁడు వీఁడు సుండీ
నావే నన్నుంపవే గణంబుల నడుమన్.

కం॥ ఒందేమి మల్లికార్జున
పండితుఁడననుండుకంటెఁ బ్రమథులలో నె
న్నండొకొ నీ యాజ్ఞోన్నతి
నుండఁగఁ గాంతునని కోరుచుండుదు రుద్రా.

కం॥ నేనొక నికృష్ట మనుజుఁడ
మానస వచనాతిదూర మహనీయ మహా
త్మానంద! నిన్నుఁ బొగడఁగ
నే నెంతటివాఁడ సుర మునీంద్రవరేణ్యా!

కం॥ వన్నుగ లజ్జింపక శివ!
నిన్నేఁ బొగడెద ననంగ నేర్తునె దేవా!
విన్నపము వినుము సకల జ
గన్నాథ! యనాథనాథ! కరుణాంబు నిధీ!

మత గ్రంథములు వ్రాయు వారందరకు పరమత నిరసనము, స్వమత స్థాపనము అనెడి రెండు యుక్తి ప్రక్రియలు అవలంబనీయములై యుండును. ఆ రెండింటిలో పరమత నిరసన యుక్తి, శాస్త్ర సమ్మతమేకాక సభా సాధువుగా కూడ నుండవలెను. వాదమున సాధుత్వము చెడకుండగనే తీక్ష్ణత యుండిన నుండవచ్చును గాని వాక్ పారుష్యము మాత్రము పండితులు మెచ్చరు. అట్టిది అసాధువే గాక అనాగరకము కూడ. ఈ కవి పరమత నిరసనము చేయుటలో చార్వాక మతము మొదలైన అవైదిక మతములను ఎంత నిర్దయముగ తిరస్కరించెనో అద్వైతమును గూడ అంత పరుషముగానే నిరసించెను:

కం॥ కలదన నోపక లేదని,
వలుకఁగ నేరకయు మూక బధిరుల క్రియ ని
మ్మల నద్వైతులు తమ లో
వల వగతురు భువన భిన్న భావమున శివా!

కం॥ ఆరాధ్యం డారాధకు
డారాధక మనఁగలేని యద్వైత దురా
చార కృత సర్వ శూన్యా
కారస్థితి నేమిసేయఁగా వచ్చు శివా!

కం॥ పాతకము సకల నాస్తిక
జాత నివాసంబు సర్వ సంకర మాత్మా
ద్వైతంబనఁగా జగ దు
త్పాతము దొరకొననె యిట్లు పరమానందా!

కం॥ నిత్య మహాజన దూష్యము,
ప్రత్యక్షాది ప్రమాణ బాధా బాహ్యం
బత్యనుచిత మద్వైతము,
కృత్యా కృత్యాది శూన్య కీటకము శివా.

కం॥ ప్రాజ్ఞులు వేదజ్ఞులు లో
కజ్ఞులు చేకొంద్రె గత శిఖా గాయత్రీ
యజ్ఞోపవీత నాస్తికు
లజ్ఞులు చేకొంద్రుగాక యద్వైత మజా!

కం॥ స్వేచ్ఛాచారులు మిథ్యా
విచ్ఛేదన వేదశాస్త్ర విప్లవవాదుల్
ప్రచ్ఛన్నదోష లజ్జా
నాచ్ఛాదిత దుష్టచిత్తు లద్వైతు లజా!"

ఇట్లు అద్వైతమును నాస్తిక మతముగ దూషించుట, అంత మేటి పండితునకు తగని పని. అద్వైత ప్రతిపాదితములైన జగన్మిథ్యాత్వము, జీవాత్మ పరమాత్మల అభిన్నత్వము మొదలైన సిద్ధాంతములు శ్రుతి వాక్య ప్రామాణ్యము చేతనే ఇతర మతాచార్యులు ఖండించుట కలదు. ఈ శైవాచార్యుడు కూడ ఆ పద్ధతినే కొంత వరకు అవలంబించి వాదము నడపి యంతతో తృప్తిపడక దూషణమునకు పూనుకొనెను. పై పద్యములు ఆ వాసన గలవి.

కం॥ తన తెగిన తలయు మడిసిన
తనయునిఁ బుట్టింపఁగావఁ దారోపని యా
వనజానన కేశవులకు
జనస్థితి కర్తృత్వాది శక్తులు గలవే?"

మొదట తనకుగల అయిదు శిరములలో ఒకటి తెగిపోగా దానిని మరల మొలిపించుకొనలేక చతుర్ముఖుడుగానే ఉండి పోయిన బ్రహ్మకు విశ్వమును సృజించు శక్తి కలదా? యనియు, శివుని కంటబడి భస్మమై పోయిన తన కుమారుని(మన్మథుని) బ్రతికించుకొనలేని విష్ణువునకు విశ్వ రక్షణశక్తి కలదా? యనియు ఈ మల్లికార్జున కవికి కలిగిన సందేహము. అనగా బ్రహ్మ విష్ణువులకు సృష్టిస్థితి కారకత్వములు లేవని తాత్పర్యము. ఈ ప్రశ్న చాలా చమత్కారముగ నున్నమాట నిజమేగాని పౌరాణికార్థ వాదములను పరతత్వ నిర్ణయ వాదములలో సాధనములుగా ఉపయోగించుకొనుట సముబుద్ధులైన ప్రాజ్ఞులు అంగీకరింపరు. 16 వేల గోపికాస్త్రీలతో క్రీడించిన కృష్ణుఁడు దేవు డెట్లగునని అనార్య మతస్థులు చేసెడి ఆక్షేపణకును దీనికిని భేద మేమియు లేదు. ఇతని

కోపావేశము భక్త్యావేశముకంటె తీక్ష్ణతరమైనది. తన పండిత బిరుదమునకు కళంకము తెచ్చెడి ఇట్టి వాదము చేయరాదని ఆ యుద్రేకములో అతడు మరచి పోయెను కాబోలు. ఈ అన్య దేవతా దూషణము దక్షాధ్వరధ్వంసములో గణ విహారములలో కూడ ఎక్కువ కానవచ్చును:

కం॥ మారారి ద్రోహునింటికిఁ
బేరంటము వచ్చి తనుచుఁ బెలుచను గోసెన్
వైరమున నదితి ముక్కును
భారతి నాసికయు వీరభద్రుఁడు రుద్రా!

కం॥ నరసింహుని కంఠంబును
నరుణ జటా కేసరంబు లంబిక పాదాం
బురుహమణి పీఠమునఁ బొ
ల్పరుదుగ రచియించు నొక గణాధిపుఁడు శివా!

కం। వారిజభవుని కపాలము
గోరి త్రివిక్రముని వీఁపుకో లెమ్ము తుదిం
జారుగతి నిలిపి ఛత్రా
కారంబుగఁ దాల్చియాడు గణనాథుఁడజా!"

ఇంతకంటెను దుస్సహమైన విషయము ఈ గ్రంథమున ఇంకొకటి కలదు అది సంఘమున శివభక్తులు నడచుకొన వలసిన విధము నుపదేశించు నియమములకు సంబంధించినది.

కం॥ శివభక్తుఁడవగుమని పతి
కవిరతమును బుద్ధి చెప్పనగు శివభక్తిం
దవిలిన సతి కతఁడొడఁబడఁ
దవునేనియు నతనిమీఁదనగు భక్తిమెయిన్.

కం॥ కాదప్పుఁ గొనఁగ నప్పిఁ
గా దీఁ గొనఁగాదు గాదు కనఁ దమలో నా
హ్లాదమునఁ బలుకఁగాదు మ
హాదేవపరాఙ్ముఖాత్ములగు పతితులతోన్.

కం॥ కాదు నమశయ్యఁ బొందం
గాదు సమానసమునందుఁ గదియఁ జరింపం
గాదు సహవాసమును మ
హాదేవ పరాఙ్ముఖాత్ములగు పతితులతోన్.

కం॥ ధ్రువముగ సర్వ ప్రాణుల
నవశ్యమునుఁ జేయకుండునది హింస మదిన్
శివ నిందకులగు పాపుల
నవిచారితవృత్తిఁ జంపనగు నీశానా!

కం॥ శివనిందా విషయంబగు
నవమానము సెప్పునట్టి యప్పుస్తకముల్
అవిచారంబునఁ గాల్పఁగ
నవుఁ జెప్పెడివానిఁ జంపనగు నీశానా!

కం॥ సంహృత శివః నీ భక్తికి,
నంహోమతి వక్రులైన నప్పుడ 'తేశీ
ఘ్రం హన్తవ్యా' యనుటను
సంహారించుటయ పథము జనకులనైనన్.''

పై గురూపదేశ వాక్యములను ఆనాటి శివభక్తులు పాటించియే యున్నచో వారి సంఘమును వారి మతమును శైవేతరులు ఎంతో గర్హించి యుందురు. సంఘమున ఎంతో కల్లోలము పుట్టి యుండును. మతము పేర చెలరేగిన అట్టి విప్లవమును అణచవలసిన రాజులు కూడ మత పక్షపాత బుద్ధి గలవారగుటచే సర్వ ప్రజాక్షేమమును కాపాడజాలని యసమర్థులై ఉందురు.

ఈ కవికి శ్రుతి, స్మృతి పురాణాగమాదులు ముఖస్థములై యుండుటయే గాక అందలి వాక్యములను సులువుగా వాక్యయోజనకు భంగము లేనట్లు తెలుఁగు వాక్యములలో గర్భితము చేయగల నేర్పు గలదు:

కం॥ వసుమతిఁ జిత్రము జితచి
త్తసంభవా "న కర్మణా న తపసా న జపై
ర్న సమాధిభి'' రవ్యయ నీ
య నదృశ భక్తికినిఁ బ్రియుడవగు దీశానా.

ఈ నేర్పు ఇతని నుండియే పాల్కురికి సోమనాథుడు గ్రహించెను.

తాను నమ్మిన సత్యమును ప్రబోధించుటలో లోకభీతిగాని, శంకాతంక ములుగాని లేక త్రికరణశుద్ధిగా చాటి ఈతడు ప్రచారము చేయఁగలఁడు. ఆ భక్త్యావేశమాయన ధర్మ ప్రచారమునకుఁ జాల నక్కఱకు వచ్చినది. మఱి, యీ భక్తి శాస్త్రజ్ఞానములేని మూఢభక్తి గాదు. ఆయన వైదుష్యము వేదవేదాంగ విద్యాసంపన్నము-

కం॥ జ్ఞానజ్ఞేయజ్ఞాతృని
దాన త్రయమున నబాధిత ప్రత్యయమై
నానాగతి నవగతమగుఁ
గాన జగద్భేద మెన్నఁగా సిద్ధమఱా!

కం॥ భేదము దృష్టాదృష్టని
పాదకమై వైదికోక్తపథ దర్శన సం
పాదన సమర్థమటగును
భేదమ దర్శనము ప్రమితి పిండితము శివా!''

పాల్కురికి సోమనాథుడు

ఈ కవి, వాఙ్మయమునందును శైవ మతమునందును కూడ పండితారాధ్యునికంటెఎక్కువ ప్రాధాన్యముకలవాడు. అతనివలె వ్రాసినను ఈతని రచనలు కావ్యత్వ శోభితములు కూడ అయి యుండుటచే ఉభయ తారకములైనవి. తెలుఁగు కవులలో అగ్రశ్రేణికి చెందినవాడైనను ఇతని కవితా సృష్టియంతయు మత పరిమితమగుటవలన, శైవేతర రసిక వర్గములలో రావలసిన కీర్తి రాలేదు.

దేశి కవితా పదమును కొంతవరకు సార్థకముచేసినవాడీ సోమనాథుడు. ఇతివృత్తము-భాష-ఛందస్సు-ఈ మూడును శుద్ధ దేశీయములైననాడే దేశికవిత్వమనే పదము సార్థకమగును. ఈతని మొదటి పెద్ద గ్రంథమైన బసవ పురాణములో ఆధికారికమైన బసవని చరిత్ర కన్నడ దేశీయమే కాని తెలుఁగు దేశీయము కాదు. అందుచే ఇతివృత్తము నిరవద్యముగా దేశీయమని చెప్పుటకు వీలులేదు. అయితే ఆనాడు ఆంధ్ర కర్ణాటకములకు సంఘమునందును, సారస్వతమునందును గల సన్నిహితత్వమునుబట్టి కర్ణాటకులను పరులుగా భావింపరాదందురేమో?

అగుచో భరతఖండమంతయు ఒకే దేశముగా భావించి అందు ఏ రాష్ట్రముల ఏనాడు ఏ మహాపురుషుడు జన్మించినను ఆతని చరిత్రను దేశీయముగానే భావించి కావ్యేతివృత్తముగా స్వీకరించుటలో ఏమి దోషమున్నది? రామాదులు సర్వ భారతజాతికి స్వదేశీయులుగానే వెలుగొందుటబట్టి వారి చరిత్రలు సమస్త భారతీయ సంసేవ్యములైన కావ్యములుగా వన్నెకెక్కినవి కావున దేశీయేతి వృత్తము అనే పరిమిత భావన కావ్యసృష్టికి అంతగా మంచిదికాదు. ఒకవేళ అతి వేలమైన ఆంధ్రాభిమానము గలవారు దేశీయేతి వృత్తముగల కావ్యమే తమకు సంసేవ్యము అగునని భావింతురేని వారికి విందుసేయదగిన ఇతివృత్తములు బొబ్బిలి కథ, కాటమరాజు కథ, కామమ్మ కథమొదలైనవి పదకవిత్వ జాతిలో లభించును. ఆ వర్గములో తలమానికము వంటిది పల్నాటి వీరచరిత్ర కాగా బసవ పురాణేతి వృత్తము ఆంధ్రులకు శుద్ధ దేశీయము కాదు.

ఇక భాషా విషయము. దేశికావ్యములలో భాష దేశీయముగా నుండ వలెనన్నచో సంస్కృత పదవాసన సోకని శుద్ధ తెలుఁగు మాటల కూర్పు కావ లెనుగదా! అట్టిది ఏ తెలుఁగు కవికి తెలుఁగు భాష, కావ్య రచనకు ఎంతవరకు ఉపకరించెనో, సంస్కృత సాహాయ్యము తెలుఁగునకు ఎట్టి మేలును చేకూర్చెనో పూర్వ ప్రకరణములలో సహేతుకముగా సోదాహరణముగా నిరూపించితిని. అది యటుండుగాక. దేశికవితావ్రత దీక్షితుడైన యీ సోమనాథుడు కూడ తన రచనలో నూటికి ఏబదిపాళ్ళకు తక్కువకాకుండ తత్సమపద ప్రయోగము చేయుటకు వెనుదీయలేదు. ఆతని నోట తెలుఁగు పదములు ఎంత అప్రయత్నముగా వెల్లి విరిసివచ్చుచుండునో సంస్కృత సమాసములును అట్లే పొంగి పొరలుచుండును. వాటి సహజ ప్రాదుర్భావమును అతడు అరికట్టజాలడు; అరికట్టుటకు ప్రయత్నమును చేయడు. అట్టి సంస్కృతాంధ్రముల కలయికవలన తన రచనకు కలిగెడి నిండుదనమును మాధుర్యమును గాంభీర్యమును ఆతడు ఎరుగనివాడుకాదు. అయితే మరి ఇతని భాషలో దేశీయతలేదా అందురేమో? లేకేమి పుష్కలముగ. సుష్ఠు. పలుకుబడిలో, జాత్యములో, కారకములో, సామెతలలో ఇంపుగల దేశీయత ఒక్క తిక్కనభారతమునదప్ప మరెందును కానరాదు. అదిగాక అతడు వర్ణించిన ప్రత్యంశము ఆనాటి యాంధ్రుల నిత్య జీవితమునకు ప్రతిబింబమైన చిత్రముగా నుండునుగాని తద్వ్యతిరిక్తమై యుండదు. పసిపిల్లలకు ఉగ్గుపెట్టి నీళ్లుపోసి బొట్టుపెట్టి తొట్టెలో పరుండబెట్టుట మొదలగు

తల్లుల నిత్యకృత్యములు మొదలు, బంతులు తీర్చి విందులారగించు భోజన సమారాధనలవరకు గల జీవిత వ్యాపారములు వర్ణించునపుడు సోమనాథుడు ప్రదర్శించిన ఆంధ్ర సంప్రదాయము మరియొక కావ్యమున కానరాదు. అది యిది యననేల? తెలుఁగునాటి చెట్లుచేమలు, మందులు, మ్రొక్కులు, పండుగలు, పబ్బములు, భాషణములు, వేషములు, అతని రచనకు వస్తువులైనవి ఇదియే సోమనాథుని దేశీయత.

మరి ఛందోవిషయము. ఆదికాలమున తెలుఁగునాట ఉద్భవించిన సహజ కవిత్వమంతయు గేయప్రాయము. తాళ ప్రధానమైన ఆగేయకవిత్వమును కొద్దిపాటి హ్రస్వ దీర్ఘాది సంస్కారములతో గణప్రధానముగా ప్రస్తరించినపుడు ద్విపదలుగా, రగడలుగా, అక్కరలుగా రూపొందును. వీటిలో ద్విపదవలె తక్కిన జాతులు విపుల కావ్య రచనకు అంతగా నుపకరింపవు సోమనాథుడు దానిని చేపట్టి పామర కవిత్వమనుపేర పండితులచే అనాదరింపబడిన పదకవిత్వమునకు వాఙ్మయమున ప్రతిష్ఠ చేకూర్చి ద్విపదకవితా శాఖకు ప్రథమాచార్యుడుగా కీర్తికెక్కెను. ఈ ద్విపదకవిత్వముపదకవిత్వమయ్యు పామర కవిత్వము కాదు. పండిత కవిత్వమయ్యు దేశికవిత్వము కాకపోదు. కావున శిష్టకావ్య పథము తీర్చిన గౌరవము నన్నయకు తక్కినట్లే ద్విపద కావ్యపథము తీర్చిన గౌరవము సోమనాథునకు దక్కెను. అయితే ఈ ద్విపదలు పద్య కావ్యములవలె సుఖపఠనీయములుకావు. ఒకే ఛందస్సులో నడుపబడిన కావ్యమంతయు పఠనములో వినుగుపుట్టించును గాని సంతోషమును గొలుపదు. పద్యకావ్యములలో ఛందోవైవిధ్యముండును గాన అది చదివిన కొలది రాగ వైవిధ్యము, కీర్తన వైవిధ్యము గల గాన సభలవలె చిత్తమునకు ఉల్లాసము గొలుపుచుండును. కావున పద్య కావ్యమువలె ద్విపద కావ్యపఠన సౌలభ్యము కలది కాదు. కాకపోతే బొబ్బిలి కథ, పలనాటిచరిత్రము మొదలైన వీరపదములు రాగతాళ యుక్తముగా పాడబడుచుండును గావునను ఆ పాటలో కథకుడు మధ్య మధ్య సంధివచనములతో నాటకమునందలి అర్థోపక్షేపకములవలె వృత్తవర్తిష్యమాణ కథాంశములను వ్యాఖ్యానించుచుండును గావునను ఆ పదములు ఎంత దీర్ఘములైనను వినసొంపుగా నుండును. వినుగు గొల్పవు. అవికూడ గ్రంథస్థములై పాఠ్యములుగానే స్వీకరింపబడినపుడు మరల ఈ ద్విపద కావ్యముల దుస్థితికేవచ్చును. సంస్కృత కావ్యములలో ఒక్కొక్క సర్గ ఒకే ఛందములో నడుచునుగదా! ఆ కావ్యముల

పఠనవేళ వినుగుపుట్టదా? అని ప్రశ్నింతురేని దానికి సమాధానమిది:- సంస్కృత కావ్యములందలి సర్గలు అనతి విస్తృతములై, నగటున ఒక్కొక్క సర్గ నూరు శ్లోకములకు మించని పరిమితి కలిగియుండును. సర్గ సర్గకు ఛందస్సు మారు చుండును మరియు ఆ శ్లోకములను ఛందోనుగతమైన గీతితో పఠింతుమేని పాటవలెనే శ్రవణ సుఖమునిచ్చుచుండును. ద్విపదములు కూడ రాగయుక్తముగ పాడినపుడు వినసొంపుగానే యుండునుగాని కావ్యముయొక్క దీర్ఘతనుబట్టి ఆ సొంపు ఆసాంతము నిర్వహింపబడజాలదు. అదిగాక కవి హృదయమున జనిం చెడి భావములు కొన్ని తద్వ్యక్తీకరణమునకు అనుగుణమైన పదబంధములను స్వయముగా వరించుచుండును. అనగా ఆ భావము ఆ పదములలో కాక వేరు పదములలో వ్యక్తముచేయుట దుష్కరము కాకపోయినను అసహజమగుచుం డును భారతములో "వచ్చినవాఁడు ఫల్గుణుడు" అనే పదబంధము ఉత్పలమా లలో తప్ప ఇంకొక వృత్తమున కెక్కదు ఆ వాక్యములో తిక్కనగారు పాఠ కునకు ఏ స్ఫురణ కలిగింపదలచెనో దానిని ఇంకొక వాక్యములో చెప్పుట కుదు రదు. అట్లే పాండవ విజయమున దుర్యోధనుడు-

"కాలము చేరువయ్యె కలకాలమురాజ్యముచేసిరే మహీ
పాలురు కాలకర్మ పరిపాకము దాటదరంబె? కంఠమీ
వాలున ద్రుంచి నాకు ద్రిదివంబున జూపుము వారినెల్ల చం
డాలుడు భీముడేల కురునాథుని జంపవలెన్ ద్విజోత్తమా!".

అని యశ్వత్థామను సంబోధించినపుడు వ్యక్తమయ్యెడి నిర్వేదము, శత్రు తిరస్కారము, నిస్సహాయత ఆ వాక్యములోవలె ఇంకొక వాక్యములో వ్యక్తము కాజాలవు. మరి ఆ వాక్యము ఉత్పలమాల పద్యములో ఇమిడినంత సుఖముగ ఇంకొక పద్యమున ఇముడదు. ఇంకొక ఉదాహరణ చూడుడు: "కృష్ణ ద్వైపాయన" శబ్దమును విధిగా ప్రయోగింపవలసి వచ్చినపుడు ద్విపద కావ్యకర్త దానిని ద్విపదలలో ఇముడ్చలేడు. దాని పర్యాయపదములను కాక ఆ శబ్దమునే వాడవలసి వచ్చినపుడు పద్య కావ్యకర్త ఆ శబ్ద ప్రయోగానుకూల్య ముగల శార్దూల వృత్తమును స్వీకరించును. ద్విపదకర్తకు అట్టి అవకాశ ముండదు. అతడాశబ్దమును ప్రయోగింపలేడు. కావున ఛందో వైవిధ్యము విసుగ దలను పరిహరించుటకే కాక భావానుగుణమైన శబ్దప్రయోగమునకు వాక్యరచ నకు కూడ ఆవశ్యకమగుచుండును. ఈ యోగ్యత ద్విపద కావ్యములకు ఉండదు.

సోమనాథుని కాలము:- కన్నడమున ఉద్భట కావ్యము రచించిన సోమరాజు అనే కవి పూర్వకవిస్తుతి ప్రకరణమున ఒక సోమనాథుని స్తుతించెను. ఆ ఉద్భట కావ్యము క్రీ. శ. 1222 లో వ్రాయబడెనట. ఆ స్తుతి గల పద్యమిది:

"ప్రమథానీక కథార్ణవేందు హరిదేవాచార్యనం ధైర్యనం
సముదంచ ద్వృషభ స్త వామర మహీజారామనం సోమనం
విమల జ్ఞానసుదీపికా స్ఫురితచేతః సద్మనం సద్మనం
క్రమ దిందంబలగొండు పేళ్వెనొాసె దానీ కావ్యమంసేవ్యమం".

ఈ పద్యములో హరిదేవాచార్యుని, సోమనను, పద్మని గ్రంథకర్త స్తుతించెను. ఈ ముచ్వురిలో సోమనకు వృషభస్తవామరమహీజారాముఁడు అనే విశేషణము కలదు. కన్నడమునగాని తెలుఁగునగాని వృషస్తవము చేసిన కవి మన సోమనాథుడు తప్ప వేరొకడు కానరామిచే ఆ స్తుతి పాల్కురికి సోమనాథుని గురించియే అని పెక్కుమంది విమర్శకులు నిశ్చయించిరి. సోమనాథుని వృషాధిప శతకమే ఆ వృషస్తవము. కావున సోమన క్రీ. శ. 1222 సంవత్సరమునకు పూర్వుడై యుండవలెను.

బసవ పురాణ రచనకు తనను ఆశీర్వదించి ప్రోత్సహించిన పెద్దలలో కరస్థలి సోమనాథయ్యగారు ఒకరని సోమనాథుడు ఈ క్రింది పంక్తులలో పేర్కొనెను.

"పండితారాధ్య కృపానముద్గతుడు
మండిత సద్భక్తి మార్గ ప్రచారి
విలసిత పరమసంవిత్సుఖాంభోధి
నలి గరస్థలి సోమనాథయ్యగారు".

ఈ కరస్థలి సోమనాధయ్య మల్లికార్జున పండితారాధ్యుని శిష్యుడు; మరి పాల్కురికి సోమనాథునకు కవితాశక్తిని ప్రసాదించిన గురువు. మల్లికార్జున పండితుడు క్రీ. శ. 1170 ప్రాంతమున శివైక్యము నొందెను. కావున ఆతని శిష్యుడైన కరస్థలి సోమనాధయ్యకు సమకాలికుడైన పాల్కురికి సోమనాథుడు క్రీ. శ. 1170 సంవత్సరము నాటికి యువకుడై యుండును. మరి బసవ పురాణము 1170

నాటికి పూర్వము రచింపబడలేదు. కావున ఈ గ్రంథము 1170-1222 మధ్య కాలమున రచింపబడి యుండవలెను. బసవపురాణమున బిజ్జలుని రాజ్యము విచ్ఛిన్నమగుట ఉదాహరింపబడినది.

"అంత రాజ్యార్థమై అనిసేసి అతని
సంతానమెల్ల నిస్సంతానమయ్యె
బసవని సత్యశాపమున గాజేసి
పసజని కటకంబు పాడయ్యెనంత"

ఈ రాజ్య విచ్ఛిత్తి బిజ్జలుని మరణమునకు తరువాత 16 సంవత్సరములకు జరిగెను. అతని మరణము 1167, రాజ్య నాశము 1183. కావున బసవపురాణము 1183 నకు పిమ్మట రచింపబడినది. మరి సోమన కాకతి రుద్రునకు సమకాలికుఁడని రాచకవితెలలోను, కథలలోను గలవు కాకతీయ రాజులలో మొదటి ప్రతాపరుద్రనకే కాకతి రుద్రుఁడు అను నామాంతరము గలదు. అతని రాజ్య కాలము 1135-1199. వీనన్నిటినిబట్టిచూడ బసవపురాణము 1183నకు పిమ్మట నెప్పుడో 12వ శతాబ్దము ముగియక పూర్వమో, 13వ శతాబ్ది మొదటి దశకము లోనో రచియింపబడి యుండును. సయుక్తికమైన ఈ సిద్ధాంతము శ్రీ వేటూరి ప్రభాకర శాస్త్రి గారిది. నాకు ఇదియే సమంజసమని తోచెను. ఇది యిటుండ సోమనాథుఁడు రెండవ ప్రతాపరుద్రుని కాలమునాటి వాఁడనియు, కాగా తిక్కనకు తరువాతి యుగమువాఁడనియు, ఎఱ్ఱాప్రెగ్గడకు ఇంచుమించు సమకాలికుఁడనియు వాదించువారు కొందరు గలరు. ఆ వాదమును తదుపపత్తులను పలువురు అంగీకరింపలేదు. నేను ఆ యప్రస్తుతాంశముల నన్నిటిని వదలి గ్రంథస్థములైన ఒకటి, రెండు నిదర్శనములచేత సోమనాథుఁడు తిక్కనకు పూర్వుఁడే యని నిశ్చయించితిని. అవి యేవన, తిక్కన నిర్వచనోత్తర రామాయణావతారికలో ఆత్మ వ్యవస్థానార్థమును, కవిజనోపదేశార్థమును వ్రాసిన ఉత్తమ కావ్యలక్షణాత్మకములైన వాక్యములలో పాల్కురికి సోమనాథుని పరోక్షముగా అధిక్షేపించిన యర్థములు కొన్ని గలవు. తెలుగు వాక్యమున సంస్కృతమును జొప్పించుట, సంయుక్తాక్షరమున ఏకదేశమునకే ప్రాసగూర్చి ప్రాసభంగము చేయుట ప్రాతబడిన మాటలు వాడుట మొదలైన అవలక్షణములు పాల్కురికి సోమనాథుని రచనలోనే అధికముగా కానవచ్చును. వాటినే తిక్కన నిరసించెను. కావున తిక్కన నిందకు లక్ష్యభూతమైనవాఁడు పాల్కురికి సోమనాథుఁడే. మఱియు బసవపురాణములో-

"నారదుండను మునినాయకోత్తముఁడు
భూరి సర్వాంగముల్ భువిబొంద్రమొక్కి
ముకుళిత హస్తుఁడై మ్రొక్కుచు మఱియు
సకలలోకాలోక చరితంబులెల్ల
విన్నవింపగనున్న కన్నెర్గి శివుఁడు
వెన్నెలగలకంట వీక్షింపుచున్న"......

అనే ద్విపదలు గలవు. నారదుఁడు కైలాసమునకేగి శివునకు నమస్కరించి భూలోక వృత్తాంతములు విన్నవింపదలంచుచుండగా శివుఁడు అతని మనస్సు గ్రహించి ఆ ఋషిని వెన్నెలగలకంట వీక్షించెనట. ఇందు ఒక చమత్కార మున్నది. శివుఁడు త్రిలోచనుఁడే అయినను అగ్నినేత్రముతో ఎవ్వరినీ ఎప్పుడూ చూడడు. మఱియు మిగిలిన సూర్యచంద్ర నేత్రములు రెండిటిలో సూర్య నేత్రముగూడ దాహాత్మకమగుటచే దానితో వీక్షించుటయు మంగళ ప్రదముగాదు. కనుక ఒక్క చంద్రనేత్రముతోనే ఆయన చల్లగా చూచెనని తాత్పర్యము. ఇంతవఱకు తెప్పగానే యున్నది. కాని శివుఁడు ఆ వీక్షణవేళ సూర్య నేత్రమును ముకుళించుకొనెనా? చేతితో కప్పివేసికొనెనా? అని చమత్కారార్థ మాక్షేపించదలచినవారికి సోమనాథుఁడు చక్కని అవకాశమిచ్చెను. ఈ ఆక్షేపణావకాశము తిక్కనకుగూడ పొడగట్టెను. ఆయన తన భారతావతారికలో హరిహరనాథుఁడు ప్రత్యక్షమై తనను వీక్షించునపుడు సూర్యనేత్రము గూడ చంద్రనేత్రమే యగునట్లుగాజేసి ప్రసన్నముగా నిరీక్షించెనని నిరాక్షేపకముగా ఈ క్రింది పద్యమును వ్రాసెను.

"అను కంపాతిశయంబునఁ
దన దక్షిణ నేత్రమును సుధారోచియ కా
నను వింతలేక చూచి వ
దనమున దరహాసరసము దళుకొత్తంగన్".

పైనపేర్కొన్న సోమనాథుని ద్విపదలను, ఈ పద్యమును జోడించి చూచిన వారికి తిక్కన సోమనాధుని మనస్సున బెట్టుకొనియే ఈ పద్యమును వ్రాసెనని విధిగా స్ఫురించి తీరును. కావున సోమనాథుఁడు తిక్కనకు పూర్వుఁడే. ఇన్ని యుక్తులతో నవసరములేకుండగనే సోమనాధుఁడు తిక్కనకు పూర్వుఁడని బసవపురాణావతారికలోని చారిత్రకాంశములే ప్రబల సాక్ష్యము. కరస్థలి సోమ

నాథయ్యగారు పండితారాధ్యునకు శిష్యుఁడై సోమనాథునకు హితైషి యగుటయు బసవేశ్వరుని తండ్రియైన మండిగ మాదరాజుగారికి శిష్యుఁడగు గొబ్బూరి సంగనామాత్యుఁడు ఈ గ్రంథమునకు శ్రోతయగుటయు నిజమే గనుక వారికి సమకాలికుఁడగు సోమనాథుఁడు ఆ పండ్రెండవ శతాబ్దిలోనివాఁడు గాక మరెప్పటి వాఁడగును? బసవేశ్వరునకును, పండితారాధ్యునకును తరువాతి తరము వాఁడు సోమనాథుఁడు.

అదిగాక ఈ సోమనాథుఁడు పుట్టుకచే కర్ణాటకుఁడనియు తెలుఁగు అతనికి నేర్చిన భాషయనియు ప్రతిపాదించువారు కొందరు గలరు. అంతకంటే అనాలోచితమైన సిద్ధాంతమింకొకటి ఉండదు. ఎంత కష్టపడి చదివినను నేర్చిన భాష మాతృభాషవలె వశముగాదు. అందునను గ్రంథస్థమైన వాగ్జాలమంతయు మనోవిధేయము గావచ్చునుగాని వాయువువలె స్వేచ్ఛగా సంచరించు వాడుక భాష, యెన్నడును క్రొత్తవానికి అబ్బదు. సోమనాథుని రచనలలో జానుతెనుఁగుగా పేర్కొనదగిన పదములు, పదబంధములు వాక్యములు మాత్రమేగాక తెలుఁగునాట కానవచ్చెడి సర్వవస్తు నిర్దేశకములైన నామములు, తద్విశేషణములు, గుణములు ప్రజాభాషా సముద్రమున ఓలలాడిన వానికేగాని ఇతరులకు లభ్యమగునవి గావు. అతని వాక్కునకు సహజమైన తెలుగుదనము తెలుగుతల్లి పెట్టిన యుగ్గుతో వచ్చినదేగాని నేర్చినదిగాదు.

సోమనాథుఁడు, కర్ణాటకుఁడే అగునేని ఈ గ్రంథమును కన్నడ భాషలోనే వ్రాసియుండవచ్చునుగదా? తెలుగున ఏల వ్రాయవలె? పదునాల్గవ శతాబ్దిలో భీమన అను కన్నడకవి ఈ గ్రంథమును ఆ భాషకు అలంకారముగ ఏల అనువదించుకొనవలెను? కావున సోమనాథుని మాతృభాష తెలుఁగు, కన్నడమే నేర్చిన భాష.

సోమనాథుని గ్రంథములు

ఇతడు సంస్కృతాంధ్ర కర్ణాట భాషలలో పెక్కు గ్రంథములు రచించెనట. వాటిలో ఆంధ్ర వాఙ్మయ చరిత్రకు ఎక్కఁదగినవి మూఁడుమాత్రమే. (1) బసవపురాణము (2) పండితారాధ్య చరిత్ర (8) వృషాధిప శతకము.

(1) బసవపురాణము :- పండితారాధ్య చరిత్రలోను, వృషాధిప శతకములోను బసవపురాణ ప్రశంస గలదు. కావున ఈ పురాణము ఆ రెండిటికంటే పూర్వ రచన.

"మును బసవపురాణమున నెన్నబడిన
పెనుపారుజనులకు పెంపుడు కొడుక
బసవని పుత్రుండ, బసవ గోత్రుండ" (పండితా. చ.)

"బసవడు ప్రీతిగైకొనియె భక్తిమెయిన్ రచియించె సోముఁడున్
బసవపురాణమంచు మును ప్రస్తుతి చేయుదురట్లుగాన నీ
యసమదయాధురీణతకు నంకిలిపాటు ఘటిల్లకుండ నన్
బసగొనిత్రోవుమయ్య బసవా! బసవా! బసవా! వృషాధిపా!"

(వృషాధిప శతకము)

ఈ పురాణమునందలి అధికారిక వస్తువు వీరశైవ మత ప్రవర్తకుఁడగు బసవేశ్వరుని జీవిత మాహాత్మ్యము. బసవేశ్వరునకు పూర్వమే శైవులలో వీరమాహేశ్వర వ్రతము గలదనియు, బసవేశ్వరుఁడు వీరశైవమత నిర్మాతకాదనియు కొందఱు శైవమతస్థులే చెప్పుదురు. అగుచోనతడు తన్మత పునః ప్రతిష్ఠాపకుఁడో, సంస్కర్తయో యైయుండవలయును. మహనీయమైన ఆతని చరిత్ర అసాధారణ విశేషాంశమయమై యుండుటచే దానిని కొనియాడదలచిన ఈ కవి గ్రంథమును చారిత్రక సత్యబద్ధముగా గాక, పౌరాణికవాసనా మయముగ నంతరించెను. పురాణములలో చారిత్రకాంశములు తక్కువగను, అలౌకికాద్భుతములు ఎక్కువగను ఉండును. కవి ఈ గ్రంథమునకు కూడ ఆ లక్షణము పట్టించి పురాణమని నామకరణముచేసెను. అనగా ఇంచుమించు తనకు సమకాలికుఁడును, చారిత్రక పురుషుఁడునునైన బసవేశ్వరుని పురాణ పురుషకోటిలో పరిగణించి ఆతనికిగల సహజ ఘనతను ఎన్నో అతిశయోక్తులతో పెంపొందించి అవతార పురుషునిగా ప్రదర్శించెను. మఱి ప్రస్తుతములైనను కాకున్నను పురాతన శివ భక్తుల కథలను కొన్నిటిని ప్రాసంగికములుగా చొప్పించి పురాణ శబ్దమును మరి కొంత సార్థకము చేసెను. ఇది జైన సంప్రదాయమట. జైన పురాణమున ఒక తీర్థంకరునిచరిత్ర అధికారికమై యుండుటయు ఆ మతము నవలంబించి సిద్ధి పొందిన ఇతర నిష్ఠాపరుల కథలు ఉపాఖ్యానములుగా చెప్పబడుటయు ఆచార

మట. జైనమతమునకు గర్భశత్రువైన పాలకురికి సోమనాథుడు జైనుల సంప్రదాయమునే స్పర్థచే అనుకరించి బసవని చరిత్రను పురాణముగా వ్రాసియుండును. ఆ ఉపాఖ్యాన కథానాయకులైన భక్తులలో కొందఱు ద్రావిడులు, కొందఱు కర్ణాటకులు, కొందఱు ఆంధ్రులు, కొందఱు ఔత్తరాహులు గలరు. ఆ కథలేగాక బసవనికి సమకాలికుఁడైన అల్లమయ్య మొదలగు శివభక్తుల కథలు గూడ ప్రసక్తాను ప్రసక్తముగ ఇందు చేర్చబడినవి.

బసవేశ్వరుఁడు:- మండిగ మాదిరాజు, మాదాంబ అను బ్రాహ్మణ పుణ్యదంపతులకు బసవేశ్వరుఁడు నందికేశ్వరాంశమున జన్మించెను. చిన్ననాటనే జ్ఞానియై వర్ణవ్యవస్థను తిరస్కరించి ఉపనయనాది బ్రాహ్మణ కర్మలను వర్జించి కేవల భక్తి సాధ్యమైన శివపారమ్యము నుద్బోధించుచు తల్లిదండ్రులను వీడి, యిలువెడలిపోయె. కళ్యాణకటకమున బిజ్జలుని మంత్రిగానున్న తన మేనమామ యిల్లుచేరెను. ఈతని తల్లిదండ్రులును, మేనమామయును శైవులే. అయినను వారు బ్రాహ్మణ కర్మలను విసర్జించిన వీరశైవులుకారు. మేనమామ తన కుమార్తెయగు గంగాంబను బసవేశ్వరునకిచ్చి వివాహముచేసి, అల్లునకు రాజాస్థానమున నుద్యోగమిప్పించెను. మామగారి అనంతరము మంత్రియై, తనచే ప్రవర్తితమైన వీరశైవమత ప్రచారమునకు తన సర్వస్వమునేగాక రాజ భాండారమునుగూడ వినియోగించిన మహాభక్తుఁడీతడు. ఆనాడు శైవమునగల నానా శాఖలకు ధర్మాచరణమున ఏకవాక్యత లేకపోవుటచేతను, వాటికి అవైదికములైన జైన, బౌద్ధమతముల యొత్తిడి కలుగుటచేతను, అదే సమయమున విష్ణుపారమ్యమును ప్రతిపాదించెడి వైష్ణవము అరుముకొనివచ్చుచుండుటచేతను, శివకేశవ భేదమును పాటింపని అద్వైతము సర్వ మతసామరస్య పరాయణమైయుండుటచేతను ఆ శైవశాఖల స్థిరత్వమునకు వలసిన బలమును సమకూర్చి, శివసామ్రాజ్యము ఆంధ్ర, కన్నడ భూముల నెలకొల్పుటకై యత్నించినవాఁడు ఈ వీరుఁడు. ఈయన తలపెట్టిన సంస్కారములవలన ఆయా శైవశాఖలకు చాలవరకు ఏకవాక్యత కుదిరి వీరశైవమను పేర నూతన ధర్మము నెలకొనెను. ఐనప్పటికిని వర్ణవ్యవస్థను, కర్మ ప్రాధాన్యమును విడనాడలేక కొందఱు బ్రాహ్మణశైవులు వీరశైవమున చేరకయే బసవేశ్వరుని యెడల భక్తిప్రపత్తులు కలిగియుండిరి. శివభక్తి పారవశ్యము వీరశైవులకును, వీరికిని సమమే. వైదిక కర్మలను బ్రాహ్మ్యమును వీడలేకపోవుట బ్రాహ్మణ శైవమునకుగల విశిష్టత.

అట్టి వారుతప్ప, వైదిక కర్మాధికారములేని బ్రాహ్మణేతరులైన నానా కులముల వారు బసవని యుపదేశములను శిరసావహించి వీరశైవ కుటుంబమును నలుదెసల వ్యాపింపజేసిరి. బసవేశ్వరుఁడు సహజముగ సంగీత సాహిత్య కళాకోవిదుడట. అతడు స్వయముగా రచించిన రసవత్తర గీతములను గొంతెత్తి గానము చేయుచుండగా కృష్ణుని మురళీగానమును ఆలకించిన గోపికాజనమువలె జనులందరు భక్తి పరవశులై ఆయన చుట్టును మూగుచుండిరి కాబోలు! ఈ గీతములనెడి అనుపానముతో తన నూతన మతమనెడి ఔషధమును ప్రయోగించి జనులను దృఢకాయులనుజేసిన భిషగ్వరుడు బసవేశ్వరుఁడు! కర్మానుష్ఠానమువలె దుష్కరమును, దుస్సాధమును కానట్టి కేవల భక్తిమార్గము సర్వజన సంసేవ్యమగుటచేత సుకరమైన ఆ మార్గమున జనులెల్లరును తొట్రుపాటులేక నడువగల్గిరి. వర్ణవ్యవస్థ తుడిచివేయబడుటచే జనులలో న్యూనాధికతలులేక నూతనోత్సాహము వెల్లివిరిసెను. వీరశైవమను పేర వారికానాడు గలిగిన ఆవేశము ఇన్ని తరములు గడచినను నేటికిని చల్లబడలేదు స్వమత రక్షణార్థమై శూరత్వమును, భక్తి ప్రదర్శనమున వీరత్వమును చూపువారగుటచేత వీరు వీరశైవులైరేమోయని తోచును ఇదంతయు నొక యెత్తు. కాని బసవేశ్వరుఁడు మతము పేర మిండ జంగములను ప్రోత్సహించి పోషించుట, రాజాజ్ఞను ధిక్కరించుట, రాజ ధనాగారమును దుర్వినియోగము చేయుట, మతము పేరను భక్తిపేరను పరావరజ్ఞతను పాటింపకుండుట తుదకు ప్రభుహత్యకు కారణమగుట మొదలగు కృత్యములన్నియు ఎన్నటికిని సమర్థనీయములు కావు. అసలు మతమునందు భక్తికి గల స్థానమేమి? జ్ఞానహీనమైన భక్తి అంధము, భక్తిహీనమైన జ్ఞానము వంధ్యము.(Faith without wisdom is blind, and wisdom without faith is barren) ఈ సిద్ధాంతము తత్వవేత్తలందరూ అంగీకరించినది. మతావేశపరులకు నచ్చదేమోగాని ఇది పరమసత్యము బసవేశ్వరుఁడు జ్ఞానియు భక్తుఁడును అనుటకు సందేహములేదు, అతని అనుయాయివర్గములో చాలామంది జ్ఞానరహితులైన భక్తులనుటకును సందేహములేదు ఆనాడు శైవేతరులైనవారికి బసవని మతమునెడ ఏవగింపు గలుగుటకు ఆ అజ్ఞాన భక్తుల అనుచిత కృత్యములే కారణమై యుండును.

శివభక్తులు చేసిన అత్యాచారములు ఎంత ఘోరమైనవో నిరూపించుటకు కక్కయ్య అనెడి భక్తుడుచేసిన ఒక మహాకార్యము బసవపురాణమునుండి ఉదా

హరించెదను ఒక బ్రాహ్మణుడు కల్యాణ కటకములో నగరివాకిట కూర్చుండి పురాణము చెప్పుచుండెనట. అతడు వ్యాఖ్యానించుచుండిన పురాణము విష్ణుమహిమలను వర్ణించెడి హరివంశమో, విష్ణుపురాణమో మరిఅట్టిదేదో అయి యుండును విష్ణువు నృసింహావతారమెత్తి హిరణ్యకశిపుని సంహరించుట, వామనావతారమున త్రివిక్రముడై ఒక పాదమును ఆకాశమున కెత్తుట మొదలగు గాధలు సహింపలేక కక్కయ్య ఆ బ్రాహ్మణుని చిత్రవధ చేసి బసవేశ్వరునిచేతనే కొనియాడబడెనట. కక్కయ్యకు బొందితో కైలాసము వచ్చినదేమో చెప్పలేముగాని వీరశైవమునకు మాత్రము త్రిలోక నిందవచ్చిన దనుటకు సందియములేదు. పాపము ఆ బ్రాహ్మణభట్టు పురాణము చెప్పుటలో చేసిన శివనింద ఏమియులేదు. ఆ గ్రంథమున ఉన్న పంక్తులకు వ్యాఖ్యానము మాత్రము చేసెను. నరసింహుడు హిరణ్యకశిపుని సంహరించుటకు ప్రతీకారముగ శరభావతారము ఆ నృసింహుని చీల్చివేసెనట. ఆ పద్యములు ఆనాడు పురాణభట్టు చదువుచుండిన పురాణములో నుండియుండవు. ఉన్నచో అతడు వానినికూడ వ్యాఖ్యానించెడివాడే; అందు లేకపోయినను ఆవృత్తాంతమును ఇందు పొందుపరచి చెప్పలేదని కక్కయ్యకు కోపమువచ్చి యుండును. అంతమాత్రమునకే కక్కయ్యకు అక్కసుపుట్టి శివమెక్కెను.

కక్కయ్యచేసిన యీ రాక్షస కృత్యమునకు కూడలి సంగమదేవుడు.

"చిత్తజాంతకు భక్తి చెడనాడుఖలుల
మృత్యువుగతి త్రుంపుమీ బసవన్న!"

అని బసవనికి ఉపదేశించుటయు అతడు తదనుగుణముగ

"పరసమయంబులఁ బరిమార్చు బాస
పరవాదులనుబట్టి ఖండించుబాస"

చేయుటయు (ప్రతిజ్ఞచేయుట) తదనుగుణముగ అతని శిష్యులు ప్రవర్తించుటయు ముఖ్య కారణము. మరి వారు చేసిన అన్యదేవతా దూషణకు ఏమి శిక్షయో మనమెరుగము. బిజ్జలుని మంత్రిగానున్న కాలములో బసవేశ్వరుఁడు సంకల్ప మాత్రమున జొన్నలను ముత్యములుగ మార్చుట, వంకాయలను లింగకాయలుగ మార్చుట, విషమును అమృతప్రాయముగ త్రావుట మొదలగు పెక్కు మహిమలు జూపి తన అప్రాకృత శక్తిని వ్యక్తము చేసెనట కాని అతని ఆశ్ర

యమునుకోరి కళ్యాణ కటకమును జేరిన ప్రముక్కాడి మూకలు అనదగిన శివ భక్తుల గుంపులవలన నగరమున రాజాజ్ఞా తిరస్కారము ప్రబలి అరాచక స్థితి యేర్పడెనట. తుదకు బసవేశ్వరుఁడు రాజాగ్రహమునకు పాత్రుఁడై, తాను ఆత్మ రక్షణార్థమో, మఱెందుకో సకుటుంబముగ నగరము వీడిపోయి కూడలి సంగమున లింగైక్యము పొందెనట. తత్ప్రతీకారముగా బసవేశ్వరుని యనుచరు లిద్దరు బిజ్జలుని వధించిరట. బసవపురాణమునుబట్టి యితర చరిత్రాధారములను బట్టియు గ్రహింపగల యంతవరకు ఆ మహావీరుని సంగ్రహ జీవిత చరిత్ర యిది.

బసవేశ్వరుఁడు వ్రాసిన భక్తి గీతములు నాలుగు లక్షలకు పైగా గల వట. వాటికి 'వచనములు' అని పేరు. తరువాతి కాలమున తాళ్ళపాక అన్న మయ్య వ్రాసిన వేంకటేశ్వర వచనములు, కృష్ణమాచార్యుడు, వ్రాసిన సింహాద్రి నారసింహ వచనములు ఆ జాతిలోనివే. వీరందరు తమ యిష్టదైవ ములమీద భక్తి జ్ఞానమయముగ వ్రాసిన స్తోత్రములవి. ప్రతి వచనము చివర మకుటముగ వారి యిష్టదేవతా సంబోధనము ఉండును. తాళ్ళపాకవారి వచన ములకు 'వేంకటేశ్వరా!' అను సంబోధన మకుటము; కృష్ణమాచార్యుల వచన ములకు 'నరసింహా' అను సంబోధన మకుటము. అట్లే బసవని వచనములకు ప్రాయికముగ "కూడలిసంగమదేవరా!" అను సంబోధన మకుటము. కూడలి సంగమదేవుఁడనగా కృష్ణా, తుంగభద్రానదులు సంగమించిన తీర్థస్థలమున గాని కృష్ణామలాపహనదులు సంగమిచిన తీర్థస్థలమునగాని వెలసియున్న సంగ మేశ్వరలింగము. బసవేశ్వరునకు ఇష్టదైవమును గురువును ఆ కూడలి సంగ మేశ్వరుడే: తుదకు ఆయన లింగైక్యము బొందినదియు ఆ సంగమ క్షేత్ర మునసే.

గ్రంథ ప్రయోజనము:- ఈ గ్రంథము ప్రాయికముగా శైవు లకు పురాణముగా పారాయణ గ్రంథముగా ప్రయోజనకారి యైనట్లు శైవేతరులకు కేవల సారస్వత గ్రంథముగ ఎక్కువ వినియోగపడదు. మతప్రాధాన్యముగల యే గ్రంథమునకైనను నదియే స్థితి. తన్మతావలంబు లకు దప్ప నితరులకది ప్రీతిగొలుపదు అంతేగాక ఇతర మతములను, మతస్థులను ఉచితానుచిత వివేచనము లేకుండ దూషించెడి గ్రంథము

లకు వాఙ్మయమున ఉత్తమ స్థానము లభింపదు. ఏ భాషలోనైనను కావ్యము సర్వమానవ సంసేవ్యమైనపుడే పఠనీయమును, ఆరాధనీయమును అగునుగాని లేనిచో పరిమిత ప్రచారము గలదియే యగును. తనను తిట్టినవానిని బాగా తిట్టితి వని మెచ్చుకొనెడి మానవుఁడు దుర్లభుఁడు. అందును ఆ తిట్టు పరుషముగా నున్నచో చెప్పెడిదేమి? అందుచే గ్రంథకర్త నిందలకు భాజనమైన శైవేతరులు సారస్వత ప్రీతి చేతనైనను ఈ బసవపురాణమును చదవకపోవుట తటస్థపడెను. అయినను ఇందు కొన్ని ఉపాఖ్యానములు సారస్వత ప్రియులకుగూడ పరమా నందమును కలిగించెడివి లేకపోలేదు. వానిలో ముఖ్యమైనవి: (1) గొడగూచి కథ (2) బెజ్జ మహాదేవి కథ (3) కన్నప్పకథ (4) సిరియాళుని కథ. ఇందు మొదటిదానిలో అమాయకురాలైన బాలికకు శివుఁడు సులభముగా ప్రసన్నుఁడై, తనలో లీనమొనర్చుకొన్న యనుగ్రహము వర్ణింపబడినది. రెండవదానిలో భక్తు రాలు శివుని తనబిడ్డగా భావించి తల్లి పసిపాపకు జేసెడి యుపచారములన్నియు నెరపుటలో గల మాతృ వాత్సల్యమును, భగవంతుఁడు ఆ ప్రేమకు ప్రీతుఁడై చూపిన భక్తవాత్సల్యమును వర్ణింపబడినది. మూడవదానిలో ఆటవికుఁడైన కిరాతబాలుఁడు ఆచార రహితమైన తన మూఢభక్తి చేతనే, జ్ఞానులకు సహి తము దుర్లభమైన ముక్తిని పొందిన విధము నిరూపితమైనది. నాల్గవదానిలో చిఱుతొండనంబి యనెడి కాంచీపురనివాసియగు ఒక భక్తుని దృఢవ్రతమును శివుఁడు మాయతపసి వేషమునవచ్చి పరీక్షించుటకై, ఆ భక్తుని కుమారుని చంపించి తన్మాంసమును విందారగించుటయు, తుదకు పరీక్షలో నెగ్గిన భక్తుని యచంచల భక్తి విశ్వాసములకు తృప్తుఁడై పిల్లవానిని బ్రతికించి యిచ్చుటయు మొదలగు సంశములు భయానకరమ్యముగ వర్ణింపబడినవి. అసలు ఆ పిల్ల వానిని ఖండించి అవయవ విచ్ఛేదముచేసి తిరిగి నలిసలిగా నలగగొట్టి వంట చేయుట అను ఘోరకృత్యమును వీరశైవావేశముగల కవితప్ప ఇంకొకడు భావన చేయలేడు ఈ కథను చెప్పగా వినుటకే భయకంపితులయ్యెడి సుకుమార చిత్తులకు చదివి యానందించుట యెన్నటికిని పొసగదు. కాకపోతే కథాంతమున మాయా తపసి యాదేశానుసారము తల్లి పిల్లవానిని చేతులు చాచి యెలుగెత్తి "నాపడుగా రారా! నా కన్నయ్య రారా! నా సిరియాళ రారా!" అని పిలుచు నపుడు కట్టలు త్రెంచుకొని ప్రవహించెడి కరుణరస ప్రవాహములో కొట్టుకొని పోదుము. ఆ పిలుపునందుకొని శివానుగ్రహముచే పిల్లవాడు సజీవుడై తల్లిని చేర

వచ్చెడి ఘట్టమున ఆనంద తన్మయులమగుదుము. కాని ఇందును సోమనాథుడు తల్లినోట పలికించిన ఆ పిలుపులో కొంత కృతకత్వమున్నది. ఆ సమాసములు, ఆ శ్లేషలు దుఃఖపరవశయైన తల్లినోట పలికింపదగినవికావు.

మఱి ఈ పురాణమున స్థూలముగ బసవని జీవిత చరిత్రయు, తన్మహిమలును, కొందఱు భక్తుల గాథలును మాత్రమే కానవచ్చునుగాని అసలు బసవేశ్వరుడు ప్రతిపాదించిన వీరశైవ మత స్వరూపమిట్టిదని స్పష్టముగ గానరాదు అతని మహిమలును, ఆ భక్తుల నడవడియు మాత్రమే తన్మత స్వరూపమని తృప్తిపడుట మత ప్రవర్తకునకును, తన్మతమునకును నపచారము చేసినట్లగును వీరశైవ సంప్రదాయమును గురించి తెలిసికొనగోరువారికి ఈ గ్రంథము అంతగా నుపకరింపదు.

పండితారాధ్య చరిత్ర: రెండవ కృతి

బసవపురాణానంతరము సుమారు పది సంవత్సరములకు ఇది వ్రాయబడి యుండును. ద్విపద రచన మొదటి దానియందుకంటె దీనియందెక్కువ ధారాళముగా నడచినది. అందు చెప్పబడిన కొన్ని యుపాఖ్యానములిందును పునరుక్తములైనవి. ఈ పునరుక్తిలో కథ కొన్నింట విపులీకృతమైనటువంటి సందర్భములును గలవు. బసవపురాణమున క్లుప్తముగానున్న 'కళియంబనైనారు' కథ పండితారాధ్య చరిత్రలో చాలా పెరిగినది. ఈ భక్తుడు తనయింటికి వచ్చిన శివభక్తుని పాదమును కడిగి తత్పాదోదకము పానము చేయు నలవాటు గలవాడు ఒకనాడు ఆ యింటి పసికత్తెకొడుకు జంగమవేషము దాల్చి యజమాని యొద్దకు రాగా అతడు వాని పాదములు కడుగుట కుద్యమించెను. అతని గృహిణి కలరూపు గ్రహించి ఆయనుచిత కార్యము చేయవద్దని భర్తను నిరోధించెను అతడు రౌద్రావేశముతో ఆ యిల్లాలిని నానా దుర్భాషలాడి ఆమె కాలుసేతులు బంధించి బాడితతో నరికి వధించి కాళ్ళకు త్రాడుగట్టి చచ్చిన గొడ్డును లాగినట్లు బయటకులాగి ఆవల పారవైచెను. ఈ కథయంతయు బసవపురాణములో పండ్రెండు పంక్తులలో గలదు (6 ద్విపదలు). ఆరాధ్య చరిత్రలో అది 160 పంక్తులకు పెరిగినది. ఈ పెంపంతయు భార్యచేయు నుపదేశ వాక్యములలోను, భర్తచేయు దూషణ వాక్యములలోను, అపై ఆకులసతీ వధ విధానములోను జరిగినది.

నాథయ్యగారు పండితారాధ్యునకు శిష్యుఁడై సోమనాథునకు హితైషి యగుటయు బసవేశ్వరుని తండ్రియైన మండిగ మాదరాజుగారికి శిష్యుఁడగు గొబ్బూరి సంగనామాత్యుఁడు ఈ గ్రంథమునకు శ్రోతయగుటయు నిజమే గనుక వారికి సమకాలికుఁడగు సోమనాథుఁడు ఆ పండ్రెండవ శతాబ్దిలోనివాఁడు గాక మరె ప్పటి వాఁడగును? బసవేశ్వరునకును, పండితారాధ్యునకును తరువాతి తరము వాఁడు సోమనాథుఁడు.

అదీగాక ఈ సోమనాథుఁడు పుట్టుకచే కర్ణాటకుఁడనియు తెలుఁగు అత నికి నేర్చిన భాషయనియు ప్రతిపాదించువారు కొందరు గలరు. అంతకంటే ఆనాలోచితమైన సిద్ధాంతమింకొకటి ఉండదు. ఎంత కష్టపడి చదివినను నేర్చిన భాష మాతృభాషవలె వశముగాదు. అందునను గ్రంథస్థమైన వాగ్జాల మంతయు మనోవిధేయము గావచ్చునుగాని వాయువువలె స్వేచ్ఛగా సంచరించు వాడుక భాష, యెన్నడును క్రొత్తవానికి అబ్బదు. సోమనాథుని రచనలలో జానుతెనుఁగుగా పేర్కొనదగిన పదములు, పదబంధములు వాక్యములు మాత్రమేగాక తెలుఁగునాట కానవచ్చెడి సర్వవస్తు నిర్దేశకములైన నామములు, తద్విశేషణములు, గుణములు ప్రజాభాషా సముద్రమున ఓలలాడిన వానికేగాని ఇతరులకు లభ్యమగునవి గావు. అతని వాక్కునకు సహజమైన తెలుగుదనము తెలుగుతల్లి పెట్టిన యుగ్గుతో వచ్చినదేగాని నేర్చినదిగాదు.

సోమనాథుఁడు, కర్ణాటకుఁడే అగునేని ఈ గ్రంథమును కన్నడ భాష లోనే వ్రాసియుండవచ్చునుగదా? తెలుగున ఏల వ్రాయవలె? పదునాల్గవ శతా బ్దిలో భీమన అను కన్నడకవి ఈ గ్రంథమును ఆ భాషకు అలంకారముగ ఏల అనువదించుకొనవలెను? కావున సోమనాథుని మాతృభాష తెలుఁగు, కన్నడమే నేర్చిన భాష.

సోమనాథుని గ్రంథములు

ఇతడు సంస్కృతాంధ్ర కర్ణాట భాషలలో పెక్కు గ్రంథములు రచించె నట. వాటిలో ఆంధ్ర వాఙ్మయ చరిత్రకు ఎక్కదగినవి మూఁడుమాత్రమే. (1) బసవపురాణము (2) పండితారాధ్య చరిత్ర (8) వృషాధిప శతకము.

ఈ పండితుఁడు దాక్షారామ భీమేశ్వరాలయపు పూజారి కుమారుఁడు. తత్సమీప గ్రామమగు కోటిపల్లి యందుండిన ఒక యారాధ్య దేవరవల్ల శాంభవ దీక్షపొంది చిన్ననాటనే కులాచారమునకు విరుద్ధముగా శివభక్తుల పాదోదక ప్రసాదముల యొక్కయు, విభూతి రుద్రాక్షమాలల యొక్కయు మహిమలను చాటుచు, తత్ప్రకారము తాను నడచుకొనసాగెను. మరియు శ్రుతిస్మృతి పురాణేతిహాసాత్మకమగు మత గ్రంథజాలమంతను క్షుణ్ణముగా పఠనముజేసి అందలి పరమార్థసారము శివపరముగా అన్వయింపసాగెను ఈ పాండిత్య బలమే చతురంగ బలముగా వెంటఁగొని, సామ్రాజ్య పతనానంతరము బలహీనులై, అచ్చటచ్చట ప్రాభవహీనమైన రాచరికము చేయుచున్న సామంతరాజులవలె నిలిచియున్న బౌద్ధమత కేంద్రములపై దాడివెడలి వాటిని ఛిన్నముఁజేయ నుద్యమించెను. ఆనాడు ధనదపుర మన బరగిన నేటి చందవోలు రాజధానిగ వెలనాటి చోళులు వేంగిదేశమునుఁ పాలించుచుండిరి ఆ రాజు బౌద్ధమతావలంబి కాబోలు. అతని యాస్థానమున నొక బౌద్ధపండితుఁడు గురుపీఠ మలంకరించి యుండెను. ఆ యాస్థానముపై దండెత్తి బౌద్ధపండితుని ఓడించి రాజునకు శైవ దీక్ష నిప్పించినచో తన యుద్యమము సంపూర్ణముగా ఫలవంతమగుననెడి యాశతో పండితుడు ఆ రాజధానిజేరి ఒక బౌద్ధచార్యునేగాక ఇతర మత గురువులనుగూడ సమావేశపఱచి నిండు సభలో ఆయా మతములన్నిటిని ఖండించి శివపారమ్యమును సిద్ధాంతీకరించెను. బౌద్ధాచార్యుఁడు తన ఓటమిని, ఆ శివ పారమ్యమును నంగీకరింపక పండితునిఁ జులకనఁజేసి వెడలిపోగా, దానిని సహింపలేక పండితుని శిష్యులిరువురు ఆ బౌద్ధుని యేకాంతమున వధించిరి రాజు కోపాయత్తుఁడై కొలువునకు పిలిపించి యడుగగా, పండితుడు ఆ శివద్రోహిని తానే చంపించితినని ఆ నేరము తనమీద మోపుకొనెను. రాజు ఆ దారుణ చర్య సహింపలేక పండితుని కండ్లు పొడిపించెను. ఆయన 'ఆ రాజ్యము నాశనమగుగాక!' యని శపియించి అటనుండి బసవేశ్వరుని దర్శింపవలయునను తహతహతో ప్రయాణమై పోవుచుండగా మధ్యేమార్గమున, ఆ దండనాథుఁడు కూడలి సంగమమున లింగైక్యము పొందిన విషాద వార్త వినవచ్చెను పండితుఁడు దుర్భర నిర్వేదముతో పలవించి పలవించి, శ్రీశైలమునకు ప్రయాణమై పోవుచు తత్సమీపమున నొక గ్రామములో విడిసెను. అప్పటికే వయసుమీరియుండబోలు, పర్వతమెక్కలేక తన భక్తిని మల్లికార్జున స్వామికి నివేదింపు

మట. జైనమతమునకు గర్భశత్రువైన పాలకురికి సోమనాథుడు జైనుల సంప్రదాయమునే స్పర్ధచే అనుకరించి బసవని చరిత్రను పురాణముగా వ్రాసియుండును. ఆ ఉపాఖ్యాన కథానాయకులైన భక్తులలో కొందఱు ద్రావిడులు, కొందఱు కర్ణాటకులు, కొందఱు ఆంధ్రులు, కొందఱు ఔత్తరాహులు గలరు. ఆ కథలేగాక బసవనికి సమకాలికుఁడైన అల్లమయ్య మొదలగు శివభక్తుల కథలు గూడ ప్రసక్తాను ప్రసక్తముగ ఇందు చేర్చబడినవి.

బసవేశ్వరుఁడు:- మండిగ మాదిరాజు, మాదాంబ అను బ్రాహ్మణ పుణ్యదంపతులకు బసవేశ్వరుఁడు నందికేశ్వరాంశమున జన్మించెను. చిన్ననాటనే జ్ఞానియై వర్ణవ్యవస్థను తిరస్కరించి ఉపనయనాది బ్రాహ్మణ కర్మలను వర్జించి కేవల భక్తి సాధ్యమైన శివపారమ్యము నుద్బోధించుచు తల్లిదండ్రులను వీడి, యిలువెడలిపోయి కళ్యాణకటకమున బిజ్జలుని మంత్రిగానున్న తన మేనమామ యిల్లుచేరెను. ఈతని తల్లిదండ్రులును, మేనమామయును శైవులే. అయినను వారు బ్రాహ్మణ కర్మలను విసర్జించిన వీరశైవులుకారు. మేనమామ తన కుమార్తెయగు గంగాంబను బసవేశ్వరునకిచ్చి వివాహముచేసి, అల్లునకు రాజాస్థానమున నుద్యోగమిప్పించెను. మామగారి అనంతరము మంత్రియై, తనచే ప్రవర్తితమైన వీరశైవమత ప్రచారమునకు తన సర్వస్వమునేగాక రాజభాండారమునుగూడ వినియోగించిన మహాభక్తుఁడీతడు. ఆనాడు శైవమునగల నానా శాఖలకు ధర్మాచరణమున ఏకవాక్యత లేకపోవుటచేతను, వాటికి అవైదికములైన జైన, బౌద్ధమతముల యొత్తిడి కలుగుటచేతను, అదే సమయమున విష్ణుపారమ్యమును ప్రతిపాదించెడి వైష్ణవము అనుముకొనివచ్చుచుండుటచేతను, శివకేశవ భేదమును పాటింపని అద్వైతము సర్వ మతసామరస్య పరాయణమైయుండుటచేతను ఆ శైవశాఖల స్థిరత్వమునకు వలసిన బలమును సమకూర్చి, శివసామ్రాజ్యము ఆంధ్ర, కన్నడ భూముల నెలకొల్పుటకై యత్నించినవాఁడు ఈ వీరుఁడు. ఈయన తలపెట్టిన సంస్కారములవలన ఆయా శైవశాఖలకు చాలవరకు ఏకవాక్యత కుదిరి వీరశైవమను పేర నూతన ధర్మము నెలకొనెను. ఐనప్పటికిని వర్ణవ్యవస్థను, కర్మ ప్రాధాన్యమును విడనాడలేక కొందఱు బ్రాహ్మణశైవులు వీరశైవమున చేరకయే బసవేశ్వరుని యెడల భక్తిప్రపత్తులు కలిగియుండిరి. శివభక్తి పారవశ్యము వీరశైవులకును, వీరికిని సమమే వైదిక కర్మలను బ్రాహ్మణ్యమును వీడలేకపోవుట బ్రాహ్మణ శైవమునకుగల విశిష్టత.

కం॥ కలదన నోపక లేదని
పలుకఁగ నేరకయు మూకబధిరులక్రియ ని
మ్ములఁ నద్వైతులు దమలో
వల వగతురు భువనభిన్నభావమున శివా (శివతత్త్వ)

ద్వి॥ కలదనంగా నోపకయునుఁ లేదనియు
బలుక నేరక మూకబధిరులక్రియను
బరఁగుభువనభిన్నభావంబుఁజూచి
యరయంగ నద్వైతమనగ లావేది. (పండిత-వాదప్రక)

కం॥ ఒండేమి మల్లికార్జున
పండితుఁడన నుండుకంటెఁ బ్రమథులలో నె
న్నండొకొ నీ యాజ్ఞోన్నతి
నుండఁగఁ గాంతునని కోరుచుండుదు రుద్రా! (శివతత్త్వ)

కం॥ దేవా సంసారాంబుధి
లోవెలువడఁజేసి ప్రమథలోకం బెఱుఁగన్
నావాఁడు వీఁడునుండీ
నావే నన్నుంపవేగణంబుల నడుమన్. (శివతత్త్వ)

ద్వి॥ ఊర్జిత ప్రమథాత్మ యొండేమి మల్లి
కార్జున పండితుఁడనఁగ నిచ్చోట
నుండుటకంటె నెన్నండొకో ప్రమథ
మండలిలో భవన్మహదాజ్ఞఁజేసి
యుండంగఁ గాంతునొకోయని కోరు
చుండుదు నన్నట్టులునుచఁ గదయ్య
దేవర! యీ సంసార తీవ్ర దుఃఖాగ్ని
లోవెలిఁ బ్రమథాదిలోకం బెలర్ప
నావాఁడు వీఁడు నుండివేఱుగాఁడు
నావె నన్నుంపు గణంబులనడుమ.

(పండితారాధ్య-పర్వప్రవ)

కం॥ జ్ఞాన జ్ఞేయ జ్ఞాతృని
దానత్రయమున నబాధిత ప్రత్యయమై
నానాగతి నవగతమగు
గాన జగద్భేద మెన్నగా సిద్ధమజా! (శివతత్త్వ)

ద్వి॥ ఎఱుఁగంగఁబడువస్తు వెఱిఁగెడి తాను
నెఱుకయు ననుమూఁడు తెఱఁగులు భువిని
బరఁగి యబాధిత ప్రత్యయమగుచు
నరయ నానాగతి నవగతంబగుట
హస్తామలకమెట్టులట్లను సుప్ర
శస్త్ర జగద్భేదసరణి సిద్ధముగఁ
దమకించి మఱియ భేదమ పల్కఁచనునె. (పండిత-వాద)

వృషాధిప శతకము:- ఇప్పు డుపలభ్యములగుచున్న శతకములలో శతకమను పేరు సార్థకమైన మొదటి శతకము ఇదియే యని చెప్పవచ్చును పండితారాధ్యుని శివతత్త్వసారము కాక "శ్రీగిరి మల్లికార్జునా" అను మకుటముగల శతకము ఒకటి యుండెనని యొప్పుకొన్నను అది లభింపలేదు గాన వృషాధిప శతకమే సజీవములైయున్న శతకములలో మొదటిదిగా పేర్కొనదగును. శ్రీగిరి మల్లికార్జున శతకము లభించినపుడు వృషాధిప శతకము రెండవది యగును. సోమనాథుడు ద్విపద కావ్యములకే కాక తెలుఁగు శతకములకు కూడ ఒరవడి తీర్చిన ప్రథమాచార్యుడు. అంతేకాదు, బసవోదాహరణము అనుస్తుతిని వ్రాసి ఉదాహరణ కావ్యములకును అతడే ఆదిగురువై కన్పట్టుచున్నాడు. ఈ శతకము ఆంధ్రమునగల ఉత్తమోత్తమ భక్తి శతకములలో నొకటి. దీనికి సాటిరాగల శతకము కంచర్లగోపన్నది మాత్రమని నా యుద్దేశము. మఱి యట్టివి ఎన్ని నశించిపోయినవో చెప్పలేము. సోమనాథుడు ద్విపదలు ఎంత ధారాళముగా నడపగలడో వృత్తములును అంత ధారాళముగా నడపగలడని ఈ శతకము ఋజువు చేయును. "బసవా! బసవా! బసవా! వృషాధిపా!" అను మకుటము చంపకోత్పలమాలా వృత్తములచే సంఘటితమగునుగాన ఈ శతమంతయు ఒకే వృత్తమునగాక రెండు వృత్తములలో నడిచినది.

ఈ శతకములో సోమనాథుడు సమాసాంత్య ప్రాసలు ముక్తపదగ్రస్తములు మొదలగు శబ్దాలంకారములను ప్రయోగించి పద్యమునకు అర్థగౌరవమే కాకుండ, శబ్ద గాంభీర్యమును కూడ సంపాదించెను.

తజ్ఞ! జితప్రతిజ్ఞ! యుచిత ప్రమథానుగతజ్ఞ! నమ్రదై
వజ్ఞ! కళావిధిజ్ఞ! బహుపచ్ఛివ భక్తి మనోజ్ఞ! దూత శా
స్త్రజ్ఞ! సువాదపూరిత రసజ్ఞ! తృణీకృత పంచయజ్ఞ! స
ర్వజ్ఞ! శరణ్యమయ్య బసవా! బసవా! బసవా! వృషాధిపా!

సురవరమల్ల ! మల్లవిత సూత్ర సుధాంబుధిఖేల! ఖేలసం
గరకలకంఠ! కంఠమణి నాయకభీమ భుజంగ! జంగమ
స్థిరతరనాథ! నాథకసిద్ధీకృరూప! విరూప సమ్మతా
వర! కరుణాబ్ధి! బ్రోవు బసవా! బసవా! బసవా! వృషాధిపా!

శతకమున ఇంచుమించు అర్ధభాగము బసవేశ్వరుని సంబోధనలతో నిండియున్నది. ఆ సంబోధనలలో అర్థ పునరుక్తిగాని శబ్ద పునరుక్తిగాని యుండదు. మరికొన్నింట బసవేశ్వరుడు జీవితములో చూపిన మహిమలును- జొన్నలు ముత్యములు చేయుట, చల్లలమ్మ గొల్లపడుచు కాలుజారి పడపోవుచు బసవా! అని ఎలుగెత్తి పిలిచినంత ఆ పిల్లకు దూరమునుండియే చేయూతనిచ్చి నిలవబెట్టుట మొదలగునవి-మరికొందఱి భక్తుల అద్భుత చర్యలును సంగ్రహముగ ప్రశంసింపబడినవి. ఇంతమాత్రమే కాదు, కవి యీ తెనుఁగు శతకములో సంస్కృత వాక్యమయమైన పద్యమొకటియు, ద్రావిడ వాక్యమయమైన పద్యమొకటియు కన్నడ వాక్యమయమైన పద్యమొకటియు మణిప్రవాళ (మళయాళ) వాక్యమయమైన పద్యమొకటియు, అరెమరాటి (మహారాష్ట్రి భాషాశాఖ) వాక్యమయమైన పద్యమొకటియు, సర్వభాషామయమైన దింకొకటియు రచించి తన బహుభాషా పాండితికి నిదర్శనముగ ఒక చిత్ర ప్రదర్శనము చేసెను. ఆ సందర్భముననే యచ్చ తెనుఁగు పద్యమొకటి రచించి దానిని జానుఁదెనుఁగనెను.

"బలుపొడతోలు సీరయును బాపసరుల్ గిలుపారు కన్ను వె
న్నెల తల సేమకుత్తుకయు నిండిన వేలుపుటేఱువల్లు పూ
సలుగలతేని లెంకవని జానదెనుంగున సన్నుతించెదన్
వలపు మదిందలిర్ప బసవా! బసవా! బసవా! వృషాధిపా".

లకు వాఙ్మయమున ఉత్తమ స్థానము లభింపదు. ఏ భాషలోనైనను కావ్యము సర్వమానవ సంసేవ్యమైనపుడే పఠనీయమును, ఆరాధనీయమును అగునుగాని లేనిచో పరిమిత ప్రచారము గలదియే యగును. తనను తిట్టినవానిని బాగా తిట్టితి వని మెచ్చుకొనెడి మానవుఁడు దుర్లభుఁడు. అందును ఆ తిట్టు పరుషముగా నున్నచో చెప్పెడిదేమి? అందుచే గ్రంథకర్త నిందలకు భాజనమైన శైవేతరులు సారస్వత ప్రీతి చేతనైనను ఈ బసవపురాణమును చదవకపోవుట తటస్థపడెను. అయినను ఇందు కొన్ని ఉపాఖ్యానములు సారస్వత ప్రియులకుగూడ పరమా నందమును కలిగించెడివి లేకపోలేదు. వానిలో ముఖ్యమైనవి: (1) గొడగూచి కథ (2) బెజ్జ మహాదేవి కథ (3) కన్నప్పకథ (4) సిరియాళుని కథ. ఇందు మొదటిదానిలో అమాయకురాలైన బాలికకు శివుఁడు సులభముగా ప్రసన్నుఁడై, తనలో లీనమొనర్చుకొన్న యనుగ్రహము వర్ణింపబడినది. రెండవదానిలో భక్తు రాలు శివుని తనబిడ్డగా భావించి తల్లి పసిపాపకు జేసెడి యుపచారములన్నియు నెరపుటలో గల మాతృ వాత్సల్యమును, భగవంతుఁడు ఆ ప్రేమకు ప్రీతుఁడై చూపిన భక్తవాత్సల్యమును వర్ణింపబడినది. మూడవదానిలో ఆటవికుఁడైన కిరాతబాలుఁడు ఆచార రహితమైన తన మూఢభక్తి చేతనే, జ్ఞానులకు సహి తము దుర్లభమైన ముక్తిని పొందిన విధము నిరూపితమైనది. నాల్గవదానిలో చిఱుతొండనంబి యనెడి కాంచీపురనివాసియగు ఒక భక్తుని దృఢవ్రతమును శివుఁడు మాయతపసి వేషమునవచ్చి పరీక్షించుటకై, ఆ భక్తుని కుమారుని చంపించి తన్మాంసమును విందారగించుటయు, తుదకు పరీక్షలో నెగ్గిన భక్తుని యచంచల భక్తి విశ్వాసములకు తృప్తుడై పిల్లవానిని బ్రతికించి యిచ్చుటయు మొదలగు నంశములు భయానకరమ్యముగ వర్ణింపబడినవి. అసలు ఆ పిల్ల వానిని ఖండించి అవయవ విచ్ఛేదముచేసి తిరిగి నలిసలిగా నలగగొట్టి వంట చేయుట అను ఘోరకృత్యమును వీరశైవావేశముగల కవితప్ప ఇంకొకడు భావన చేయలేడు ఈ కథను చెప్పగా వినుటకే భయకంపితులయ్యెడి సుకుమార చిత్తులకు చదివి యానందించుట యెన్నటికిని పొసగదు. కాకపోతే కథాంతమున మాయా తపసి యాదేశానుసారము తల్లి పిల్లవానిని చేతులు చాచి యెలుగెత్తి "నావడుగా రారా! నా కన్నయ్య రారా,! నా సిరియాళ రారా!" అని పిలుచు నపుడు కట్టలు త్రెంచుకొని ప్రవహించెడి కరుణరస ప్రవాహములో కొట్టుకొని పోదుము. ఆ పిలుపునందుకొని శివానుగ్రహముచే పిల్లవాడు సజీవుడై తల్లిని చేర

ధ్యానివలె వైదిక శైవమతస్థుడు. వర్ణ వ్యవస్థను వేదవిహిత కర్మలను విడనాడకయే శివుడే పరతత్త్వమను విశ్వాసముగల బ్రాహ్మణుడు. ఇతని సోమనాథ భాష్యమున వైదికాచార గర్హణము లేకపోవుటయే గాక తదావశ్యకత కూడ ఉగ్గడింపబడినదట బసవపురాణము రచించునాటికి ఇతనికి దానిపై తిరస్కార భావము ఏర్పడినది ఆ మధ్యకాలమున ఇతడు వీరశైవము నవలంబించి యుండును పండితారాధ్య చరిత్ర రచన నాటికి అది దృఢమయినట్లు ఊహింప వచ్చును. ఎట్లన, బసవపురాణమున తన తల్లిదండ్రుల పేర్లు చెప్పుకొన్నాడు

"భ్రాజిష్ణువగు విష్ణురామి దేవుండు
తేజిష్ణువగు శ్రియాదేవి అమ్మయును
గారవింపగ నొప్ప గాదిలి సుతుడ
వీర మాహేశ్వరాచారవ్రతుండ"

పండితారాధ్య చరిత్రమున పితృ దేవతా నామోచ్చారణము నైనను చేయక పోవుటయే గాక తన సర్వస్వమును, తానును బసవని అధీనమని చాటు కొన్నాడు.

"ధర నుమా మాతా పితా రుద్ర యనెడు,
వర పురాణోక్తి నీశ్వర కులజుఁడఁ
బసవని పుత్త్రిండ బసవ గోత్రుండ
బసవేశు శ్రీపాద పద్మ శేఖరుఁడ
బసవనిఁ బొగడఁ బాల్పడు కవీంద్రుండ
బసవన్నఁ బొగడఁ బాల్పడు పాఠకుండ
బసవన్న దూత నే బసవన్న బంట
బసవన్న యిలుఁ బుట్టు బానిస కొడుక
బసవన్న లెంక నే బసవన్న లెంగి
బసవన్న పన్నల పన్నఁ గావు నను"

కవిత్వ పరామర్శ :- కవిత్వమును గూర్చి సోమనాథుడు చేసిన ప్రతిజ్ఞలలో ముఖ్యముగా పేర్కొన దగినవి జానుతెనుఁగు సరణి యొకటి, అల్పాక్షరముల అనల్పార్థ రచన ఇంకొకటి. ఈ రెండవది మాట పొదుపు. దీనినే

పాశ్చాత్యులు Economy of word అని యందురు. సోమనాథుని ఈ ప్రతిజ్ఞలలో జాను తెనుఁగును గూర్చి పూర్వము కొంత చెప్పితిని. జాను తెనుఁగనగా సర్వ సాధారణమైనభాషయే యైనచో ఈతని గ్రంథములలో జాను తెనుఁగెంత ఉన్నదో సంస్కృత భూయిష్ఠమై కేవల పండిత వేద్యమైన భాషయు అంత యున్నది. మఱియు కేవల సాహిత్య పరులకు అందని నిగూఢమైన శ్రుతి వాక్యార్థమయ భాషయు అంత ఉన్నది. ఆ భాగములన్నియు జాను తెనుఁ గనుట పొసగదు. మఱి రెండవ ప్రతిజ్ఞయైన అల్పాక్షరముల ననల్పార్థ రచనను గురించి—వేమన ఆట వెలది పాదములో వలె- సోమన ఒక ద్విపద పాదములో విపులమైన అర్థమును ఇమిడ్చి సంగ్రహ వాక్యమును వ్రాయగలడు. మిత భాషులగు సజ్జనులవలె మిత వాగ్విలాసులగు కవు లందరును ఔచిత్యాపేక్షచే ఈ వాక్య ధర్మమును పరిపాలింతురు. తెనుఁగు కవులలో కవి త్రయము వారి సరస్వతికి ఈ లక్షణము తిలకాయమానము. అయితే సోమనాథుడు మిత వాక్యములవలె మిత ప్రకరణములు వ్రాయలేడు. అల్పాక్షరములు అనగా ఉప లక్షణము వలన అల్ప వాక్యములు అనియు నర్థము చెప్పవలెను అట్టి వాక్యముల సమూహమే ప్రకరణము. ఆ ప్రకరణముల సమూహమే గ్రంథము. పైసలు పొదుపుజేసి రూపాయలు విరజిమ్మిన సంసారివలె ఇతడు అక్షరములను పొదుపుచేసి ప్రకరణముల వాక్యములను దుర్వ్యయము చేయుచుండును. భావమును నిగ్రహించుకొనలేక అతి చాలనము చేయు కవుల రచనలు అధిక ప్రసంగములయి ఔచిత్యమును కోల్పోవును. ఈ దుస్థితి సోమనాథుని గ్రంథములకు పట్టినది. ఈతని ద్విపద కావ్యములు రెండింటిలో ఈ అధిక ప్రసంగములను అతడు చాలవరకు సంగ్రహ పరచి యుండినచో అర్థ హాని కలుగకుండగనే గ్రంథములు అధిక సమాదరణీయము లయ్యెడివి.

పిండితార్థ మేమనగా కావ్యశిల్ప ధర్మములనుబట్టి చూచినచో ఈతని రచన అతి ప్రసంగ మయము అని చెప్పవచ్చును.

కవిత్వమునకు భావావేశము జీవగఱ్ఱ. ఈతని కవిత్వమునకు అదియే పంచప్రాణ సారభూతమై యున్నది. మతమున భక్త్యావిష్టుడు గనుకను, కావ్యేతివృత్త మంతయు శివభక్తి పరము గనుకను భావావేశ మతావేశములు ఒకొంటికి తోడై పరస్పర పోషకము లైనవి. ఏ కథ చెప్పినను శైవ చిహ్నము వర్ణించి

నను భక్తి ప్రవాహమున ఓలలాడుచు శివమెక్కిన గణాచారివలె గంతులు వేయును శాంతముగా గాని చప్పగా గాని అతని నోటివెంట ఒక్క మాటయు వెలువడదు.

నిదానించి ఆలోచించి తూచి వ్రాసిన వాక్య మొక్కటియు నుండదు. చిత్త పరవశ స్థితిలో హృదయమున పొంగి పొరలెడి భావములను నోట పలుకునుగాని ప్రయత్న పూర్వకముగా వాక్యమును వ్రాయడు. ప్రయత్న రాహిత్య మెంత యున్నదో శ్రద్ధారాహిత్యమును అంత యున్నది.

ఈ భావావేశమునకు నెచ్చెలియు సహజ ప్రజ్ఞకు రెండవ ముఖమును అగు భావనాశక్తి ఈ కవితలో అతి నిశితముగా నున్నది. ఏ పదార్థమును ఏ సందర్భమును వర్ణింప దలచునో దానిని తన నిశిత భావనతో మనో నేత్రమునకు ప్రత్యక్షము చేసికొని, ఆ సాక్షాద్దర్శనమును వాస్తవికతకు న్యూనాధికతలు లేకుండ యథాతథముగ చిత్రింపగలడు. ఆ వర్ణనలు చదువునపుడు ఆ మూర్తులు పాఠకునకు ప్రత్యక్ష దర్శన మొసగుచుండును. ఇది స్వభావ కవులకు సర్వ సాధారణమైన లక్షణము. స్వభావ ప్రదర్శనము వలన మనస్సునకు ఇంపు కలిగేమాట నిజమే కాని, కవిత్వ ధర్మము మనస్సునకు ఇంపు నింపుటయు వాస్తవిక లోకమును ప్రదర్శించుటయు మాత్రమే కాదు. మనస్సునకు ఇంపుతో పాటు చిత్తమునకు పెంపుకూడ కలిగించి నపుడే కవిత్వము శిల్ప మగును. కాని యెడల ఛాయాగ్రహణ మగును (Photography). సోమనాథుని రచనలలో ఛాయాచిత్రములు ఎక్కువగాను, శిల్ప చిత్రములు తక్కువగాను ఉండును. తల్లి శిశువునకు ఉగ్గుపెట్టి, నీళ్ళుపోసి, తొట్టిలో పెట్టి, ఊచి, నిద్రపుచ్చి, అల్లారు ముద్దుగా పెంచెడి లోక ధర్మమును ఇతడు ఎంత యథాతథముగ వర్ణించెనో చూడుడు.

"అనయంబు బెజ్జ మహాదేవి దాన
జననియై పరమేశుఁ దనయుఁ గావించి
తొంగిళ్ళపై నిడి లింగ మూర్తికిని
నంగన గావించు నభ్యంజనంబు
ముక్కొత్తుఁ జెక్కొత్తు ముక్కన్నుఁ బులుము
నక్కొత్తుఁ గడు పొత్తు నట వీఁపు నివురుఁ

బెరు.గంగవలెనని తరుణి పీడ్వఁడఁగఁ
జరణము ల్కారములుఁ జాఁగంగఁ దిగుచు
నలుఁగులు నలుచు నర్మిలి గట్టిపెట్టి
జలములు పీఁపునఁ జఱచు నంతంత
వెగచి బెగదకుండ వెన్ను వ్రేయుచును
నొగి మస్తకమున నీ రొత్తు దోయిటను
వదనంబు నొచ్చునో యుదకంబు లనుచు
నడుముఁ బొట్టను నోరి కడ్డంబు వట్టుఁ
జెన్నుగాఁ బనుపార్చి చేయు మజ్జనము
గన్నులఁ జెవులును గాఁడంగ నూఁదు
సంగిటము ల్లొత్తు నందంద వ్రేలఁ
దొంగిళ్ళఁగా ర్నీరుదోనెత్తి మిడుచు
బడఁతిచే నీరఁ దూపొడిచి బొట్టిడును
మడఁతి యంగుష్ఠంబు మన్నింత మెదిచి
కడవ నంటినయట్టి పిడుక విభూతి
యడరఁ బుత్త్రిని నొస లారంగఁ బూయు
నెత్తు గ్రుంగెదునని యెత్తంగ వెఱచి
య త్తన్వి ఱొమ్మున నక్కున నడుము
గాటుక యిడ నింత గన్నగుననుచుఁ
గాటుక యిడు మూఁడు గన్నులఁ గలయఁ
జన్నిచ్చుఁ బక్షుఁ జననీదు మీఁద
నన్నాతి గొందొక వెన్నయుఁ బెట్టుఁ
జెక్కలి గీఁటుడుఁ జెలఁగి యేడ్వంగ
నొక్క వేలిడిపోయు నొక కొన్ని వాలు
ఉగ్గులు వోసియు ఉవిద నంప్రీతి
నగ్గించు నొగియించు నటు బుజ్జగించు
ముద్దాడు నగియించు ముద్దులు వేడుఁ
నిద్దికొన్ వీరెవ్వరయ్యరో యనుచుఁ
బన్నుగా నుదరంబుఁ బాస్పుగాఁ జేసి
కొన్న జోసఱుచు నన్నుతిఁ బాఁడు."

ఇంకొక యుదాహరణ చూడుఁడు:-

బసవేశ్వరుడు వడ్డించిన విషమును శివ భక్తులు విందారగించుట.

"మారారి కర్పించి మహనీయ లీలఁ
జించక క్రోలుము నిక్కయ్య దేవ!
సందడి సేయకు సంగయ్య దేవ!
తెచ్చెదఁ జుమ్మయ్య త్రిపురారి దేవ!
విచ్చేసి కూర్చుండు విమలాత్మ దేవ!
కాల కంఠయ్యకుఁ జాలదు లెండు
చాలుఁ బోసీకు సిరాళ దేవయ్య!
వేగమింతేలయ్య విరుపాక్ష దేవ!
యీ గరిటెఁడుఁజాలు భోగయ్య కింకఁ
జాలదో తెత్తునా శంకరాచార్య!
గొనితెచ్చి వడ్డింపఁ గ్రోలుచు భక్త
జనులఁ దోతెండఁచు ననురాగ లీల
శివున కర్పింపుచు శివశివ! యనుచు
నవధానవంతులై యారగింపుచును
జుఱ్ఱుజుఱ్ఱనఁగొని సొగయుచు గఱ్ఱు
గఱ్ఱునఁ ద్రేన్చుచుఁ గాళ్ళు సాఁచుచును
నిక్కుచు నీల్గుచు నక్కళింపుచును
జొక్కుచు సోలుచుఁ జక్కిలింపుచును
నక్కిలిపడి ఱెప్పలల్ల మోడ్చుచును
గ్రుక్కిళ్ళు మ్రింగుచుఁ గుత్తుక బంటిఁ
గ్రోలుచు నలరుచుఁ గ్రాలుచు నాత్మ
సోలుచు సుఖవార్ధిఁ దేలుచు వేడ్క
వ్రాలుచు మెఱయుచు వక్షంబులందు
నోలిఁ బశ్లెరము దిక్కయ్యన మరలి
చూచుచు నించుకించుక వుచ్చి కొనుచు
లేచుచుఁ జెలఁగుచు లీలఁదలిర్ప
నాడుచుఁ గప్పెర లఱచేత నొలయఁ
బాడుచు సుఖకుమఁ బరువు వెట్టుచును."

* ఈ విందారగింపు 120 పంక్తులలో వర్ణింపఁబడినవి.

ఈ వర్ణన ఎంత ముచ్చట గొల్పుచున్నను, వినుగుదలను కూడ కలిగింపక మానదు

అనలే ద్విపద కావ్యము విసుగు పుట్టించు గుణము కలది అతిమాత్రములైన యితని అతిస్వాభావిక వర్ణనలవల్ల ఆ విసుగుదలయే గాక వేసటయు కలుగును. రౌతు వశము దప్పిన అశ్వము, నేలమీద కాలు మోపక ఎగిరి దౌడు తీయుటతో ఈతని కావ్య గమనమును పోల్చవచ్చును. ఎంత ప్రయత్నించియు ఆ పరుగును ఈతడు నిలుపలేడు. ఈతని యనావశ్యకములు ననుచితములు నయిన వాక్యములకు, వర్ణనలకు, కథాంశములకు ఈ యవశత్వమే కారణము. అదియే యీతని మహా కవిత్వమునకు కళంకమైనది.

మతములోవలెనే భాషాప్రయోగములో కూడ ఈతడు అతి స్వాతంత్ర్య వర్తన కలవాడు. సబిందు నిర్బిందుప్రాసము, వైరి సమాసము, క్త్వార్థక ఇకార సంధి, ఖాంతప్రాసము మొదలైన లక్షణ విరుద్ధ ప్రయోగములు ఈతని రచనలో కుప్పతిప్పలుగా కానవచ్చును. ఇవి శివ కవులందరకును సాధారణ సంప్రదాయమని కొందరందురుగాని ఆ పాపమును ఉమ్మడిగా వారందరికి అంటగట్టుటకంటె తమనాటి వ్యావహారిక భాషకు అతి దూరము తొలగి పోకుండ కావ్యములు వ్రాసిన ద్విపద కవులలో పెక్కుమంది లక్షణమే అది అనుకొనుట మంచిదని నాయభిప్రాయము. విశేషించి ఇతనికిని నన్నెచోడునకును ప్రాతపడిన మాటలు వాడుట అలవాటు.

మరియు అలాక్షణికములైన ప్రయోగములు సోమనాథుని వృషాధిప శతకమున లేవు. కావునద్విపద రచనలోనే అతడు వ్యావహారిక భాషా ఛాయలుగల ప్రయోగములను చేసెనని తలంపవచ్చును.

గ్రంథ ప్రచారము :- బసవ పురాణ పండితారాధ్య చరిత్రములు రెంటికిని కన్నడమునను తెలుగునను చాల ప్రతిబింబములు పుట్టినవి. తెలుగులో మొదట బండిత చరితను పద్యకావ్యముగ వ్రాసినవాడు శ్రీనాథుడు. ఆ గ్రంథమిప్పుడు కానరాదు. శ్రీనాథ యుగములోని వాడేయగు పిడువర్తి సోమన బసవ పురాణము పద్య ప్రబంధముగ వ్రాసెను. అర్వాచీనులలో తుమ్మలపల్లి నాగభూషణ కవియు మహాదేవారాధ్యుడును బసవ పురాణమును పద్య కావ్యములుగ వ్రాసిరి గాని వారి గ్రంథములు ప్రచారములోనికి రాలేదు. కందుకూరి

వారు తమ ప్రౌఢపున బసవ పురాణము సంస్కృతమున వ్రాయించిరి. ప్రాయికముగా సంస్కృత గ్రంథములు తెలుఁగగుటే కాని తెనుఁగు గ్రంథములు సంస్కృతమగుటకానము. ఈ గౌరవము దక్కించుకొన్న గ్రంథములు మన వాఙ్మయమున బసవ పురాణము, వసుచరిత్ర, రఘునాథ రామాయణము మాత్రమే; కన్నడమున బసవ పురాణమును భీమకవి యథా మాతృకముగా అనువదించెను. ఈ యితివృత్తమునే యథేచ్ఛగా రాఘవాంకుఁడను కన్నడ కవి వృషభేంద్ర విజయమను పేర ఇంకొక గ్రంథము వ్రాసెను.

ఇన్ని భాషలలోనికి ఇన్ని రూపములుగా పరివర్తనమొందినను ఈ గ్రంథములకుఁ దెనుఁగునాట ప్రశస్తిరాలేదు దీనికి కారణములివి:- ఇవి ప్రత్యేక మతపరములైన గ్రంథములగుట, అందును బహు సంఖ్యాకుల మనస్సు నొప్పించు పరమత దూషణము బహుళముగా కలవియగుట ఇంకొకటి సహజముగా సంప్రదాయ విధేయమైన ఆంధ్రజాతి యితని భాషా స్వాతంత్ర్యమును మెచ్చియుండక పోవుట. ఈ కారణములచే నతని గ్రంథము లనాదృతము లయినవి.

లోపములమాట యటుంచి గుణములనే పరిగణించినచో పూర్వ ప్రకరణములలో చెప్పినట్లు ఇతడు పదకవిత్వమునకు సారస్వత గౌరవము సంపాదించిన ప్రథమాచార్యుఁడు అని నిస్సంశయముగ చెప్పదగును.

అయినను భాషాతత్త్వ పరిశోధనలను చేయువారును వాఙ్మయ చరిత్రలు వ్రాయువారును తప్ప తక్కిన శైవేతరులు ఈతని గ్రంథములను నేటికిని ప్రీతితో చదువరు ఎట్టి శిరోభారమునైనను సహింపగల పరిశోధకులు నయితము ఈ గ్రంథములను ఆస్థతో తుదముట్ట చదువుట దుర్ఘటము.

శైవ శాఖలు

ఈ శాఖల స్వరూపమెట్టిదో, మత స్వరూపమెట్టిదో మనము గుర్తించుట యీ యుగమున ప్రస్తావింపబడిన ముగ్గురు శివ కవుల గ్రంథములబట్టియే కాని మత గ్రంథముల బట్టికాదు సారస్వత పరిశీలకులకుగల హక్కు అంత మాత్రమే ఈ శాఖల కన్నిటికి సమాన ధర్మము శివపారమ్యము (శివుడే పరముడనుట) కాని, ఆచార వ్యవహారము లందును, ధర్మాచరణమునందును వారి కేకవాక్యత లేదు అందు:-

కాలాముఖులు :- (1) మఠాధిపతి ఆజన్మబ్రహ్మచారిగా నుండవలెను. నన్నిచోడఁ డాశ్వాసాద్యంత పద్యములలో మఠాధిపతియైన కృతిపతియొక్క బ్రహ్మచర్య వ్రతమును మిక్కిలిగ నొత్తి చెప్పెను.

(2) వీరికి శివారాధనముతోఁ బాటు శక్త్యారాధనయు కలదు. కుమార సంభవమున శివశక్త్యభేదము ప్రతిపాదింప బడినది.

సీ॥ జ్ఞానస్వరూపుడై సర్వాత్ముఁడున్నఁ దా
జ్ఞేయ స్వరూపయై నెఱసియుండుఁ
బురుషస్వరూపుడై పరమేశుఁడున్నఁ దాఁ
బ్రకృతి స్వరూపమై పరగుచుండు
సూక్ష్మస్వరూపమై శుద్ధాత్ముఁడున్నఁ దా
స్థూల స్వరూపమై తోఁచియుండు
నర్థస్వరూపుడై యమలాత్ముఁడున్నఁ దా
శబ్ద స్వరూపమై జరుగుచుండు
హరుఁడు రుద్రరూపమై యున్నఁడా నుమా
మూర్తిదాల్చి లోకములకు హితము
నేయుచుండుఁ గాన శివశక్తి భేదంబు
తెలుఁగ నీకు జడున కెంతలావు.

హిమవంతుడు మేనకయు బిడ్డల కొఱకు శక్తి నారాధింతురు.

"కం॥ వారిరువురు సద్విధి శ
క్త్యారాధన చేసి రతిశయ స్థిరభక్తిన్
కోరిక వదలక తమ కడు
పార సతీదేవి కూతురై జన్మింపన్."

శాక్తేయులలో కొందరకు హింసాపరమైన ధర్మమున్నది. కాలాముఖుల కదిలేదు. నన్నిచోడఁడు కృతిపతియొక్క యహింసా వ్రతము నతిమాత్రముగఁ జెప్పినాడు.

(3) వివాహాది శుభకార్యములలో కాబోలు మధుపానగోష్ఠి పూర్వకమైన మండలార్చనయను తంతుగలదు. పార్వతీ వివాహ సందర్భముననది వర్ణింపఁ బడినది.

"..... అంతనంద కొండఱు మధుపానగోష్ఠికిం జొచ్చి మండలార్చన దీర్చి మూలజవృక్షజ గడుడ మధువిష్ట కుసుమవికారంబులగు సుగంధాసవంబులు గనక మణిమయానేక కనక చషకాదులన్నించి హర్షించి."

"అమరులు ద్రావుచో నమృత మందురు దీని సహస్రజం బజ
స్రముగొని యానుచో నిది రసాయనమందురు భూసురౌఘ మా
గమవిధి సోమపానమని త్రైకొని యానుదురెందు బక్రియా
గమునెడ వస్తువందురిది కౌళికు లీసుర పేర్మి వింతయే."

"సురులకు దీనన యజరా
మరమయ్యెంగాక యమృత మథనమునకు ము
న్నెరియరె తెరలరె మృతిఁబొం
దరె యని సురవొగడి పొగడి తరుణులు ప్రీతిన్"

"అని యనేక విధ మాంసోపదంశకంబు లాస్వాదించుచు మనోహృద్యంబులగు మద్యరసంబులు నద్యంబ సిద్ధరసంబునుంబోలె శరీరంబులం గలయనూల్కొని..."

(4) వీరు వర్ణవ్యవస్థ నంగీకరింతురు కృతిపతి బ్రాహ్మణత్వమొక విశేషముగ మాటిమాటికి నిందుఁ జెప్పఁ బడినది వర్ణరాహిత్యమొక దోషముగ ఈ క్రింది పద్యమున చెప్పబడినది.

"కం॥ నుత వర్ణాంతర నిమ్నో
న్నతతల నిఖిలోచ్చ నీచనానావస్తు
స్థితి సమము జేసె గత గౌ
రత, చీకటి దుర్వివేకి రాజ్యము పోలెన్"

"కులజుఁడై విక్రమబలవంతుడగు రాజు
బడసిన దేశంబు ప్రజయుబోలె"

(5) ఇతర దైవతములను శివాంగ భవులందురు. అంతేకాని, తద్ధ్యానము చేయరు. నన్నెచోడుడు ఈ కాలాముఖ మతమువాఁడు. కుమారసంభవమునుండి తెలియదగినంతవరకు కాలాముఖ స్వరూపమిది.

పాశుపతము :- శివతత్త్వ సారమునుబట్టి తెలియవచ్చినంతవరకు ఇది పండితారాధ్యుని మతము.

(1) పిపీలికాది బ్రహ్మ పర్యంతము సమస్త జీవులు పశువులు. సంసార బంధ మీ పశువులఁ గట్టివైచిన పాశము. ఈ పశురాశికిఁబతి, యీ పాశమును సడలింపగల దక్షుడు, శివుఁడు. అందుచే ఆయన పశుపతి. ఆయనను పరదైవతముగా సేవించువారు పాశుపతులు.

(2) వైదికములైన భక్తిజ్ఞాన కర్మములనెడి మార్గత్రయములో వీరికి భక్తియందు మక్కువ యెక్కువ. కర్మము విసర్జింపరు; జ్ఞానమును తిరస్కరింపరు; కాని భక్తికిచ్చిన ప్రాముఖ్యం మీరెంటికి నీయరు జ్ఞాన సముపార్జన లేకయే కేవల భక్తి పారవశ్యమున సిద్ధిపొందిన మహనీయులను శివతత్త్వసారము పెక్కుచోట్ల కొనియాడుచుండును. వీరిది వైదిక శైవము అనవచ్చును. కాని వైదికులైన అద్వైతులను తీక్ష్ణముగ విమర్శింతురు. అద్వైతమున "ఏకమేవాద్వితీయం బ్రహ్మ", "తత్త్వమసి" అనెడి ఉపనిషద్వచనానుసారముగ బ్రహ్మము తప్ప తక్కిన దంతయు 'అసత్' అనియు జీవునకును బ్రహ్మమునకును భేదము లేదనియు సిద్ధాంతీకరింపబడినది. ఇక వైదిక శైవమున జీవేశ్వరులకు ఐక్య మంగీకరింపబడదు. అదీగాక నిత్యసత్య పదార్థమైన ఆ పరబ్రహ్మమును శివస్వరూపమనియు వక్కాణింతురు అద్వైతులకువలె వీరికి సన్న్యాసాశ్రమము లేదు. అద్వైతులును శివపూజాపరులేగాని శివకేశవ భేదమును పాటింపరు.

"శివాయ విష్ణురూపాయ శివరూపాయ విష్ణవే
శివస్యహృదయం విష్ణుః విష్ణోశ్చహృదయం శివః"

అద్వైతులకు ఇది పరమ లక్ష్యము. వైదిక శైవులకు కేశవనామ స్మరణమే వనికిరాదు.

(3) కాలాముఖులవలె వీరును వర్ణవ్యవస్థ నంగీకరించువారే. శక్త్యారాధనము వీరి కర్మాచరణమున నున్నట్లు కానరాదు. కాలాముఖులవలె వర్ణవ్యవస్థ నంగీకరించుచు వీరశైవులవలె సర్వసమమైన భక్తినుద్బోధించుచు, తాము వర్ణము నంగీకరించియు, దానిని నిర్మూలించిన బసవని కొనియాడుచు ఆనాఁటి పాశుపతు లేవంకకు మొగ్గలేక సమన్వయము కొఱకో, నిరపాయస్థితి కొఱకో మధ్యమార్గమును త్రొక్కినట్లు కానబడును. వీరు సామరస్యమునకు యత్నించి రనుటకు దృష్టాంతమే—

"భక్తిమీఁదివలపు బ్రాహ్మణ్యంబుతోఁబొత్తుఁ
బాయలేనునేను బసవలింగ"

అని పండితుఁడు పలికిన వాక్యము. సూత్రప్రాయమైన యీ వాక్యమే పాశుపతుల మతస్వరూపము.

(4) ఇతర మతములను, అందును అద్వైతమును నిందించుట యొక గొప్పగాఁ బరిగణించిరి.

(5) శివదూషకుల హింసింపవచ్చును. ఆ కారణమున తాము చావవచ్చును.

"శివనిందారతుఁ జంపిన
జవమఱి తత్కారణమునఁజచ్చిన నీరెం
డువిధంబుల నీ కారు
ణ్యవశంబున ముక్తిఁబొందు నరు డీశానా.

(శివతత్వ)

ఈ ఆచారము వీరశైవమునకు దగ్గఱగాని, కాలాముఖమునకు దగ్గఱ కాదు.

(6) అట్లే, అశైవుల దర్శన స్పర్శనాదులుకూడ నిషిద్ధములు

కం॥ "కా దప్పు గొనఁగ, నప్పీఁ
గా దీఁగొనఁ గామగాదు కనఁ దమలో నా
హ్లాదమునఁబలుకఁగాదు మ
హాదేవ పరాఙ్ముఖాత్ములగు పతితులతోన్"

వీరశైవము ;- పాలకురికి సోమనాధుడు ఈ మతస్థుడు. సంప్రదాయకమైన శైవమునకు నూత్న సంస్కారరూపమే యీ వీరశైవము వీరికి వర్ణాశ్రమ ధర్మములు లేవు. ఆ వ్యవస్థ ననుసరించియున్న కర్మలు లేవు భక్తి మార్గము వీరి మతమునకుఁ బ్రాణసారము. లింగధారణము ప్రశస్తమైన శైవ చిహ్నము. లింగార్చనతోఁబాటు జంగమార్చనకూడ విహితమైన ధర్మము. స్వమతరక్షణార్థమై హింసకు పూనినను వీరికి దోసగునాము. వేదవిహిత కర్మలను నిరసించినను వారు కేవల కర్మరహితులు కారు. నిజ మతానుసారముగా చేయు

దగిన నిత్యనైమిత్తిక కర్మలు వారికిని కలవు. భవిజనుల దర్శన స్పర్శనాదులను బరిహరించుటలోఁ బాశుపతులు కూడ వీరికి జాలరు.

"సంభావితుఁడ భవిజనసమాదరణ
సంభాషణాది సంపర్గదూరగుడ" —(బసవపురాణము)

"భవికృతారంభ సంభవధాన్యనిచయ
భవి నిరీక్షణ రస పాకవితాన
భవిహస్తగత ఫలపత్త్రశాకాది
భవి గృహక్షేత్రాది పథవర్జితుండ
భవి జన దర్శనస్పర్శ నాలాప
వివిధ దానాదాన విషయదూరగుఁడ.

(పండితా.చ.)

పై వాక్యములు పాల్కురికి సోమనాథుని భవిజన ప్రాతికూల్య నిరూపక ప్రతిజ్ఞలు.

తిక్కనయుగము

రాజకీయ పరిస్థితి

ఆంధ్రదేశమును పరిపాలించిన చాళుక్యులు గాని చోళులు గాని ఆంధ్రులే యని మనము సరిపెట్టుకొన్నను, ఆ రాజులు మేమాంధ్రులమే యని చెప్పుకొన్నను, నిజమునకు వారు పరదేశీయులే కాని ఆంధ్రులు కారు. అయినను, మన దేశములో స్థిరపడి, ప్రజలతో తాదాత్మ్యము కల్పించుకొని, పరుల మనెడి మెర మెరలేకుండ, తెలుగు దేశమే కాణాచిగా జేసికొని రాజ్యమేలిన వారగుట చేత ప్రజలకు వారి యెడను, వారికి ప్రజలయెడను అభేద భావము వర్ధిల్లెను. అయినప్పటికి యధార్థమైన తెలుగు సామ్రాజ్యము కాకతీయ పరిపాలనతో ఏర్పడె నని చెప్పవలెను. కాకతీయులు తెలుఁగుదేశ ప్రజలలో బహుసంఖ్యాకులైన చతుర్థ కులమునకు చెందినవారు. ఆ నాడు చతుర్థ కులజులలో రెడ్డి, కమ్మ, కాపు మొదలగు శాఖాంతరములు నేటివలె పొత్తులేని వర్గములుగా స్థిరపడలేదు. శూద్రులలో ఉత్తమ కులజులు అనిపించుకొన్న వర్గముల వారందరు విద్యా వివేక సంపన్నులై తమలో తామే కాక, క్షత్రియులతో కూడ వివాహాది సంబంధములు చేయుచు సచ్ఛూద్రులు అను పేర ప్రసిద్ధి కెక్కిరి. ఆంధ్ర ప్రజలలో వీరి సంఖ్యయే బహుళము. ఈ కులజులే కాకతీయ రాజులు.

వీరికి దేశ మెల్లెడల సంపన్నులగు భూస్వాములు బంధువులై యుండిరి. ఆ రాజవంశము నెడ ఆ సంపన్నులకును వారి నాశ్రయించియుండు ఇతర ప్రజలకును గల బాంధవాభిమానము ప్రజలకు రాజ్యము నెడ మమత్వమును పెంపొందించి యుండును. పుట్టుకచే చుట్టరికముచే తమ వారైన దొరలగు కాకతీయుల సామ్రాజ్యమే ప్రజలు మాదియను కొన్న సామ్రాజ్యము. కాబట్టి యధార్థమైన ఆంధ్ర సామ్రాజ్యము తొల్లింటి శాతవాహనుల తరువాత మరల కాకతీయుల నాడే యేర్పడెను ఏ సామ్రాజ్యమైనను సుస్థిరము కావలయునన్నచో ప్రజా సమూహమునకు సింహాసనము నెడ భయముకంటె, ఎక్కువ భక్తి యుండవలెను. ఆభక్తి ఆదర పూర్వకమును అభిమాన పూర్వకమును అయినచో ఆరాజ

పరిపాలనయు సుకరమును ప్రజాజీవితము భద్రమును అగును. కాకతీయులలో గణపతిదేవ చక్రవర్తికి అటువంటి భాగ్యము కలిగినది. అయినప్పటికిని ఆరాజు ఎంత ప్రజారంజకుడైనను తత్పూర్వము చిన్నచిన్న మండలములను స్వతంత్ర ముగా ఏలుకొను చుండిన రాజులు-కులమువారైనను సరే-తమ స్వతంత్రతను కోల్పోవుటకు ఇచ్ఛగింపక సామ్రాజ్య స్థాపనకు ఆటంకములు కలిగించుచుండిరి. అనగా వారు కాకతీయ సింహాసనమునకు సామంతులగుట కంగీకరింపక విడివిడిగా గాని పొత్తులు కలిసి గాని ప్రతిఘటించుచుండిరి. దానికి తోడు దక్షిణమున పాండ్యులును, పడమట యాదవులును, ఉత్తరమున ఉత్కళులును అదను దొరకినపుడెల్ల సమీపస్థులగు కాకతీయసామంతులను చీలదీసి సామ్రాజ్య ధిక్కారులను చేయుటయు, లేదా తామే వారినణగ ద్రొక్కి ఆ భూభాగమును తామాక్రమించు కొనుటయు మొదలగు శత్రుకృత్యములు చేయుచుండిరి. ఇట్టి సంకట స్థితిలో బహుముఖ సమర్థుడైన గణపతి చక్రవర్తి తన రాజనీతి ధౌరంధర్యమును ప్రయోగించి గడి దేశముల దుర్గములను గట్టి పరచి సామంతులకు విశ్వాసపాత్రుడై ఆంధ్ర సామ్రాజ్యమును సురక్షితముగను, ఆంధ్ర ప్రజాజీవితమును సౌఖ్యవంతముగను చేయ బూనుకొని చాల వరకు కృతార్థుడయ్యెను. ఈ మహా ప్రయత్నములో చక్రవర్తికి తోడ్పడిన ముఖ్య సామంతుడు నెల్లూరి చోడ తిక్కరాజు. తరువాత ఆతని కుమారుడైన మనుమసిద్ధి కూడ గణపతిదేవుని ఉద్యమమునకు తోడ్పడుచు ఆ చక్రవర్తి సాయమును పొందుచు చిరకాలము దక్షిణదిశ నుండి వచ్చు పాండ్యుల బెడదను నివారింపగల్గెను. మరియు ఆ మనుమసిద్ధియే-యువరాజుగనున్న కాలములోనే-గణపతిదేవుని పంపున ఉత్తరదిశకు సేనలతో తరలిపోయి ఉత్కళులను జయించి దక్షిణ కళింగమును ఆంధ్ర సామ్రాజ్యమునకు ఉత్తరపు టెల్లగా స్థిరపరచెను. ఓరుగంటికి నెల్లూరికిని కలిగిన ఇట్టి అనుబంధ సంఘటనకు ఆ రెండు రాజ్యముల మంత్రుల దూరదృష్టి పూర్వకమైన రాజనీతి ప్రధాన చోదకమై యుండును మంత్రి చెప్పిన హితమును పాటింపలేని రాజు రాజ్యమును చేయలేడు ప్రజా హితమును కోరనిమంత్రి మంత్రిత్వమును చేయలేడు నెల్లూరు రాజులకు అట్టి హితమును గఱపి రాజ్యమును నడపిన మహామంత్రులు మంత్రి భాస్కరుని పుత్రులును పౌత్రులును. తిక్కరాజు నొద్ద సిద్ధన్న మంత్రియు (ఖడ్గతిక్కన తండ్రి), మనుమసిద్ధి నొద్ద కవి తిక్కనయు మంత్రులుగా నుండి సామ్రాజ్య క్షేమమును, తమ రాజుల శ్రేయస్సును పెక్కు విధముల కాపాడిరి.

గణపతిదేవుని తరువాత సింహాసన మధిష్ఠించిన రుద్రమదేవి కాలములో స్త్రీ పరిపాలనమును సహింపని సామంతులు కొందరు మరల తిరుగుబాట్లకు గడంగిరి. ఆ అదను చూచుకొని పరదేశీయులైన శత్రు రాజులు మరల దండ యాత్రలు సాగించిరి. అయినను రాజ్య పరిపాలన మందే కాక వీర విహార మందును, తండ్రి చేత సుశిక్షితురాలైన ఆ కుమార్తె తండ్రివలెనే రాజనీతిని, యుద్ధ కౌశలమును ప్రయోగించి సామ్రాజ్యము చెక్కుచెదరకుండ కాపాడు కొన గల్గెను. ఈ కథ యంతయు 13వ శతాబ్ది ఆంధ్రదేశచరిత్ర. సారస్వత చరిత్రలో ఈ శతాబ్దియే తిక్కన యుగము. ఇంచుమించు గణపతిదేవ, రుద్రమదేవుల పరి పాలన కాలమంతయు తిక్కన జీవితకాలముతో సరిపోవుచుండును. వారిరువురు ఆ కాలమునకు ఆంధ్ర సామ్రాజ్య చక్రవర్తులు. ఈయన సర్వకాలాంధ్ర సార స్వత సామ్రాజ్య చక్రవర్తి.

14వ శతాబ్దిలో 20 ఏండ్లు గడచిన తరువాత కాకతీయ సామ్రాజ్యము అస్తమించెను ఆ దురదృష్టమునకు గురియైన మహారాజు రెండవ ప్రతాప రుద్రుడు తిక్కన. ఆ చక్రవర్తియొక్క రాజ్యకాలములో కొంత గడచిన పిమ్మట ఇహలోక యాత్ర చాలించెను. అయినను తిక్కన కాల భాగములో తిక్కన శిష్యుడు మారన కాకతీయ కటకపాలకుడైన నాగయ గన్న సేనానికి మార్కండేయ పురాణమును కృతి యిచ్చుటచే పరోక్షముగా తిక్కన కవితా ప్రభావముతో పాటు, ప్రత్యక్షముగా ఆయన గురుత్వ ప్రభావమును రెండవ ప్రతాపరుద్రుని కాలములో కూడ నెగడు చుండెను. కాబట్టి సారస్వతమున తిక్కన యుగమును, దేశచరిత్రమున కాకతీయ యుగమును ఒక మారే అంత మొందెను. అందుచే తనే తిక్కన యుగమును 1320 దాక పొడిగింపదగును.

మత పరిస్థితి

కాకతీయ చక్రవర్తులు మొదటినుండియు శైవమతస్థులే వారు శివకేశవ భేదమును పాటింపని శివపూజా పరాయణులు. వీరశైవుల కారు సామంతులలో కూడ పెక్కుమంది అట్టివారే; కొందరు వైష్ణవులును కలరు. సర్వ ప్రజా సమా దరము చూపవలసిన ఏ చక్రవర్తియైనను దురాగ్రహ తత్పరములైన సంకుచిత మతముల జోలికి పోరాదు. కాకతీయులు ఈ ధర్మ సూత్రమునే శిరసావహిం చిరి. వారిని వీరశైవమున కలుపుకొనవలెనని పెక్కు ప్రయత్నములు జరిగి

యుండుననుటకు సందేహము లేదు. కాని వారు దాని వంక కన్నెత్తియైనను చూడలేదు. ఆ నాడు వీరశైవమునకు ప్రత్యర్థిగా అచ్చటచ్చట వీరవైష్ణవము కూడ తలయెత్త సాగెను. పండ్రెండవ శతాబ్ది చివర భాగములో (1182) జరిగిన పల్నాటి యుద్ధమునకు దాయభాగము ప్రధాన కారణమైనను ఆవైరమును ప్రజ్వలింప జేసినది ఆ రాజ్యమున పుట్టిన మతవైరుధ్యమే! పలనాటి వీరులలో అగ్రేసరుడైన బ్రహ్మనాయుడు వీరవైష్ణవుడు. అతడు అబ్రాహ్మణపంచమము అన్ని కులముల వారికి తీర్థ ప్రసాదములిచ్చి ఏకముజేసి, సహ పంక్తి భోజనాదులతో ఒక వీరవైష్ణవ సంఘ వ్యవస్థను ఏర్పరచెను. అతని కుమారులలో నానా కులములవారు కలరు అనగా వారందరు వీరవైష్ణవులు. ఆ యుద్ధమున ఎదిరి పక్షమునకు నాయకత్వము వహించిన నాగమ యనెడి వీరాంగన సంప్రదాయక శైవ మతస్థురాలు. ఆమెది కూడ వీరశైవముకాదు. అందుచేతనే ఆమె, బ్రహ్మనాయడు ప్రతిపాదించిన వర్ణ రాహిత్యమును సహింపలేక అతని మీద పగబూనెను దానిఫలమే అపరభారత యుద్ధమనదగిన పలనాటి యుద్ధము అకారణ కుటుంబ కలహముల వల్ల సంభవించిన ఆ యుద్ధాగ్నిలో అనేక శూరవంశములు ఆహుతి యయ్యెను. అప్పటికి ఇంకను కాకతీయ సామ్రాజ్యము స్థిరపడలేదు. తరువాత 13వ శతాబ్దిలో, 12వ శతాబ్దినాటి మత ప్రేరిత యుద్ధములు జరుగక పోయినను వీరశైవమత ప్రచారము మాత్రము సోమనాథాదుల ద్వారా అప్రతిహతముగనడచుచునే యుండెను. మత ప్రచారమునకు సారస్వతము ఎంత బలిష్ఠమైన సాధన కాగలదో వీరశైవులద్వారా ఆ నాడే ఋజువయ్యెను. వీరశైవ గ్రంథములను ఆ మతస్థులు తప్ప ఇతరులు ఏవగించు కొన్నను వాటికి ప్రతీకారముగ అన్య గ్రంథములు వ్రాయుటకు పూనుకొను వారు లేరైరి. అనగా భిన్నమతముల యొక్కయు భిన్నదైవతముల యొక్కయు అవధులను దాటిన తాత్త్వికమైన పరమార్థమును గ్రహించి దానిని కాలానుగుణమైన గ్రంథ సృష్టి ద్వారా ప్రజలకు బోధింపగల మహాకవియొక్క ఆవిర్భావము ఆవశ్యకమై యుండెను. మతవైషమ్యముల నణచివైచు శక్తి ఒక అద్వైతమునకే కలదు. ఆ పరమ ధర్మమును సాహిత్యము ద్వారా కాకుండ శాస్త్రగ్రంథ రచనల ద్వారా బోధింప వచ్చును గాని, ప్రజలకు కేవల శాస్త్రము సాహిత్యము వలె గ్రాహ్యము కాదు; రుచింపదు. ఆధర్మమంతయు సంస్కృత భాషలో నిక్షిప్తమై యున్నది. అది ప్రజలకు గ్రాహ్యము కాదు. నిజమునకు సకల ధర్మసారభూతమైన మహా

భారతమైనను తెనుగున వ్రాయబడియుండెనేని ప్రజలకు వేదములు, ఉపనిషత్తులు, ధర్మశాస్త్రములు, ఇతర పురాణములు చదువనిలోపము తీరెడిది. ఆలోపము తీరుట మాత్రమే కాదు పరస్పర భిన్నములుగా అన్యోన్య విరుద్ధములుగా కానవచ్చెడి మత సాంఘిక నైతిక సిద్ధాంతముల కన్నింటికి సమన్వయ మార్గము కూడ కానవచ్చెడిది. కావున ప్రజల భాషలో ఆధర్మమును, శాస్త్రముగా కాక కావ్యముగా రచించిననే తప్ప వీరశైవ కావ్యములకు ప్రతీకారము జరుగదు. అట్టి కావ్యా విర్భావము జరుగు వరకు వీరశైవ సంకుచిత స్వరూపమును ప్రజలకు బోధించు భారము పురాణ పఠన వ్యాఖ్యానములద్వారా, పండితులు విద్వత్సభలు చేయుచుండుట ద్వారా తప్ప గత్యంతరము లేదు.

భాషా పరిస్థితి

పాలకురికి సోమనాథునితో ద్విపద రచనలకు ప్రాముఖ్యము వచ్చెను. అది జాతీయ సరణి యనియు, భారతము వంటి గద్య పద్యాత్మక చంపూ రచన దేశీయము కాదనియు, అది మార్గపద్ధతియనియు కొందరు దీని యెడ నిరసన భావము చూపిరి. దాని వలన దేశి రచనకు మార్గ రచనకు ప్రతి ఘటత్వము తటస్థించెను. మఱియు, వాఙ్మయమును మత నిరపేక్షముగ సేవింపలేక శివ కవులును భవి కవులును పరస్పరము గర్హించుకొన జొచ్చిరి. దేశి రచన-జాను తెనుగు అను పలుకుల ప్రోతయేకాని, దాని ఆవశ్యక మెట్టిదో అది ఎంతవరకు సాధ్యమో ఎంత వరకు గ్రాహ్యమో ఊహించి తన రచనల ద్వారా నిరూపించు అధికారము గల కవి లేదయ్యెను. జాను తెనుగు నెపమున సంస్కృతమును పరిహసించిన వారి యెడ సంస్కృతాభిమానులకు ఏవము పుట్టెను. మనుమసిద్ధి కొలువులో తిక్కన ఉభయ కవిమిత్ర బిరుదము వహించుట దీనికి నిదర్శనము.

ఈ విధముగా రాజకీయ మత సారస్వతాది జీవిత రంగములలో దేశము బహునాయకమైన తరుణంలో ధర్మైక్యము లేక జాతిశక్తి రిత్తవోవుచుండిన దినములలో సమస్త వైరుధ్యములను సమన్వయించి అందరకు సుగమమగు రాచబాట వేయుటకు తగిన అధికార సంస్కారములు గల మహాపురుషులు-రాజులు, మంత్రులు, కవులు పండితులు-చేసిన అమోఘ ప్రయత్నము వలనే ఆ పదమూడవ శతాబ్దిలో ఆంధ్రత్వము యొక్క స్వరూప స్వభావములు ప్రతిష్ఠితములైనవి.

వారికి పరమలక్ష్యమైన ఆదర్శములలో ఐహికాముష్మిక ధర్మ సామరస్యము ఒకటి. ఆముష్మిక వ్యాజమున ఐహికమును నిస్తేజము, నిర్వీర్యము, దరిద్రము నొనర్చుకొనుటగాని ఐహిక భోగలాలసులై పరము మిథ్యయనుకొనుటగాని వారు నిర్మింపదలచుకొన్న జాతీయతలో ఉండరానివి ఆ అద్వైత భావమే వారు మతమునను, సారస్వతమునను కూడ ఆశించిరి.

అంతకు పూర్వశతాబ్దిలోనే ఉత్తర భారతదేశమును తురుష్కు లాక్రమించిరి. ఆ వెల్లువ దక్షిణాపథమును కూడ ముంచివేయు జాడలు కన్పట్టుచుండెను. అ చరిత్ర నంతను సింహావలోకనము చేసి చూసినట్టి 18 వ శతాబ్ది యందలి ఆంధ్ర మహాపురుషులు స్వకీయ పరకీయ మహోపద్రవముల నుండి జాతిని రక్షింపగం ధర్మాద్వైత ప్రబోధమునకు నానా విధముల ఉద్యమించిరి. ఆ మహాపురుషులలో తిక్కన సోమయాజి యొకడు అట్టివాడు వాఙ్మయ చరిత్రలో కూడ యుగకర్త యగుటచే తెలుగున ఏ కవికిని రాని చారిత్రక ప్రాధాన్యము ఈ మహాపురుషునకు వచ్చెను తిక్కన యుగమున మొదట పుట్టిన గ్రంథము రంగనాథ రామాయణము. ఈ రామాయణమును రచించిన కవి గోన బుద్ధారెడ్డి.

గోన బుద్ధారెడ్డి

ఇతడు తన తండ్రి విట్ఠల ధరణీశుని పేర ఆ గ్రంథమును వెలయించి దానికి రంగనాథ రామాయణ మని పేరిడెను. ఈ యంశము గ్రంధావతారికలో శిలాశాసనము వలె ఉదాహరింపబడి యున్నను ఈ గ్రంథ కర్తృత్వము వివాద గ్రస్తమయ్యెను గ్రంథకాల కర్తృత్వాది నిర్ణయమునకు అక్కరకు వచ్చు సాధనములలో గ్రంథస్థ నిదర్శనము పరమసాధనము. గ్రంథాంతర నిదర్శనములు దాని అభావమున అనుమాన ప్రమాణములుగా పర్యాలోచింప దగినవే కాని స్వతః ప్రమాణములుగా గ్రహింపదగినవి కావు కాని వాల్మీకి రామాయణమును వాల్మీకియు, భాస్కర రామాయణమును భాస్కరుడును వలె ఈ రామాయణమును రంగనాథుడు రచించుట చేతనే రంగనాథ రామాయణ మని పేరు వచ్చినదని కొందరి అభిప్రాయము. ఈ రంగనాథుడు గోన బుద్ధారెడ్డికి కవియశమును గడించి పెట్టదలచి అవతారికలో ఆతని పేరు పెట్టినను సత్యము దాగదు కనుక, రంగనాథుని పేరనే ఈ గ్రంథము జగత్ప్రసిద్ధమైన

దని వారొక యుక్తి చెప్పుదురు. రంగనాథుడు అనునొక కవి ఆంధ్రకవి లోకమున ఉండవచ్చును. 15 వ శతాబ్ది నుండి అనంతామాత్యుడు మొదలుగా కొందరు గ్రంథకర్తలు, రంగనాథుని పేరు పూర్వకవి స్తుతి పద్యములలో పేర్కొనిరి. కాని అతడే ఈ రామాయణ కర్తయనుట ఎట్లు పొసగును? మరియు కొందరు లాక్షణికులు ఈ రామాయణము నుండి లక్ష్యములు ఉదాహరించుచు "రంగనాథ రామాయణము నుండి" అని కొందరును, "రంగనాథుని రామాయణము నుండి" మని మరికొందరును వ్రాసిరట. కాని ఆ లాక్షణికులు గ్రంథము పుట్టిన పిదప 4, 5 శతాబ్దుల తరువాతి వారు. వారికిని లోక వదంతియే ఆధారముగాని వేరు చారిత్రకాధారము లుండవు.

అసలు లాక్షణికులు లక్ష్య సంగ్రహ పరాయణులే కాని చరిత్ర పరిశోధకులు కారు. వారికా పరిశోధనలలో ఆసక్తిలేదు. ఒక గ్రంథములోని పద్యమింకొక గ్రంథములోనిదిగా, ఒక కవి పద్యమింకొక కవిదిగా ఉదాహరించుట లాక్షణికులకు పరిపాటి. బహు గ్రంథ పరిశీలకుడని పేరు వడసిన అప్పకవికే అట్టి లోపము తప్పలేదు. కనుక లక్షణ గ్రంథములు లక్ష్య నిరూపణ మాత్ర ప్రయోజకములు. వాటిని చారిత్రక వివాదములలో సాక్ష్యముగా గైకొనుట అంతభావ్యముకాదు.

చక్రపాణి రంగనాథుడు

ఆంధ్ర కవి లోకమున ఎంత వెదకినను రంగనాథుడను కవి కానరామిచే పాల్కురికి సోమనాథునకు సమకాలికుడైన చక్రపాణి రంగన్న అను వాడే ఈ రంగనాథుడని మరి కొందరి యూహ. ఇతనిది ఒక చిత్రమైన కథ. రంగన అహోబల క్షేత్రమున కేగుచు దారిలోగల శ్రీశైలమును దర్శింపకపోవుటచే కన్నులు పోయెనట. అంత అహోబలస్వామి ఆదేశము ననుసరించి శ్రీశైల వాసుని ప్రార్థింపగా పోయిన కనులు వచ్చి శ్రీశైలము దర్శించెనట. దానిపై అతడు ఆనందపారవశ్యముతో "నయన రగడ" అను చిన్న గ్రంథమును చెప్పెనట. నయన రగడ అనెడి ఒక చిన్న గ్రంథము తెలుగులో కలదన్నమాట నిజము. అది అముద్రితము; ముద్రణ భాగ్యము నందగల గ్రంథ విస్తృతి గాని కవిత్వ గుణముగాని కలదికాదు.

అది "శ్రీశైలమును గంటి శిఖరమును గంటి కన్నులు గల సార్థకతను నేగంటి." అనెడి అర్థముగల రగడ మాలిక. ఆ పంక్తులకు శ్రీశైల దర్శనముచే జ్ఞాన నేత్రము ఉదయించిననియో, జన్మసాఫల్యమైనదనియో అర్థము గాని పోయిన కన్నులు వచ్చెననెడి అర్థము పొసగదు. ఈ కన్నుల కథను ఎవరో కల్పించి దానిని సమర్థించుటకు గ్రంథాదిని ఈ పద్యమును వ్రాసిరి.

క॥ "శ్రీ పార్వతీశు చూడక
పాపాత్ముడనగుచు బోవ పథమున చక్షుల్
దీపించు దృష్టి దొలగిన
శ్రీపతి నడుగంగ చెప్పె శివు కర్తనుగాన్."

నా నా దోష సంకలితమైన ఈ పిచ్చి పద్యము అర్వాచీన కాలమున ఎవరో రగడకు తగిలించియుండురనుట స్పష్టం. అయినను ఆణియాది గణపతి దేవుని శివయోగ సారమును బట్టి పాల్కురికి సోమనాథునకు చక్రపాణి రంగ నాథుడు సమకాలికుడు కావచ్చునని యూహింపవచ్చును.

కం॥ అసమ శివభక్తి రసమా
నసుపెన్ పాల్కురికి సోమనాథుని కవిరా
జి సమున్నతయశు సద్యః
ప్రసాది సల చక్రపాణి రంగన దలతున్."
(శివయోగసారము. 1-8)

ఈ చక్రపాణి రంగన పరమ శైవుడని నయన రగడను బట్టి నిరాక్షేప ముగా చెప్పవచ్చును. అనాటి శైవులకు విష్ణునామ సంస్మరణమైనను పాపావహ మైన కృత్యము. ఈ రంగనాథ రామాయణము కేవలము విష్ణుపారమ్యమును ప్రతిపాదించు వైష్ణవ గ్రంథము రామ కథ సర్వమత నమ్మతమైనదే అయినను రంగనాథ రామాయణమున అది సాక్షాత్తు వైష్ణవ ప్రతిపాదక కథయే అయి నది. ఈ ద్విపద రామాయణ కర్త పదే పదే విష్ణు పారమ్యమును వాచ్యముగా చెప్పుచుండును. మరి శైవుడైన ఆ చక్రపాణి రంగన ఈ గ్రంథమును వ్రాసె ననుట ఎట్లు పొసగును? పుట్టుకచే వైష్ణవుడై యుండి తరువాత మతము మార్చు కొని శైవుడై యుండవచ్చు ననుకొందము గాక! ఆ పక్షమున మరల రామా

యణ కర్తృత్వమునకై వైష్ణవము పుచ్చుకొనెననుట అసహజము కదా? రామాయణరచనానంతరమే వైష్ణవము పుచ్చుకొనెననుటయు అసంభవము. పాల్కురికి సోమనాథుని కాలముననే శైవము పుచ్చుకొన్నను ఆ కవి రామాయణ రచన కాలమునాటికి జీవించియేయున్నచో శైవుడుగానే బ్రతికియుండవలెను కావున ఈ రంగన కథ కేవలము కల్పితము.

ఇంతకును గ్రంథ నామమునకు ఉపపత్తి కుదురక ఈ వివాదము చాల పెరిగినది. ప్రత్యక్షముగాగోచరించు ఆధారములను పురస్కరించుకొని ఈ పేరు సమర్థింపవచ్చునని నేననుకొంటిని ఎట్లనగా, ఈ గ్రంథమును బుద్ధవిభుడు రచించెను. తన తండ్రి విట్ఠలుని పేర ప్రఖ్యాతము చేసెను. విట్ఠలుడు పేరోలగ ముండి పండిత సమక్షమున కుమారుని రామాయణ రచనకు నియమింపగా అతడు తండ్రి యానతిని శిరసావహించి రచన కుపక్రమించెను. ఇది చాటు మాట కాదు. కూట రచన కాదు (Forgery).

బాలకాండ : "వినయ నయోపాయ విజయ సుస్థిరుఁడు
ఘనకీర్తి విట్ఠల క్ష్మాపాల వరుఁడు.
రాజ సర్వజ్ఞుండు రాజ సింహుండు
రాజ శిరోమణి రాజ పూజితుడు
సకల జగద్ధిత చాతుర్య ధుర్యుఁ
డొకనాఁడు కొలువున సున్నతుండగుచు
బహు పురాణజ్ఞులు బహు శాస్త్రవిదులు
బహుకావ్య నాటక ప్రౌఢ మానసులు
హితులు మంత్రులు పురోహితులు నాశ్రితులు
సుతులు రాజులు బహు శ్రుతులును గొల్వ
దీపించి భూలోక దేవేంద్రు పగిది
నేపారి యున్నచో నింపు సొంపొంద
రసికులు భారత రామాయణాది

రసగోష్ఠి చెల్లింప రసిక శేఖరుడు
రామకథా సుధారసరక్తు డగుచు
నా మహాసభలోన నందఱఁ జూచి
రమణమైఁ దెనుఁగున రామాయణంబు
క్రమ మొప్పఁ జెప్పెడి ఘనకావ్యశక్తి
గల కవు లెవ్వారుగల రుర్వి ననుచుఁ
దలపోయ విఠ్ఠల ధరణి పాలునకు
నున్నత మూర్తికి నురుయశోనిధికి
విన్నవించిరి వేడ్క విబుధులు గడఁగి
నీ తనూజన్ముండు నిపుణమానసుడు
ధూతకల్మషుడు బంధురనీతియుతుడు
సర్వజ్ఞు దనఘుండు చతురవర్తనుఁడు
సర్వ పురాణ విచార తత్పరుడు
కమనీయ బహుకళాగమ విచక్షణుడు
సుమనీషి పోషణోత్సుక సుఖోన్నతుడు
కవి సార్వభౌముండు కవికల్పతరువు
కవిలోకభోజుండు కవిపురందరుడు
ప్రత్యర్థి రాజన్య బల వజ్రపాణి
ప్రత్యర్థి నృపదావ పావకోజ్జ్వలుడు
భీకర నిజఖడ్గ బింబిత స్వర్గ
లోకాను రక్త త్రిలోక దుర్దముఁడు
వరసాధు జలజాత వనజాతహితుడు
పురుష చింతామణి బుద్ధ భూవిభుడు
నీ కతిభక్తుండు నిఖిలశబ్దార్థ
పాకజ్ఞుఁ డత్యంత పాండిత్య ధనుడు
ఘణియు రామాయణ మర్మధర్మజ్ఞుఁ

దెలుఁగు నాతనిఁ బిల్చిమీ కథఁజెప్ప
ననిన మజ్జనకుఁ డుదాత్తవర్తనుడు
నను నర్థిఁ బిలిపించి ననుగారవించి
భూమిఁ గవీంద్రులు బుధులును మెచ్చ
రామాయణంబు పురాణ మార్గంబు
తప్పక నా పేరఁ దగ నంధ్ర భాషఁ
జెప్పి ప్రఖ్యాతంబు సేయింపు ముర్వి
నని యానతిచ్చిన నమ్మృదూక్తులకు
ననయంబు హర్షించి యట్ల కావింపఁ
బని పూని యరిగండ భైరవు పేర
ఘను పేర మీసర గండాంకు పేర
లలిత సద్గుణ గణాలంకారు పేర
నలఘు నిశ్చల దయాయత బుద్ధి పేర
నాతతకృతి పేర నతిపుణ్యు పేర
మా తండ్రి విఠ్ఠల క్ష్మానాధు పేర
రాజులు బుధులును రసికులు సుకవి
రాజులు గోష్ఠిని రాగిల్లి పొగడఁ
బదము లర్థంబులు భావము ల్గతులు
పదశయ్య లర్థ సౌభాగ్యముల్ యతులు
రసముల కల్పన ప్రాస సంగతులు
నసమాన రీతులు నన్నియుఁ గలుగ
నాది కవీశ్వరుఁడైన వాల్మీకి
యాదరంబునఁ బుణ్యులందఱుఁ మెచ్చఁ
జెప్పిన తెలుఁగున శ్రీరామ చరిత
మొప్పఁ జెప్పెదఁ గథాభ్యుదయ మెట్లనిన."

ప్రతి కాండాంతముననుం గద్య స్థానీయములైన ద్విపద పంక్తులలో బుద్ధరాజ కర్తృత్వమే ఉద్ఘాటించబడినది. ప్రతి కాండాంతమున-

అని యాంధ్రభాష భాషాధీశవిభుఁడు
వినుత కావ్యాగమవిమల మానసుఁడు
పాలితాచారుఁ డపారధీశరధి
భూలోక నిధి గోనబుద్ధ భూవిభుఁడు
దమ తండ్రి విఠ్ఠల ధరణీశు పేరఁ
గమనీయ గుణ ధైర్య కనకాద్రి పేర
నలఘు నిశ్చల దయాయుత బుద్ధిపేర
లలిత నిర్మల గుణాలంకారు పేర
నా చంద్ర తారార్కమై యొప్పు మిగిలి
భూచక్రమున నతిపూజ్యమై యొప్పు
ననమాన లలిత శబ్దార్థ సంగదుల
రసికమై చెలు వొందు రామాయణంబు
పరఁగ నలంకార భావకల్పిండఁ
గరమర్థి నీ (బాల) కాండంబు జెప్పె.

గ్రంథమున గోచరించు ఆధారము లింత మాత్రమే। తండ్రి పేర ప్రఖ్యాతము చేయుట యనగా అతని పేర రామాయణమును పిలుచుట యని నా ఊహ। ఈ యర్థమున దీనికి విఠ్ఠల రామాయణ మని యో విఠ్ఠలనాథ రామాయణ మనియో పేరుండ దగును. కాని అటుల కాక రంగనాథ రామాయణ మని యున్నది. అయినను ఇది విఠ్ఠల నామసూచకమే అని నే నూహించితిని. విఠ్ఠలు డనునది పండరీపురమున వెలసిన పాండురంగ విఠ్ఠల నాథుని పేరు. ఒకియే ఈ విఠ్ఠలరాజు పూర్తిపేరై యుండవచ్చును. దీనిలో ఉచ్చారణ సౌలభ్యము గల "రంగ" "నథ" అను ఏక దేశములను రామాయణ శబ్దమునకు లగించి కవి రంగనాథ రామాయణము అని పేరు పెట్టి యుండవచ్చును. ఇది యొక పక్షము.

పేర వెలయించుట యనగా కృతియిచ్చుట అను అర్థము కూడ కలదు. ఈ రామాయణమున ఉత్తరకాండ రచించిన బుద్ధారెడ్డి కొడుకులు కాచవిభుడు విట్ఠలుడనువారు గ్రంథమును తమ తండ్రి బుద్ధభూవిభుని పేర వెలయించి దానికి "రంగనాథ రామాయణ" మనియే పేరిడిరి. ఇచ్చట పేర వెలయించుట యనగా కృతియిచ్చుటే అని యర్థముగాని ఇంకొక అర్థము పొసగదు. పేర వెలయించుట అనగా కృతియిచ్చుట అనే అర్థమే తంజావూరు గ్రంథములలో కొన్నిట కలదు. ఈ అర్థమున ఈ గ్రంథము విట్ఠలునకు అంకితమైన దనియు దానికి ఏ క్షేత్ర దేవతాపరముగనో కవిపేరు పెట్టియుండవచ్చుననియు నేనను కొంటిని.

మొదట రంగనాథ రామాయణమన్న పేరు తొల్లింటి నుండియు కలదా? మధ్యకాలమున వచ్చినదా? అని శంకింపగా నడుమనే వచ్చినదని కొందరందురు. మరి తొలినాటి పేరేమైయుండునని యడిగినపుడు సమాధానము చెప్పలేరు. ఎంత ప్రయత్నించి ప్రచారము చేసినను నడుమవచ్చిన పేరు తొల్లింటి దానిని

1942వ సంవత్సరములో ఆంధ్ర విశ్వవిద్యాలయ ప్రచురణముగా నా పీఠికతో ఈ రామాయణము ప్రకటింపబడిన తరవాత శ్రీ రాళ్లపల్లి అనంతకృష్ణ శర్మగారు నా పీఠికను విమర్శించుచు 1943 సంవత్సరము మే నెల భారతిలో ఒక వ్యాసము వ్రాసిరి. అందులో నేను చేసిన యీనామ సమన్వయ సిద్ధాంతము శ్రీ వావిలాల వేంకటేశ్వరశాస్త్రి గారి సిద్ధాంతమునకు అనువాదమని ఒకనింద మోపిరి. అనగా, ఈ యూహ నా సొంతము కాదనియు. శ్రీ వేంకటేశ్వరశాస్త్రిగారి యూహకు అనుకరణమనియు వారి అభిప్రాయము. ఇది సత్యదూరము.

శ్రీ వేంకటేశ్వరశాస్త్రిగారి "కోనబుద్ధరాజు- రంగనాథ రామాయణము" అను వ్యాసము 1940 సంవత్సరము ఆగష్టు నెల భారతిలో ప్రచురింపబడినది.

నేను అంతకు ఐదేండ్లముందే 1935 సంవత్సరము మార్చి 'Andhra University Telugu Association Bulletin' అనెడి పత్రికలో ఈ యూహను వ్యాస రూపమున ప్రకటించితిని. శ్రీ అనంతకృష్ణ శర్మగారు నా వ్యాసమును చూచియుందురు.

నేను శ్రీ కట్టమంచి రామలింగారెడ్డి గారి ప్రీత్యర్థమై ఆయన మెప్పుకోరి ఈ నామసమన్వయమునకు గడంగితినని నా స్వభావమెరుగని మరికొందరు తలచిరట. నేను ఇతరుల మెప్పుకొరకు చేయరాని పనులు చేయువాడను కాను. రామలింగారెడ్డిగారితో నాకు పరిచయము కలుగుట 1936వ సంవత్సరములో. అంతకు 14 సంవత్సరముల పూర్వము (1922-23) ఈ రంగనాథ రామాయణము నుండి ఒక భాగము యూనివర్సిటీ పరీక్షలలో ఒక దానికి పాఠ్యమయ్యెను. దానిని నేను విద్యార్థులకు పాఠము చెప్పునప్పుడు ఈ నామ సమన్వయము నూహించితిని. ఆనాటి నా విద్యార్థులలో చాల మంది నేటికిని ఉల్లగా ఉన్నారు.

వారికి పరమలక్ష్యమైన ఆదర్శములలో ఐహికాముష్మిక ధర్మ సామరస్యము ఒకటి. ఆముష్మిక వ్యాజమున ఐహికమును నిస్తేజము, నిర్వీర్యము, దరిద్రము నొనర్చుకొనుటగాని ఐహిక భోగలాలసులై పరము మిథ్యయనుకొనుటగాని వారు నిర్మింపదలచుకొన్న జాతీయతలో ఉండరానివి ఆ అద్వైత భావమే వారు మతమునను, సారస్వతమునను కూడ ఆశించిరి.

అంతకు పూర్వశతాబ్దిలోనే ఉత్తర భారతదేశమును తురుష్కులాక్రమించిరి. ఆ వెల్లువ దక్షిణాపథమును కూడ ముంచివేయు జాడలు కన్పట్టుచుండెను. ఆ చరిత్ర సంతను సింహావలోకనము చేసి చూసినట్టి 18 వ శతాబ్ది యందలి ఆంధ్ర మహాపురుషులు స్వకీయ పరకీయ మహోపద్రవముల నుండి జాతిని రక్షింపగల ధర్మాద్వైత ప్రబోధమునకు నానా విధముల ఉద్యమించిరి. ఆ మహాపురుషులలో తిక్కన సోమయాజి యొకడు అట్టివాడు వాఙ్మయ చరిత్రలో కూడ యుగకర్త యగుటచే తెలుగున ఏ కవికిని రాని చారిత్రక ప్రాధాన్యము ఈ మహాపురుషునకు వచ్చెను తిక్కన యుగమున మొదట పుట్టిన గ్రంథము రంగనాథ రామాయణము. ఈ రామాయణమును రచించిన కవి గోన బుద్ధారెడ్డి.

గోన బుద్ధారెడ్డి

ఇతడు తన తండ్రి విట్ఠల ధరణీశుని పేర ఆ గ్రంథమును వెలయించి దానికి రంగనాథ రామాయణ మని పేరిడెను. ఈ యంశము గ్రంథావతారికలో శిలాశాసనము వలె ఉదాహరింపబడి యున్నను ఈ గ్రంథ కర్తృత్వము వివాద గ్రస్తమయ్యెను గ్రంథకాల కర్తృత్వాది నిర్ణయమునకు అక్కరకు వచ్చు సాధనములలో గ్రంథస్థ నిదర్శనము పరమసాధనము. గ్రంథాంతర నిదర్శనములు దాని అభావమున అనుమాన ప్రమాణములుగా పర్యాలోచింప దగినవే కాని స్వతః ప్రమాణములుగా గ్రహింపదగినవి కావు కాని వాల్మీకి రామాయణమును వాల్మీకియు, భాస్కర రామాయణమును భాస్కరుడును వలె ఈ రామాయణమును రంగనాథుడు రచించుట చేతనే రంగనాథ రామాయణ మని పేరు వచ్చినదని కొందరి అభిప్రాయము. ఈ రంగనాథుడు గోన బుద్ధారెడ్డికి కవియశమును గడించి పెట్టదలచి అవతారికలో అతని పేరు పెట్టినను సత్యము దాగదు కనుక, రంగనాథుని పేరనే ఈ గ్రంథము జగత్ప్రసిద్ధమైన

అవతారికలో కవి వర్ణించుకొన్న యాతని వంశవృక్షము ఈ క్రింది రీతిగానున్నది.

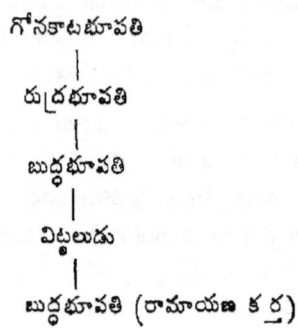

గోనకాటభూపతి
|
రుద్రభూపతి
|
బుద్ధభూపతి
|
విట్ఠలుడు
|
బుద్ధభూపతి (రామాయణ కర్త)

వీరు, భూవిభులనియు భూపతులనియు వ్యవహరించుకొనుట రాచరికమునుబట్టి. పుట్టుకచే రెడ్డికులజులు. వీరువేయించిన శాసనములలో ఈ విషయము స్పష్టముగా నున్నది. కాకతీయాంధ్ర చక్రవర్తులకు వీరు సామంతులై, యిప్పటి రాయచూరు ప్రాంతముల నేలుచుండిరి. ఈ వంశములో రామాయణ కర్తయగు బుద్ధారెడ్డి యెప్పటివాడో సరిగా నిర్ణయించుటకు దగిన ఆధారములు ఈ గ్రంథమునగాని, ఉత్తరకాండములో గాని లేవు. అయ్యెడ శాసనములే శరణ్యము. ఈ వంశ్యనామ చిహ్నితములైన శాసనములు-క్రీ.శ. పదమూడవ శతాబ్దివి-మూడు కానవచ్చుచున్నవి. వాటిలో రెండింటికి బూదపూరు శాసనములని పేరు.

ఈ బూదపూరు శాసనములలో మొదటి దానిని బట్టి కాకతీయ గణపతిదేవ చక్రవర్తి సైన్యాధిపతులలో "మల్యాలగుండ దండాధీశుడ"ను నతడొకడు కలడనియు, అతడు గోనబుద్ధభూపాలుని పుత్రికయగు కుప్పమాంబకు భర్తయనియు తెలియుచున్నది. ఈ శాసనము క్రీ.శ. 1259లో పుట్టినది. రెండవ బూదపూరు శాసనము క్రీ.శ. 1276లో ఆ కుప్పమాంబికయే వేయించినది. అప్పటికి ఆమెభర్త గుండ దండాధీశుడు పరలోక గతుడైనట్లును, అతని పుణ్యలోక ప్రాప్తికై కుప్పమాంబిక శివలింగ ప్రతిష్ఠచేసి భూదానాదులు కావించినట్లును దానిలో వివరింపబడియున్నది. దీనియందును కుప్పమతండ్రి గోనబుద్ధ భూవిభుడుగానే పేర్కొనబడెను.

ఈ కుప్పమ, రామాయణావతారికలోని వంశవృక్షమున గానవచ్చు బుద్ధభూపతులిరువురిలో రంగనాథ రామాయణ కర్తయైన బుద్ధభూపతికేని, అతని తాతయైన బుద్ధభూపతికేని పుత్రిక కావచ్చును. రామాయణ కర్తకే కుమార్తె యయ్యేనేని—ఈ గ్రంథ రచనా కాలము పదమూడవ శతాబ్ది పూర్వార్థమై యుండును. ఎట్లనగా క్రీ శ. 1259 నాటికి అత్తింట కాపురము చేయుచు శాసనములో ప్రస్తుతింపబడదగిన వయస్సులోనున్న కూతురుగల బుద్ధారెడ్డికి ఆనాటికి కనీనము నలుబదియైదు సంవత్సరముల ప్రాయమైనను ఉండవలయును. రామాయణ రచన నాటికి అతడింకను చిన్నవాడు. రాజ్యమేలుచున్న తండ్రి ఆనతిని రామాయణ రచన కుపక్రమించిన ఆ కుమారుని వయస్సు ముప్పది లేక ముప్పదియైదు సంవత్సరములై యుండవచ్చును. ఈ యూహ నిజమగునేని యీ కవి క్రీ శ. 1210 ప్రాంతమున జనించి క్రీ శ. 1240 ప్రాంతమున గ్రంథ రచన చేసియుండును.

అటుగాక, కుప్పమాంబ రామాయణకర్త తాతకే కుమార్తె యనుకొన్నచో, తండ్రికి సమ వయస్కురాలగు మేనత్తకంటె ఈ కవి సుమారు ఇరువదియైదు సంవత్సరములు చిన్నవాడై యుండదగును క్రీ.శ 1259 నాటికి శాసనములో ప్రస్తుతింపబడిన కుప్పమ్మకు, ఇరువదియైదు సంవత్సరములైనను వయస్సుండవలయును. అప్పటున రామాయణకర్త క్రీ. శ. 1260 ప్రాంతమున జనించి క్రీ శ. 1290-95 ప్రాంతమున గ్రంథము రచించి యుండవలయును.

ఈ రెండింటిలో నాకు మొదటి పక్షమే సమంజసముగా తోచుచున్నది. కుప్పమ రామాయణ కర్తకు కొమార్తె అనియు, రామాయణము క్రీ. శ. 1240 ప్రాంతమున రచింపబడినదనియు. ఏమన, ఈ పూర్వ రామాయణము ఆరు కాండలు తనకంటె మున్ను రచింపబడినవి కనుకనే, ఉభయకవి మిత్రుడు తిక్కన, తెనుగున రామాయణమును పూర్తిచేయు తలంపుతో ఉత్తరకాండను ద్విపదగా గాకున్నను నిర్వచనోత్తర రామాయణ మను పేర పద్య కావ్యముగా రచించియుండును. లేనిచో రామాయణ రచనా కుతూహలముగల తిక్కన ఉన్నట్లుండి పూర్వ కాండలను వదలి యుత్తరకాండనే చేపట్ట వలసిన యావశ్యకత లేదు. ఈ నిర్వచనోత్తర రామాయణము క్రీ.శ. 1260 ప్రాంతమున రచింపబడినదని చరిత్ర పరిశోధకులు నిర్ణయించిరి. దాని పూర్వ రచన

యైన రంగనాథ రామాయణము ముందు చెప్పినట్లు క్రీ శ. 1240 ప్రాంతమున పుట్టిన దనుటలో విప్రతిపత్తి యేమియు నుండదని నా అభిప్రాయము.

అటుగాక, రెండవ పక్షమునుబట్టి యిది క్రీ శ. 1290 ప్రాంతమున బుట్టెనేని క్రీ శ. 1320 ప్రాంతమున పుట్టిన భాస్కర రామాయణమునకు చాల సన్నిహితముగా నుండును ఆ పద్య రామాయణము ఈ ద్విపద రామాయణమును అనుసరించినట్లు గుర్తులనేకములు కలవు అవి అన్నియు భాస్కరాదులకు బుద్ధారెడ్డియందు గల గౌరవమునకు సూచకములు. భాస్కరునివంటి ప్రౌఢ కవిచే అట్టి గౌరవము పొందదగిన యీ ద్విపద ఆనాటికి ప్రాచీన గ్రంథముగా ప్రసిద్ధికి వచ్చి యుండవలయునుగాని, ఆతనికి ఇంచుమించు సమకాలిక మగుట మాత్రము తటస్థింపదు. సన్నిహితులకును సమకాలికులకును విద్యాస్పర్ధలు మెండుగా నుండును గాని, యిట్టి గౌరవ ప్రతిపత్తు లుండుట అరుదు. అందును సమానేతి వృత్తములను రచించిన కవులలో అది మరియు శూన్యము.

ఈ అంశము లన్నియు పర్యాలోచించి చూడగా, గోన బుద్ధారెడ్డి యీ రామాయణమును పదమూడవ శతాబ్ది పూర్వ భాగముననే రచించినట్లు నిశ్చయింప వీలగుచున్నది.

ఈతని పుత్రులు రచించిన ఉత్తరకాండలో వీరి వంశమును గూర్చి పొసగని వాక్య మొకటి కలదు. పూర్వ రామాయణమునుబట్టి బుద్ధారెడ్డి తండ్రి పేరు విట్ఠలుడు. ఈ యుత్తర రామాయణమున ఆతనిపేరు గన్నారెడ్డి దీనిని సమర్థించుటకు ఊహతప్ప మరియొక ఆధారము లేదు. సంపన్నులైన రెడ్డి వంశ్యులలో సాధారణముగా ప్రతి పురుషునకును రెండేసి పేరు లుండునట. ఒక పేరు గృహమునను మరి యొకటి లోకమునను వ్యవహరింపబడుచుండునట. విట్ఠలునకుగూడ గన్నారెడ్డియని రెండవ పేరు ఉండి యుండవచ్చును లేదా బుద్ధారెడ్డికి విట్ఠలుడు—గన్నారెడ్డి అను ఇర్వురిలో ఒకడు కన్న తండ్రియు, మరి యొకడు పెంపుడు తండ్రియు కావచ్చును. నిరపాయమైన యీ స్వల్ప విషయమును మిషగా గైకొని ఉత్తర రామాయణ కర్తలు పూర్వ రామాయణ కర్తకు కుమారులేనా యని సందేహింపరాదు. తమ తండ్రి బుద్ధ భూవిభుని ఆదేశానుసారమే తాము ఉత్తరకాండను పూర్తి చేసితిమని యీ సోదర కవులు ఎలుగెత్తి యుగ్గడించిరి. దీనిని కాదనుట యెట్లు?

"గోన కులార్ణవ కువలయేశుండు
నా నొప్పు గోనగన్న క్షితీంద్రునకు
ననఘాత్మ యగుచున్న నన్నమాంబికకుఁ
దనయుండు సాహిత్య తత్త్వకోవిదుఁడు
దాన ప్రసిద్ధుండు ధర్మశీలుండు
భూనుతాచారుండు బుద్ధ భూ విభుడు
తెలుఁగున నొప్పఁగా ద్విపద రూపమున
నలి పూర్వ రామాయణము మున్ను చెప్పి
....................మము బిల్వఁబంచి
నా కులదీపకుల్ నా గుణాన్వితులు
నా కీర్తి వర్ధనుల్ నా కూర్మి సుతులు
గాన నా పూనిన కథ యెల్ల జనులు
మానుగాఁ గొనియాడ మధుర వాక్యముల
నెమ్మిఁ జెప్పుడు మీరు నిపుణులై యనుచు
మమ్ముఁ బంచిన మేము మా తండ్రి ప్రతిన
చిరకీర్తు లెనఁగంగఁ జెల్లింపఁగనుట
పరమ ధర్మంబని భక్తితోఁ గోరి
రామావతారంబు రమణీయ మగుట
రాము పావన చరిత్రము దివ్యభాష
లోకానురంజన శ్లోక బంధములఁ
జేకొని వాల్మీకిఁ జెప్పినజాడ
మా తండ్రి బుద్ధక్షమానాథు పేర
నాతతనృప కైరవాప్తుని పేర
ఘనుడు మీసరగండ కాచవిభుండు
వినుత శీలుడు విన విఠల భూపతియు
నని జనుల్ మము గొనియాడంగ మేము
వినుత నూతనపద ద్విపద రూపమునఁ
బ్రాకటంబుగ నాంధ్ర భాషను జెప్పఁ
గైకొన్న యుత్తరకథ యెట్టిదనిన"

(ఉత్తర కాండావతారిక)

"భూ నుతుడగు గోనబుద్ధ భూవిభుని
సూను లుదారులు సుగుణ భూషణులు
ఘనుడు మీసరగండ కాచ భూవిభుడు
వినుత పుణ్యుండగు విట్ఠ భూపతియు
రచియించి రుత్తర రామాయణంబు
రుచిరమై నిత్యమై రూఢి పెంపెసగ
నా చక్రవాళ శైలావనియందు
నాచంద్ర తార్కారమై యొప్పగాత"

(కాండాంతము)

ఈ కాచ విట్ఠల విభులు పూర్వ రామాయణ కర్తయైన బుద్ధ భూవిభుని పుత్రులనియు, ఉత్తరకాండ రచయితలనియు స్పష్టమేకదా!

తెనుగునగల రామాయణము లన్నింటిలో రంగనాథ రామాయణము మొదటిది. రెండవది భాస్కర రామాయణము. అది బహు కర్తృక మగుట చేతను, అందును మల్లికార్జున భట్టాదులు భాస్కరునివంటి ప్రౌఢ కవులు గాక పోవుట చేతను, ఆ రచన సర్వత్ర సమముగా లేక కొన్ని పట్టుల బాగుగా, కొన్ని పట్టుల ఓగుగా అతుకులమారి కూర్పుగా పరిణమించినది. ఇక రంగనాథ రామాయణమో ఆద్యంత మొక చేతిమీదనే ధారావాహినిగా నడచిన రచన యగుటచేత నట్టి లోటు లేక ప్రతి ప్రకరణ గుణాస్పదమై నెగడినది మరియు వాల్మీకి రామాయణమువలె నిదియు "పాఠ్యే గేయేచ మధుర" మై పాటగా పాడుకొను వారికిని, కావ్యముగా చదువుకొను వారికిని సమాదర పాత్రమై పండితులకేగాక పామరులకును వినియోగపడి సార్వజనీనమైన అనురంజన మును గడించినది. ఈ రామాయణములోని కొన్ని ప్రకరణములను పాటలు! పాడుకొను నారీమణు లిప్పటికిని కలరు. రామాయణ కథా ప్రదర్శనములవే తోలుబొమ్మలవారు గానముచేయు గ్రంథ మిదియే!

అసలు దేశి కవిత్వము ప్రాయికముగా గేయ కవిత్వము ద్విపద కావ్య ములు గేయ భావమును సంరక్షించునవి యగుటచేత సామాన్య ప్రజాలోకమున వీని వ్యాప్తి పద్య కావ్యములకు లేదు. ఈ రహస్యమును గుర్తెరింగియే సోమ నాథుడు తన మత ప్రచారమును ద్విపద కావ్యముల ద్వారా సాగించెను. వాటి

వ్యాప్తిని అరికట్టుట యితరులకు దుర్ఘటమయ్యెను. ఈ ద్విపద రామాయణ వ్యాప్తియు నట్లే అప్రతిహతముగా నేటికిని ఆంధ్ర లోకమున సాగుచున్నది అందును పశ్చిమాంధ్రులు సారస్వత మహోత్సవములలో బుద్ధారెడ్డికే అగ్ర తాంబూల మిచ్చెదరు. ఆ సీమలో రంగనాథ రామాయణము చదువని అక్ష రాస్యుడు లేడు. ఒరులు చదువగా నైనను వినని నిరక్షరాస్యుడును లేడు.

శుద్ధదేశికవిత్వమున, "ఇతివృత్తము" "భాష" "ఛందస్సు" అనెడి మూడును దేశీయములేయై యుండవలెను. దానికి గీతి ఆయువుపట్టు. అట్టి లక్ష ణముగల వాఙ్మయమే మన పదకవిత్వము పామరకవిత్వమనిపించుకొన్న ఆ పదకవిత్వమునకు ఏదో కొంత ప్రౌఢవేషమువేసి నాగర మర్యాదలు నేర్పి సభా ప్రవేశార్హత కలిగింపవలెనని పాటుపడినవారే ద్విపద కావ్యకర్తలు. వీరు ఒక వంక తమ దేశికవితాభిమానమును, ఇంకొకవంక విద్వత్కవికీర్తి కాంక్షను అణచుకొనలేక ఉభయతారకమైన మార్గము త్రొక్కి కొంతవరకు చరితార్థులైరి.

సహజముగా ప్రాచీన ద్విపద కావ్యకర్తల చిత్తవృత్తి దేశికవితా ప్రవ ణము. కాని ఆ దారినే పోయినచో దృఢస్థానకమును విద్వల్లోక ప్రతిష్ఠితమును నైన సారస్వతాలయమునకు వెలివారమగుదుమేమో యన్న భయముచే తత్ప్రవే శార్హతనిచ్చు సంస్కారములను కొన్నింటిని స్వయముగా చేసికొనిరి. అనగా ముందు పేర్కొన్న దేశికవితా లక్షణములలో, ఏ యొకటి రెండింటినో పాటించి మిగిలిన వాటిలో మార్గ శాఖానుయాయులేయై యిటు ప్రజాసామాన్యమునకును, అటు సాహిత్యపరులకును ఇష్టులై వారి హృదయములలోను, వీరి కోశములలోను స్థానములను దక్కించుకొనిరి. వీరిది పదకవిత్వమయ్యు పామర కవిత్వము కాదు, పండిత కవిత్వమయ్యు దేశికవిత్వము కాకపోదు ఇదియే ద్విపద కావ్య కర్తలకు గల ప్రత్యేకత.

కాలమునుబట్టి యీ వర్గములో మొదటివాడు సోమనాథుడు. సోమనను అతిశయించి ప్రథమ గౌరవము దక్కగొన్నవాడు బుద్ధారెడ్డి. సోమన ద్విపద కావ్యములు వ్యాకరణచ్ఛందో లక్షణాది దోషములచేతను మఱియు ఇతర కారణములచేతను బహుళాంధ్ర జనమునకు ఎక్కువ ఆదరపాత్రములు కావయ్యెను. ఇక బుద్ధారెడ్డి ద్విపద కావ్యము లక్షణ యుక్తమును, సర్వపూజార్హమగు రామ చరితాత్మకమును అగుటచే వారు వీరనక యెల్లరకును శిరోధార్యమయ్యెను.

అందువలన రామాయణములలో ప్రథమమగుటయే కాక ద్విపద వాఙ్మయ శాఖలో సైతము రంగనాథ రామాయణ మగ్రగణ్యమే.

మరి ఇంకొక సంగతి సంస్కృత పురాణాంధ్రీకరణమునకు అంకురార్పణముచేసిన నన్నయభట్టు భారతానువాదములో మూలకథా విధేయముగా నడచెనే కాని తానై స్వతంత్రించి ఆ కథలో నెట్టి మార్పులను చేయలేదు. ఒకచో కథ తగ్గించుట, ఒకచో పెంచుట, ఒకచో వదలుటయను పద్ధతి దాని యందును కలదుగాని, అది మూల భిన్నమని చెప్పదగిన స్వతంత్ర కల్పన కాదు; అది రచనా సరళికిని అనుకూలముగా వేసికొన్న యనువాద మార్గము. భారతము స్వతంత్రానువాదమే యైనను, ఆ కవులు మూల భిన్న కథా కల్పనలు చేయలేదు. బుద్ధారెడ్డి అట్టివి చేయుటకు వెనుదీయలేదు. ఆంధ్ర పురాణేతిహాస కర్తలలో ఇంత స్వేచ్ఛగా నూతన గాథాకల్పన చేసిన కవి యింకొకడు లేడు.

ఈ రామాయణమునకు విశిష్టత నాపాదించిన అంశమే మూల భిన్న గాథా కల్పనలు. ఆ గాథలు రామకథా ప్రస్తావముకల పద్మ పురాణాదులలో గాని నవవిధ రామాయణములలోగాని యుండిన నుండవచ్చును. ఉండుగాక. కవి ఆ పురాణములన్నింటిని వెదకి గాలించి యేర్చి యుందు కూర్చుకొనెనని చెప్పుట కష్టము. ఆ కథలన్నియు ఏ మార్గముననో యేనాడో ఆంధ్ర ప్రజల చెవులబడి వారినోట పదములుగా పాటలుగా కీర్తనలుగా నలిగి సంఘమున వేరు నాటుకొనిపోయి యుండును వాటి పదకవిత్వ ఖనినుండియే ఈ కవీశ్వరుడు కొన్ని జాతిరత్నములను తీసి సానలదీర్చి తన రామాయణ మహామాలలో కూర్చి యుండును. ఈ కావ్యమునకు దేశితనము నాపాదించిన యింకొక లక్షణమిదియే। అట్లుకాక దీక్షకొరకు యథా వాల్మీకముగానే కవి దీనిని తెనిగించియుండునేని, పరిచిత వస్తు రహితమైన ఆ రచన దేశీయులకు నాశాభంగము కలిగించెడిది. కావ్యమునెడ వారు విముఖులును అయ్యెడివారు.

"ఆది కవీశ్వరుడైన వాల్మీకి
యాదరంబునఁ బుణ్యులందఱు మెచ్చఁ
జెప్పిన తెఱఁగున శ్రీరామచరిత
మొప్పఁ జెప్పెదఁ గథాభ్యుదయమెట్లనిన".

అని కవి ప్రతినచేసినను, తద్భిన్నముగా ప్రతి కాండమునందును ఏదో యొక అవాల్మీకాంశమును కల్పించుచునే కథ నడపెను. వాటిలో పెక్కులు, కావ్యమునకు గుణసంపాదకములును తద్విశిష్టతకు హేతుభూతములు నైనవి. వీటిలో కొన్నింటికి లోకమే యాధారమనుటకు నిదర్శనముగా స్త్రీల పాటలను, పదములను, భజన కీర్తనలను పెక్కింటిని చూపవచ్చును. నేటి యీ పాటలే ఆనాడు కవికి ఆధారము లయ్యెనని నేనఁటాలను గాని, యీ పాటల అర్థము గల ప్రాచీన పదములేవో తప్పక ఐ యుండునని మాత్రము చెప్పగలను. సంస్కృత పురాణములను పండిత కవులు తెనిగింపకమున్నే అందలి గాథలు విడివిడిగా పదకవిత్వరూపమున తెనుగు దేశమున వ్యాపించెనని చెప్పుట సార స్వత ధర్మ విరుద్ధముగాదు.

కీర్తన

చరణము: "రాతినాతిగఁ జేసె నీ పదరజ మటంచును ఖ్యాతిగా విని
ప్రీతితో నెఱనమ్మితిని నాపాతకము లెడబాపు తండ్రీ!".

అహల్యరాయిగా పడియున్నదనెడి ఈ యర్థముగల ఇట్టి కీర్తనలు తెనుఁగు దేశమున ఎప్పటినుండి కలవో ఎవనికెరుక?

"అదరి గౌతముఁ డహల్యాదేవిఁ జూచి
పదఁతి పాషాణరూపము దాల్చి యిచట
కర ముగ్రమగు నెండ, గాలిఁ, బెంధూళిఁ
బొరలుచుండుము నీవు పొడగానఁబడక".

ఈ పంక్తులలో బుద్ధారెడ్డి గ్రహించినది ఆ కీర్తనల లోని అర్థమే.

ఈరామాయణములో మూలభిన్నములైన యిట్టి కథాంశములు, చిన్నవియు పెద్దవియు పెక్కుకలవు. వాటిలో ఒక్కొక్క కాండలో గల చిన్న అంశములు ఈ క్రింద చెప్పఁబడుచున్నవి

(1) ఇంద్రుడు గౌతమాశ్రమము చెంత కోడియై కూసి ఆ ఋషిని అకాలమున నదీ స్నానమునకు వెళ్ళునట్లు చేయుట.

(బాలకాండము)

(2) అహల్యా భర్తృ శాపవశమున రాయిగా పడియుండుట.

(బాలకాండము)

(3) మంధర రామునిపై ఈర్ష్య వహించుటకు కారణము చిన్ననాడు ఆయన దాని కాలును విరుగగొట్టెననుట.

(అయోధ్య కాండము)

(4) అకంపనుని ప్రోత్సాహము మీద సీతాపహరణార్థము బయలుదేరిన రావణుడు మధ్యేమార్గమున మారీచుని ఉపదేశము వలన వెనుకకు మరలి పోయిన వృత్తాంతము వదలి పెట్టుట.

(అరణ్యకాండము)

(5) శూర్పణఖా ప్రేరణయే రావణుని సీతాపహరణ ప్రయత్నమునకు ముఖ్యకారణముగ నిరూపించుట.

(అరణ్యకాండము)

(6) సీతానురోధమున పర్ణశాలను వీడిపోవు లక్ష్మణుడు ఏడు ఒరులు గీసి వాటిని దాటి ఆవలకు పోవలదని సీతకు ఆదేశించుట

(అరణ్యకాండము)

(7) సేతు నిర్మాణ సమయమున ఒక ఉడుత తన తడితోకతో ఇసుక రేణువులు తెచ్చి రాల్చి యథాశక్తి రామకార్యమునకు తోడ్పడుట.

(యుద్ధకాండము)

(8) రావణుని తల్లి కైకసి శ్రీరాముని మహిమను కుమారునకు వివరించి చెప్పి సీతను రామున కర్పింపుమని బుద్ధి చెప్పుట.

(యుద్ధకాండము)

(9) రామలక్ష్మణులు నాగపాశబద్ధులై యున్నపుడు నారదు డేతెంచి రామునివిష్ణుత్వమును జ్ఞప్తికితెచ్చి ఆత్మవాహనమైన గరుడుని స్మరింప జేయుట; గరుడుని ఆగమనము వలన సర్పములు విచ్ఛిన్నములై పోవుట.

(యుద్ధకాండము)

(10) శుక్రుని ఉపదేశముచే రావణుడు యుద్ధ విజయార్థము పాతాళ హోమముచేయుట.

(యుద్ధకాండము)

(11) రాముడు ఖండించిన రావణుని తలలును చేతులును మరల మరల మొలచు చుండుట. అప్రతీకార కృత్యముగ తోచిన రామునకు 'విభీషణుడు రావణుని నాభియందు గల అమృత కలశమును ఇంకింపజేయుటే దానికి ప్రతీకారమని ఉపదేశించుట.

(యుద్ధకాండము)

ఇట్టి కొద్దిపాటి చేర్పులు మార్పులు మరి కొన్ని కలవు. ఇవియును అవియునుగాక కావ్య సౌందర్య సంపాదకములైన మూడు ముఖ్య గాధలు కలవు.

(1) అరణ్యకాండమున జంబుకుమారుని కథ

రావణుడు తన సోదరియైన శూర్పణఖయొక్క భర్తను విద్యుజ్జిహ్వు డనెడి వానిని సంహరించి భర్తృ మరణమునకు దురపిల్లు శూర్పణఖను ఓదార్చి దండకాటవిలో స్వేచ్ఛగా సంచరింపుము పొమ్మ ని అనుమతి యిచ్చెను. అప్పటికి గర్భిణిగా నున్న శూర్పణఖకు జంబుకుమారు డుదయించెను. ఆ పిల్లవాడు బుద్ధి తెలిసిన పిమ్మట తన తండ్రి మరణమునకు కారణమైన మేనమామను సంహరింపగల శక్తిని సంపాదించుటకై సూర్యుని గురించి, వెదురు పొదలను తపోవనముగ జేసికొని, ఘోర తపమునకు దొరకొనెను. తల్లి ఆ కుమారునకు ప్రతిదినము వేళకు అన్నపానములు తెచ్చి యిచ్చెడిది. ఒకనాడు అతని తపమునకు మెచ్చిన సూర్యుని అనుగ్రహము వలన నిశితమైన ఒక ఖడ్గము ఆకసమునుండి వెదురు పొదలచెంత పడెను. అదే సమయమున ఫలపుష్పాదులను సేకరించుటకు ఆచటకు వచ్చిన లక్ష్మణుడు ఆ ఖడ్గమును చూచి దాని పదును పరీక్షించు తలపున ఆ వెదురు పొదను నరకుచుండగా జంబుకుమారుని శిరముకూడ తెగిపోయెను. నియత కాలమున ఆహార పానీయములు తెచ్చిన శూర్పణఖ అచ్చటకు చేరి కుమారుని శవమును చూచి అది ఆ ప్రాంతమునందు తాపసుల పనిగా శంకించి వారిని చంపబూన. వారు జరిగిన వృత్తాంతము చెప్పి, లక్ష్మణుడు పోయిన మార్గము చూపిరి. ఆమె క్రోధారుణ నేత్రములతో లక్ష్మణుని చంప రాముని పర్ణశాల ప్రాంతమునకు జేరి దివ్య మోహన మూర్తియైన శ్రీ రామచంద్రుని జూచి సమ్మోహితురాలయ్యెను. తరువాత కథ ప్రసిద్ధమే!

కరుణారస భరితమును అనతి విస్తృతమును అయిన ఈ చిన్నకథ శూర్పణఖా ప్రవేశమునకు ఉపపత్తిని కలిగించి సార్థకమయ్యెను. పరిహాస పాత్రమైన ఆ రాక్షస స్త్రీ చరితము ఈ కథ వలన శోచనీయమును దయనీయమును అయ్యెను.

(2) యుద్ధకాండమున కాలనేమి వృత్తాంతము

యుద్ధ రంగమున మూర్ఛపోయిన లక్ష్మణుని పునర్జీవితుని చేయగల సంజీవ కరణీ సంపాదనార్థము హనుమంతుడు ద్రోణాద్రికి వెడలెనని చారులవల్ల వినిన రావణుడు ఆ ప్రయత్నమునకు విఘ్నము కల్పింప దలచి ఆ పనికి మారీచుని కొడుకైన కాలనేమి అను వానిని నియమించెను. ఆ మాయావి కల్పించిన మాయల నన్నిటిని అతిక్రమించి వానిని చంపి హనుమంతుడు సంజీవ కరణిని తెచ్చుచుండగా మరల రావణుని పంపున మాల్యవంతుడు అతనిని దారిలో ఎదుర్కొని కాలనేమి వలెనే హతుడయ్యెను. హనుమంతుడు సూర్యోదయమునకు పూర్వమే యుద్ధరంగమును చేరి సంజీవ కరణిచే లక్ష్మణుని బ్రతికించెను. ఆ గడియ దాటినచో ఓషధి పని చేయదు కావున రాక్షసులు పన్నిన మాయలన్నియు హనుమంతునకు కాలయాపన చేయుటకే ;

ఇందు మనల నాశ్చర్యమగ్నుల చేయునది రాక్షసుల ప్రతిక్రియాచతురత. అది అటుండ రావణ శక్తిచే మూర్ఛపడియున్న లక్ష్మణుడెప్పుడు పునర్జీవితుడగునాయని తహతహపడు పాఠకులకు ఈ అవాంతరకథవలన కలిగిన కాలయాపన భరింపరాని ఉత్కంఠను గలిగించి దుర్భర సంశయాస్పదమైన పరిస్థితిని సృష్టించి అంతమున చేకూరిన శుభమును ఇనుమడిగా ముమ్మడిగా ఆస్వాదయోగ్యమొనర్చు చున్నది.

(3) యుద్ధకాండమున సులోచనా వృత్తాంతము

సులోచన ఆదిశేషుని కుమార్తె ఇంద్రజిత్తు భార్య. తన పతి లక్ష్మణునిచే యుద్ధమున నిహతుడగుట విని సహగమనము చేయదలచి అతని కళేబరమును తెప్పించి యిమ్మని రావణుని వేడుకొనెను. మామగారు అది తనకు సాధ్యము కాదనగా అతని సమ్మతిమీద తానే రణరంగమునకు పోయి వినయ మధుర

వాక్యములతో రాముని స్తుతించి మెప్పించి భర్త శరీరమును తెచ్చుకొని సహగమనము చేసెను. ఎందును అబ్బురపాటు యెరుగని రావణుడు

"ఆ యింతి తెగువకు ఆ యింతి తెలివి
కా యింతి సమబుద్ధి కామహామహిమ
కా యింతి పతిభక్తి కా యింతి వేగఁ
గాయము తెచ్చిన క్రమశక్తియుక్తి
కేమనఁజాలక" మహాశ్చర్య చకితుడయ్యెను.

సులోచన రావణుని యింటికి ఒక మాణిక్య దీపము.

పైన చెప్పిన అమూలక గాథ అట్లుండగా, స్వీకరించిన కథాంశములలో నైనను ఈ రామాయణము వాల్మీకమునకు అనువాదమని చెప్పదగినది కాదు. కవిత్రయము వారి భారత రచనవలెనే ఇదియు యథోచితానుసరణమే. మరి అంతకంటెను స్వతంత్రమని చెప్పదగినది ఇందలి వర్ణనలు చాలవరకు స్వకపోల కల్పితములు. మూలమున ప్రసిద్ధములై యున్న వర్ణనములనైనను తెనుగున తెచ్చుటకు ఇతడంతగా ప్రయత్నింపలేదు. వాల్మీకమున వర్ణనలు, సంవాదములు సాధారణముగా విస్తృతము లయియే యుండును. పురాణేతిహాసములు వ్రాసిన ఆర్షకవులలో వాల్మీకివంటి వర్ణనాప్రియు డింకొకడులేడు. బుద్ధారెడ్డి, వాల్మీకి వర్ణనలను చాలావరకు సంక్షేపించి తానై కొన్ని వర్ణనలను స్వీయముగా చేసెను. కథా ప్రారంభమున ఇతడు వాల్మీకి ననుసరించుటకు కొంత ప్రయత్నించినను పోను పోను ఆ పద్ధతిని విరమించుకొనెనేమో యని తోచును. ఇట్టి మూలాతి క్రమణము గ్రంథారంభమునుండియు క్రమ క్రమముగా పెరిగి యుద్ధకాండమున పరిణమించెనని చెప్పవచ్చును. మూలమున మహేంద్రగిరిమీద జరిగిన హనుమంతుని సముద్రలంఘన ప్రారంభము కల ప్రథమసర్గ కథాభాగమును కిష్కింధాకాండాంతమున చేర్చుటచేతను, అచ్చటచ్చట మరికొన్ని వర్ణనలు తగ్గించుటచేతను, ఈ రామాయణమున సుందరకాండ గ్రంథ పరిమాణము మూలముకంటే తగ్గినది ఆ కాండమును శీఘ్రగమనముతో దాటి కవి యుద్ధభూమిని విహరించుటకు తహ తహ పడుచున్న వాడువలె కన్పట్టును. యుద్ధకాండమునగల పెంపంతయు తదనుగుణముగానే యున్నది. పుట్టుకచేతను వర్తనచేతను శూరజనప్రవృత్తిపరిచితుడు గనుక ఆ కాండమునందలి వీర

విహార ఘట్టములనన్నింటిని తనివితీర వర్ణించెనేమో యని తోచును. మరియు రావణుని ఆప్తవర్గము అతనికి హితము గరపిన సందర్భములను, అమూలకము లైన కాలనేమి వృత్తాంతాదులను చేర్చుటచేతను, ఆ కాండము మరికొంత పెంపు వహించెను.

రామాయణరచనకు మూలభూతమైన వాల్మీకి శాపవాక్యమును, దాని తెనుగును చూడుడు:

"మానిషాద! ప్రతిష్ఠాం త్వ
మగమః శాశ్వతీస్సమాః
యత్క్రౌఞ్చ మిథునాదేక
మవధీః కామమోహితమ్".

ద్విపద: ఓరి నిషాదుడ యోరి పాపాత్మ!
యోరి నీకేగ్గేమి యొనరించె తొల్లి
కామించి క్రౌంచముల్ గవయుచో నొకటి
నేమిటికై చంపి తిబ్బంగి కడగి
ఈ పాపమున నీవనేక దుఃఖములు
ప్రాపించి తిరుగుము బహువత్సరములు".

శాపము అశనిపాతమువంటిది. దానిని అల్పాక్షరములతోనే వ్యక్తము చేయుట ఉచితము. అట్లుకాక పెక్కు మాటలలో తిట్టినపుడు శాపముయొక్క తీక్ష్ణత మందగించిపోవును. పై ద్విపద పంక్తులలోగల తిట్లవలన శాపము పేలవమైనది ఈ రహస్యమును గుర్తెరింగియే కాబోలు భాస్కర రామాయణమున "మా నిషాద" అను శ్లోకము తెనింగింపబడక యథాతథముగ ఉల్లేఖింపబడినది. ఇంతకంటెను ఎక్కువ పేలవత్వము మరికొన్నిచోట్ల గూడ తటస్థించి సందర్భశుద్ధిని చెడగొట్టెను.

ధనుర్భంగ ఘట్టమున వాల్మీకమున ఈ క్రింది విధముగ నున్నది.

"విశ్వామిత్ర స్స ధర్మాత్మా
శ్రుత్వా జనకభాషితం
వత్సరామ! ధనుః పశ్య
ఇతి రాఘవ మబ్రవీత్".

(ధర్మాత్ముడైన విశ్వామిత్రుడు జనకుడు చెప్పినది విని "వత్స! రామ! ఆ ధనువును చూడుము". అనెను) ఆ సందర్భమున విశ్వామిత్రుడు చేసిన ప్రసంగమంత మాత్రమే! రాముడు ఆ రాజర్షియొక్క ఆదేశానుసారముగ

"ఆరోపయిర్వా మౌర్వీంచ
పూరయామాన తద్ధనుః
తద్బభంజ ధనుర్మధ్యే
నరశ్రేష్ఠో మహాయశాః".

సందర్భోచితముగా, సంగ్రహముగా చెప్పబడిన యీ యుదంతము ఈ రామాయణమున పేలవమైన అతి ప్రసంగముగ పరిణమించినది.

బాలకాండము :

"అక్కజమగు శక్తి నా విల్లురాము
దెక్కు పెట్టుచునుండ నెఱిగి కౌశికుడు
హరుని చాపము రాము డతిసత్వయుక్తి,
బెరిగి నేడిదె యెక్కు పెట్టుచున్నాడు
అదరకు భూదేవి యాత్మలో నీవు,
కదు నే మరకుడు దిక్పతులార మీర
లని యని పల్కగ నా మేటి విల్లు
గొనయ మెక్కించి గైకొనక రాఘవుడు
తన బాహు సత్వంబు దర్పంబు మెరసి,
జనకుని కనియె నా చాపంబు చూచి
యిది చాల జులకన యిది చాల బ్రాత
యిది చాల నిస్సార మిది చాల నలతి
తెగగొన నిలువదు దీని నా యెదుట
బొగడితి వలుమాఱు భూపాల యనుచు
సురలు ఖేచరులు భూసురులు గిన్నరులు
నరులును నృపతులు నలి బర్వి చూడ
నెడపక తన జయంబెల్లను జాటు
వడువున విలు గుణధ్వని చెలగించి

సీత గుణంబులు చెవి సోకదిగువ
వడి రక్కసుల పట్టు వదల నన్నట్టు
విడిపట్టు వదలిన బెకల వేబెత్తి
ఫెళ ఫెళ ధ్వనులును బెట బెట ధ్వనులు
కలయ దిక్కులద్రువగా బెల్లు విఱిగి"

ఈ ప్రగల్భ వాక్యములు వినయ సుందర స్వభావుడైన రాముని నోట రాదగినవికావు. విశ్వామిత్రుని పల్కులును ఆ ఋషి గాంభీర్యమునకును కళంకములే.

వేశ్యలు ఋష్య శృంగుని ఎలయించి కొనిపోవు ప్రకరణమున గూడ ఈషదనౌచిత్యము కలదు.

ఆర్షకవులకును లౌకిక కవులకును గల భేదమును, లౌకిక కవులు భావ నిగ్రహము లేక సందర్భౌచిత్యము చెడగొట్టెడి విధమును నన్నె చోడుని చరిత్రలో చెప్పితిని ఆ సిద్ధాంతమే ఇయ్యెడను వర్తించును.

ఈ ధనుర్భంగానంతరంబున జరిగిన సీతా వివాహ ఘట్టము వాల్మీకమున అతి సంగ్రహముగా వివాహ కల్ప విధానాను గుణముగ, నిరాడంబరముగ చిత్రింపబడెను. బుద్ధారెడ్డి ఈ యెడగూడ ఆర్ష కవిత్వమునకు తన లౌకిక కవిత్వమునకు గల భేదమునకు మఱియొక మాఱు లక్ష్యభూతము కాదగినట్లుగా కథాంశమును ప్రపంచించి పెండ్లి పందిరి వేయుట మొదలు అంపకాల వరకును గల నాలుగు రోజుల వివాహమును అతివైభవోపేతముగ చిత్రించెను. ఈ వర్ణన నిజముగా సంపన్నులయిన ఆంధ్రకుటుంబముల యందు జరిగెడి వివాహములకు ప్రతిబింబము. ఇది మూలమును అతిక్రమించుటయే యైనను ఆక్షేపణీయము కాదు. తెలుగు కవులు, విశేషించి ప్రబంధ కర్తలు, ఇటువంటి రమణీయ దృశ్యములను తనివిదీర వర్ణించి, యే తమ కావ్యములను శోభాలంకృతము గొనర్చిరి. భావనా బలముచే లోకాంతర కాలాంతర వస్తుదర్శనము చేయగల ప్రజ్ఞాశాలి యైనను సాధారణముగా, ఏ కవియు తన కాలమునాటి తన జాతి సంప్రదాయములను, ఆచార వ్యవహారములను కథలో చొప్పింపక మానడు. అట్టి కల్పనలు మూల కథకు భంజకములు కానప్పుడు హృదయంగమములును ఆదరణీయములును అగును.

ఈ రామాయణములో అవాల్మీకమైన ఇంకొక ముఖ్యాంశము రామపాత్ర చిత్రణములో కలదు. వాల్మీకమున శ్రీరాముడు విష్ణుదేవు నంశమున నవతరించె నని పుత్రకామేష్టి మొదలగు కొన్ని సందర్భములలో చెప్పబడినను కథా కార్యమునకు రామవర్తనమునకును సంబంధించినంతవఱకును వాల్మీకి శ్రీరాముని ఉత్తమ పురుషునిగానే చిత్రించెను గాని పురుషోత్తమునిగా చిత్రింపలేదు. రామాయణమునకు ప్రస్తావన ప్రాయమైన నారద వాల్మీకి సంవాదమున వాల్మీకి అడిగిన ప్రశ్న "ఇప్పటి లోకమున సర్వోత్తమ గుణ మహితుడైన పురుష డెవరో చెప్పుము" లని. ఆ పంక్తు లివి :

కోన్వస్మిన్ సాంప్రతం లోకే
గుణవాన్ కశ్చ వీర్యవాన్
ధర్మజ్ఞశ్చ కృతజ్ఞశ్చ
సత్యవాక్యో దృఢవ్రతః
చారిత్రేరా చకోయుక్తః
సర్వభూతేషు కోహితః
విద్వాన్ కః కస్సమర్థశ్చ
కశ్చైక ప్రియ దర్శనః
ఆత్మవాన్ కోజిత క్రోధో
ద్యుతిమాన్ కో ఽనసూయకః
కస్యబిభ్యతి దేవాశ్చ
జాతరోషస్య సంయుగే
ఏతదిచ్ఛా మ్యహంశ్రోతుం
పరం కౌతూహలంహి మే
మహర్షేత్వం సమర్థోఽసి
జ్ఞాతుమేవం విధం నరం."

ఈ ప్రశ్నలో పేర్కొనబడిన గుణ విశేషములకు లక్ష్యభూతుడు కాదగినవాడు రాముడే యని యెఱిగి ఆయన చరితమును నారదుడు సంగ్రహముగ వాల్మీకికి చెప్పెను. వాల్మీకి, రామాయణము నంతను ఈ గుణ పరిగణన సూత్రానుసారమే నడపెను. వాల్మీకి శ్రీరాముని పరమేశ్వరత్వము నెఱుంగక పోలేదు. రామాయణమున అది అంతర్వాహినిగా నుండనే యున్నది.

ఇక బుద్ధారెడ్డి, ప్రసక్తి వచ్చినప్పుడెల్ల రాముని వైకుంఠధాముడనియే వాచ్యముగా పేర్కొను చుండును ఈ కవి నిజముగ రామభక్తుడు తన భక్తి పారవశ్యము పాత్రకు కూడ నాపాదించి శ్రీరాముని రాజుగాగాక దేవునిగా వారిచే కొల్పించు చుండును. కావ్యములవలన లోకము గ్రహింపదగిన నీతులును, ధర్మములును ఏమైన యున్నచో అవి మానవునకు ఆచరణయోగ్యములై యుండవలయును. అందుకై కావ్యము స్వీకరించెడి ఆలంబనవిభావము (పాత్రలు) మానవలోకమునకు అతీతమూర్తిగా నుండరాదు. అట్టివారి చరితములను దేవలోక చరితములుగా దూరమునుండియే నమస్కరింతుము గాని మన నడవడికి ఒరవడిగా గ్రహించుటకు ప్రయత్నింపలేము. కాన ఆచరణ యోగ్యమైన ధర్మోపదేశమునకు ఉత్తమ మానవుని చరితమువలె దేవతా చరితములు అంతగా ప్రయోజనకారులు కాజాలవు. భగవన్నామకములైన పురాణములలో రాణించినంతగా అవి మానవ నాయకములైన కావ్యములలో రాణింపవు ఈ కవి ఏవంవిధ కావ్య ధర్మమును విస్మరించినను పాఠకులకు శ్రీరామ పాద భక్తిని దోసిళ్ళతో జుర్రగొననిచ్చెను

వాల్మీకి దృష్టికిని ఇతని దృష్టికిని గల భేదమునకు ఇంకొక కారణమున్నది. సామాన్య మానవులవలె యోగులును ఋషులును అవతారపురుషులను చూచి విభ్రమాశ్చర్యములను పొందరు. వారు పరమాత్మకు సన్నిహితులు. మనము దూరస్థులము లౌకిక కవులలో ఏ మహానుభావులో ఒకరిద్దరు తప్ప సామాన్యులెల్లరు ఆ యెడమును అతిక్రమింపలేరు

ఈ రామాయణమునకు విశిష్టతను ఆపాదించిన ముఖ్యవిశేషమింకొకటి కలదు బాలకాండమున అయోధ్యలో బయలుదేరిన రామకథ క్రమముగ ఆర్యావర్తమును, దండకారణ్యమును, కిష్కింధారాజ్యమును, సముద్రమును దాటి యుద్ధ కాండమున లంకలో ప్రవేశించి కించిదవశిష్టముగా అచటనే ముగియును ఈ తుది ఘట్టమునగాని పాఠకులకు రావణుని యొక్కయు అతని సంసారము యొక్కయు స్థితిగతులను గూర్చి యథార్థజ్ఞానము కలుగుటకు అవకాశములేదు. అందుచే లంకా పట్టణము దయ్యాల కొటారమనియు, రావణుడు దయ్యాల రైప మరియు భ్రమతో భయపడుచుము. వాల్మీకమును సూక్ష్మపరిశీలన చేసిన వారికి గాని ఆ సంసార నిజస్వరూపము బోధపడదు. బుద్ధారెడ్డి రావణ సంసారమును

వాల్మీకికంటె ఎక్కువ స్పష్టతరముగా చిత్రించెను. ఆ సంసారములో రావణుని తమ్ములును తల్లియు భార్యయు కోడలును తక్కిన బంధుకోటియు రాముడు సాక్షాత్తు విష్ణువేయని ఎరిగియుండుటయేగాక ఆతని మహత్త్వమును హనుమదాది భక్తులతో సమముగా కీర్తించి రావణునకు హితము గరపిన సజ్జనులు.

ఆ రావణుని స్వభావమైనను పైకి కానవచ్చునంత ఆసురముకాదు. అతడు ఎంత లోకభీకరుడైన శూరుడో అంత మహోదారుడైన వీరుడు. క్షుద్రములైన క్రౌర్యాసూయలచే కన్నులు మూసికొనిపోయి యెదిరి ఘనతను మెచ్చని అంధుడు కాడు. ప్రపంచము అరావణమో అరామమో కావలెనని గట్టి పగబూని యుండియు, ఆ రాముని ధనుర్విద్యా కౌశలమును చూచినంతనే తల యూచి మెచ్చి, బట్టుకైవడి పొగడిన గుణగ్రహణ పారీణుడు.

"నల్లవో రఘురామ నయనాభిరామ ।
విల్లువిద్య గురువ వీరావతార
కరశరలాఘవ క్రమకళానిపుణ
స్ఫురదుపచార సంశోషిత కృపణ
భుజసార దృఢముష్టి భువన విఖ్యాత
విజితరిపువ్రాత విజయ సమేత
మానవ రాజకుమార కంఠీర
వా! నవ్య దివ్య శస్త్రాస్త్ర సంపన్న
స్ఫార! ఘోరాక్షయబాణ తూణీర
వీరాగ్రగణ్య యో విశ్వశరణ్య
బాపురే! రామ భూపాల! లోకముల
నీపాటి విలుకాడు నేర్చునే కలుగ
పాటించి పురములపైబడ్డ హరుని
ఏటొప్పు నిందు నీయేటొప్పు గాక"

ఈ పొగడ్త యా దైత్యవిభు మంత్రాలకు వెగటయ్యెను. "పగవాని నీ రీతి పంతంబు విడిచి" పొగడ రాదనియు ''పొగడిన, భయ మందబోలు నటంచు'' "పగవారు తనవారు పలుచగా జూతు"రనియు మందలించిరి. వారి మాటలకు దశకంఠుడు నవ్వి ''మేటి శూరుల పెంపు మెచ్చంగ వలదె?'' యని నీతి చెప్పుచు అచ్చోటు వాసి పోయెను.

ఇంతమాత్రమే కాదు రాముడు సాక్షా ద్విష్ణు స్వరూపుడని యెరిగిన మహా జ్ఞాని యీ రావణుడు. ఆ జ్ఞానమును మనమున నిగూఢముగ నుంచుకొని శత్రు సాధనచే ఆ రాముని చేతిలో కడతేరి సాయుజ్య సుఖమును పొంద గోరిన ముముక్షువు. హితము గరప వచ్చిన భార్యకు

''శ్రీరామ శరములచే జత్తునేని
నాకవాసులు మెచ్చ నా కోరుచున్న
వైకుంఠ మెదురుగా వచ్చు నిచటికి
లలన! నీవేటికి? లంక యేమిటికి
దలకొన్న ముక్తి సత్పథము గైకొందు"

అని సమాధానము చెప్పెను. అతనికి సనకసనందనాదుల శాప వశమున రాక్షస జన్మమెత్తిన జయుడనని స్మృతి కల్గెనేమో! రావణుని ఈ వలుకుల అర్థములో ఈషద్భాగము సూచనా మాత్రముగా వాల్మీకమున ఇట్లున్నది. కాని దాని సందర్భము వేరు.

"యశ్య విక్రమ మాసాద్య
రాక్షసాని ధనం గతాః
తం మన్యే రాఘవం వీరమ్
నారాయణ మనామయమ్''

ఎవని విక్రమముచే ఈ రాక్షసు లందరు నిహతు లైరో వీరుడైన ఆ రాఘవుని, నేను, అనామయుడైన నారాయణుడే అనుకొందును.

బుద్ధారెడ్డి, పాల్కురికి సోమనాథునకు ఇంచుమించు సమకాలికుడు. ఈ ద్విపద కావ్యకర్త లిరువురలో ఒకడు పరమ శైవుడు. ఇంకొకడు పరమ వైష్ణవుడు. బుద్ధారెడ్డి రామాయణము సోమనాథుని బసవ పురాణమునకు సార స్వత లోకమున ప్రతిస్పర్ధిగా జనించి జయము గొనెను.

సోమనాథుని రచనలోగల పాతబడిన మాటలు, లక్షణ విరుద్ధ ప్రయోగ ములు ఈ రామాయణమున కానరావు. నిర్దుష్టమైన భాషలో ధారాళమును ప్రసన్నమును అయిన శైలిలో నడచిన ఈ గ్రంథము ద్విపద వాఙ్మయశాఖలో అగ్రగణ్యముగ వన్నె కెక్కినది.

కవిబ్రహ్మ తిక్కన సోమయాజి

వంశము - జీవితము

ఏ దేశమందైనను కార్యదక్షులైన మంత్రులును, ఖడ్గ నిపుణులైన శూరులును, కావ్యనిర్మాతలైనకవులును, ధర్మోపదేష్టలైన ఆచార్యపురుషులును, తత్త్వజ్ఞాన సంపన్నులగు ఆధ్యాత్మిక సాధకులును ఉందురు. కాని యీ మహత్త్వము లన్నియు ఒక పురుషునియందే రాశీభూతమై యుండుట మాత్రము అరుదు. ఉన్నచో ఆ మహామహుడు తన జాతియొక్క పుణ్యవశమున అవతరించినవాడని చెప్పదగును. అతడు తన నడవడిని తన జాతి అవలంబింపవలసిన నానావిధ ధర్మపథములకు మార్గదర్శక మొనర్చి ఆ జాతి చరితమును తీర్చి దిద్దును. 13వ శతాబ్దిని ఆంధ్ర జాతిలో అట్టివాడుగా అవతరించిన మహానుభావుడు కొట్టరువు తిక్కనార్యుడు

ఈ వంశము వారు పెక్కు తరములుగ దండనాథులుగ మంత్రులుగ ఉన్నత పదస్థులైయుండి ఆంధ్ర జాతిని సేవించి ప్రతిష్ఠ గడించుకొన్నవారు. తిక్కన పితామహుడగు మంత్రి భాస్కరుడు "గుంటూరు విభుడు","సార కవితాభిరాముడు." ఆంధ్రపద్య కాదంబరిని రచించిన కేతనకవి, ఆ భాస్కరుని కుమారులలో నొకడగు కేతన మంత్రియే కావచ్చునని పలువుర నమ్మకము అనగా ఈ కవి భారతకర్తయగు తిక్కనకు పెద్దతండ్రి మఱి తిక్కన తండ్రి కొమ్మన, "దండనాధుడు", ''సాంగవేదవేది''. ఈ దండనాథుని అన్న కుమారుడే కదన భీముడని పేరుగాంచిన ఖడ్గ తిక్కన. ఈయన తండ్రి, మనుమసిద్ధి తండ్రికి మంత్రిత్వము నెఱపిన సిద్ధనమంత్రి. భారత కర్తయగు తిక్కన గంటము పట్టుటలో ఎంత కుశలుడో ఈ కదన భీముడైన తిక్కన ఖడ్గము పట్టుటలో అంతకుశలుడు. కాబట్టియే సపత్నినామములగు వారిరువురిలో ఒకరిని కవి తిక్కన యనియు రెండవ వారిని ఖడ్గతిక్కన యనియు లోకము పేర్కొనుట ఆచారమైనది. ఖడ్గతిక్కన కవిత్వము చెప్పగలవాడౌనో కాదో తెలియదు గాని కవితిక్కన మాత్రము గంటమును ఖడ్గమును పట్టగల వీరుదేయని దశ

కుమార చరిత్రకర్త కేతన వాడిన విశేషణములను బట్టి విదితమగును. తిక్కన గారి మహోదార జీవితమును, ఆయన రమణీయ రూపమును దశకుమార చరిత్రావతారికలో శబ్ద చిత్రిత మొనర్చి ఆ మహాపురుషునివర్ణచిత్రము లేని లోటును తీర్చిన మహోపకారి కేతనకవి. కేతన తన కృతిపతిని "తిక్కచమూప" "తిక్కదండాధీశా" "దుర్గమశాత్రవపార్శ్వభేది" ఇత్యాది విశేషణములతో సంబోధించెను.

ఆ కాలమున రాజులును మంత్రులును వ్యూహ నిర్మాణ దక్షులై యుద్ధరంగమున సైన్యములను నడపగల సేనానులుగా వర్తించిరేగాని, తాము ప్రాసాదములలో క్షేమముగా కూర్చుండి సేనలను రణ దేవతకు బలి యొసంగిన భీరువులు కారు. రాజునకు క్షాత్రమును విప్రునకు బ్రాహ్మ్యమును సహజ ధర్మము లే ఆ విప్రుడు మంత్రియే యైనచో "ఇదం బ్రాహ్మ్య మిదం క్షాత్రమ్" అని ఉద్ఘాటించుచు ఉభయ ధర్మములను నిర్వహించుచుండును కొట్టరువు తిక్కనయు ఆయన తాత తండ్రులును ఇట్టి విశిష్టతగల మంత్రులు. వారి యింటి మహిళామణులు సైతము వీర మాతలుగా, వీర పత్నులుగా, వీర వనితలుగా వెలుగొంది మహా భారతము నందలి మహిళా మణులను తలపించుచుందురు.

నెల్లూరి తెలుఁగు చోడులలో రాణ కెక్కినవాడు మనుమసిద్ధి తండ్రియైన తిక్కరాజు. ఇతడు అరి భయంకరుడై రాజ్యమేలెననియు, పదభ్రంశము నొందిన రాజులకు సాయము చేసి వారిని తిరిగి సింహాసన ప్రతిష్ఠితులను చేసెననియు, చరిత్ర కారులు చెప్పుచుందురు. అట్టి శూరుడు నెల్లూరిపై దండెత్తి వచ్చిన పాండ్యుని రెండుమార్లు పరాజితునిచేసి మూడవమారు ప్రతికూల దైవవశమున 1258 వ సంవత్సరమున రణ విహతుడయ్యెనట. కొందరు ఆయన రణ నిహతుడు కాలేదనియు వ్యాధి గ్రస్తుడై 1249-50 మధ్య కాలముననే మరణించెననియు చెప్పుదురు. తదుపరి అనతి కాలములోనే అతని కుమారుడు మనుమసిద్ధి కాకతీయ చక్రవర్తుల సాయముతో పాండ్యుని నెల్లూరినుండి తరిమివైచి, తాను పైతృకమైన సింహాసన మధిష్ఠించెను. ఇది ఒక పక్షమున 1250లో గాని, రెండవ పక్షమున 1259లో గాని జరిగి యుండవచ్చును.

మనుమసిద్ధి సింహాసనారోహణమును తిక్కన మంత్రి పదవీ స్వీకారమును ఏకకాలికములే యని పలువురి అభిప్రాయము. వెను వెంటనే, మనుమసిద్ధి

దాయాదుడు విజయాదిత్యుడు కొంతమంది రాజ విద్రోహులను కూడగట్టుకొని ఆతనిని తరిమివేసి సింహాసన మాక్రమించెను. మనుమసిద్ధి చేయునదిలేక కందుకూరు ప్రాంతమున ఒక పల్లెలో సకుటుంబముగా తల దాచుకొన వలసి వచ్చెను. అట్టియెడ రాజభక్తి పరాయణుడైన తిక్కన మంత్రి గణపతి దేవుని వద్దకు రాయబారిగావెళ్ళి, ఆ చక్రవర్తినిబహువిధముల మెప్పించి, ఆయనచే పూజలంది, కాకతీయ సైన్యమును తోడ్కొనివచ్చి, శత్రువును జయించి రాజును పునః ప్రతిష్ఠితుని జేసెను. గణపతి దేవుడు 1262 వ సంవత్సరమున మరణించెను కనుక తత్పూర్వమే మనుమసిద్ధికి సాయమొనర్చి యుండును.

మనుమసిద్ధికి మంత్రి కాక పూర్వమే తిక్కన తన పెదతండ్రియైన సిద్ధన మంత్రి నియమించిన యేదో ఒక ఉన్నతోద్యోగము చేయుచు, తిక్కరాజు పరిపాలనా కాలమున కూడ వన్నెయు, వాసియు సంపాదించి యుండును. ఆ యోగ్యతనుబట్టియే తిక్కరాజునకు మంత్రియైన తన పెదతండ్రివలె, తానును మనుమసిద్ధికి మంత్రియై రాజ్య భారమును వహించెను. ఆనాటికి తిక్కనకు ఇంచుమించు నలుబది, నలుబదియైదు సంవత్సరముల ప్రాయ ముండును. ఏనాడైనను అనుభవశాలియు పరిణత బుద్ధియు అయినవాడే మంత్రి పదవికి అర్హుడు. దేశము అల్లకల్లోలముగానున్న ఆ కాలమున అట్టివాడే మంత్రి యగుట మఱియు ఆవశ్యకము. ఈ ఊహ నిజమైనచో తిక్కన 1205-1210 మధ్య కాలమున జన్మించి యుండును.

ఆయన 1288 వ సంవత్సరమున దేహయాత్ర చాలించినట్లు ఒక శాసనమునుబట్టి చారిత్రకులు నిర్ణయించిరి ఆగుచో ఇంచుమించు 13వ శతాబ్ది ప్రథమ దశనుండి తుది దశ వరకు ఆయన జీవితము విస్తరించి యుండెనని అనుకొన వచ్చును. మరియు ఆయన సహస్రమాస జీవి యనియు పూర్ణ పురుషాయుష భాగ్య మనుభవించిన వాడనియు పరంపరాగతమైన జనశ్రుతి గలదు.

తిక్కన అవసాన కాలము వరకు మంత్రిత్వ భారమును మోయుచుండెననుకొనుట సమంజసము కాదు. అంతకు పది, పండ్రెండేడ్లకు ముందే లోక వ్యవహార వాసనాస్పర్శ తగలని దీక్షతో భారత రచనా వ్యగ్రుడై దానిని పూర్తి చేసి యుండును. తిక్కన మరణానంతరము 1290లో మనుమసిద్ధి దుష్టుల దుర్బోధలవల్ల సర్వ స్వాతంత్ర్యము సంపాదింప వలెననెడి ఆడియాసతో రుద్రమ

దేవిపై తిరుగుబాటు చేయగా రుద్రమదేవి మనుమడగు ప్రతాపరుద్రుడు నెల్లూరుపై ఎత్తివచ్చి మనుమసిద్ధిని అంత మొందించి ఆతని కొడుకైన నల్ల సిద్ధిని సామంత రాజుగా నెల్లూరి సింహాసనమున కూర్చుండ బెట్టెనట. ఇదే నిజమైనచో కృతఘ్నతా ఫలముగా మనుమసిద్ధికి సిద్ధించిన ఆ విపత్తు తిక్కన కనులార చూడవలసిన దుస్థితి పట్టలేదని సంతసింప దగును. ఇరువది ముప్పది సంవత్సరములు నిర్విఘ్నముగా సర్వతో భద్రముగా మనుమసిద్ధిచే రాజ్య మేలించి, తాను రాజోచిత వైభవోపేతముగా మంత్రిత్వము నెరపి కృతార్థ జీవనుడైన తిక్కనగారి బహువిధ పురుషార్థములలో ఈ చరిత్రకు కావలసినది మహాకావ్య రచనా పురుషకారమే యైనను ఆనుషంగికముగా తక్కిన మహాకార్యములను కూడా వివరించుట కారణబద్ధమే యగునుగాని అప్రస్తుతము గాదు.

తిక్కన మన వాఙ్మయమున నెంత ప్రసిద్ధుడో చరిత్రయందును అంత సుప్రసిద్ధుడు. ఆయన సకల సాహిత్య విజ్ఞానమునకును గురుపీఠమై విలసిల్లగా, ఆయన గృహము ఒక మహా గురుకులముగ రూపొందెను. తమ కృతులు వినిపించి ఆయన మెప్పు వడయుటకు వచ్చు కవులు, మంత్రాలోచనమునకై వచ్చు సచివ వతంసులు, ధర్మతత్త్వ మీమాంసలుచేయ నేతెంచు పండిత ప్రకాండులు మొదలగు ప్రముఖులతో ఆయన ప్రాంగణ మెల్లప్పుడును నిండి యుండెడిదట. వైదుష్యము వల్లనేకాక మంత్రిత్వ ప్రాభవము వలనను ప్రజల కాయన మాటలయందు అధిక గౌరవ ముండెడిది కావుననే ఆయన నిత్యము తన యింట విద్వజ్జనులతో చేసెడి చర్చలు, వీటివలన తేలెడు సారాంశములు దేశమున నలు దెసల శాసనములవలె వ్యాపించెడివి కాబోలు. ఇట్లాయన ఆచార్య పీఠమున నధిష్ఠించి తానే ఒక సర్వ విద్యా సంస్థగా (an institution in himself) సకల రంగములందును శ్రేయో మార్గముల నుపదేశింప జొచ్చెను.

ధర్మ ప్రబోధమునకు సాహిత్యము చక్కని సాధనము. సరస సాహిత్యము ద్వారా ధర్మతత్త్వ విశేషములను ప్రజల కందించుట అతి పురాతనమైన లోకాచారము. అట్టి భవ్యసాహిత్యసృష్టి, రాజులు, మంత్రులు మొదలగు ఉత్తమ పదస్థులు దూరదృష్టితో ప్రోత్సహించిననేకాని వర్ధిల్లదు. అందువలన తిక్కన తన యొద్దకు చేరుచుండిన కవులకు, పండితులకు ఉత్తమ సాహిత్య రీతులను వివరించి వారు సరసములు, శ్రేయోదాయకములు నగు కావ్యములను రచించు

టకు దోహద మొనరించుటయే కాక ఆ గ్రంథములు సంఘమున పెద్దల ఆదరాభిమానములు చూరగొను నట్లుగను, ప్రజలయందు ప్రచారము నొందునట్లుగను గోష్ఠులు, సభలు, సమావేశములు మొదలగు వాటి మూలమున ప్రయత్నించియుండును. ఈ సారస్వత కృషిలో ఒక భాగమే ఆయన కవుల వలన కృతి స్వీకారము పొంది వారిని సన్మానించుట. ఆయన కృతి పతిత్వమునకు నోచు కొన్న గ్రంథములలో భాగ్య వశమున దశ కుమార చరిత్రము మాత్రము మిగిలినది. ఆ యదృష్టము కేతనదే కాదు, మనదికూడ. ఆ గ్రంథము సజీవమై యుండబట్టియే మహాపురుషలక్షణలక్షితమైన తిక్కన మహోదారమూర్తిని ప్రత్యక్షముగా గాకున్నను మనో నయనములతో నైనను చూడగల్గుచున్నాము.

దశకుమార చరితము నంకితముగ గొను నాటికి ఆయన లోక సంగ్రహ పరాయణుడై యెన్ని విధముల కృషి చేయుచుండెనో, లోకు లాయన మహనీయతను గుర్తించి యెట్లు పూజించుచుండిరో, దశకుమార చరితము నందలి వాక్యముల వలన గ్రహింపవచ్చును. అప్పటికే ఆయనకు ఉభయ కవి మిత్రుడన్న బిరుదము రూఢ మయ్యెను.

కం॥ ''అభినుతుడు మనుమ భూవిభు
సభ దెనుఁగున సంస్కృతమున చతురుండై తా
నుభయ కవి మిత్రు నామము
త్రిభువనముల నెగడ మంత్రి తిక్కడు దాల్చెన్ "

సంస్కృత పండితులును, కవులును దేశభాషా కవులను సరకు సేయకుండుట పరిపాటి. ఎవరో కొందరు ఉదార చిత్తులైన పండిత కవులు తప్ప సాధారణముగ కేవల శాస్త్ర పారంగతులైన పండితులు తెలుగు కవులను చిన్న చూపే చూతురు. తెలుగు కవులు తిరస్కారమును సహింపక ప్రతీకారాధిక్షేపణలు చేయుటయు సహజమే। సంస్కృత పాండిత్యము కల్గి ఉభయ భాషల యందును కవిత్వము చెప్పనేర్చి దేశభాషా సాహిత్యావశ్యకతను గుర్తించిన మహనీయుడు ఆ రెండు వర్గముల వారిని సమదృష్టితో చూచుచు సమముగ నాదరించుచు పొరపులులేని పొత్తును సంఘటింప గలడు అట్టివాఁడు ఉన్నత పదస్థుడై మాట చెల్లుబడి గలవాడైనప్పుడే అది సాధ్యమగును. అట్టి ప్రాభవము పదవియు గలవాడు ఆనాడు తిక్కన ఒక్కడే। ఆయన ప్రాపును

కోరి చెంత చేరిన కవులలో సంస్కృత కవులును తెలుగు కవులును కలిసియే యుండిరి అప్పటి తెలుగు కవులు సైతము సంస్కృత మెఱుగని అపండితులు కారు. అయినను సంస్కృత కవులు వారిని మెచ్చక పోవుటకు కారణము తెలుగు కవిత్వమునెడ వారికిగల చిన్న చూపేగాని తెలుగు కవుల సంస్కృత రాహిత్యము కాదు.

11 వ శతాబ్ది మధ్యభాగమున ఆంధ్ర భారతావిర్భావము జరిగినను తత్పూర్వము నుండియు సంస్కృతాభిమానులకు తెలుగునెడ గల నిరసన భావము తిక్కన నాటికి కూడ శమింపలేదు కాబోలు। కావుననే ఆయన ఉభయభాషా కావ్య రచనలచే, ఉభయ కవుల పోషణచే ఆ రెండు వర్గముల వారికిని పొత్తు కుదుర్చవలసిన భారము వహించెను. తిక్కనార్యుడు సంస్కృత గ్రంథములను రచించి యుండు ననుటకు సందేహము లేదు. ఒక దృష్టాంతము చూడుడు. కాకతీయుల ఆడపడుచును, బుక్కరాయని కోడలును, కంపరాయని అర్థాంగియు నైన గంగాదేవి తన భర్త తురుష్క సంహార మొనర్చి సాధించిన ఘన విజయములను "మధురా విజయము" అను పేర సరసమైన ఒక చారిత్రక కావ్యముగా సంస్కృతమున రచించెను. ఆ గ్రంథావతారికలో పూర్వ సంస్కృత కవుల స్తుతించు సందర్భమున ఆమె తిక్కనార్యుని కూడ స్తుతించెను. ఆ శ్లోకమిది:

"తిక్కయజ్వ కవే స్సూక్తిః
కౌముదీవ కలానిధేః
స తృష్ణైః కవిభి స్స్వైరం
చకోరైరివ సేవ్యతే॥"

కవులు కళానిధియైన తిక్కన సోమయాజి కవియొక్క భాషణమును దప్పిగొన్న చకోరములు కళానిధియొక్క కౌముదినివలె నిరాతంకముగ ఆస్వాదింతురు.

ఈ ప్రశంసకు విషయభూతమైనది తిక్కనార్యుని సంస్కృత కావ్య రచన అనుటకు సందేహపడ నక్కరలేదు. అట్లుగాక గంగాదేవి ఆయన భారతమునే అట్లు కొనియాడెనని తలంప వచ్చునుగాని, సంస్కృత కవయిత్రి

సంస్కృత కావ్యమున సంస్కృతపూర్వ కవి స్తుతిచేయు సందర్భమున సంస్కృత కవియైన తిక్కననే స్తుతియించి యుండెననుకొనుట లెస్స.

ప్రత్యేక గ్రంథ రచనలు చేయక పూర్వము నుండియు ఆయన చాటువులైన పద్యములను, శ్లోకములను రచించుచు ప్రాచీన కావ్యప్రౌఢిని వివరించుచు సమకాలీన రచన యందలి గుణ దోషణములను విమర్శించుచు సత్కావ్య రచనా గోష్ఠులను నిర్వహించుచు కవి కుల గురువుగా విలసిల్లి యుండును. అట్టి ఉపదేశాచరణములవల్లనే నాడేకాక నేడును కావ్యానుశాసన కర్తగా పూజ్యుడయ్యెను. శాసనములో ఒక భాగమే నిర్వచనోత్తర రామాయణావతారికలో సూచింపబడిన ఉత్తమ కావ్య లక్షణములు.

వాటిలో కొన్ని సోమనాథాదులను విమర్శించెడి అధిక్షేపణ వాక్యములును, కొన్ని సార్వకాలికములైన కవితా శిల్ప మర్యాదలును కలవు. సోమనాథుడు మాటిమాటికి తెలుగు వాక్యములలో సంస్కృత వాక్యములను-శ్రుతి స్మృత్యాగమాదులందలివి—చొప్పించుచు శాంత ప్రాసమును కూర్చుచు 1 విశేషణ విశేష్యములకు లింగ వచనములం దుండదగిన భేదము నొప్పరికించుచు వళులు ప్రాసలు పులిమి పుచ్చును తన నిరంకుశత్వమును ప్రకటించెను. ఈ దోషముల నన్నింటిని తిక్కన నిరసించెను. ఒక భాషలో ఇంకొక భాషా వాక్యములు చొనుపుట రచనా దోషములలో నొకటిగ ఆధునిక పాశ్చాత్య విమర్శకులును వక్కాణించిరి. దీనినే తిక్కన ఆనాడు 2 జాత్యము కాదు అని సోమనాథుని రచనలో తప్పు పట్టెను.

1. ఇది సంస్కృత భాషా మర్యాద. నన్నయ తిక్కనాదులు దీనిని పాటించిరి ''కథ జగత్ప్రసిద్ధ గావున'' అని తిక్కన ప్రయోగము. ఈ వాక్యములో కథ అను తత్సమ పదమునకు సంస్కృతమున 'కథా' అనెడి ఆకారాంత స్త్రీలింగ శబ్దము మూలము దానికి విశేషణమైన 'ప్రసిద్ధ' శబ్దము ఆకారాంత స్త్రీలింగమే కావలయును కావుననే కథ జగత్ప్రసిద్ధ అని వ్రాసెను. ఈ సంప్రదాయము మన భాషలో పదియారవ శతాబ్ది వరకు నడిచెను. అప్పటినుండి మారి పోయెను. ఇప్పుడు మనము కథ జగత్ప్రసిద్ధము అని వ్రాయుదుము.

2. ''జాత్యముగామి నొప్పయిన సంస్కృత మెయ్యెడ జొన్ప'' ఈ వాక్యములో ఒప్పయిన అను పదము సంస్కృతము అను పదమునకు విశేషణము కాదు. అది అప్యర్థకమైన అవ్యయము. ''ఒప్పయినప్పటికి'' అని దాని అర్థము. తప్పుగాక పోయినను సొగసుగా నుండినను జాత్యము కాకపోవుటచేత తెనుగు వాక్యమున సంస్కృతము చొప్పించరాదని తాత్పర్యము. ఈ సిద్ధాంతము సంస్కృత వాక్యమును అనుకరించుటకు (వాక్యాంతమున ''అను'' ధాతు ప్రయోగము చేయుటకు) సంబంధించినది కాదు, మఱి యేక వాక్యములో కొన్ని పదములు సంస్కృతముగా కొన్ని పదములు తెలుగుగా వ్రాయుటకు సంబంధించినది. పండితారాధ్యుని ప్రకరణమున దీని కొక యుదాహరణము నిచ్చితి, చూడుడు.

ప్రాతబడ్డ మాటలు వాడుట, రసభంగము చేయుట, లక్షణ విరుద్ధముగ వ్రాయుట మొదలగునవి సార్వకాలిక దోషములుగానే పేర్కొనెను.

పాశ్చాత్య విమర్శకులు కావ్య రచనలో ప్రాతబడ్డ మాటలు ప్రయోగించుట అనాగరక లక్షణములలో ఒకటి యని నిర్దేశించిరి (One of the barbarisms of poetic art is the use of the Obselete). అర్థమునకు తగిన శబ్దమును వాడుట, పలుకు లొండొంటితో పొంది యుండుట, అలతి యలతి పదములతో కాహళ సంధించిన విధమున వాక్యమును సంధించి ధ్వని పుట్టించుట మొదలగునవి ఉత్తమజాతి కవిత్వమునకు గుణములుగా ఆయన పేర్కొనెను.

పైని పేర్కొన్న లక్షణము లన్నియు ఉత్తమ కావ్య రచన చేయదలచిన వారి కెల్లరకు సర్వ సాధారణోపదేశములు.

తిక్కనార్యుని మహనీయత కవిత్వ పాండిత్యములకు మాత్రమే పరిమితము గాదు. ఆయన వైభవము, దాతృత్వము, వ్యవహార ధౌరంధర్యము, కర్మ పరత్వము, ఔదార్యము కవి పండిత పోషణము మొదలగు మహా రాజోచితములైన మహా లక్షణములను వర్ణించుచు కేతన వ్రాసిన ఈ క్రింది పద్యములు చూడుడు:

సీ॥ ''సుకవీంద్ర బృంద రక్షకు డెవ్వఁడనిన వీఁ
డను నాలుకకుఁ దొడవైన వాఁడు,
చిత్త నిత్యస్థిత శివుఁ డెవ్వఁడనిన వీఁ
డను శబ్దమున కర్థమైనవాఁడు,
దశదిశా విశ్రాంతయశుఁ డెవ్వఁడనిన వీఁ
డని చెప్పుటకుఁ బాత్రమైనవాఁడు,
సకల విద్యా కళాచణుఁ డెవ్వఁడనిన వీఁ
డని చూపుటకు గుఱియైనవాఁడు,
తే॥ గీ॥ మనుమసిద్ధి మహీశ సమస్త రాజ్య
భార ధౌరేయుఁ డభిరూప భావభవుఁడు,
కొట్టరువు కొమ్మనామాత్యు కూర్మిసుతుఁడు
దీన జనతా నిధానంబు తిక్కశౌరి॥

సీ॥ నరస కవీంద్రుల సత్ప్రబంధము లొప్పఁ
గొనుసను టధిక కీర్తనకుఁ దెరువు,
లలిత నానా కావ్యములు చెప్ప నుభయ భా
షలయందు ననుట ప్రశంస త్రోవ,
యర్థిమైఁ బెక్కూళ్ళ నగ్రహారంబులఁ
గా నిచ్చు ననుట పొగడ్త పొలను,
మహిత దక్షిణలైన బహువిధ యాగంబు
లొనరించు ననుట వర్ణనముదారి,

తే॥ గీ॥ పరున కొక్కని కిన్నియుఁ బ్రకటవృత్తి
నిజములై పెంపు సొంపారి నెగడునట్టి
కొమ్మనామాత్యు తిక్కని కొలది సచివు
లింక నొక్కరు డెన్నంగ నెందు గలడు!"

ఆయన దశకుమారచరిత్రముగాక యింక నే గ్రంథముల సంకితము గొనెనో యిప్పుడు తెలియ వచ్చుట లేదు. అట్లే ఉత్తరరామాయణ, మహాభారత ములు తప్ప తత్కృతములైన యితర గ్రంథములును కన్పించుట లేదు. ఆ కాలమున నవి యన్నియును ఆయన కీర్తి మకుటమున మాణిక్యములై విరాజిల్లి యుండును. ఆయన బహువిధ యాగములను మహిత దక్షిణలతో గావించె నని కేతన చెప్పెను గదా! ఆ యాగములలో సోమయాగముకూడ సూచితమై యుండు ననుకొనరాదు. ఆయన అప్పటికి సోమయాజియై యున్నచో ఆ విష యమును కేతన వర్ణింపకుండ వదలుట యెట్లు? సోమయాగమునకు పూర్వము చేయదగిన శ్రౌత స్మార్త క్రతువులు చాలా కలవు. కావున తిక్కనార్యుడు, కృతి స్వీకారము నాటికి సోమయాజి కాకపోయినను హవిర్యాజియై యుండును. మరియు, కృతి పతిత్వమునకు పిమ్మట అనతి కాలముననకే నిర్వచనోత్తర రామా యణ రచన సాగించి యుండును.

దశకుమార చరిత్రయందు, ఆ గ్రంథము ప్రస్తావింప బడకపోవుట, పై ఊహకు ఆధారము. పోయినవి పోగా, ఆ రామాయణమే తిక్కనార్యుని ప్రథమ కృతిగా నిల్చెను గాన, దానినే స్వీకరించి తద్గుణ విశేషములను పరిశీలింతును.

నిర్వచనోత్తర రామాయణము

రామాయణ రచనా కుతూహలముగల తిక్కన ప్రధాన కథాత్మకమైన పూర్వ భాగమును వదలిపెట్టి ఉత్తరకాండను చేపట్టనేల? తిక్కనార్యుడు భావి లోకమునకు కలిగెడి ఈ శంకను నివృత్తి చేయగల వాక్య మొక్కటియు ఆ గ్రంథావతారికలో పలుకలేదు. పైగా

కం॥ "ఎత్తరినైనను ధీరో
దాత్త నృపోత్తముడు రామ ధరణీపతి స
ద్వృత్తము సంభావ్య మగుట
నుత్తర రామాయణోక్తి యుక్తుడ నైతిన్॥"

అని మనస్సులోని మర్మమును చెప్పకయే ఒక త్రోపుమాట విసరెను. ఈ వాక్యము చారిత్రకులకు తృప్తి గొలుపదు. కావుననే కొందరు తిక్కన తాత గారైన మంత్రి భాస్కరుడు పూర్వ రామాయణమును రచించెననియు, అదియే భాస్కర రామాయణ మను పేర బరగుచున్న దనియు, దానిని పూర్తిచేయు తలంపు తోడనే ఉత్తర కాండను చేపట్టెననియు సమాధాన పడుదురు అట్లే యగుచో

తే. గీ॥ "సార కవితాభిరాము గుంటూరి విభుని,
మంత్రి భాస్కరు మత్పితామహునిఁ దలఁచి
యైన మన్ననమెయి లోక మాదరించు,
వేర నాకృతి గుణములు వేయునేల॥"

అని తాతగారి ప్రసంగము తెచ్చి ప్రశంసించిన తాను ఆ సార కవితాభిరాముని రామాయణ కర్తృత్వము మరుగు పరచనేల? అది ఆయన కర్తృత్వమును ప్రకటించవలసిన సమయమే కాని మరుగు వరచవలసిన సమయము కాదు. మరుగు పరచుట తగదనెడి ధర్మము తిక్కన యెరుగని వాడుకాదు. కనుక భాస్కర రామాయణము మంత్రి భాస్కరునిది కాదని నా తలంపు. కాగా ఆయన ఉత్తరకాండనే రచించుటకుగల కారణము, దత్పూర్వము గోన బుద్ధారెడ్డి రంగ నాథ రామాయణము ఆరు కాండములను రచించి యుండుటచే అసంపూర్ణముగ నున్న ఆ మహా కావ్యమును ద్విపదలలో కాక పోయినను పద్య మయముగా నైనను రచించి సమగ్ర రామాయణమును ఆంధ్ర భారతికి అర్పించు సంకల్పమే

అని నా ఉద్దేశము. మఱి నిర్వచనోత్తర రామాయణము రంగనాథ రామాయణమునకు పూరకము కాదు. ఇదియు ద్విపదలోనే వ్రాయబడినచో నా రెంటిని ముడివేయ వచ్చునుగాని, కానినాడు ఇది స్వతంత్ర రచనయే! రంగనాథ రామాయణమునకు ఇది పూరకము కాదు కనుకనే ఆ శతాబ్ది చివరి భాగమున బుద్ధారెడ్డి కొడుకులు కాచవిభుడు, విఠ్ఠలుడు అనెడు సోదర కవులు తమ తండ్రి యాసలిని ఉత్తర కాండమును ద్విపదలోనే రచించి ద్విపద రామాయణము పూర్తి చేసిరి. వారి రచన రంగనాథ రామాయణమునకు యథార్థమైన పూరణము; నిర్వచనోత్తర రామాయణము స్వతంత్రము.

తెలుగులో పూర్వ రామాయణము ద్విపదలో నుండగా నుత్తరకాండ రచించి రామాయణమునకు సమగ్రత సంపాదింప నెంచిన ఈ కవి ఉత్తర భాగమును కూడ ద్విపదగా రచింపక పద్య ప్రబంధముగా నేల రచింపవలెను? మీదు మిక్కిలి దానిని నిర్వచనమేల చేయవలయు ననెడి సందేహములు ఎవరికైనను పొడముట సహజము. దానికి నాకు తోచిన సమాధాన మిది:— నన్నయ ఉపక్రమించిన చంపూ పద్ధతి దేశి రచన కాదనియు, చంపూ పద్ధతిలో నెడ నెడ వచ్చెడి గద్యలు పద్య పఠన రక్తికి ఉపహతి కల్గించుననియు, పద్యమునకు పద్యమునకు వాక్య సాంగత్యము చేయవలసి వచ్చినచోట కలిగెడు క్లేశమును చంపూకర్త రెండిటిమధ్య వచన వాక్యమును చొప్పించి తన అసమర్థతను కప్పి పుచ్చుకొన వచ్చుననియు సోమనాథ ప్రముఖ ద్విపద కవి వర్గముయొక్క ఆక్షేపణలై యుండును. బుద్ధారెడ్డి సోమనాథునితో ప్రతిభటత్వము వహించి తానును ద్విపద రచనయే చేసి బసవ పురాణమున కానవచ్చెడి లోపములు తన రామాయణమున దొరలకుండ నిర్వహించి సోమనాథునికంటె తానే ప్రామాణికమైన ద్విపద రచన చేయగలవాడనెడి ప్రశస్తిని సంపాదించెను. నిజమే. ఎవరు వ్రాసిననేమి? తిక్కనకు ద్విపద కావ్యము నచ్చదు. నిజముగా నది పాడుట కనువైనదేగాని పఠనమున కంతగా పనికిరాదు. చదువు కొనెడి వారికి అది కలిగించెడి విసుగుదలయు, వేసటయు గ్రంథము నెడ విముఖత్వము కల్గించును. పద్య కావ్యములోగల ఛందో వైవిధ్యము పఠనమునకు రక్తిని కల్గించును. ఈ విషయ మంతయు సోమనాథుని ప్రకరణమున చెప్పితిని. ఒక పద్యమును ఇంకొక పద్యముతో సంఘటించునెడ కలిగెడి క్లేశమును చంపూకవి, వచనము వలన దాట గలదనెడి రెండవ ఆక్షేపణకు సమాధానముగా కాభోలు, తిక్క

నార్యుడు "వాక్య సాంగత్యము సేయుచోనైన గద్యములు తోడుగ చెప్పిపెట్ట" అని ప్రతిజ్ఞచేసి నిర్వచన ప్రబంధమును రచించి అది ద్విపద కావ్యముకంటె సర్వథా మేల్తరమని నిరూపింప దలచెనని అనుకొనవచ్చును. ఈ ప్రతిజ్ఞను ద్విపద కర్తల ఆక్షేపణలను పరాస్తము చేయుటకు మాత్రమే పూని పాలించెను. కాని తదుపరి భారత రచనావసరమున ఆయన దానిని ఆదరింపలేదు కావుననే భారతమును నన్నయ దారిని గద్యపద్యాత్మకముగానే రచించెను.

నిర్వచనోత్తర రామాయణము మనుమసిద్ధి పట్టాభిషిక్తుడైన పిదప ఎంత కాలమునకు రచింపబడెనో సరిగా చెప్పలేము. కాని దశకుమార చరిత్రమున ఈ గ్రంథ ప్రస్తావన లేదు గనుక దానిని కృతిగా పుచ్చుకొన్న పిమ్మటనే దీనిని తిక్కనార్యుడు మనుమసిద్ధికి కృతి యిచ్చి యుండును. మరియును మనుమసిద్ధి, అద్దంకివద్ద సారంగపాణి అను పేరుగల మహారాష్ట్ర సామంతు నొకనిని అవలీలగా జయించి, వాడెక్కి తిరిగెడి అశ్వరాజమును కైవశము చేసికొనెనట! దీనిని ఆ దినములలో ఒక ఘన విజయముగా చెప్పుకొని యుందురు. రాజభిరోహించెడి గుఱ్ఱమునుకొనుట, అతని కిరీటమును దొలగ ద్రోయుట వంటిది కాబోలు! ఆ యుద్ధ విజయమును తిక్కన తన గ్రంథావతారికలో ఇట్లు వర్ణించెను.

శా॥ "శృంగారంబు నలంగదేమియును; బ్రస్వేదాంకుర శ్రేణి లే
దంగంబుల్ మెఱుఁగేద వించుకయు, మహారాష్ట్ర సామంతు సా
రంగుందోలి, తురంగం ముంగొనిన సంగ్రామంబునం దృప్త స
ప్తాంగ స్ఫార యశుండు మన్మవిభు వంపై చన్న సైన్యంబునన్."

ఈ యుద్ధము 1257 వ సంవత్సరములో జరిగినదట. మరి మనుమసిద్ధి శత్రువులు స్వాధీనపరచుకొన్న రాజ్యమును గణపతి దేవుని సాయముతో మరల సంపాదించిన యుదంతము ఈ గ్రంథమున పేర్కొనబడలేదు కాన తత్పూర్వమే ఇది రచింపబడి యుండవలయును. అట్లుగాక ఈ రచన తరువాతనైనచో నది కృతిపతికి ప్రతిష్ఠా హేతువు కాదని కృతికర్త విడిచిపుచ్చెననుకొనవచ్చును గాని గణపతి చక్రవర్తి యెడ చూపవలసిన కృతజ్ఞతను తడవకుండుట వేరొక అప్రతిష్ఠకు కారణమగునని ఉచితజ్ఞుడైన తిక్కన యెరుగకపోడు. 'రాజ్య

నష్టము, పునః ప్రాప్తి, ఇత్యాది మాటలు లేకుండగనే గణపతి మనమసిద్ధుల మైత్రికి సూచకములైన శబ్దములతో ఆ చక్రవర్తిని ప్రశంసింపవచ్చును. కావున అద్దంకి విజయమునకును శత్రువుల విద్రోహ చర్యకును మధ్యకాలమున ఎప్పుడో ఈ గ్రంథము రచింపబడి యుండును.

ఈ ఉత్తర కాండానువాదము భారతానువాదముకంటెను మిగుల స్వతంత్రము. ఈ అనువాదములో తిక్కన మొదట చూపిన అతి స్వతంత్రత పూర్వ రామాయణ కథను అతి సంగ్రహముగ రచించి ఉత్తరకాండ కథా ప్రారంభమునకు పూర్వరంగముగా నలంకరించుట. ఆ భాగమునందలి అయోధ్యాపురవర్ణనము విమ్మట రామాయణ కథా సంగ్రహము ఆయనదిగా మనకు లభించన అమూలకమైన స్వంత కవిత్వ ప్రకరణము. కథాంతమున రామ నిర్యాణమును పరిహరించుట రెండవ స్వాతంత్ర్యము. దీని వలన మంగళారంభము, మంగళాంతము, స్వయం సంపూర్ణమునైన యుత్తమ రామ కథ ఒక తెలుగు కావ్యముగా వెలసి నట్లాయెను.

అసలు ఈ ఉత్తర కాండము వాల్మీకి కృతము కాదనియు ఒకవేళ తత్కృతమే యయినను అందు చాల ప్రక్షిప్తములు కలవనియు ఆధునిక విమర్శకులు అందురు ప్రాచీనులలో సైతము కొందరు కొన్ని ప్రతులలో కానవచ్చు అధిక పాఠములను ప్రక్షిప్త భాగములుగానే శంకించిరి. అది గ్రంథములో నించు మించు ఐదవవంతు ఉండును. తిక్కన మిగిలిన భాగములో సైతము కొంత విసర్జించెను.

ప్రాచీనులు కాక ఆధునికవిమర్శకులు ఉత్తరకాండమున ఏయే భాగములు ప్రక్షిప్తములని నిర్ధారించిరో తిక్కన విసర్జించిన భాగములు ఇంచుమించు అవియే యగుట ఆశ్చర్యము. ఆ ప్రక్షిప్తములనే గాక, మరికొన్ని భాగములను విసర్జించుటయే కాక ఆయన చేసిన ఇంకొక మార్పు రాముని" ధీరోదాత్త నృపోత్తముని" గానే చిత్రించుట. వాల్మీకి రామాయణ పూర్వకాండములలో రాముని విష్ణుత్వము అంతర్వాహినిగానే యుండెను గాని, ప్రస్ఫుటము కాలేదని రంగనాథ రామాయణ ప్రకరణమున జెప్పితిని. ఉత్తరకాండమున తద్భిన్నముగా రాముని విష్ణుత్వము వాచ్యముగానుగ్గడింప బడినది. ఇది వాల్మీకి కృతము కాదని వాదించెడి వారికి ఈ రామపాత్ర చిత్రణములో కానవచ్చెడి భేదమొక హేతువై

నది. నిర్వచనోత్తర రామాయణములో రాముని పురోషోత్తముడుగా గాక, పురుషపుంగవునిగానే చిత్రించిన తిక్కన తొలినాటి వాల్మీకి ఆశయమును అకుంఠితముగా పరిపాలించిన వాడయ్యెను. ఇంతేకాదు, రావణ పాత్రను నయితము రాక్షసుడుగా గాక ధీరోద్ధతుడైన నాయకునిగా చిత్రించి ఆనాడు రామునకు ప్రతి నాయకుడు కాదగిన శూరుడే అనిపించెను.

ఉత్తర రామాయణకథ రామునకు సంబంధించినంత వఱకు వర్తమానము, రావణునకు సంబంధించినది భూతపూర్వము భారతమునకు హరివంశము ఎట్టి అనుబంధ పురాణమో (ఖిలపురాణమో) ఉత్తరకాండము పూర్వ రామాయణమునకు ఇంచుమించు అటువంటి అనుబంధము. ఇందు శ్రీరామ పట్టాభిషేకము, సీతారాముల ప్రణయలీల, సీతావివాసము, రాముని అనుతాపము, రాముని అశ్వమేధము, కుశలవుల రామాయణగానము, సీతా భూప్రవేశము అనునవి మాత్రమే రాముని చరితమునకు సంబంధించిన ముఖ్యాంశములు. ఈకథా భాగము 1,8,9, 10, ఆశ్వాసములలో నడిచెను. సీతా వివాసమునకు తరువాత జరిగిన కథ యంతయు తుది రెండాశ్వాసములలో నున్నది. ప్రథమాశ్వాసము పూర్వరామాయణ కథా సంగ్రహముతో ముగిసినది. మధ్యగల ఆ రాశ్వాసములు రావణుని వంశమునకును అతని జీవితమునకు సంబంధించినవి. ఈ భాగములో ఒక్క హనుమంతుని జనన వృత్తాంతము మాత్రము ప్రాసంగికముగా చెప్పబడ్డది.

భారతమున కావ్యశిల్ప సంబంధములగు ఏ మహోదార విశేషములు తిక్కన ప్రతిభకు నిదర్శనముగా ఉదాహరింపబడునో అవి యన్నియు ఈఉత్తర రామాయణముననే స్థిరరూపము దాల్చినవి. భారతము వ్రాయకున్నను ఆయన కవితాయశమునకు ఈ గ్రంథమొక్కటియే చాలి యుండెడిది ఆయన కవిత్వమునకు జీవమని చెప్పదగిన శబ్దార్థౌచితి, సంభాషణ కౌశలము, సజీవపాత్ర సృష్టి, నిశిత ప్రకృతి పరిశీలనము, తీక్ష్ణమనోనిదానము, అల్పాక్షరముల అనల్పార్థరచన మొదలగునవన్నియు భారతమునందువలె ఇందును వ్యక్తములగుచుండును. మఱియు ఇందుగల యే చిన్న ఉపాఖ్యానమైనను భారతములీవలెనే స్వయం సంపూర్ణమును, కావ్యధర్మ శోభితమునునగు శిల్పఖండము 7 భాసించు చుండును. రామునకు సంబంధించిన కథాభాగములో సీతావివాస ఘట్టము ప్రధానాంశము (అష్టమా శ్వాసము 92-136) రావణుని కథాభాగ

ములో ఆతనిచైత్ర యాత్రలలోకానవచ్చెడి బాలలోక సాధారణమైనపరాక్రమ విజృంభణము కాక, ఆతని ఉద్ధతదుష్కార్యము కత్వమునకు సంబంధించినవి రెండు కథలు కలవు : అందులో నొకటి ఈ కావ్యమున రంభా రావణుల సంవాదము (షష్ఠాశ్వాసము 57 ప-76 ప) అను పేర బరగు చున్నది. రెండవది వేదవతి వృత్తాంతము (పంచమా శ్వాసము 4 ప-28 ప)

(1) **సీతా వివాసఘట్టము** :- ఈ కావ్యమునకు గర్భస్థానీయమును రామునిజీవితమునకు ప్రళయమును అయిన ఈ ఘట్టములో తిక్కన ప్రదర్శించిన పాత్రానుగుణమైన భావములు, తదను రూపమైన వాక్యములు, సర్వతోముఖమైన ఆయన నాటకీయ ప్రతిభకు పరమ దృష్టాంతముగ వెలుగొందు చుండును. మేరుధీరుడైన రాముడు "అయ్యంగనకును నాకును నిదియవిధి అను మానింపకుడు నిశ్చయంబగు చోటన్" అని తన తమ్ములకు ఆదేశించు నపుడు ఆయన తెగువ అనుల్లంఘనీయమైన రాజశాసనముగ శిరసావహింప దగినదని వ్యక్తమగుటయే కాక సీతారాముల పుట్టుకయే దుఃఖ సంవేదన కొఱకుఅని ఆయన భావించినట్లు కూడా విదితమగును. భవభూతి నాటకములో "దుఃఖ సంవేదనాయైవ రామే చైతన్య మాగతమ్" అని రాముడనెను. సీతారాము లిరువురును దుఃఖ సంవేదనము కొఱకే పుట్టిరని ఈ కావ్యమునందలి రాముడనుకొనెను. పుటపాకము వలె హృదయమున శోకము మరుగుచున్నను ధీరతా కవచితమైన చిత్తమున పొడమిన భావమునకు "అయ్యంగనకును నాకును నిదియ విధి"అన్న వాక్యము శబ్దరూపము. ఇంకొక కవియైనచో ఈ ఘట్టము నింత గంభీరముగ రచింపలేడు. లక్ష్మణుడు సీతను వనమునకు తోడ్కొని పోవు సమయమున రాముడు స్వయముగా ఆటకు వచ్చి దహించుకొని పోవుచున్న తన హృదయ తాపమును మాటలలోగాని, చేష్టలలోగాని ఇంచుకయు వ్యక్తము కానీకుండ ఆమెను రథమెక్కించి తుది వీడ్కోలు నొసంగెను. ఆతని ధైర్యమునకు ఆశ్చర్య పడుచు ఈ దురంత కార్యమెట్లగని ఆ ముద్దరాలి అమాయకత్వమునకు దుఃఖ పడుచు చెంత నిల్చియున్న లక్ష్మణుని మొగమున ఆతని మనోభావము వ్యక్తమయ్యెనట ఆశ్చర్య చింతాముద్రితమైన మఱది మొగమును కన్నెత్తి చూచినచో సీతకు కొంచెమేని అనుమానము కలిగి తీరును. రాముడు ఈ సంకటస్థితి గ్రహించి తనకు ఇష్టము లేకున్నను నిన్ను దూర భూములకు పంపుచున్నందులకు

నా మీద అలుకవచ్చి లక్ష్మణుడు మొగమును ఒక విధముగ పెట్టినాడు చూడుమని సీతకు చూపెను. ఇక్కడ వర్తించిన ఆ మూడు పాత్రల చిత్తవృత్తి వివర్తములు మూడు పద్యములలో ప్రదర్శించి చూపిన ఆ నేర్పు నాటక కర్తలకే కాదు; నాటకము నభినయించు నటులకును సాధ్యము కాదు. అందును లక్ష్మణుని ముఖవైఖరిని గమనించి, రాముడు దానికర్థము చెప్పుట పార్శ్వవర్తియైన పాత్రయొక్క చేష్టను కథా కార్యముతో మేళగించుట అనెడి ఒక నాటకీయధర్మమునకు దృష్టాంతము [to attune the movements of the side character to the main action of the drama]. ఈ ప్రజ్ఞ నేనెరిగినంతవరకు షేక్స్పియర్ నాటకములలో పెక్కుచోట్ల కానవచ్చును. తిక్కన కావ్యమును నాటకీయముగ రచించునను సిద్ధాంతమునకు ఇటువంటి ఉదాహరణములు పెక్కు చూపవచ్చును. ఈ మూడు పద్యములు తద్గుణ గరిష్టతకు పారకులే ప్రమాణమనుదురు కాక.

ఉ॥ అక్కట! నాదు వేడ్క కుచితానుచితంబులు సూడకే విభుం
డొక్క తలంపు వాఁడయి, సముత్సుకతన్ నను దవ్వుపుచ్చఁగా
నిక్కమ యియ్యకోలరయ నెయ్యముతియ్యముగాదె" యంచునిం
పెక్కగఁ రాముడెంద ముడుకెక్కరథంబు లతాంగి యెక్కినన్.

ఉ॥ అత్తఱి నున్న ధైర్యమున కచ్చెరువందుచు, జీవితేశుహృ
ద్వృత్త మెఱుంగమిన్ మదిని దీనికి నమ్ముట కుమ్మలించుచుం
జిత్తము ఖేదమానసముఁజెందిన మాన్పఁగలేక, లక్ష్మణుం
డుత్తల మందుచున్న విభుఁ డుగ్మలి కాతనిఁ జూపియిట్లనున్.

ఉ॥ దూరమునాక, ఘోరవన దుర్గతలంబులఁ గేలినల్పగాఁ
గోరెడు భామలం, ప్రియులఁ గోరినయట్టుల పుచ్చు రాజులన్
ధారుణి నెందుఁ గానమని తామును దీనికి నడ్డపెట్టఁ నేఁ
బోరితమాడి యిట్లు నినుఁ బుచ్చుటి కల్గినవాడు సూచితేఁ"

(2) ఇక రంభారావణ సంవాదము : రావణుడు ఇంద్రలోకము దండెత్తి పోవుచు కైలాసము చేరువ సేనల విడియించెను ఒకనాటి వెన్నెల రాత్రి అతడు పటకుటీరమున కావల ఒంటరియై విహరించుచుండ, నలకూబరునింటికి

అభిసారికా వేషము దాల్చి పోవుచున్న రంభ యాదృచ్ఛికముగ నాతని కంట బడెను. ఆ స్త్రీ ఎవరైనను అగుగాక. అతడు సంకోచములేక బలాత్కరించు స్వభావము కలవాడు వాడు ఆమెను నిలబెట్టి ఆమె పేరు, పోక మొదలగు ప్రశ్నలడిగి తాను త్రిలోక జేతయైన రావణుడనని తన గొప్పచెప్పుకొని తన వలపును వెల్లడించెను. రావణుడెంత యుద్ధతుడో రంభ అంతప్రౌఢ. ఆమె తన వాక్చాతుర్యమును చూపి "పంక్తిముఖుండవేని నే నక్కట। నీకు కోడలగదయ్యా। తొలంగు తొలంగు "అని మందలించెను. తిరస్కార పూర్వకమైన ఈ ఉపాలంభమునకు ఇంకొకడైనచో సిగ్గుపడి సగము చచ్చిన వాడగును. అంతేకాదు తాను లంజెయైనను నలకూబరునితోడి తన తమకము లంజియ కాదని ఆమె తన అనన్యసక్తతను స్పష్టము చేసెను. కాని ఈ వాదములన్నియు వానిమది కెక్కవు. వాని ఉద్రేకమట్టిది. జంకుగొంకులేక వాడా అప్సరసను ఎంగిలిచేసెను. ఈ ఘట్టమున ఆ రెండు పాత్రల సంవాదమును నడపుటలో తిక్కన చూపిన నైపుణియటుండగా, జుగుప్సావహమైన రావణుడు చేసిన పనిని "ఎంగిలి చేయుట" అని వ్రాయుట బంగరు కిరీటమునకు రత్నము పొదుగుట వంటిది. అవమానితయైన ఆ వనిత వెసదిరిగిపోక,

కం॥ "వెలఁ వెలఁ బాఱుచు గొంకుచుఁ
దలకుచు నడ దొట్రు వడుచుఁ దలకుచుఁ దనలో
బలుకుచు, నెడ నెడ నిలుచుచు,
నలకూబరు కడకు నాతి నలగుచుఁ జనియెన్."

ఈయెడ ఆ అభిసారిక పొందిన చిత్తవైకల్యమును ఛాయా సమగ్రముగా అర్థభేదము గల క్రియలతో వర్ణించుట తిక్కనకే తగును.

(8) వేదవతి :- ఈమె "కుశధ్వజుడ"ను ఒక మునీశ్వరుని పుత్రిక. ఆమెను విష్ణువునకిచ్చి పెండ్లిచేయవలయునని తండ్రి సంకల్పము. ఏ వరుడు వచ్చి అడిగినను ఆయన ఆమె నిచ్చుటకు ఇయ్యకొనలేదు. జంభుడను ఒక రాక్షసుడు నిరాకృతుడై ఆ మునీశ్వరుని వధించెను. ఆ కన్య దుఃఖము దిగమ్రింగి విష్ణునే పతిగా బడయుటకు తపము చేయగడగెను. రావణుడు దారి వశమున ఆమె ఆశ్రమమునకు పోయి ఆమెను వలచి తన కోరికను చెప్పెను. ఆమె తన కథ యంతయు చెప్పినను వాడు తన మనసును మార్చుకొనలేదు. ఆ తాపస

కన్య వాని మాటలకు రోసి "పో! పో। మతిలేదు నీకు" అని వానిని ఛీత్కారించెను. తన తపః ప్రభావమును కూడ చూపెను. వాడంతతో ఆగక ఆమెను పట్టుకొనబోగా "నేను విష్ణువునకే భార్యగా నీకు మృత్యువుగా మరు జన్మమున జనింతు" నని చిచ్చఁజొచ్చెను. రంభ "నీకు కోడలగదయ్య తొలంగు తొలంగు" అనుట ఆ ప్రౌఢాప్సరసకే తగును. "పో పో మతిలేదు నీ క"నుట ఈ మునికన్యకే తగును. ఆ రెండు హితములను సరకు గొనకుండుట ఆ రాక్షసరాజునకే తగును. తిక్కనార్యుని గ్రంథ మందెల్లడను కానవచ్చెడి పాత్రోచితమైన భావములకు, భావోచితములైన శబ్దములకు ఇవి ఒకటి రెండు ఉదాహరణములు.

సీతా పరిత్యాగమునకు పూర్వము సీతా రాములు సలిపిన వన విహార వర్ణనలో తిక్కనార్యుడు చూపిన సరసత్వము, చతురత, నాగరకత, మార్దవము, లాలిత్యము మనభాషలో ఇంకెక్కడను కానరావు. ఆ చిత్రణ మంతయు సీతా రాముల ప్రణయ జీవితమాధుర్యము. ప్రేమనిష్టము, ప్రణయసుందరమును అయిన, ఆ దాంపత్య మాధుర్య వర్ణన ఒక అమృత వాహిని. ఈ యెడనే కాదు, మరి యెయ్యెడనైనను నాగరక ముద్రాలంకృతమైన దాంపత్య సౌకుమార్యమును వర్ణించుటలో తిక్కనతో సాటి రాగల కవి మరి యొకడు లేడు.

శ్రీరాముడు సీతాసౌందర్య లక్ష్మిని ఆరాధించుటకు చేసిన ప్రణయసేవా సారస్యమును వర్ణించిన ఈ క్రింది పద్యమును చూడుడు:

సీ॥ "కలపంబు లభినవ గంధంబులుగఁగూర్చి
　　　తనువల్లిఁగలయంగ దానయలఁదు
పూవులు బహువిధంబులుగఁగట్టి ముడికొక
　　　భంగిగా నెత్తులు వట్టియిచ్చు
హారముల్ మెఱయ నొయ్యారంబుగాఁగ్రుచ్చి
　　　యందంబువింతగా నలవరించు
మృగమదపంకంబు మృదువుగా సారించి
　　　తిలకంబువెట్టి నెచ్చెలికిఁజూపు

ఆ॥ జనకరాజతనయ మనము దలిర్పంగ
వివిధ నిపుణలీల వెలయ నిట్లు
చతురముగనొనర్చు సౌభాగ్యసారాభి
రామమూర్తి యగుచురామ విభుఁడు"

ఇందలి సీతా రాముల విహార వర్ణనము సంస్కృతాంధ్రములలో సాటి రాదగినది కాళిదాసు కుమారసంభవమున వర్ణించిన పార్వతీ పరమేశ్వరుల నందనోద్యాన విహారము మాత్రమే, అయినను ఇందు కాళిదాసానుకరణ మేమియు లేదు. కాళిదాసుతో సాటిరాగల కవి ఆంధ్రమున తిక్కన ఒక్కడే. మూలమున సైతము ఈ విహారము చెప్పబడినది గాని అందు వాల్మీకి చేతి జాడయే లేదు. వరి, అది తిక్కన వర్ణనతో పోలికకు నిలువజాలదు. అయితే తిక్కన చేసిన ఈ విహార వర్ణనము కొంతదీర్ఘముగ ఉన్నదని నెవమెన్ను వారుండవచ్చును ఏ వర్ణన నైనను, ఏ కథ నైనను అనతి విస్తృతముగ నడపెడి ఈ కవి ఈ యెడ ఆ మర్యాదను ఏల పాటించలేదు? ఈ ప్రశ్నకు నాకు తోచిన సమాధానమిది: సీతా రాముల దాంపత్యమునకు అది తుది దినము. పూర్వ రామాయణము విప్పి చూచినను అనలు సంపూర్ణమైన వారి దాంపత్య సౌఖ్య మెట్టిదో మనకు తెలియదు. ఈ కాండమున ఆ దంపతుల ప్రణయ మధుర జీవితమును ప్రదర్శింపదగిన అవకాశ మీ ఒక్క చోటనే కలదు. ఆ అవకాశమును చేజార్చక పాఠకులు ఆ మాధుర్యమును ఆకంఠముగ గ్రోలి తృప్తిచెందునట్లు కవి దానిని ప్రపంచించెను. పున్నమి వెన్నెలలో విహరించు చకోరముల జంటవలె, ఆ పుణ్యదంపతు లిరువురును తనివి తీరునంతను విహరించి అలసి సొలసిరి. వెన్నెల విహారము చేసి అలసి వ్రాలిన చకోరముల జంట వ్యాధుని దెబ్బకు గురియైనట్లు, విహారదివసానంతరము రసమయమైన ప్రణయ విహార దివ్యలోకము నుండి పాపపంకిలమైన వ్యావహారిక లోకమున దిగిన వెంటనే మరునాడు ఆ పుణ్య దంపతులకు విధిప్రహారము వల్ల శాశ్వత వియోగము కలిగెను. ఆ సంయోగమునకు ప్రతియోగముగా ఈ వియోగము తటస్థించుట వలన అవి ఒండొంటికి పోషకములైనవి. ఆ సంయోగ వర్ణనమే సంక్షిప్తమగునేని, బెట్టిదమైన ఈ వియోగము నందలి విషాదభారము సువ్యక్తము కాదు. అట్టి భావ భరమును మోయదగినది ఆ విహారవర్ణనా విస్తృతియే: అనుయోగములైనను ప్రతియోగము లైనను సంఘటనలు రెండును, సమాన బలము కలవి యైనపుడే ఒకదాని బరువును రెండవది మోయగల్గును. లేనిచో ఒకటి తేలిపోవును.

తిక్కన భారతమును రచింపక పోయినను, ఈ రామాయణము వల్లనే ఆంధ్ర సాహిత్య లోకమున శాశ్వతమైన యశమునకు భాజనమయ్యెడి వాడు.

కాని భారత రచన వల్ల తెనుఁగున ఏ కవికి అందని బ్రహ్మ పదమును చేపట్టి, కవి బ్రహ్మ యయ్యెను. ఈ రామాయణము వల్ల అట్టి పదవి లభింపకున్నను కావ్యశిల్ప పారంగతుడైన మహాకవిగా పేరు పొందెడివాడు. ఈ సామర్థ్యము కూడ అన్య దుర్లభమే: ఈ వాఙ్మయము పుట్టినది మొదలు నేటివరకు ఆయన వలె సర్వవిధముల అనవద్యమైన కావ్య శిలాసృష్టి చేసిన కవి లేడు. శిల్ప ప్రౌఢిని పరీక్షించుటకు గ్రంథ విస్తృతియు పద్యముల యొక్క సంఖ్యయు. క్షేత్రము కాదు అయినను నిర్వచనోత్తర రామాయణము విస్తృతి యందును అల్పగ్రంథము కాదు. అందు ఒకటి కాదు, రెండు ప్రబంధములకు సరిపడు గ్రంథ మున్నది. వస్తుతత్త్వమును బట్టి, భారతమున కూడ అన్ని యెడలను సాధ్యము కాని బహుముఖమైన కావ్యశిల్ప చాతురి ఈ గ్రంథమునందు ప్రతి పద్యమున గోచరించును. కావున ఇది తొలిరచన అనియు భారతముతో సాటి రాదనియు అప్రౌఢ మనియు అనుకొనుట సాహిత్యమునకే అపచారము చేయుట. తిక్కనకే ఈ గ్రంథమునెడ మిక్కిలి మక్కువగలదు. దీని తరువాత పది పంద్రేండేండ్లకు ప్రారంభించిన భారతములో ఇందలి పద్యములు కొన్ని సంద ర్భము పొసగినపుడు యథా తథముగ వాడుకొనెను. తలచినచో అక్కడ వేరు పద్యము వ్రాయగలడు. కాని ఈ గ్రంథముమీది మక్కువ ఆ పని చేయనీయదు. ఆ పద్యములలో కొన్ని ఇవిగో:

1. స్రావ్యంబై చెలగన్ గభీరమధురజ్యానాద ముద్దామ వీ
ర వ్యాపారనిరూఢతన్ ప్రతిశరారంభంబు మర్దించుచున్
సవ్యప్రౌఢి దృఢావసవ్యగతి నాశ్చర్యంబుగా నేయుచున్
దివ్యాస్త్రజ్ఞులబోరి రిద్దరును సాదృశ్యం బదృశ్యంబుగన్.

(ని.రా.4. ఆ.71-భా.వి.5 ఆ 182)

2. కలగెన్‌తోయధి సప్తకంబు గిరివర్గంబెల్ల నూటాడె నం
చలకంబొందె వసుంధరావలయ మాశాచక్రమల్లాడె గొం
దలమందెం త్రిదశేంద్రు పట్టణము పాతాళంబుఘూర్ణిల్లె నా
కులమయ్యెన్ గ్రహతారకాకులము సంక్షోభించె సవ్యేతరయున్.

(ని.రా.2 ఆ.56-భా.వి.4 ఆ 172

3. గుణమున లస్తకంబునను కోటియుగంబునకేల దారఖీ
షణముగ నుప్పతిల్లి రభనంబుగరేగిన మాడ్కి దీవ్రమా
ర్గణనికరంబులొక్కట నరాతిబలంబులగప్ప శార్ఙని
క్వణనము రోదసీకుహర కర్పరముం బగిలింప నుగ్రతన్.
(ని.రా.౩.అ 18–భా.)

4. తిగిచి కవుంగలించి నరదేవకులోత్తము డక్కుమారు నె
మ్మొగము మొగంబునం గదియ మోపు గరాంగుళులం గపోల మిం
పుగ బుడుకుం బొరింబొరి నపూర్వవిలోకనమాచరించు గ
ప్పగుమృదుమౌళి నుజ్జ్వలనఖాంకుర చేష్ట మొనర్చునర్మిలిన్.
(ని.రా.10 ఆ.47 భా వి 1. ఆ.247)

(ఈ పద్యములో ఒక్క పదము మాత్రము మార్పుగలదు)

భారతము : రచనా కాలము

కాసెనర్వప్ప తన సిద్ధేశ్వర చరిత్రలో తిక్కన, గణపతి దేవునకు భారతము చదివి వినిపించి ఆయనమెప్పు వడసెనని చెప్పి ఉండుటచే కాకతీయ చక్రవర్తి సందర్శనమునకు పూర్వమే తిక్కన భారతము రచించి యుండెనను కొనుటకు అవకాశము కలదు. కొందరట్లే తలంచిరి అట్లే యగుచో 1262వ సంవత్సరమునకు పూర్వము గణపతి దేవుడు మనుమసిద్ధికి సాయమొనర్చుట నిజమే కావున అప్పటికే భారతము రచింపబడి యుండవలెను. ఆ కాలము నిర్వచనోత్తర రామాయణ రచనా కాలముగా చెప్పదగినదే కాని, భారత జనన కాలము కాదు భారతము నిర్వచనోత్తర రామాయణమునకును గణపతి సాయమునకును మధ్యకాలములో రచింపదగిన అల్పగ్రంథమును కాదు నిర్వచనోత్తర రామాయణమునకు పూర్వము రచింపబడలేదనుటకు ప్రబలమైన అధారములే కలవు రామాయణము నాటికి ఆయన సోమయాజి కాలేదు. దాని గద్యలో ఉభయ కవి మిత్రుడనని చెప్పుకొన్న తిక్కన భారత గద్యలో "బుధారాధన విరాజి తిక్కన సోమయాజి" అని చెప్పుకొనెను. రామాయణమున ఆయన మంత్రిత్వ ప్రస్తావన కలదు. భారతమున దాని స్మరణయేలేదు. మొదటి దానిలో "అమలోదాత్తమనీష నేనుభయకావ్య ప్రౌఢిపాటించు శిల్పమునన్ పారగుడన్"

అని తన ప్రజ్ఞనుద్ఘాటించు కొనుటకు సంకోచింపని ఆ కళాపిదుడు రెండవ దానిలో "నా నేర్చినభంగి చెప్పితి వరణీయుడనయ్యెద భక్తకోటికిన్" అని వినయ మధురముగా తన ఈశ్వరార్పణ బుద్ధిని వెలార్చెను. భారత కథా ప్రవృత్తితో ఇంచుమించు సమానమయిన పరిపూర్ణ జీవితము గడపి, అవాప్త సర్వకాముడై ఫలము బ్రహ్మార్పణమన్నప్పటి రచన భారతము. అభిజ్ఞాన శాకుంతల భరత వాక్యములో కాళిదాసు

> ''మమాపిచ క్షపయతు నీలలోహితః
> పునర్భవం పరిగతశక్తి రాత్మభూః।''

అని తుది మనోరథముగా మోక్షపదవిని కోరినట్లు తిక్కన భారతాంతమున ''హరిహరనాథ! సర్వభువనార్చిత! నన్దయజూడు మెప్పడున్''అని ప్రపన్నతాంజలి ఘటించెను. ఈ పద్యమునకు తరువాత ఆయన మరల కవిత్వము వ్రాయలేదనియే నా తలంపు రామాయణము కంటె పూర్వము భారతము పుట్టుట అసంభవము. అవకాశము లేమిచే ఉత్తర రామాయణమున నామ మాత్రము ప్రదర్శితమైన ఆధ్యాత్మిక విజ్ఞానము భారతమున సహస్రముఖముల ప్రవహించి, కవిబ్రహ్మ నామమును సార్థకము చేసినది ఆయన కవిత్వము వలననేకాక, బ్రహ్మ విద్యోపదేశము వలనను సార్థకబిరుద నాముడయ్యెను. అదికాక మంత్రిత్వమువదలి యజ్ఞముచేసి, లోకవ్యవహార సంసర్గములేని దీక్షతో నిర్విఘ్నముగా భారతము పదిహేను పర్వములు నిర్వహించి యుండును. ఆయన జీవితములో నిట్టిమార్పును, ఆయన ఆత్మీయతలో నట్టి పెంపును వచ్చుటకు రామాయణ రచనానంతరము అధమము పదిపదిహేను సంవత్సరములకాలము పట్టియుండునని నాయూహ ఈ యూహ నిజమయ్యేనేని భారతము 1270 ప్రాంతమున ప్రారంభింపబడియుండును.

గణపతిదేవున కాయన భారతమును వినిపించినమాటే నిజమైనచో అది సంస్కృత భారతమే కాని తెలుగు భారతము కాదు అప్పటికాయన సంస్కృత భారతమును పెక్కు పర్యాయములు చదివి అందలి విశేషములను వ్యాఖ్యానించుచు "భారత ప్రవచనమును తిక్కన నోటినుండియే వినవలయు"ననెడి కీర్తిని గడించి యుండును కర్ణాకర్ణిగా ఆమాటవిన్న గణపతి దేవుడు ఆయన భారతము చదివించుకొని యుండవచ్చును. సంస్కృత భారతమున పిహ్యాఖ

దినముల నుండియు పున: పునరావృత్తముగా ఆయన పఠించియుండునుగాని అనువదించుటకు పూనకొనినపుడు మాత్రమే ఆ గ్రంథమును విప్పియుండడు. భారతమనగా భారతీయ విజ్ఞాన సర్వస్వము. ఆ సారమంతయు అమృతమువలె చిరకాలమాస్వాదించినవాడు కనకనే కవిబ్రహ్మ దాని వినిర్మాణమునకు ఆశ పడుటయేకాక అర్హతకూడ సంపాదించెను. ఇవన్నియు కాక:

ఉ॥ "కావున భారతామృతము కర్ణపుటంబుల నారగ్రోలి యాం
ధ్రావళి మోదముంబొరయునట్లుగ సాత్యవతేయ సంస్మృతి
శ్రీవిభవాస్పదంబయిన చిత్తముతోడ మహాకవిత్వ దీ
క్షావిధినూని పద్యముల గద్యములన్ రచియించెదన్ కృతుల్.

అనికదా ఆయన చేసిన ప్రతిజ్ఞ! భారతరచన కుపక్రమించినది మొదలు తుదిదాక యజ్ఞ దీక్షితునివలెనే కవిత్వ దీక్షితుడై రచన పరిసమాప్తి నొందించె నన్నమాట అది యెంతకాలమైనను కానిండు. దీక్షాకాలములో దీక్షితుడు అన్య కార్యములయెడ దృష్టిని త్రిప్పుటకు వీలులేదు. అట్టి వ్యగ్రతకే దీక్షయనిపేరు. మరి మంత్రిత్వకాలమునందే తిక్కన ఈ భారతము రచించి యున్నచో ఆ దీక్ష యెట్లు సాధ్యమగును? రాచకార్యములు ఆయన దీక్షకెట్లు భంగము కల్గింప కుండును? ఒకవేళ తాత్కాలికముగ మంత్రిత్వమును దూరముగ నుంచి భారత రచన కోసము దీక్ష వహించియుండరాదా అన్నచో, అట్లు ఉండుట పొసగదని సమాధానము. రాజ్యమును, రాజును కన్నాకువలె కనిపెట్టియుండవలసిన మంత్రి కొంతకాలము స్వకార్య తత్పరత్వముచే మంత్రి పదవిని ఉపేక్షించుటకైనను రాజు అంగీకరింపడు. ఆ మంత్రి చిత్తమును అంగీకరింపదు కావున సర్వలౌకిక వ్యవహార వాసనలు యజ్ఞరూపమున త్యాగము చేసిన పిమ్మటనే భారత రచనా దీక్షకు పూనుకొనెననుట సహేతుకముగను సమంజసముగను ఉండును. ఈ సిద్ధాంతమును పూర్వపక్షము చేయువారితో నాకు వాదము లేదు.

గ్రంథారంభము

భారతము పంచమ వేదమనెడు ప్రశస్తి యుండగా, అది ధర్మాద్వైత మూర్తియని తిక్కనార్యుడు సార్థకమును, అద్వితీయమునైన నామకరణము చేసెననియు, ఆ విశేషణమే చరమ సిద్ధాంతమనియు నన్నయభట్టు ప్రకరణములో జెప్పితిని. నన్నయభట్టు రచన అరణ్యపర్వ మధ్యభాగమున నిలిచిపోగా

గ్రంథము పూర్తిచేయనెంచి తిక్కన అటనుండి కొనసాగింపక తన కృతిపతికి పట్టముగట్టదగిన స్థానము అదికాదని యెంచియే ఆ భాగమును వదలి విరాట పర్వముతో గ్రంథము ప్రారంభించెను. భారతము ప్రబంధమండలియని తిక్కనయే అనెను. అందొక్కొక్క పర్వము ఒక్కొక్క ప్రబంధము. దేవునకుగాని నరునకుగాని కృతి ఇచ్చుట ప్రబంధాదిని జరుగును. కాని మధ్యభాగమున జరుగదు. దానికే మంగళాచరణ పూర్వకమైన కృత్యాదియని పేరు. తిక్కన నన్నయవలె రాజనరేంద్రునకే అంకితము చేయనెంచినచో భట్టారకుని రచనను అందుకొని కొనసాగించవచ్చునుగాని అట్లుకానినాడు ఆ భాగమును తడువరాదు. రాజనరేంద్రున కర్పితమైన ఆరణ్యపర్వమున హరిహరనాథుని ప్రతిష్ఠించుట పొసగదు. ఆ పర్వము మొదలే నరాంకితమయ్యెను. కనుక పిమ్మట హరిహర నాథున కర్పించుట అర్థభుక్తాన్నమును ఈశ్వరునకు నివేదన చేయుటవంటిది. పోనీ, ఆరణ్యపర్వ ఉత్తరభాగమును రాజనరేంద్రునకిచ్చి విరాటపర్వాదిని హరిహరునకు పట్టము గట్టరాదా! యని యందుమేని, అది తిక్కనయే కాదు యే కవియు చేయరానిపని. ఈశ్వరునకు గ్రంథమర్పింప దలచినవాడు వ్రతమును భంగమొనర్చుకొని కొంత భాగము నరాంకితముచేయు దోషమునకు పాల్పడడు. కావుననే తిక్కన భారతమునకు విరాటపర్వము మొదటిదైనది. నన్నయ పూర్తిగ మూడుపర్వములు రచించి యుండుటచేతనే తిక్కన విరాటపర్వమును చేపట్టెనని చెప్పువారు కొందరు కలరు.

ఉ॥ "ఆదరణీయసార వివిధార్థగతిస్ఫురణంబుకల్గి ఆ
ష్టాదశపర్వ నిర్వహణసంభృతమై పెనుపొందియుండ నం
దాదిదొడంగి మూడుకృతులాంధ్రకవిత్వ విశారదుండు వి
ద్యాదయితుండొనర్చె మహితాత్ముడు నన్నభట్టు దక్షతన్"

అను పద్యమును వారు ఆధారముగ చూపుదురు. ఈ పద్యమున తిక్కన మూడు కృతులు అనుటలోని అర్థము స్థూలమేగాని గణితశాస్త్రానుసారముగా లెక్కపెట్టి చెప్పినదికాదు. అట్లు చెప్పవలసివచ్చినచో రెండు పర్వముల మూడాశ్వాసముల నూటనలుబదిరెండు పద్యములు అని చెప్పవలెను. అది గణకుడు చేయవలసిన పనిగాని, కవిచేయవలసిన పనిగాదు. నిజముగా నన్నయ మూడు పర్వములే రచించియున్నచో పై పద్యమును చెప్పిన తిక్కన నాల్గవ పర్వమును

ప్రారంభింపకముందు, ఆ మూడు పర్వములును చదివియుండవలయును గదా। ఆయనకు లభ్యమైన అసంపూర్ణభాగము తదుపరి ఎజ్జిన నాటికి లుప్తమైపోయె ననుకొనుట హాస్యాస్పదము అసంపూర్ణస్థితిలో అట్టిదుస్థితి సంభవించిన సంభ వింపవచ్చునుగాని తిక్కన పదునైదు పర్వములతో పూర్తియైన సమగ్ర గ్రంథ ములో ఒక భాగము లుప్తమైపోనిచ్చు ఉదాసీనత ఏ అక్షరాస్యునకును ఉండదు. కావున అరణ్యపర్వశేషమును తిక్కన వదలిపెట్టిన మాటయే నిజము. దానికి కారణము పైన చెప్పినట్లు కృతిపతికి పట్టముగట్టదగిన స్థలము అది కాకపోవుట.

భారతము ధర్మాద్వైత మూర్తియైనట్లే తిక్కనరచితభాగమునకు కృతి భర్త అయిన హరిహరనాథుడును సర్వదేవతాద్వైతమూర్తి.

హరిహరనాథ తత్త్వము

కల్పితములైన నామరూప భేదములచే భగవంతుని పేరను, మతము పేరను దారుణ కలహములకులోనై అలజడి పొందుచుండిన ఆంధ్రులకు తిక్కన ప్రసాదించిన భగవత్తత్త్వము హరిహరనాథము

హరిహరనాథ నామరూపములను గూర్చి ఆంధ్రులలో భిన్నాభిప్రాయ ములు కలవు. గ్రంథావతారికను బట్టియు ఆశ్వాసముల ఆద్యంత పద్యము లను బట్టియు నేను గ్రహించినంతవరకు ఆ హరిహరనాథ తత్త్వమును వివరిం చెదను. ఆ తత్త్వము సుగుణమును సాకారమును ఐనప్పుడు శివకేశవాత్మకము. నిర్గుణమును, నిరాకారమైనపుడు ఉపనిషత్ప్రతిపాదితమైన పరమాత్మ. ఓం కారము తద్వాచకము. ఆ తత్త్వము సుగుణాత్మకముగా సాకారముగా ఆరాధ నీయమైనపుడు శ్రీయన గౌరినాబరగెడి స్త్రీతత్వము. అయ్యది నిర్గుణాత్మకమై ఓంకారవాచ్యమైనపుడు హ్రీంకార వాచ్యమగును. ఈ అర్థమునే తిక్కన షష్ఠ్యంత పద్యములలో నిట్లు వ్యక్తమునర్చెను.

క॥ ఓంకారవాచ్యునకు నన
హంకార నిరూఢభావనారాధ్యునకున్
హ్రీంకారమయ మనోజ్ఞా
లంకారోల్లాస నిత్యలాలిత్యునకున్.

కాబట్టి హరిహరుని శివకేశవాత్మక మూర్తిగా భావన చేయుట ఆరాధనార్థము. అప్పుడా దేవుడు భక్తిగమ్యుడు యోగగమ్యుడైనప్పుడు హరిహరునకు ఆకారము లేదు.[1] మరియు వ్యాసుని వాఙ్మయ ప్రపంచమునకు హరిహరనాథుడు లక్ష్యమట.[2]

కం॥ శ్రీ సంపాది పదాంబుజ
నాసాగ్రనివాస రసికనాదామృత ధా
రాసారరూప వేద
వ్యాస వ్యంజిత విహార హరినాథా!

ఇక్కడ వేదవ్యాసవచస్సు అనగా బ్రహ్మసూత్రములు అని అర్థము. కావున బ్రహ్మసూత్రములలో ఏపరతత్త్వము నిర్దేశింపబడినదో ఆ పదార్థమే తిక్కనార్యునకు లక్ష్యమైన హరిహరనాథ తత్త్వము. అదియే ఉపనిషత్ప్రతిపాదితము ఆ తత్త్వము జ్ఞానగమ్యము. అంతేకాదు. ఆ దేవుడు "క్రతుభూషణ మణి". నిత్యాగ్నిహోత్ర పరతంత్రులకు, క్రతుపరాయణులకు, "అపూర్వ" మనెడి వేదవిహిత కర్మానుష్ఠాన ఫలమునొసగెడి యజ్ఞపురుషుడు. కావున ఆ దేవుడు పూర్వమీమాంసా ప్రతిపాదితమైన తత్త్వముకూడ అగును.

యోగి భక్తుడుగా చేతులు జోడించునపుడు, నాసాగ్ర నివాసమైన ఆ హరిహర తత్త్వము శివకేశవాత్మకముగా సాక్షాత్కరించును. శివునకు కైలాసమును, విష్ణువునకు వైకుంఠమును నివాస లోకములుగదా! మరి ఈ ఇరువురిలో లోకమున ధర్మగ్లాని కలిగినపుడెల్ల వైకుంఠమునుండి భూలోకమున కవతరించుట విష్ణునకు పరిపాటి. విష్ణువు దాల్చిన అవతారములలో తిక్కనకు ధ్యేయమైనది శ్రీ కృష్ణావతారము. కావుననే యశోదా స్తన్యపానము చేసిన నందనందనుని, హాలాహలపానము చేసిన పరమ శివుని ఒకనిగనే భావించి ఆయన స్తుతించెను. యశోద పాలు త్రాగిన ఆ బాలుడే కౌస్తుభాలంకారుడైన మహా విష్ణువు కైలాస వాసియైన ఆ శివునకును వైకుంఠ వాసియైన ఆ విష్ణునకును భేదము లేదు. అట్లే వైకుంఠవాసియగు విష్ణునకును భూలోక వాసియగు కృష్ణునకును భేదము లేదు.

1. "నాదామృత ధారాసార రూపుడు", "నాసాగ్రనివాస రసికుడు" 2. "వేద వ్యాసవచోవిభవలక్ష్య హరిహరనాథా"

ఈ భేదములేని భక్తితో ఆయన రచించిన ఈ క్రింది శ్లోకమే భగవద్దర్శన యోగ్యతను సంపాదించినది.

"కిమస్థి మాలాం కిము కౌస్తుభం వా
పరిష్క్రియా యాం బహుమన్యసే త్వం
కిం కాలకూటః కిమువా యశోదా
స్తన్యం తవ స్వాదువద ప్రభోమే॥"

ఇంతేకాదు, శివ కేశవుల అభేద ప్రతిపత్తికి భారతమున అమోఘమైన ఇంకొక రూప కల్పన చేయబడినది. సైంధవ వధకు ప్రతిజ్ఞ చేసిన అర్జునని చే శ్రీకృష్ణ డారాత్రి పూజ నందుకొని ఆ వీరుని విశ్రాంతికై నిద్రింపుమని ఆదేశించెను. ఆ నిద్రలో స్వప్నమిషచే అతనిని కైలాసమునకు గొనిపోయి శివుని దర్శింప జేసెను. ఇక్కడ జాగ్రదవస్థలో కృష్ణ నర్చించునపుడు అర్జునుడు ఏయే గంధ పుష్పాది పూజా ద్రవ్యములు నమర్పించెనో అవియే స్వప్నావస్థలో శివుని శరీర మున కానవచ్చెను. మహాద్భుతమైన ఈ దృశ్యమే

"శివాయ విష్ణు రూపాయ శివ రూపాయ విష్ణవే
శివస్య హృదయం విష్ణుః విష్ణోశ్చ హృదయగ్ం శివః॥"

అను మంత్రమునకు రూప కల్పనము. తిక్కననాడు ఆంధ్రదేశమునగల విషమ మత పరిస్థితులలో ఈ భావనయు ఈ సాధనయు ఈ యుపదేశములును యెంత ఆవశ్యకము లయ్యెనో విజ్ఞులు గ్రహింపగలరు.

ఈ హరిహరనాథ తత్త్వము తిక్కనగారు కల్పించినది కాదు. వ్యాసుని భారతమునగల అనేక తత్త్వములలో ఒక తత్త్వముగ నున్నది. మరియు విష్ణుని అష్టోత్తర శత నామావళిలో "హరిహర రూపైక మూర్తయే నమః" అన్నచోట పేర్కొనబడినది. ఇట్లు అనేక తత్త్వములలో నొకటిగ అనేక నామములలో నొకటిగానున్న ఆ సర్వదేవతా ద్వైత మూర్తియైన తత్త్వమును తిక్కనార్యుడు ధర్మాద్వైత మూర్తియైన భారతమున ఏకైక పరతత్త్వముగా ప్రతిష్ఠించెను. భారత కృతిపతి యైన హరిహరనాథుడు ఏదో ఒక గ్రామమున వెలసిన గుడి కట్టించుకొన్న దేవుడు కాడు. సృష్టి స్థితి లయములకు కర్తయైన విశ్వమయుడు. సారాంశ మేమనగా హరిహరనాథుడు శైవులకు, వైష్ణవులకు, కర్మిష్ఠులకు, జ్ఞానులకు, భక్తులకు. యోగులకు, మంత్రోపాసకులకు, తపస్వులకు,

సాధారణ శరణ్యుడు. ఐహిక మనోరథములనుగాని ఆముష్మిక సుఖమునుగానీ, మోక్ష పదవినిగాని, యోగసిద్ధినిగాని ప్రసాదించెడి సర్వ ఫలప్రదాత. తిక్కన భారత రచనావసరమున హరిహరనాథుడు సాక్షాత్కరించినపుడు "జన్మాంతర దుఃఖముల్ తొలగునట్లుగ జేసి కృతార్థు జేయవే" అని బ్రహ్మానంద స్థితిని కోరి నమస్కరింపగా ఆ దేవుడు

తే॥ గీ॥ "జనన మరణాదులైన సంసార దురిత
ములకు నగపడకుండంగఁ దొలఁగు తెరువు
గను వెలుంగు నీ కిచ్చితి............
.................................."

అని వర మొసగెను. అనగా మోక్షమన్నమాట. తన జీవితయాత్ర సార్థక మైనదనియు మోక్షపదవి నిశ్చిత మనియు ఎరిగియు అంతతో కర్మ సన్యాసము చేయక లోక సంగ్రహార్థమై భారత రచన కుపక్రమించెను.

భారతాంధ్రీకరణము

ఆంధ్ర భారతము మూలవిధేయము కాక స్వతంత్ర రచనయే యైనదనెడి గౌరవము ఆ ముగ్గురు తెలుగు కవులకును చెందవలసినదే. యథా మాతృ కతాపేక్ష వారిలో నెవ్వరికిని లేదు. అది ఫలములేని వ్రతమని వారెరుగుదురు. అందును తిక్కన పాలబడిన భాగము చాల దుర్ఘటమైనది. యుద్ధ పంచకమున వర్ణనీయమైన విషయమంతయు నమితవేగముతో సంచలించెడి దృశ్య పరంపరామయము. దానిని విసుగుదలయు పునరుక్తి లేకుండ రసవంతముగా తెనుగునకు తెచ్చుట సుకరమైన పనిగాదు. ఆయన దానిని నిర్వహించిన విధమిట్టిదని వర్ణించుటయు సుకరముగాదు. ఆ యా వీరుల స్వభావముల కుచితములైన ఆలాపములు, పరస్పర సంభాషణములు మొదలైన వాగ్వ్యాపారములే కాక రౌద్ర రసానుగుణములైన వారి హస్తన్యాస ముఖన్యాస ఖడ్గచాలన ప్రహరణాదులు సైతము సూక్ష్మాతి సూక్ష్మ వివరములతో వర్ణించి మన ఆత్మలను యుద్ధ భూమిలో సంచరింపజేయును. అపై పర్వములలో శాంతిపంచకము నానా విధ ధర్మ తత్త్వమయము. ఆ భాగములను సమగ్రముగా నర్థము చేసికొనుటయే కష్టము. ఇంక వాటిని తెలుగులో చెప్పుట మిగుల దుష్కరము. ఇది యిట్లుండ

ఉపనిషత్తుగా ప్రసిద్ధమై గుహ్యాతిగుహ్య మనిపించుకొన్న భగవద్గీతను దేశ భాషలో రచింపరాదనియు ఎవరేని అందులకు పూనుకొన్నను, ఆ పూనిక సఫలము కాదనియు పండిత లోకమున ఒక రూఢమైన అభిప్రాయము కలదు. ఆ ఆధ్యాత్మిక రహస్యములు దేశ భాషలో ఉచ్చరించుట పాపహేతువనియు భావించెడి వారును ఉందురు. ఈ సమస్య తిక్కన పాలబడినది. ఆయన ధీరుడై స్వతంత్ర దృష్టితో తన బుద్ధికి ఉచితమని తోచిన మార్గమున దానిని పరిష్కరించెను. వేదాంత భాగములను తెనిగింపక విడిచినచో తెలుగు భారతమునకు పంచమవేద గౌరవము పోవుటయే కాక భారతము ద్వారా ఆయన ఆంధ్రావళి కుపదేశింపదలచిన ఆధ్యాత్మిక విజ్ఞానము కూడ లభింపదు. మరి మూలములో గల ఆధ్యాత్మిక విషయముల నన్నింటిని తెనుగున యథాతథముగ చెప్పబూనినచో అది తా నేర్పరచుకొన్న అనువాద ప్రణాళికకు అనుగుణము కాకుండుటయే కాక రచనలో కావ్యశోభ కూడ మందగించును. ఈ సంకటావస్థను దాటుటకే ఆయన ఆ ఘట్టములలో కొన్నింటిని పరిత్యజించి, కొన్నింటిని సంగ్రహించి భారత సరస్వతి భుజముల నుండి ఆ బరువు నెంత తగ్గింపదగునో అంత దనుక తగ్గించి ఆమె క్రీడను సుకర మొనర్చెను. అయినను వస్తుతత్త్వమును బట్టి శాంతి పర్వమున అనివార్యమైన కొంత బరువును ఆమె మోయవలసియే వచ్చెను. దాని నంతకంటె తగ్గించుట పొసగదు. సారాంశమేమనగా :- శ్రుత్యర్థములను తెలిగింపరాదన్న నియమము ఆయనకు లేదు. తెనిగింపలేని అశక్తత అంతకు మున్నే లేదు. ఒక మారటు ఒక మారిటు చేసి అనియతము వర్తించెనని లోక మాక్షేపించునన్న సంకోచ మసలే లేదు. ఆయన పెట్టుకొన్న నియతి సందర్భోచితమై, కథా గతినిబట్టి యుండును. ఈ ఆత్మ వ్యవస్థానమే లేనిచో ఆయన భారతమును తెలుగులో "పునిర్మించుట" సాధ్యమయ్యెడిదే కాదు. నీరసములును శుష్క శాస్త్ర విషయికములును అయిన ఆ భాగములను కూడ ఆయన సముచిత శబ్దాలంకృత వాక్య విన్యాసములతో పూరించి రసహీనతను తొలగించెను. జీవుడు పురుషుడా స్త్రీయా! అనే ఆ శంకకు సమాధానముగా శివుడు పార్వతితో చెప్పిన ఈ క్రింది వాక్యము పై సిద్ధాంతమునకు నిదర్శనములుగా చూపదగిన పెక్కింటిలో ఒకటి.

"లౌకికములైన పురుష
స్త్రీత్వములు లేవు పార్వతీ! జీవునకు"

(అను. ప. పంచ. ఆ. 187)

అట్టిదే కర్మప్రభావమును గురించి చెప్పిన ఇంకొక పద్యమును ఉదాహరించుచున్నాను. ఈ పద్యార్థములో సహజముగా కవితా వాసనయే లేదు. కాని వాక్య విన్యాస ప్రభావము వలన ఈ పద్యము మనోహరమైనది.

విను కర్మంబొనరించును
జననము మరణంబు, నదియ సౌఖ్యము దుఃఖం
బును గావించుం దన చే
సిన దానిం బడక పోవ శివునకు వశమే!

(అను. ప. ప్ర. ఆ. ౮౪)

ఆయన సంక్షేపించిన ముఖ్యవేదాంత ఘట్టము భగవద్గీత. భగవద్గీత భారత శరీరమున హృదయ స్థానమున ఉన్నది. మానవ శరీరము నందలి రక్త నాళము లన్నింటను ప్రవహించు రక్తమునకు హృదయమే మూలము. అట నుండి బయలు దేరిన రక్తమే నాళముల ద్వారా శరీర మంతటను ప్రసరించుచు పుష్టిని, జీవమును ఒసగును. అట్లే భగవద్గీత నుండి ప్రసరించు ధర్మసారమే భారతము నందెల్లెడలను ప్రసరించుచుండును. "ఈ ఉపనిషత్తు తెనిగింప గూడ దనెడి మర్యాదకు కట్టువడియే ఆయన దాని సారమును నామ మాత్రముగా చెప్పెనే గాని నిజముగా తెనిగింపలేదు" అనెడి వారు కొందరు కలరు. ఇది సార హీనమైన వాదము. తెనిగింపరానిదే యైనచో దానిని తడవుటకే ఆయన అంగీకరింపడు. అట్లు గాక యే కొలదిపాటి శ్లోకములు తెనిగించినను, ఆ వ్రతము చెడినట్లే యగును. పూనిన ప్రతిన నామ మాత్రముగ భంగపఱచుకొనుట కంటె దానిని తుదముట్ట కొనసాగించుటయే మేలు. కావున ఆయనకు ఆ ప్రతిజ్ఞ లేదు. దానికి భంగపాటును రాలేదు. ఆవశ్యకమైనంతవరకు గీతోపనిషత్తు అనువదింపబడెను. భగవద్గీతాపరముగ నించు మించు అఱువది పద్యములు వ్రాయుట దానిని వదలుట కాదు; సంక్షేపించి తెనిగించుట. ఆ సంక్షిప్తత తెనుగు సేతకై ఆయన యేర్పరచుకొన్న ప్రణాళికకు అనుగుణమే కాని విరుద్ధము కాదు. భగవద్గీత యెంత ఉత్తమ గ్రంథమైనను ఆ ఉపదేశమంతయు ఉభయ సైన్యములు మోహరించియున్న ఆ యుద్ధ భూమిలో అప్రస్తుతమని విమర్శకుల యభిప్రాయము. ఈ ఔచిత్యమును గ్రహించియే తిక్కన తత్సారమును సందర్భమునకు పొందుపడునంత మాత్రము చెప్పి కథా గతికి నిరోధము లేకుండునంత వరకు సంగ్రహపరచెను.

మరి కొందరు శాస్త్రీయమైన శబ్ద నిష్కర్షత (Scientific Precision of Word) సంస్కృతమునందు వలె తెనుఁగున సాధ్యముకాదనియు ఆ అసాధ్యతను ఎఱిగియే తిక్కన దానిని పూర్తిగా తెనిగింపలేదనియు అనుకొందురు. ఇది ఆయన వాక్కునకు గల శక్తిని ఎరుగక అనినమాట. తిక్కన కవిత్వమునకు శబ్దార్థ నిష్కర్షతయే జీవగఱ్ఱ. తెనిగించినంత వరకు ఈ భగవద్గీత యందుగాని, శాస్త్రార్థ ప్రతిపాదకములైన ఇతర సందర్భముల యందు గాని ఆయన తెలుఁగు సేతకు అర్థన్యూనతా శబ్దన్యూనతాది లోపము లేమియు రాలేదు. శాంతిపంచకమునందు ఎన్నో వాక్యములు ధర్మశాస్త్ర సూత్రముల వలె ఒక అక్షరమైనను అనావశ్యకమైనది లేకుండ సంపూర్ణ అర్థ స్ఫూర్తి కలుగునట్లు రచింపబడినవి.

ఈ క్రింది మూడు పద్యములు అందుకు ఉదాహరణము.

కం॥ అనఘ । యనులోమమునఁదోఁ
పును, బ్రతిలోమమున లయము వొందుటయును గ
ల్గును సర్వతత్త్వముల కవి
యెనయక బ్రహ్మమును గలయు టేకత్వమగున్.
(అను-అశ్వా 4-వ 184)

తే॥ "పొదలుఁ దఱుగుటకై, పొడ వొదవుఁ బడుట
కై, కడను జేరుఁ బాయుటకై, జనించుఁ
బొలియుటకు నై, సుఖంబును బొందు దుఃఖ
మందుటకు నై, పదార్థము లఖిలములును,"
(అశ్వ. 2ఆ. వ 165)

తే॥ మాతకును, వేదమునకు, ధర్మంబునకును
బరములగు గురు॰ శాస్త్ర, లాభములు లేవు
తపము లేదు ప్రవాస వ్రతంబుకంటె
నధికమైనది యింద్రుడు మహాత్ములనఘ."

ఇక భగవద్గీతను గురించి : గీతను సంగ్రహ పరచుటలో తిక్కనార్యుడు సారభూతములైన కొన్ని శ్లోకములను యథామాతృకముగా అనువదించెను.

కం॥ "పురుషుడు సెడునను వాడును
పురుషుడు సెరచునని పలుకు పురుషుండును న
య్యిరువురు నవివేకుల య
వ్వురుషుడు సెరువండు సెడదు భుజవీర్య నిధీ."

ఈ పద్యము క్రింది శ్లోకమునకు యథా తథాను వాదము :
"య ఏనం వేత్తి హంతారం య శ్చైనం మన్యతే హతం,
ఉభౌతౌ నవిజానీతో నాయం హంతి నహన్యతే॥
(గీత–సాంఖ్య19–శ్లో)

మరికొన్ని పద్యములలో ఒకటిరెండు శ్లోకభాగముల అర్థములు ఏకోవ దేశవాక్యముగ నంఘటింప బడినవి.

కం॥ "ఫలముల యెడ బ్రహ్మార్పణ
కలనవరుండగుచుఁ గార్యకర్మము నడవన్
వలయున్; దత్త్వ జ్ఞానము
తలకొనినం గర్మశమము తానై కలుగున్"॥

ఈ పద్యములో "కార్యకర్మము నడవన్ వలయున్" అన్నంతవరకు "కర్మణ్యే వాధికారస్తే మాఫలేషు కదాచన" అనే సాంఖ్య యోగములో గల శ్లోక పూర్వార్థమున కనువాదము. అటనుండి తత్త్వజ్ఞానము, దలకొనినం గర్మశమము దానై కలుగున్" అను వాక్యమున

"శ్రేయాన్ ద్రవ్యమయాద్యజ్ఞాత్ జ్ఞాన యజ్ఞః పరంతప
సర్వం కర్మాఖిలంపార్థ జ్ఞానే పసమావ్యతే"

అను జ్ఞానయోగములోని శ్లోకముయొక్క ఉత్తరార్థము గ్రహింపబడినది.

పద్యము స్వతంత్రమైనది.

ఇంకొక విశేషమేమనగా కొన్నియెడల తిక్కన భాష్య కర్తగా నయితము వర్తించి నిగూఢ విషయములను పెక్కింటిని ప్రకాశింప జేసెను. శ్రీకృష్ణుని విశ్వరూప ప్రదర్శనమునకు ముందు అర్జునునిచే ఆయన అనిపించిన మాటలు దీనికి తార్కాణము.

మ॥ "అతిగుహ్యంబిది, నీవు భూరికృప నీ యధ్యాత్మమున్ గాన జే
సితి నాకిమ్మెయి వినఁగఁ గొంతభ్రమ వాసెన్, యోగిహృద్ధ్యేయమై,
యతులైశ్వర్య విభూతినొప్పు భవదీయంబైన రూపంబు నూ
చు తలంపెత్తెడుఁబోలునేని దయఁ జక్షుః ప్రీతిగావింపవే"

ఈ పద్యము విశ్వరూప ప్రదర్శనమునకు హేతుభూతమైన అర్జునుని విజ్ఞాపనము. గీతలో తత్పూర్వము విభూతియోగాంతము వరకు జరిగిన యుపదేశమువలన అర్జునునకు మోహము పోయినదని చెప్పబడినది. (మోహోఽయం విగతోమమ) అయినను విభూతి యోగమున వర్ణింపబడిన విశ్వరూప దర్శన యోగ్యత తనకుగలదేని తనకు చూపమని అర్జునుడు శ్రీకృష్ణుని వేడుకొనెను. నిజమారసినచో గతమోహునకు విశ్వరూప దర్శనమే అక్కఱలేదు. ఈలోటును గుర్తించియే కవిబ్రహ్మ పై పద్యములో ఆ ఉపపత్తిని కలిగించెను. ఎట్లనగా అర్జునునకు అప్పటికి జరిగిన ఉపదేశమువలన "కొంత భ్రమ" మాత్రమే పోయెనుగాని పూర్తిగ మోహము తొలగలేదు మిగిలిన భ్రమ విశ్వరూపసందర్శనము వలనగాని పోదు. అప్పటికి జరిగినది సిద్ధాంత శ్రవణము మాత్రమే. తరువాత జరుగవలసినది తదర్థ సాక్షాత్కారము. నేటి ప్రకృతిశాస్త్ర పాఠశాలలో సిద్ధాంతము విన్న శిష్యులకు ఉపాధ్యాయులు ప్రయోగములద్వారా ఆ అర్థమును ఋజువుచేసి నిరూఢజ్ఞానము కలవారినిగా చేయుటవంటిదే (theory and practicals) కృష్ణుడు అర్జునునకు చేసిన ఉపదేశమును, ప్రదర్శించిన విశ్వరూపమును. వస్తుసాక్షాత్కారము జరిగిననేగాని పూర్ణజ్ఞానము కలుగదు. అది కలుగుటకే భగవానుడర్జునునకు విశ్వరూపము చూపెను. "కొంతభ్రమ వాసెన్" అన్న వాక్యములో నింతయర్థమున్నది.

మఱియు, చరమోపదేశముగల

శ్లో॥ "సర్వధర్మాన్ పరిత్యజ్య మామేకం శరణం వ్రజ
అహంత్వా సర్వపాపేభ్యో మోక్షయిష్యామి మాశుచః॥"

అను శ్లోకమునకు ఏ వ్యాఖ్యాతయు తృప్తికరమైన అర్థము వ్రాయలేదు. ఈ శ్లోకమును

తే॥ [illegible] కొను సర్వధర్మ విశేషములను,
నెపల విడిచి [illegible] నేనొకండ

శరణముగ నాశ్రయింపుము సకలదురిత
ములకుఁ దొలగింతు నిన్ను బ్రమోదమంద"

అని తెనిగించి, పరిత్యజింపదగినవి ధర్మవికల్పములుగాని ధర్మములు కావు అని బోధించుట ఆచార్య పదమధిష్ఠించిన ఆయనకే చెల్లును.*

మఱికొన్ని మూలాధారము ఏమాత్రములేని స్వతంత్ర పద్యములు రచించి స్వానుభవ గోచరములైన రహస్యములను కొన్నింటిని ఉపదేశించెను. ఈ క్రింది పద్యమందులకు ఉదాహరణము.

కం॥ "వైరమున నులిచి త్రెంపక
కారాకులు డుల్లినట్లు కర్మములెల్లన్
దార పెడబాయవలయుట
సారకృపన్ దెలియజెప్పె శౌరియతనికిన్"

ఎత్తి వైచిన ఆధ్యాత్మిక భాగములలో ముఖ్యమైనది, భగవద్గీతతో సాటి వచ్చునది, శ్రుతిప్రపంచములో జేరదగినది సనత్సుజాతీయము. గీతకువలెనే దీనికిని శంకరులు భాష్యము వ్రాయుట దాని మహత్వమునకు నిదర్శనము, దీనిని వదలుటలో తిక్కన వహించిన అధికారము నిరుపమానమైనది. ఈ ఘట్టమువలన కథకు కల్గిన మేలేమియులేదు అదియుండియు లేకయు నిర్విశేషమే. ఆ ఉపదేశము నాలకించు ధృతరాష్ట్రుడు భగవద్గీత నాలకించి యుద్ధోన్ముఖుడైన యర్జునునివలె ధర్మమార్గోన్ముఖుడు కాజాలడు. అతని చంచలతను, కృత్రిమబుద్ధిని మరల్పజాలని ఆ ఉపనిషత్తు నిష్ప్రయోజనముగా నుండుట కంటె తొలగుటయే మేలు. అట్లు తొలగించుటవలన అమూల్యమైన మహర్షి వాక్యము వ్యర్థముగాబోక ఆత్మగౌరవమును కాపాడుకొన్నదయ్యెను. ఆ సనత్సు

* ఈ శ్లోకములో 'ధర్మ' శబ్దమునకు నేడు మనము వాడుకొనుచున్న 'బాధ్యత' (Responsibility) అనే అర్థమని నాకు తోచినది. "నీ బాధ్యతలన్ని నాకు వదలిపెట్టి నన్ను శరణు చొరుము" అని శ్రీకృష్ణుని యుపదేశము. బాధ్యతా నిర్వహణాలోచనలో కలిగే కర్తవ్యతామూఢత్వమువల్లనే వికల్పములు క్రందుకొనును "అట్టి ధర్మ వికల్పములను తొలగద్రోసి నన్నాశ్రయింపు"మని తిక్కనగారి పద్యమునందలి తాత్పర్యము. నేను ఊహించిన పై అర్థము వికల్పమునకు పూర్వదశ. నన్నయ భారతమున యయాతి చరిత్రలో "అలుగు దాసియున్ సుతుడునన్నవి పాయని ధర్మముల్ మహిన్" అని శర్మిష్ఠ పల్కిన వాక్యములోని ధర్మశబ్దమునకు ఈ 'బాధ్యత' యనియే అర్థము.

జాతీయములోని విషయములు ఇటుగాక గ్రంథము నందచ్చటచ్చట కొన్నిచోట్ల అనేక విధములుగ వివరింపబడుటచే దానిని ఇట తొలగించుటవలన నష్టమేమియు కలుగ లేదు.

భారతములో తాత్త్విక ఘట్టములు మూడుచోట్ల ఉన్నవి. అందు మొదటిది భీష్మ పర్వమునందలి గీతోపదేశము. రెండవది ఉద్యోగపర్వమునందలి సనత్సు జాతీయము. మూడవది శాంతి-అనుశాసనిక పర్వములలో భీష్ముడు ధర్మజు నకు చేసిన విజ్ఞానోపదేశము ఈ మూడింటిలో మొదటి రెంటినిగూర్చి ఇతః పూర్వము చెప్పితిని. ఇక భీష్ముని ఉపదేశము:- పూర్వపు రెండింటివలె ఇది శుద్ధ తాత్త్వికము కాదు. అది చతుర్విధ పురుషార్థములకు సంబంధించిన నానావిధ మానవ జీవిత ప్రవృత్తి విశేష ధర్మములను వివరించెడి విజ్ఞానకోశము. ఆ భాగము స్పృశింపని భారతీయ సంస్కృతి విశేషమే లేదు ఆ ఉపదేశము చేసిన గురువు భీష్ముడు. ఆయన యందు సంప్రదాయైక వేద్యమైన శ్రుతిస్మృతి పురా ణేతిహాస విజ్ఞానమంతయు మూర్తీభవించి యున్నది. దాని నాలకించినవాడు యుధిష్ఠిరుడు. ఆయన గురూపదేశానుసారముగ ప్రజాపాలనా భారము వహింప నున్నరాజు. ఈ రాజునకు యుగములనుండియు పరంపరాగతమైన ఆ విజ్ఞాన మంతయు రాజ్యపాలనావసరమున అత్యంతావశ్యకమైయుండును. ఆ ఉపదేశము శ్రీకృష్ణుడుగాని, వ్యాసుడుగాని, మరి యే ఆచార్యుడుగాని చేయుటకంటె ఆతని పితామహుడు చేయుటలో నెంతో ఔచిత్యమున్నది. వంశక్రమానుగతమైన ఆ సంప్రదాయమును, మనుమనికి తాత బోధించుట పితృపైతామహమైన నిధులను అప్పగించిపోవుటవంటిది ఈ భాగమున ప్రధాన పాత్రల నన్నివేశ సంభాషణల యందును ఎడనెడవచ్చెడి ఉపాఖ్యానముల యందును తప్ప తక్కినచోటుల కవిత్వ పదార్థమే యుండదు. నీరసమైన ఆ భాగములను పునరుక్తులు తొలగించి యథావకాశముగా తగ్గించి ఉపదేశసారమునకు లోపము రాకుండ తిక్కన సరసముగా అనువదించెను. నీరసములైన అర్థములను కూడ శబ్దగుంఫన నైపు ణితో ఆయన మనోహరముగ రచించిన విధమును సోదాహరణముగ ఇతః పూర్వము పేర్కొంటిని. అయినను ఆ భాగము కావ్యోచితవస్తువు తక్కువ కలది యగుటచే దానికి పూర్వాపరములైన ఇతర గ్రంథ భాగములవలె కొంద రకు ఇంపు నింపదు. కాని భారతము కేవల కథాశ్రవణ కుతూహలమును తీర్చెడి గ్రంథమనియు, అందు ప్రతి ప్రకరణమును రసవంతముగనే యుండు

ననియు ఆశపడుట పొరపాటు. విజ్ఞాన సర్వస్వమనదగిన ఆ మహేతిహాసములో రసస్పర్శలేని శాస్త్రప్రసంగములు కూడ ఉండక తప్పదు. వాటిని తెనుగున ఇంకను సంగ్రహించినచో తెలుగువారికి ఆ విజ్ఞానము ఆ మాత్రమేని తెలుగున లభింపకపోవును దానిని నయితము ఆయన నిరలంకారమును సహజ సుందరమునునైన శైలిలో రచించెను. కథానిరోధకములును నీరసములునైన ఇట్టి ఘట్టములు శాస్త్రకావ్యము లనిపించుకొనెడి పురాణేతిహాసములలో ఉండితీరును. ఆ భాగములను కవియెట్లు తెనుగున అనువదించెనా అని చూచుట మాత్రమే పరీక్షాస్థానము ఆ పరీక్షకు నిలుచుట మాత్రమేకాక ఇంతకంటె ఈ అనువాదము మేలిరముగా చేయుట దుర్లభమనునట్లుగా తిక్కన రచించెనన్న మాట మరువరాదు. సూత్రప్రాయములైన ఆ శాస్త్ర వాక్యములకు ఆయన శైలి అనువైనట్లు వేరొక తెలుగు కవి శైలి అనువుకాదు ఆ ఉపదేశము చేయదగిన గురుత్వము కూడ ఆయనకువలె ఇంకొక తెలుగు కవికి లేదు. ఈ శైలినిబట్టియేకాక ఇతర యోగ్యతలను బట్టియు భారత రచనాధికారము తెలుగున తిక్కనకు తప్ప మరి యొక కవికి లేదని నిస్సందేహముగా చెప్పవచ్చును.

ఇతిహాస రచనాధికారము :

భారతము వంటి విపుల కావ్య కర్తకు ఋషిజనోచితమైన క్రాంత దర్శనము (pervading vision) అత్యంతావశ్యకము. మహేతిహాసము లందలి యితి వృత్తము అతి విస్తృతమై అనేక దేశకాల సమ్మేళనము కల్గియుండును. కావునను, అందలి పాత్రల చరితము కథ వలెనే విస్తరించి పునః పునరావృత్తమగుచుండును గావునను ఈ మహాలోకము నంతటిని నొక్కచూపుతో గ్రహించి, ప్రతి సూక్ష్మాంశమును గను చెదరకుండ స్వాధీనము చేసికొని, యెచ్చటను స్వవచో వ్యాఘాతముగాని, పాత్ర స్వభావ వైరుధ్యముగాని దొరలకుండ, తుది వరకు నిర్వహించు శక్తి గలవాడే ఈ రచనకుఁ బూనుకొనవలెను. మఱి స్థూలమైన ఈ కథా భాగము నతిక్రమించి, యావల దానిని నడపుచున్న యీశ్వర చిద్విలాసమనెడి శక్తిని గూడ ఆ చూపులోనే దర్శించుట, యీ క్రాంతదర్శనములో నింకొక భాగము. మహాకవులు, కథా మాత్ర నిర్వహణముతోఁ దృప్తి నొందరు. కథ వారికి నిమిత్త మాత్రము. అది తెరమీఁది బొమ్మ. తెరదాటు

నుండి ఈ బొమ్మ నాడించు సూత్రధారుని చేష్టితమును గుర్తించి ప్రదర్శించుటకే వారు యత్నింతురు.

ఏవంవిధ దర్శనమును, సర్వసుబోధములైన తెలుగు మాటల కూర్పు తోడి శైలియు, తెలుగు గ్రంథములలో భారతమునకు వలె మఱే గ్రంథమునకును అవశ్యకముగాదు. ఆ భారతము వ్రాసిన మువ్వురలో, వారి వారి రచనా భాగములను బట్టి, తిక్కనకే యాశక్తి సమగ్రముగా వశమయినదని చెప్పవచ్చును. మఱియు నితిహాస కర్తకు సర్వ సంవేద్యము, సులభమునైన శైలి వలెఁ ప్రౌఢ జటిలశైలి యక్కరకు రాదు. పాశ్చాత్యులలో ఆ శైలిని 'epic simplicity' అని లాక్షణికముగా నందురు.

మఱియు, మహేతిహాస కర్త మహోదార జీవితమును గడిపినవాడు కావలెను. (A really epic writer must have lead an epic life)- ధర్మము కూడఁ తిక్కన యందు వలె మఱియే కవి యెడను సార్థకము కాలేదు. అది కాక, కథ యేదైనను, నందలి విషయసారము మాత్రము కవిచే స్వయముగ ననుభూతము కావలెను. లేనియెడల రచనకు జీవము కలుగదనెడు మాటయు పయి దానివలెనే త్రోసివేయరాని ధర్మము. ఈ పంచమ వేదమును సవిమర్శముగా విభజించినపుడు అందు మూడే ముఖ్య విషయములు గోచరించును.

1. రాజనీతి 2. యుద్ధతంత్రము 3 బ్రహ్మ విద్యోపదేశము.

పుట్టుకచేతను, నడవడిచేతను, విజ్ఞానముచేతను ఈ మూఁడు మహాధర్మములను ఆత్మ ధర్మములుగ నిర్వహించి అనుభవ గోచరములు చేసికొనిన కవి తెలుఁగు నాఁట తిక్కన యొక్కఁడే ఈ కారణములచే భారత రచనకు తిక్కన యొక్కఁడే యుత్తమాధికారి యని చెప్పనగును. ఈ యధికారము కేవలానువాదమునకు నక్కఱలేదు. తన రచన కేవలానువాదము కాదని తిక్కన చెప్పెను.

"తెనుఁగు బాస వినిర్మింపఁ దివురుటరయ
భవ్యపురుషార్థ తరు పక్వ ఫలము గాదె"

(విరా. 1–18)

వినిర్మించుట యనగా విశిష్ట రూపమున నిర్మించుట అని యర్థము. ఈ యర్థముననే తిక్కన భారతము పునర్నిర్మాణ మయ్యెను, పద్ధానువాదము కాలేదు భారతము యొక్క అంతరాత్మ ధర్మాద్వైత మూర్తియని తొలుత గ్రహించినవేత్త ఆయనయే. ధర్మసందేశము ద్వారా ఆ అద్వైత భావమును నిరూపించినట్లే, స్వరూప నిర్మాణమున కూడ దానిని సాధించెను. భారత మంతయు నొక ప్రబంధ మండలిగా, నందొక్కొక్క పర్వ మొక్కొక్క ప్రబంధముగా పర్వాంతర్గతములగు నుపాఖ్యానములు స్వయం సమగ్రములగు కావ్యములుగా నూహించి, అవయవమునకును నవయవితో పొత్తు చెడకుండ, సర్వాంగ సౌష్ఠవమును దృఢబంధమును గల భారతమూర్తిని, శ్రీకృష్ణుని విశ్వ రూపమువలె తీర్చి ప్రదర్శించిన బ్రహ్మయే కవిబ్రహ్మ. కర్ణ పర్వాంతము నందలి ఈ క్రింది పద్యమును చూడుడు.

చ॥ అనలుడు భాస్కరుండును సుధాంశుడు నధ్వర సంప్రవర్తకుల్
విసుము నరేంద్ర ఈ క్రతువు విష్ణుమయం బిది సిర్వహించి ర
ర్జునుడును కర్ణుడున్ సమిధ రూపమునన్ దగ నీ ప్రబంధ మిం
పొనర పఠించినన్ వినిన నొందునరుల్ జిర సౌఖ్య సంపదల్"

ఈ పర్వ మొక ప్రబంధమనియు యిది పరిసమాప్తి నొందెననియు చెప్పు టయే కాక దానిని విన్నను పఠించినను చిరసౌఖ్య సంపదలు పొందునని ఫల శ్రుతిని కూడ పల్కెను. తిక్కన ఒక్కొక్క పర్వము నొక్కొక్క ప్రబంధ ముగా భావించెననుటకు ఈ నిదర్శన మొక్కటిచాలును. మఱియు తిక్కన భారతములో ప్రతి చిన్న ఉపాఖ్యానమును స్వయం సంపూర్ణమైన యొక కావ్య ముగా రచించుట బ్రాహ్మణ సమారాధన చేసెడి యొక గృహస్థు భోజనమునకు వచ్చి అసంఖ్యాక బ్రాహ్మణులకు సాముదాయకముగా ఆతిథేయ మర్యాదలు జరుపుటయే గాక ప్రతిబ్రాహ్మణుని ప్రత్యేకము ఆనాటి కాతడొక్కడే అతిథిగా భావించి శ్రద్ధతో ఆదరించి పూజించుట వంటిది.

నాటకీయత :- సాహిత్యపరముగ శైలిని రెండువిధములుగ వివరింప వచ్చుననియు, అందు మొదటిది కావ్య సామాన్య సరణియనియు, రెండవది పద గుంఫన సరణియనియు మొదటి దానిలో ఆఖ్యాన, నాటకీయ, వర్ణనాత్మక

ములు అను మూడు భేదములు ండు ననియు, రెండవదానిలో బుద్ధిగమ్య, భావ స్ఫోరక, కర్మ ప్రేయములనెడి మూడు భేదములుండుననియు నన్నయ ప్రకరణమున చెప్పితిని ఆ ప్రమాణములను బట్టియే తిక్కనశైలి నాటకీయ మనియు బుద్ధిగమ్య మనియు నిర్దేశింపవచ్చును

నాటకీయమనగా :—

ఏ కథయైనను కథనరూపమున ఉన్నపుడు ఆఖ్యానమనియు, సంవాద రూపమున నున్నపుడు నాటకీయమనియు అనిపించు కొనును. కథన రూపమున నడచిన కథ కొంత కవివశమునను కొంత పాత్రవశమునను వర్తించును సంవాద రూపముననున్న కథ కేవల పాత్రవశముననే వర్తించును. ఇదియే దృశ్య శ్రవ్య కావ్యములకు గల ముఖ్యభేదము. అయితే సంవాదమే నాటకీయత గాదు. అది అందులో నొకభాగము మాత్రమే। నాటకీయతకు ప్రాణము వట్టు అని చెప్పదగినది పాత్ర సృష్టి. అనగా పాత్రలు కవిచే వర్ణింపబడక తత్తద్గుణ కర్మానుసారముగా స్వయంవ్యక్తములగుట. పాత్ర సృష్టిచేయు కవి వాటిని స్వయం వ్యక్తములగు నవస్థానర్పుటలో నిశితముగా వాటి చిత్తవృత్తి పరిశీలన మొనర్చి తదనుగుణమైన మాటలను, చర్యలను వాటి కాపాదించును. పాత్రల వర్తనమే కథాగమనమగును. కావున గ్రంధము సంవాద రూపమున నుండుటయు, చిత్త పరిశీలనాను గుణముగ పాత్రసృష్టి జరుగుటయు, సజీవమైన ఆ పాత్రల వర్తనమే కథాగమనమగుటయు అనెడి మూడంశములు నాటకీయతకు ముఖ్య లక్షణములు. ఇట్టి లక్షణములు సమగ్రముగాగల గ్రంథము నాటకము. శ్రవ్య కావ్యమున కూడ సజీవపాత్ర నిర్మాణము జరుగవచ్చునుగాని అట్టి సందర్భములు క్వాచిత్కములుగానే ఉండును. పాత్రలు కవిచే వర్ణింపబడుటయే ఆ జాతి కావ్యముల లక్షణము. అట్లే కొన్ని శ్రవ్య కావ్యములలో సంవాద రూపమునను కథ నడుపవచ్చునుగాని కథనమే వాటి ప్రధాన లక్షణము. పాత్రను వర్ణించుటను ప్రత్యక్ష పద్ధతి యనియు (Direct method) పాత్రను స్వయం వ్యక్త మొనర్చుటను పరోక్షపద్ధతి(Indirect method)అనియు విమర్శ పరిభాషలో నందురు వర్ణింపబడిన పాత్రలలో చైతన్య ముండదు.

భారతము రచనాక్రమమును బట్టియు, వస్తు స్వభావమును బట్టియు శ్రవ్య కావ్యమేగాని దృశ్యకావ్యముకాదు అనగా ఆఖ్యానజాతికి చెందిన విపుల

కావ్యము. ఆఖ్యానజాతిలో ప్రబంధములు కొంతకు కొంత నాటకీయ సరణిలో నడచిన నడువవచ్చునుగాని పురాణేతిహాసములైన ఉద్గ్రంథములు ఆసరణిని నడువజాలవు. అట్లు నడుపుటయు కష్టమే. ఈ గ్రంథములయందు పాత్రచిత్రణాది నాటక లక్షణములు అరయరాదు ఆ లక్షణములు లేకుండుట ఆ గ్రంథమునకు కళంకము కాదు. కాని వీనినిగూడ అనువైనంత వరకు నాటక లక్షణముద్రితములుగా చేయగల శక్తి ఉన్నచో ఆతని రచనాసరణినే నాటకీయము అందురు. అట్టిదైనను సందర్భము పొసగినపుడే నాటకీయ పద్ధతి ననుసరించును గాని గ్రంథమంతయు ఆసరణినే నడుపజాలడు. ఈ లక్షణములను బట్టి తిక్కన, పురాణమనిపించు కొనదగిన భారతమును కావ్యలక్షణ శోభితమైన ప్రబంధముగా నొనర్చుటయే గాక, ఆ ప్రబంధమును నాటకీయముగా గూడ సంతరించెనని సహృదయులకు విదితము కాక మానదు. అదియే, 'ఆయన సరణి నాటకీయము' అను మాటలోగల తాత్పర్యము. ఇట్లనుటచే ఆయన చేతిలో భారతకథ కథన రూపమున నడవలేదని గాని పాత్రలు ఎచ్చటను వర్ణింపబడలేదని గాని అనుకొనరాదు. కాని అట్టి ఆఖ్యాన లక్షణముల కంటె నాటకీయ లక్షణములే ఆయన భారతమున మిక్కుటముగా నుండును. మరియు సజీవ పాత్రసృష్టిలోను దాని కాధారమైన పాత్రపోషణ పరిశీలనలోను ఆయనకు గల ప్రతిభ నాటక కర్తలలోను చాలా మందికి లేదు. ఇక శ్రవ్యకావ్యకర్తల సంగతి చెప్పనేల?

తిక్కన నాటకీయతలోని మరికొన్ని విశేషములు

[illegible] నాటక లక్షణము పట్టించిన దని తెలుపవలసిన పనిలేదు. కేవలము ఆయన నాటకమునందువలె రంగ ప్రసాధనము, అభినయ సూచనలు, ఏకాంతక స్వగతములు, పాత్రప్రవేశ నిష్క్రమణములను, పాత్రల అవయవ విక్షేపములను సైతము ప్రదర్శించును. స్వభావము చేత ఆయన నాటకకర్త కాకపోయినను కాని ఆఖ్యాన రచనచేయుటచే ఆ లక్షణములను దీపించునట్లు చేసి తన రచన నాటకీయసరణి అని అనిపించుకొనెను. కావుననే ఆయన భారతమును చదువుచున్నపుడు కథను చదువుచున్నట్లు గాక నాటకమును చూచుచున్న భావన కల్గును. అనగా రసాస్వాద జన్యమైన ఆనందము కల్గును. అసలు సాహిత్య పఠనమునకు ఫలముగా చెప్పబడిన రసాస్వాదము నాటక ప్రదర్శనము చూచుచున్నపుడు సామాజికులకు కల్గెడి ఆనందానుభవ

పరముగ భరతునిచే చెప్పబడెను. శ్రవ్య కావ్యమునకు గాని ప్రదర్శనార్హత లేని దృశ్య కావ్యమునకు గాని, భరతుని సిద్ధాంతము అన్వయింపదు దర్శనవేళ కాక శ్రవణ పఠనవేళలయందును కావ్యములు ఆనంద దాయకము లగుచుండుటను గుర్తించిన ఆలంకారికులు తరువాతి కాలమున ఆ రససిద్ధాంతము శ్రవ్యకావ్యములకు కూడ అనువర్తింప జేసిరి. అట్లుచేయుటలో వారు శ్రవ్యకావ్యముల నన్నిటిని లక్ష్యములుగా గ్రహింపక ప్రత్యక్ష కల్పములైన వాటియందు మాత్రమే రసోదయము కల్గునని ఒకమేర ఏర్పరచిరి. "ప్రత్యక్ష కల్పము" అనగాభూత పూర్వమైన వృత్తాంతము ఇంచుమించు యథాతథముగా మరల కంటి యెదుట కానవచ్చుట. నాటకధర్మమిదియే కదా ! ఏనాడో, ఎక్కడనో జరిగిన యొక వృత్తాంతమును ఈనాడు మన కంటియెదుట జరుగుచున్నట్లుగా చూపుటయే నాటక ప్రదర్శనము. అందుచేతనే కథ భూతకాలికమైనను నాటకరచన వర్తమాన క్రియాప్రయోగముతో రచింపబడును. నాటకేతరమైన కావ్య పఠన వేళను రసోదయము కావలెనన్నచో కథాసంవిధానము నాటకమునందువలె ప్రత్యక్షము కావలసి యుండును. పాత్రల మానసిక భావవివర్తములను, శరీరావయవ విక్షేపములను, గాత్ర స్వరకాకువులను భావించి పాత్రానుగుణముగ సందర్భాను సారముగ చిత్రింపగలకవులకే కావ్యమును ప్రత్యక్షగోచర మొనర్చుట సాధ్యమగును. అట్టి కావ్యములే రసవంతములు అనిపించు కొనును. తెలుగుకవులలో కూలంకష నాటకీయ ప్రజ్ఞగల మహాకవి తిక్కన. ప్రబంధకవులలో అట్టి ప్రజ్ఞకలవారు మఱికొందరు కలరుగాని వారుతిక్కన తరువాతనే పరిగణింపదగినవారు మరియు ఆ ప్రబంధములు భారతమువలె అతివిస్తృతి కల కథలు కావు. అవి పరిమిత పరిమాణము కలవి. అందు వర్తించు పాత్రలును పరిమిత సంఖ్య కలవి. ఇక భారతమో, అసంఖ్యాక పాత్రలతో నడిచెడి అతివిస్తృత వస్తుప్రపంచము. విపులతరమైన పటముపైన చిత్రింపబడిన మూర్తులలో సూక్ష్మ రేఖలు మరుగు పడు ననుట చిత్రలేఖన కళాధర్మములలో నొకటి. అట్లే సాహిత్యమున కూడ విపులతరమైన వస్తు ప్రపంచములో సూక్ష్మ వివరణములు కవి భావనను తప్పించు కొని పోవును. భారతములో అట్టి సూక్ష్మవివరణ విస్మరణ మెయ్యెడను జరుగ లేదు. ఈ సిద్ధాంతమునకు గ్రంథమంతయు ఉదాహరణమే. అయినను ఒకటి రెండు ఉదాహరణములు చెప్పెదను. (1) ద్రౌపది సైరంధ్రీవేషమున విరాటపురము చొచ్చునపుడు సైరంధ్రీజాతివేషమున కుచితమౌనట్లు జడను విప్పుకొని "వల

వలి దిక్కున కించుక మలగునట్లు''కొప్పు పెట్టుకున్నదట. (౨) సుధేష్ణను చేర బోవు నప్పుడు 'తల సీరయరసి' వినయవైభవముతో చనియెనట. (౩) గాంధారీ ధృతరాష్ట్రుల వెంట వనవాసమునకు పోవ సంకల్పించిన కుంతీదేవి ఆ తలంపు మానుమని వేడుకొనిన ధర్మజునకు తనతలంపు మారదని చెప్పునపుడు-

"నిజస్కంధంబుననున్న గాంధారి కరంబుఁ గరంబు నయంబునఁ బావి ఆతనిదిక్కు మొగంబై"

కం॥ "నీవేమియు ననకుము, నహ
దేవుని నేమరక యరయు, దినకర సుతునిన్
భావమున దలపు, మే నాదేవ
నమని పుట్టు వడచితిం గపటమునన్" అనియెను

(౪) ద్రౌపది కీచకుని వలన తాను పడిన భంగపాటు భీమున కెరిగించు నదియై రాత్రివేళ మహానసశాలకు పోయి నిద్రలో నున్న అతనిని మెల్లగా సంబోధించెనట. అతడు మేల్కని చీకటి గావున వ్యక్తిని గుర్తుపట్టలేక "యెవ్వరిది" యనెనట. ఆమె "నేను" అని బదులు చెప్పినదట. ఆ యెలుంగును బట్టి అతడు ఆమెను ద్రౌపదిగా గ్రహించెనట. ఇట్టి శారీరక చేష్టలు, వాచిక కాకువులు, నాటక ప్రదర్శనమున నటులు చేసెడి అభినయ విశేషములు వానిని కూడ కథా వర్తనమున ఇముడ్చుట చేతనే కావ్యార్థము ప్రత్యక్ష కల్పమైనది. దాని ఫలితముగా విషయ ప్రధానమైన ఈ యితిహాసము నాటకముగా రస ప్రధానమైనది నిర్వచనోత్తర రామాయణ ప్రకరణమున నే నుదాహరించిన సీతా వివాస, రంభా రావణ సంవాదములు ఇయ్యెడను ఉదాహరణములు కాదగును మరి అట్టివి వేనవేలు.

శైలిలో రెండవ అంశమైన పదగుంఫన సరణి

శబ్దవిన్యాస సరణిని బట్టి ఒక కవి యొక్క శైలి భావస్ఫోరకమో (ఆవేశజనకమో) కర్ణపేయమో బుద్ధిగమ్యమో అయి ఉండుననియు, ఈ గుణములు సందర్భమును బట్టి ఒక్కొక్కయెడ సమ్మిశితములై యుండుట కలదనియు, అయినను ప్రధానముగా ఏదో ఒక గుణము ఒక్కొక్క కవి శైలికి ఆత్మధర్మముగా నెగడుచుండుననియు ఇతః పూర్వము చెప్పితిని. ఆ ప్రమాణమును బట్టి తిక్కన శైలి ప్రధానముగ బుద్ధిగమ్యము అని చెప్పవచ్చును.

ఆలంకారికులు కావ్యగుణములుగా పేర్కొన్న వాటిలో అర్థవ్యక్తి (Propriety) సమ్మితత్వము (Precision) సంక్షేపము (Brevity) సమత (Balance) మొదలగు గుణములన్నియు బుద్ధి గమ్యమైన శైలికి లక్షణములు. కేవల కర్ణ పేయములైన గుణములను తిక్కన ఎచ్చటను ఆదరింపలేదు భావస్ఫోరకము, బుద్ధి గమ్యములైన గుణములలో సందర్భోచితముగా ఒక్కొక్క దానికి ప్రాధాన్య మిచ్చి హృదయార్ద్రతను, బుద్ధివికాసమును సమముగా కలిగించును. భావావేశము గల ఘట్టము లందును బుద్ధి గుణములకే ఎక్కువ అధికారమిచ్చును గాని, ఆ ఆవేశ ప్రవాహమున బడి మున్కలువైచుచు కొట్టుకొనిపోడు. తత్ఫలితముగా కావ్యశిల్ప లక్షణములలో శిరోభూషణ మనదగిన ఔచిత్య పరిపాలనము ఆయన రచనలో ప్రతివాక్యమునందును ప్రస్ఫుటమగుచుండును. జీవితములో ఆయన మహామేధావి. ఆ మేధావితయే ఆయన శైలికి ఆత్మధర్మము.

ఈయన రచనలో అర్థము ననుసరించి శబ్దము నడచును గాని శబ్దము తీసిన దారిని నడచి అర్థము భ్రంశముకాదు. ఏ కవికేని తన భావమునకు గోచరించినదంతయు రచించి చూపుట దుర్లభము. శుద్ధభావనా ప్రపంచమునకు సంబంధించిన అతని యూహ మూర్తప్రపంచమునదగిన శబ్దములో అవతరించునప్పటికి అనేక సంకటములపాలై పరిమిత రూపముతోనే వ్యక్తమగును. సాధారణ కవులందరు శబ్దాధికార సంకటములకు లోనయి యది నడపిన దారినే తమ భావముల పోనిచ్చి యా యల్పఫలముతోనే తృప్తిపొందెదరు. భావ భ్రంశము నంగీకరింపని మహాకవులు శబ్దమునే భావమునకు లోనుగావించి భావానుగుణముగ దానిని పలువిధముల త్రిప్పి మలచి నడపింతురు. వీరే వశ్యవాక్కులు. ఈ కావ్యము తిక్కన వలె నిర్వహించిన తెలుగు కవి మరియొకడు లేడు. మరియు ఈయన రచనలో నొక్కొక్క యెడ ఒకే పద్యమున కార్యకారణ సంబంధము గల అనేక వాక్యములుండును. ఈ వాక్యముల సంబంధములను మన మూహించుకొనవలసినదే గాని ఆయన చెప్పడు.

చం॥ "పగయడగించు టెంతయు శుభంబగు నెన్న; అడంగునే పగన్
పగ; పగగొన్న మారొకపక్షక వల్లక యుండగ వచ్చునే; కడున్
దెగ మొదలెత్తి పోవ బగ దీర్పగ వచ్చిన క్రౌర్య మొందు; నే
మిగతి దలంచినన్ బగకు మేలిమి లేమి ధ్రువంబు కేశవా"

ఈ పద్యమున "పగ అడగింపుట లెస్స" అని ఒక సిద్ధాంతము చేయబడినది. ఆ అడగించుట క్రౌర్య విహీనముగ జరుగవలెనని ఇంకొక సంకేత వాక్యము చేర్పబడ్డది. ఈ రెండు వాక్యములకు నడుమ ఒకదాని నొకటి పూర్వపక్షము చేయుచు మూడు వాక్యములున్నవి. ఆ మీమాంసాఫలితముగా క్రౌర్య రహితముగా పగదీర్చుకొనుట సాధ్యము కాదు గనుక అసలు పగ బూనుటయే అకార్యమని నిశ్చయించబడినది. అర్థ సంవాదము కలిగి సమాన బలము గల ఇందలి వాక్యములవు ఇంకొక కవియైనచో ఏ సీసపద్యముననో వివరముగ వ్రాసియుండును. తిక్కనది ఆ పద్ధతి కాదు మరియు సిద్ధాంతమును సయుక్తికముగా సమర్థింపుచు తర్కసహము చేయుట ఆయనకు పరిపాటి. "అమలోదాత్త మనీష" కలవాడు కనుక తర్కమునకు రాశజాలని యే సిద్ధాంతమును చేయడు. ఒక పద్యము నుదాహరించెదను.

> "వలనధికంబుగా గలుగు వైద్యులు శాస్త్రము లభ్యసించి మం
> దుల నొడగూర్ప నేర్చి, తనుదోషము లారయు శక్తికల్గి యా
> ర్తులకు జికిత్స చేయుదురు, రోగము మాయమిలేదె? వారు రో
> గులగుట కాన మెట్లు? ప్రతికూల విధిన్ నరు నేర్పుతోచునే?"

ఈ పద్యములో నరుడు తన ప్రజ్ఞచే ప్రతికూల విధిని అతిక్రమింపజాలడను సిద్ధాంతము చేయబడినది దానికి, సమర్థుడైన వైద్యుడు చికిత్స చేసినను రోగము పోకుండుట దృష్టాంతముగా నీయబడినది. వైద్యుడు అసమర్థుడే యైనచో ఆ దృష్టాంతమే అసమర్థమగును. కావున సమర్థుడైన వైద్యుడే గ్రహింపబడెను. వైద్యుని సామర్థ్యమును నిరూపించుటకు అయిదు లక్షణములు పేర్కొనబడినవి. వాటిలో మొదటిది శాస్త్రాభ్యసనము, రెండవది మందులు చేయు నేర్పు, మూడవది రోగనిదానము, నాల్గవది చికిత్సా కౌశలము, అయిదవది "వలను"-అనగా ఉపాయమని సాధారణార్థము, సమయోచితోపాయము అని విశేషార్థము (Resourcefulness); చికిత్స చేయునపుడు ఎప్పటి కప్పుడు తటస్థించు బెట్టిదములను తొలగద్రోయు నేర్పు. ఈ లక్షణములలో నేదిలేకున్నను వైద్యుడు సమర్థుడే కాజాలడు వానిలో ఉపాయము అతిముఖ్యమగుటయే కాక శాస్త్రాభ్యాసమునకు పూర్వమే వైద్యుడు కాదలచిన వానికి ఉండవలసిన సహజ లక్షణము. అందుచే నది మొదట పేర్కొనబడెను. సులభముగా నున్న ఈ పద్యములో తర్కబద్ధమైన ఇంత విపులార్థమున్నది. ఇందు అర్థాతిశాయియైన

శబ్దముగాని శబ్దాతిశాయియైన అర్థముగాని ఎచ్చటనులేదు ఇట్టివే ఆయన శైలికి గల లక్షణములు. ఈ శైలియే బుద్ధిగమ్యమని చెప్పదగినది.

మరి కొన్నిచోట్ల భావము యొక్క లోతును ఒట్టి అర్థమునకు స్ఫురితి స్ఫూర్తి కలుగదు. అసలు ఏ కవి రచించిన పద్యమునకైనను అర్థము చెప్ప బూనెడివాడు ఆ కవి ఆ పద్యములో చెప్పదలచిన భావమేదియో మునుముందు ఊహించి అవగతము చేసికొన్ననేగాని అర్థము చెప్పజాలడు. కవి హృదయము గోచరము కానినాడు ఆ పద్యమునకు అర్థమే చెప్పలేడు అనగా వ్యాఖ్యాత కవికి గల భావుకత్వము కలవాడై యుండవలె నన్నమాట. ఒకటి రెండు ఉదాహరణములు చూడుడు :-

కం॥ "పరిచారికాత్వరేఖా
పరిణతి తనమేన అచ్చుపడు భావనకున్
తిరమై తలకొను నంతః
కరణముతో పురము ద్రుపదకన్యక సొచ్చెన్."

ఇది ద్రౌపది సుధేష్ణయొద్ద సైరంధ్రిగా వర్తింపబోవు సందర్భమున చెప్పినది. ఆమె ఒక మహారాజునకు పట్టమహిషి కాలవశమున పరిచారిక కాబోవుచున్నది. ఎంత నేర్పుతో వేషము మార్చుకొని నటింప బూనినను ఆమె రూపరేఖలు సహజ ప్రాభవమును వెల్లడించుచునే యుండును. వేషమే గాక రేఖ సైతము పరిచారికాత్వ స్ఫురణ కల్గింపనిచో గుట్టు బయటపడును. రేఖను మార్చుకొనుటకు శరీరవర్ణమును మార్చుకొనుటవలె అతి దుర్ఘటము. కాని భావితాత్ములైనవారు త్రికరణశుద్ధిగా భావన చేసినచో ఆత్మీయ రేఖనుగూడ మార్చుకొనగలరు. అట్టి భావన చేయుటకు, అంతః కరణము అచంచలమై యుండవలయును. ఈయెడ పాంచాలి తన శరీరమున పరిచారికాత్వరేఖ పొచ్చెము లేకుండ ముద్రితమగుటకై తాను చేయు భావన స్థిరమైయుండదగిన అంతఃకరణముతో పురము సొచ్చినదని ఈ పద్యముయొక్క భావము. "భావన వలన రేఖ మార్చుకొనవచ్చును" అనెడి యోగశాస్త్ర రహస్యమును అర్జునుడు బృహన్నల యయ్యెడు సందర్భమున కూడ తిక్కన వ్యక్తపరచెను. ఆ వాక్యమిది: ''వదనంబు కొమరు భావనచేసి వేరుగా'' అర్జునుని ముఖ సౌందర్యము భావన వలన మారిపోయినదట. అగాధమైన ఇట్టి అర్థగాంభీర్యము నూహింపలేని

వారికి, ఆయన పద్యములు విన్నంతనే అర్థములుకావు. ఈ గుణమును గ్రహింపలేక తిక్కన కవిత్వమునకు ప్రసన్నతా గుణము తక్కువయని కొందరను కొందురు. అర్థగాంభీర్యమును అప్రసన్నతగా తలచుట అశిక్షిత బుద్ధులకు సహజమే!

ఇంకొక ఉదాహరణము చూడుడు.

"గుఱియైన చెలువున నెఱసిన లోకర
క్షణ మనంగగళంబు చాయదోప"

హరిహరనాథుడు తనకు ప్రత్యక్షమైనపుడు తిక్కన చేసిన ఆ రూప వర్ణనగల పద్యములోని పాదమిది. కాలకూటము మ్రింగిననాడు ఏర్పడిన గళంబుచాయ ఆ దేవుని కంఠమున కానవచ్చెనట. అనాడు లోకరక్షణార్థమై అయన హాలాహలము ను మ్రింగెనుగాన అ ఛాయయే ఇక్కడ లోకరక్షణముగా అభేదాధ్యవసితమైనది అయితే ఆ నల్లనిఛాయయే ఆదర్శప్రాయమైన సౌందర్యముతో నిండియున్నదట. ఈ అర్థమునకు తిక్కన వాడిన వాక్యము ''గుఱియైన చెలువున నెరసిన'' (filled with ideal beauty) అని. ఈమూడు అచ్చ తెనుగు మాటలలో''ఆదర్శప్రాయమైన సౌందర్యముతోనిండిన"అన్న వాక్యార్థము ఇమిడియున్నది. ఇది గ్రహింపలేని వారికి ఆయన కవిత్వము అప్రసన్నముగ తోచుట వింతగాదు. మరి ఆధ్యాత్మికములైన కొన్ని ఘట్టములలో వేదాంత శాస్త్ర పరిజ్ఞానము యోగశాస్త్రానుభవము లేనివారికి ఎంత ఆలోచించినను అర్థముగాని పద్యములున్నవి. అట్లే ధర్మశాస్త్ర ప్రసంగములు వచ్చినవుడును అట్టివే కొన్ని పద్యములు గలవు. వాటినైనను అప్రసన్నతాదోషజుష్టము లనరాదు. కావ్యములలో శాస్త్రార్థ ప్రసంగము వచ్చినపుడు తచ్ఛాస్త్ర పరిజ్ఞానము లేనివారికి అవి దుర్బోధములగుట సహజమే! దానికి మన విజ్ఞానలోపమే కారణముగాని కవి రచనా లోపము కారణము కాదు.

అర్థమునకు ముందు విన్నంతనే చెవికి ఇంపును, మనస్సునకు హాయిని గొల్పెడి పద్యములు తిక్కన రచనలో చాల అరుదుగానుండును. క్వాచిత్కము లైనవి కొన్ని ఉండవచ్చును. అవియైనను కేవలము అక్షరరమ్యతనాశించి వ్రాసిన పద్యములుగావు. భారతమున ఇతర భాగములందును భాగవతాద ఇతర గ్రంథములందును సందర్భము నుండి వేరుపరచి ఇంపుగా చదువుకొన దగిన

పద్యములనేకము లుండును. తిక్కన భారతమున ప్రతి పద్యమును సందర్భ సంకీలితమై అవయవితో విడదీసి పెట్టుటకు వలగియుండునుగాని దానిని వేరు పరచి ముచ్చటగా చదువుకొని మురియుట పొసగదు

"విచ్చరకన్ను మూసికొని చిత్రగజాంబరము డాచి లీలమై
వచ్చిన రుద్రుచందమున వ్రాలెదవీవని లోన నోర్వగా
వచ్చునె నిన్ను నెట్ట మగవారికి నీ కృపనాశ్రయింపగా
వచ్చితి మేనలిన్ గెలువవచ్చు మహాత్మ యెరుంగజేయవే"

ఇత్యాది పద్యములు కొన్ని సందర్భమునుండి వేరుపరచి చదువు కొనుటకు అనువుగా నుండును గాని అవియైనను సందర్భముతో కలసియున్నప్పటి చిత్తసుఖమును విడిగా కలిగింపలేవు. ఒకనా తిక్కన పద్యరచనాపరాయణుడు కాడు; కావ్యశిల్ప పరాయణుడు; ఆ శిల్పములో ఏ స్థానమున ఏ పద్యము ఏ వాక్యము అవశ్యకమగునో దానినే ఘటించి మూర్తి సౌష్ఠవమును సమన్వూర్తిని కలిగించును. అవయవి నుండి విడదీసిన ఏ అవయవమును ఇంపు గొలుపదు.

ఇంకొక విశేషము—

ఆంధ్రవాఙ్మయములో సంస్కృత జటిలము, సమాసఘటితము, అక్షర రమ్యము, భావాతిశాయిశబ్దము, నైఘంటికము అయిన శైలియొకటియు, దేశ్య పదఘటితము, నాతిసమాసభూయిష్ఠము, లోకవ్యవహార సిద్ధము అయిన శైలి యింకొకటియు రెండు భిన్నమార్గములుగా తొలినాడే యేర్పడెను. దీనిలో మొదటి దానికి నన్నయయు రెండవ దానికి తిక్కనయు గురువులు. ఈ రెండు తెలుగు భాషలో నాటినుండ నేటికిని విడివిడిగా సాగుచునే యున్నవి. అర్వాచీనులలో నన్నయ శైలిని అనుకరించి కృతకృత్యులయిన కవులు చాలమంది కలరు. శ్రీనాథపోతనాదులు, ఆ శైలికే మరికొంత వన్నెపెట్టి గురువునకు ప్రత్యుపదేష్టలు అనదగినవారుగా గణకెక్కిరి. తిక్కనను అనుకరింప జూచిన వారు దేశ్యపదమయమైన రచన చేయగలిగిరేగాని ఆయన శైలిలోని తక్కిన విశేషములను స్పృశింపలేకపోయిరి అనగా ఆయన శైలి అనుకరణ సాధ్యము కాదు. నిజమునకు భావగతి కూడ శైలిలో ఒక భాగమని అంగీకరింతుమేని ఒకని శైలి మరియొకని కెన్నడును అనుకరణీయముకాదు. అది ఆతని ఛాయ వంటిది. ఇచ్చట ప్రస్తావింపబడిన అనుకరణీయము బాహిరమైన శబ్దగతికి

సంబంధించినది మాత్రము. తిక్కన శైలి అనుకరణీయ మన్నప్పుడు ఆయన శాబ్దిక శైలియు అసాధ్యమే అనుకొనవలయును. ఆయనవలె లోక సాధారణ భాషలో జీవవంతములైన వాక్యములు వ్రాసిన కవి ఇంకొకడు లేడు.

వర్ణనలు-చిత్రణము

కావ్యమునందలి వర్ణనలు వస్తువర్ణనమనియు రూపచిత్రణమనియు భావ చిత్రణములనియు మూడు విధములు. రమణీయములైన సూర్యచంద్రోదయాది ప్రకృతి దృశ్యములును, పాత్రలు వర్తించు రంగస్థలాది సన్నివేశములును, వస్తువర్ణనలగును. మరి ఆ రంగమున ప్రవేశించు పాత్రల రూపరేఖలను, మనోభావములను వర్ణించుట రూపచిత్రణమగును. అలంకార శాస్త్రమున వీటిలో మొదటి వర్గమున కుద్దీపన విభావమనియు, రెండవ దానికి ఆలంబన విభావమనియు పేర్లు-కథలో ఒక వివాహఘట్టము సందర్భించినపుడు ఆ వివాహ మంటపమును అందలి వేదిని నానావిధ మంగళద్రవ్య సముచ్చయ స్థితిని బంధుమిత్ర జనసమావేశమును వర్ణించుట వస్తువర్ణనము. పెండ్లిపీటమీద ఆసీనులైన నూతన వధూవరులను వర్ణించుట రూపచిత్రణము. మరి వారి మధురమనోభావ సంచారమును వర్ణించుట భావచిత్రణము. ఈ మూడును విడదీయరాని పొత్తు కలిగియుండుట నిజమే కాని, వాటికిగల ఈషద్భేదమును గుర్తించుట మాత్రము విమర్శధర్మము. ఈ మూడును ఉత్తరోత్తర చతురతరములు. అందును మూడవది (భావవర్ణన) కవియొక్క ఆంతర జగద్దర్శన నిపుణతకు పరీక్షా స్థానము. సజీవపాత్ర సృష్టికి ఆ దర్శనమే మూలభూతము. సాధారణముగా ఈమూడు విధములను వర్ణనలనియే చెప్పుచుందుము. అందు తప్పేమియు లేదు. తిక్కనగారి సన్నివేశ వర్ణనలును, మూర్తి వర్ణనలును, భావ వర్ణనలును పరస్పర పోషకములై రసోదయము కల్గించుచుండును

ఆయన చేతబడిన భారత భాగమున యుద్ధభూమియు, అందు సంహార తాండవమొనర్చు వీరుల మూర్తులును ప్రధాన వర్ణనీయాంశములు. యుద్ధపంచక భాగమునగల కథయంతయు ముఖ్యముగా ఈ రెండంశములకు సంబంధించినవే. ఈ భాగమును యుద్ధభూమిని ప్రవహించెడి రక్తవాహినులవలె రౌద్రభయానక రసప్రవాహములను వెల్లివిరియించి తిక్కన రమణీయమధురమైన ఒక

శోకమును చిత్రించి ప్రదర్శించెను అయన యుద్ధభూమిలో రుద్రునివలె అనంద పారవశ్యముతో తాండవించుచు అయిదు పర్వముల వీరగీతము దేవతలు ఆలకించునట్లు ఎలుగెత్తి పాడెనా? అని యనిపించును. ఆ వీరగీతముయొక్క తుది చరణమే స్త్రీపర్వము. అప్పటికి గతించిన పదునెనిమిది రోజులలో పోరిపోరివీర స్వర్గమలంకరించిన శూరుల కళేబరములను, అవి చివరికి జీర్ణించి గుర్తుపట్టరాని అంగవైకల్యముతో పడియున్న స్థితిని చిత్రించుటలో అయన చూపిన సునిశితమైన భావన ఊహింపవలసినదే కాని ఉగ్గడించుటకు సాధ్యముకాదు. యుద్ధములను వర్ణించిన యుద్ధపంచకములో ప్రవహించిన రౌద్ర భయానక రసములవలెనే ఇచ్చట స్త్రీ పర్వమున కురుకాంతల ఆక్రందనముతో పాటు కరుణబీభత్స రసములు వెల్లివిరియుచుండును. భర్తలశవములమీదబడి విలపించు వీరపత్నులు, పుత్రుల శవములమీదబడి విలపించు వీరమాతలు దుఃఖపరవశలై చేయు ఆక్రోశ నినాదములు నీరవమైన నాదముతో పాఠకుల హృదయములనే కాక ఆత్మలను గూడ ద్రవింపజేయుచుండును. ఆపర్వములో అక్షుణ్ణములైన కొన్ని వృత్తములు వాడబడినవి. అవి గేయప్రాయములు. పఠన సామర్థ్యము కలవాడు వాటి గేయ లక్షణమును వ్యక్తమగునట్లు చదివిన యెడల ఆ కరుణరసము ద్విగుణీకృతముగా అనుభవింపబడును. కావ్యకళలో కరుణమునకును గీతికిని సహజ సంబంధము కలదు. ఆ పాలికలలో పడియున్న శవముల చిత్రణము, చిత్రకారుడు చిత్రింపలేకపోవుటయేకాదు ఛాయాగ్రాహకయంత్రముకూడ గ్రహింపజాలదు ఆ మూర్తులను తిక్కన ప్రత్యక్షముగా శబ్దచిత్రిత మొనర్చిన నేర్పు ఆయనకే చెల్లును. ఒక ఉదాహరణ చూడుడు– ఇది శల్యుని శవవర్ణన.

గీ॥ బోరగిలబడ్డ వాడు గపోలమొకటి
పుడమి మోపినయది మోము పొలుపుసెడదు
వీఁడె చూచితె శల్యుండు వెడలియున్న
జిహ్వఁబీకెడి వాయసశ్రేణి కృష్ణ!"

అసాధ్య సంస్థానికములైన ఇట్టి రూపములను స్వాభావికముగా చిత్రించుటలో ఆయనకున్న కౌశలము భారత మెల్లెడలను కానవచ్చును. ఇంకొక ఉదాహరణము నిచ్చెదను. పాంచాలి సుధేష్ణకు చేరబోవునపుడు ఆసీనయైయున్న ఆ రాజపత్ని ఆదరపూర్వకముగా "రమ్మ" అని చేరదీయుట ఇందు వర్ణింపబడినది.

"కనుగొని గారవంబును మొగంబునఁ; గేల నురః ప్రసారముం
దనువున నమ్రభావమును దంతమరీచుల సామి నిర్గమం
బును దనలోఁ గడల్కొనగ భూషితరాదరరేఖ నిండు ర
మ్మనవుడు నంతనంత ద్రుపదాత్మజ చేరి వినీతి నిల్చినన్"

సుధేష్ణ, గౌరవభావము తోచెడు మొగముతో చాచిన చేతులతో, లేచి నపుడు నగమువంచిన శరీరముతో, చిరునవ్వువలన కొంచెము వ్యక్తమైన దంత కాంతులతో మిక్కిలి ఆదరభావము సూచించుచు ''ఇందురమ్మ'' అని చేరబిలి చినదట. పాంచాలి అంతంతజేరి వినీతితో నిల్చినదట ఇంకొక కవియైనచో సుధేష్ణజూపిన ఆదరభావమును ఆమె అవయవచేష్టా వివరములతో పనిలేకుండ గనే స్థూలముగా ఒక్క వాక్యములో చెప్పి ముగించును. ఆ వాక్యమువలన సందర్భ తాత్పర్యమే బోధపడునుగాని ప్రత్యక్షమూర్తిదర్శనము కలుగదు. మనచే ఆ మూర్తిదర్శనము చేయించుటయే తిక్కనగారి శిల్పలక్షణము సంస్కృత కవులలో భట్టబాణుని కాదంబరి ఈ రూపచిత్రణ కౌశలమునకు ప్రథమోదాహరణము. అయినను అది వచనరచన కనుక కొంచెము సుకరమే యగును. తెలుగులో ఈ ప్రజ్ఞకలవారు ముగ్గురు, నలుగురే మాత్రము కలరు. వారిలో తిక్కన కాలమునుబట్టియేకాక ప్రతిభను బట్టియు ప్రప్రథముడు. మరియు మూర్తి చిత్రణములో స్థిరరూపమును వర్ణించుటకంటె చరరూపమును వర్ణించుట కష్టమైనపని రూపగతమైన సహజ సౌందర్యము దాని చలనవస్థలో ద్విగుణీకృతమై మోహనమగును. ఆ చలనావస్థను వర్ణించు నేర్పు ఎగిరెడి పక్షిని కొట్టెడు విలుకాని నేర్పువంటిది తిక్కన క్లేశతరమైన అట్టి చరరూప మును వర్ణించుటకే కుతూహలపడును. దీనివంటిదే ప్రాణుల ఆకారములకంటె తన్మనోభావముల వర్ణించుటలోగల క్లేశము. ఆకారము బాహిర ప్రపంచమునకు సంబంధించినది; ఇంగితము ఆంతర ప్రపంచమునకు సంబంధించినది. ఉభయా త్మకమైన రూపము వర్ణింపబడినప్పుడే దాని ఆత్మ వ్యక్తమగును. తిక్కన రూపచిత్రణలో ఆకారము, దాని చలనము, తదంతఃకరణ ప్రవృత్తి కలిసి రాశీభూతమై సమగ్ర సౌందర్యమును వెలార్చుచుండును.

భాషాసృష్టి

కావ్యరచనకు యోగ్యమైన ఆంధ్రభాషలేని రోజులలో శిష్టమైన భాషను నిర్మించుకొని కావ్యరచనను నిర్వహించిన సిద్ధసంకల్పుడు నన్నయ. ఆయన

చేతిలో తత్సమశబ్దజాలమువలె శుద్ధాంధ్రము పెంపొందలేదు. తత్కారణము నన్నయ ప్రకరణమున చెప్పితిని. అచ్చ తెనుఁగున కా గౌరవము తెచ్చినవాడు తిక్కన. ఒకభాషయొక్క శక్తియు సంపన్నతయు, అది వ్యక్తముచేయు భావములయు నర్థములయు గంభీరతను బట్టి తెలియవచ్చును. అచ్చ తెనుఁగు భాష సూక్ష్మాతి సూక్ష్మములైన మనోభావములను వ్యక్తము చేయుటయందును అతి గంభీరములైన శాస్త్ర పరమార్థములను నిష్కర్షగా వివరించుట యందును కూడ సమర్థమే యని తన ప్రయోగముచే లోకమునకు చూపినవాడు తిక్కన. అట్టి యీ భాష అంతయు ఆయన సృష్టించుకొన్నదే ఆ భాషా సృష్టిలో కొంతవరకు నాటి వాడుకపదముల సహాయము చాల కలదు. ఆయన వాక్యములు వ్యాకరణ లక్షణానుసారముగానే ఉన్నను, భాష అంతయు వ్యావహారిక భాష. అందును నెల్లూరు మాండలిక పదప్రయోగములు అమితము*గా కలవు. దేశ్యమైన తెలుఁగుభాషను పాల్కురికి సోమనాథుడును విస్తారమువాడెను. కాని అతని భాషకు తిక్కన భాషవలె సాధారణీకృతిరాలేదు దీనికి కారణము సోమనాథుని ప్రకరణమున వివరించితిని, అందు చూడదగును. ఆ వ్యావహారిక భాషా పదములకే శబ్దరూపములు, క్రొత్తప్రాణము నిచ్చి ఆయన భారతము రచించెను.

"ఒక కవి యొక్క రచనా సామర్థ్యమునకు పరీక్షా స్థానము క్రియాపద ప్రయోగము (the use of the verb)" అని అరిస్టాటిల్ ఒకచోట నిర్దేశించెను. ఇది సత్యమే: మానవ వర్తనమే కవిత్వమునకు ప్రకృతి. వర్తనమును వ్యక్తము చేయునది క్రియారూపమే గాని తక్కిన భాషా భాగములు కావు. అవన్నియు క్రియకు అంగభూతములు. కావున వాక్యములో క్రియాపదము ప్రాణము. మరియు శారీరక వర్తనమును సూచించు క్రియాపదములు లభించినంత ప్రచురముగ మానసిక వ్యాపారమును సూచించునవి లభింపవు. అందును సమానార్థకములుగా కానవచ్చే క్రియలలో ఛాయా మాత్రముగ అర్థభేద ముండును. అర్థమునకు తగిన క్రియా ప్రయోగము చేయలేని కవి తనకు స్ఫురించినదేదో ఒక క్రియను ప్రయోగించి ఫలిమి పుచ్చును

*ఆ మండలములో 'మరిచేను, పలుకరించును' అను మాటలు ఇతర ప్రాంతములలో 'మరచితేను, పలుకరించును' అని వాడుదురు. అట్లే 'వచ్చినదానికి, పోయినవానికి' అనుటకు 'వచ్చినందుకు, పోవుటకు' అను భావార్థమున ఉపయోగింతురు. ప్రశ్నార్థకమున "ఎట్లు?" అను శబ్దార్థ మండలమున "నీవు రావా ఎట్ల" అనిన నీవు రావా ఏమి? అని అర్థము. ఇట్టి ప్రయోగములు భారతమున అందందు పెక్కులుగా నున్నవి.

ఈయన, ఒకే వ్యాపారములో ఛాయా మాత్ర భేదము గల అంశము లెన్నియుండునో వాటి అన్నిటికి అర్థచ్ఛాయా భేదము గల క్రియాపదములను ప్రయోగించి నిష్కర్షమైన అర్థమును వ్యక్తీకరించును. ఒక ఉదాహరణము చూడుడు.

ద్రౌపది కీచకు నింటికి సురను తేబోవు సందర్భమున ఆమెకు కలిగిన భయ సందేహములలో ఎట్టి భావాంతరములు కలవో అవన్నియు ఛాయా మాత్ర భేదము గల క్రియలలో వ్యక్తము చేయు ఈ క్రింది పద్యము చూడుడు.

ఆ॥ "తలకు పుట్టె గొంతు కొలదికి మీరె వె
న్నాటు దోచె ముట్టుపాటు దొడరె
వెఱగు పాటు దనికె నెఱనాదె నొవ్వు నె
వ్వగలు వగలు సీనె దిగులు పొదివె."

రావణునిచేత అవమానితయైన రంభయొక్క చిత్త వైకల్యమును వర్ణించిన పద్య మిటువంటిదే. దానిని అచ్చట వివరించితిని. మరియు ఒకే అర్థమును పలు మారులు చెప్పవలసి వచ్చినపుడు ఆయన భంగ్యంతరముల చెప్పును గాని పునరుక్తి దోషము పొంతబోడు. ద్రోణపర్వమున గల షోడశ మహారాజచరిత్ర కథనము దీనికి దృష్టాంతము. ఆ కథనములో, ఎంతెంత గొప్ప బ్రతుకులు బ్రతికినను ఆ పదియారుగురు మహారాజులును లోకాంతరగతులగుట తప్ప లేదు-అని చెప్పవలసి వచ్చెను. ఒక్కొక్క మహారాజును గురించి "లోకాంతర గతుడయ్యెను" అను వాక్యార్థమును భంగ్యంతరమున పదియారు పద్యములలో పదియారు విధముల వ్రాసెను.

తిక్కన గారి సందేశము

ఇట్టి మహాకవి తన రచనల ద్వారా లోకమునకు చేసిన ఉపదేశమేమి? కవిగా ఆయన మన కిచ్చిన సందేశమేమి? అని ఎవరైనను ప్రశ్నించినపుడు భారతమున చెప్పబడిన ఉపదేశమే ఆయన సందేశము అని సమాధానము చెప్పవచ్చును. "అయితే ఆ భారతము తన సందేశద్యోతకార్థము ఆయన స్వతంత్రముగా వ్రాసిన గ్రంథము కాదు; అది వ్యాసకృతము అందలి ధర్మోపదేశము వ్యాసుడు చేసినట్టిదే కాని తిక్కన చేసినట్టికాదు." అని 'భారత సందే

కమే తిక్కన సందేశము' అనెడి సిద్ధాంతమును పూర్వపక్షము చేయవచ్చును. ఏమనే. వ్యాస ప్రోక్తము కాని ధర్మమును దేనిని తిక్కన స్వయముగా బోధింప లేదు. వ్యాసరచనము తనకే కాక ఆ నాటి తన జాతికిని అనుసరణీయమును, ఆధారనీయమును కనుకనే దానిని తెనిగించుటకు పూనుకొనెను. అనువాదకుడైన ఏ కవియైనను మూలమందలి ధర్మ మహత్త్వము గాని కథాచమత్కారము గాని పాత్రల యుదాత్తతగాని తనను ఆకర్షించి హృదయమునకు హత్తుకొనినపుడే దానిని భాషాంతరీకరించుటకు తలపడును గాని లేనిచో దానిని చేపట్టడు. కావున భారతము నందలి కథ-పాత్రల-ధర్మము అనెడి మూడంగములు తిక్కన హృదయము నాకర్షించినవి. కావుననే ఆయన దానిని తన రచనకు మాతృకగా గైకొనెను. అయితే ఆయన భారతమును "తెనుగుబాస వినిర్మించుట" అనగా ఒక విశిష్ట రూపమున నూత్న నిర్మాణము చేయుటయే అని ఇతఃపూర్వము చెప్పితిని. ఆ నిర్మాణము ముఖ్యముగా గ్రంథశిల్పమునకు సంబంధించినది. అనువాదమున గల రూప సౌష్ఠవముగాని శిల్ప సౌందర్యము గాని మూలమున లేవనుట నిర్వివాదమైన విషయము. కాని ధర్మ ప్రతిపాదనము ఇందు మించు మూలానుసరణమే! అయినను మూలమున పెక్కు తత్త్వములు వికీర్ణములై సమన్వయము కుదరని వైవిధ్యము కలిగి గోచరించుచుండును. ఆ ధర్మతత్త్వములో వైవిధ్యముగాని అనేకత్వముగాని లేదనియు నానా ధర్మముల యొక్క అద్వైత మూర్తియే భారత మనియు దర్శించి తద్దర్శనానుగుణముగా భారతమును తెనుగున నిర్మించిన మహాకవి తిక్కన. కావున శిల్పమునందేకాక ధర్మ సమన్వయము చేయుటలో కూడ కొంత విశిష్టత కలదు ఇయ్యెడను ఆయనను వ్యాసఋషి ఆశయమును వ్యాఖ్యానించిన భాష్యకర్తగా గ్రహింపవలెను. అయితే మూలమందలి రహస్యములను విప్పి చెప్పినవాడే భాష్యకర్త యగును గాని, తానై తనదిగా చెప్పతగిన నూతన ధర్మమును ఉపదేశించినవాడు కాజాలడు. కావున ఆయన ఉపదేశము గ్రహించుటకు ఆయన స్వతంత్రముగా రచించిన గ్రంథ భాగములను పరిశీలన చేయవలసియుండును.

అవతారికను బట్టి ఆయన వైదిక మార్గనిష్ఠుడు వర్తనచే భేదములేని భక్తిచే నిరంతర బ్రహ్మజ్ఞాన పద్మ సంస్మరణచే కావ్య రసాస్వాద తపస్సుచే భగవంతుని మెప్పించి మోక్షమును వశముగా గైకొన్న ధన్యుడు అని స్పష్టమగును. అదిగాక హరిహరనాథుని సాకార నిరాకారత్వములను గూర్చియు

అ దేవుడు నా నా విధముల ఐహికాముష్మిక సుఖమును కోరు వారికి ప్రత్యేక శరణ్యుడనియు హరిహరనాథ తత్త్వనిరూపణ సందర్భమున చెప్పితిని. తిక్కన గారు కర్మజ్ఞాన భక్తియోగాది మార్గములలో నేదో యొక దానిని అవలంబించి తక్కిన వాటిని ఉపేక్ష చేసిన సంకుచిత దృష్టి కలవాడుకాడు. అవన్నియు సోపాన పరంపరాక్రమమున మోక్షప్రాప్తికి కారణములనియు అన్నియు క్రమ ముగా నంసేవ్యము లనియు గ్రహించుటే కాక తదనురూపముగా తన జీవిత యాత్రను సాగించి పూర్ణపురుషుడుగా ముక్తిని పొందెను. హరిహరనాథుడు సర్వ దేవతా ద్వైతమూర్తి యైనట్లే తిక్కన సర్వధర్మ మార్గాద్వైతమూర్తిగ వెలుగొందెను.

ఇదంతయు ఆయన పారలౌకిక సాధనకు సంబంధించిన ధర్మాచరణము. ఈ సాధనను మిషగాబెట్టుకొని ఐహికమును నిర్వీర్యము-నిస్తేజము ఒనర్చు కొన్న పేద మనస్సు కలవాడు కాదు. మంత్రిగా, రాజనీతి విశారదుడుగా, వైభవోపేతుడుగా, మహాకవిగా, మహాదాతగా, బహువిధ జీవిత రంగములలో గణనకెక్కి ఐహిక జీవితమును సఫల మొనర్చుకొన్న సంసారయోగి* తనకు శ్రీమత్త్వము, ఆయుష్మత్త్వము, సుధీమత్త్వము భగవదనుగ్రహలబ్ధములని భక్తితోస్వీకరించి భోగియు, త్యాగియునై ఆ సంపదల వ్యామోహమున బడక నిర్లిప్తతతో మెలగిన బ్రహ్మజ్ఞాని. కావున తిక్కనగారు లోకమునకిచ్చిన సందేశము అద్వైత మార్గానుసారియైన పూర్ణయోగసాధన.

——

* కం॥ శ్రీమత్త్వాయుష్మత్త్వ సు
ధీమత్త్వ ప్రద కటాక్ష దీపిత భక్త
వ్యామోహ ప్రశమ కరణ హరిహరనాథా"

కేతన
దశకుమార చరిత్ర

ప్రాచీన సమకాలికులలో మొదట పేర్కొనదగినవాడు మూలఘటిక కేతన; ఇతడు సోమయాజికి అత్యంత సన్నిహితుడగుటయే కాక, ఆయనకంకిత మిచ్చిన దశకుమార చరిత్ర పీఠికలో ఆ మహాపురుషుని మహోదారమైన బహిరంతర మూర్తిని చిత్రించి లోకమున కొసంగిన శిల్పి.

కేతన వేంగి దేశమునందలి "వెంటిరాల" అనే అగ్రహారమునకు అగ్రణి. అనగా అగ్రహారీకుడో లేదా గ్రామణియో? ఆ గ్రామము నేటి ఏలూరునకు సమీపమున ఉండెడిది. ఆదినములలో నెల్లూరు పట్టణమున సారస్వత పీఠాధిపతియై అనేక విధముల కవి పండితుల ఆదరించుచున్న తిక్కన్నను జేరి ఆయనను మెప్పించి తన కవిత్వ పాండిత్యములకు ఆమోదముద్ర సంపాదింపవలెనను ఆశతోనో కేతన నెల్లూరు చేరియుండును. అంతేకాని కేవలము ధన సంపాదనార్థియై వెళ్ళియుండడు. అగ్రహారమునకగ్రణియగుటచే అట్టి అవసరము ఉండి యుండదు.

కేతన యీ గ్రంథమును తిక్కన కోర్కెమీద గాక, తత్పూర్వమే రచించి, ఆయనకంకితమిచ్చు సంకల్పముతో వినిపింపగా ఆయన సమ్మతించి యుండును. కృతిపతిచే అర్థింపఁబడకాని, కృతి ప్రదానము చేసినట్లు, కవులలో పెక్కుమంది తమ గ్రంథములలో వ్రాసికొనుట సంప్రదాయముగాన, కేతనయు అట్లే వ్రాసికొనియుండును.

మరి ఆ గ్రంథమును అంగీకరించిన తిక్కన అతనికి అభినవదండి బిరుద ప్రదానము చేసి గౌరవించెను. గ్రంథావతారికలో

"కేతన ప్రభుఁడైన వెణ్టిరాలను పేర
అతిశయమగు అగ్రహారమునకు
ప్రభువగు వానినభినవదండిగా
బొలుపు మీరినవాని......"

అను విశేషణములనుబట్టి ఆ బిరుదము అతనికి తత్పూర్వమే ఉన్నట్లుంతోచును. కాని అది తిక్కన ప్రసాదించినదియే అనియు, ఈ ఔపచారిక కృతిస్వీకారమునకు తిక్కన అనుమతించిన పిమ్మట వ్రాయబడినదనియు నా ఉద్దేశము. ఈ సంప్రదాయము కూడ కవిలోక సాధారణమే।

కృతి ప్రదాతగా కేతన తిక్కనకు బంధువగుటయే కాక, ఆయనకు శిష్యుడనని చెప్పుకొనుటకు చనవుకూడ సంపాదించెను. ఇతడు రచించిన "ఆంధ్ర భాషాభూషణ"మను తొలి తెలుగు వ్యాకరణ గద్యలో తాను తిక్కన సోమయాజి శిష్యుడనని ఈ విధముగ జెప్పికొనెను. "శ్రీమదుభయకవి మిత్ర కొమ్మనామాత్య పుత్ర బుధారాధన విరాజి తిక్కన సోమయాజి వరప్రసాద కవితావిలాస వేద శాస్త్ర పురాణేతిహాస కళాకోవిద మానస......కేతనామాత్య ప్రణీతంబైన"* తిక్కన నెరపిన ఆగురుత్వము ఏ విధమైనదో చెప్పలేముగాని ఆయన పరిచయము వలన కేతనకవిత్వ కళలోను, సాహిత్యములోను, అనేక శాస్త్రములలోను పెక్కు రహస్యములు గ్రహించి తన ప్రతిభకు మెరుగులు దిద్దుకొని తనకు కలిగిన ఆ మేలునకు శిష్యుడనని చెప్పికొని యుండును శుశ్రూష అనగా నట్టిదే।

పై గద్యలో తిక్కనను సోమయాజి అని పేర్కొన్నను, కేతన దశకుమార చరితమున ఆయనను అమాత్యుడుగానే పేర్కొనెను. కావున దశకుమార చరిత్ర నాటికి తిక్కన యజ్ఞము చేసి యుండలేదనియు ఆంధ్రభాషా భూషణము తిక్కన సోమయాజి యైన పిమ్మట రచింపబడెననియు తలంప వచ్చును కాని దశకుమార చరిత్ర కృత్యవతారికలో,

"మహిత దక్షిణలైన బహు విధ యాగంబు
లొనరించుననుట వర్ణనము చొప్ప"

అని వ్రాయుట బట్టి తిక్కన సోమయాగము చేసిన తరువాతనే తత్కృతి స్వీకారము చేసెనని భావింపరాదు సోమయాగమునకు పూర్వము గృహస్థు చేయ దగిన శ్రౌతస్మార్త క్రతువులు పెక్కుగలవు. అవి యజ్ఞములు యాగములే। వాటిలో సోమపాన విధానముండదు.

"వైదిక మార్గనిష్ఠమగు వర్తనమున్ తగ నిర్వహించు" చున్న తిక్కన సోమయాగమునకు పూర్వమే అట్టి క్రతువులు పెక్కు చేసి యుండును

---

* ఈ గద్య కొన్ని వ్రాత ప్రతులలో లేదట, కొన్నిట [illegible]

కావున దశకుమార చరిత్ర నాటికి ఆయన సోమయాజి కాడు. మరి ఈ గ్రంథమున భారత ప్రస్తావన లేకపోవుటయే గాక నిర్వచనోత్తర రామాయణ ప్రశంసయు లేదు. తిక్కన గ్రంథరచనా ప్రశస్తిని తడవిన ఈ క్రింది పద్యముననైనను దాని పేరెత్తలేదు.

కం॥ కృతులు రచియింప సుకవుల
కృతులొప్ప గొనంగ నారునకుం దీరునె? వా
కృతినిభుడు వితరణశ్రీ
యుతు డన్నమసుతుఁడు తిక్కడాకనికి దక్కన్.

భారత నిర్వచనోత్తరరామాయణములు కాక తిక్కన రచించిన ఇతర కృతులను మనసున పెట్టుకొని కేతన ఈ పద్యము వ్రాసియుండును నిర్వచనోత్తరరామాయణమే ఆనాటికి షట్టియున్నచో అతడు దానిని ప్రశంసింపక విడువడు. ఈ కారణములబట్టి దశకుమార చరితము నిర్వచనోత్తర రామాయణమునకు పూర్వరచన యని నేనే గాక పలువురు భావింతురు ఈ విషయమంతయు తిక్కన ప్రకరణమున చెప్పితిని.

తెనుగున గ్రంథావతారికలలో ఏ అవతారికకును లేని ప్రాధాన్యము దశకుమారచరితావతారికకు కలదు. అందు కృతిపతి యైన తిక్కన యొక్క మహనీయమైన బహిరంతర మూర్తి వర్ణనచేయబడెను. మనకు యథార్థమైన కవుల జీవిత చరిత్రలు లేవు వారిని గురించి జీవితాంశములు వ్రాయ తలపెట్టిన చరిత్రకారులకు ఉపకరించు ఆధారములు సైతము చాల తక్కువ. రాజాంకితములైన గ్రంథముల అవతారికలలో ఆయా రాజులయొక్క చరిత్ర కొంతవరకు కానవచ్చును గాని అదియు రాజకీయ చరిత్ర వర్ణనమేగాని కృతిపతి యొక్క ఆత్మీయతా వర్ణన గాదు.

దశకుమార చరిత్ర ఒక మహాకవి యొక్క లోకాతిశాయి యైన స్వరూప స్వభావములను శబ్దములతో చిత్రించి ఆయన వర్ణచిత్రములేని లోటును తీర్చెను. అంతేకాదు తిక్కన వంటి కారణజన్ముడు ఆవిర్భవించుటకు అర్హక్షేత్రమైన కొట్టరువు వంశమును మూడు నాలుగు తరముల పూర్వమునుండియు వర్ణించి తిక్కన చరిత్రము వ్రాయువారికి ఆధారమును కల్పించెను. తిక్కన తానై

భారతమున గాని, నిర్వచనోత్తర రామాయణమునగాని తన వంశమును వర్ణించు
కొనని లోటుకూడ ఈ మూలముగా తీరెను

దండి దశకుమార చరిత్రము ప్రసిద్ధములైన సంస్కృత గద్య కావ్యము
లలో రెండవది మొదటిది భట్టబాణుని కాదంబరి. దీనిని కూడ కేతనకాలము
లోనే ఇంకొక కేతన పద్య ప్రబంధముగా తెనిగించినట్లు సంకలన గ్రంథములలో
నున్నది ఆ కేతన కొట్టరవు కేతనయనియే పలువురి అభిప్రాయము. అది
యటులుండుగాక. ఒకే శతాబ్దిలో ఆ రెండు గద్యకృతులను ఇరువురు కవులు
చంపూకావ్యములుగా పరివర్తనము చేయుట చూడగా ఆకాలము వారికి పద్య ప్రబం
ధములపై గల ఆదరము కేవలగద్యకృతులమీదలేదని తలప వలసి వచ్చును.
గద్య పద్యాత్మకములైన చంపువులు ఉభయతారకములగు నన్న నిర్ధారణ
చేతనో గద్యము పద్యమువలె ధారణ యోగ్యము కాదను అనుమానము చేతనో
పద్యమువలె గద్యము కీర్తి కారణము కాదనెడి నిరసన భావముచేతనో మన
పూర్వ కవులు ప్రత్యేక గద్య రచనల నాదరింపరైరి కానిచో కాదంబరీ దశ
కుమార చరిత్రలు ఉత్తమ గద్య ప్రబంధములుగానే తెలుగున అవతరించి యుం
డును తెనుగు దశకుమార చరిత్రలో ఏ వచన భాగమునైనను మూలముతో
పోల్చిచూచినపుడు ఆ అనువాద సరణిని బట్టి పై అభిప్రాయము నిజమనిపించును.

సంస్కృతమున దండి దశకుమార చరిత్ర ఒక చిత్రాఖ్యాయిక. ఇది కేవ
లము కల్పితముకాదనియు ఇందలి కథాప్రణాళిక కథాసరిత్సాగరములోని మృగాం
కదత్తుని చరిత్ర ప్రణాళికను బోలియున్నదనియు ఈ కథలలోకొన్ని అందలి కథ
లతో సంవదించుచున్నవనియు శ్రీ వేదము వేంకటరాయ శాస్త్రివారు ఒకచో
ననిరి ఆ పోలికలున్నను దండిరచనా విధానమంతయు స్వతంత్రమే। ఈ
గ్రంథమున కథా ప్రణాళిక ఈవిధముగా నుండును.

కథాప్రణాళిక

మగధ దేశాధీశుడైన రాజహంసుడను రాజు మాలవాధీశుడగు మానసా
రునిచే యుద్ధమునఓడిపోయి భార్యతో, నలుగురు మంత్రులతో, వారి కుటుంబము
లతో వామదేవముని ఆశ్రమము చేరి ఆయన ప్రాపున అందు నివసించుచుండెను
యుద్ధకాలమునాటికి అంతర్వత్నిగ నున్న ఆతని భార్య వసుమతి, ఆ యాశ్ర
మమునే ఒక కుమారుని ప్రసవించెను. ఆ శిశువునకు వామదేవముని జాత కర్మాది
సంస్కారములుచేసి రాజవాహనుడని పేరిడెను. అనతికాలములోనే నలుగురు
మంత్రులకు నలుగురు కుమారులు పుట్టిరి. పూర్వము దేశాంతర గతులైన రాజ

హంసుని మంత్రుల కుమారులు ముగ్గురు భాగ్య వశమున కారణాంతరములచే ఆ పుష్పపురమునకే రాజు నొద్దకు చేరిరి. మానసారునితో జరిగిన యుద్ధమున రాజహంసునకు సహాయపడిన ప్రహారవర్మ యనెడి మిథిలానగర రాజుయొక్క కవలపిల్లలు ఆటవికుల చేతులలోపడి అదృష్టవశమున ప్రాణములతో రాజహంసుని చెంత చేరిరి. తన పుత్రునితో వయసుగ్రైన ఆ కుమారులందరిని రాజహంసుడు సర్వ విద్యా ప్రవీణుల జేసెను. ఆ కుమారులు యుక్త వయస్కులు కాగానే వామదేవుని ఉపదేశమున రాజు వారిని జైత్రయాత్రకు ఆదేశించెను. ఆ యాత్రలో ఒకచోట వారందరు విశ్రమించి యుండగా రాజవాహనుడు మతంగుడను బ్రాహ్మణునకు సహాయము చేయుటకు మిత్రులకు తెలుపకుండ వెడలెను. మిగిలిన తొమ్మండుగురు రాజవాహనుని వెదకుటకు మరునాడు నానా దిక్కులకు వెళ్ళిరి. ఆ పదుగురును దేశాంతరములలో చేసిన సాహసకృత్యములే ఇందలి కథలు.

వారందరు ప్రియ సాహసులు. వీరి విక్రమ విహారమే వారి జీవిత ధర్మము. ఆశ్రిత పక్షపాతము వారి వ్రతము. ఆత్మ రక్షణార్థము, ఇతర ప్రాణి రక్షణార్థము పాప పుణ్య శంకలేక ఎట్టి సాహసములనైన చేయుటకు వెనుదీయరు. వలచిన కన్యలకు ఎట్టి ఇక్కట్టులకునైన లోనై చేపట్టి తీరుదురు. అంజనాది విద్యలచే నిధులను కనుగొనుటలో ఎంత నేర్పరులో ఆ ధనరాసులను అవసరము కొలది విరజిమ్ముటలో కూడ అంత యుదారులు. కన్నములు వేయుట, ఇంద్రజాలములు చేయుట, జూదమాడుట మొదలగు కళలలో నిష్ణాతులు. వీరి కృత్యము లన్నియు ధర్మశాస్త్ర విరుద్ధము లైనప్పటికి "సాహసే లక్ష్మీః" అను నీతి వాక్యమునకు లక్ష్యభూతములై యుండును. ఈ కథ లన్నియు దశవిధ రూపకములలో భాణము, ఈహామృగము, ప్రహసనము మొదలైన చిల్లరనాటికలకు వస్తువుగా పనికివచ్చు స్వభావము కలవి. వీటిలో ప్రాముఖ్యముగా కొన్నిట శృంగార వీర రస భావములును కొన్నిట హాస్యాద్భుత కరుణ రస భావములును అపరిపుష్టమైన రూపమున వ్యక్తమగుచుండును. వీరందరు నానా రసమయ సాహస కృత్యములు విడివిడిగా చేసి తుదకు అందరును ఒకచో జేరి తమ తమ సాహస కృత్యములను చెప్పుకొనిరి. ఆ కథలలో రాజవాహనుడు అవంతి సుందరిని పెండ్లి యాడుట ప్రధాన కథ.

అవంతి సుందరి రాజహంసుని శత్రువైన మానసారుని కుమార్తె. ఆ మానసారుని కుమారుడైన దర్పసారుని సంహరించి రాజవాహనుడు తన్ను వలచిన అవంతి సుందరిని వివాహమాడి ఆ రాజ్యమునకభిషిక్తుడై మిత్రులతో కలిసి తలిదండ్రుల వద్దకు వచ్చెను. రాజహంసుడు తన శత్రు రాజుయొక్క రాజ్యలక్ష్మియే కాక అపరలక్ష్మియైన అతని కుమార్తె కూడ తన కుమారునకు లభ్యమైనందులకు పరమానంద భరితుడై కుమారుని తన రాజ్యమునకు అభిషిక్తునిజేసి చరితార్థుడాయెను.

దండి సంస్కృతభాషా శైలి చాల ఉజ్జ్వలమైనది. సంవాదములు మిక్కిలి సహజముగానున్నను వర్ణనములు నానా విధమైన ఉత్ప్రేక్షలతో, అతిశయోక్తులతో అనుప్రాసాది శబ్దాలంకారములతో ఎంతో ప్రౌఢముగనుండును. ఆ శబ్దములను యథాతథముగా ప్రయోగించిననే తప్ప ఆ ఉజ్జ్వలత తెనుగునరాదు. కేతన ఆ ప్రయత్నము చేయలేదు. తెలుగు దశకుమార చరిత్ర, కథా మాత్రానుసరణమే గాని వాక్యానువాదము కాదు. ఈ కథలను తెనిగించుటలో కేతన కొన్నియెడల భారత కవులవలె స్వతంత్రుడయ్యే వర్తించెను. కథా ప్రారంభముననే కుసుమపురవర్ణనను, వసుమతీదేవి సౌందర్య వర్ణనను నామమాత్రమున స్మరించి విడిచి పెట్టెను. చెలికత్తెలతో ఉద్యానవనమున ప్రవేశించిన అవంతి సుందరి రూపమును సమయ సిద్ధములైన ఉపమానములతో ఉత్ప్రేక్షలతో దండి నఖశిఖ పర్యంతము అంగ ప్రత్యంగ దీర్ఘ వర్ణనలతో చిత్రింపగా కేతన దానిని స్పృశింపలేదు. మరొక కథలో శయ్యమీద నిద్రించుచున్న ఒక కన్యను దండి వర్ణించిన విధానము చిత్రకారునికి కూడ దుస్సాధమేమో, యని తోచునటులున్నది. కేతన దానిని ఎందుచేతనో విడిచిపుచ్చెను. దీనికి శక్తిచాలమి. హేతు వనుటకంటె ఇతర సందర్భములలోగూడ వర్ణనలు సంక్షేపించుట కలదు గనుక వర్ణనలయెడ అతనికి అభిలాష తక్కువయని అనుకొనుట మంచిది. ఒకవేళ పర్యాప్తమైన శక్తిలేదే అనుకొందము. అయినను ఆ వాక్యములను అనువదించుట అసాధ్యము కాదు. ఏమనగా ఆ పదములతోనే తెలుగు వాక్యములు వ్రాయవచ్చునుకదా! అవంతీ సుందరి కథాప్రారంభమున దండి చేసిన దీర్ఘ వసంతఋతు వర్ణనము కేతన మనసుతోనైనను స్పృశింపక రెండు స్వతంత్రములైన పద్యములతో నడిపుచ్చెను.

"దంపతులకు నింపు పెంపార విరహుల
కంతరంగతాప మతిశయిల్ల

సకల జీవులకును సంప్రీతిగా మనో
హారియగు వసంత మరుగుదెంచె"
"వేకువ గమ్మతెమ్మెరలు వీచగ మావులనెల్లిదంపు గా
రాకులపాటు దెంపముల నాకులపా టొదవింపఁజొచ్చె ఛో
ఖాకరపల్లవ ప్రచయ మంగజవహ్నిశిఖానరూపతం
గైకొని వంతజేసె బధిక ప్రకరంబునకున్ వనంబులన్"

ఈ అనువాద పద్ధతిని, సాధు సరళమైన శైలిని, ఉచితానుచిత వివేచన గల యీతని సంస్కారమును తిక్కన మెచ్చియుండె ననుటకు సందేహములేదు కావుననే

"కవిత చెప్పి యుభయ కవిమిత్రు మెప్పింప
నరిది బ్రహ్మకైన నతడు మెచ్చ
వరగ దశకుమార చరితంబు చెప్పిన
ప్రోఢ నన్ను వేర పొగడనేల."

(ఆంధ్రభాషా భూషణము)

అని కేతన సగర్వముగా చెప్పికొనెను. మన భాషలోగల కథా వాఙ్మయ శాఖలో కేతన దశకుమార చరిత్ర ప్రథమ గ్రంథము.

కేతన ఇతర గ్రంథములు :-1. ఆంధ్రభాషా భూషణము 2. విజ్ఞానేశ్వరీయము. వీటిలో మొదటిది ఆంధ్రభాషను గురించిన మొదటి వ్యాకరణము. గ్రంథము చిన్నదైనను, ఆంధ్రభాషా స్వరూపమును తేటతెల్లముగ ప్రదర్శించిన గ్రంథము.

రెండవది (విజ్ఞానేశ్వరీయము) ధర్మశాస్త్రము. ఇది మితాక్షర వ్యాఖ్యాన సహిత యాజ్ఞవల్క్య స్మృతికి తెనిగింపట.

——

కాచవిభుడు-విట్ఠలుడు

రంగనాథ రామాయణము: ఉత్తరకాండము

ఈ సోదరకవులు, ద్విపద పూర్వ రామాయణము రచించిన గోన బుద్ధా రెడ్డి కుమారులు. తండ్రి యానతిని శేషభాగమైన ఉత్తర కాండమును రచించి రామాయణమును పూర్తి చేసిరి. ఆ పంక్తులను బుద్ధారెడ్డి ప్రకరణమున ఉద హరించితిని. మరి ఆ తండ్రి ఈ కాండమును కూడ తానే రచింపక కుమారు లకు వదలిపెట్టనేల? అనే ఆ శంకకు సూచనామాత్ర సమాధానము కాదగిన కొన్ని పంక్తులు ఈ ఉత్తర కాండమునందు కలవు. పూర్వ రామాయణము పూర్తి చేసిన పిమ్మట బుద్ధారెడ్డికి శ్రీరాముడు స్వప్నములో సాక్షాత్కరించి "నీ భక్తికి మెచ్చితిని. నీ వింక నన్ను జేరుము. ఉత్తరకాండమును నీ కుమా రులు పూర్తిచేయ గలరు'' అని ఆదేశింప భగవదాజ్ఞానుసారమున నాతడు ఈ కాండ రచనా భారమును కుమారులకు వదలిపెట్టెనట

"..................పంక జోదరుడు
మానసంబున దోచి మహితవాక్యముల
నీవు నా కెంతయు నెఱయ భక్తుడవు.
నీవు పుణ్యుండవు నీవు మాన్యుడవు
కావున నీ భక్తి గైకొంటి మేము
నీ వింక మముగూడి నెమ్మి నేతెమ్ము
నీ వాంఛితార్థంబు నిర్వహింపంగ
నీవరనందనుల్ నిపుణమానసులు
వారి నియోగింపు వారు నీ కోర్కి-
గారవంబున చేయ గలవారుమీద."

అని బుద్ధారెడ్డికి అభయ మిచ్చెను. బుద్ధారెడ్డి పూర్వ రామాయణము వ్రాసి ఉత్తరకాండమును ప్రారంభింపకముందు జీవయాత్ర చాలింపవలసి వచ్చినదనియు రామాయణము అసంపూర్ణముగ నున్నదనెడి చింతతో ఆతడు మనసున బాధ

వచ్చుచుండగా, శ్రీరాముడు ప్రత్యక్షమై పైన చెప్పిన రీతిగా ఆదేశించి అతనికి సద్గతి కలిగించెననియు భావింపవచ్చును పూర్వ రామాయణము 1240 ప్రాంతమున రచింపబడి యుండుననియు అప్పటికి బుద్ధారెడ్డి ముప్పది సంవత్సరముల వయస్సు కలవాడై యుండుననియు బుద్ధారెడ్డి ప్రకరణమున సయుక్తికముగ నిరూపించితిని. అపర వయస్సున అతడెప్పుడు మృతి నొందెనో చెప్పలేము గాని, అప్పటికి అతని కుమారులు గ్రంథ రచనానుకూలమైన ప్రౌఢ వయస్సు కలవారై యుందురని చెప్పవచ్చును. బుద్ధారెడ్డి అపర వయస్సునగాక పూర్వ వయస్సుననే ఈ కుమారులు జన్మించి యుందురను కొన్నను, వీరికి 1270 ప్రాంతముననగాని గ్రంథ రచనకు అనుకూలమైన ప్రౌఢ వయస్సురాదు. తత్పూర్వము ఏ కొద్ది సంవత్సరముల క్రితమో బుద్ధారెడ్డి పరమపదించి యుండును. కావున ఈ ఉత్తరకాండము తిక్కన నిర్వచనోత్తరరామాయణమున కర్వాచీనమును, భారతమునకు సమకాలికమును అయి యుండును. 1290 సంవత్సరములో రుద్రమదేవి పరిపాలనా కాలమున పశ్చిమ దిశనుండి దేవగిరి యాదవ రాజులు కాకతీయ సామ్రాజ్యమునకు ఉపద్రవము కలిగింప బూనగా విట్ఠలుడనెడి కాకతీయ సామంతుడు ససైన్యముగా బళ్ళారి మండలమున ప్రవేశించి యాదవులను అణచి వైచెనని చరిత్రకారులు చెప్పుచున్నారు. ఆ విట్ఠలుడు ఈ కాండ కర్తలలో నొకడేమో? అగుచో, పైన నేను నిర్ణయించిన గ్రంథరచనా కాలమునకు ఇంకొక ఆధారము కల్గినట్లు అగును ఎటులైనను ఇది నిర్వచనోత్తర రామాయణమునకు పిమ్మట కొంత కాలమునకు రచింపబడిన దనుట నిక్కము. తిక్కనగారు రంగనాథ రామాయణమును పూర్తి చేయక పోవుటను ఈ సోదర కవులే అందులకు పూనుకొనుటకునుగల కారణమును నిర్వచనోత్తర రామాయణ సందర్భమున జెప్పితిని. రంగనాథు డను కవియే మొదటి ఆ ఆరు కాండములను పిమ్మట ఏడవ కాండమును రచించి ఒక భాగమునకు బుద్ధారెడ్డిని ఇంకొక భాగమునకు ఆతని కుమారులను కర్తలుగా నిలిపి యుండునను వాదము పరమ హాస్యాస్పదము. ఈ రెండు భాగములకును కాలవ్యవధానము చాల కలదు, మరియు శైలిలో చాలభేదమున్నది. పూర్వ భాగమునగల ధారాళతయు, సారళ్యమును, భావావేశమును, ఉత్తర భాగమున లేవు. ఉత్తరకాండ కర్తలు ద్విపద రచనా సమర్థులేగాని పూర్వభాగ కర్తవలె భక్త్యావేశము కలవారుకాదు. మరియు కథా కథనములో అతడు పాటించిన ఔచిత్యము వీరికి లేదు.

తిక్కనగారు విసర్జించిన భాగములను కూడ వీరు స్వీకరించి మూలమున గల కథ నంతను అనువదించిరి. నిర్వచనోత్తర రామాయణమును వీరు చదివియే యుండురనుట కొక నిదర్శన మిచ్చుచున్నాను. తిక్కనగారు అభిసారికయైన రంభను వర్ణించిన ఈ పద్యములోని కొన్ని పదములు ఉత్తరకాండ ద్విపదలలో యథాతథముగ స్వీకరింపబడ్డవి.

మ॥ "అప్పుడొకర్తు గాంచెమణి సాభరణాంబులు, సన్నపూతయుం
గొప్పిడి త్రిప్పి లోఁజెరివికొన్న నడంగిన పూవులుం, బయిం
గప్పిన చేలకొంగు నునుఁగప్పును మెల్పున నేస మెట్టెలే
ఇప్పుడు, చెన్ను చేయు గతి చందము, ఇంతగ బోవునయ్యెదన్."
(నిర్వచనోత్తర రామాయణము: రంభా రావణ సంవాదము)

"............కొంది భూషణములు కొమరారఁ బూని
కొన్నియు విరులొప్పఁ గొప్పున దురిమి.
సన్నపునునుబూత చనునుగాఁ బూని
కట్టిన పట్టంబు కప్పుడగ్గప్పు,
మెట్టుచో మట్టియల్ మెలపనదాఁక"

ఈ ద్విపద పంక్తుల కర్తపై తిక్కన పద్యమును చదివియుండు ననుటకు సందేహము లేదు. మూలములోని కథను తంత్రివలెనే వర్ణనలతో పెంపు చేయుచు, గ్రంథమును పూర్తి చేసిరి. ఈ గ్రంథమునకు చారిత్రిక ప్రాధాన్యమేగాని సారస్వతిక ప్రాధాన్యము లేదు.

మంచన

కేయూరబాహు చరిత్ర

కాలము:— మంచన తన కేయూరబాహు చరిత్రను నందూరి గుండయామాత్యునకు అంకితమిచ్చెను. ఈ మంత్రి నెల్లూరు తిక్కరాజు చేతిలో నిహతుడైన వెలనాటి పృథ్వీశ్వరునకు మంత్రియగు నందూరి కేతనకు మనుమడు పృథ్వీశ్వరుడు 1200 సంవత్సరములో చనిపోయెను కావున గుండయ మంత్రి పదమూడవ శతాబ్ది ఉత్తరార్ధమునందుండి యుండును. ఇది యటులుండ మంచన పూర్వకవి స్తుతిచేయుటలో నన్నయ తిక్కనలను మాత్రమే ప్రస్తుతించుటచేత తిక్కనకు తరువాత వాడు కావలయును. లేదా, తిక్కనను సమకాలిక కవులు సైతము ప్రస్తుతించిరి గాన మంచనయు అట్టి ప్రస్తుతి చేసినవాడేయని అనుకొన్నచో ఈతడు తిక్కనకు సమకాలికుడే యగును. కావున ఈ గ్రంథము పదమూడవ శతాబ్ది చివరిదశలోగాని పదునాల్గవ శతాబ్ది ప్రారంభమునగాని రచింపబడి యుండును కృతిపతియగు గుండయమంత్రి

కం॥ "స్థాయిరసము శృంగారం
బైయలవడ, గథలు నీతులై యెడనెడ రా
గేయూరబాహు చరితము
సేయుము నీవాంధ్రభాష శిల్పము మెఱయన్."

అని కోరుటనుబట్టి ఈ కావ్యమున పెక్కు నీతికథలు చేరినవి.

కథాసంగ్రహము - సమీక్ష :

కళింగదేశమును కేయూరబాహుడను రాజు పాలించుచుండెను. ఆయన భార్య రత్నసుందరి. అతడు భార్యాలోలుడై రాజ్య కార్యములయెడ ననాదరము చూపుచుండుటచే, అతని మంత్రి భాగురాయణుడు రాజు మనస్సును మరల్చుట యెటులనా, అని ఆలోచించుచుండగా దేశాంతరగతుడైన చారుడొకడు వచ్చి ఒక వృత్తాంతము చెప్పెను. ఆ వృత్తాంతమిది—

"లాటదేశాధీశుడును రత్నసుందరి పినతల్లి భర్తయునగు చంద్రవర్మకు పుత్ర సంతానము లేమిచే ఏకపుత్రికయగు మృగాంకావళికి పురుషవేషము వేసి మృగాంక వర్మయను పేరుతో పెంచుచుండిరి. మఱి ఆ కన్యను వివాహమాడిన వాడు సామ్రాజ్యాధిపతి యగునని సిద్ధాపదేశము కలదు. మహారాష్ట్రాధిపతి అదను దొరికినప్పుడు లాటదేశము మీద దండెత్తునేమోయని చంద్రవర్మ భయ పడుచుండెను." చారుడు చెప్పిన ఈవార్త ఉపశ్రుతిగా భాగురాయణునకు భావి కార్యము స్ఫురించెను.

భాగురాయణునకు సోమదత్తుడు అను మేనల్లుడు కలడు. అతడు మంత్ర తంత్రములందు మేనమామకు తోడ్పడగల బుద్ధిశాలి. భాగురాయణుడు అతనితో ఆలోచించి ఒక ఉపాయము పన్నెను. తదనుగుణముగా చంద్రవర్మను ఒప్పించి మృగాంక వర్మను తన దగ్గరకు తెప్పించుకొనెను. చంద్రవర్మ శత్రు భీతిచే తన కుమారుని ఈ పురమునకు పంపెననియు అతనికి తనయింటనే రాజ కుమారోచితములగు సమస్తోపచారములు జరుగుననియు, ఒక పరిచారికను మాత్రము అంతిపురము నుండి పంపుమనియు రాణిగారిని అడిగెను. రత్న సుందరి తన పరిచారికలలో నెల్ల మిక్కిలి నిపుణురాలయిన కళావతియను దానిని భాగురాయణుని యింటికి బంపెను. భాగురాయణుడు ఆ పరిచారికతో ఏమియు దాచక రహస్యమంతయు వివరించి మృగాంకావళికి చెలికత్తెగా వర్తించునటుల నిలిపెను. సమయము వచ్చినపుడు మృగాంకావళి రహస్యముగ రాజుగారి శయనమందిరము చొచ్చుటకు వీలగునట్లు ఒక యపూర్వ యంత్ర గర్భితస్తంభ కుడ్యములతో రాజప్రాసాదమున ఒక సుందర మందిరమును నిర్మింపజేయగా రాజు ఆ సుందర మందిరమును తన శయన గృహముగా జేసికొనెను.

భాగురాయణుని పంపున కళావతి, రాణికి ఇష్టురాలయిన మేఖలయను చెలికత్తెను పరాభవించుటకు రాజుగారి విదూషకుడగు చారాయణుని ప్రేరేపిం పగా అతడు ఒక పరిచారికకు పురుషవేషమువేసి మేఖలకు వివాహము చేసెను. ఆ మరునాడు తనకు జరిగిన వంచనను మేఖల రాజదంపతుల సమక్షమున నివేదించి మొఱపెట్టుకొనగా, రాజుగారి ప్రోత్సాహముననే చారాయణుడటుల చేసి యుండుననియు, తన ప్రియసఖికి జరిగిన పరాభవము తనకే జరిగినటుల కు

నియు రాణి శపించి అతి కోపమున రాజుచెంతబాసి నిజాంతఃపురమునకు వెడలిపోయెను.

రాజు, రాణిగారి ప్రియ పరిచారికల ద్వారా ఎన్ని ఎన్ని అనునయ సందేశములు పంపినను, రత్నసుందరి తనచెంతకురామిచే రాజు విరహార్తుడై వెద్చనూర్చు చుండెను. ఈ వృత్తాంతమంతయు కళావతి భాగురాయణున కెఱిం గించెను. రాజు నిద్రించుచున్న సమయమున మృగాంకావళి, కళావతీ సహాయ ముతో రహస్య మార్గమున అతని శయనాగారముజేరి అతడు మేల్కొనునంత వఱకు వేచియుండెను. రాజు లేచి కూర్చుండినంతనే తన మెడలోని ముత్యాల హారమును అతని మెడలో వేసి "నమః ప్రసవశరాయ" అని నమస్కరించెను. విభ్రమాశ్చర్యానంద పరవశుడైన రాజు కరను గ్రహింపనుంకింప "వలదు వలదు రాజా! నేను రత్నసుందరికి వెఱతు"నని తప్పించుకొని యంత్రకుడ్య ములద్వారా అదృశ్యురాలాయెను. ఈ పదకమంతయు భాగురాయణునివల్ల కళావతి నేర్చుకొని మృగాంకావళికి నేర్పెను. మరునాడు ఉదయమున రాజు విదూషకునితో గతరాత్రి జరిగిన వృత్తాంతమంతయు చెప్పికొని ఆ అపూర్వ కన్య తన గృహము ప్రవేశించుటకును, నిష్క్రమించుటకును హేతువుగాని మార్గము గాని తోచక విరహాందోళన చెందుచుండెను. ఇది యిటులుండగా, కళావతి రాజుగారిని దర్శించి మృగాంకావళి చరితమునుగూర్చి యదార్థము నంతయు నివేదించి, ఆ కన్యకూడ రాజునెడ బద్ధానురాగయై యుండుట తెల్పెను. రాజు తన మనోరథసిద్ధి యెప్పుడగునాయని తహతహపడుచుండెను.

కళావతి అంతఃపురమున రాణిని దర్శించి రాజుగారి ప్రేరణమున మేఖ లకు జరిగిన పరిభవమునకు ప్రతీకారముగా ఒక యువకునకు స్త్రీవేషమువేసి రాజుగారికి వివాహము చేయుట తగియుండునని బోధింపగా, ఆమె దానిని ఆమోదించి ఆ కపట వివాహ ప్రయత్నము చేసెను. మృగాంకావళినే స్త్రీరూప ధారియగు యువకునిగా రాణి నమ్మించి, కళావతి ఆ కన్యను పెండ్లిపాతురుగా కూర్చుండబెట్టెను. ఆ మిథ్యా వివాహతంతు జరుగుచుండగా రాణిగారి పినతల్లి తమకు ప్రత్యంతాచార్యుల కబురు వచ్చెను. మృగాంకవర్మగానున్న వ్యక్తి తమ కుమార్తెయగు మృగాంకావళియే యనియు, ఆమెను వివాహమాడినవాడు సార్వ భౌముడగునని సిద్ధాదేశము కలదనియు, ఆ కన్యకు తగిన వరునిజూచి వివా

హము చేయు భారము వహింపవలసినదనియు వ్రాసినలేఖ రత్నసుందరికి అందినది. రాణి అది చదువుకొని మోసము చేయబోయి మోసపోతినని వగచిన దయ్యెను, తాను సంపాదించుకొనుచున్న సపత్ని తన తోబుట్టువే యగుటయు, ఆమెను చేపట్టిన తనభర్త చక్రవర్తి కాబోవుటయు ఎఱిగి వగపుమాని సంతోష భరితురాలై కన్యను ఇచ్చుటకును పుచ్చుకొనుటకును తానే యధికారము కలదై శుభకార్యము పూర్తిచేసెను.

ఇంత మాత్రమే ఈ కావ్యములలో గల ప్రధానేతి వృత్తము ఈ కథ గ్రంథమున మూడింట ఒకపాలు మాత్రమే యున్నది. తక్కిన రెండు పాళ్లను పంచతంత్ర హితోపదేశములలో గల కథలవంటి నీతి కథలతో నింపబడినవి అవి రెండవ ఆశ్వాసమున భాగురాయణుడు సోమదత్తునితో సంప్రదింపు సందర్భమున చెప్పినవి కొన్నియు, రెండు మూడాశ్వాసములలో అంతఃపుర పరిచారికలు ముగ్గురు తమలో తాము రహస్యముగా ఇష్టగోష్టిగా మాటలాడుకొను నప్పుడు మేఖలా చారాయణుల కలహమును గురించియు తరువాతి కపట స్నేహమును గురించి రాణిగారి కోపమును గురించియు చెప్పుకొనినవి కొన్నియు, నాల్గవ ఆశ్వాసములో చారాయణుడు విరహార్తుడైన రాజునకు చెప్పినవి కొన్నియు కలవు. ఇవియన్నియు మొత్తము మీద సుమారు ఇరువది యుండును. వీటిలో కొన్ని మాత్రమే సందర్భోచితముగ నుండును. తక్కినవి అనావశ్యకములగు టయేగాక, ఉమ్మెత్తపూవు దొంతరవలె ఒక దాని నుండి యింకొకటి పుట్టి దీర్ఘముగా వ్యాపించి ప్రధాన కథకు సహింపరాని అంతరాయము కలిగించును కాని ఏ కథకు ఆ కథయే మెచ్చుటగా నింపుగొలుపుచుండును

మంచనశైలియు ఇతర ప్రబంధ కవుల శైలివలె గాక ఆ చిన్న కథలు చెప్పుటకు తగిన సౌకుమార్యము సౌలభ్యము కలది వీటివల్లనే కేయూరబాహు చరిత్ర ప్రబంధ కోటికెక్కినది గాని లేనిచో అల్పపరిమాణముగల ఆ గ్రంథము ఆ పేరునకే తగియుండదు. ఉద్గ్రంథ రచనయే కవి యశమునకు ఆధారముగా భావింపబడు ఆ కాలమున, ఈ కవి తన కావ్యమును నానావిధ కథా బృంహితము జేసి ఉద్గ్రంథ కర్తలలో నొకడయ్యెను.

మఱి ఈ కథ నాటకోచితమైనదే కాని ప్రబంధోచితమైనది కాదు. నాటక కథ పాత్రల వర్తనమునకును, ప్రబంధ కథ కథకుని కథనమునకును అనుకూ

లించుక ఈ ఇతివృత్తమున కథానుకూలమైన సందర్భములు చాల తక్కువ. ఏ కావ్యములో నైనను వర్ణన భాగము సైతము కథనము ననుసరించి వచ్చిన దియే కావున, దానియందు కథన భాగముతో బాటు వర్ణన భాగమును తగ్గిపోయి నది. ఇతర ప్రబంధములలో వలె కథ మోయలేని వర్ణనలు ఇందులేమికి ఇది యొక కారణము. రెండవకారణము కవి సందర్భ శుద్ధియెఱింగిన వివేకి యగుట.

ఇందుగల నాలుగాశ్వాసములలో 'ఏకైక దిన సంవృత్తమ్' అను నాటికా లక్షణమును బట్టి మొదటి మూడాశ్వాసములును మూడు అంకములుగా సంధా నింపబడినవి. నాల్గవ అశ్వాసమున మాత్రము రెండు దినముల ఇతివృత్తము ఇమిడియుండుటచే. ఇది అంకసంవాది కాదు.

పాత్రలు, పాత్రల సంవాదము, పాత్రల వర్తనము ప్రధానాంశములై నాటకోచితముగా నడిచెడి కథను కథనాత్మకమైన కావ్యముగా మలచుట చాల దుష్కరకరమైన కార్యము. శ్రవ్య కావ్యమును దృశ్య కావ్య మొనర్చుట సుక రము గాని దృశ్య కావ్యమును శ్రవ్యముగా నొనర్చుట దుష్కరము ఇది శ్రవ్య దృశ్య కావ్య భేద నిరూపకమైన ఒక సారస్వత ధర్మము. ఇది యిట్లుండు గాక.

ఈ కావ్యమునకు కథానాయకుని గురించి—

కావ్యమును బట్టి కేయూర బాహువు కథానాయకుడును నాటక కార్యమున ప్రధానుడను కావచ్చును కాని ఈ కావ్యమందలి కథయంతయు మంత్రి సత్తముని మేధా సంపత్తి మీదను ఆతని రాజ్యక్షేమాభిలాష మీదను ఆధార పడి యున్నందున భాగురాయణుడు ప్రముఖపాత్ర యనియు, మిగిలిన వారం దరు ఆ మంత్రి పన్నిన వ్యూహమున, అతడు సంకల్పించిన విధమున చరిం చిన వారనియు తోచక మానదు. అటులనే అనేక సన్నివేశములను నేర్పుతో నడిపించిన భాగురాయణునకు చేదోడయిన కళావతి స్త్రీపాత్ర లలో ప్రధానురాలయినది. రత్నసుందరీకేయూరబాహువులు నామమాత్ర నాయికా నాయకులు శృంగారరస ప్రధానములయిన పెక్కు సంస్కృతనాటిక లలో పాత్ర ప్రాధాన్య మిట్లే యుండును. ఈ కావ్యమునకు రాజశేఖరుని విద్ధ సాలభంజికయను సంస్కృతనాటిక మూలమని ఒక వదంతి కలదు. ఆ నాటిక లోని కథ ఈ కావ్యమునకు ఇంచుక ఆధారభూతమే కాని మాతృక కాదు. నాటక పాత్రల పేర్లలో మాత్రము ఒకటి రెండు ఇందు స్వీకరింప బడినవి ఆ నాటి

కలో రాజునకు మృగాంకావళితోపాటు కువలయమాలయను ఇంకొక రాకుమారితో ఏకకాలముననే వివాహము జరుగును. ఇందు ఆ రెండవ పెండ్లి పరిహరింపబడినది. ఇట్టిభేదము లింకను కొన్ని కలవు. రాజశేఖరుని వలెనే మంచన కూడ ఏ కథాసరిత్సాగరము నుండియో ఈ కథను గ్రహించి యుండవచ్చును. అదిగాక రాణిగారిని మోసపుచ్చి రాజు రెండవ వివాహమాడుట రత్నావళి, ప్రియదర్శిక, మాళవికాగ్నిమిత్రము మొదలగు సంస్కృత నాటకములలో కలదు. కావున విద్ధసాల భంజికయే దీనికి ఏకైక మాతృక యనుట పొసగదు. కేయూరబాహు చరితమున గల నీతికథలలో నొక్కటియు సంస్కృత నాటికలో లేదు; ఉండుటయు తగదు. నాటకములలో ఉపాఖ్యానములును, నీతి కథలును ఉండవు కదా! కావున ఈ కావ్యముపట్ల విద్ధసాలభంజికా మాతృకత్వము సార్థకమగు అవకాశము ఈషణ్మాత్రము. కొందరు విమర్శకులు ఈ కావ్యము, ఆంధ్రమున వెలసిన సంస్కృత నాటకానువాదములలో ప్రథమమని కూడ అనాలోచితముగా చెప్పదొడగిరి.

తిక్కన యుగమున పుట్టిన కథాకావ్యములలో కేతన 'దశకుమార చరితము' మొదటిది. ఈ కేయూరబాహుచరితము రెండవది. అ కథలు సాహస కథలు; ఈ కథలు నీతి కథలు.

——

యథావాక్కుల అన్నమయ్య

సర్వేశ్వర శతకము

ఈ కవి వయస్సున తిక్కనకంటె కొంచెము పెద్దవాడు. ఎట్లనగా ఈ శతకము క్రీ॥ శ॥ 1242లో రచింపబడినట్లు గ్రంథకర్తయే వ్రాసెను. అప్పటికి ఇతడు సంసారమును రోసి ఆముష్మికము వంక పూర్తిగా దృష్టిమరల్చిన వానివలె కానవచ్చును. ఈ క్రింది పద్యములో అట్టి భావన ప్రస్ఫుటమగుచున్నది.

మ॥ జ్వరసంతాపవి శోషితాంగుడు సుధాసంకాశదివ్యాన్నపా
నరసశ్రేణి భుజింప రోయుగతి సున్మాదేంద్రియ ధ్వాంత దు
స్తర సంసార మదప్రమత్తుడు మహా సౌఖ్యోత్సవం బైన మీ
పరిచారార్చనయందు బుద్ధిఁ బొనుపం జాలండు సర్వేశ్వరా !"

శతకరచన నాటి కితనివయస్సు [illegible] లోనున్న అతడు పండ్రెండవ శతాబ్ది చివరి భాగమునందు జన్మించి యుండవలయును. అనగా తిక్కనకంటె ఇంచు మించు పదిహేను సంవత్సరములు పెద్దవాడును పాలకురికి సోమనాథుని అవర వయస్కుడో బాలుడును, అయియుండును. మరియు శైవుడగుటచే విద్యాభ్యాస దినములందుండియు సోమనాథుని గ్రంథములను సాహిత్య సంపాదనార్థమే కాక, మతధర్మ సంగ్రహార్థము గూడ పఠించి యుండును. అన్నమయ్య పండితారాధ్యునివలె వైదిక శైవుడే కాని సోమనాథునివలె వీరశైవుడు కాడు. అందుచేతనే కాబోలు సోమనాథుని కృతులలో పండితారాధ్య చరిత్ర యందలి భావములను తనపద్యములలో అనుకరించెను. సంస్కృతమున గల మహిమ్న స్తోత్రాది శివస్తోత్ర గ్రంథముల నుండియు కొన్ని శ్లోకార్థములను స్వీకరించెను

గ్రంథకర్త దీనికి శతకమని పేరిడలేదు. "సర్వేశ్వర స్తోత్రం బన్నయ చెప్పె నిజ్జగముల్ కోర్కెల సర్వేశ్వరా" అనుటచే సంస్కృతమునందలి మహిమ్న స్తోత్రాదులవలె తన గ్రంథము గూడ స్తవముగానే పరిగణింపబడవలయునని అతని కోర్కెగా తోచును. లోకములో దీనిని శతకముగను "సర్వేశ్వరా'' యనెడి మకుటము గలది కాబోలు పద్యసంఖ్య నూరగుట శతక నామమును

సార్థకము చేయదు. అసలు తెలుగు శతక కర్తలలో కొందరు మకుట నియమమునే తప్ప సంఖ్యా నియమమును పాటించలేదు. ప్రసన్న రాఘవ శతకములో 200పద్యములు కలవు. అయినను అది శతకమే అనిపించు కొనెను. అట్లే అన్నమయ్యది కూడ శతకముగానే పరిగణింపబడెను.

అన్నమయ్య స్తుతికి పాత్రమైన ఈ సర్వేశ్వరుడెవరు ? బ్రహ్మవిష్ణు మహేశ్వరుల కతీతుడును, విశ్వాత్మకుడును అయిన పరబ్రహ్మతత్త్వమును సర్వేశ్వర శబ్ద వాచ్యముగా అద్వైతులు నుతింతురు. అన్నమయ్య సర్వేశ్వరుడు త్రిమూర్తులలో నొకడగు మహేశ్వరుడు. ఆయన లింగాకారుడు ఆ లింగము యొక్క గర్భ సముద్రమున బ్రహ్మాండములు బుద్బుదముల వలె పుట్టుచు నణగుచు నుండును. హరిబ్రహ్మాది దేవతలందరును ఆ బుద్బుదములు నివాసముగా కలిగి వాటితోపాటు పుట్టుచు అణగుచు నుందురు ఈ అర్థమును ఆయన ఈక్రింది పద్యమున స్పష్టీకరించెను

మ॥ జలజాత ప్రభవాండ బుద్బుదము లశ్రాంతంబునుం బుట్టుచుం
గలయం గ్రాగుచునుండు నీ పృథుల లింగస్ఫార గర్భాబ్ధి లో
పలఁ దద్బుద్బుదగర్భవాసులు హరిబ్రహ్మాది దేవాళియుం
గలదే ? వారికి నీ మహత్త్వ మెరుగంగా శక్తి, సర్వేశ్వరా !"

ఇతడు పరమ శివ భక్తుడనియు, అన్యదేవతా పరాఙ్ముఖుడనియు, ఈ శతకము శివార్చనగానే వ్రాయబడినదనియు వేర చెప్పనక్కరలేదు. ఇతడు పండితారాధ్య మార్గానుయాయియైన శైవుడు గనుక కర్మాచరణమును తెగ నాడక జ్ఞాన సముపార్జనము నుపేక్షింపక భక్తి ప్రాధాన్యమును కొనియాడెను. ఆ భక్తి ఈశ్వరుని యెడనే కాక శివభక్తుల యెడను చూపవలయుననియు, శివ భక్తుల పాదోదకము సర్వతీర్థ మహిమ కలదనియు పండితారాధ్యుని వలె ఇత డును ఉద్బోధించెను. వీరశైవులకును, ఆరాధ్యులకును గల సమాన ధర్మము లలో ఈభక్త పాదోదక సంసేవన మొకటి. లింగార్చనతో జంగమార్చనయు ప్రధాన ధర్మాచరణముగ చెప్పుట కూడ అతని జంగమ భక్తికి ఇంకొక నిదర్శ నము. ఈ శతకములో అన్యదేవతా దూషణము చేయకపోయినను అద్వైతదూష ణము మాత్రము చేయబడ్డది.

శా॥ మోహధ్వాంతములో మునింగిన మహా మూఢుం డతిభ్రష్టుడై
సోహంబంచు బొడంగి నీకు గడు దూరాత్ముండగుంగాని దు
ష్టాహంకార గుణంబుమాని మది సొంపారంగ సద్భక్తి దా
సోహంబన్న భవత్పదార్చకుడు నీ వైయుండు సర్వేశ్వరా!

ఇందులో ఆతడు ఉద్దేశించిన మహా మూఢుడు అద్వైతి. అద్వైతియే 'సోఽహం' అనుకొనెడివాడు. ఈతని అనుభవమునుబట్టి చూచినచో భక్తియోగము లోకులనుకొనునంత సులభము కాదనియు, అది అష్టాంగ యోగాదిసాధనల వల్లను మంత్రజపము వల్లను, లభ్యమగునది యనియు ఈ క్రింది పద్యము వలన ఊహింపనగును.

మ॥ "అనుబంధేంద్రియభూతవర్గము యమాద్యష్టాంగ మంత్రోరుసా
ధన ముచ్చాటన సేసి, బావి, గురు సద్వాక్య ప్రకాశోత్తమాం
జన దృష్టిం బరికించి యేర్పరచి వాంఛంగోరి సాధించి చే
కొను చిన్మూర్తికిగాని భక్తి విధి గీల్కొ దెందు సర్వేశ్వరా!"

భక్తి యోగమే ముక్తికి పరమ సాధనముగా చెప్పినను అన్నమయ్య భక్తి, జ్ఞాన, ధ్యానమార్గములను సమముగానే అనుగమించి ఈశ్వరానుగ్రహమును బడసిన తపస్వి యనక తప్పదు. తాను కవిగనుక ఈశ్వరుని పువ్వులతో పూజ చేయుట వంటిదే పద్యములతో స్తుతియించుట యనియు, ఆ పువ్వులు గాని ఈ పద్యములుగాని భక్తిభరిత హృదయము దర్పించినపుడే ఈశ్వరుడు స్వీకరించుననియు ఈ క్రింది పద్యములో వ్రాసి అంతశ్శుద్ధి లేని పూజలును, కవిత్వములును వ్యర్థములని సూచించెను.

"అమితామోద నవ ప్రసూనముల నిన్నర్చించుచో గద్య ప
ద్యము లూహించి నుతించుచో, వివిధ గీతవ్రాతము ల్పాడు చో
నమృతాహారము లిచ్చుచో నిపుణుడై యాటాడుచో నందు జి
త్తమునన్ భక్తియె నీవు జేకొను పదార్థం బెల్ల సర్వేశ్వరా!"

కవి జన సహజమైన ఈతని ఆర్ద్ర హృదయము ధ్యాన యోగనిష్ఠమై యున్నపుడును, రసమయ దృశ్యముల భావించుచుండునేమో అని ఊహింపదగిన భావములు కొన్ని ఈ శతకమున కలవు వాటిలో ఈ క్రింది పద్యమొకటి.

శా॥ "ప్రారంభించి చకోర పోతము మహీయజ్యోత్స్నాయం దుత్సవ
శ్రీరంజిల్లెడు వేడ్కనుండుగతి, నాచిత్తంబు నీ దివ్య శృం
గారధ్యానము నం దహర్నిశము జొక్కంజేయవే దేవ శ్రీ
గౌరీ లోచన నర్తకీ నటనరంగస్థాన! సర్వేశ్వరా!"

పద్యముల శైలి ప్రాయికముగా సంస్కృత సమాస భూయిష్ఠమైనను, ప్రసన్నమై నిండుదనముకలిగి, చెవికిని చిత్తమునకును సుఖము కలిగించుచుండును. తెలుగు పద్యములలో సంస్కృత వాక్యములు చొప్పించుట ఇతనికి అలవాటే కాని పండితారాధ్య సోమనాథుల వలె అనుధాతుప్రయోగములేని మణిప్రవాళశైలి వ్రాసినట్లు పొడగట్టదు. సంస్కృత వాక్యమయమైన ఈ క్రింది పద్యము చదువుచున్నపుడు రుద్రాభిషేక సమయమునందలి నమకమును జ్ఞప్తికి దెచ్చును.

శా॥ శ్రీకంఠాయ నమో నమో, నతసురజ్యేష్ఠాయ రుద్రాయ లిం
గాకారాయ నమో, నమో విగత సంసారాయ, శాంతాయ చం
ద్రాకల్పాయ నమో, నమో దురిత సంహారాయ తే" యంచు ని
న్నాకాంక్షం బ్రణుతించు మానసము నీపై యుండు సర్వేశ్వరా!"

జ్ఞాననిష్ఠమైన భక్తి ప్రతిపాదన యటుండ కవిత్వ సంపదను బట్టి చూచినను ఈ శతకము తెలుగు శతకములలో అగ్రశ్రేణికి చెందినదని నిస్సందేహముగా జెప్పవచ్చును.

మారన - మార్కండేయ పురాణము

మారన తిక్కన సోమయాజికి సాక్షాత్ శిష్యుడు. ఆ మాట మార్కండేయ పురాణ గద్యలో "శ్రీమదుభయ కవిమిత్ర తిక్కన సోమయాజి ప్రసాద లబ్ధ సరస్వతీపాత్ర తిక్కనామాత్యపుత్ర మారయ నామధేయ ప్రణీతంబైన మార్కండేయ పురాణంబు" అని భక్తి పూర్వకముగా ఉగ్గడించుకొనెను. ఈతని తండ్రిపేరుకూడ తిక్కనయేనట ఈ తిక్కన భారతకర్త తిక్కనకాడు. ఆ కాలములో తిక్కన నామధేయులు చాలామంది కలరు. ప్రాయికముగా వారిది నెల్లూరు మండలము అయిఉన్నట్లు పొడగట్టును ఈ పేరు "తిగకాన్" (తిక్కండి) శబ్దభవమనియు, శ్రీ కాళహస్తీశ్వరుడు 'తిగకాన్' శబ్దవాచ్యుడనియు, చెప్పుదురు. అగుచో ఆ దేవుని పేరు ఆ మండలమున పెక్కుమంది గృహస్థులు తమ బిడ్డలకు పెట్టుకొనుట సహజమే. భోజరాజీయ కర్తయైన అనంతామాత్యుని తండ్రిపేరు తిక్కనయే. అతడు కృష్ణాతీరమువాడు. ఆ పేరు ఆ మండలమున వాడుకలో నున్నది కాకపోయినను అనంతామాత్యుని తాత బయ్యన మంత్రి తిక్కన సోమయాజిని దర్శించి 'భవ్యభారతి' అనెడి బిరుదుతో సన్మానింపబడెనట. మరికొన్ని ఉపకారములు కూడ పొందియుండవచ్చును. ఆ భవ్యభారతి, తిక్కన సోమయాజి యెడ తనకుగల కృతజ్ఞతకు సూచకముగా కుమారునకు తిక్కన నామధేయము పెట్టియుండును.

మారన ఈ గ్రంథమును ఓరుగల్లు కటకపాలకుడైన (Polce Commissioner) నాగయగన్న మంత్రికి కృతియిచ్చెను. నెల్లూరు మండలము వాడైన ఈ కవి కృతిపతికోసము అంతదూరము పోనేలా? అనే శంకకు నాకు తోచిన సమాధానమిది:-

మనుమసిద్ధి కుమారుడైన నల్లసిద్ధితో నెల్లూరున చోళవంశ పరిపాలనము అస్తమించెను. నెల్లూరు చోళుల రాజ్యము కాకతీయ సామ్రాజ్యములో లీనమైపోయెను. రాజాశ్రయమును కోరెడి మారనాది పెన్నాతీర నివాసులైన కవులకు దేశాంతరగమనము అవశ్యకమై యుండనోపు. తిక్కనగారి శిష్యుడనెడి ఖ్యాతితో కాకతీయ రాజధానీనగరమున తనకు మర్యాదలు జరుగుననెడి ఆశతో మారన

ఓరుగల్లునకు ప్రయాణము కట్టియుండును. మరియు తిక్కనగారి కాలమునగానీ, తదుపరిగాని నాగయగన్న మంత్రితో పరిచయము లభించి యుండుటచే ఆతని ప్రాపును కోరియైనను రాజధానికివెళ్ళియుండవచ్చును. కృతిపతియైన ఈ నాగయగన్న సేనాని ప్రతాపరుద్రునితోపాటు 1828 ప్రాంతమున తురుష్కులచే బందీకృతుడై ఢిల్లీకి కొనిపోబడెనట ఆతడు పదస్థుడై యున్నకాలముననే ఈ గ్రంథము రచింపబడినదగుటచే 1810-1820 మధ్య నెప్పుడో రచింపబడి యుండును.

నిజమారసినచో తిక్కన సోమయాజి ప్రసాదలబ్ధ సరస్వతీ పాత్రుడైన మారన భారతమునకు అనుబంధరూపమై ఖిలపురాణమనుపేర నొప్పు హరివంశమును రచింపవలసినవాడు. గురుకృతమైన గ్రంథమునకు పరిశేష్టభాగమైన గ్రంథమును రచించుటకంటె శిష్యునకు వేరొక గర్వకారణము కాని ధన్యతగాని యుండదు. మరి మారన హరివంశమును ఏల చేపట్టలేదో చెప్పలేము. బహుశః గురువుగారి ప్రక్కన నిలబడుటకు సాహసింపలేదేమో? ఆ భాగ్యము ఎఱ్ఱనకు దక్కెను. ఇంతకంటె ప్రబలమైన కారణము వేరొకటి యుండవలెను. అది యిట్లై యుండవచ్చు:-

మారన ప్రౌఢకవిగా తలయెత్తు నాటికి సంస్కృత పురాణములోనేదియు తెనుగున అనువదింపబడలేదు. భారత రామాయణములు వెలసినను అవి పురాణములలో పరిగణింపబడవు అవి ప్రత్యేకము ధర్మప్రబోధముగాని మతప్రచారముగాని చేయుటకు పుట్టినవికావు. రామాయణమున విరళముగాను భారతమున ప్రచురముగాను ధార్మిక ప్రసంగములు, తాత్త్వికమీమాంసలు ఉన్నను, ఆ భాగములు ప్రసంగవశమున చెప్పబడినవే కాని ఆధికారికములుకావు. అందులో రామాయణము రాముని సాంసారిక చరిత్రప్రధానము, భారతము కురువంశసాంసారిక చరిత్రప్రధానము. ఇక పురాణములో ప్రత్యేకము ఒక పురుషుని గురించిగాని ఒక వంశమును గురించికాని కాక, సర్వమానవలోకమునకు సర్వకాలములకు సంబంధించిన విజ్ఞానమును వర్ణించు గ్రంధములు. పురాణమనెడు శబ్దమునకే పూర్వ చరిత్ర యనిపేరు. పురాణ గ్రంథములయొక్క రచన ఆధునికముగానే పొడగట్టుచున్నను చెప్పబడు విషయము మాత్రము విశ్వసృష్టినుండి ప్రారంభమగును. అందుచేతనే పురాణము సృష్టి, ప్రతిసృష్టి, వంశము, వంశానుచరితము

మన్వంతరములు అను పంచలక్షణములు కలది అని నిర్వచింపబడినది. అనగా కాలచక్రము ప్రవర్తితమైన నాటినుండియు కథా కాలమునాటికి ఎన్ని సృష్టులు జరిగెనో, ఎన్ని ప్రళయములు వచ్చెనో, ఆయా కాలములయందు ఏయే రాజ వంశములు తలయెత్తి ప్రజాపాలనము చేసెనో, ఏమే మనువులు ఏయే కాలముల నధ్యాసించిరో నిర్దేశించును. అంతేకాక వేదశాస్త్రములలో విహితమైయున్న విజ్ఞానమంతకును పురాణములలో స్థానము కల్పింపబడుటచే అవి చరిత్రలు అని గాని కావ్యములనిగాని పేరుపొందక, జ్ఞానవిజ్ఞానకోశములనుపేర బరగు చుండును. మరి ఈ పురాణములలో కొన్ని వైష్ణవములని కొన్ని శైవములని వివిధ దేవతా మహత్త్వముల నుగ్గడించునవి యైనను, అన్నియు కలిసి పురాణ సంహితయను పేర వేద సంహితవలె సర్వలోకసంసేవ్యములై యుండును.

అష్టాదశ మహాపురాణములలో నేడవదియైన ఈ మార్కండేయ పురాణము శైవ వైష్ణవాదులైన ఏ మత శాఖకును సంబంధింపక ఎల్లరకును ఆరాధనీయమై యుండుటను బట్టి మారన, గురువు నడచిన సర్వమత సమన్వయ మార్గమునే అనుసరించి ఈ పురాణమును స్వీకరించి యుండును. ఈ గ్రంథములో దేవీసప్తశతి యను పేర మహిషాసుర మర్దన మొనర్చిన వరదేవతయొక్క మహత్త్వమును వర్ణించిన ఘట్ట మొకటి కలదు. మహిషాసురమర్దని, దుర్గ, శక్తి, మొదలైన శైవమత సూచక నామములతో పిలువబడినను ఆ దేవత త్రిమూర్తులకు వారి భార్యలకు అతీతమైన స్థానము నలంకరించెడి పరాశక్తి యనియు, ఆమెకు నారాయణి, వైష్ణవి, మొదలైనవిష్ణు మత సంబంధ నామధేయములు కూడ కలవనియు గ్రహింపవలయును. కావున మహిషాసురమర్దన కథ ఈ పురాణములలో నొక భాగమైనంత మాత్రమున ఈ గ్రంథము శైవ పురాణములలో గాని శాక్తేయ పురాణములలో గాని చేరదు. మరియు పదునాలుగు మన్వంతరములలో ఆ యా పురాణములందు ఏవో కొన్ని కొన్ని మాత్రమే వర్ణింపబడి యుండునుగాని అన్నియు అన్నిటనుండవు. అందులో ఈ పురాణము నందు పది మన్వంతరములు వర్ణింపబడినవి. అందుచే ఇన్ని మనుజన్మల కథ [illegible] గల పురాణ మొకటి లేదు. అదియుగాక గ్రంథకర్త తన కవితా ప్రతిభను ప్రదర్శించుటకు అనువైన రసవత్కథలు ఈ పురాణములో ఉండుటయు మారన దీనిని చేబట్టుటకు కారణమై యుండవచ్చును. ఆంధ్ర వాఙ్మయమున అనంతర కాలమున వెలసిన స్వారోచిషమనుసంభవమునకు, హరిశ్చంద్రో

పాఖ్యానమునకు, కువలయాశ్వ చరిత్రకు మూలము ఈ మార్కండేయ పురాణమే.

అష్టాదశ పురాణములలో మార్కండేయ పురాణము బ్రహ్మర్షి నామమున ప్రసిద్ధమైనది. అనగా పురాణ సంహితలో నీ గ్రంథము పరమపూజ్య స్థానము నలంకరించినదన్నమాట. హరివంశము కంటే ఇన్నివిధముల గుణాధికమై స్వతంత్రమైన ఈ పురాణమును తెనిగించుట కవిలోకమున తన విశిష్టతకు హేతువగునన్న ఆశచే మారన ఈ అనువాదమునకు పూనుకొని యుండును.

ఈ గ్రంథములో ఎనిమిది ఆశ్వాసములు కలవు. వీటిలో నాల్గవ ఆశ్వాసము నుండి యధార్థముగా పంచలక్షణ సమన్వితమైన పురాణము ప్రారంభమగును. ఆ అయిదు ఆశ్వాసములలో వర్ణింపబడిన సృష్టి క్రమము, ప్రళయ విధానము, సూర్య చంద్రాదిరాజవంశ చరితము, ప్రసక్తాను ప్రసక్తముగా అందు వచ్చెడి ఇతిహాసములు మొదలైన విషయమంతయు మార్కండేయ మహర్షి క్రోష్టుకి యనే ఒక మునికి చెప్పిన క్రమమున జైమినిమునికి వింధ్యపర్వత నివాసులగు ధర్మపక్షులు జెప్పును. ప్రస్తుత వక్తలు ధర్మపక్షులైనను, తొలి నాడు మార్కండేయ మహర్షి ప్రవచించిన పురాణ మగుటచే, దీనికి మార్కండేయ పురాణ మను పేరు సార్థకమైనది మొదటి మూడాశ్వాసములలో ప్రథమాశ్వాసము ఇష్టదేవతా స్తుతితో ప్రారంభమై షష్ఠ్యంతములతో అంతమగును. రెండు మూడాశ్వాసములు ఈ పురాణమునకు సంబంధించినవికావు. అయినను పురాణశ్రోతయైన జైమినియే ఈ గ్రంథ భాగమున గూడ ప్రధానపాత్ర అయి యుండుటచే రెండు భాగములకును ఒక విధమైన బంధము కల్గినది.

భారత పఠనానంతరము జైమినికి నాలుగు ధర్మసందేహములు కల్గినవట.

1. ఆదిమధ్యాంత రహితుడైన పురుషోత్తముడు శ్రీకృష్ణ రూపమున మర్త్య జన్మ నొందుటకు గల కారణమేమి?
2. పుణ్య చరిత్రయైన పాంచాలి పంచభర్తృక యెట్లయ్యెను?
3. బలరామునకు బ్రహ్మహత్యాపాతక మెట్లుసంభవించెను? వానికి నిష్కృతి యెట్లుకల్గెను?
4. ద్రౌపదేయులు వివాహమైనను కాకముందు చిన్నతనముననే యేల మృతినొందిరి?

గాని తదితర గ్రంథములవలె శ్రీనాథుని కావ్యకళా ప్రాగల్భ్యమునకు లక్ష్యభూతములు కాదగిన గ్రంథము కాకపోవుటచే దానిని ఆదరముతో కొండాడుకొను తలంపు లేకపోవచ్చును. కావున హరవిలాసము నైషధమునకు పూర్వముగాని కాశీఖండమునకు తరువాతగాని రచింపబడియుండుట పొసగదు.

గ్రంథ సమీక్ష

శ్రీనాథుని ఇతరకృతులతో బోల్చిచూచునపుడీ హరవిలాసముశైలి ఆ గ్రంథవర్గమున కంతటికి వెలిగా ప్రత్యేకముగా కానవచ్చును. వానిలోని సమాసభూయిష్టతా జన్యమైన శబ్దగాంభీర్య మిందులేదు. అందు ప్రదర్శితమైన యాతని నానాశాస్త్రపరిజ్ఞానమును ఇందులేదు కాని, నాకెకంటె నను సంస్కృతాంధ్ర పదమయమయి, ప్రసన్నమయి, సుబోధమయి హరవిలాసము శ్రీనాథ పండితుడుగాక శ్రీనాథకవి వ్రాసినట్లుండును. ఈ కావ్యమున నేయెడను రసవత్తకు మాత్రము లోటురాలేదు. ఇది దేనికిని అనువాదము కాకపోవుటచే. శ్రీనాథుని స్వతంత్ర రచనకు దృష్టాంతమయి ఆ ప్రౌఢకావ్యములలో లేని స్వతంత్రతను గైకొన్నది

ఇది పురాణమునుకాదు. కావ్యమునుకాదు. కావ్యమునకుదగిన వస్త్వైక్య మిందులేదు కథలన్నియు శివసంబంధము గల్గియుండుటయే దీనిగల యైక్యము. దానిని వస్త్వైక్యమనలేము ఈ కథలన్నియు ఒక దారముతో విడివిడిగా ముడి వేయబడిన పూవులదండవలె సున్నవిగాని అనుస్యూతములుగాలేవు. సిరియాలుని కథ, గౌరీ కళ్యాణము, దారుకా వనవిహారము, హాలాహల భక్షణము. కిరాతార్జునీయము ఇందలి కథలు. వీనిలో మొదటిది బసవపురాణమున కలదు గాని పాత్రల నామములలో రెండంటికిని కొంత భేదముకలదు. బసవపురాణమున సిరాలగర్వభంగము కథకు అంత్యాంగసంబంధముగా నున్నది. దానికి మారుగా నిందు చిఱుతొండని పూర్వజన్మ కథయను కథకావ్యోద్ఘాతముగా నున్నది. కథానాయకుడైన చిఱుతొండనంబి పూర్వజన్మలో తుంబురుడను పేరుగల యొక ప్రమథుడు. అతడొక కారణమున దుర్వాసుని కోపమునకు పాత్రమై మానవ జన్మ యెత్తునట్లుగా శపింపబడి ఆ ఋషి యనుగ్రహముచేతనే పరమ మహేశ్వరులయింట సిరియాళుడుగా బుట్టెనట.

సంసిద్ధి కల్గున ట్లనుగ్రహించెను. ఈ వివరములను తెలిసికొని జైమిని ధర్మ పక్షులకడ కేగెను.

ధర్మపక్షులు జైమినికి పొడమిన సందేహములకు సమాధానములు చెప్పుటలో ద్రౌపదేయుల అకాలమరణములకు నిమిత్తము హరిశ్చంద్రోపాఖ్యానములో నుండుటచే ఆ మహారాజు విశ్వామిత్రుని వలన నానా కష్టములు పొందిన వృత్తాంతమంతయు చెప్పబడెను. విశ్వామిత్రుడు హరిశ్చంద్రుని ఆతని ప్రజలను నిర్దయముగా దండించుటే కాక పట్టమహిషియైన శైబ్యను కఠినముగా హింసించుచుండగా దుస్సహమైన వారి బాధలను చూడలేక విశ్వే దేవతలు; పుణ్యసాధ్విని హింసించుచున్న ఆ ఋషికి పుణ్యలోకము లుండవని దేవతలు ఉద్ఘోషించిరి. ఆ సులభక్రోధుడు, వారు పనిలేని పనిగా కల్పించుకొన్న జోక్యమును సహింపలేక మర్త్యులుగా జనింతురుగాక యని శపించి వారి ప్రార్థన మీద వారి మనుష్యత్వము కొలది కాలముననే తీరిపోవునని శాపావసానమును నిర్దేశించెను. అందు చేతనే వారు ఉపపాండవులై పుట్టి చిన్నతనముననే మనుష్యత్వమును వీడి వెడలి పోయిరి.

ఇందలి హరిశ్చంద్రుని కథకును, ప్రసిద్ధమైన గౌరన హరిశ్చంద్ర కథకును కొంత భేదమున్నది అది స్థలాంతరమున జెప్పెదను. ధర్మపక్షులు తన సందేహములను తీర్చినను జైమిని తనివి చెందక ధర్మపక్షులను ప్రాణి యొక్క జనన మరణములకు సంబంధించిన మరికొన్ని ప్రశ్నలడుగును. ఆ ప్రశ్నలివి:-

1. జంతువు తల్లి గర్భమున నెట్టిబాధ నొందుచుండును?
2. తల్లి తిను ఆహారము పిండమున కెట్లు దక్కును?
3. ప్రాణిపుట్టి యెట్లు వర్ధిల్లును?
4. మరణవేళ ప్రాణికి నిజజ్ఞాన మేమైపోవును?
5. మరణానంతరమున జీవుడు ఎచ్చట ఎట్లు పుణ్య పాపముల ఫల మనుభవించును?

భూతసర్గ స్థితిలయములకు సంబంధించిన ఈ ప్రశ్నలకు సమాధానము చెప్పుటలో ధర్మపక్షులు జడోపాఖ్యానము కథనము చేయును. అందు జంతూత్పత్తి ప్రకారము, బహువిధ నరకములు, పూర్వజన్మ కృత పాపపుణ్యముల

వలన కలుగు జన్మములు మొదలగు పరమార్థము లనేకములు బోధింపబడును ఆ సందర్భముననే దత్తాత్రేయ జన్మకథనము, కువలయాశ్వ చరిత్ర చెప్ప బడును. కువలయాశ్వుడను రాజకుమారుడు మదాలస యనెడి కన్యను వివాహ మాడును. అతని పరోక్షమున మాయావి యైన తాళకేతుడను రాక్షసుడు ఆమె నపహరించి ప్రాణములు తీసెను. అశ్వతరుడను గంధర్వరాజు శివుని మెప్పించి మదాలసను బ్రతికించి నాగలోకమున నామెను పుత్రికగా పెంచుకొనుచు, ఒక సందర్భమున నాగలోకమున కేగిన కువలయాశ్వునకు ఆమె నర్పించెను. మదాలసా కువలయాశ్వులకు ఉత్తమ సంతాన ప్రాప్తి కలుగును. ఆమె తన పుత్రులకు వర్ణాశ్రమధర్మములు, అతిథి పూజా విధానములు, నిత్య నైమిత్తిక కర్మలు మొద లగు మతధర్మములను ఉపదేశించును. పరమజిజ్ఞాసువైన జైమిని ఆపై పక్షు లను మరికొన్ని ప్రశ్నలడుగును. వాటికి సమాధానముగా పక్షులు జగదుత్పత్తి స్థితిని గురించి, సూర్యచంద్ర వంశములను గురించి, మన్వంతరములను గురించి, కల్ప విభాగమును గురించి తొలినాడు మార్కండేయుడు క్రోష్టుకియను మునికి చెప్పిన క్రమమున సవిస్తరముగా బోధించును. ఈ కథన మంతయు అయిదవ ఆశ్వాసమునుండి ప్రారంభమగును. మన్వంతర కథనములో స్వారోచిష మను సంభవము మొదట ప్రస్తుతింప బడెను దీనినే ఆంధ్ర కవితా పితామహుడు అల్లసాని పెద్దన తన ప్రబంధమునకు మాతృకగా స్వీకరించి వన్నె చిన్నెలతో సింగా రించెను ఈ విధముగా ఉత్తర కాలమున రచింపబడిన మూడు ప్రబంధములకు మార్కండేయ పురాణము మూలమగుటచే మారన ఆ ప్రబంధకవులకు ఇతివృత్త ప్రదానము చేసి గురువయ్యెను. శ్రీనాథుడు "నూనూగు మీసాల నూత్న యౌవనమున రచియించితి మరుత్త రాట్చరిత్ర" అని తన కాశీఖండమున చెప్పుకొనెను. ఆ మహాకవి బాల్యమందు రచించిన ఆ మరుత్తరాట్చరిత్రకు బహుశః, మార్కండేయ పురాణమున గల మరుత్తుని కథ మూలమై యుండునేమో! ఈ పురాణమున గల సొగసైన ఉపాఖ్యానములలో మరుత్తరాట్చరిత్ర ఒకటి. మరుత్తుడు కరంధముడు అనేరాజునకు మనుమడు, అవేక్షితుడను నాతని కుమారుడు. అతని తల్లి వైశాలి, విదిశా దేశాధీశుని కూతురు. అవేక్షితున కామె స్వయంవరలబ్ధ. స్వయంవరమున పరాభూతులైన రాజులందరు కుట్రచేసి అతనితో దొమ్మి యుద్ధము చేసి ఓడించిరి. పరాభవఖిన్నుడైన ఆ యువకుడు దారపరిగ్రహము నొల్లనని బ్రహ్మ

చర్య దీక్ష వహించెను. వైశాలి భర్తృ భోగ్యము కాని తన జీవితమును నిందించు కొనుచు అడవులకేగి తపోనిష్ఠ పూనెను. ఎంతకాలమైనను తన మనోరథము తీరని కారణమున శరీర విసర్జన ప్రయత్నము చేయుచుండగా, ఒక దేవదూత అరుదెంచి ఆమెను ఆత్మహనన ప్రయత్నమునుండి వారించి ఆమెకు పుత్రప్రాప్తి కల్గుననియు, ఆ కుమారుడు దిగంత విశాలయశుడైన చక్రవర్తి కాగలడనియు, ఆశీర్వదించి పోయెను. భర్త బ్రహ్మచార్య వ్రతదీక్ష వదలని కఠోర వ్రతుడు. దేవదూత అమోఘ వచస్కుడు. తాను అవేక్షితుని తప్ప ఇంకొకని కన్నెత్తి చూడని పతివ్రత. పరస్పరాను కూల్యము లేని ఈ స్థితిగతులలో తనకు పుత్ర ప్రాప్తి కలుగుట ఎట్లని ఆమె ఆందోళిత చిత్తయై యున్న సమయములో ఒక రాక్షసుడు అకస్మాత్తుగా ఆ తపోవనమున కేతెంచి ఆమెను చెనక నుద్యమింపగా నామె ఆక్రోశించెను. అదే సమయమున ఆ ప్రాంతమునకు వేటకై యరుదెంచిన యవేక్షితుడు ఆ స్త్రీజనాక్రందనము వినవచ్చిన దెసకు పరుగు పరుగున పోయి ఆ యువతిని బలాత్కరించుచున్న రాక్షసుని సంహరించి ఆమెను రక్షించెను. తపోమహిమచే కల్గిన నూత్నతేజముతో వెలుగొందు నా యువతి నా రాజు తన భార్యయని గుర్తింపలేని సమయమున ఒక గంధర్వ రాజట కేతెంచి కల రూపు ఎరిగించి వారిరువురను గంధర్వలోకమునకు గొనిపోయి అచ్చట విధియుక్తముగా వివాహము జరిపికొన్నాళ్ళుంచుకొనెను. ఆ దంపతులాలోకమున నుండగా జనించిన పుత్రుడే మరుత్తుడు. అవేక్షితుడు గంధర్వరాజు ననుజ్ఞ గొని భార్యా పుత్ర సహితుడై తండ్రిని దర్శించి సంతోష భరితుడైన ఆ వృద్ధరాజు నాశీర్వాదము వడసెను. ఈ సంఘటనమునకు పూర్వమే, అవేక్షితుని తల్లి వీరాదేవి అను నామె 'కిమిచ్ఛక వ్రతము'అనెడి ఒక వ్రతము నెఱపి వ్రతోద్యాపన దినమున ఎవరేది కోరిన నది ఇచ్చువానిగా కుమారుని దాతృస్థానమున నిల్పి భర్తచే పౌత్రముఖదర్శన వరమును యాచింపజేసెను. దాతృ స్థానమునసున్న అవేక్షితుడు, తథాస్తు అని వాగ్దానము చేసెను. కాని ఆనాడు ఈ వాగ్దానమును చేసినను అవేక్షితుడు తన బ్రహ్మచర్య నిష్ఠను వదలనే లేదు. ఇది ఈ కథలో ఇంకొక చిక్కు తెచ్చిపెట్టిన సంఘటన. ఆచిక్కులన్నియు తీరి కథ కరంధముని పౌత్రముఖ సందర్శనముతో సుఖాంతమయ్యెను.

కరంధముడు అవేక్షితునకు రాజ్యాభిషేకము చేయ తలపెట్టగా అతడు దాని నొల్లక మరుత్తునకు చేయించెను. ఈ క్రొత్తరాజు పరాక్రమ [illegible]

డనియు దుష్టశిక్షణ శిష్టరక్షణ పరతంత్రుడనియు అచిరకాలముననే దిగంత వ్యాప్తమైన కీర్తిగడించెను. ఇట్లుండగా ఔర్వాశ్రమ వాసులైన కొందరు ఋషులు నాగులచే వధింపబడిరను వార్తరాగా ఆతడు నాగ సంహారార్థము వెడలిపోయి నాగలోకము మీద ఒక దివ్యాస్త్రము ప్రయోగించెను. నాగులందరు ఆ అస్త్ర జ్వాలలకు ఆహుతి కాజొచ్చిరి. వైశాలి తపః స్థితయై యున్న కాలములో ఒక నాగరాజు ఆమెను పూజించి ఎన్నడేని ఆమె కుమారుని వలన నాగలోక ప్రళయము సంభవించునేని ఆమె వారిని రక్షింపవలెనని అర్థించి ఆ వాగ్దానమును పొందెను. మరుత్తుడు నాగులను సంహరించుచుండగా వైశాలి భర్తను ప్రేరేచి తాను నాగరాజుకు చేసిన వాగ్దానమును తెల్పి, శరణాగత త్రాణము కొరకు కుమారునకు మారొద్ద పంపెను. దుష్ట శిక్షణార్థము కుమారుడును, శరణాగత రక్షణార్థము తండ్రియు యుద్ధభూమిలో ప్రత్యర్థులుగా తారసిల్లి ఒండొరులు పరస్పరవధకు పూనుకొనగా దేవతలు ప్రత్యక్షమై వారికి సమాధానము కుదిర్చిరి. నాగులు తాము వధించిన ఋషులను బ్రతికించిరి. ఈ కథలో బ్రహ్మచర్యము, తపస్సు మొదలగు సార్వజనీన పరమధర్మములే కాకుండ దుష్టశిక్షణము, శరణాగత రక్షణము మొదలైన క్షత్రియ ధర్మములును నిరూపింపబడినవి. కథాంశములలో ఒండొంటికి పొందిక యుండక పోవుటచే కథాకార్యము నడచు మార్గము అప్రతర్క్యితమై పాఠకునకు ఉత్కంఠ కల్గించుచుండును. ఈ ఉపాఖ్యాన కథనరచనలో మారన తన కథన కౌశలము ప్రశంసాపాత్రముగా నిర్వహించెను. ఇందే కాదు, హరిశ్చంద్ర కథలోను స్వారోచిష మనుసంభవ వృత్తాంతములోను కూడ అతడు ప్రదర్శించినకథాకథన శిల్పము కవిబ్రహ్మ శిష్యునకు తగినట్లుగానే యున్నది. మారన శైలియు పురాణ రచనకు అనుకూలమైన సారళ్యము. సౌలభ్యము, సంయమము కలిగి యుండుటయే కాక, కావ్యోచితమైన రసవత్తయు, ప్రసన్నతయు నిండుకొని యున్నది. తిక్కనార్యుని జీవిత కాలములోనే ఇది రచింపబడి యుండునేని ఆ గురువు ఈ శిష్యుని ప్రతిభకు ఎంత సంతసించెడివాడో! తిక్కనగారి పలుకుబడులు, భావచ్ఛాయలు, అర్థచ్ఛాయలు, ఈ రచనలో చాల కలవు.

ఇతర కవులు

ఈ యుగమున శ్రుతనాములైన మరి కొందరు ఇతరకవు లున్నారు. వారి నిచ్చట ప్రస్తావింతును.

బద్దెన :- ఇతడు 'నీతిసార ముక్తావళి'ని రచించెను. అది రాజనీతి పరముగ చెప్పిన కొన్ని సూక్తుల సంపుటి. ఈ క్రింది పద్య మా గ్రంథములో నొకటి.

"ఎత్తిన కాలెగాని సిరికెన్నడు నిల్చిన కాల నిల్వగా
చిత్తములేదు కాన సిరి చెందిన నాడె పరోపకారముల్
హత్తి గడంగజేయు డెడరైన వదంపడి వేడికొందమన్
చిత్తమెగాని ఇత్తమను చిత్తము పుట్టద యెట్టివారికిన్"

ఈ పద్యమును బట్టి ఈతని శైలి నాచనసోముని శైలివలె వక్రోక్తి ప్రధానముగా నుండునని చెప్పవచ్చును.

ఈ నీతిసార ముక్తావళిలో తాను సుమతి శతక కర్తనని చెప్పకొన్నా డనియు, ఇతడే ఆ శతక కర్త యనియు కొందరి తలంపు. మరికొందరా పద్యము ప్రక్షిప్తమందురు. నిజము దేవుని కెరుక. ఆ పద్య మిది:-

"శ్రీ విభుడ గర్వితారి
క్ష్మావర దళనోపలబ్ధ జయలక్ష్మీ
సంభావితుడ సుమతి శతకము
గావించిన ప్రోఢ గావ్యకమలాసనుడన్"

ఈ పద్యము బద్దెన చెప్పినదే యైనచో నీతిసార ముక్తావళి రాజనీతి పరముగను, సుమతి శతకము సామాన్య ప్రజానీతి బోధకముగను ఆతడు రచించెనని చెప్పవచ్చును. అట్లుగాక ఇది ప్రక్షిప్తమే అయినచో ఆ ఊహ నిలువదు. ఇంతకు సుమతి శతకము నందలి భాషా జాత్యము బద్దెన కాలము నాటిది కాదని నా ఉద్దేశ్యము. మరియు-

"అధరము కదలీ కదలక
మధురములగు భాషలు డిగి మౌనవ్రతుడౌ
అధికార రోగపీడిత
బధిరాంధక శవము జూడ బాపము సుమతీ!"

ఈ పద్యము 'శ్రీవిభుడును గర్వితారిక్ష్మావర దళనోపలబ్ధ జయలక్ష్మీ సంభావితుడును' అయినవాడు వ్రాసినది కాదు. ఎవడో ఒక సామాన్యుడు కార్యవశమున ఒక అధికారిని దర్శింపబోయి ఆతడు తన యెడ చూపిన అనాదరమునకు ఔదాసీన్యమునకు కనలి తన ఆక్కసు దీర ఆ అధికారిని తిట్టినట్టి పద్యము. ఇది సర్వ సాధారణమైన నీతిపద్యము కాదు. స్వానుభవ పూర్వక భావము గల పద్యము "మా నిషాదప్రతిష్ఠాం త్వ మగమ శ్శాశ్వతీస్సమాః" అనే శ్లోకములో వాల్మీకి శోక సంతప్త హృదయ మెట్లు ధ్వనించుచుండెనో ఈ పద్యములో ఒక అధికారిచే చులకన చేయబడిన సంసారి పరిభవాగ్ని అట్లు జ్వలించుచుండెను. బద్దెన-భూపతియు మండలాధీశ్వరుడు అయిన మాట నిజమే యైనచో నతడొక రాజోద్యోగి మ్రోలకు పోయి అతనిచే చిన్నచూపు చూడబడుట తటస్థింపదు. మరియు నీ శతకము వ్రాసిన సంసారి ఒక గ్రామ కరణమై యుండునని యూహించుటకును అవకాశము కలదు. ఇతడు కరణముల సంగతి నాలుగైదు పద్యములలో ఒత్తి చెప్పెను. ఇవన్నియు పర్యాలోచింపగా సుమతి శతక కర్త బద్దె భూపతి కాడని నా యుద్దేశ్యము. నాటకములో శత్రువు ప్రత్యక్షముగా ఎదుట నున్నట్లు భావించి పరుషోక్తు లాడెడి పాత్రవలె, పై పద్యము వ్రాసిన కవి తనను అవమానపరచిన అధికారిని తన యెదుట నున్నట్లు భావించుకొని శపియించుచున్నట్లు కన్పడును. ఈ పద్దెము బద్దెనది కాకపోయినను తక్కిన శతకము అతడు వ్రాసియుండవచ్చును గదా అనెడి అసంగత వాదము చేయువారుండరని నా తలంపు. కర్త యెవరైననేమి? సంస్కృత విద్యార్థులకు బాలరామాయణము వలె తెలుగువిద్యార్థుల కీ శతకము ప్రథమపాఠమై వన్నెకెక్కినది

ఇదిగో మరియొక పద్యము :

"కొక్కోక మెల్లఁ జదివినఁ
జక్కని వాడైన, రాజ చంద్రుండైనన్,
మిక్కిలి రొక్కము లీయక
చిక్కదురా వారకాంత సిద్ధము సుమతీ."

కొక్కోక మనెడి కామశాస్త్రము తెనుగులో బద్దెన తరువాత కొన్నివందల యేండ్లకు వెలసెను. అది సంస్కృతమున గల 'రతికళా విలాస' మనెడి గ్రంథమునకు తెనుగు. కావున సుమతి శతక కర్త కొక్కోకము తెలుగున వెలసిన పిమ్మటివాడై యుండును.

శివదేవయ్య : ఇతడు కాకతీయ సామ్రాజ్యమునకు తన బుద్ధిబలమే వజ్రకవచముగా నొనర్చి, గణపతి దేవునకు రుద్రమాంబకు మంత్రిత్వము నెరపిన మేధావి. అంతేకాదు; ఆ చక్రవర్తులచే గురువుగా, హితుడుగా పూజలను మన్ననలను పొందెను. ఈయన పురుషార్థసార మనెడి ఒక నీతిగ్రంథమును రచించెనట 14 వ శతాబ్ది మధ్య కాలమున సకల నీతి సమ్మతమనెడి నీతిపద్య సంకలనము చేసిన మడికిసింగన అనే కవి ఆ పురుషార్థసారమనెడి గ్రంథము నుండి ఇంచు మించు వంద పద్యము లుదాహరించెనట. కాని ఆ పద్యములకర్త శివదేవయ్య అని ఎచ్చటను అతడు చెప్పలేదు. అది అటు లుండ శివదేవ కవి ఆత్మసంబోధనతో 'శివదేవ ధీమణీ!' అనే మకుటము గల ఒక శతకమును కూడ రచించెననెడి యొక వదంతికలదు ఆ శతకము నేడు లభింపదు. అయినను ఒక పద్యము మాత్ర మెట్లో పరిశోధకులకు లభించినది. ఆ పద్య మిది :

చ॥ అరయగ చిన్ననాట సిరియాళుడనై యెలబ్రాయ మందు సుం
దరుడను నంబినై పదను తప్పిన గుండయగారి చందమై
ధర జరియింపగల్గిన తథాస్తు; వృథా పరిపాకరూప మి
ష్కర జననం బదేమిటికి కాలుపనే శివదేవ ధీమణీ!"

ఈ మకుటమును బట్టి ఈ శతకము ఆయనయే వ్రాసెనని నిర్ధిష్టమగ జెప్పుట కష్టము. ఎవడేని ఒకకవి శివదేవయ్యను సంబోధించుచు ఈ శతకమును వ్రాసియుండవచ్చును. అసలు ఇటువంటి పద్యములు నూరు వ్రాసి ఆ కవి గాని శివదేవయ్యగాని శతకముగా రూపొందిరచిరని చెప్పుటయు కష్టమే!

మరియు శివదేవయ్యయే ఈ పద్యమునకుగాని లేదా సంపూర్ణ శతకమునకుగాని కర్తయే అనుకొన్నచో ఆత్మసంబోధనలో ధీమణీ యనెడి ఆత్మ ప్రశంసా వాచకమైన శబ్దమును ప్రయోగించియుండునా యని నా సందేహము.

అథర్వణుడు :- ఇతడీ యుగమువాడేనని తలపబడుచున్నది. ఇతనిని గురించి నన్నయ ప్రకరణమున కొంత వ్రాసితిని. ఇతడు నన్నెచోడునకు తిక్కనకు మధ్య కాలమువాడై యుండవలయును.

—

ఎఱ్ఱా ప్రెగడ యుగము

1323 వ సంవత్సరములో ఢిల్లీ సుల్తాను ఓరుగల్లు నగరమును స్వాధీనము చేసికొని ప్రతాపరుద్రుని బందీగా కొనిపోవుటచే కాకతీయ సామ్రాజ్యము అస్తంగతమయ్యెను తత్పూర్వము కొలది కాలము క్రిందటనే ఆ మహమ్మదీయ రాజు ఓరుగల్లుపై దండెత్తి వచ్చి ప్రతాపరుద్రుని చేతిలో ప్రాణమాత్రావశిష్టుడై పారిపోయెను. ఆ యుద్ధములో సామ్రాజ్య రక్షణార్థము శత్రుసంహారార్థము చక్రవర్తికి బాసటగా వచ్చి నిలచిన సామంతులందరు విజయోత్సాహముతో తమ తమ మండలములకు సేనలతో తరలిపోయిరి. వారే కాకతీయ పరిపాలనలో నాయకులని పేరు పొందినవారు. అట్టివారు ప్రతాపరుద్రునకు విధేయులై డెబ్బది ఇద్దరుండెడివారట. వారి కందరికి ప్రత్యేక సేన లుండెడివట. యుద్ధ సమయముల ఆ సేనలతో వచ్చి వారు చక్రవర్తికి తోడ్పడుచుండుటయు, శత్రు విజయానంతరము తమ తమ మండలములకు పోయి ప్రజాపాలనము సాగించుచుండుటయు ఆచారమై యుండెడిదట. 1320 ప్రాంతమున ఢిల్లీ సుల్తానును తరిమికొట్టిన పిమ్మట ఆ నాయకు లందరు ఆచారరీత్యా తమ తమ మండలములకు పోయి సామ్రాజ్యమున శత్రుభీతి తొలగినదనెడి పరవసముతో వ్యవసాయాభివృద్ధి, వాణిజ్యాభివృద్ధి మొదలగు ప్రజాక్షేమంకర కార్యక్రమములలో నిమగ్నులై యుండిరట. ఆ అదను చూచుకొని ఢిల్లీ సుల్తాను ఆకస్మాత్తుగా మరల నోరుగల్లుపై దండెత్తివచ్చి అసహాయుడైన ప్రతాపరుద్రుని బందీకృతుని చేసెను. కాకతీయ సామ్రాజ్య పతనములో ఢిల్లీ సుల్తానుకు తోడ్పాటొసంగిన హైందవులు లేకపోలేదు. కాకతీయ రాజ్యమున కాసన్నరాజ్యమైన యాదవరాజ్య మేలుచున్న దేవగిరి ప్రభువు మహమ్మదీయునకు వశుడై ఆతనికి నానావిధ సహాయములు చేసెనట. కాకతీయ రాజ్యములో తమకు పూర్వకాలమున నెగడుచుండిన ప్రాభవము తగ్గుటచే జైనులు కూడా కొంత దేశద్రోహ చర్యకు పూనుకొనిరట. ఇందులో వింత ఏమియులేదు. ఏనాడుగాని భారతదేశమునకు కలిగెడు కీడు బహిశ్శత్రువుల వలన కంటె అంతశ్శత్రువుల వలననే యనుట పరమసత్యము.

ఓరుగల్లు నాక్రమించిన ఢిల్లీ సుల్తాను చిరకాల మా సింహాసనమును దక్కించుకొనలేకపోయెను. ప్రతాపరుద్రుని సామంత నాయకులలో శౌర్యపరాక్రమములు గల మునునూరి ప్రోలయ, కాపయ అనెడి నాయక సోదరులు తక్కిన నాయకులతో మంత్రాలోచన చేసి పరాక్రాంతమైన దేశమునకు విమోచనము కల్గించుటకై వారి వారి సేనల నాయత్తపరచి ఓరుగల్లును స్వాధీనము చేసికొని సుల్తాను పరిపాలనము నంతమొందించిరి ఆ యుద్ధ విజయానంతరము సామ్రాజ్యము నంతను ఏకచ్ఛత్రముగా ఒకడే పరిపాలన చేయుట ఉచితమును, సాధ్యమును కాదని యెంచి కాబోలు ఏకకార్యార్థమై పూనుకొన్న నాయకులలో పెక్కురు ఆంధ్రదేశమును కొన్ని భాగములుగా పంచుకొని స్వతంత్ర పరిపాలనలు చేయదొడగిరి. ఆ విభజనలో కృష్ణానది ఉత్తరభాగమున ఓరుగల్లు రాజధానిగా మునునూరి సోదరులు కొంతయు, రాచకొండ, దేవరకొండ రాజధానులుగా రేచెర్ల వెలమనాయకులు కొంతయు, కృష్ణకు దక్షిణమున రెడ్డి రాజులును పంచుకొనిరి. తదుపరి పదియేండ్లకు హరిహరరాయలు ఆనెగొందిమండలమున విజయనగర రాజ్యము స్థాపించెను. రెడ్డిరాజుల రాజ్యము కృష్ణా గోదావరీ నదుల మధ్య భాగముననే కాక, సింహాచలము వరకును వ్యాపించెను. కొంత కాలమునకు తిరిగి ఢిల్లీ సుల్తాను ఓరుగల్లు నాక్రమించుకొనుటకు రాగా అప్పుడు సింహాసన మధిష్ఠించియున్న మునునూరి కాపయ నాయకుడు ఆ మహమ్మదీయునితో సంధికావించుకొని గోలుకొండను ధారపోసి తా నోరుగల్లు ప్రాంతముతోనే తృప్తిపొందెను. కాని పొరుగున నున్న రాచకొండ వెలమరాజులు అతనితో పొందు పొసగి యుండలేకపోయిరి. అప్పటికే బీజాపూరులో బహమనీ రాజ్యమును స్థాపించిన మహమ్మదీయరాజు వెలమరాజులను ప్రోత్సహించి కాపయనాయకు నంతమొందించెను. ఇది కాకతీయ రాజ్య పతనానంతరము ఆంధ్రదేశమున జరిగిన స్థూల చరిత్ర. ఆనాడు వెలసిన స్వతంత్ర రాజ్యములలో ఎక్కువగ రాజకీయ ప్రభావము, సారస్వత ప్రాభవము నెఱపినది రెడ్డి రాజ్యము. ఆ రాజ్యమునకు ప్రథమమున అద్దంకినగరము రాజధాని. ఆ రాజ్య సంస్థాపకుడు ప్రోలయ వేమారెడ్డి. అతడు 1325 మొదలు 1353 వ సంవత్సరము దాక ప్రజాక్షేమంకరముగా శత్రుభయంకరముగా రాజ్యపాలన చేసెను. ఆ రాజు ఆస్థానకవియే ఎఱ్ఱాప్రెగ్గడ దేశ చరిత్రలో రెడ్డియుగము ఆవిర్భవించినట్లే వాఙ్మయ చరిత్రలో ఎఱ్ఱా ప్రెగ్గడ యుగము ఆవిర్భవించెను.

ఎఱ్ఱన, తిక్కన సోమయాజి నిర్యాణము జరుగుటకు సుమారు పది వంవత్సరములకు పూర్వము (1280 ప్రాంతమున) జన్మించి 1360 వరకు ఇహలోకయాత్ర సాగించియుండును. ఆ సుదీర్ఘ జీవితకాలములో ముప్పది యేండ్ల వయస్సున గ్రంథ రచనా వ్యాసంగమునకు ఉపక్రమించి యుండును. ఆ పదునాలుగవ శతాబ్దిలో చివరి భాగమున శ్రీనాథుడు జన్మించినను ఆ శతాబ్ది చివరి వరకు యుగకర్తృత్వము ఎఱ్ఱన పేరననే చెల్లదగియుండును.

అసలు ఎఱ్ఱాప్రెగ్గడ పేరుమీద ప్రత్యేక మొక సారస్వతయుగమేల? అతనిని తిక్కన యుగములో చేర్చరాదా? యని ప్రశ్నించెడివారు కొందరుందురు. ఆ పద్ధతి సమంజసము కాదని నా యుద్దేశము. తిక్కన తరువాత శకాధికార మొప్పుకొన దగిన పెద్దకవి యెవడును పుట్టియుండనిచో ఆయన యుగము మరి యొక శతాబ్దివరకు పొడిగింప వచ్చునుగాని ఎఱ్ఱన, భాస్కరుడు, నాచన సోమన మొదలైన మేటి కవు లవతరించిన ఆ శతాబ్దిని తిక్కన యుగములో చేర్చుట భావ్యముకాదు. మఱి అంతమంది మేటికవులు తల యెత్తిన ఆ యుగము నకు ఎఱ్ఱాప్రెగ్గడనే యేలకర్తను చేయవలె నందురేని నా సమాధాన మిది :

తెలుగు సారస్వతమునకు కవిత్రయము వారు త్రిమూర్తుల వంటివారు. వారి తరువాతనే, ఇతర కవులు ఎంత మేటికవులైనను పేర్కొనదగిన వారు. ఆంధ్రభాషా ప్రపంచమునకు భారతము వలె ఆంధ్రకవి ప్రపంచమున కామువ్వు రును గురుస్థానీయులు. వారిలో ఒండొరులకు భారతకర్తలుగా కొంత తర తమ భేదభావమున్నను, పృథక్పరిశీలన చేసినప్పుడు ఎవరికి వారికే ప్రత్యేక ప్రాధా న్యము కలదు. కావున పృథక్ప్రాధాన్యమును భారత కర్తృత్వ గౌరవమును కల కవిత్రయము వారి పేరుమీద మూడు ప్రత్యేకయుగములుండుట న్యాయ్యమని నే ననుకొంటిని. ఆ శతాబ్దిలో భాస్కరుడు, సోమన మొదలైనవారు మేటికవులే గాని ఎఱ్ఱనను త్రోసి పుచ్చి గురుపీఠ మెక్కదగినవారు కారు. మరియు వాఙ్మయ ములో అఖ్యానపద్ధతి, నాటకీయ పద్ధతి, వర్ణనాత్మక పద్ధతియనెడి మూడు విభా గము లుండునని పూర్వప్రకరణములలో చెప్పితిని. ఈ మూడింటిలో వర్ణనాత్మక పద్ధతిని ప్రవేశ పెట్టిన వాడు ఎఱ్ఱాప్రెగ్గడ. దైవికముగా నన్నయ తిక్కనలు తక్కిన రెండు పద్ధతులకును ఆదిగురువు లైనట్లుగా, ఎఱ్ఱన మూడవ పద్ధతి నవ తరింప జేయుటచే భారతకర్తృత్వముననే కాక రచనా సంప్రదాయము నందున్న

ఒక ప్రత్యేకతను సంపాదించుకొని స్వతంత్ర స్థానమున కర్తయయ్యెను. మరియు తెలుగు భాషలో పలుకుబడి యందేమి, కారకమునందేమి, క్రియరూపము లందేమి ఆధునికతా సూచకముగా కలిగిన మార్పులు ఎఱ్ఱన గ్రంథములలోనే ప్రారంభ మయ్యెను. తత్పూర్వ గ్రంథములలో కానవచ్చెడి ప్రాతదనము ఎఱ్ఱన గ్రంథము లలో కానరాదు, మఱియు నన్నయ శైలికిని తిక్కన శైలికిని ఉన్నభేదమును తొలగించి, ఎఱ్ఱాప్రెగ్గడ శబ్దగతిలో నన్నయను, భావగతిలో తిక్కనను అనుస రించి రెండు గతులకు సామరస్యము కుదిర్చి తన పేరుమీదనే ఒకశైలిని నెల కొల్పెను దానినే ప్రథమదశలో శ్రీ నాథుడును, తరువాత వేరొకదశలో ప్రబంధ కవులును అలవరచుకొని వర్ణనా ప్రాధాన్యముగల ప్రబంధరచనలు చేయ సాగిరి. ఇతి వృత్తమును వర్ణనలచే అలంకరించెడి నూత్న పద్ధతికి సూత్ర ధారుడగుట చేతనే ఎఱ్ఱన ప్రబంధ పరమేశ్వరుడయ్యెను. ఇట్టి మహాకవిని యుగ కర్తగా సంభావింపక పోవుట అధర్మమని నే ననుకొంటిని.

ఎఱ్ఱన కృతులలో లభ్యములైనవి మూడు - హరివంశము, భారతారణ్య పర్వభాగము, లక్ష్మీనృసింహ పురాణము. నామమాత్రా వశిష్టమైన రామాయ ణము నాల్గవది. ఇవికాక ఇంకేమి వ్రాసెనో తెలియదు. ఈ నాలుగింటిలో రామా యణము మొదటి రచనయనియు, హరివంశము, భారతారణ్య పర్వభాగము, నృసింహ పురాణము క్రమముగా రామాయణము తరువాత ఒకదాని వెంట నొకటి రచింపబడె ననియు నే ననుకొందును.

హరివంశావ తారికయందు రామాయణ రచనా ప్రసంగము కలదు.

"నా తమ్ముండు ఘనుండు మల్లరథినీ నాథుండు నిచ్నాతత
శ్రీతోడన్ సముపేతు జేసి యెలమిం జేపట్టి మా కిచ్చుటన్
జేతోమోద మెలర్ప రామ కథ మున్ జెప్పించి యత్యుత్తమ
ఖ్యాతిం జెందితినింక నేను దనియన్ కావ్యామృతా స్వాదనన్"

ప్రోలయవేమారెడ్డి తమ్ముడైన మల్లారెడ్డి ఎఱ్ఱాప్రెగ్గడకు తొలుత పరిచి తుడై ఆ కవీశ్వరుని తన అన్నగారికి ఎరిగించి ఆశ్రయ మిప్పింపగా, వేమా రెడ్డి ఆయనచే రామాయణము చెప్పించుకొని కృతిపతిత్వము వలన ఖ్యాతి నొంది అంతతో తనివి చెందక హరివంశమును రచింపుమని అర్థించెనట. పై పద్యము లోని తాత్పర్యమది.

మరి నృసింహ పురాణావతారిక యందు భారతారణ్య పర్వశేష రచనా ప్రసంగము కలదు.

"ఉన్నత సంస్కృతాంధ్ర చతురోక్తి పదంబుల కావ్యకర్తవై
యెన్నికమై ప్రబంధ పరమేశు డనంగ నరణ్య పర్వశే
షోన్నయ మంధ్రభాష సుజనోత్సవ మొప్పగ నిర్వహించి తా
నన్నయ భట్ట తిక్క కవినాథుల కెక్కిన భక్తి పెంపునన్"

ఎఱ్ఱన తాతగారైన ఎఱపోతసూరి (ఆయన పేరు ఎఱ్ఱన) మనుమని భావంబున నావిర్భవించి నృసింహ పురాణము చేయుమని ప్రోత్సహించెనట. పై పద్యమా సందర్భములోనిది. కావున హరివంశమునకు పూర్వరచన రామాయణ మనియు నృసింహపురాణమునకు పూర్వరచన భారతమనియు తేలినది. అంతే కాని ఈ రెండుజంటలలో ఏది మొదటి జంట అనే ప్రశ్న ఈ గ్రంథములను బట్టి తేలదు. దీనికి ఊహ తప్ప వేరొక యాధారము లేదు నా యూహ జెప్పెదను; ప్రాజ్ఞు లాలోచింతురు గాక.

మొదటి జంట అనగా రామాయణ హరివంశములు రెండును, నరాంకితములు. రెండవజంట భారత నృసింహ పురాణములలో మొదటిది స్వార్థ నిరపేక్షమైన నిష్కామ కర్మ.

రెండవది పారమార్థిక చింతతో చేసిన ఈశ్వరార్పణము (అహోబల లక్ష్మీనృసింహస్వామి కంకితము). మానవ స్వభావమును బట్టి యాలోచించినచో రాజాశ్రయమును ధనార్జనమును ఆశించిరచించిన జంట మొదటిదనియు, ఐహిక భోగచింతలేని పారమార్థికదృష్టితో రచించినది రెండవ జంటయనియు విశదమగును. అట్లుగాక భారత నృసింహ పురాణములే మొదటిజంట యైనచో గ్రంథకర్త ఆధ్యాత్మిక సాధనచే ఈశ్వరపదసన్నిధానము వరకును ప్రాకిపోయి అటనుండి పతితుడై రాజవరసిధానమున పడిన భాగ్యహీనుడనబడును. ఇట్టి అధమ వర్తనము కలవారును ఉందురు కాని శంభుదాసుని వంటి ఆత్మవిజ్ఞానధనులకు అట్టి పతనము సంభవింపదు.

మరి ఏ కారణముననైన నేమి తిక్కనకవి యంతటి మహాకవి వదలిపెట్టి పోయిన భారతారణ్య పర్వభాగమును ప్రాథమిక రచనగా చేపట్టుటకు ఆత్మజ్ఞుడైన యే కవియు సాహసింపడు వస్తుమహత్త్వము నటుంచి చూచినను అరణ్య

పర్వభాగమును కృతహస్తుడైన కవియు చేపట్టుటకు సందేహించుట సహజము. ఎట్లనగా నన్నయ అరణ్యపర్వ భాగమును వ్రాయుచు నడుమనే మృతి చెందె ననెడి కవిలోక భయానకమైన వదంతి ఆ నాడు కలదు. దానిని స్పృశించుట అశుభ మనెడు భీతి కలదన్నమాట. తిక్కనగారు ఆ భాగమును ఏ ఉద్దేశముతో వదలి పెట్టినను - తన ఉద్దేశము నాయన లోకులకు చెప్పియుండడు - లోకము మాత్రము ఆ భాగమునకు గల అశుభత్వ శంక నే ఆయన కాపాడించి యుండును. శకునములను, స్వప్నములను, దీవనలను, శాపములను, శుభాశుభసూచకములుగా నమ్మెడి ఆ కాలమున మంచికో చెడ్డకో అట్టి విశ్వాసము గల యింట జనించిన ఎఱ్ఱాప్రెగ్గడ కవిత్వము నేర్చితిని గదాయని చేసేతల అరణ్యాపర్వభాగమును మొదటి రచనగా స్వీకరించెనని యనుకొనుట అవివేకము. మరియు ఒక వంక నన్నయ భారతము, ఇంకొకవంక తిక్కన భారతము రస తరంగితము లైన మహాసముద్రముల వలె నుద్ఘోషించుచుండగా నడుమ నొక జలసంధిని త్రవ్వి రెండు సముద్రములను ఏకార్ణవముగా రూపొందించుటకు సిద్ధహస్తుడు కాక పూర్వము ఏ యువకుడు సాహసించును?

మరియు నృసింహ పురాణ రచనా కాలము నాటికే ఎఱ్ఱాప్రెగ్గడ ప్రబంధ పరమేశ్వరుడని ప్రసిద్ధి కెక్కెను. ఆ బిరుదము అరణ్యపర్వ శిష్టభాగ రచన మాత్రమున వచ్చునది కాదు. అంతకంటె స్వతంత్రమైన ఒకటిరెండు ఉద్గ్రంథ రచనలచే లభింపదగినది. ఆ ఉద్గ్రంథములే రామాయణ హరివంశములు. రచనా విధానమును బట్టి చూచినను ఆ బిరుదమునకు అర్హతనిచ్చునవి ఆ రెండు గ్రంథములే. అరణ్యపర్వము అంతకు చాలదు. కావున అరణ్యపర్వ నృసింహ పురాణములే రెండవ జంట.

నృసింహ పురాణావతారికలో "కతిపయాక్షర పరిగ్రహజనితంబైన నైసర్గిక చాపలంబు కతంబున".

"మించిన వేడ్కఁపీనులకు మిక్కుటమై మధువృష్టి గ్రమ్మ రా
యంచలు కూయఁ గ్రౌంచమును నావలఁ గూయఁగదంగు భంగిఁ బ్రౌ
ఢాంచిత శబ్దసారులు మహాకవు లాద్యులు కావ్యశయ్య గీ
లించిన కీర్తిసంగసుఖ లీలకు యేనును గాంక్షజేసితిన్".

అని కవి తన నిరహంకృతిని వినయసుందరముగా వ్యక్తముచేసి యుండుటచేత ఈ పురాణమే ఆయన తన పేరుమీద వెలయించిన ప్రథమరచనయైయుండు నని ఒక యుక్తిని చెప్పువారు కొందరు కలరు. ఈ యుక్తిలో సారములేదు. ఎట్లనగా ఆ అవతారికలోనే తన తాతగారైన ఎఱపోతసూరి తనను గుఱించి చేసిన ప్రశంసలో

కం॥ "గురు భజన పరాయణుఁడవు
సరస బహుపురాణ ధర్మశాస్త్ర కథా వి
స్తర వేదివి వినయోదయ
భరితుఁడ వతులానుభావభవ్యుఁడవు మహిన్.

కం॥ కావునఁ బ్రబంధ రచనా
ప్రావీణ్యము నీకు సహజ పరిణత సిద్ధం
బై వెలసిన యది యొక కృతి
గావింప జగద్ధితంబుగా నేఁ బనుతున్".

అనెడి వాక్యములలో ఎఱ్ఱాప్రెగ్గడ తనకు గల నానాశాస్త్ర పరిజ్ఞానమును సహజ పరిణత సిద్ధమైన ప్రబంధ రచనా ప్రావీణ్యమును ఉగ్గడించుకొన్నట్లే యగును కదా! అది నిరహంకృతి కాదుగదా! కావున కతిపయాక్షర పరిగ్రహ చాపలము అనేది అతనికి గల సహజ వినయ సంపదకు సూచకమే గాని ప్రాథమిక కావ్య రచనా సూచకముకాదు. అదియును గాక వినయ సంపద వయసు మీరినవానికి ఉన్నంతగా వయసులో ఉన్నవానికుండదు.

తిక్కనగారు నిర్వచనోత్తర రామాయణములో "అమలోదాత్తమనీష నే నుభయ కావ్యప్రౌఢి పాటించు శిల్పమునన్ పారగుడన్" అనియు, విరాటపర్వావ తారికలో "నా నేర్చిన భంగిజెప్పి వరణీయుడ నయ్యెద భక్తకోటికిన్" అనియు, వ్రాసికొనుటలో మొదటి దానియం దహంకారమును రెండవ దాని యందు వినయ గుణమును ప్రస్ఫుటమగుచున్నవి గాన ఈ రెండింటిలో విరాట పర్వమే మొదటి రచన యని వాదించుట మెచ్చదగి యుండునా? ఇంకొక విష యము, హరివంశమున పూర్వకవిస్తుతిగా ఎఱ్ఱన నన్నయకును, తిక్కనకును వేర వేర చెరియొక నమస్కార పద్యమును వ్రాసి స్తుతించెను. నృసింహ పురాణమున ఇరువురకు ఒకే ఒక పద్యమున మాత్రము నన్నుతించివదలెను.

ఈ క్రింద హరివంశ ప్రారంభమున నలిపిన నన్నయ తిక్కనల సంస్తుతి పద్యములను చూడుడు.

ఉ॥ ఉన్నత గోత్ర సంభవము నూర్జిత సత్త్వము భద్రజాతి సం
పన్నము నుద్ధతాన్యపరిభావిమదోత్కటము న్నరేంద్ర పూ
జోన్నయనోచితంబునయి యొప్పెడు నన్నయభట్ట కుంజరం
బెన్న నిరంకుశోక్తిగతి నెందును గ్రాలుట ప్రస్తుతించెదన్.

మ॥ తనకావించిన సృష్టితక్కొరుల చేతంగాదునా నే ముఖం
బునదాఁ బల్కిన పల్కు లాగమములై పొల్పొందు నావాణి భ
ర్తను నీతండొకరుండనాఁ జను మహత్త్వాప్తిన్ గవిబ్రహ్మ నా
వినుతింతున్ గవి తిక్కయజ్వ నఖిలోర్వీదేవతాభ్యర్చితున్.

నృసింహ పురాణమున-

ఉ॥ భాసుర భారతార్థముల భంగులు నిక్కమెఱుంగ నేరమిన్
గానట బీసటే చదివి గాథలు ద్రవ్వ తెకుంగు వారికిన్
వ్యాసమునిప్రణీత పరమార్థము తెల్లగజేసినట్టి య
జ్ఞానన కల్పులం దలంతు నాద్యుల నన్నయ తిక్కనార్యులన్.

ఆ మహా కవులిరువురను విడి విడిగా ప్రత్యేక పద్యములలో నమస్కరింప వలె ననెడిబుద్ధి ప్రాథమికునకే పొడమును. ఆపైఆతడింకొక కావ్యము వ్రాయు నపుడు ప్రత్యేక పూజ పూర్వము జరిగినటిగదాయనెడి నిబ్బరమున వారిరువురను ఒకే పద్యముతో నారాధింపవచ్చును. ఇంకొక విషయము. ఆరణ్య పర్వాంతమున గద్య స్థానీయమైన పద్యములో "భవ్య చరిత్రు డాపస్తంభసూత్రుఁడు" గుణ్టూరు నెలవుగ గుణగరిష్ఠత నొప్పుధన్యుడు.........ఎఱ్ఱనార్యుండు సకల లోకైక విదితుడయిన నన్నయభట్ట మహాకవీంద్రు సరస సారస్వతాంశ ప్రశస్తి తన్ను జెందుటయు సాధు జనహర్ష సిద్ధిగోరి ధీరవిచారుడు తత్కవితా రీతియు గొంతతోవ దద్రచనయకా నారణ్య పర్వశేషము పూరించె గవీంద్ర కర్ణపుటపేయముగాన్" అని ఉండుటంబట్టి అద్దంకిలో ప్రోలయ వేమారెడ్డి యాస్థానమును చేరకముందు స్వగ్రామమైన గుడ్లూరులో నున్నపుడు రచించినది భారతమనియు ఆపిమ్మట హరి వంశముకంటే పూర్వ రచనయని ఇంకొక యుక్తి చెప్పెదము. ఇదియు బలహీన మైన యుక్తియే. ఎఱ్ఱన వేమారెడ్డికి ఆశ్రితుడైనను సకుటుంబముగా గుడ్లూరు

వదలిపెట్టి అద్దంకిలో నివాసమేర్పరచుకొనెనని చెప్పెడి చరిత్ర ఏదియులేదు. వేమారెడ్డికి కృతులిచ్చిన మాత్రమున ఆ రాజధానిలోనే కాపురముండవలసిన అవశ్యకతయు నాతని కుండదు. అదీగాక, ఒకవేళ రాజాశ్రయ కారణమున అద్దంకిలో ఉండినను స్వగ్రామమైన గుడ్లూరును పేర్కొనుట వింతగాదు. ఉద్యోగ రీత్యా ఏ ప్రదేశమున నెంతకాలమున్నను, తమ ఊరిపేరు చెప్పవలసి వచ్చినపుడు చిన్ననాటి స్వగ్రామమును పేర్కొనుట అభిజనాభిమానముగల వారందరకు సహజము.

ఇంకొక విషయము. హరివంశము భారతమునకు పరిశిష్ట భాగము. ఈ పురాణములోగల హరివంశ పర్వము భవిష్య పర్వము అనెడు పేరుగల రెండు పర్వములతో కలసియే భారతము శతపర్వసంయుతమగును. ఈ విషయమును పర్వ సంగ్రహ ప్రకరణమున నన్నయభట్టే చెప్పెను. తిక్కన విరచితమగు భారతము ఆ నూరింటిలో 98 పర్వములతో ముగియును. ఎఱ్ఱన, భారత గోపురమునకు శిఖర ప్రాయమైన ఆ రెండు పర్వములను రచించి పూర్తిచేసిన పిమ్మటనే నడుమ అరణ్య పర్వములో మిగిలిపోయిన భాగమును చేపట్టి యుండును. హరివంశ రచనతో ఆయనకు మహాభారత క్షేత్ర ప్రవేశార్హత కలిగినదనెడి ధైర్య విశ్వాసములు కలిగియుండును.

రామాయణము లభింపలేదు గనుక తక్కిన గ్రంథముల సంగతి తలపెట్టక, తక్కిన గ్రంథములను పరిశీలక బుద్ధితోచదివినచో హరివంశపు శైలి కంటెభారత శైలియు,దానికంటె నృసింహపురాణశైలియుమేల్తరముగా నుండుననుట సత్యదూరము కాదు. అంతేగాక వాఙ్మనన వ్యాపారములు కవికి పరిపక్వమైన దశలో వ్రాసిన కావ్యము నృసింహ పురాణమని అందలి యే పద్యమైనను దృష్టాంతమగును. కావున రామాయణ హరివంశములు రచించిన పిమ్మటనే శంభుదాసుడు భారత నృసింహపురాణములను రచించి చరితార్థుడయ్యెనని నా తలంపు.

రా మా య ణ ము

గణపవరపు వేంకట కవి తన ప్రయోగరత్నాకరములో 'ఎఱ్ఱాప్రెగ్గడ సంక్షేప రామాయణమునుండి' అని ఈ క్రింది పద్యము నుదాహరించెను.

కం॥ "ఆ దశరథ సూనుడు వ
యోధి జలము నింకజేసి యొక శరమున గ్ర
వ్యాదవిభు దునిమి సీతను
మోదంబునజేకొని కపిపుంగవుతోడన్".

దీనినిబట్టి ఎఱ్ఱన సంపూర్ణ రామాయణముగాక ఏవో కొన్ని పద్యములలో ఆ కథను ముగించి సంక్షేప రామాయణమని పేరిడెనేమోయని అనుమానము కల్గును. కాని అది అట్టిదే యైనచో హరివంశమున ఆ రచనను కవి అంత గొప్పగా పేర్కొనుటగాని ప్రోలయవేమారెడ్డి దానికి కృతిపతియై అత్యుత్తమ ఖ్యాతిజెందితినని మురియుట కాని పొసగదు.

కావున అది సంక్షేప రామాయణము కాదు. ఎఱ్ఱన వంశీయుడైన చదలవాడ మల్లయకవి తన విప్రనారాయణ చరిత్రమున తన వంశకర్తయైన ఎఱ్ఱనను ప్రశంసించుచు "వల్మీకభవువచో వైఖరి రామాయణంబు నాంధ్ర ప్రబంధంబు చేసె" అని కొనియాడెను. దీనినిబట్టి ఎఱ్ఱన వ్రాసినది వాల్మీకిని అనుసరించిన సంపూర్ణ రామాయణమే గాని సంక్షేప రామాయణము కాదని ఋజువగును.

ఇంత మాత్రమే కాదు. కూచిమంచి తిమ్మకవి తన సర్వలక్షణసార సంగ్రహములో ఎఱ్ఱాప్రెగ్గడ రామాయణములోనివని ఏడెనిమిది పద్యము లుదాహరించెను. ఆ పద్యములు కథలో ప్రత్యేకము ఏదో ఒక ప్రకరణమునకు సంబంధించినవికాక వికీర్ణములై యున్నవి. వాటి అర్థమును పరిశీలించి ఏ పద్యము రామాయణ కథలో యేప్రకరణమున వ్రాయబడి యుండునో ఊహించి విమర్శకులు వాటిలో కొన్ని బాలకాండలోనివిగా నిర్ణయించిరి.

ఆ పద్యములివి:

"నందడి యధ్వరక్రియ కసంగతమేని బలంబుతోడ బెన్
గ్రందదియేల యేన తగ గార్ముకహస్తుడనై కడంగి మీ
ముందఱ నిల్చెదన్ గ్రతువు ముట్టకయుండ బ్రచండదైత్యరా
జిం దగ దవ్వుదేల వెన జించెద బెంచెద మీకు మోదమున్".

ఇది దశరథుడు విశ్వామిత్రునితో యాగ సంరక్షణార్థము తానే వత్తునని విన్నవించునదిగా తోచుచున్నది.

"తాఱం గ్రాగిన నేల తపంబర బాతాళంబుదాకన్ జనం
దూఱం జల్మిరి మున్నుదాకి తరగల్ తీరంబులై నల్గడల్
పాఱం జెల్లగ నేఱు లుబ్బరముగా బైపైన నీరెక్కి దై
వాఱన్ జెర్వులు చెన్నుమీరె నఖిల ప్రాణుల్ ముదంబందగాన్"

ఇది గంగావతరణ సందర్భముననో లేదా ఋష్యశృంగుడు అంగరాజ్యమును ప్రవేశించినప్పటి వర్షాగమ సందర్భముననో వ్రాయబడి యుండును.

క॥ నూఱు చెఱుంగుల నెఱనులు
మీఱగ నీవిభ్రమములు మెఱయించి మునిం
గాఱుగ జేయుము మేనక
మాఱకొనదె యతని తెలివి సొమ్ములు మున్నున్"

ఇది విశ్వామిత్ర తపోభంగ మొనర్చుట కింద్రుడు రంభను పంపునప్పటిదై యుండును.

"చెఱకుం దోటలఁబెంచి శాలిమయసుక్షేత్రస్థలు ల్నించి య
క్కాఱలేకుండగఁ బూగనాగ లతికా కాంతారము ల్పెంచి యే
డ్తెఱ సంతం గుముదోత్పలాళి వనవాటీకోటి బాటించి పె
న్నెఱువుల్ పొల్చెబురంబు నల్దెసల బ్రస్ఫీతాంబుపూర్ణస్థితిన్"

ఈ పద్యము బాలకాండలో అయోధ్యాపుర వర్ణమునందలిది కావచ్చును.

ఇవిగాక ప్రాచ్య లిఖిత పుస్తక భాండారమునందు ఒక తాళపత్ర సంపుటమునందలి ప్రకీర్ణపద్యములలో రామాయణ కథకుసంబంధించిన ముప్పది పద్యము లొక్కచోటనే వరుసగా నున్నవి. అవి భాస్కర రామాయణాది రామాయణ గ్రంథములలో కానరాక పోవుటచే ఎఱ్ఱాప్రెగ్గడ రామాయణములో నివి కావచ్చునని పరిశీలకు లూహించిరి. ఆ పద్యములలో పెక్కు యుద్ధకాండము నకు సంబంధించినవి సుందరకాండలో కొన్నియు ఇతర కాండలలోనివి కొన్ని కలవు

వానిలో ఈ క్రింది పద్యము హనుమంతుడు సీతతో సంభాషించునప్పటి దిగా నెంచవచ్చును.

"ఖలుని గబంధునిన్ నిశిత కాండములన్ దునుమాడి వాని వ
ల్కులు విని ఋష్యమూకమునకున్ జని భానుజుఁగూడి వాలి ను
జ్జ్వలబలు గూల్చి యర్కసుతు వానర రాజ్యమునందునుంచి య
య్యలఘుడు పంపె భూమి తనయన్ వెదకన్ కపివీర కోటులన్."

తక్కినవి యుద్ధకాండమున విభీషణ శరణాగతి మొదలుకొని శ్రీరాముని అయోధ్యా పునః ప్రవేశము వరకుగల కథకు సంబంధించినవిగా నూహింపవచ్చును. అందులో విభీషణుడు శ్రీరాముని దర్శించుటను గూర్చిన పద్య మొకటియు, సీత అగ్ని ప్రవేశము చేయు సందర్భమునందలి పద్య మొకటియు, శ్రీరాముని అయోధ్యా ప్రవేశమునందలి పద్యములు రెండును ఉదాహరించుచున్నాను.

"అనిలజ రావణానుజులు హస్తములన్ గయిదండ గొంచుఁ గ్ర
క్కున జనుదెంచి భానుజుడు గొల్వ సుఖంబుననున్న రామచం
ద్రునిగని పాదముల్ శిరముతో నొఱయ న్బ్రణమిల్లి లేచి ని
ల్చినయెడ నెమ్మొగమ్ము వికసిల్లె విభీషణుడుం బ్రియంబునన్.

సవితృడు చంద్రుడు న్దిశలు సంధ్యలు రేలు బగళ్ళుఁ గాలమున్
భువియును నాదిగా సకలము న్గను సాక్షులు వీరెఱుంగఁ నేఁ
బ్రవిమల సద్గుణోత్తర ధురావరిభూషిత నైతినేని హ
వ్యవహుడు నన్ను నిప్పుడు దయాయత చిత్తత బ్రోచుగావుతన్.

నిరుపమూర్తి రామ ధరణీపతి శోభనవేళనాడి ర
చ్చరపువు బోండ్లు కిన్నరులు సారెకు బాడిరి దేవదుందుభుల్
మొరసెను ధాత్రి సస్యములు మోహనలీల వహించె వృక్షముల్
వరసురభీ ప్రసూన ఫలవర్గముల న్విలసిల్లె నెంతయున్.

అని కొనియాడుచు న్జలరుహాక్షులు సేసలు మీద జల్లగా
ననఘ చరిత్ర! రామ! సుగుణాకర! వర్ధిలుమంచు పౌరు లె
ల్లను దనచుట్టుఁ గొల్వఁగ నలంకృతమైన రథంబుపై ముదం
బున భరతాగ్రజుండు రఘుపుంగవు డీగతి వైభవంబులన్."

నానా ప్రదేశముల నానా విధముల ఈ విధముగ వికీర్ణములైయున్న ఎఱ్ఱాప్రెగ్గడ రామాయణ పద్యము లన్నింటిని కలిపి చూచినచో ఆయన బాలకాండము మొదలు యుద్ధకాండాంతము వరకుగల పూర్వ రామాయణమంతను రచించె ననియే ధ్రువపడుచున్నది. మరి గణపవరపు వేంకట కవి పేర్కొన్న సంక్షిప్త రామాయణ విషయము సంగతియేమి? వాల్మీకి రామాయణమున కథా ప్రారంభమునకు ముందు నారదుడు వాల్మీకి ఋషికి రామాయణ కథ నంతను సంగ్రహముగ జెప్పెను. ఆ నారదోపదేశమే బాల రామాయణమను పేర కొన్ని శ్లోకములలో వ్రాయబడి యున్నది. ఎఱ్ఱాప్రెగ్గడ ఆ భాగమును కూడ రచింప వలసినవాడే గనుక దానిని సంక్షేప రామాయణ మను పేర వ్రాసెనేమో! కాన గణపవరపు వేంకటకవి పద్యమా సంక్షేప రామాయణ పద్యములలో ఇముడ దగినట్లు పొడగట్టదు. అప్పట్ల ఎవరో రచించిన పద్యాన్ని నా వేంకటకవి ఎఱ్ఱన కాపాదించి యుండునని భావింపవలెను. లక్షణ కర్తకది పరిపాటియే!

ఈ రామాయణము ఆ యుగముననే బయలుదేరిన భాస్కర రామాయణ ప్రౌఢితో దీటుకొనలేక అస్తమించిపోయి యుండునని కొందరు తలంతురు. అది అస్తమించి పోయినమాట నిజమే కాని భాస్కర రామాయణము ముందు నిలలేక తొలగి పోవుట మాత్రము కల్ల. భాస్కర రామాయణ కర్తలలో భాస్కరుడొక్కడే కవిత్రయము వారి సరసన నిలువ దగినవాడు. అదియైనను ఎఱ్ఱన తరువాత చెప్పదగినవాడే కాని అతనికంటె శ్రేష్ఠుడుగా చెప్పదగినవాడు కాడు. మరి ఆ రామాయణ కర్తలలో తక్కిన మువ్వురు మహాకవి శ్రేణిలో చేరదగు వారే కారు. కావుననే ఆ గ్రంథశైలి ఆద్యంతము ప్రౌఢముగా నుండక ఉత్తమ మధ్యమాధమగుణ సంయుతముగా కానబడును.

ఎఱ్ఱాప్రెగ్గడ రామాయణము లభించిన కతిపయ పద్యములబట్టి చూచిన భాస్కర రామాయణముకంటె మేల్తరమైన రచన యని నిస్సంశయము చెప్పవచ్చును. అది యట్లుండ, భాస్కరాదులు రంగనాథ రామాయణము ననుకరించెడి తలంపుతో అమూలకములైన కథాంశములను బుద్ధారెడ్డివలె తాము గ్రంథమున ప్రవేశ పెట్టిరి. ఎఱ్ఱాప్రెగ్గడ

"వల్మీకభవు వచో వైఖరి రామాయ
ణంబు నాంధ్ర ప్రబంధంబు జేసె"

అని చదలువాడ మల్లయ్య చెప్పి యుండుటబట్టి ఆ రామాయణము యథా వాల్మీకమై యుండును. అందు ప్రజానురంజనార్థమై మూల విరుద్ధములైన వృత్తాంతములు చేరి యుండవు. అట్టి మూలానుసరణము సరసుల మది కెక్కినను సామాన్య ప్రజలను మెప్పించెడి వింతలు, విశేషములు లేకపోవుటబట్టి భాస్కర రామాయణమువలె లోకమున ప్రచురమై యుండదు.

ఇది యిట్లుండగా ఈ నాలుగు గ్రంథములలో ఎఱ్ఱన ఆరణ్యపర్వ శేషము రచింపనేలేదనియు, నన్నయ మూడు పర్వములు సంపూర్ణముగా రచింపగా మూడవ పర్వమునందు సగము భాగమునుండి శిథిలమై పోయిన పద్యములను పదములను పూరించెననియు, కావున ఆయన చేసినది శిథిలభాగ పూరణమే కాని శేషభాగ రచన కాదనియు కొంతకాలము క్రిందట ఒక వాదము బయలు దేరెను. దానిని గురించిన వాదోపవాదములు పెక్కు జరిగినవి. తుదకావింత వాదము పరాస్తమయ్యెను. దాని నిపుడు స్మరించువారుప లేరు. అయినను దాని స్వరూపమును స్థూలముగా కొంత వివరించెదను.

ఆ నూతన సిద్ధాంతమును ప్రతిపాదించినవారి యుక్తు లివి:

1. తిక్కనార్యుడు ''మూడు కృతు లాంధ్ర కవిత్వ విశారదుండు విద్యాదయితుం డొనర్చె మహితాత్ముడు నన్నయభట్టు దక్షతన్'' అని విరాటపర్వాదియందు చెప్పుటయు, తదనుగుణముగా నాలవదియైన విరాటపర్వము నుండియే ఆయన తెనిగించుటయు నన్నయ సమగ్రముగా ఆరణ్యపర్వము రచించె ననుటకు ప్రబల నిదర్శనములు.

2. "ఇక్కడనుండి ఎఱ్ఱాప్రెగ్గడ కవిత్వము'' అని ఆరణ్యపర్వమున నన్నయ ఎఱ్ఱనల కవితారాజ్యములకు సరిహద్దుగా కానవచ్చెడి శీర్షిక కొన్ని వ్రాత ప్రతులలో లేదు. అది ప్రక్షిప్తమయి యుండును. అట్లే పర్వాంతమున

"గుణ్ణూరు నెలవుగ గుణ గరిష్ఠత నొప్పు
ధన్యుఁడు ధర్మైక తత్పరాత్ము
డెఱ్ఱనార్యుండు సకల లోకైక విదితు
డయిన నన్నయభట్ట మహా కవీంద్రు
సరస సారస్వతాంశ ప్రశస్తి దన్ను
జెందుటయు సాధుజన హర్షసిద్ధి గోరి

ధీర విచారుఁడు తత్కవి
తారీతియుఁ గొంత దోఁపఁ దద్రచనయ కా
నారణ్య పర్వశేషము
పూరించెఁ గవీంద్ర కర్ణపుట పేయముగాన్"

అనెడి పద్యములు కూడ కొన్ని వ్రాత ప్రతులలో లేవు. ఇదియు ప్రక్షిప్త భాగమే అయి యుండును.

3. ఎఱ్ఱన రచితమని చెప్పబడు అరణ్యపర్వ శేష భాగమునందలి అనేక పద్యములు నన్నయ రచితములైన పూర్వభాగ పద్యములను పోలి యుండుటయే గాక అందలి పదములకు పదములే అనేకములు ఇందు కానవచ్చుచుండును. ఇంతేగాక ఆ రెండు భాగముల యందలి శైలికిని భేద మేమియు కానరాదు.

4. ఎఱ్ఱన తన హరివంశాదుల యందెచ్చటను మధ్యాక్కర పద్యమును వ్రాయలేదు. భారతమున ఒక్క నన్నయ రచిత పద్య భాగములందు మాత్రమే అట్టి రచనలు కలవు అరణ్యపర్వము ఉత్తర భాగమున ఆ మధ్యాక్కరలు కానవగుచున్నవి. వాటి ఉనికియే ఆ భాగము నన్నయ రచించె ననుటకు ప్రబల సాక్ష్యము.

5. ఎఱ్ఱనకు సన్నిహిత కాలము వాడైన శ్రీనాథుడు భీమ ఖండమున నన్నయ తిక్కనలను

"నెట్టుకొని కొలుతు నన్నయ
భట్టోపాధ్యాయ సార్వభౌముని కవితా
పట్టాభిషిక్తు భారత
ఘట్టోల్లంఘన పటిష్ఠ గాఢ ప్రతిభున్

పంచమ వేదమై పరగు భారత సంహిత నాంధ్రభాష గా
వించె బదేను పర్వములు విశ్వజగద్ధితబుద్ధి నెవ్వ ద
క్కాంచన గర్భ తుల్యున కఖండితభక్తి నమస్కరింతు ని
ర్వంచిత కీర్తి వైభవ విరాజికి దిక్కన సోమయాజికిన్"

అని భారత కర్తలుగా ప్రస్తుతించి ఆ వరుసలో ఎఱ్ఱాప్రెగ్గడ పేరైనను తడవ లేదు.

పైని పేర్కొన్న ఆ యుక్తులు ఈ క్రింది విధమున వరుసగా పూర్వ పక్షము చేయబడినవి:

1. నన్నయభట్టు మూడు పర్వములు పూర్తిగా రచింప లేదనియు, తిక్కన అరణ్యపర్వ శేషమును వదలి పెట్టుట కృతిపతిత్వ శంకచేత ననియు తిక్కన ప్రకరణమున 'గ్రంథారంభము' అను శీర్షికక్రింద జెప్పితిని. వివరము లందు జూడదగును.

2. "ఇక్కడనుండి "ఎఱ్ఱాప్రెగ్గడ కవిత్వము" అన్న శీర్షిక మొకట ఆ సత్యము నెఱిగినవాడే వ్రాసి యుండవలయును గాని మధ్యకాలమున కల్పిత మైనది కాదు 'ఇక్కడనుండి' యని నిష్కర్షగా సరిహద్దు నేర్పఱచుట సత్యము నెఱిగిన వానికిగాని సాధ్యపడదు. మరొకడైనచో ఏదో ఒక కథాంతముననో, ఏదో ఒక ఘట్టము తుదినో ఆ వాక్యమును చొప్పించి యుండును అట్లే పర్వాంతమునందలి పద్యములు ప్రక్షిప్తము లనుట సమంజసము గాదు. ఆ పద్యములు ఎఱ్ఱన కృతములే యని శైలియే చెప్పుచున్నది స్వార్థరహితముగా నన్నయ పేరుమీదనే గ్రంథమును సాగించి ఆశ్వాసాంత గద్యములు భట్టారకుని పేరనే రచించి స్వకీయనామ పరిమార్జనము చేసికొన్న ఎఱ్ఱాప్రెగ్గడ గ్రంథము ముగియు వేళకు ఈషద్యశోలుబ్ధుడై యుండవచ్చును. ఇది కవిలోక సహజమైన హృదయ దౌర్బల్యము. ఆ శీర్షికవలెనే ఈ పద్యములును కొన్ని వ్రాత ప్రతులలో లేకపోవుటకు కారణము—అవి కథా భాగమునకు సంబంధించినవి కావు గనుక. ప్రతులు వ్రాసికొను వ్రాయసకాండ్రు వానిని వదలి యుండవచ్చును. కొన్ని ప్రతులలో లేకపోవుట ఒక పక్షము వారికి ఎంత బలమైన ఉపపత్తియో, కొన్ని ప్రతులలో ఉండుట రెండవ పక్షము వారికి అంతకంటె బలవత్తరమైన యుపపత్తి.

3. నన్నయ శైలికిని, అరణ్యపర్వ శేషభాగ శైలికిని పోలికలు కలవని వాద సౌకర్యార్థము అంగీకరింతము. ఎఱ్ఱాప్రెగ్గడ పట్టుబట్టి బుద్ధిపూర్వకముగా, ఆ భాగము నన్నయ రచితముగా ఉండవలెనని ఆయనను అనుకరించుటచే శ్లైలిలో ఆ పోలికలు తటస్థించుట తప్పదు. అదిగాక ఆ అనుకరణము శక్తి

సంబంధియేగాని భావ సంబంధి కాదు. శైలి యను పదము శబ్దగతికే గాక భావ గతికిని వర్తించును. ఎఱ్ఱాప్రెగ్గడ శబ్దగతిలో నన్నయను భావగతిలో తిక్కనను అనుసరించిన శిష్యుడు. కావున అరణ్యపర్వ మందలి రెండు భాగముల కును గల పోలిక పదముల కూర్పులో మాత్రమే. భావగతిలో ఆ రెండింటికిని సంబంధము లేదు.

4. ఈ వాదములో మధ్యాక్కరల ప్రసంగము తెచ్చుట ఆ పక్షమువారు ఆత్మ హానిని చేసికొనుట. ఎట్లనగా మధ్యాక్కరలలో నాలుగు గణములపై విశ్రమ ముండును. అరణ్యపర్వ శేషమందలి మధ్యాక్కరలతో మూడు గుణ ములపై నుండును

(i) అతిథియై వచ్చిన బ్రాహ్మణున్ జీవితార్థినై నాకు
(నన్నయ ఆదిపర్వము)

(ii) అసదృశ తేజుఁడు బ్రాహ్మణానీక సహితుఁడై కడగి
(ఎఱ్ఱన అరణ్యపర్వము)

ఈ మధ్యాక్కర యతిస్థానమే ఆ భాగము ఎఱ్ఱన రచితమని కలకాలము సూచించెడి జయస్తంభము. మఱియు తన ఇతర గ్రంథములలో మధ్యాక్కరలను వ్రాయని ఎఱ్ఱాప్రెగ్గడ ఈ భాగమున వ్రాయుటకు కారణము "తద్రచనయకా" పొడకట్టుటకు; మరి యతిస్థానమును మార్చుట "తత్కవితా రీతియు గొంత దోప" అను వాక్యమును సార్థకపఱచుటకు. ఈ రెండు వాక్యములలో మొదటి దానిలోని తచ్ఛబ్దమునకు నన్నయ యనియు రెండవ దానిలోని తచ్ఛబ్దమునకు ఎఱ్ఱన యనియు నర్థము.

5. భీమ ఖండమున శ్రీనాథుడు ఎఱ్ఱనను భారత కర్తగా స్తుతింపక పోవుటయేగాక కవిమాత్రునిగానైనను ఆయనపేరు తడవలేదు. అందుచే ఎఱ్ఱన కవిత్వము నెడనే శ్రీనాథునకు గౌరవము లేదని అనగలమా ? అది యట్లుండ నిండు. భీమ ఖండమునకు పూర్వ రచనయైన నైషధమునందును అపర రచన యైన కాశీఖండమునందును శ్రీనాథుడు ఎఱ్ఱనను తక్కిన భారతకర్త లిరు వురితో గలిపి 'కవిత్రయము' అను నర్థము స్ఫురించునట్లు స్తుతించెను. ఎఱ్ఱ నను కవిత్రయములో ఒకనిగా భావించియే ఆ ముగ్గురను ఒక పద్యములో శ్రీనాథుడు పేర్కొనెను. ఆ పద్యము లివి:

కం॥ "ఆ దశరథ సూనుడు వ
యోధి జలము నింకజేసి యొక శరమున గ్ర
వ్యాదవిభు దునిమి సీతను
మోదంబునఁజేకొని కపిపుంగవుతోడన్".

దీనినిబట్టి ఎఱ్ఱన సంపూర్ణ రామాయణముగాక ఏవో కొన్ని పద్యములలో ఆ కథను ముగించి సంక్షేప రామాయణమని పేరిడెనేమోయని అనుమానము కల్గును. కాని అది అట్టిదే యైనచో హరివంశమున ఆ రచనను కవి అంత గొప్పగా పేర్కొనుటగాని ప్రోలయవేమారెడ్డి దానికి కృతిపతియై అత్యుత్తమ ఖ్యాతిజెందితినని మురియుట కాని పొసగదు.

కావున అది సంక్షేప రామాయణము కాదు. ఎఱ్ఱన వంశీయుడైన చదలవాడ మల్లయకవి తన విప్రనారాయణ చరిత్రమున తన వంశకర్తయైన ఎఱ్ఱనను ప్రశంసించుచు "వల్మీకభవువచో వైఖరి రామాయణంబు నాంధ్ర ప్రబంధంబు చేసె" అని కొనియాడెను. దీనినిబట్టి ఎఱ్ఱన వ్రాసినది వాల్మీకిని అనుసరించిన సంపూర్ణ రామాయణమే గాని సంక్షేప రామాయణము కాదని ఋజువగును.

ఇంత మాత్రమే కాదు. కూచిమంచి తిమ్మకవి తన సర్వలక్షణసార సంగ్రహములో ఎఱ్ఱాప్రెగ్గడ రామాయణములోనివని ఏడెనిమిది పద్యము లుదాహరించెను. ఆ పద్యములు కథలో ప్రత్యేకము ఏదో ఒక ప్రకరణమునకు సంబంధించినవికాక వికీర్ణములై యున్నవి. వాటి అర్థమును పరిశీలించి ఏ పద్యము రామాయణ కథలో యేప్రకరణమున వ్రాయబడి యుండునో ఊహించి విమర్శకులు వాటిలో కొన్ని బాలకాండలోనివిగా నిర్ణయించిరి.

ఆ పద్యములివి:

"సందడి యధ్వరక్రియ కనంగతమేని బలంబుతోడ బెన్
గ్రందదియేల యేన తగ గార్ముకహస్తుఁడనై కడంగి మీ
ముందఱ నిల్చెదన్ క్రతువు ముట్టకయుండ బ్రచండదైత్యరా
జిం దగ దవ్వుదేల వెన జించెద బెంచెద మీకు మోదమున్".

ఇది దశరథుడు విశ్వామిత్రునితో యాగ సంరక్షణార్థము తానే వత్తునని విన్నవించునదిగా తోచుచున్నది.

వీలులేదు. అదిగాక దేశమున నలు మూలలనున్న అన్ని ప్రతులలోను ఒకే భాగమునందు కొన్ని పద్యములు, కొన్ని పద్య భాగములు, కొన్ని వాక్యములు, కొన్ని అక్షరములు సమముగా ఒకేమారు శిథిల మగుటయు తక్కినవి అన్ని ప్రతులలోను సమముగా మిగిలి యుండుటయు ఎట్లు తటస్థించును ?

మరొక్క విషయము:

స్వభావముచేత ఎఱ్ఱనది వర్ణనాత్మకమైన కవిత్వమనియు, వర్ణన లనగా ప్రకృతి వర్ణనలేకాక రూప వర్ణనలును, భావ వర్ణనలును వర్ణనా జాతికి చెందినవే యనియు ఇంతకుముందు తిక్కన ప్రకరణమున చెప్పితిని. వర్ణనాత్మకమైన రచనలో చిన్న కథాంశమైనను పాత్రల వివిధ భావ చాలన వ్యక్తీకరణమువలన విపుల మగును. ఆ భావ వ్యక్తీకరణము పాత్ర చిత్రణమునకును, రస పరిపాలనమునకును హేతువగును. ఎఱ్ఱన అరణ్యపర్వములో వ్రాసిన కర్ణ జనన వృత్తాంతము ఈ సిద్ధాంతమునకు ఒక నిదర్శనము. అయ్యెడ కుంతీ కన్య లోకాపవాద, పుత్ర వాత్సల్య సంఘర్షణవలన అనుభవించిన మనోవ్యథ హృదయ విదారకముగా వర్ణింపబడినది. ఈ వృత్తాంతమునే ఆది పర్వములో నన్నయ కూడ రచించెను. ఆ రెండు రచనలను పోల్చి చూచినచో ఎఱ్ఱనది వర్ణనాత్మక కవిత్వమనియు, అరణ్యపర్వములోని రచన నన్నయభట్ట కృతము కాదనియు సామాన్య పాఠకునకుగూడ విశదము కాగలదు. వ్యాస భారతములో సైతము ఆది పర్వములోని కర్ణజనన వృత్తాంతమునకును అరణ్యపర్వములోని దానికిని ఇట్టి భేద మున్నమాట నిజమే. కాని నన్నయయే రెండు సందర్భములను అనువదించి యున్నచో తన రచనా పద్ధతినిబట్టి ప్రథమ సందర్భ రచనకు విరోధము లేకుండ రెండవ దానిని కూడ సవరించి యుండును. భావ చాలనము ఆయన పద్ధతికాదు. అది యట్లుండ ఆది పర్వములో కర్ణుడు సద్యోగర్భమున జనించెనని యుండగా అరణ్యపర్వమున కుంతి అతనిని పది మాసములు మోసి కన్నట్లు చెప్పబడినది. ఈ అరణ్యపర్వ భాగమునుకూడ నన్నయయే రచించి యున్నచో ఈ విరోధమును తప్పక పరిహరించి యుండెడివాడు.

అన్యకవి కృతమైన పూర్వ పర్వ కథాంశమును తాను ఉత్తర పర్వముల పునస్సంఘటనము చేయవలసి వచ్చినపుడు మొదటి దానినే అనుసరించ నక్కరలేదనియు, తనకు ఉచితమని తోచిన రీతిని రచింపదగియుండుననియు తిక్కన విరాట పర్వావతారికలో నొక ప్రతిపాదనము చేసెను. ఆ పద్యము ఇది:

కథ జగత్ప్రసిద్ధ గావునఁ బూర్వ వ
ద్వార్థయుక్తి చేయు నట్టి యెడల
యత్నమించుకంత యయినను వలవదు,
వలసినట్లు చెప్పవచ్చి యుండు"

ఈ పద్య తాత్పర్యమున కనుగుణముగానే తిక్కన సౌవర్ణోపాఖ్యానమును, కర్ణ జనన వృత్తాంతమును రచించుటలో నన్నయను అనువదింపక తన కుచిత మని తోచిన రీతిని ఆ కథలను తీర్చెను. ఎఱ్ఱనకు తిక్కనార్యుని ఆ పద్యమే గురూపదేశ వాక్య మయ్యెను. కావున కర్ణ జనన వృత్తాంతములో నన్నయను అనువదింపక-కథ జగత్ప్రసిద్ధమే గావున-తన కవితా స్వభావానుగుణమైన భావ చాలనముతో వస్తువును విపులీకరించెను. ఆరణ్య పర్వశేషమందలి సావిత్ర్యు పాఖ్యానము మొదలైన కథలలో ఎఱ్ఱనకు సహజమైన వర్ణనాత్మకత ప్రత్యక్ష ముగా గోచరించుచుండును. కావున ఆరణ్య పర్వశేషభాగము ఎఱ్ఱాప్రెగ్గడ కృతమే.

మఱియు ఏ భాషలోనైనను కాలక్రమమున శబ్దస్వరూపములు వాడుకలో మారుచుండుటయు ఆ మారిన రూపములనే గ్రంథకర్తలు తమ రచనలలో ప్రయోగించుటయు సహజమని భాషావేత్తలందరు అంగీకరించిన సాధారణ సిద్ధాంతము తెలుఁగు భాషసైతము ఈ సిద్ధాంతమునకు విధేయముగానే పరిణమించెను నన్నయ కాలమునాటి కొన్ని విశేష్యములు, విశేషణములు, క్రియలు మొదలైన శబ్దములు ఎఱ్ఱాప్రెగ్గడ కాలమునాటికి మార్పుజెంది ఆ మారిన రూపములే ఆరణ్య పర్వశేషమున ప్రయుక్తములై కానబడుచుండుటచే ఆ భాగము నన్నయ రచితము కాదని నిర్ధారించుటకు ఉపోద్బలకము లగుచున్నవి ఆ మారిన రూపములనే ఎఱ్ఱన తన ఇతర గ్రంథములలో ప్రయోగించి యుండుటచే అవి సకృత్పతితములు కావనియు అతనికి సమ్మతములైన కాల పరిణత రూపములే యనియు విదితమగును. డా॥ చిలుకూరి నారాయణరావుగారు భాషా విషయకమైన ఈ పరిశోధన చేసి ఆ ప్రయోగ విశేషములను తమ 'ఆంధ్రభాషా చరిత్రము'న వివరించిరి ఇది సారస్వత చరిత్ర గనుక సందర్భోచితిని పాటించి వానిలో కొన్నిటినే నేను పేర్కొనుచున్నాను.

'నన్నయ కాలమున దుమంతములుగా ప్రయోగింపబడిన మహద్వాచకము లయిన మిత్ర, పాత్ర శబ్దములు ఎఱ్ఱన కాలమునాటికి 'మిత్రము, పాత్రము' అని ముపర్ణకాంతములుగా మారినవి.

అంభోరుహ మిత్రున్(ఆది:1–22); కూర్చు మిత్రులన్(ఆది:2-199)

రోగార్తునకు...పరమ మిత్రంబులు (అరణ్య పర్వశేష: 7-489)

రాజను పేరి కొక్కడున్ బెనుపగు పాత్రమయ్యె

(హరివంశ పూర్వభా:1-119)

2. నన్నయ మహదర్థమున 'ఒకరుడు' అనియు అమహదర్థమున'ఒకడు' అనియు ప్రయోగించెను. అచ్చుప్రతులలో ఈ రూపములు తారుమారు చేయబడి నవిగాని ప్రాచీన తాళపత్ర గ్రంథములలో ఇట్లే కలవు.

(i) వియత్తల మను కంబ మొక్కడున తాల్పగ(సభాపర్వ: 1-80)

(ii) ఆది నపకార మొక్కడ యైన నదియు (అరణ్య పర్వ:1-219)

నన్నయ తరువాతి కాలమున 'ఒకడు'ను మహద్వాచకముగా వాడుట వాడుకలోనికి వచ్చినది.

(i) దానవనందన సఖుడగు భూసురు డొకడు (అరణ్య శేష:4-149)

(ii) వాడొకడనాధుకు శాశ్వత సౌఖ్యసిద్ధికిన్(నృసింహపురా:1-66)

అరణ్య పర్వశేషరచనా కాలమునకు 'ఒకడు' అమహద్వాచకముగా వాడుట తగ్గి 'ఒకటి' అను ఔపవిభక్తికము అమహద్వాచకముగా వాడుకలోనికి వచ్చినది.

(i) ఇతిహాసం బొక్కటి చెప్పెద (అరణ్య. శేష: 4-192)

(ii) తద్వృత్త మొకటి గోరట వడకుండ (హరి.వంశ.పూ.భా.1-50)

3. నన్నయ 'తదర్థము' అను పదబంధమును మధ్య మోత్తమ పురుష లలో నీతదర్థము, నాతదర్థము అనిచతుర్థీ విభక్త్యర్థమున ప్రయోగించెను.

సర్వశబ్దముతో 'ఎల్ల'ను కల్పి 'సర్వజనుల కెల్లను' అను రీతిని ప్రయోగించెను. ఇట్టి ప్రయోగములు అరణ్య పర్వశేషమున కానరావు.

4. నన్నయ రచనయందు సంబోధన ప్రథమలో ఓ,ఓయి,ఓరి మున్నగు నవి కానరాలేదు ఇవి ఆయన తరువాత వాడుక లోనికి వచ్చినవి.

ఓ పాప లార ! (హ. వం. పూ. భా. 6-184)
ఓయి నమీర ! (నృ. పురా. 4-147)
ఓ రోరి యింకెందు బోవచ్చు (అరణ్య శేష. 6-245)

5. నన్నయ కాలమున సమాసములందు సంఖ్యా వాచకములు ఉదంత ములుగా నుండియే విశేషణార్థమును తెలుపుచుండెను. అతని తరువాత ఉకారము నకు అకార మాదేశమై ఆ విశేషణార్థ మేర్పడ జొచ్చెను.

పంద్రెండు వేల దివ్య వర్షంబులు (అరణ్య. శేష. 4-242)

6 నన్నయ కాలమున ఉపధలో చకారముగల కొన్ని ధాతువులు ఉప ధలో యకారము గలవిగా ఎఱ్ఱన నాటికి మార్పు నొందినవి.

ద్రోచు — ద్రోయు — ద్రోయుదున్ (నృ. పు. 4-133)
ద్రేసి ద్రోసి (అరణ్య. శేష. 6-177)

7. తొడగు, కడగు ధాతువులను నన్నయ సకర్మకములుగా ప్రచురము గాను అకర్మకములుగా విరళముగాను ప్రయోగించెను. ఎఱ్ఱన కాలమున కివి అకర్మక క్రియలుగానే ప్రాచుర్యము నందినవి. అందు 'కడగు' ధాతువునకు ఎఱ్ఱన రచనలలో సకర్మకత్వము లేనేలేదు.

ఈ తపంబె తొడంగెద (ఆది. 2-158)
దానిన కడంగుము (అరణ్య 2—224)
పలుకం దొడంగి (హ. వం. పూ. 1—108)
కడగి ధర్మము తోడ (అరణ్య. శే. 4-169)

8. ఛందో విషయమున నన్నయ ఎఱ్ఱనల మధ్యాక్కరలకు లక్షణము లలో గల తారతమ్యమును ఇదివరకే చెప్పితిని.సీసపద్య రచనయందును వారిరు వురకు కొంత భేదము కలదు. నన్నయ సీస పద్యరచనలో కొన్ని నియమముల నేర్పరచుకొని వాటిని ఎయ్యెడను భ్రంశము కాకుండ యథావిధి పాటించెను. ఆరణ్య పర్వశేషమునందలి సీస పద్యములలో కొన్నిచోట్ల ఆ నియమోల్లంఘ

నము జరిగినది. ఎఱ్ఱనకు ఆ నియమ పరిపాలనమునందు అంతగా దీక్ష లేదనుటకు అవి దృష్టాంతములగును. ఆ పద్యములు నన్నయయే వ్రాసియున్నచో అట్టి నియమోల్లంఘనము చేసి యుండదు.

హరివంశము

సంస్కృత హరివంశమున హరివంశపర్వము, విష్ణు పర్వము, భవిష్య పర్వమని మూడు భాగములు కలవు. ఈ మూడిటిలో మొదటిదాని యందు ప్రపంచ సృష్టిక్రమమును తరువాత రాజవంశ వంశానుచరితములును వర్ణింపబడినవి. యదువంశము ఆ వంశాను చరితములో నొక భాగమే కనుక శ్రీకృష్ణుని జననమునకు పూర్వమునగల తద్వంశ చరిత్రము సంగ్రహముగా జెప్పబడినది. ఈ గ్రంథములో హరి యనగా శ్రీకృష్ణు డనియే అర్థము. ఆ వంశవర్ణనకు పూర్వ పీఠికగా విశ్వసృష్టియు ఇతర రాజవంశ చరిత్రలును వర్ణింప బడినవి.

రెండవ భాగమైన విష్ణు పర్వమునందలి విష్ణు శబ్దమునకును, శ్రీకృష్ణ డనియే అర్థము. ఈ పర్వమున శ్రీకృష్ణుని జననము మొదలు ఆయన జీవితములోని ప్రధాన ఘట్టములన్నియు భాగవతము నందువలెనే వరుసగా వర్ణింప బడినవి. కాని శ్రీకృష్ణునకు సంబంధించిన కొన్ని జీవిత వృత్తాంతములు భవిష్య పర్వమున చెప్పబడినవి. వాటిలో ముఖ్యమైనవి: శ్రీకృష్ణుడు సంతానార్థియై కైలాసమునకు తపమున కేగుట. ఆ యాత్రలో మధ్యేమార్గమున బృందావనమున విడిసి ఘంటాకర్ణునకు మోక్షప్రదానము చేయుట. కైలాసము నుండి తిరిగివచ్చి తన పరోక్షములో ద్వారకను ముట్టడి వేసియున్న పౌండ్రక వాసుదేవుని సంహరించుట. హంస డిభకోపాఖ్యానము. ప్రద్యుమ్నుని జనన వృత్తాంతము. దీనిని బట్టి మూలమున భవిష్య పర్వములో భవిష్యత్కాలిక వృత్తాంతములే కాక భూతకాలిక ఉదంతములు కూడ చేరియున్నవని స్పష్టమగును.

ఎఱ్ఱాప్రెగడ తన హరివంశమున ఈ విభాగములను యథాతథముగా పాటింపలేదు. అసలు ఈ మూడు పర్వముల పేర్లను ఎఱ్ఱన గ్రైకొనలేదు. ఆయన తన గ్రంథమును పూర్వోత్తర భాగము లని రెండుగ విభజించెను. అందు పూర్వ భాగమున తొమ్మిదాశ్వాసములును, ఉత్తర భాగమున పది యాశ్వాసములును గలవు. అదిగాక ఎఱ్ఱనకు లభించిన హరివంశము మూడుపర్వములు గలది గాక పూర్వభాగము, ఉత్తరభాగము అనెడి రెండు విభాగములు కలదియై యుండు

నేమో యని సందేహించుట కవకాశము కలదు. ఆ రెండు విభాగములలో మొదటి దానికి హరివంశ పర్వ మనియు రెండవదానికి భవిష్య పర్వమనియు పేర్లుండి యుండును భారత పర్వానుక్రమణికలో చివరి రెండు పర్వములకు ఆపేర్లు కలవని ఇతః పూర్వము చెప్పితిని.

ఎఱ్ఱన పూర్వభాగమున నాలుగాశ్వాసములలో హరివంశ పర్వకథా సందర్భమును ముగించెను. అటనుండి ఐదవ యాశ్వాసము మొదలు ఉత్తరభాగములో ఎనిమిదవ ఆశ్వాసమువరకు శ్రీకృష్ణుని జీవిత చరిత్రను క్రమముగా అభివర్ణించెను. అవన్నియు సంస్కృతమున విష్ణు పర్వమునందును భవిష్యపర్వమునందును గలవి. వ్యాసుడు భవిష్యపర్వమున చేర్చిన కృష్ణసంబంధి కథలను (హంసడిభకోపాఖ్యానము తప్ప) అటనుండి తొలగించి శ్రీకృష్ణుని జీవిత చరిత్రలో వాటికి గల అర్హ స్థానమున నిల్పెను. వాటిలో హంస డిభకోపాఖ్యానము సెందులకో తడవలేదు. మరి విష్ణు పర్వములోనిదే అయిన వజ్రనాభ వధయనెడి ప్రభావతీప్రద్యుమ్నోపాఖ్యానమును కూడ ముట్టలేదు. హంసడిభకోపాఖ్యానమును విసర్జించుట కేమి కారణమో చెప్పలేము. రెండవదియైన ప్రభావతీ ప్రద్యుమ్నోపాఖ్యానము ఇంచుమించు ఉషాపరిణయ కథవంటిదే కనుక దానిని వదలి పెట్టి యుండవచ్చును. ఇక మిగిలిన భవిష్య పర్వమును చాల సంగ్రహించి తుది రెండాశ్వాసములలో ముగించెను. ఈ హరివంశానువాదము భారతానువాదము వలెనే కథామాత్రానువాదమై స్వతంత్రముగా నడచెను. కావ్యశిల్పమున కనుకూలించెడి ఘట్టముల నన్నింటిని రసభరితముల నొనర్చి మూలమునకు వన్నె పెట్టెడి రచనా నైపుణిని ప్రదర్శించెను. ఉషాపరిణయకథలో ఆ నూతన దంపతుల ప్రథమ సమాగమవేళ వారనుభవించిన ప్రణయమాధుర్యమును అతి సుకుమారముగా, నాగరకముగా, చిత్రించి భావగతిలో తాను తిక్కనకు పరోక్ష శిష్యుడనెడి ప్రశస్తిని సార్థకము చేసికొనెను.

సీ॥ "కలలోన నొండొరుఁ గలసిన యప్పటి
యానంద పూర్ణ ధన్యత్వములును
బెరసి యొండొరులపైఁ బ్రేముడి నలిపిన
సంలాప బహుళ దశాంతరములు

నెమ్మి నొండొరులకు నెచ్చెలి కతమున
 నబ్బిన యసమ భాగ్యాతిశయముఁ
గ్రియల నొండొరులకుఁ గిల్కొన నొదవిన
 యౌవనోచిత కళావ్యాప్తి విధముఁ

గీ॥ జెన్నుమిగుల నొండొరులకుఁ జెప్పికొనుచు
నద్భుతంబులు భయములు నాదరములుఁ
గౌతుకంబులుఁ బొదలాడఁగాఁ బ్రియుండుఁ
బ్రియయుఁ గ్రోలిరి నూతన ప్రేమరసము"
(హరి వం. ఉత్తర భా. 7-204)

గోపకులు సకుటుంబముగా వ్రేపల్లె వీడి బృందావనమునకు వలసపోవుట బృందావనమున మందలకు దొమ్మ (డిఫ్తీరియా) గాళ్ళుమున్నగు వ్యాధులు వచ్చుట మొదలగు వృత్తాంతములు వర్ణించునపు డెఱ్ఱన తనకు గల జానపద జీవిత పరిజ్ఞానమును అచ్చపు తెనుగుదన ముట్టిపడునట్లు ప్రదర్శించెను.

సీ॥ బండ్ల మెట్టింపుపై బరువు లెక్కింపు మీ
 దళ్లను బూన్పు కావళ్ల నునుపు
పదిలంబుగానేతి వనఁటులు క్రొత్తగో
 నియల బియ్యము వడ్లు నెమిలి వడ్లు
నొదివిరి ప్రాలును నొనరంగఁ బోసి చాఁ
 పలు మంచములు మీఁద బలియ గట్టు
దామెనలును పల్లెత్రాళ్ళను దలుగులు
 గవ్వము ల్గొడవలి కత్తి నూఁడుఁ

గీ॥ గొడువు వాదోళ్ల మొదలుగాఁ జెడకయుండ
వలయు ముట్లెల్లఁ దెమ్ము కంటలవు పెద్ల
నాయితము సేయు ముదునళ్ళ నాఁడువారి
గంప మోపులు ముందరఁ గదలు మనుము"

వ. అని మఱియు బెక్కుభంగుల యెలుంగుల నొక్క కోలాహలం బెసఁగ మంద యంతయు నొక్కపెట్ట కదలి లావు మానుసులు కదుపులం

గొని ముందరంబోవఁ బిఱుంద బండ్లును బండ్లజాడం దక్కిన వ్రజయును నడువం దరుణ తరుణీ జనంబు లొండొరులతోడి మేలంపు టాలాపంబులం బ్రమోదకరంబు లగు వినోదంబుల నదటుమీఱి కడచి చనం బంగ్వాంధ జరఠ ప్రముఖులు గ్రుస్సి యోలాకు పడ నెడనెడం గావలియై తగువారు నడపింప నవ్విధంబునం జని బృందావనంబు ప్రవేశించి యుచిత ప్రదేశంబులు నివేశంబులుగా నిరూపించి గోపాల ముఖ్యులు నిలువ"

(హరివం పూ భా. 6-22, 23)

చ॥ "పడుకుచు రోమకోటి నిలువంబడి మేనులు దూల గన్నులం
దుడుగక బాష్పముల్ పడియుచుండఁ దలల్ దిగవైచి నోరఁ ద్రే
గుడు దొరఁగంగ నెంతయును గ్రుస్సి ఖురంబులు వ్రస్సి పుర్వు లు
గ్గడువుగ గాఱఁ దద్దయును గాఱియఁ బొందె వ్రజంబునం బసుల్"

కం॥ కదలను నెత్తురుఁ బాఱం
దొడఁగెం గొన్ని యతిసార దుస్తర బాధన్
బడిప్రేవులు సిక్కఁ దునిసి
పడకుండునె యనఁగ నెత్తుపడె నెల్లెడలన్.

ఆ. నరిడి పువ్వు కప్పనావురు గడుపూఁద
యదురుఁ ద్రిక్క యనఁగ నదరి మఱియుఁ
దెవుళు లెన్నియేనిఁ దవిలి యెంతయు మహో
గ్రంబులయ్యెఁ బశుగణంబునందు.

హరివం. పూ. భా. 6-44, 45, 46

ఇట్లే వానలలో గోగణము పొందెడి బాధలు-ప్రత్యక్షానుభవము వల్లగాక ఊహకు అందనివి-ఎంత ప్రత్యక్ష కల్పముగా వర్ణించెనో గమనింపుడు:

" అట్టి సమయంబున నిరంతర ధారాపాతంబునం దడిసి నలుదెసలం బఱచి ప్రేయు వాయువునఁ గొందలపోయి యొండొంటి చాటున కొదింగి కద గానక నిలువంబడియుఁ గొమ్ములొడ్డి కన్నులుమోడ్చి కడతెప్పల నీళ్ళుగాఱం దలలు డిగ్గవైచి నెమరు లుడిగి మూర్ఛలు వోయినట్లుండియు వడఁకు సొచ్చి యఱచు క్రేపుల ముందటఁ బెట్టుకొని గంగడోళ్ళం బొదువుకొని యంభార

వంటుల నాక్రందించియు వెల్లువ కతనఁ దెంకిలేక నిలువుగా లుండి యుండి యోటఱి కాళ్ళు వడంక సైరణ దప్పి నెఱిదవ్వం బెచురొంపి లోనం ద్రెళ్ళియు బెలుచ మెఱచు మెఱుంగులం జెదరి యదరంట నుఱుము పేరుఱుముల బమ్మెర పోయి మందపట్లు విడిచి యిట్టు నట్టునుం దెరలఁ దిరిగియు నాహారంబు లేక యీదచాటువడి మేయం జాలక యెత్తువడి తెవులుగొంట్లు ముదునళ్ళును మడియ బలవంతంబు లైనవియుఁ జేవ దక్కియుఁ బసులు పెక్కుబాధలం దల్లడిల్లె"

శ్రీకృష్ణుని బాల్య విహారములకు రంగస్థలమైన గోకులమును గోప జీవితమును వర్ణించిన ఘట్టములు ప్రత్యేకము ఒక pastoral poem గా చదివి ఆనందింప దగియుండును. గోపికా యశోదల సంవాదము, యశోద ధూర్తగోపాలుని మందలించుట. మున్నగు సాంసారిక సన్నివేశములలో హరివంశము భాగవతము కంటె గుణోత్తరమని చెప్పిన తప్పుకాదు. ఇందుకు హరివంశ పూర్వభాగమున ఐదవ ఆశ్వాసము చూడుడు.

లక్ష్మీ నృసింహ పురాణము.

కథా సంగ్రహము :-

గాలవుడను ముని నానా తీర్థముల సేవించుచు అహోబలమునకు వచ్చి యచ్చట ఋషిగణ పరివృతుడై యున్న దేవశ్రవుని తత్క్షేత్ర మహాత్మ్యమును గూర్చి యడుగగా ఆ మహర్షి చెప్పిన విధము :

1. క్షీరసాగర మధ్యముననున్న శ్వేతద్వీపమున వైకుంఠపట్టణము విరాజిల్లుచుండును. ఆ పుర పరిపాలకుడు శ్రీహరి. ఆయన ఉత్థానైకాదశినాడు యోగనిద్ర నుండి మేల్కాంచిన సమయమున సనక సనందనాది బ్రహ్మర్షు లాయనను దర్శింప నేతెంచిరి. (ఈ సందర్భమున శరదృతువు వచనమున అతి రమణీయముగా వర్ణింపబడినది.) విష్ణు మందిర ద్వారపాలకులగు జయ విజయులు వారిని లోని కేగనీయక అడ్డగింపగా ఆ మునులు వారిని రాక్షసులుగా జన్మించుడని శపించిరి. విష్ణువు "ఇది యంతయు నేను మాయా బలంబున మీకు శ్రేయః కారణంబుగా కల్పించిన యుపాయంబు" అని జయ విజయుల నూరడించెను. ఆ ద్వారపాలకులే హిరణ్యకశిప హిరణ్యాక్షు లను దైత్యులుగా జన్మించిరి.

౨. అందగ్రజుడైన హిరణ్యకశిపుడు త్రిలోకాధిపత్యము వడయుట కొఱకు గంధమాదన నగమున బ్రహ్మ నుద్దేశించి కఠోర తప మొనర్ప దొడగెను. అతని కోరిక నెఱిగిన దేవేంద్రుడు అతని తపమును విఘ్న మొనర్చుటకు తిలోత్తమాద్యప్సరసలను పంపగా వారు ఆదైత్యరాజును తమ విభ్రమ విలాసములచే లోగొన జూచిరి గాని వారి యత్నము వృథ యయ్యేను. అతని తీవ్ర తపమునకు మెచ్చి పరమేష్ఠి ప్రత్యక్ష మయ్యెను. ఇంద్రపదవీ కాంక్ష నుండి యతనిని మరల్చి యతడు కోరుకొనిన వేరొక వర మనుగ్రహించెను దాని వలన హిరణ్యకశిపునకు చరా చర విశ్వమందలి ఏ వస్తువు చేతను, దేవ పితృదైత్య నరముని సంఘములలో నెవ్వరిచేతను భూమిమీద గాని, అంతరిక్షమునగాని, పగటివేళ గాని, రాత్రివేళగాని ఏ ఆయుధము చేతను చావు లేకుండుట సిద్ధించెను. ఆపై వరగర్వితుడైన హిరణ్యకశిపుడు విజృంభించి ముల్లోకముల బాధించుచుండెను. ఇంద్రాది దేవతలు బృహస్పతి ఉపదేశాను సారము నారాయణుని దర్శింప నేగిరి

౩. అట్లు బృందారకు లెల్లరు వైకుంఠమున కరిగి యందు సభామంటమున కొలువుదీరియున్న శ్రీమన్నారాయణుని సందర్శించి వేనోళ్ళ స్తుతించిరి. (ఇప్పట్టున్న సుదీర్ఘమైన విష్ణు శరీర వర్ణన వచనము గలదు) దేవతల దుర్దశ నాలకించిన విష్ణువు తాను అతుల నరసింహ భవ్య దివ్యావతారమును ధరియించి యా దైత్యుని శీఘ్రకాలమున తుదముట్టింతునని వారి నోదార్చి పంపెను. ఆ రక్కసుడు త్రిజగములను గెల్చి స్వైర విహార మొనర్చుచుండెను. ఇట్లుండ నా హిరణ్యకశిపుని దేవేరి యొక వెన్నలరాత్రి భర్తతో వనవిహార లీలాసుఖ మనుభవించి అలసి సొలసి నిద్రించిన పిమ్మట యొక వింతస్వప్నమును గాంచెను. అది శుభా శుభ సూచకము. జలదనీలవర్ణుడు, శంఖ చక్రధారి, వన మాలాలంకృత వక్షుడు, పీతాంబరుడు నగు నొక బ్రాహ్మణుడు చిరునవ్వుతో నామెకు సంతాన ఫలమొ నొసంగి యామె కంఠ మందలి హారమును నిజనఖాంకురములతో తిగిచికొని యేగెను. మరునాటి ప్రాతఃకాలమున నంతఃపురమున కరుదెంచిన శుక్రునకు ఏకాంతమున నామె యా కలను వినిపించి ఫలమడుగగా నా దైత్య గురువు అచ్యుతు డాయమకు పుత్రి నొసంగెననియు, ఆయనతో విరోధము పెట్టుకొన్న రాక్షస రాజునకు మేలెట్లును గల్గదనియు ఫల మెరిగించి

చనెను. ఆమె గర్భవతియై యొక శుభలగ్నమున కుమారుని గనెను. తండ్రి యా శిశువునకు ప్రహ్లాదుడని నామకరణము చేసెను.

4. విష్ణుభక్తి పరిపాకముతో జన్మించిన యా బాలుడు ఉపవీతుడై తండ్రి పంపున గురుకులమునందు విద్యాభ్యాస మొనర్చుచుండెను. హిరణ్యకశిపు డొక నాడు కొడుకు నేర్చిన విద్యను వినగోరి కొలువున బిలిపించి సుభాషితమునొక్కదాని నుపన్యసింపుమనెను. ప్రహ్లాదుడు తండ్రికి విష్ణుమహత్త్వమును వివరించెను. హిరణ్యకశిపుడు ఆ బాలుని కులాంగారకముగా నిశ్చయించి యనేక బాధలకు బాల్పఱచెను. చివరకు నాగపాశముల బంధింపజేసి సముద్రమున ద్రోయించెను.

5. ఎన్నిబాధలు పెట్టినను చావక పోవుటేగాక నొవ్వక విష్ణు మహిమచే తేజరిల్లుచున్న యా ప్రహ్లాద కుమారుని దైత్యరాజు కొలువు కూటమునకు రావించి "ఓరీ! నిత్యము ఎల్లెడల నుండునని నీవు పల్కు ఆ హరి ఇందు గలడా?" అని గద్దించుచు ప్రక్కనున్న స్తంభమును ఘోరకరాహతి వ్రేసెను. అవుడా స్తంభమునుండి శ్రీ నరసింహ రూప మావిర్భవించి యా దైత్యుని సంహరించెను. (ఈ యెడ శత్రుభయానకమును భక్తాహ్లాదకరమును ఐన నారసింహవపుర్వర్ణన స్తంభోద్భవగద్య యను పేర ఉజ్జ్వల సుందరమైన వచనమున వర్ణింపబడినది.) పిమ్మట నృసింహమూర్తి ధ్యాన విధేయలీల తేజరిల్ల ప్రహ్లాదు నూరడించి, తన బలమును సురలు మునులు అహోబల శబ్ద పూర్వకముగా ప్రశంసించిన చోటగు ఆ మహనీయ తీర్థమునకు అహోబలమనియు, తానధివసించిన యా శైలమునకు గరుడాద్రి యనియు, ఆ సమయమున నట కవతరించిన మందాకినికి భవనాశినీ నది యనియు నామకరణము చేసెను. శ్రీదేవి ఆసమీప వనమున నవతరించి వచ్చి నృసింహస్వామి వామాంకము నలంకరించెను. బ్రహ్మాదులు తన మాహాత్మ్యమును కొనియాడుచుండగా లక్ష్మీ నృసింహదేవుడు ప్రహ్లాదుని పట్టాభిషిక్తుని గావించి యభీష్టము లొనంగి యా యహోబల క్షేత్రమున నెలకొని విశ్వలోక రక్షణము గావించుచుండెను.

భాగవతమున వర్ణింపబడిన ప్రహ్లాద చరిత్రకును ఈ కథకును స్వల్ప భేదములు కొన్ని కలవు. వాటిలో ముఖ్యమైనవి:—

i. హిరణ్యకశిపుని భార్య పేరు ఇందు లేదు. భాగవతమున ఆమె పేరు లీలావతి.

ii. హిరణ్యకశిపుడు తపస్సు చేయబోయినపుడు ఇంద్రుడు లీలావతిని అపహరించి కొని పోవుచుండగా నారదు డాతనిని మందలించి ఆమెను తన ఆశ్రమమున సంరక్షించుటయు నారదోపదేశమున గర్భస్థుడైన శిశువునకు విష్ణు భక్తి ఆజన్మసిద్ధ మగుటయు మొదలగు కథాంశములు ఇందు లేవు.

iii. భాగవతమున హిరణ్యాక్షుని వధానంతరమే హిరణ్యకశిపుని వధ జరిగినట్లున్నది. ఈ గ్రంథమున హిరణ్యకశిపుని వధయే ముందు జరిగినది.

ఈ గ్రంథమునకు నృసింహపురాణ మనెడు పేరు లోకమిచ్చినదేకాని కవి పెట్టినదికాదు. ఇందు పురాణ లక్షణము లేమియు లేవు. ఎఱ్ఱాప్రగ్గడ దీనిని 'నరసింహావతారంబను పురాణ కథ' యని గ్రంథావతారికలోను ఆశ్వాసాంత గద్య భాగములలోను పేర్కొనెను. పౌరాణిక లక్షణముగల కథ గావున కవి దీనిని పురాణ కథ యని నిర్దేశించెను. నృసింహావతార కథ బ్రహ్మాండాది పురాణములలో పెక్కింట కలదు. వాటిలో బ్రహ్మాండ పురాణోక్తమైన కథను ఎఱ్ఱన ప్రధానముగా గైకొనెను.

నృసింహావతార కథ బ్రహ్మాండ పురాణమునుండి గ్రహించినదేకాక తాను పెద్దలవలన విన్న అంశములతో కూడ ఇందు పొందుపరుపబడినది అని కవి చెప్పుటచే కథలో కొంత భాగమునకు పురాణము మూలము కాకపోవచ్చును

శ్రీ నరసింహావతారమునకు రంగస్థలము అహోబల మగుటచేత ఈ గ్రంథము తుది భాగములో తత్క్షేత్ర సంస్థాపనము, మహత్వము కొంత చెప్పబడినవి. దీనినిబట్టి యిది పాండురంగ మాహాత్మ్యాదులవలె క్షేత్ర మాహాత్మ్యమని పరిగణింపబడవచ్చునేమో అనుకొన్న అదియు పొసగదు. ఏమనగా ఇతర క్షేత్ర మాహాత్మ్యములయందు వలె ఇందు క్షేత్ర మహిమా నిరూపకములైన ఉపాఖ్యానములుగాని తత్క్షేత్ర సంసేవనము వలన పవిత్రులై తరించిన పతితుల కథలుగాని లేవు. కనుక ఇది స్థల పురాణమును కాదు. 'నృసింహావతారము' అని పేరిడుటలోనే ఎఱ్ఱన ఈ సూచన యొనర్చినాడు.

నృసింహావతారమునకు కారణభూతమైన ప్రహ్లాదుని చరితమే యిందు కావ్య వస్తువు. ఐనను ప్రహ్లాద చరిత్ర యంతయు ఇందు వర్ణింపబడలేదు.

నృసింహావతారమునకు ప్రహ్లాద రక్షణమునకు ఆవశ్యకమైనంత ప్రహ్లాద చరిత్ర మాత్రమే కలదు. కావున ప్రహ్లాద రక్షణ రూపమైన నృసింహావతారమే ఇందు ప్రధానేతి వృత్తము. ఈ రహస్యమును గ్రహించియే కవి ఈ గ్రంథమునకు ఆ నామకరణము చేసెను.

సనకసనందనాదులు విష్ణుని ద్వారపాలకులైన జయవిజయులను రాక్షస జన్మ మెత్తునటుల శపించుట యీ కథకు బీజము. ఈ వృత్తాంతము కారణముగా ఉపక్రమింపబడి హిరణ్యకశిపుని దుర్వర్తనముతో విజృంభించి ప్రహ్లాదుని రక్షణముతో పర్యవసించిన ఈ కథ నృసింహావతారమునకు కారణ భూతమును కార్యభూతమును అయిన పూర్వోత్తర కథాంశములతో సుసంఘటితమై యున్నది. అందుచే ఈ గ్రంథమున, ఉత్తర కాలమున ప్రబంధము లను పేర ప్రసిద్ధి కెక్కిన వాటిలో పెక్కింటవలె వస్త్వైక్యము సాధింపబడినది

ఇట్లు ఈ కావ్యములో 1. కార్యకారణ నిబద్ధత 2 వస్త్వైక్యము అనవద్యముగా నిర్వహింపబడుటకు తోడుగా పురాణములకు క్షేత్ర మాహాత్మ్యములకు అనావశ్యకములు ప్రబంధోచితములునైన అష్టాదశ వర్ణనలలోని పెక్కు వర్ణనలు ఇందు కావ్యాంగములుగా అలంకరింపబడినవి. సముద్ర వర్ణన, దేశవర్ణన, పురవర్ణన, పౌరవర్ణన, నాయక వర్ణన, ఋతు వర్ణన, ఉద్యాన వర్ణన, గర్భిణీ వర్ణన, పుత్త్రోదయ వర్ణన అనునవి ఆ వర్ణనలలో ముఖ్యములు ఇట్టి వాటిని సాధారణముగా పురాణ కవులు వర్ణింపరు ఆ కౌశలము ప్రబంధ కవులదే. ఈ వర్ణనలన్నియు యథాభావరసావస్థముగా, కావ్యమూర్తికి సుందర అవయవములుగా తీర్చబడ్డవేగాని బలాత్కారముగా కథలో చొప్పింపబడినవి కావు. తెలుగు వాఙ్మయములో ఈ గ్రంథమునకు పూర్వము ఇట్టి సుసంఘటితమైన కావ్యము లేదు.

'ప్రబంధ' నిర్వచనము మాట యెట్లున్నను ప్రబంధ శబ్దమునకు లక్ష్యములుగానున్న గ్రంథములను పరిశీలించి చూచినచో వాటిలో రస పోషణము, వర్ణనా బాహుళ్యము, వస్త్వైక్యము అనునవి ప్రస్ఫుటముగా నుండును. నృసింహపురాణము ఈ లక్షణములకు చక్కని ప్రథమోదాహరణమని చెప్పదగును.

కాని మను చరిత్రాది ప్రబంధములకు దీనికి ఒక ముఖ్య భేదము కలదు. ఆ ప్రబంధములలోని నాయకులు మానవులు; అందలికథ సాంసారికము. ఇది

దేవతా నాయకము ఆ నాయకుడు శ్రీ మహావిష్ణువు. కనుక ఇది మానవ నాయకములు, సాంసారికేతి వృత్తములునగు ప్రబంధములలో చేరదు. ఇదియే దీని విశిష్టత.

ఇంకొక విషయము. ప్రహ్లాదుని చరిత్రలోకూడ ఇందు పూర్వభాగమే కాని ఉత్తరభాగము లేదు. తండ్రి యనంతరము రాక్షస రాజ్యమున కాధిపత్యము వహించిన ప్రహ్లాదుడు తనకు అజన్మసిద్ధమైన విష్ణుభక్తి పరాయణత్వమును కూడ త్రోసి పుచ్చునట్టి రాజ్య విస్తరణాభిలాషతో దేవతలమీదికి దండెత్తి వెళ్ళుట, ఒకచో విష్ణువునే ధిక్కరించుట మొదలైన రాజస కృత్యము లొనరించి

"ప్రహ్లాద నారద పరాశర పుండరీక
వ్యాసాంబరీష శుక శౌనక భీష్మదాల్భ్యాన్
రుక్మాంగదార్జున వశిష్ఠ విభీషణాది
పుణ్యానిమాన్ పరమ భాగవతాన్ స్మరామి"

అని భక్తిపూర్వకముగా మనము సంస్మరించుకొనెడి ఆ ప్రహ్లాదు డితడేనా? అని లోకము సంశయింప దగినట్లుగా ప్రహ్లాదరాజు అప్పుడు ప్రవర్తించినట్లు అతని ఉత్తరకాల జీవితము విదితము చేయును ఈ కథా భాగముగల ప్రహ్లాద చరిత్రను హరిభట్టు అను నొక కవి ఎఱ్ఱనకు తరువాత చాలకాలమునకు రచించెను.

ఎఱ్ఱన ప్రహ్లాద చరిత్ర నంతను వ్రాయ దలపలేదు-కనుక ఆ భాగమును స్మరింపలేదు. కావున ఇది ప్రహ్లాద చరిత్రము కాదు, నృసింహపురాణమును కాదు. మఱి, నృసింహావతార కథ. పురాణేతిహాసములు అనువదింపబడుచున్న కాలములో ప్రబంధ లక్షణ శోభితమై వెలసిన మహా కావ్యము. రామాయణ హరివంశ రచనలచే ప్రబంధ పరమేశ్వర బిరుదమునకు అర్హత సంపాదించు కొన్న శంభుదాసుడు ఈ గ్రంథ రచనచే ఆ బిరుదమును అధిక్షేపణలకు, ఆక్షేపణలకు అవకాశము లేనిరీతిగా నొనర్చి సార్థక బిరుదనాము డయ్యెను.

భాస్కరరామాయణము

ఈ యుగములో ఎఱ్ఱనతోపాటు ప్రసిద్ధికెక్కిన పెద్ద కవు లిరువురును అతనికి సమకాలికు లగుటయేగాక యాదృచ్ఛిక ప్రతిభటత్వమును, అవిరోధ స్పర్ధయును గలవారగుట ఒక విచిత్రమైన దైవఘటన. వారిలో మొదటివాడు రామాయణ కర్తయైన భాస్కరుడు. రెండవవాడు ఉత్తర హరి వంశకర్తయైన నాచన సోముడు. వీరిలో ప్రథముడైన భాస్కరుని పేరుమీదనే భాస్కర రామాయణ మను గ్రంథము వెలసినది. ఈ రామాయణము సాహిణి మారన ఆశ్రయమున రచింపబడెను. ఈ సాహిణిమారన ఎఱ్ఱాప్రగడ కాశ్రయ మిచ్చిన ప్రోలయ వేమారెడ్డివలెనే మొదట కాకతీయులకు నాయంకరుడును సామంతుడునై యుండి ఓరుగల్లు పతనానంతరము స్వతంత్రుడైన ఒక బ్రాహ్మణ ప్రభువు. ఆ కాలమున మంత్రులకు, సేనాపతులకు, నాయంకరులకు, సామంతులకు ప్రతిపత్తిలో విశేషభేదము లేదు. మంత్రులు సేనాను లగుటయు, సేనానులు సామంతులగుటయు కలదు. ఇతడు పరిపాలించిన చిన్న రాజ్యము పలనాటి ప్రాంతమునదయి యుండునని ఐతిహాసికు లూహించిరి. చిన్నదైన నేమి, పెద్దదైననేమి? ఇతడొక రాజ్యమున కధిపతియే. అదిగాక ఇతడు సుప్రసిద్ధులైన ముప్పది యిద్దరు మంత్రులతో ఒకడుగా ప్రస్తుతి కెక్కెను:

"కాసియె భాస్కరునిచేఁ దెనుఁగు రామాయణం
బారూఢి సాహిణి మారమంత్రి"

ఈ 'సాహిణి' అతని యింటిపేరు కాదు ఆ పదమునకు అశ్వదళాధ్యక్షుడని యర్థమట. ఇతని యింటిపేరు నిశ్శంకవారు ఐ యుండును.

రెడ్డిరాజధానిలో ఎఱ్ఱాప్రగడ రామాయణమును రచించుచుండె నన్న వార్త విని దానికంటె ముందు తాను ప్రోత్సహించిన రామాయణము పూర్తి కావలె ననెడి ఉత్కంఠతో సాహిణిమారన భాస్కరుని హెచ్చరించగా ఆ కవి తనకు తోడ్పాటుగా తన కుమారుడైన మల్లికార్జునభట్టును, మారన కుమారుడైన కుమార రుద్రదేవుని ఆ కార్యములో నియోగించి తన కుమారునిచే బాల,

కిష్కింధా, సుందరకాండకములను, హూరసకుమారునిచే అయోధ్యాకాండమును వ్రాయించి తాను అరణ్యకాండమును యుద్ధకాండమును గైకొనియుండును. ఈ యూహయే నిజమైనచో ఎఱ్ఱన రామాయణము, భాస్కరుని రామాయణము ఒండొంటిని గడవ పందెము వేసికొని పరుగెత్తియుండును. పాపము! భాస్కర రామాయణకు ఏకారణముననో యుద్ధకాండ మధ్యభాగమున నిలిచిపోయినది. ఆ మిగిలిన భాగమును దేవరకొండ వెలమప్రభువైన పెదవేదగిరినాయని కాలమున ఆతని క్కాశితుడైన అయ్యలార్యునిచే (1890 ప్రాంతమున) పూర్తిచేయబడెను.

ఎఱ్ఱన రామాయణము ఇతరుల తోడ్పాటులేకుండగనే పూర్తియై పందెము గెలుచుకొనెనా యనిపించును. ఈ రెండును సమకాలిక రచనములే కానిచో ఒక పద్యరామాయణము వెలసియుండగా ఇంకొకటి తలపెట్టెడి కవి ఉండుట అసంభవము. మఱి ఈ రెండు గ్రంథములకును పూర్వము రంగనాథ రామాయణము వెలసి యుండెనుగదా, ఈ కవులు మరల రామాయణ రచనకు ఉపక్రమింపనేల ? అనెడి ప్రశ్నకు సమాధాన మిది : మన భాషలో మొదటినుండియు ద్విపదకావ్యములు పద్యకావ్యములుగా పరివర్తనచెందుట ఆచారమైనది. పద్యమునకును ద్విపదకును పఠన శ్రవణసౌలభ్యములో గల తారతమ్యమును పూర్వ ప్రకరణములలో చెప్పితిని. ఆ కారణముచేతనే ఎఱ్ఱాప్రగడను ప్రోలయ వేమారెడ్డియు భాస్కరుని సాహిణిమారనయు రామాయణమును పద్యప్రబంధముగా రచింప అర్థించి యుందురు. భాస్కరరామాయణము రంగనాథ రామాయణమును చాలవరకు అనుసరించియే రచింపబడెను. ఆ వివరము తరువాత చెప్పెదను. ఎఱ్ఱన రామాయణము లభింపలేదుగాన రంగనాథ రామాయణమునకును దానికిని ఏమేని పోలికలు గలవేమో చెప్పలేముగాని చదలువాడ మల్లయ:

"వల్మీకభవు వచోవైఖరి రామాయ
ణంబు నాంధ్ర ప్రబంధంబు చేసె"

అని యెఱ్ఱనను ప్రస్తుతించి యుండుటచేత అది రంగనాథ రామాయణమువలె మూలాతిక్రమణములేని యథావాల్మీకమే అయియుండును.

ఇది యిట్లుండ తనపేర రామాయణమును చెల్లించుకొన్న ఈ భాస్కరు డెవరు ? అనెడి ప్రశ్న ఆంధ్రవిమర్శక లోకమున నేటికిని ఎటతెగని సమస్యగా

నెగడు చున్నది. యుద్ధకాండమును పూర్తిచేసిన అయ్యలార్యుడు యుద్ధకాండ పూర్వభాగమును హుళక్కి భాస్కరుడు రచించినట్లు చెప్పినాడు.

"అమర హుళక్కి భాస్కర మహాకవి చెప్పగ నున్న యుద్ధకాం
డము తరువాయి చెప్పెఁ బ్రకటప్రతిభావిభుఁ డప్పలార్యస
త్తమ సుతుఁ డయ్యలార్యుఁడు కృతస్థితి నార్యులు మెచ్చునట్లుగా
హిమకర తారకా రవి మహీ వలయ స్థిరలక్ష్మి చేకుఱన్"
(యుద్ధకాం. 2698)

దీనినిబట్టి ఆరణ్య కాండకర్త ఈహుళక్కి భాస్కరుడే యని చిరకాలముగా లోకము విశ్వసించెను. కాని ఆ కాండాంత గద్యలో భాస్కరుని యింటిపేరులేదు. ఐననేమి ? మన కవులలో చాలమంది యింటిపేర్లు చెప్పకొన్నవారు లేరు. వారి ప్రసంగము వచ్చినపుడు ఇతరులు ఆ యింటిపేరును చెప్పటయు కలదు.

భాస్కరుడు.

ఈ భాస్కరుడు తిక్కనార్యుని పితామహుడైన మంత్రి భాస్కరుడనియు, ఆయన సార కవితాభి రాముడని తిక్కన ప్రస్తుతించెను గాన ఆయన రామాయణము పూర్తిగా ఆరుకాండలను రచించుటం బట్టియే తిక్కన నిర్వచనోత్తర రామాయణ మనుపేర ఉత్తర కాండము చేపట్టెననియు, సాహిణి మారన నాటికి ఆరణ్యకాండము తక్క తక్కిన కాండలు ఉత్సన్నము లయ్యెననియు ఒక అభిప్రాయము లోకమున నేటికిని ఉన్నది. తిక్కన ఉత్తరకాండను చేపట్టుటకు గల కారణమును నిర్వచనోత్తర రామాయణ ప్రకరణమున చెప్పితిని దానిని అయ్యెడ చూడదగును. మరి మంత్రి భాస్కరుడు పూర్వ రామాయణము నంతను రచించి యుండునేని ఆ గ్రంథములో ఆరణ్యకాండము తప్ప తక్కినకాండలు ఉత్సన్నములై పోవుట తిక్కనగారి యింట ఎట్లు తటస్థించును ? తిక్కన నిర్యాణమునకును భాస్కర రామాయణ ఆవిర్భావమునకును 40-45 సంవత్సరముల కంటె ఎక్కువ వ్యవధి లేదు. ఆ మధ్య కాలములో, మారన, ఎఱ్ఱన మొదలైన మహాకవులు తలయెత్తియుండగా తిక్కనగారి భారతముతోపాటు తత్పిత్రార్జితమైన మంత్రి భాస్కరుని రామాయణము కూడ భద్రముగా పరిరక్షింపబడి యుండును గాని నష్టమై యుండదు.

మంత్రి భాస్కరుడు రచించినది ఒకఆరణ్యకాండమే అనుకొంద మన్నను అదియు పొసగదు. పుణ్యప్రదమైన రామకథారచనమున కుపక్రమించిన

మంత్రి భాస్కరుడు-'విశ్వశ్రేయః కావ్యమ్' అనియు, 'మంగళాదీని మంగళమధ్యాని మంగళాంతాని కావ్యాని' అనియు శిరోధార్యములైన శాస్త్రవాక్యములను వినియున్నవాడు-అమంగళప్రదమును, దుఃఖహేతువును ఐన అరణ్య కాండమును ఏల మొదలిడును? ఆదియుగాక ఆ కాండమును మంత్రిభాస్కరుడే రచించి యున్నచో ఆ రచన నన్నెచోడునకును పాల్కురికి సోమనాధునకును మధ్య కాలమున జరిగి యుండవలెను గదా? అనాటి భాష నేటి మనకు తిక్కన భాష కంటెకూడ ప్రాతబడిన భాషగా భాసించుచుండవలెను. కాని అరణ్యకాండము నందలి భాషలో అట్టి ప్రాతదనము లేమి సరికదా తిక్కనగారి తరువాత ఎఱ్ఱాప్రగడ నాటికి ఆధునికత్వము వహించిన తెలుగు భాషగానే చెవిసోకుచుండును. అదియుగాక అరణ్యకాండకర్త తిక్కన భారతమునందలి భావములను, పలుకుబళ్ళను భక్తిపూర్వకముగా అనుకరించి నిదర్శనములు పెక్కుకలవు. ఒక ఉదాహరణ మిత్తును చూడుము: ద్రోణపర్వమునందు తిక్కనార్యుడు వ్రాసిన యీ క్రింది పద్యమును పోలిన పద్యము ఆంధ్రవాఙ్మయమున కరుణరస ఘట్టములలో ఎచటను లేదు.

"హా యనును, ధర్మరాజ తనయా యనును, నన్నొదలంగ బాడి నీకుఁజ
న్నేయనుఁ, దల్లినేలఁ గనుఁగొనవు, గృష్ణుఁడు పిల్చె వచ్చెరా
వేయను, నొంచి వానిఁ దెగవేయుము, నేనలిఁ బోవువాఁడనే
నో యభిమన్యుఁడా యనుఁ, బ్రియోక్తుల నుత్తరఁ దేర్పవే యనున్"
(ద్రోణ-2-242)

దీనిని ననుకరించిన పద్యములు తెలుగు సారస్వతమున చాలకలవు. వాటిలో అరణ్య కాండమునందలి యీ క్రింది పద్యము శ్రేష్ఠము.

"హా యను, నో నరేంద్రసుత యను, హా రఘుకుంజర నీవు వేగరా
వేయను, నెంతదూరమున కేగితొకో యను, నా యెలుంగు విం
టే యను, విన్న నిశ్చరము లీతల లింపకఁ ద్రుంచివైవకు
న్నే యనుఁ, గైక కోర్కి ఫలియించె బళీ యను, దైవమా యనున్"
(అరణ్య కాం 2-112)

ఈ పద్యము తిక్కనగారి పద్యచ్ఛాయలు కలదనుటకు సందేహము లేదు

మఱి ఈ భాస్కరుడు హుళక్కి భాస్కరుడని అయ్యలార్యుడు చెప్పిన దానిని బట్టి నిస్సందేహముగా పెక్కురంగీకరించిరి. కనుక యుద్ధకాండ పూర్వ భాగము రచించిన హుళక్కి భాస్కరుని పేరు మీదనే ఈ రామాయణము భాస్కర రామాయణమని పిలువబడిన దనియు ఈ భాస్కరుడే ఆరణ్య కాండ కర్తయు అగుననియు నా వలెనే తలంచు పలువురు కలరు. ఆరణ్య కాండము నకును, యుద్ధకాండ పూర్వభాగమునకును రస సంపాదనలో ఏదేని భేదముండు నేని అది ఆ రెండు కాండములలో గల ఇతివృత్త స్వభావమును బట్టి గోచరించు నదే కాని భిన్నకర్తృకము లగుటచే కల్గినది కాదు. ఆరణ్య కాండము చాలవరకు కరుణ రసభరితము. అది యుద్ధకాండముకంటె రసవత్తరముగా నుండుట సహజమే. హృదయమును ద్రవింపజేయుశక్తి కరుణమునకువలె వీరమునకు లేదు.

మంత్రిభాస్కర వాదులు తమ వాదమునకు ఉపోద్బలకముగా చెప్పెడి మఱిరెండు యుక్తులు కలవు. ఒకటి: ఆరణ్యకాండము యుద్ధకాండములో సగ మైనను లేకపోయినను అది రెండాశ్వాసములుగా విభజింప బడుటయు యుద్ధ కాండము ఏకాశ్వాసముగానే యుండుటయు అవి ఏకకర్తృకములు కావనుటకు నిదర్శనము.

ముద్రిత ప్రతులలో యుద్ధకాండ మేకాశ్వాసముగ నున్నను, కొన్ని వ్రాత ప్రతులలో యుద్ధకాండాంతమున 'సర్వంబును షష్ఠాశ్వాసము సంపూర్ణము అని కలదని ఆవ్రాతప్రతులు చూచినవారు చెప్పిరి. కావున అదియు ఒకప్పుడు ఆశ్వాస ములుగా విభక్తమయియే యుండును.

రెండవది : మల్లికార్జునభట్టు తన గద్యలో 'ఇది శ్రీమదష్టభాషా కవిమిత్ర కులపవిత్ర భాస్కర సత్కవిపుత్త్ర మల్లికార్జునభట్ట ప్రణీతంబైన' అని వ్రాసి కొనెను. ఇక ఆరణ్య కాండాంతగద్యలో 'ఇది సకల సుకవిజన వినుత యశస్కర భాస్కరప్రణీతంబైన' అని కవి వ్రాసికొనెను. కావున ఆరణ్యకాండ కర్త మల్లికార్జున భట్టునకు తండ్రి కాడనియు, అతని తండ్రి పరముగా వాడిన విశేషణములు ఆరణ్యకాండ రచయిత తనకు వేసికొనిన విశేషణములతో సంవదించుట లేదనియు చెప్పుదురు.

ఈ యుక్తిలో వాదప్రౌఢి యేమియు లేదు. మల్లికార్జున భట్టుగాని, ఆరణ్యకాండ కర్తగాని ప్రయోగించిన విశేషణములు మార్పు చెందరాని సంజ్ఞా వాచకములు కావు. అలంకార సంపాదనార్థము ఒకరు 'పుత్రి' శబ్దమునకు అనుప్రాసములుగా మిత్ర, పవిత్ర, శబ్దము లను ప్రయోగింపగా రెండవవారు భాస్కర శబ్దమున కనుప్రాసముగా యశస్కర శబ్దమును వాడిరి. పైగా ఆ విశేషణములుగాని, ఈ విశేషణముగాని భాస్కరునకు బిరుదములు గావు.

కుమార రుద్రదేవుడు అయోధ్యా కాండాంతమునందు తాను వ్రాసికొనిన గద్యలో తనను గూర్చి యిట్లు చెప్పుకొనెను.

"ఇది సకల కళా విశారద, శారదాముఖ ముకురాయమాణ సారస్వత భట్టబాణ, నిశ్శంక వీరమారయ కుమార కుమార రుద్రదేవ ప్రణీతంబు"

ఈ వాక్యములో 'నిశ్శంక' అను విశేషణము మాత్రము అతని యింటి పేరు అనుటకు సందేహ ముండదు. మఱి యీతని తండ్రిపేరు వీరమారయ. ఇందులో వీరశబ్దము విశేషణము; మారయ శబ్దము విశేష్యము అనుట స్పష్టమే గనుక ఈ కవి నిశ్శంక మారయ కుమారుడైన నిశ్శంక కుమార రుద్రదేవుడు అను పేరు గలవాడని సమర్థించుటకు ఎక్కువ పాటుపడ నక్కరలేదు నిశ్శంక వారు బ్రాహ్మణులు. శ్రీనాథుని కాలమున రాజమహేంద్రపుర రెడ్డిరాజుల ఆశ్రయమున శివలీలావిలాస మనెడి కావ్యము రచించిన నిశ్శంక కొమ్మనామాత్యుడు ఆ వంశమువాడే. కాబట్టి ముప్పది యిద్దరు మంత్రులలో పేర్కొనబడినట్టియు, భాస్కర రామాయణ రచనను ప్రోత్సహించినట్టియు సాహిణి మారన యింటిపేరు నిశ్శంకవారైయే యుండును. అతడే పై గద్యలో చెప్పబడిన వీరమారయ. అతని కుమారుడే ఈ అయోధ్యాకాండకర్త.

పూర్వకాలమున ప్రభుభక్తి పరాయణులైన మంత్రులును సేనాపులును తమ యేలికలపేర్లు తమ బిడ్డలకు పెట్టుకొనుట ఆచారముగా ఉండెడిది. ఆ సంప్రదాయమునుబట్టి ప్రతాపరుద్రునకు మంత్రియు, సేనానియు, సామంతుడును అయిన మారన తన కుమారునకు కుమార రుద్రదేవుడని పేరుపెట్టి యుండవచ్చును. మరియు ఆ కుమారునకు హుళక్కి భాస్కరుడు విద్యాగురువై యుండ వచ్చును. అగుచో భాస్కరుడు తన శిష్యుడైన కుమార రుద్రదేవునకు, పుత్రుడైన మల్లికార్జున భట్టునకు రామాయణ రచనా పుణ్యకార్యమున కొంత

పాలు కల్పించి, వారి సాయమున ఈ గ్రంథ రచన సాగించి యుండుననుటలో విప్రతిపత్తి యేమియు లేదు.

అతి ప్రాచీన కాలమునాడు సైతము ఒక విద్యా సంస్థకు కులపతిగా నిర్వాహకత్వము వహించిన ఒక ఋషి తాను కూటస్థుడుగా నిలిచి ఆ సంస్థ యందు సమర్థులైన తన శిష్యులనో మిత్రులనో సహాయులుగా చేకొని తనతో పాటు వారికిని కర్తృత్వ యశము దక్కునట్లుగా శాస్త్రములో పురాణములో వ్రాయించు ఆచారము ఉండెడిదట. ఈ భాస్కర రామాయణ కర్తయు తదుపరి బమ్మెర పోతరాజును ఆ ప్రాచీన సంప్రదాయమునే పాటించి తమ గ్రంథములలో కొన్ని భాగములను ఆప్తులైన ఇతరులచే రచింప జేసిరని నా యూహ.

కుమార రుద్రదేవుడు భాస్కరునకు సమకాలము వాడై యుండుట పై ఊహకు ఇంకొక ఆధారము. అయ్యలార్యుడు యుద్ధకాండమునువలె అతడు భాస్కరుని తదనంతరము దేశాంతరమున రామాయణపూరణము కొరకు అయోధ్యాకాండమును చేపట్టిన కవికాడు. అసలు బాలకాండము మొదలు యుద్ధ కాండ పూర్వ భాగము వరకు ఒకే కాలమున రచింపబడినదే. కావున అయోధ్యాకాండము మిగిలి పోవుటయు తరువాత ఎప్పుడో పూర్తి చేయబడుటయు అనునవి తటస్థింపనే తటస్థింపవు. భాస్కరునకు కుమార రుద్రదేవునకు గల శిష్యోపాధ్యాయికతనుగాని, సాహిణి మారనకు కుమార రుద్రదేవునకుగల పితా పుత్త్రి సంబంధమునుగాని శంకించువారున్నను వారు కూడ ఈ గ్రంథము బాల కాండమును మొదలు యుద్ధకాండ పూర్వభాగముదాక ఏక కాలమున రచింప బడినదే యని యంగీకరింతురని నే ననుకొందును.

ఇది యిటులుండ నిండు. ఇటీవల శ్రీ అనుముల సుబ్రహ్మణ్యశాస్త్రిగారు కుమార రుద్రదేవుని గురించి తమ బహుకాల చారిత్రక పరిశోధనను పురస్కరించుకొని కుమార రుద్రదేవు డనగా రెండవ ప్రతాపరుద్రుడే యనియు, ఆతడే కౌమార దశలో కుమార రుద్ర దేవుడను నామమున బరగుచుండెననియు, ఈ అయోధ్యాకాండ కర్త ఆ యువరాజే యనియు, సాహిణి మారన ఆ యువ రాజుని తండ్రియే యనియు ఒక సిద్ధాంతము చేసిరి. అనగా రుద్రమదేవి తన సామంతుడో సేనానియో ఐన సాహిణి మారనకు తన పెద్ద కుమార్తెయైన ముమ్మడమ్మ నిచ్చి వివాహము చేసెననియు, ఆ దంపతులకు జనించినవాడే ప్రతాపరుద్రుడనియు దాని తాత్పర్యము.

సాహిణి మారన యింటిపేరు నిశ్శంకవారనియు ఆతడు బ్రాహ్మణుడనియు అంగీకరించినవారు ఆతనికి ముమ్మడమ్మతోడి వివాహమును అంగీకరింపక పోవచ్చు. కాని యీ దంపతులకు గల జాతిభేదము ఆ బాంధవమునకు ఒక ప్రతిబంధకము కాదు. రుద్రమదేవి తన రెండవ కూతురైన రుయ్యమను ఇందులూరి అన్నయమంత్రి యనెడి బ్రాహ్మణున కిచ్చి వివాహము చేయుట చరిత్ర ప్రసిద్ధమే గనుక ఆమె పెద్ద కుమార్తెకు కూడ అట్టి సంబంధమే చేసి యుండవచ్చును.

పూర్వకాలమున రాజులు తమ ఆడు పిల్లలకు తగిన రాజ సంబంధములు దొరకనప్పుడు తమ రాజ్యమున ఉన్నత పదస్థుడైన ఒక బ్రాహ్మణున కిచ్చి వివాహముచేసి ఆతనికి రాజ భోగానుకూలమైన సంపదను కల్గించి కుమార్తెలను బ్రాహ్మణు నింటికి కాపురమునకు బంపకుండ ఆతనినే తమ యిల్లరికపు టల్లుడుగా గౌరవించుచు ఆ అల్లుని కుల బ్రాహ్మణునిగా చెప్పుకొనెడి వారట.* కావున ముమ్మడమ్మ భర్త బ్రాహ్మణుడైన సాహిణి మారన ఐన కావచ్చును.

కాని కుమార రుద్రదేవుడు ప్రతాపరుద్ర దేవుడే యైనచో కాలమునుబట్టి ఆతడు హుళక్కి భాస్కరునకు శిష్యుడగుట సందేహాస్పదము. అదియుగాక ప్రతాప రుద్రదేవుని యౌవరాజ్య కాలములోనే భాస్కర రామాయణము రచింపబడి యుండునేని తరువాతి శతాబ్దిలో ఎఱ్ఱాప్రెగ్గడ ఇంకొక రామాయణము రచించుటకు హేతువు కానరాదు. ఇది యిట్లుండ సుబ్రహ్మణ్యశాస్త్రిగారి సిద్ధాంతములో ఇంకొక లోపము ఉన్నది.

శాసనాద్యాధారములనుబట్టి ముమ్మడమ్మ భర్త మహాదేవ రాజె కాని సాహిణి మారనకాదు. కనుక సాహిణి మారన కుమారుడగు కుమార రుద్ర దేవుడు కుమార ప్రతాపరుద్రుడు కాడు.

ఈ నలుగురు కవులలో భాస్కరుడు మేటి. ఆతని వెనుక జెప్పదగినవా డయ్యలార్యుడు. యుద్ధకాండ భాగమునం దోల్చి చూచినచొ వీరువురు సమాన ప్రతిభాశాలురుగనే కన్పింతురు. వీరిరువురు భారత కవుల యౌచిత్య పరిపాలన మనెడి సుగుణమును కరతలామలక మొనర్చుకొనిరి

* ఈ సంగతి సుప్రసిద్ధ చరిత్ర పరిశోధకులు, నా మిత్రులు, శ్రీ. వే. భావరాజు వేంకట కృష్ణారావు చెప్పగా నేను విన్నాను.

భారత పద్యములను ఒజ్జవడిగ బెట్టుకొని భాస్కరుడు రచించిన పద్యము లిందు చాల కలవు. భార తౌచిత్యము వీరియందు బాగుగా గలదు. మల్లికార్జున భట్టు కవిత్వము గుణమున తండ్రి కవిత్వము వంటిది కాదు. కవులకు ప్రారంభ దశలో నుండెడి యభిరుచులు, పోకడలు అన్నియు నితని కవితలో గానసగును. ఇతనికి శబ్ద జటిలతాభిమానము మిక్కుటము. అయినను ఇతని కవిత్వము ఒక విధముగ రామాయణ కావ్య రచనకు అర్హమైనదే యగును. కావున ఈతని కవిత్వము మధ్యమజాతి దన వచ్చును. భాస్కరునిది సర్వధా ఉత్తమజాతి కవిత.

రుద్రదేవుడు మల్లికార్జునభట్టు తరువాత చెప్పదగిన వాడు. సందర్భోచిత మైనను గాకున్నను ఉద్రేకమును వెల్లి విరియించు స్వభావ మీతనిది. రామపట్ట భంగ కథ వాల్మీకమున తాల్చిన గంభీరత, నిర్భరత యీతని చేతులలో వలుచ బాఱి ఆవేశ ప్రవాహమున గొట్టుకొని పోయినది. ఐనను రస పోషణ లోపము రాలేదు.

భాస్కర రామాయణము రంగనాథ రామాయణమువలెనే కొన్ని అమూలక గాథలను స్వీకరించి, ఆ ద్విపద రామాయణముతో సంవదింప దలచెనేమో అనుటకు నిదర్శనములు గలవు

అట్టి అమూలకములైన కథాంశములలో ఆ రెండు రామాయణములకు గల పోలికలు, భేదములు ఇచ్చట ఉదాహరించుచున్నాను

బాలకాండ :

అహల్య పాషాణముగా పడియున్న దనుట రెండింటను కలదు కాని ఇంద్రుడు కోడియై కూసి గౌతముని అకాలమున ఇల్లు వెడలించినట్లుగా భాస్కర రామాయణమున లేదు.

అయోధ్యాకాండ :

మంథరకు రామునిపై ఈర్ష్య పుట్టుటకు కారణము చిన్ననాడు అతడు దాని కాలు విరుగగొట్టుట యని రంగనాథ రామాయణములో నుండగా భాస్కర రామాయణములో మంథర రామునివలన పొందిన చరణ తాడన భంగము కారణమని చెప్పబడినది.

ఆరణ్యకాండ :

1. జంబు కుమారుని వృత్తాంతము రెండింటను కలదు.

2. లక్ష్మణుడు సీత పలికిన దుస్సహములైన ఉపాలంభన వాక్యములు వినలేక ఆమెను ఒంటిగా విడిచి వెడలిపోవు నపుడు పర్ణశాల ముంగిట ఏడు బరులుగీచి వాటిని దాటి రావలదని సీతకు హితము గఱపినట్లు రంగనాథ రామాయణమున గలదు. అది భాస్కర రామాయణమున లేదు.

యుద్ధకాండ :

1. సేతు నిర్మాణ ఘట్టమున రంగనాథ రామాయణమున ప్రవేశపెట్ట బడిన ఉడుత పాత్ర భాస్కర రామాయణమున లేదు.

2. రావణునితల్లి కైకసి కుమారునకు హితము గఱపుట భాస్కర రామాయణమున లేదు.

3. రామ లక్ష్మణులు నాగపాశ బద్ధులై యుండగా నారదు దేతెంచి రాముని విష్ణుత్వమును తలపించి ఆయనచే గరుత్మంతుని స్మరింపజేయగా గరుడు దేతెంచి నాగపాశములను విచ్ఛిన్నము గావించుట రెండింటనుసమానము.

4. కాలనేమి వృత్తాంతము రెండింటను కలదు.

5. శుక్రోపదేశముచే రావణుడు పాతాళహోమము చేయుట రెండింటను సమమే.

6. రావణుని నాభియందు నిగూఢమై యున్న అమృత కలశ రహస్యమును విభీషణుడు రామున కెఱిగించుట రెండింటను సమము.

7. సులోచనా వృత్తాంతము భాస్కర రామాయణమున లేదు.

వీటినిబట్టి చూడగా భాస్కరాదులు వాల్మీకమునే గాక రంగనాథ రామాయణమును సైతము చదివియే ఈ గ్రంథమును రచించినట్లు కనబడును. అసలు చదువకుండుట యెట్లు ? రామాయణ రచన కుపక్రమించిన భాస్కరుడు తనకు పూర్వము తన భాషలో అవతరించియున్న రామాయణమును శ్రద్ధతో చదివి యుండునని నిస్సందేహముగా చెప్పవచ్చును.

అవాల్మీకములైన ఇట్టి కథాంశములేగాక ద్విపద రామాయణము నందలి కొన్ని పదసులు, పద బంధములు, వాక్యములుకూడ భాస్కర రామాయణమున

స్వీకరింపబడిన వనుటకు నిదర్శనములు చాల కలవు. వాటిలో ఈ క్రిందివి కొన్ని :-

బాలకాండ :

1. దేవతలు రావణుని యౌద్ధత్యమును గూర్చి బ్రహ్మతో మొఱ పెట్టుకొనుట

రంగనాథ రామాయణము

"వాఁడన్నఁ గులగిరుల్ వడవడ వడకు
వేడిమి చూపఁగ వెఱచు భాస్కరుఁడు
వీఁకతో నతఁడున్న వీట నెన్నఁడును,
దేకువచెడి గాలి తిరుగంగ వెఱచు
నన్నిశాచరుఁగన్న నాటోప మెసఁగ
మున్నీరు కడలొత్తి మ్రోయంగ వెఱచు"

భాస్కర రామాయణము

"కడలెత్తి మ్రోయ వెఱచును
జడనిధు లినుడెండగాయ శంకిలు వాసిన్
బొదగను నెద వాయువు తో
వడి వీవక యదఁగు గిరులు వడవడ వడకున్"

2. విశ్వామిత్రుడు వసిష్ఠునిపై బ్రహ్మాస్త్ర ముపయోగించిన సందర్భము.

రంగనాథ రామాయణము

సకల గీర్వాణులు సకల సంయములు
సకల గంధర్వులు సకల పన్నగులు
సకల భూతంబులు సకల దిక్పతులు
సకల తారాగ్రహచంద్ర సూర్యులును
సకల లోకంబులు చలనంబు నొంది

భాస్కర రామాయణము

సకలామర గంధర్వులు
సకలోరగ నకల భూత సకల దిశాపా

లక సకల గ్రహ తారక
సకల భువన సకల మునులుఁ జలనముఁ బొందన్.

అయోధ్యాకాండ:

యజ్ఞదత్తుడు దశరథ బాణముచే మృతినొందిన కుమారుని గూర్చి దుఃఖించు సందర్భము:

రంగనాథ రామాయణము

"దీర్ఘాయువని నిన్ను దీవింతుఁగాని
నిర్ఘాత పటుబాణ నిహతి వల్కితినె"

భాస్కర రామాయణము

"దీర్ఘాయు వనుట కర్థము
నిర్ఘాత పటిష్ఠ బాణనిహతియె పుత్త్రా!"

కిష్కింధాకాండము:

శ్రీరాముడు సీతావియోగబాధ ననుభవించు సందర్భము.

"ఇది యేమి యుత్పాత మిదియేమి చంద
మిది యేమి యీ రాత్రి యినుఁడేల పొడిచె
నామేని తాప మిన్మడి గాఁగఁ జొచ్చె
సౌమిత్రి ననుఁ దరుచ్ఛాయలఁ జేర్పు
మనినఁ జంద్రుఁడుగాని యర్కుండు గాఁడు
జననాథ! హరిణ లాంఛన మదే చూడు
మని లక్ష్మణుఁడు పల్క హరిణాక్షిపోయె
నని సీతఁ బేర్కొని యట మూర్ఛవోవ"

ఈ ద్విపద పంక్తులకు మూలము జయదేవుని ప్రసన్న రాఘవ నాటకము నందలి రామలక్ష్మణ సంవాదాత్మకమైన యీ క్రింది శ్లోకము:

"సౌమిత్రే! నను సేవ్యతాం తరుతలం చండాంశు రుజ్జృంభతే
చండాంశోర్నిశి కాకథా రఘుపతే! చంద్రోఽయ మున్మీలతి
వత్సైత ద్విదితం కథం ను భవతా? ధత్తే కురంగం యతః
క్వాసి ప్రేయసి! హా కురంగనయనే! చంద్రాననే! జానకీ!"

ఈ శ్లోకము ద్విపద రామాయణమందువలెనే పద్యరామాయణమునను తెనిగింపఁ బడినది చూడుడు:

''తపనుఁడు వేఁపఁ జొచ్చెననుఁ దమ్ముఁడ! వృక్షము క్రిందఁ బెట్టినాఁ
దపనుఁడు రేయిలేఁడు వసుధావర! చంద్రుడుగాని చంద్రునిన్
నృపసుత! యెల్లెఱింగితివి నీవు? మృగాంకము చూడనున్కి హా
చపల మృగాక్షి! చంద్రముఖి! జానకి! యెక్కడ నున్నదానవే?''

(ఆరణ్య కాండము: 2-264)

కాని ఇది భాస్కర రామాయణమున అరణ్యకాండమున గానవచ్చుచున్నది. అది ఆ పద్య ముండవలసిన స్థానము కాదు. దాని స్థానము కిష్కింధాకాండమే. ఆ కాండమునందలి పద్యమును ప్రతులు వ్రాసికొను వారెవరో అరణ్యకాండమునకు తరలించి యుందురు. ఆ సందర్భముననే రామలక్ష్మణ సంవాదాత్మకములైన మరి రెండు పద్యములును గలవు. వాటికి మూలములు ఏ సంస్కృత నాటకమునం దైనను కలవో లేక స్వతంత్రములో నేను చెప్పలేను.

ఇవి యిట్లుండ, రామపాత్ర చిత్రణమున ఈ రెండు రామాయణములకును ముఖ్యమైన భేదము కలదు. బుద్ధారెడ్డి రాముని పురుషోత్తముడనియే వాచ్యముగా పదే పదే వర్ణింపగా, భాస్కరాదులు వాల్మీకి మతానుసారముగా రాముని ఉత్తమ పురుష పుంగవునిగానే చిత్రించిరి. ఉదా:-

1. రామ లక్ష్మణులతో విశ్వామిత్రుడు వామనాశ్రమమును దర్శించినపుడు వామనావతార కథ చెప్పుటలో ఆ మహర్షి రామునితో 'ఆ వామనుడవే నీవు' అని ఉగ్గడించుట రాముని విష్ణుత్వమును సాక్షాత్తుగా చెప్పుట:

''నీవె వామనుడవై నెగడి త్రివిక్ర
మావతారము దాల్చినట్టి విష్ణుడవు
నాడును నిది నీ వనంబు శ్రీరామ!
నేడును నారీతి నీవనఁబయ్యె''

—బాలకాండము.

భాస్కర రామాయణమున ఇట్టి ప్రశంస లేదు.

2. మతంగాశ్రమమున శబరి అగ్ని ప్రవేశము చేయబోవునపుడు కవి రామునకు వాడిన విశేషణములు విష్ణు పరములే:

"పరము పరంధాము పరమకల్యాణు
పరిపూర్ణు పరమాత్ము పరమేష్ఠివినుతు
నవ్యయు నవికారు నఖిలాంతరాత్ము
నవ్యక్తు నఖిలేశు నాద్యంత రహితు
భవ ముఖామరవేద్యు భవరోగ వైద్యు
రవి కులాంబుధి చంద్రు రఘురామచంద్రుఁ
దనమది నిలిపి యుత్తటి వల గొనుచు
వినుతించి శబరి యా విభుని సన్నిధిని
ననలునియందు రామార్పణంబుగను"

—అరణ్యకాండము

భాస్కర రామాయణములో నిది లేదు

శ్రీ రంగనాథ రామాయణమునందు తార వాలికి హితము గఱపుటలో రాముని విష్ణుత్వమే యుగ్గడింపబడెను:

"ఆ రాఘవుఁడు విష్ణుఁ డంబుజోదరుఁడు
వైరంబుగాని గెల్వ వశముగా దతని"

—కిష్కింధాకాండము

భాస్కర రామాయణములో ఆ విష్ణు ప్రశంస లేదు సరికదా రాముని మానవ మాత్రునిగా నెంచి తార, గాంధారి కృష్ణుని శపించినట్లుగా శపించుటయు కలదు.

"ఘోరంఁ బతివ్రతఁ గావున క్రోలిం బొలియన్ శపింప నోపుదు నీ ని
ట్లాలిం గోల్పడివగలం, గ్రాలెదు నిను వేఱ యేల కదగి శపింపన్.

నరవర! యి ట్లకారణము నా పతిఁ జంపితి గాన యీవు బం
ధుర భుజశక్తితో మహిజఁ జొకొని వచ్చిన సీత నీ కడం
జిరతర కాల మింపుగ వసింపక నీపతి దుఃఖపాటుతో
నెరియుచునుండ భూమిఁ జొర నిమ్మనుచున్ శపియించెఁ గిన్కతోన్"

(కిష్కింధాకాండము 304 & 305)

ఈ శాప ప్రసంగము వాల్మీకమున నైతము లేదు.

అదియుగాక ధనుర్భంగ ఘట్టమునందు రంగనాథ రామాయణమున రామ విశ్వామిత్ర పాత్రలలో కానవచ్చెడి గాంభీర్య లోపము భాస్కర రామాయణ

మున వాటిల్లలేదు. అట్లే సీతారాముల వివాహ వర్ణనము కూడ రంగనాథ రామాయణమున ఎక్కువ లౌకిక తంతుతోను, భాస్కర రామాయణమున ఎక్కువ వైదిక కల్పానుసారముగను నడచినది.

మొత్తముమీద భాస్కర రామాయణము రంగనాథ రామాయణమువలె వాల్మీకమునకు ఎక్కువ దూరము పోలేదు. మరి అమూలకములైన గాథలను రంగనాథ రామాయణమువలెనే స్వీకరించుట అవి తత్పూర్వమే ఆంధ్రమున ప్రజాదరమును పొందియున్న కథలగుట వలన వాటిని విసర్జించినచో తమ గ్రంథము లోకమునకు తృప్తి గొల్పదని భాస్కరాదులు సందేహించిరేమో. సులోచనా వృత్తాంతము అట్టి వాటిలో ఒకటి యైనను ఏల వదలిపెట్టబడెనో చెప్పలేము. బహుశః కొందరు పరిశోధకులు తలంచినట్లు ఆ కథ రంగనాథ రామాయణమున ప్రవేశము కలుగుట భాస్కరాదుల తరువాత ఎప్పుడో జరిగి యుండును.

నాచన సోముడు

కాకతీయ సామ్రాజ్య పతనానంతరము, తురుష్కుల పాలైపోయినది పోగా మిగిలిన యాంధ్ర భూభాగమున అద్దంకిలో రెడ్డిరాజ్యమును, రాచకొండలో వెలమరాజ్యమును, విజయనగరములో విజయనగర రాజ్యమును స్వతంత్రముగా వెలసినవని పూర్వప్రకరణములో చెప్పితిని. వీనిలో రెడ్డి రాజ్య స్థాపనకు పిమ్మట సుమారు పది సంవత్సరములకు వేదభాష్య కర్తయైన విద్యారణ్య యతీంద్రుల యాశీస్సులతో హరిహరరాయ బుక్కరాయ లనెడు సోదరులు తుంగభద్రా తీరమున విజయనగర రాజ్యమును స్థాపించిరి. ఈ రాజ్యమే క్రమముగా దక్షిణ భారతము నంతటను వ్యాపించి విజయనగర మహాసామ్రాజ్య మను పేర శత్రు దుర్నిరీక్ష్యములైన తేజోబల పరాక్రమములతో వర్ధిల్లెను.

రెడ్డిరాజ్యమునకు ప్రథమాస్థాన కవి యెఱ్ఱాప్రెగ్గడ యైనట్లు, విజయ నగరాస్థానమునకు ప్రథమ కవి నాచనసోముడని చెప్పవచ్చును. కాని యెఱ్ఱన తన రాజైన వేమారెడ్డికి గ్రంథమును కృతియిచ్చినట్లు, నాచనసోముడు హరి హర రాయలకుగాని బుక్కరాయలకుగాని గ్రంథ మేదియును కృతి యిచ్చినట్లు కానరాదు. ప్రసిద్ధమైన యాతని యుత్తర హరివంశము హరిహరనాథునకు కృతి యీయబడినది. ఆస్థానమున నున్నంత మాత్రమున కవియైనవాడు తన గ్రంథ ములను ఆ రాజునకే అంకితము సీయవలయునను నియమము లేదు గనుక సోమన తదాస్థానమున వదస్థుడై యుండియుండవచ్చును. గ్రంథము కృతి యివ్వకున్నను అతని శాస్త్ర వైదుష్యమునకు మెచ్చి బుక్కదేవరాయ లొక యగ్రహారమును దానము చేసెను. దానిని బట్టియే నాచనసోముడు విజయనగర రాజ్య ప్రథమాంధ్రకవి యని చెప్పుకొనుట పరిపాటియైనది.

అగ్రహార ప్రదాన సమయమున బుక్కదేవరాయలు వేయించిన శాసనము నకు రెండు ప్రతులు కలవు అగ్రహారదాన సంవత్సరము తారణ సంవత్సర మని మాత్రము రెండింటను సమానముగా నున్నది. కాని శాలివాహన శకాబ్ద సంఖ్యలో ఆ రెంటికిని భేదము కలదు. ఒక దానిలో "రస భూ నయనేందుభిః

శకస్యాబ్దే అలంకృతే తారణాబ్దే చైత్రమాసే" అని కలదు. అనగా రసభూ
నయనేందు సంఖ్యా సంకేతితమైన సంవత్సరము. అది శాలివాహన శకము 1216
(క్రీ. శ. 1294) అని యర్థము. రెండవ దానిలో "రసాభ్ర నయనేందుభిః శక
స్యాబ్దే అలంకృతే తారణాబ్దే చైత్రమాసే" అని యున్నది. ఇది శాలివాహన
శకము 1206 క్రీ. శ. 1284. ఈ రెండింటిలో తారణ సంవత్సరము 1206
లోనే సంభవించును. గనుక రెండవ పాఠమే సరియైనదని తోచును. కాని
అదియు పొసగదు. ఏమనగా క్రీ. శ. 1336 లో స్థాపింపబడిన విజయనగర
సామ్రాజ్యము నేలిన బుక్కరాయలు క్రీ. శ. 1284 లో శాసనము వేయించుట
అసంభవము. కాబట్టి యీ రెండు పాఠములును తప్పేయని యూహించి
శ్రీ వేటూరి ప్రభాకరశాస్త్రిగారు ఆ సంవత్సర సంకేత వాక్యమును "రసర్తు
నయనేందుభిః" అని సవరించిరి అనగా శా. శ 1266 (1266 + 78 = 1344
క్రీ. శ.) అది తారణ సంవత్సరమే అది విజయనగర సామ్రాజ్య స్థాపనా
నంతర మెనిమిది సంవత్సరములకు వచ్చును. శ్రీ ప్రభాకర శాస్త్రిగారి నిర్ణయ
మును పండితు లందరు అంగీకరించిరి. శాసన కాలము నాటికి రాజ్యమేలుచున్న
వాడు హరిహరరాయలు బుక్కరాయలు యువరాజు మాత్రమే. ఐనను సర్వ
సమర్థతతో అన్నగారికి కుడిభుజమై రాజ్యపాలనాదికమున ప్రాభవముతో
పాల్గొనుచుండినవాడు గాన ఆ యువరాజు ఆ యగ్రహార ప్రదానము చేయుటయు
ఆతని పేరు మీదనే శాసనము వేయబడుటయు న్యాయ్యమే ఈ శాసనమును
బట్టి యుత్తర హరివంశ రచనా కాలమును నిర్ణయింపలేము ఈ గ్రంథమున
కును ఆ శాసనమునకును ఏమియు సంబంధములేదు. బహుశః ఈ మహాకావ్య
రచనా సముపార్జితమైన యశస్సు వ్యాపించిన పిమ్మటనే సోముడు రాజుచే
సమ్మానితుడై యుండవచ్చును ఆగుచో ఈ గ్రంథము క్రీ. శ. 1340 ప్రాంత
మున పుట్టియుండును. ఈ యూహ నిజమగునేని ఎఱ్ఱన హరివంశము కంటె
సోముని హరివంశము వయసున సుమారు పదేండ్లు చిన్నది. శాసనకాలము
నాటికి ఉద్దండ పండితుడుగా ప్రసిద్ధికెక్కి రాజసమ్మానితుడైన నాచన సోముడు
ఆ శతాబ్ది యారంభమున జన్మించియుండవచ్చును. కాగా ఎఱ్ఱాప్రెగ్గడ కంటె
సుమా రిరువది సంవత్సరములు చిన్నవాడై యుండును

ఇతని కవితా యశస్సునకు కారణభూతమైనది ఉత్తరహరివంశము.
ఇతడు హరివంశమును, పూర్వ హరివంశము ఉత్తర హరివంశము అను పేర్లతో

రచించియుండుననియు నందుమొదటిది ఉత్సన్నమైపోగా నుత్తర హరివంశము మాత్రమే మిగిలినదనియు కొందరనుకొందురు. వారియూహ కాధారము లివి :-

(1) ఈ ఉత్తర హరివంశమునకు ఇష్టదేవతాస్తుతి కృతి ప్రదానాత్మకమైన అవతారి కాభాగములేదు. (2) కథా ప్రారంభము నందలి యీ క్రింది రెండు పద్యములు పూర్వభాగమును స్మరింపజేయునవిగా నున్నవి.

కం॥ హరివంశ ప్రథమ కథాం
తరమునఁ గల వింతలెల్లఁ దప్పక మదిలోఁ
దిరమయ్యెఁ గథా మీఁదట
నరవర! యే కథలాకో? వినం బ్రియ మనుడున్ (1-3)

కం॥ జనమేజయుఁ డిట్లను న
మ్మునితోఁ; బలదేవు లావు మును విని మదిఁ బెం
దనియదు మఱి ముద మొదవఁగ
వినఁగోరెదఁ జెప్పవే వివేక నిధానా! (1—4)

కాని ఈ యుక్తులంత బలమైనవి కావు. ఏమన ఈ గ్రంథమునకు అవతారిక అనావశ్యకమనియు నిది తిక్కన సోమయాజి కృత భారతమునకు పరిశిష్టభాగముగా గ్రహింపబడవలెననియు కవి భావించినట్లు గద్యమున ఈ పంక్తులు కలవు.

"ఇది శ్రీమదుభయకవిమిత్త్ర కొమ్మనామాత్య పుత్త్ర బుధారాధన విరాజి తిక్కన సోమయాజి ప్రణీతంబైన శ్రీ మహాభారత కథానంతరంబున శ్రీమత్సకల భాషా భూషణ సాహిత్య రసపోషణ సంవిధాన చక్రవర్తి సంపూర్ణ కీర్తి నవీనగుణ సనాథ నాచన సోమనాథ ప్రణీతంబైన యుత్తర హరివంశంబు నందుఁ బ్రథమాశ్వాసము." సంస్కృతమున హరివంశము భారతమునకు పూరకమైనట్లు తెనుగున తన గ్రంథమే తిక్కన కవికృత భారతమునకు పూరకముగా భావింపబడవలెనని కవి మనోరథము. మఱియు తిక్కన తన భారతమును హరిహర నాథున కర్పించినట్లే తానును ఆ దేవునకే తన గ్రంథమును అంకితమిచ్చుట పై ఊహను బలపరచుచున్నది. అట్టిచో ఈ గ్రంథమునకు అవతారిక అనావశ్యక మని కవి భావించుట సహజమే.

నిజమునకు సోమన యెఱ్ఱాప్రెగడ వలెనే హరివంశము నంతను పూర్తిగా వ్రాసియుండునేని యందలి రెండు భాగములకు పూర్వభాగము, ఉత్తర భాగము అని పేళ్ళు పెట్టవలయును గాని పూర్వ హరివంశము, ఉత్తర హరివంశము అని వ్యవహరించుట తగదు. మఱియు తాను కృష్ణావతార మహిమలు కొన్నే చెప్పదలచితిననియు, తాను చెప్పక విడిచిన వాటిని ఇతర పురాణ కథల వలన తెలిసికొనవలయుననియు కవి యీ క్రింది పద్యమున చెప్పెను

కం॥ హలపాణి మహిమ చెప్పం
గలవారెవ్వరు పురాణ కథలన్ మరియుం
దెలిసికొనుఁడు నేఁ జెప్పక
నిలిచిన చోటులు వివేక నిర్మల బుద్ధిన్. (1-11)

దీనిని బట్టి తాను కృష్ణునకు సంబంధించిన కొన్ని కథలే చెప్పదలచినట్టు కవి స్పష్టముగా వ్యక్తము చేసెనని యనుకొనవచ్చును. మఱి ఆ చెప్పదలచిన కొన్ని కథలకు "ఉత్తర హరివంశము" అని పేరు పెట్టనేల? యని యందు మేని ఆందలి కథలన్నియు హరి వంశము నందలి యుత్తర భాగమునకు సంబంధించినవి గనుక—అని సమాధానము. అందుచే ఉత్తర హరివంశము అనుటలో తప్పులేదు మరి యితడు పూర్వభాగమును రచింపలేదనియే పలువురి యభిప్రాయము. పూర్వభాగమున బాలకృష్ణలీలా కథనము తప్ప తక్కిన భాగమంతయు నీరసముగా పౌరాణిక విషయ భూయిష్ఠముగా నుండును. సాహిత్య రసపోషణ సంవిధాన చక్రవర్తి యనిపించుకొన్న సోమన ఆ నీరస ఘట్టములను గైకొని తన బిరుదమును సార్థకము చేసికొనలేదు. ఆయనది రసపోషణ పరాయణమైన ప్రాబంధిక ధోరణి ఆ ధోరణికి విషయ ప్రధానములు, విజ్ఞానోపదేశ మాత్ర ప్రయోజకములునైన ఘట్టములు పనికిరావు

ఉద్విగ్నమైన యీతని చిత్త ప్రవృత్తి కూడ వాటిని అంగీకరింపదు ప్రతి పద్యమును ఏదో యొక రస భావముతోనో చమత్కారార్థముతోనో, రమణీయార్థముతోనో, శబ్దాలంకారముతోనో, అర్థాలంకారముతోనో అలంకరించి కావ్యమంతయు హృదయావర్జకముగా రచింపవలయుననెడి కుతూహలము కలవాడీతడు. ఇట్టి రసావిష్టుడైన కవి పౌరాణిక భాగములను తడవకపోవుట సహజమే.

ఈ గ్రంథమున గల కథలన్నియు హరివంశోత్తర భాగము నందలి వగుటచే దీనికి ఉత్తర హరివంశ మను పేరే తగియున్నది. ఆ ఉత్తరభాగము ఎఱ్ఱాప్రెగ్గడ గ్రంథము నందలి యుత్తరభాగమే యని యనుమానించుటకు కొంత అవకాశమున్నది సంస్కృత హరివంశము హరివంశపర్వము, విష్ణు పర్వము, భవిష్యపర్వము అను మూడు భాగములు కలది. ఎఱ్ఱన ఆ మూడు పర్వములను అనువాదములో పూర్వోత్తర భాగములుగా విభజించెను. సోమన రచించిన ఉత్తరహరివంశమునందలి కథలన్నియు నెఱ్ఱన యుత్తర భాగము నందలివియే యగుటచే దానినే యీత డనుసరించెనేమో యని యనుకొనవచ్చును. ఎఱ్ఱన రచన ప్రకారము నరకాసురకథ కుండిన నగరమున రుక్మిని సంహరించి బలరాముడు ద్వారకకు వచ్చిన పిమ్మట జరిగినట్లున్నది. సోమన హరివంశ ములో సైతము నరకాసుర కథకు పూర్వవృత్తాంతముగా రుక్మిమారణయే ప్రస్తా వింపబడినది.

కం॥ అనుటయు నాజనమేజయ
జనపతి యిట్లనియె రుక్మి సచ్చిన మగుడం
జని యాదవ నగరంబున
జనార్దనుండేమి సేసె సౌజన్యనిధీ ?

కావున ఎఱ్ఱాప్రెగ్గడ భాగమునే యీతడు తన రచన కాధారముగా గైకొని యుండవచ్చును.

మరియు నెఱ్ఱాప్రెగ్గడ యుత్తర భాగమున నరకాసుర కథకు పూర్వము జరాసంధుడు మధురపై దండెత్తుట, ద్వారకా నిర్మాణము, బలరాముడు కాళిందీ భేదనము సేయుట, రుక్మిణీ కల్యాణము, బలరాముడు రుక్మిని చంపుట యను మూడు ప్రధాన కథలు కలవు. ఆ మూడింటిని వదలి సోమన నరకాసుర కథతో తన గ్రంథమును ఉపక్రమించెను. ఆ మూడును ఉత్సన్నమై పోయిన దని తలంపబడెడు పూర్వ హరివంశమున ఉన్నవేమో యని సందేహించుటకును వీలులేదు. ఏమనగా ఎఱ్ఱనకును సోమనకును లభించిన మూలహరివంశము మూడు పర్వములు కలదిగా గాక పూర్వోత్తరము లనెడి రెండు భాగములు కలి దియే యగునేని నరకుని కథకు పూర్వమున గలవని పైని పేర్కొన్న మూడు కథలు ఉత్తరభాగము నందలివియే కాని, పూర్వభాగమునందలివి కావు.

కాబట్టి బలరామ కృష్ణుల చరిత్రలో గల రసవద్ఘట్టములలో కొన్ని మాత్రమే గ్రైకొని యీతడు ఉత్తర హరివంశమును రచించెననుట సత్యము. రుక్మిణీ కల్యాణము అట్టి రసవద్ఘట్టమే. సోమన దాని నేలవదలి పెట్టెనో తెలియదు.

ఎఱ్ఱన భవిష్యత్పర్వము చాల సంగ్రహించెనని యాతని ప్రకరణమున చెప్పితిని. ఇతడు దానిని తడవనేలేదు. కావున ఇతడు ఉత్తర భాగమునైనను- ఆది సంస్కృతోత్తర భాగమైననుకావచ్చును. ఎఱ్ఱన యుత్తరభాగమైనను కావచ్చును-పూర్తిగా అనుసరింపలేదు; అనువదింపలేదు.

హరివంశము నుండి యీతడుగ్రైకొన్న కథ లాఱు.

1. నరకాసుర వధ (ప్రథమాశ్వాసము)

నరకాసురుడు దిగ్విజయయాత్రా కుతూహలియై స్వర్గముపైకి దండెత్తి ఇంద్రాది దిక్పాలకులను పారద్రోలుట-దైత్యభటు లమరావతిని కొల్లగొట్టి దివిజ కాంతలను చెఱఁబట్టుట-నరకు డప్సరోరత్నమైన ఊర్వశిని పిలిపించి తన్ను పొందుమని యభ్యర్థించుట-ఆ జాణ తెచ్చుకోలు సమ్మతి నటించి యింద్రాదుల వలె హవిర్భాగాహూత సంపాదించి యైంద్రప్రాభవముతో తన్నుగైకొనుమని యాశపెట్టుట-నరకుని ఆదేశమున దైత్యభటులు యజ్ఞ భాగ హరణార్థమై బదరికావనవాసులైన ఋషులను బాధించుట-భారద్వాజాది ఋషులు ద్వారకకేగి తమపాట్లు శ్రీకృష్ణునకు విన్నవించుట-అదేసమయమున సింద్రుడును శ్రీకృష్ణుని దర్శించి తన పరాభవమును నరకు నౌద్ధత్యమును విన్నవించుకొనుట-శ్రీకృష్ణుడు సత్యభామా సహితుడై నరకునిపైకి యుద్ధము సేయబోవుట-యుద్ధమున శ్రీకృష్ణుడు నొచ్చి మూర్ఛిల్లగా సత్య విల్లందుకొని నరకునితో పోరి యలయించుట-శ్రీకృష్ణుడు తేఱి, చక్రముగైకొని నరకుని సంహరించి అతని కుమారుడైన భగదత్తునకు ప్రాగ్జ్యోతిషము నొసంగుట-నరకుని తల్లియగు భూదేవి తన్నుచేరవచ్చి దుఃఖింపగా శ్రీకృష్ణు డామె నోదార్చి జయలక్ష్మీ సంశోభితుడై ద్వారకకు తిరిగి వచ్చి బంధు జనులతో సుఖంబుండుట. ఇది ప్రథమాశ్వాసము.

2. మృతుడైన యొక బ్రాహ్మణ బాలుని శ్రీకృష్ణుడు బ్రతికించుట (ద్వితీయాశ్వాసము)

ఒకప్పుడు శ్రీకృష్ణుడు ఏకదినక్రతు దీక్షితుడై యుండగా నొక విప్రుడు దుఃఖపరవశుడై వచ్చి తనకు రానున్న యాపదను తొలగించి రక్షించుమని కృష్ణుని ప్రార్థించి తన యాపద నెఱిగించుట-(ఆ బ్రాహ్మణునకు తత్పూర్వము మూడు తడవలు ముగ్గురు మగబిడ్డలు పుట్టి పుట్టుకలోనే మరణించిరి ఇపుడాతని భార్య ఆసన్న ప్రసవయై యుండెను. ఈ బిడ్డయైనను దక్కునో దక్కదో యను భయముచే పుట్టబోవు శిశువు యముని బారి పడకుండ కాపాడుమని కృష్ణున కాతడు చేసిన విన్నపము)-కృష్ణుడు క్రతుదీక్షితుడు గాన విప్ర శిశు రక్షణార్థమై యర్జునుడు ససైన్యముగ బ్రాహ్మణు నింటికి పోవుట-అర్జునుని సమక్షముననే యమ భటులు అప్పుడే జన్మించిన బ్రాహ్మణ శిశువును హరించుట-బ్రాహ్మణు డర్జునుని యసమర్థతకు నిందించి మరల కృష్ణుని జేరి మొఱపెట్టుకొనుట-కృష్ణ దర్జున సారథికమైన రథము మీద విప్రసహితుడై యుత్తర దిశకు పయనించుట. సాగరుడు శ్రీకృష్ణుని రథయానమున కనువైనంతమేర శిలాసన్నిభముగా జలమును ఘనీభవింపజేయుట-ఆపైని సముద్ర తరణానంతరము కానవచ్చిన జయంతాది సప్తగిరులు కృష్ణుని రథమునకు త్రోవయిచ్చుట- రథ నిరోధ మొనర్చిన కాఱు చీకటిని కృష్ణుడు భేదింపగా తేజోమయాకారుడైన యొక పురుషుడు కానవచ్చుట-కృష్ణుడు రథమును తోడి వారి నచట నిలిపి యొంటరిగా తానే తేజఃపటలములో ప్రవేశించి విప్రుని నల్వురు మృతబాలకులను సజీవులగా తెచ్చి వారి తండ్రి కొసగుట.

3. శ్రీకృష్ణుడు సంతానార్థియై కైలాసమునకేగి శివునిచే వరము పొందుట (తృతీయాశ్వాసము)

అనపత్యయైన రుక్మిణి తమ దాంపత్యానురూపమైన పుత్త్రి సంతానము నపేక్షించి యా భాగ్యమును కల్గింప వినయ సుందరముగా ప్రియాలాపములతో ప్రియుని ఏకాంతమున వేడుట-శ్రీకృష్ణుడు ప్రసన్నుడై యామెకు వరమిచ్చి తపమొనర్ప కైలాసమున కేగ సంకల్పించుట-తన పరోక్షమున యాదవ గర్భ శత్రువైన పౌండ్రక వాసుదేవుని వలన నగరమునకు ప్రమాదము సంభవింపకుండ బలదేవ సాత్యకి ప్రముఖ యాదవ నాయకులకు నగర రక్షణాది కార్య

నిర్వహణమునకు తగిన ఉపదేశములు చేసి వెడలుట- దారిలో బదరి కాశ్రమమున విడిసి యందలి ఋషులు సమర్పించిన సపర్యల స్వీకరించుట- పిశాచ నాయకుడును తన భక్తుడునైన ఘంటాకర్ణు ననుగ్రహించి దివ్యత్వ మొసంగుట- కైలాసమున కృష్ణుని తపస్సు- పరమశివుడు ప్రత్యక్షమగుట- ఋషులు హరిహర నామాత్మకమైన ఆ తేజోద్వయమును స్తుతించుట- శివుడు కృష్ణునకు పుత్త్రప్రాప్తి వరమిచ్చుట-శ్రీకృష్ణుడు ఈశ్వరుని వీడ్కొని ద్వారకకు మరలుట.

4. పౌండ్రక వాసుదేవుని సంహారము (చతుర్థాశ్వాసము)

శ్రీకృష్ణుడు శివుని వరమును పొంది ద్వారకకు మరలి వచ్చుచు మధ్యేమార్గమున బదరికావనమున కొంతకాలము ఋషులతో నిష్ట కథా గోష్ఠిని కాలము పుచ్చుచుండగా పౌండ్రక వాసుదేవుడు ద్వారకపై నొకరాత్రి దండెత్తి కోటను ముట్టడించుట-సాత్యకీ బలరాములు చతురంగ బలములతో తలపడి శత్రు సైన్యములతో పోరుట-పౌండ్రునకు సహాయుడుగా వచ్చిన యేకలవ్యుడు యాదవ సైన్యమును కలగుండుపరచి దైన్యము నొందించుట-బలరాముడేకలవ్యుని తోడ, సాత్యకి పౌండ్రుసితోడను ద్వంద్వయుద్ధము చేయుట- తెల్లవారు సరికి శ్రీకృష్ణుడు ద్వారకకు వచ్చి యుద్ధమునకు దిగుట- పౌండ్రకుడు సాత్యకిని వీడి శ్రీకృష్ణునిపై తన చక్రమును ప్రయోగించుట- కృష్ణుడు ప్రయోగించిన సుదర్శనము పౌండ్రకుని శిరము ద్రుంచుట- ఏకలవ్యుడు బలరాముని గదా ప్రహారమునకు తాళలేక సముద్రమున బడి ఈదుకొనుచుపోయి యొక లంకఁ జేరుట- శత్రు సంహార మొనర్చి విజయోత్సాహముతో కృష్ణుడు కొలువు తీరి తన కైలాస యాత్రా విశేషములను యాదవుల కెఱింగించుట-అంతఃపురమున కేగి రుక్మిణీ సత్యభామలతో ద్యూతక్రీడా సుఖము ననుభవించుట- పౌండ్రకుని మిత్రుడైన కాశీరాజు ద్వారకపై కృత్యను ప్రయోగించుట-అది మంటలు గ్రక్కుచు వచ్చి యాదవులను పీడించుట-బలరాముడు లంతఃపురమున కేగి ఆ ఆపద నెఱిగింపగా నాయన ద్యూతక్రీడా సుఖము ననుభవించుచునే దాయ, వచ్చిన చోటికే పోగలదని ఉపేక్షా భావముతో ననుట-ఆయన వాక్ప్రభావము వలన నాకృత్య ఆకాశమార్గమున మరలి పోవుచుండ కృష్ణుడు దానిపై సుదర్శనమును ప్రయోగించుట-కాశీ నివాసియగు సీశ్వరుడు ఆ పట్టణమును వీడి కొంత దూరమున గల తాళవనమున విడియుట-కృత్యభయ విహ్వలయై పోయి తనను

అగస్త్యుడు నానాతీర్థములు సేవించుచు స్వామిమలతీర్థమున కుమారస్వామిని దర్శింపగా కుమారస్వామి అగస్త్యునకు కాశీక్షేత్రమునందలి నానాతీర్థఘట్టములను, దేవతలను వివరించిచెప్పట గల భాగమే కాశీఖండమనెడి ఈ గ్రంథనామమును సార్థకము చేయుచున్నది. ఆ కథనములోని భాగమే వ్యాసుడు కాశినిబాయుట యనెడి ఉపకథ. కావున ఈఖండపురాణమందలి కథా ప్రణాళికను వింధ్యపర్వత విజృంభణము, అగస్త్యుడు కాశినిబాయుట అగస్త్యునిదక్షిణాపథతీర్థసేవనము, కుమారస్వామి కాశీమహాత్మ్యమును వర్ణించుట, వ్యాసుడు కాశిని బాయుట అనెడి అయిదు శీర్షికలుగా పేర్కొనవచ్చును. మధ్య మధ్య రెండు మూడు ఉపాఖ్యానములు కలవు వాటిలో కుబేరవృత్తాంత మను పేరు గల గుణనిధిచరిత్ర మిక్కిలి రమణీయమైనది.

విధ్యపర్వత విజృంభణము :

మేరుపర్వతౌన్నత్యమును చూచి సంహింపలేక, వింధ్యుడు, ఈర్ష్యాసూయాహంకార జ్వరపీడితుడై విజృంభించినపుడు అనుభవించిన మనఃసంక్షోభము విషాదనాటకనాయకుడు పొందెడి సంక్షోభమునకు సాటివచ్చునట్లు వర్ణింపబడినది ఆత్మకృతదోషఫలముగా అతనికి పతనము తటస్థించి నేలకుజరిగి తలయెత్తుకొనలేని దుస్థితియు, విషాదనాటకనాయకుడు పొందెడి అవస్థవలె శోచనీయముగా వర్ణింపబడినది.

క॥ ఉప్పరమెగసి యజాండము
చిప్పలురాలంగ మేరుశిఖరంబులపైఁ
గుప్పించి దాఁటుకొందునొ
తప్పక నామనసులోని తహతహ తీరన్.

ఉ॥ ఒక్కఁడు మా కులంబున సముద్ధతిఁజూపిన జాతరోషుఁడై
ఱెక్కలుదెంచి వేలుపులరేఁడటు పాపముచేసెఁగాక యా
ఱెక్కలు నేఁడుకల్గిన నెటిం గగనంబునఁ బాఱుతెంచి బి
ట్టెక్కనెకూటకోటితటులెల్లను నుగ్గులుగాగ మేరువున్.

తే॥ అడుసులోపలఁ దాటివం డదిమినట్టు
లదుముదునెకాదె పాతాళమంటి కొనగ
వేల్పులెల్లను విభ్రాంతి విహ్వలింపఁ
బాదముఁమెట్టి నాదాయఁబసిడి కొండ.

యమునానది మడుగులో నడగ్రొక్కుట- డిభకు డన్న మరణమునకు విలపించుచు బలరామునితో పోరి అన్న పోయిన దారినే పరలోకమున కేగుట హంస డిభకుల అంతము- యాదవ సేనల విజయము- శ్రీకృష్ణుడు తన చిన్ననాటి క్రీడారంగమైన గోవర్ధన ప్రాంతమున నుల్లాసముతో కాలము పుచ్చుట- యశోదానందులు తమ కుమారుని చూడవచ్చి వారిచే సంభావితులై ఆనందభరితు లగుట- కృష్ణుడు జయలక్ష్మీ శోభితుడై యాదవులతో ద్వారకకు మరలుట.

6. ఉషా పరిణయము (6వ ఆశ్వాసము పూర్వభాగము)

బలి చక్రవర్తి కుమారుడైన బాణుడు, పార్వతీ పరమేశ్వరులు తమ పుత్రుడైన కుమారస్వామిని ముద్దుగా లాలించుట జూచి తనకు పితృలాలన భాగ్యము లేమికి విచారించి శివుని గూర్చి తపస్సు చేయుట- శివుడు తపమునకు మెచ్చి యతనిని పుత్రునిగా స్వీకరించి, గాణాపత్యమును, మయూరధ్వజమును ప్రసాదించి తాను పార్వతీ సహితుడై అతని రాజధానియైన శోణిత పురము చెంత నివసింప నను గ్రహించుట- బాణుడు నానాదేశాధీపుల జయించియు తన వేయి చేతులతీట యింకను తీరమికి చిడిముడిపాటు జెంది, రణకండూతి తీరు నుపాయ ముపదేశింపుమని శివుని వేడుట— పరమేశ్వరుడు లోలో నవ్వుకొని నీ మయూర ధ్వజము నిర్నిమిత్తముగా నేల గూలినప్పుడు నీ యుత్సాహము తీర్చెడి రణము సంభవించునని యాశగొల్పి పంపుట.

అతడు సభా భవనమున కేగి యా సంతోషవార్త మంత్రుల కెఱిగించు చుండగనే మయూర ధ్వజము విఱిగి నేల గూలుట- ధ్వజపతనము అభ్యుదయ హేతువని బాణుడు సంతసింపగా మంత్రియైన కుంభాండకుడు ఆ దుర్నిమిత్తము నకు చింతిల్లుట- ఒకనాడు పార్వతీ పరమేశ్వరులు ప్రమథ కాంతలతో, దనుజ కన్యలతో కలిసి లీలోద్యాన కేళీలాలసులై విహరించుట- పార్వతీ పరమేశ్వరుల శృంగార చేష్టావిభవములు చూచి, తన కట్టి భాగ్యములేమికి నుషా కన్య చింతించుట— పార్వతీదేవి యామె తలంపెఱింగి 'రాబోవు మాఘ శుక్ల ద్వాదశి నాడు స్వప్నమున నీ పొందనుభవించు పురుషుడు నీకు పతియై దాంపత్య సౌఖ్యానుభూతి కలిగింపు'నని వరమిచ్చుట- కొలది కాలమున కట్లే జరుగుట— దానవకన్య తనకు కన్యాత్వ భంగము కలిగి నందులకు చింతించుట—

చెలికత్తెలామెకు పార్వతి ప్రసాదించిన వరమును జ్ఞప్తికిదెచ్చి యూరడించుట- ఆ కన్య స్వప్నదృష్ట పురుషునిపై మరులుగొని ఆతని ఉనికి తెలియక పరితపించుట- మంత్రి పుత్త్రికయైన చిత్రరేఖ, షట్లోకముల యందలి రాజ కుమారుల పటములను వ్రాసి యామెకు చూపి వర్ణించి చెప్పి స్వప్న సమాగతుడైన ఆ యువకుని అందు గుర్తింపుమని యడుగుట-ఉష తన ప్రియుని గుర్తించుట- అతడు శ్రీకృష్ణుని మనుమడనియు, ప్రద్యుమ్నుని కుమారుడనియు, పేరు అనిరుద్ధుడనియు చిత్రరేఖ విశదీకరించుట- దానవ విరోధియైన శ్రీకృష్ణునితో తన తండ్రి వియ్య మందుట పొసగదని ఆ యువతి చింతిల్లుట- చిత్రరేఖ, వియ్యము మాటెట్లున్నను అనిరుద్ధుని రహస్యముగా కన్యాంతః పురమునకు తెచ్చెదనని ద్వారకకు వెడలిపోవుట- ద్వారకలో నొక సరస్తీరమున తపస్సు చేయుచున్న నారదునకు నమస్కరించి ఆమె యాపద్వృత్తాంతమును ఆ ఋషి కెఱింగించుట- ఉషానిరుద్ధుల సమాగమము కారణముగా యాదవ దానవులకు మహాయుద్ధము సంభవింప నున్నందులకు కలహాశనుడు సంతసిల్లుట- చిత్రరేఖ మాయాబలమున అనిరుద్ధుని ప్రాసాదము ప్రవేశించి శయ్యాగతుడై యున్న ఆ కుమారుని మాయామోహితునిజేసి తోడితెచ్చి ఉషాంతఃపురమునందలి పాన్పుపై పరుండబెట్టి ప్రబోధితుజేసి వెడలిపోవుట- ఆ యువతీ యువకులు మదన క్రీడా లోలురగుట- ఉష చెలికత్తెల తోడ్పాటుతో అనిరుద్ధునకు కన్యాంతః పురముననే రహస్య నివాస మేర్పరచుట- కొన్ని దినములు గడచిన పిమ్మట ప్రాసాద శోధకులు అనిరుద్ధుని చూచి బాణాసురున కెఱింగించుట- దానవరాజు అతనిని పట్టి తెచ్చుటకు భట వర్గమును బంపుట- అనిరుద్ధుడు ఒక పరిఘము చేగొని వారితో తలపడి హతమార్చుట- బాణుడు ఆ అంతఃపుర ద్రోహిని తానే సంహరింపవలయు ననెడు ఆగ్రహముతో సైన్యముతో వచ్చుట- అనిరుద్ధుడు, అతని నెదిర్చి వెనుదీయక పోరుట- కానున్న మామగారు, అల్లుని నాగపాశ బద్ధునిజేసి చెరయందుంచుట- అక్కడ ద్వారకలో చిత్రరేఖ యనిరుద్ధు నపహరించి తీసికొని పోయిన మరునాటి ఉదయము, అంతఃపుర కాంతలు కుమారు డదృష్టుడయ్యెనని విలపించుట- యాదవ భటులు చుట్టుపట్టుగల పర్వతారణ్యములలో వెదకివచ్చి కుమారుడు కానరాలేదని కృష్ణున కెరిగించుట- మాయాబల నిపుణులైన మంత్రసాధన కులములలో నెవతెయో యొక యువతి, యనిరుద్ధునిపై వలపుగొని యాతనిని తోడ్కొని పోయి యుండునని కృష్ణుడు నిశ్చయించుట.

౭. ఉషా పరిణయము (౬ వ యాశ్వాసము, ఉత్తరభాగము)

నారదుడు శ్రీకృష్ణుని కొలువున కేతెంచి అనిరుద్ధుని వృత్తాంత మంతయు చెప్పుట-శ్రీకృష్ణుడు ప్రద్యుమ్న బలరాములతో గూడి గరుడారూఢుడై బాణుని పైకి వెడలుట- బాణుని పురమును సమీపింపగానే ఆ ముగ్గురి శరీరములు బంగరువన్నె గలవి యగుట- బలరాముడు ఆ వింత మార్పునకు కారణ మడుగగా కృష్ణుడు రుద్రాజ్ఞచే * శోణపురమును, అగ్నులన్నియు పరివేష్టించి యుండుననియు, అంద ఆహవనీయాగ్ని తమ్ము తారసిల వచ్చుచుండుటచే తమ శరీరచ్ఛాయలు మారినవనియు సమాధానము చెప్పుట- గరుత్మంతుడు ఆకాశగంగా జలములను తన రెక్కలతో తెచ్చి ఆహవనీయాగ్ని నార్పుట- బ్రహ్మపుత్త్రిలును, రుద్రానుచరులునైన పదిమంది యగ్నులను వెంటబెట్టుకొని యంగిరసుడను ముని కృష్ణుని మార్కొని పోరి యోడిపోవుట- శివుడు శ్రీకృష్ణునిపైకి శివజ్వరమును పంపుట- కృష్ణుడు విష్ణుజ్వరమును ప్రయోగించి దానిని రూపుమాపుట- శివుడు స్వయముగా యుద్ధమునకు దిగి శ్రీకృష్ణునిపై పాశుపతమును ప్రయోగించుట- కృష్ణుడు దానిని వారించి జృంభణాస్త్రమును ప్రయోగింపగా శివుడు సొమ్మసిలి తూలి తొలగిపోవుట- కుమారస్వామి కృష్ణు నెదుర్కొని నానాస్త్రములు ప్రయోగింపగా నాయన వాటిని ప్రతిహతము చేసి కుమారుని పారద్రోలుట- బాణుడు సర్వ రాక్షస సైన్య సమేతుడై యెత్తివచ్చి కృష్ణుని యెదుట నానావిధ ప్రలాపములు పలుకుట- కృష్ణు డాతని సహస్ర బాహువులలో రెండు వినా తక్కినవి ఖండించి ప్రాణావశిష్టుని జేసి పారద్రోలి కన్యాంతఃపురము ప్రవేశించి బద్ధుడైయున్న అనిరుద్ధుని విడిపించి ఉషాకన్యతో నాతనిని గరుడ వాహనము నెక్కించుకొని బాణుని యాలమందలను పోషించుచున్న వరుణుని దెసకుపోయి గోధనము నిమ్మని కోరుట- వరుణుడు కృష్ణునితో పోరి పరాజితుడై స్తుతించుట- బాణుని ఆవులను తన ప్రాణ మున్నంత వరకు కాపాడెదనని ఆతనికి మాటయిచ్చి యున్నందున వాటిని వీడజాలనని కృష్ణునితో విన్నవించుట- కృష్ణు డాతని వేడికోలును మన్నించి విజయలక్ష్మీ శోభితుడై ద్వారకకుపోయి బంధు జనులకు ప్రీతి కల్గించుట. ఇట బాణాసురుడు శివుని స్తోత్రముచేయ అజరామరత్వంబును, గణాధిపత్యమును ఇచ్చి మహాకాళ నామాంకితునిజేసి యనుగ్రహించుట.

---

* ఈ గ్రంథమున ఆ పురము గిరి వ్రజమని కలదు. అది పొరపాటు కావచ్చు, ఇదియే పాఠమైనచో గ్రంథమునకు ప్రతులు వ్రాసికొనినవారే పొరపడిరో చెప్పలేము. గిరి వ్రజము జరాసంధుని నగరము, బాణునిది కాదు

గ్రంథ పరామర్శ

ముందు పేర్కొన్న ఆఱు కథలలో ప్రథమాశ్వాసము నందలి నరకాసురోపాఖ్యానము రచనలో తక్కిన కథలకంటె ఉత్తమోత్తమముగా నున్నది. దాని తరువాత పేర్కొనదగినది హంస డిభకోపాఖ్యానము.

నరకుని కథలో ఊర్వశీ నరకాసుర సంభాషణము తిక్కనార్యుని రంభా రావణ సంవాదమునకు ప్రతిబింబమని చెప్పదగి యున్నది. ఈ యెడనే కాదు అనువైనప్పుడెల్ల తిక్కనగారి రచనా పద్ధతిని ఒరవడిగా పెట్టుకొని రచన సాగించుట యితనికి పరిపాటి. ఆ యనుకరణము వలన తాను తిక్కనార్యుని అపరావతారముగా లోకముచే కీర్తింపబడవలయునను ఆశ కలవాని వలెనే తోచును. తన గ్రంథము తిక్కన భారతమునకు పరిశిష్ట భాగముగా హరిహర నాథునకే యంకితముగా నుపక్రమించుటలోనే సోమునకు అట్టి యాశ కలదని స్ఫురించుచున్నది. ఆ ఛాయ లున్నను అందు పాత్ర సృష్టిలోను సంవాద చాతురి లోనుగల శిల్ప ప్రౌఢి యిందు కొంత కొరవడినదని చెప్పవచ్చును.

ఈ కథలలో నిరువురు దేవవేశ్యలే యైనను వారికి కొంత భేద మున్నది. రంభ నలకూబరునకు ప్రియురాలు. అనన్యసక్త. అందుచే రావణునితో నామె చేయు సంభాషణలో నించుకేనియు గణికాత్వము స్ఫురింపదు. అయినను ఉద్ధతు డైన రావణుని తప్పించుకొనలేక పోయినది. ఇక ఊర్వశి మొదటినుండియు వేశ్యగానే నరకునితో సంభాషించి ఆతని చేయి జిక్కక తప్పించుకొని పోవుటయేగాక కపటోపాయముచే నా రాక్షసునే యాత్మ వినాశ హేతువైన కార్యమునకు పురికొల్పినది. వాడు అవివేకియై ఆమె పన్నిన మాయావాగురలో చిక్కుకొనెను. ఇది సహజమే. క్రూరులకు అవివేకమును, కపటులకు తెలివితేటలును సహజ లక్షణములు. నరకుడు హవిర్భాగ హరణార్థమై ఋషులను బాధించుటయే కృష్ణుని నరక సంహార సంకల్పమునకు ప్రథమ కారణము. నరకాసురోపాఖ్యానములో ఊర్వశి నటించిన యీ రంగమే ప్రాణవంతమైన ప్రథమఘట్టము. రెండవది సత్యభామ నరకునితో యుద్ధము చేయుట కృష్ణు డొసంగిన విల్లందుకొని యరదముపై నిల్చి నానేర్పు చూడుమని ప్రియునిపై నొక చూపును, నా శక్తిని చూడుమని రిపుపై నొక చూపును బరపుచు, ప్రణయ రసావేశమును

శౌర్య రసాసారమును సాత్రాజితి మనోహర, భయంకర రూప ద్వయమును ఏకత్ర మేళవించి ప్రదర్శించిన సోమన రూపచిత్రణ కౌశలమే ఆతని సాహిత్య రసపోషణ విషయమును సార్థకముచేయు గుణములలో నొకటిగా పేర్కొనబడ దగినది. ఈ ఘట్టము భాగవతములో పోతనార్యునకు అనుకరణీయ మగుటయే దీని రసవత్తకు ప్రబల దృష్టాంతము.

హంస డిభకోపాఖ్యానము వీరరస ప్రధానమైన యొక ప్రత్యేక కావ్యముగా పేర్కొనదగిన ఉపాఖ్యానము. 'తిక్కనగారి యుద్ధ వర్ణనలకు ప్రతిచ్ఛాయలుగా యుద్ధ వర్ణనలు చేయుటలో సోముడు మిక్కిలి సమర్థుడు'—అను ప్రశస్తికి ఈ గ్రంథమందలి యుద్ధ వర్ణన లన్నియు తార్కాణములే యగునుగాని, ఈ ఉపాఖ్యానమునందలి వర్ణనలలో ఆ ఛాయలు ప్రస్ఫుటములుగా నుండును. మఱియు నిందలి జనార్దనుని రాయబారము భారతమునందలి సంజయ రాయబారమునకు సోదరప్రాయమని కొందరు తలంతురు. రాయబారము, సందేశము, ప్రతి సందేశము, అనెడి యంశములలోతప్ప సంజయ రాయబారమునకు జనార్దనుని రాయబారమునకు వస్తుతః సామ్యము లేదు. సంజయుడు యుద్ధ సన్నద్ధులైయున్న పాండవులను మాటలచే వంచించి శాంతింప జేయుటకై వారి శిబిరమునకు వచ్చిన కౌరవ పక్షపాతి. మఱి జనార్దనుడు హంస డిభకుల దౌష్ట్యము సహింపని కృష్ణ పక్షపాతి. రాయబారపు నెపమున ఆ పరమ పురుషుని దర్శనమైనను కల్గునెడి ఆశతో ఆయన కొలువునకు వచ్చిన మహా భక్తుడు. దూతయై వచ్చినవాడు తాను తెచ్చిన సందేశములను వినిపించుట విధి గావున ఆ భక్తుడు కృష్ణుని యాదేశమున హంస డిభకుల పరుష వాక్యములను వినిపింపగలిగెనుగాని కానిచో వాటిని ఉచ్చరించుటయే పాపమని తలచెడి పరమ పావనుడు. కావున సంజయునకు జనార్దనునకును పోలిక లేదు.

తుది రెండాశ్వాసములలో గల కథ (౮, ౯ ఆశ్వాసములు) ఉషా పరిణయముగా ప్రసిద్ధి కెక్కినదిగాని, నిజమునకు అది 'బాణాసుర బాహు ఖండనము' అని చెప్పదగినది. దుష్ట శిక్షకుడైన కృష్ణుని మహిమలు, పరాక్రమములు చెప్పదలచిన యీ కవి, బాణాసుర బాహు ఖండనము కూడ కృష్ణుని పరాక్రమ కేళికి ఉదాహరణాంతరము కాగలదని యీ కథను ఉపక్రమించినట్లు కథాదియందే కలదు. "మున్ను ఘురాంతకుండు చేసిన లావు లెన్ని యెన్ని

కం॥ ఏణాంక ధరుఁడు దోడుగ
బాణుఁడు మొగరింప బాహుపంక్తి శతంబున్
క్షీణమున నఱికి వానిం
బ్రాణముతోఁ బట్టి విడిచె బలి మథనుఁడనిన్"

అయితే బాణ శిక్షకు ఉషానిరుద్ధుల ప్రణయ కలాపము కారణ మైనందువలన దీనికి ఉషా పరిణయ మనుపేరు వచ్చినది. కాని, సోమన ఈ కావ్యమున వారి వివాహము మాటయే తలపెట్ట లేదు. అనిరుద్ధునితోపాటు ఉషనుకూడ గరుడ వాహనముపై నెక్కించుకొని శ్రీకృష్ణుడు ద్వారకకు తరలి పోయెనని మాత్రము చెప్పెను. వారి వివాహము అచ్చట జరిగి యుండునని మన మూహించుకొన వలయును ఎత్తాపెగ్గడ మాత్రము. శోణ పురముననే కృష్ణుడు వారి వివాహ మహోత్సవము జరిపి మనుమరాలిచే రుద్రాణికి నమస్కారము చేయించినట్లును, పరమేశ్వరి వధువునకు దీవెన లిచ్చినట్లును తన హరివంశమున కథను మంగ ళాంత మొనర్చి ఉషా పరిణయ మనెడు పేరు సార్థక పరచెను.

ఈ బాణాసుర కథలో ఇందుధరోపాఖ్యాన మనెడి పార్వతీపరమేశ్వరుల జలకేళీ వనవిహార వర్ణన యంతయు, నిర్వచనోత్తర రామాయణము నందలి సీతారాముల వనవిహార వర్ణనకు రూపాంతరముగా నున్నది కాని అయ్యెడ సీతారాముల ప్రణయ మాధుర్యము వెల్లి విరిసినయట్లు ఈయెడ పార్వతీ పర మేశ్వరుల ప్రణయ మాధుర్యము పరిస్ఫుటము నొందలేదు. ఆ సౌకుమార్యము కూడ ఇందులేదు.

కవిత్వ పరామర్శ

సోముని తెలుగు కవులలో ఉత్తమోత్తమ వర్గమున ఒకనినిగా పేర్కొను విమర్శకులు కొందరు కలరు. అందును తిక్కనకు సాటి రాగల కవి యిత డొక్కడే యని వారిలో కొందరి యభిప్రాయము. వారి ఊహ నహేతుకమే యనిపించు లక్షణములు ఈతని కవితయందు చాల కలవు. తిక్కనవలెనే యీతడును గ్రంథమును హరిహరనాథున కిచ్చుట యటుండ, రచన యందును అయన వలెనే లోక వ్యవహారమునగల మాటలనే యెక్కువ వాడుట, అతియలతి పదములతో తీక్ష్ణమైన వాక్యరచన చేయుట. మూర్తి చిత్రణమున స్వాభావికతను

సంపాదించుట మున్నగు లక్షణములలో సోముని కవిత శోభిల్లుచుండును. ఈ ప్రజ్ఞలవల్లనే యితడు తిక్కనతో సముడని కొందరు భ్రమించుట తటస్థించినది. నిజమే, తిక్కన కవితా పద్ధతి అననుకరణీయము. దాని ననుకరింప ప్రయత్నించిన కవి లేడు. ఏమాత్రమో దాని ననుకరించి యీషణ్మాత్రమైనను నెగ్గితి ననిపించుకొన్నవా డీకవి. కాని, ఇతనికిని అందని సత్తా తిక్కనలో చాల కలదు. తిక్కన కావ్యకళా నిర్వహణలో చేసిన గమ్యము సోమునకు కనుచూపుమేరలో నైనను లేదు. ఈతడు గ్రంథమును హరిహరనాథున కంకిత మిచ్చుట లాంఛన ప్రాయమేగాని, తిక్కనవలె అపరోక్షానుభూతి ఫలము కాదు. హరిహరనాథ సంబోధనముగల యీతని పద్యము లన్నియు అర్థద్వయ చమత్కారము కలవియే గాని పరతత్త్వ నిరూపణము గలవి కావు మఱి పాత్రచిత్రణములో, కథాకథనములో, ఔచిత్య పరిపాలనములో, ధర్మోపదేశములో, ఇతడు తిక్కనకు అల్లంత దూరమున నిలువ వలసినవాడేగాని సమీపింప దగినవాడు కాదు.

ఇతడు ఎంతనీరసార్థము నైనను ఉక్తివైచిత్రితో సుందరముగా చేయగలడు. ప్రతి పద్యమునందును ఏదో యొక కావ్యగుణము ద్యోతిత మొనర్పగలడు. ఇది యీతని విశిష్టత. కాని, ఆతని భావమునకు తీవ్రమైన పరుగేకాని మందగమనము లేదు. భాషనైతము కంటక శిలా ప్రదేశమున ప్రవహించు ఝరీ వేగమున దుమికి పోవునుగాని సమప్రదేశమున శాంతముగా నడువదు. ఈతనిది చాల ఉద్రిక్తమైన స్వభావము దానివల్లనే వాక్యములలో కొన్నింట దురుసుతనము కన్పించుచుండును. పుత్త్రభిక్ష నర్థింపవచ్చిన బ్రాహ్మణుడు, శ్రీకృష్ణునితో నీవు నేడురాక రేపు వచ్చిన యెడల ఆ శిశువింతలో "మాడిన నేమి చేయుదువు? మంత్రపుసీకలు సల్లవచ్చెదే?" అని యనుట అతని దుఃఖ విహ్వలత దృష్ట్యా చూచినను సమర్థనీయము కాదు. శ్రీకృష్ణునొద్దకు రాయబారమునకు పోవుచు తద్దర్శన పుణ్యమువలన తనకు మారుజన్మ ఉండదని సంతసించెడి జనార్దనుడు, అట్టి పునర్జన్మయే కలిగినచో "కమలజుని వేర దాపటి కాలి బొమ్మ *" వేసికొందును' అని శాసించుట ఆ ముహూర్తమున సాత్త్విక మనోవస్థలో నున్న ఆ భక్తునకు తగదు.

* శత్రువులను జయించిన రాజులు తమ యెడమకాలి గండపెండేరమునందు పరాజితులైన యా శత్రురాజుల యొక్క బొమ్మలను చెక్కించుకొని వారు తమ పాదాక్రాంతులైనట్లుగా సంతసించుట యొక పూర్వాచారము.

పైన ఉదాహరించిన దురుసు తనపు పలుకులు, ఉద్రిక్త స్వభావమునకు ఫలము. ఆ స్వభావము యొక్క ఫలమే రచనలో అనౌచిత్యములు దొరలుచుండుట. ఇది యిటులుండ, దుష్కరప్రాసలు, నిరోష్ఠ్య పద్యములు, ఆడంబర శయ్య, మితిమీరిన యనుప్రాసవిన్యాసము, మొదలగు స్వారస్య విహీనమైన లక్షణములు ఈతని కవిత్వములో తరచుగా పొడకట్టుచుండును. ఈ చిత్రకవిత్వమును ఆలంకారికులు అధమకవిత్వముగా నిరసించిరి. యథార్థరస సంపాదనా శక్తిలేని ఉత్తరకాలపు ప్రబంధ కవులకు ఈ చిత్ర కవిత్వమే శరణ్యమై ప్రబంధముల యెడ నరసులకు ఏవగింపు కలిగించినది.

ప్రాచీనాంధ్ర కవికృతులలో దురవబోధములనబడు వానియందు సోమనాథుని కృతి ప్రధానమైనది. అని శ్రీవేటూరి ప్రభాకరశాస్త్రిగారి అభిప్రాయము. ఈ సిద్ధాంతమునకు పూర్వపక్షములేదు. ఈ అప్రసన్నతా దోషమునకు ముఖ్య కారణము లివి:

1. ఇతర మండలముల వారికి అర్థముగాని శుద్ధమాండలిక పదములు బహుళముగా వాడుట.

2. సంస్కృత పదప్రయోగమున కూడ నిఘంటు సాహాయ్యమున గాని బోధపడని మారుమూల పదములు బుద్ధిపూర్వకముగా ప్రయోగించుట.

3. వాక్య యోజనలో వింతలు విశేషములు కల్పించి అన్వయము దుష్కరము చేయుట. ఉదా :-

ఉ॥ ఇచ్చినఁ బొంగి యచ్చెలువ యింపును దెంపును లోన మానమున్
మచ్చరముఁబెనంగ మురమర్దనుపై నరకాసురేంద్రుపై
నచ్చపుఁ జాయలం గువలయ చ్ఛదగుచ్ఛవిషచ్ఛటా వలిన్
మెచ్చని వానిఁ గీల్కొలిపె మేలపుఁ జూపుల వాడి తూపులన్॥

ఈ యెడ 'కువలయచ్ఛద గుచ్ఛ విషచ్ఛటా వలిన్' అను సమాసమును కులవయచ్ఛదగుచ్ఛము, విషచ్ఛటావలి-అనిరెండుగా విభజించినగాని ఇందలి క్రమాలంకారము అర్థముకాదు. ఇదియొక వింత సమాసఘటన.

4 అపూర్వములైన ఉపమలు, అర్థాంతరన్యాసములు ప్రయోగించుట. గ్రంథస్థములైన ఉపమానాదులను ప్రయోగించుట కంటె స్వతంత్రముగా తాను

నిర్వహణమునకు తగిన ఉపదేశములు చేసి వెడలుట- దారిలో బదరి కాశ్రమమున విడిసి యందలి ఋషులు సమర్పించిన సపర్యల స్వీకరించుట- పిశాచ నాయకుడును తన భక్తుడునైన ఘంటాకర్ణు ననుగ్రహించి దివ్యత్వ మొసంగుట- కైలాసమున కృష్ణుని తపస్సు- పరమశివుడు ప్రత్యక్షమగుట- ఋషులు హరి హర నామాత్మకమైన ఆ తేజోద్వయమును స్తుతించుట- శివుడు కృష్ణునకు పుత్రప్రాప్తి వరమిచ్చుట-శ్రీకృష్ణుడు ఈశ్వరుని వీడ్కొని ద్వారకకు మరలుట.

4. పౌండ్రక వాసుదేవుని సంహారము (చతుర్థాశ్వాసము)

శ్రీకృష్ణుడు శివుని వరమును పొంది ద్వారకకు మరలి వచ్చుచు మధ్యే మార్గమున బదరికావనమున కొంతకాలము ఋషులతో నిష్ట కథా గోష్ఠిని కాలము పుచ్చుచుండగా పౌండ్రక వాసుదేవుడు ద్వారకపై నొకరాత్రి దండెత్తి కోటను ముట్టడించుట-సాత్యకీ బలరాములు చతురంగ బలములతో తలపడి శత్రు సైన్యములతో పోరుట-పౌండ్రునకు సహాయుడుగా వచ్చిన యేకలవ్యుడు యాదవ సైన్యమును కలగుండుపరచి దైన్యము నొందించుట-బలరాముడేకలవ్యుని తోడ, సాత్యకి పౌండ్రునితోడను ద్వంద్వయుద్ధము చేయుట- తెల్లవారు సరికి శ్రీకృష్ణుడు ద్వారకకు వచ్చి యుద్ధమునకు దిగుట- పౌండ్రకుడు సాత్యకిని వీడి శ్రీకృష్ణునిపై తన చక్రమును ప్రయోగించుట- కృష్ణుడు ప్రయోగించిన సుదర్శనము పౌండ్రకుని శిరము ద్రుంచుట- ఏకలవ్యుడు బలరాముని గదా ప్రహారమునకు తాళలేక సముద్రమున బడి ఈదుకొనుచుపోయి యొక లంకఁ జేరుట- శత్రు సంహార మొనర్చి విజయోత్సాహముతో కృష్ణుడు కొలువు తీరి తన కైలాస యాత్రా విశేషములను యాదవుల కెఱింగించుట-అంతఃపురమున కేగి రుక్మిణీ సత్యభామలతో ద్యూతక్రీడా సుఖము ననుభవించుట- పౌండ్రకుని మిత్రుడైన కాశీరాజు ద్వారకపై కృత్యను ప్రయోగించుట-అది మంటలు గ్రక్కుచు వచ్చు యాదవులను పీడించుట-బలరామాదు లంతఃపురమున కేగి ఆ ఆపద నెఱిగింపగా నాయన ద్యూతక్రీడా సుఖము ననుభవించుచునే దాయ, వచ్చిన చోటికే పోగలదని ఉపేక్షా భావముతో ననుట-ఆయన వాక్ప్రభావము వలన నాకృత్య ఆకాశమార్గమున మరలి పోవుచుండ కృష్ణుడు దానిపై సుదర్శన మును ప్రయోగించుట-కాశీ నివాసియగు నీశ్వరుడు ఆ పట్టణమును వీడి కొంత దూరమున గల తాళవనమున విడియుట-కృత్యభయ విహ్వలయై పోయి తనను

ఎఱ్ఱన సోమనలు

ఎఱ్ఱన హరివంశ పురాణమునంతయు అనువదించుటచేత ఆ రచనలో కావ్యత్వముగల ఘట్టములును, అవి లేని ఘట్టములును కలిసియే యున్నవి. అందుచే సమూహము మీద ఎఱ్ఱన హరివంశము కంటె సోముని హరివంశము రసవత్తరముగా నుండుటలో వింతలేదు. అయినను సోమన గైకొన్న ఘట్టములే ఎఱ్ఱన గ్రంథములో కూడ కలవు కావున వాటిని మాత్రమే ఒండొంటితో పోల్చిచూచి వారిరువురి కావ్యగుణ న్యూనాధికతలను నిర్ణయించుటకు కొంత ప్రయత్నము చేయవచ్చును. కాని ఆ నిర్ణయము చేయుటకు వారి వారి పద్యములను పోల్చిచూచుట చాలదు ఒకయెడ ఒకరి పద్యమును, వేరొకయెడ ఇంకొకరి పద్యమును మేల్తరముగ కానవచ్చును కావున ఆ ప్రమాణమే పనికిరాదు. కవితా సృష్టికి ఆదిభూతమగు కర్తృ మనోధర్మము. చిత్త సంస్కారము, అంతరదృష్టి ప్రమాణములుగా గైకొని విమర్శించినచో సారభూతమైన నిర్ణయము తేలవచ్చును.

కవితాకళ సత్త్వ రజస్సుల లీల. జగత్సృష్టికి రజోగుణమును, దాని మర్యాదా పాలనకు (సుస్థితికి) సత్త్వగుణమును కారణములైనట్లే, కవితా సృష్టికి రజస్సును దాని మర్యాదా పాలనమునకు సత్త్వమును కారణము లగును ఈ రెంటిలో రజోగుణము కవిత్వమునకు ప్రాణతుల్యము సత్త్వము విజ్ఞానతుల్యము. దాని స్థానము బుద్ధి కవిత్వమునందలి ఆవేశము, తీక్ష్ణత, ఔజ్జ్వల్యము, సౌందర్యము మొదలగు గుణములన్నియు రజస్సంపాదితము లగుచుండగా వాటి నన్నింటిని సముచిత స్థానమును మీరనీక ప్రశాంతముగా నడపుచు రససిద్ధివరకు కొనిపోవు భారము సత్త్వము వహించుచుండును. వీటి సంబంధము రథ్యసారధి సంబంధము వంటిది. ఎవని కవిత్వమున ఈ సత్త్వాధికారము న్యూనమగునో వానిది యెంత ఉజ్జ్వలరచన యైనను, రససంపాదన వ్యాజమున కలిగెడి అతిమాత్ర భావావేశ జనితమైన దోషములకు ఆకర మగుచుండును.

ఈ ధర్మములను బట్టి చూచినచో, ఎఱ్ఱన కవితలోగల సత్త్వసిద్ధి సోముని కవితలో లేదు. సోమన రసభావము ఆవేశమున విశృంఖలవిహారము చేయుచుండగా ఎఱ్ఱనభావము సత్త్వసంయమితమై గంభీర మందగమనముతో సాగిపోవును. సోమన భావగమనము లేడి పరుగువంటిది ఎఱ్ఱనది గజ

గమనము వంటిది సూర్యకిరణ స్పర్శచే తామరస కోరకము చలించి, వికసించి మకరందనిష్యంది యైనట్లు కవివాక్కిరణస్పర్శచే భావుకుని హృదయము స్పందించి విస్ఫారి ద్రవీకరించును. ఈ తుది యవస్థలోనే కావ్యరసామృతాస్వాదనలోని అమృతసిద్ధి కలుగును. సోమన తన భావావేశముచే సాధింపగలిగినది యిందలి రెండవ యవస్థమాత్రమే. ప్రశాంతమైన భావగమనములో హృదయద్రవీకరణము కలిగించి, పాఠకుల తన్మయులజేయు శక్తి యీతని కవిత్వములో చాల తక్కువ. ఈతడు కలిగించు హృదయవిస్తృతినిబట్టి ఓహో! యని యాశ్చర్యచకితుల మగుదుమేకాని, 'ఆహా' యనెడి పరవశ భావమును పొందజాలము. మన మాతని మెచ్చుకొందుమేగాని, ఆతనిలో లీనముకాలేము. ఈ పరమానుభూతిని ఎఱ్ఱన సుకరముగా కలిగింపగలడు. కాని యెఱ్ఱన కలిగించెడి పారవశ్యము కొన్ని ఘట్టములలోనే కానవచ్చును. సోమన కలిగించు ఆశ్చర్యము ప్రతి పద్యములోను వ్యక్తమగును.

సోమన నాగర జన మర్యాదలెరింగిన మేటి. ఆతడు వర్ణించు వన విహారములు, ద్యూతక్రీడలు మున్నగునవి అందులకు తార్కాణము. రాజాస్థాన ప్రవేశమున్నను, ఎఱ్ఱనకు ఆ పరిచయమున్నట్లు కానరాదు. శంభుదాసుడు సమగ్రముగా నెరిగినది పల్లీజన జీవితము. గోకుల వర్ణనమును మిషగా గైకొని యాతడు చిత్రించిన నిరాడంబర జానపద జీవితము, పోతన చిత్రణమునుగూడ మించిపోయినది. దండయాత్రలు, నగర సంరక్షణలు, ముట్టడులు, ద్వంద్వ యుద్ధములు, తుముల యుద్ధములు మొదలగు సేనా కార్యవర్ణనలు చేయుటలో సోమన ఆ రంగములను ప్రత్యక్షముగా ప్రదర్శింపగలడు. అయినను అవి కథా కాలమునాటి పరిస్థితులుగాక అతని కాలమునాటివిగా కన్పట్టును. ఎఱ్ఱన వర్ణనములు అంత స్వాభావికముగా నుండవు.

సోమన భారతము వ్రాయవలసివచ్చినచో యుద్ధపంచకములను మాత్రము వ్రాయగలడేమోకాని తిక్కనవలె తుదిపర్వములనుగాని, ఎఱ్ఱనవలె అరణ్యపర్వమును గాని వ్రాయలేడు. ఆ ఘట్టములను వ్రాయుటకు ఆవశ్యకమైన మనోనిగ్రహముగాని, ప్రశాంత కథనముగాని ఆతనికి లేదు.

వ్యాసుడు, వాల్మీకి మొదలైన ఆర్షకవులకును, నైషధాది లౌకిక కావ్య కర్తలకును సంస్కృతమున ఏవానికలదో, అట్టివానియే తెనుగున కవిత్రయము

వారికిని, ఇతర ప్రబంధకర్తలకును కలదు. ఎఱ్ఱన తెనుగున ఆర్షకవి వర్గములోని వాడు. సోమన లౌకిక ప్రబంధకర్తల కోటిలోనివాడు.

ఇతడు వసంతవిలాసమనెడి యింకొక గ్రంథము రచించినట్లు లక్షణగ్రంథముల వలన తెలియుచున్నది.

సోముని నవీనగుణసనాథత్వము

శబ్దనిర్మితమైన వాఙ్మయకళలో కవిత్వము, సాహిత్యము, సారస్వతము అనునవి ఉత్తరోత్తర విపులతర కక్ష్యలు. రసానందమీయగల పద్యరచన కవిత్వము. అది సాహిత్యమునకు ప్రధానాంగము. ఛందోమయము కాకపోయినను రసానంద మీయగల్గినచో నదియు సాహిత్య పదవాచ్యమే యగును. అనగా రసవంతములైన గద్య పద్య రచనలన్నియు సాహిత్యముగా పరిగణింపబడును. ఇక ఆనందదాయకములైన రసవద్ఘట్టములేగాక, విజ్ఞానప్రదములైన ఆధ్యాత్మిక చారిత్రకాది విషయప్రధానమైన ఘట్టములుకూడ కల రచన సారస్వతము. వ్యుత్పత్తిమాత్ర ఫలములై, ఆనందప్రదములు కాని ఆ ఘట్టములలో కవిత్వపదార్థమే ఉండదు. కావ్యఘట్టములతో పాటు విజ్ఞానప్రదములైన అట్టి ఘట్టములుగూడ గల గ్రంథములను ఆలంకారికులు శాస్త్రకావ్యములని పేర్కొనిరి. వాటిలో కావ్యమిచ్చెడి యానందముతోపాటు, శాస్త్రమొసంగెడి విజ్ఞానవిషయములు కూడ కలిసియుండుటచే అవి ప్రత్యేకముగా కావ్యములను, ప్రత్యేకముగా శాస్త్రములును గాక ఉభయగుణాత్మకముగా శాస్త్రకావ్య ప్రదేశమునకు తగునని వారి యుద్దేశము. భారతాది మహేతిహాసములును, తక్కిన పురాణములును ఈ జాతిలోనివి. పురాణములయందు ఆసాంతము రసాస్వాదనము నపేక్షించుట వ్యర్థమనోరథము. కాని పురాణములను తెనిగింపదలచిన ఆంధ్రకవి, విషయప్రధానములైన ఘట్టములను తొలగించి రసవద్ఘట్టములనే చేపట్టినచో ఆ అనువాదము పురాణమే యనిపించుకొనదు. యథార్థముగా సాహిత్యకక్ష్యకు చెందని ఆ కావ్యేతర భాగమును తొలగించి, కావ్యత్వము గల ఘట్టములనే అనువదించుటకు పూనుకొని రసపోషణతో వాటి కావ్యత్వమును సార్థకముచేయబూనినచో నతడు సాహిత్యరసపోషకు డనిపించుకొనును.

ఈ సాహిత్యరసపోషణకు వస్తుతః రసవత్తరమైన యితివృత్తము కావలయును. అపైని కథాకథనము, కథా ప్రవర్తకములైన పాత్రల చిత్రణము,

కథవర్తించిన రంగస్థల వర్ణనము, ఇంపుగొల్పెడి ఆలంకారికమైన శబ్దరచన ఆ రసపోషణకు సంవిధాన సామగ్రిగా నుపకరించును. నాచనసోముడు హరివంశ మనెడి సారస్వతమునుండి సాహిత్యఘట్టములను కొన్నింటిని వేరుచేసి ఆ కథలను పైన పేర్కొన్న సామగ్రితో రసపోషణచేయుటచే నతనికి సాహిత్య రసపోషణ సంవిధాన చక్రవర్తి యనెడి బిరుదువచ్చినది. భారతాది పూర్వ రచనల మార్గమునుండి విడివడి యితడు రసపోషణ సామగ్రితో ఒక పురాణ భాగమును నూత్నపద్ధతిలో రచించుటచేతనే నవీనగుణ సనాథుడయ్యెను. కేవల రసపోషణ ప్రయత్నమే ఆ నవీనగుణము. ఆ ధోరణికి విషయప్రధానములు విజ్ఞానదానమాత్ర ప్రయోజనములునైన ఘట్టములు పనికిరావు.

ఇతర కవులు

రావిపాటి త్రిపురాంతకుడు

నన్నయభట్ట తిక్కకవి నాయకులన్న హుళక్కి భాస్కరుం
డన్నను జిమ్మపూడి యమరేశ్వరు డన్నను సత్కవీశ్వరుల్
నెన్నుదుటం గరాంజలులు నింతురు జేయని రావిపాటి తి
ప్పన్నయు నంతవాడె తగునా యిటు దోసపుమాట లాడగన్.

అని శ్రీనాథుడు రావిపాటి తిప్పన్నను పూర్వ మహా కవులలో నొకనిగా స్తుతించెను. సంస్కృతమున నీతడు "ప్రేమాభిరామము" అనెడి ఒక "వీధి"ని వ్రాసెను. దానినే శ్రీనాథుడు క్రీడాభిరామ మను పేర తెనిగించెను. పై పద్య మందులోనిదే. ఆ వీధిగాక, త్రిపురాంతకుడు పార్వతీ స్తుతి పరముగా అంబికా శతక మనెడి యొక శతకమును, చంద్ర తారావళి యనెడి నొక నక్షత్రమాలను వ్రాసినట్లు లక్షణ గ్రంథోదాహరణముల బట్టి తెలియ నయ్యెను ఇతడు వ్రాసిన యింకొక కావ్యము త్రిపురాంతకోదాహరణ మనెడి ఖండ కావ్యము అదృష్ట వశమున నది మాత్రము నష్టముగాక నిల్చి యున్నది

అంబికాశతకము పార్వతీదేవి సౌందర్య వర్ణనలతో గూడిన యొక భక్తి శతకము. ఉపాస్య దేవతా సౌందర్యమును వర్ణించు భక్తకవులకు భక్తి భిన్నమైన మనోవికారముచే మనస్సు చలించినచో ముప్పు వాటిల్లుట నిజము. కనుకనే మనోనిగ్రహములేని కవు లెవ్వరును ఆ జోలికి పోరాదు. ఆదిశంకరుల సౌందర్యలహరి, మూక కవియొక్క కామాక్షీ పంచశతి, సంస్కృతమున దుశ్శకమైన అట్టి శృంగార భక్తి భావనకు ఉత్తమోదాహరణములు ఒకటి రెండు ఉదాహరణములచేతనే, త్రిపురాంతకుడు తన అంబికా శతక రచనమున అట్టి మహనీయతను సాధించెనని చెప్పవచ్చును.

కూడెడి వెంద్రుకల్ నిడుద కూకటిఁ ద్రోపగఁ బొట్టపై వళుల్
జాడలు దోపఁ గ్రొమ్మొలక చన్నుల మించు దొలంక, సిగ్గునన్
జూడగ నేత్రముల్ మెఱుగు జూపుల నీన హిమాద్రియింట నీ
వాడుట శూలికిన్ మనము వాడుటగాదె తలంప నంబికా!

తెప్పల దోరుదల్పు లిసిరింతలు వారెడు చూపు గుంచియన్
ద్రిప్పి తటుక్కునం దెరచి తిన్నని మోమునఁగాయు వెన్నెలల్
ముప్పిరిగొన్న వేడుకలు మూగిన సిగ్గనియాడఁ బ్రీతి నీ
వప్పరమేశుఁజూచి తనువర్ధముఁ గొంటి పొసంగ నంబికా!

లాచిపరాంగనల్ వర విలాస మనోహర విభ్రమంబులన్
జూచినఁ జూడ డుత్తముఁడు చూచినఁ జూచును మధ్యముండు దాఁ
జూచినఁ జూడకుండినను జూచు కనిష్ఠుడు నన్ను వీరిలోఁ
జూచినఁ జూచుకుండు గుణిఁ జూచిన చూపునఁ జూడు మంబికా!

కవియేగాదు, విగ్రహ శిల్పిగాని, చిత్రలేఖకుడుగాని, తాము సృష్టించెడి యెట్టి సుందర విగ్రహముల యెడను, మనో నిగ్రహము కోల్పోవక పరమ భక్తితోనే, క్రియా మాధుర్యమును సాధింపవలెను. లేనిచో చేసేతల ఆత్మహాని కొని తెచ్చుకొన్న వారగుదురు. బ్రహ్మ తన సుందర సృష్టియైన శతరూప యెడ మోహ దృష్టిని బరపినందుకేగదా, ఒక శిరమును కోల్పోయి చతుర్ముఖు డగుట. 'తన సృష్టిని తాను కామింపరాదు' అనెడి ధర్మమే ఆ పురాణ కథలో నిమిడియున్న అంతరార్థము.

త్రిపురాంతకోదాహరణము:

ఇది శ్రీశైలమునకు తూర్పు వాకిలియైన త్రిపురాంతకమున కుమార గిరి మీద వెలసియున్న శివుని గురించి చేసిన స్తోత్రము. ఉదాహరణమనగా దేవతా స్తుతిరూపమైన యొక ఖండ కావ్యమని చెప్ప నొప్పును. ఇందక్షరగణబద్ధము లైన వృత్తములును, మాత్రాగణ బద్ధములైన (రగడ) గేయములును గలసి, మార్గదేశి కవితల రాశిగా, గేయ పద్య స్వరూపముల సంకలనముగా పొడ కట్టు చుండును. ఆంధ్రలాక్షణికులలో దీని లక్షణము మొదట జెప్పినవా డనంతుడు. తరువాతివా డప్పకవి. దీని స్వరూప మిట్లుండును:

ఆ యిష్టదేవత పేర మొదట నొక వృత్తమును, ఒక యెనిమిది పాదముల రగడయు, మరొక యెనిమిది యర్ధ పాదముల రగడయును మూడును కలిపి వరుసగా ప్రథమావిభక్తిలో నుండును. పూర్ణ పాదముల రగడ కళిక యనియు, అర్ధ పాదముల రగడ 'ఉత్కళిక' యనియు పిలువబడును. ఆ మూడు

పద్యములును గలసి యొక దళమగును. ఆ విధముగా ప్రతి విభక్తి యందొక దళము చొప్పున ఎనిమిది దళములుండును. కడపట సార్వ విభక్తిక వృత్త మొకటి యుండును. అనగా మొత్త మిరువదియైదు పద్యము లన్నమాట.

సంస్కృతమున గూడ ఈ జాతి ఖండ కావ్యములు కలవు. అవి కేవలము ఇష్టదేవతా స్తోత్రములేకాక, రాజుల శత్రు విజయాది మహాకార్యముల వర్ణనలు కలవియై యుండినట్లు వాఙ్మయములో సూచనలు కలవు కాళిదాసు రఘువంశము నందు "జయోదాహరణం బాహ్వో ర్గాపయామాస కిన్నరాన్" (రఘువం—4-78) రఘుమహారాజు జైత్రయాత్ర చేసిన సందర్భమున ఉత్సవ సంకేతులను జయిం పగా ఆ జయోదాహరణమును కిన్నరులు గానము చేసిరట. ఆ 'ఉదాహరణము' ఒక ప్రబంధ విశేషమని మల్లినాథసూరి వ్యాఖ్యానించెను. కావున ఉదాహరణము ఒక ప్రత్యేక కావ్యమే. ప్రబంధ విశేష మనుటచేత నిబద్ధకావ్య జాతిలోని దనియు, లక్షణయుతమైన దనియు గ్రహింప దగును.

ప్రతాప రుద్రీయమున సంస్కృతోదాహరణ లక్షణము కొంత కలదు

"యేన కేనాపి తాళేన గద్యపద్య సమన్వితమ్,
జయేత్యుపక్రమం మాలిన్యాదిప్రాస విచిత్రితమ్
తదుదాహరణం నామ విభక్త్యష్టాంగ సంయుతమ్"

ఇందలి గద్య పద్య సమన్వితత్వము తెనుగున లేదు. ఆ గద్య స్థానము ననే కాటోలు తెలుగు కవులు గేయములు నిల్పిరి. నిజమునకు పద్యమునకువలె గద్యమునకును తాళగతి పూర్వకాలమున గలదు. రానురాను ఒక్క కీర్తనకు మాత్రమే తాళము నిలిచి గద్య పద్యములకు లేకుండ బోయినది

తెనుగునకూడ ఇష్టదేవతా పరముగా అవతరించిన ఈ రచనలు కాల క్రమమున మహాపురుషుల ఉదాత్తకార్య పరములుగాకూడ రచింపబడ జొచ్చెను. పయి లక్షణములందలి జయ శబ్దోపక్రమణము తెలుగున లేదు ఈ ఆది నియ మము కూడ అతి ప్రాచీన కాలమునుండి వచ్చు సంప్రదాయమై యుండవచ్చును. రాజులయు, రాజ వంశములయు మహాకార్యముల నుదాహరణ రూపమున స్తోత్రముచేయు వందిమాగధులు జయశబ్ద పూర్వకముగా పఠించి యుందురు మహానవమికి గిలకలు పట్టెడి బడిపిల్లలు 'జయీ భవ-విజయీ భవ' అను నుప క్రమణికతో దాతను సంబోధించుట, ఈ మర్యాదయొక్క ఛాయయే కావచ్చును.

ఈ యుదాహరణములు తెనుగున శతకములవలె నసంఖ్యాకములు పుట్టి యుండును. ప్రాచీనములైన ఛంద కావ్యము లన్నిటివలె నవియు నన్తమించి పోయినవి. పోయినవిపోగా, మిగిలిన వాటిలో ప్రసిద్ధములైనవి యీ క్రింద నుదాహరింపబడుచున్నవి.

1. బసవోదాహరణము — పాల్కురికి సోమనాథుడు (తెలుగునను, సంస్కృతమునను), 12 వ శతాబ్ది.
2. త్రిపురాంతకోదాహరణము - రావిపాటి త్రిపురాంతకుడు, 14 వ శతాబ్ది
3. వేంకటేశ్వరోదాహరణము - తాళ్ళపాక తిరుమలయ్య
4. హనుమదుదాహరణము - చిత్రకవి పెద్దన (ల. సా. సం), 16 వ శతాబ్ది అపర భాగము.
5. శ్రీకృష్ణోదాహరణము - కాకునూరి యప్పకవి (అప్పకవీయము) 17 వ శతాబ్ది.
6. రఘునాధీయోదాహరణము - నుదురుపాటి సాంబశివకవి, 18 వ శతాబ్ది

ఇతని కాలము :

త్రిపురాంతకుని ప్రేమాభిరామమునకు ఓరుగల్లు పట్టణము రంగస్థలము. కథ ప్రతాపరుద్రుని రాజ్య కాలములో జరిగినది. ఆనాటి యా పుర వైభవమును కన్నులారజూచి యా నాగర జీవనమును అనుభవించి దానిని మనకు ప్రత్యక్ష దర్శన మొనర్చిన త్రిపురాంతకుడు ఇంచుమించు మారనకు సమకాలికుడై యుండ దగును. అగుచో అది తిక్కన యుగము. ఎఱ్ఱాప్రగడ యుగమునకు కొంచెము పూర్వము. కాని యీ రెండు యుగములకును అతి సన్నిహితత్వము కలదు గనుక, ఇతనిని ఎఱ్ఱన యుగములోని వానినిగానే గ్రహింపవచ్చును. మఱియు అంబికా శతకాదులైన మూడు తెలుగు రచనలును ప్రేమాభిరామము తరువాతనే పుట్టియున్న యెడల, తిప్పనను ఎఱ్ఱన యుగములో జేర్చుటయే సహేతుకము. ఈతడు రచించిన త్రిపురాంతకోదాహరణముకూడ ఉత్సన్నమై పోయిన యెడల రావిపాటి తిప్పన శ్రుతనాములలో చేరి యుండెడివాడు.

ఈ యుగమునందలి శ్రుతనామములు

ఈ యుగమునందలి శ్రుతనామములలో చిమ్మపూడి అమరేశ్వరుడు ముఖ్యుడు.

శ్రీనాథుడు మొదలుకొని చాలమంది పూర్వ కవులు ఈ యమరేశ్వరుని ఒక మహా కవిగా పూర్వకవి సంస్మరణ పద్యములలో పేర్కొనిరి. ఈ క్రింది పద్యము శ్రీనాథుని క్రీడాభిరామములోనిది.

"నన్నయభట్ట తిక్కకవి నాయకులన్న హుళక్కి భాస్కరుం
డన్నను జిమ్మపూడి యమరేశ్వరు డన్నను సత్కవీశ్వరుల్
సెన్నుదుటం గరాంజలులు నింతురు జేయని రావిపాటి తి
ప్పన్నయు నంతవాడె తగునా యిటు దోసపు మాటలాడగన్"

దీనినిబట్టి అమరేశ్వరుడు తిక్కన యుగమునకును శ్రీనాథుని యుగమునకును మధ్య కాలమువాడు కాదగునని ఊహచే ఈ యుగము వాడుగా పేర్కొందురు. ఇతడు "విక్రమసేనము" అను ఒక మహాకావ్యము వ్రాసెనట. ఆ గ్రంథమిప్పుడు లభ్యముకాదు. లక్షణ గ్రంథములలోను, సంకలన గ్రంథములలోను, అందులోనివిగా కానవచ్చు పద్యములు సుమారు ఏబది కలవు. వాటినిబట్టి యది ఒక శృంగారరస ప్రధానమైన ప్రబంధమనియు. విక్రమసేను డనెడి మాళవరాజు నాయకు డనియు, అతని రాజధాని ఉజ్జయిని యనియు, నిషధరాజ తనయ నాయిక యనియు తెలియవచ్చుచున్నది. అంతేగాక ఆ పద్యములలో పుర వర్ణనమునకు సంబంధించినట్టియు, జలకేళీ వన విహారములకు సంబంధించి నట్టియు పద్యముల పోకడనుబట్టి అది యష్టాదశ వర్ణనాయుతమైన ఒక శృంగార రస ప్రబంధమని యూహింప వచ్చును. సంస్కృత వాఙ్మయములో ఆ పేరుగల కావ్య మేదియు నున్నట్లు తోచదు. కావున నిది అనువాదముకాక స్వతంత్ర ప్రబంధమే కావచ్చును. అగుచో నన్నెచోడుని కుమారసంభవము తరువాత అమరేశ్వరుని విక్రమసేనము రెండవ స్వతంత్ర గ్రంథముగా పరిగణింపబడదగును.

శ్రీనాథుడు

శ్రీనాథుని గురించి చెప్పికొను సందర్భమున రెడ్డిరాజ్య చరిత్రను సంగ్రహముగా పరిశీలింతము.

రెడ్డిరాజ్యమును స్థాపించినవాడు ప్రోలయ వేమారెడ్డి ఇతడే హరివంశ కృతిపతి. ఇతని కాలము క్రీ.శ 1328-1350. అనంతరము అతని కుమారుడు అనపోతారెడ్డి రాజయి 1362 వరకు రాజ్యమేలెనని కొందరును, 66 వరకు ఏలెనని మరి కొందరును అందురు. రాజధాని అద్దంకినుండి కొండవీటికి మార్చబడినది ఇతనికాలముననే అని ఒకమతము కలదు ఇతని అనంతరము రాజ్యమునకు వచ్చిన ఇతని సోదరుడు అనవేమారెడ్డి కాలమున ఆ మార్పు జరిగినదని ఇంకొక మతము. ఈ అనవేముడు 1361 వరకో లేదా 88 వరకో రాజ్యము నేలెను. ఆ ఇరువురి సోదరుల పాలన కాలములో బాల సరస్వతి యనెడు పండితుడు విద్యాధికారిగా నుండెను. ప్రకాశభారతీయోగి అను ఒక తెలుగుకవి కూడ అనవేమారెడ్డి కాలమున ఆస్థానకవిగా నుండెనట; అతని గ్రంథము లేవియు కానరావు.

అనవేమునికే ధర్మవేమన అని దాతృత్వ సూచకమైన ఒక బిరుదము కలదు ఆతని అనంతరము, ఆతని అన్నయైన అనపోతారెడ్డి కుమారుడు కుమారగిరి సింహాసనమెక్కి (1381 or 1383) సుమారు ఇరువది సంవత్సరములు (1400 or 1402) త్యాగభోగ శీలుడును, సంగీత నాట్య కళాలోలుడును అయి కాలము పుచ్చెను. సంస్కృతమున వసంతరాజీయమనెడి ఒకనాట్య శాస్త్రమును కూడ వ్రాసెను. ఇతడు రాజ్య పాలనాదులకంటె, విద్యా వినోదములందును, విలాసకార్యముల యందును యెక్కువ మక్కువ చూపుటచే ఈతని బావమఱదియైన (చెల్లెలు మల్లాంబికభర్త) కాటయవేముడు పరిపాలనా భారమును వహించి రాజుగానే ప్రవర్తించెను ఆ దినములలో రెడ్డిరాజ్యమునకు ప్రతినిధిగా రాజమహేంద్రపరమున అల్లాడరెడ్డి కలడు కుమారగిరి ఆసీమను సోదరికి అరణముగా ఒసగుటచే కాటయవేముకు దానిని సొంతముగా పాలించుకొనుటకై రాజమహేంద్రము వెళ్ళి అచ్చట స్థిరపడెను. ఈ అరణ ప్రదానము

1387లో జరిగినదని కొందరును, 1398లో జరిగినదని కొందరును చెప్పుదురు. ప్రదానము 87లో జరిగి, కాటయవేముని స్వయంపాలనారంభము 1398లో ప్రారంభము కావచ్చును. ఆగుచో ఆ రెండు మతములకు సమన్వయము కుదురును.

కుమారగిరికి సంతానములేను. అందుచే అతని అనంతరము అతని పినతాత కొడుకు పెదకోమటి వేముడు రాజయ్యెను. ఈతని కాలము 1400-1420 లేదా 1402-1420. ఇతని ఆస్థానకవి శేఖరుడే శ్రీనాథుడు. మామిడి సింగనామాత్యుడు రాజమంత్రి. శృంగార నైషధము కృతిభర్త ఈమంత్రిశేఖరుడే.

పెద కోమటి వేమన కాలములో రెడ్డిరాజ్యమునకు ఒకవంక రాచకొండ వెలమ రాజులతోను, ఇంకొక వంక విజయనగర రాజులతోను, వైరము పెరిగి యుద్ధములు తటస్థించెను. సర్వసమర్థుడైన పెదకోమటి ఆయుద్ధములలో శత్రువులను జయించి, రాజ్యమును సురక్షిత మొనర్చెను. ఇది ఇటులుండ రాజమహేంద్రవరము, రెడ్డిరాజ్యములో అంతర్భాగమే కనుక ఆ సీమకు కాటయ వేముడు స్వతంత్ర రాజగుట పెదకోమటికి సమ్మతము కాలేదు. అదికారణముగా ఆ బంధువు లిరువురు శత్రువులైరి. పెదకోమటి అనంతరమున రాచవేముడు కొండవీటికి రాజయి నాలుగు సంవత్సరములే పరిపాలనచేసెను (1420-1424). ఈతని కాలములోనే కొండవీటి ప్రాభవము క్షీణించిపోయి నిలువలేక విజయనగర సామ్రాజ్యమున లీనమై పోయెను.

రాజమహేంద్రవరశాఖలో మొదటిస్వతంత్రరాజు కాటయవేముడు. అతడు 1419 వరకు పాలించెను. రాజ్యపాలనాధికారము స్వీకరించుటతోనే తనకు పూర్వము రాజప్రతినిధిగా నున్న అల్లాడరెడ్డికి దండనాథ పదవినిచ్చి మన్నించెను. కాటయవేముడు సంస్కృతమున సరసమైన పాండిత్యము కలవాడు. కాళిదాస నాటక త్రయమునకు ఈ రాజు వ్రాసిన వ్యాఖ్యానములు చాల ప్రసిద్ధిగలవి. ఈ రాజపండితుడు. తనకీ రాజ్యమిచ్చిన బావగారి యెడ నెంతో ప్రేమాభిమానములు కలవాడు. తానువ్రాసిన నాటక వ్యాఖ్యానములలో కుమారగిరి పేరు సంస్మరించుటయే కాక తన పుత్రునకు కుమారగిరి యని పేరు పెట్టుకొనెను. అతని కాకుమారుని తరువాత నొక పుత్రికయు కల్గెను, ఆమె పేరు అనితల్లి. కాటయవేముని అనంతరము అతని కుమారుడు కొద్ది కాలమునకే చనిపోవుటచే

అతని బంధువైన అల్లాడ రెడ్డి రాజ్యమునకు వచ్చి 1420 వరకు పరిపాలించెను. ఈ యల్లాడరెడ్డి రాజప్రతినిధిగా పైన చెప్పబడిన అల్లాడరెడ్డి కాడు. ఇతడు ధర్మవేమన దౌహిత్రియైన వేమాంబకు భర్త. ఇతనికి వేమారెడ్డి, వీరభద్రారెడ్డి, దొడ్డారెడ్డి, అన్నారెడ్డి అను నలుగురు కుమారులు గలరు. వీరిలో రెండవవాడైన వీరభద్రారెడ్డి కాటయవేముని పుత్రికయగు అనితల్లిని పెండ్లాడి, భార్యా పరముగ లభించిన రాజమహేంద్రవర రాజ్యమునకు పాలకుడయెను. అల్లాడరెడ్డి నలుగురు కుమారులలో పెద్దవాడైన వేమారెడ్డి సర్వసమర్థుడు. ఇతడు పరిపాలనా భారము నంతను తానే వహించి తమ్ముని పేరనే రాజ్యమును నడపెను. వీరిమంత్రియే బెండపూడి అన్నయ్య, శ్రీనాథుని భీమేశ్వర పురాణమునకు కృతిపతి. శ్రీనాథుడు ఈ వీరభద్రారెడ్డికే తన కాశీఖండము కృతియిచ్చెను. ఈ యన్నదమ్ముల పరిపాలనము 1440 సంవత్సరము వరకు సాగెను. అంతతో ఆ రాజ్యమును నిలుపుకొనదగిన సమర్థుడు లేకపోవుటచే కొలదికాలము నామమాత్రావశేషమైయుండి తుదకు గజపతుల హస్తగత మయ్యెను. అల్లాడరెడ్డి కుమారులలో మూడవవాడైన దొడ్డారెడ్డికి నిశ్శంక కొమ్మన తానురచించిన శివలీలా విలాసమును కృతియిచ్చెను.

శ్రీనాథుని జీవితకాలము

శ్రీనాథుని జన్మకాలము 1365 అయియుండునని శ్రీ కందుకూరి వీరేశలింగం పంతులు మొదలగువారును, 1335 అని శ్రీ వేటూరి ప్రభాకరశాస్త్రి గారును నిర్ధారించిరి. ఆయన జీవితకాలమును నిర్ణయించుటకు మూలాధారము కాశీఖండ పీఠికలోని

చిన్నారి పొన్నారి చిరుతకూకటినాడు రచియించితిని మరుత్తరాట్చరిత్ర
నూనూగు మీసాల నూత్నయౌవనమున శాలివాహనసప్తశతి నొడివితి
సంతరించితి నిండుజవ్వనమ్మున యందు హర్షనైషధకావ్య మాంధ్రభాష
ప్రౌఢనిర్భరవయః పరిపాకమున గొనియాడితి భీమనాయకుని మహిమ

ప్రాయమింతకు మిగుల గైవ్రాలకుండ
గాశికాఖండమను మహాగ్రంథమేను
దెనుగఁజేసెద గర్ణాట దేశకటక
పద్మవనహేళి శ్రీనాథభట్ట సుకవి. ” అను పద్యము.

ఇందుదాహృతములైన గ్రంథములలో మనకు లభించినవి మూడే.నైషధము, భీమేశ్వర పురాణము, కాశీఖండము. వీనిలో మొదటిదగు నైషధము పెదకోమటి వేముని పాలన కాలములో వ్రాయబడినది. ఆ రాజు పరిపాలనాకాలము 1402 నుండి1420 ప్రభాకరశాస్త్రిగారి కాలనిర్ణయము ప్రకారము 1385 వ సంవత్సరములో పుట్టిన ఈకవి ఆ గ్రంథరచన వేళకు పరిపూర్ణయౌవనుడు; గనుక ఆ గ్రంథ మించుమించు 14.0-15 మధ్య వ్రాసియుండవలెను. శ్రీ వీరేశలింగం పంతులుగారు చెప్పినట్లు 1365 జన్మకాలమయినచో ఆతని యౌవన కాలము 1400 ప్రాంతమగును. అగుచో నైషధము పెదకోమటి పాలనారంభమున (1402) వ్రాయబడి యుండవలెను కాబట్టి ఈ గ్రంథమునుబట్టి శ్రీనాథుని జన్మకాలము నిర్ణయించుట సుకరముకాదు. ఏమనగా 1365 జననవత్సరమైనచో గ్రంథరచన పెదకోమటివేముని పరిపాలనారంభమునను, 1385 జననసంవత్సరమైనచో పెదకోమటి పరిపాలన మధ్యకాలమునను జరిగియుండవలెను. ఈ రెండును సంభావ్యములే గనుక ఈ గ్రంథము శ్రీనాథుని జన్మకాల నిర్ణయమునకు సమర్థమైన ఆధారము కాదు భీమేశ్వర పురాణము అందుకు సమర్థమైన గ్రంథము రెండవదియైన భీమేశ్వరపురాణము నాటికి శ్రీనాథుని వయస్సు ప్రౌఢనిర్భరము ఇది 1423-40 మధ్య రాజ్యమేలిన వీరభద్రారెడ్డి మంత్రికి కృతిగానీయబడినది. ఆ గ్రంథపీఠికలో నహమ్మదుషా యను ఖీజాఫూర్ నవాబును పేర్కొనిన పద్యము గలదు.

"అన్నయ మంత్రిశేఖరు డహమ్మదుషా సురదాణ భూమిభృ
త్సన్నిధికిన్ మదిన్ సముచితంబుగ వేమ మహీసురేంద్ర రా
జ్యోన్నతి సంతతాభ్యుదయ మొందగ బారసిభాష వ్రాసినన్
గన్నులపండువై యమరు గాకితమందలి వర్ణ పద్ధతుల్."

ఈ నవాబు పాలకకాలము 1420-35. కావున భీమేశ్వర పురాణము 1430 ప్రాంతమున నలుబదిఐదు సంవత్సరముల ప్రాయమున రచించి యుండవలయును. అంతకు మించియుండుట అసంగతము ప్రౌఢ నిర్భరవయఃపరిపాకమనగా 40-45 సంవత్సరముల వయస్సు. 1365 లో జన్మించిన కవికి 1423 నాటికే షష్టిపూర్తి జరిగియుండును. అది అపరవయస్సు కాని ప్రౌఢ వయస్సు కాదు. భీమఖండ, కాశీఖండ రచనలకు నడుమ కాలవ్యవధి చాల

కలదు. కాశీఖండ రచననాటికే తన శరీరమున ముదిమిలక్షణములు పొడ గట్టుచున్నట్లు కవికే గోచరించినది. "ప్రాయమింతకు మిగుల గైవ్రాల కుండ" అను వాక్యమునకు 'ఇప్పటికే వయసు మరలినది; ఇంతకు మిక్కిలిగా ముదిమిరాకముందు, అనియర్థము. అది కొంచెము తక్కువ ఏబదియేడ్ల వయస్సు. భీమఖండమునను, కాశీఖండమునను వ్యాసునిభిక్షకుబిలచిన బ్రాహ్మణి "పంచాద్వర్షదేశీయయైన పెద్ద ముత్తైదువ" శ్రీనాథుని దృష్టిలో ఏబదియేండ్లకు ప్రాయముకైవ్రాలి పెద్దతనము వచ్చును గనుకనే ఆ బ్రాహ్మణి కావిశేషణ ములు వాడెను. అదియు వీరభద్రారెడ్డి కాలమందే. భీమేశ్వర పురాణ రచనానంతరము కాశీఖండరచనకు బూర్వము పది సంవత్సరము లైనను వ్యవధి నంగీకరింపవలెను. అప్పుడే 'ప్రాయమింతకు మిగులగై వ్రాలకుండ'- అను కవి వాక్యము సంగతమగును. ఈ మూడు కాలములను సమన్వయించి చూచినచో, 1415 ప్రాంతమున జవ్వనమును, 1430ప్రాంతమున నడివయస్సును, 1440 ప్రాంతమున జరారంభమును ననుభవించిన కవి 1380 సంవత్సరమునకు ముందు పుట్టియుండడు. అతని జన్మకాలము 1390 ప్రాంతము కాని శ్రీ వేటూరి ప్రభాకరశాస్త్రిగారన్నట్లు 1385 గాని కావలయును. కాశీఖండానంతరము పెక్కు సంచారములుచేసి, మరికొన్ని గ్రంథములు రచించి-జీవికార్థము— ఇంకను పడరానిపాట్లు పడిన యీ వృద్ధకవి 1470 ప్రాంతము వఱకు జీవించె ననుకొన్నను తప్పులేదు.

వైదుష్యము :

ఆంధ్రకవులలో తిక్కన తరువాత నింతటి విద్వత్కవి యింకొకడులేడు. తిక్కనవలెనే శ్రీనాథుడును తనకాలమున సాహిత్యసింహాసనము నధిష్ఠించిన కవిచక్రవర్తి. ఆయనవలెనే రాజాస్థానములం దధికారము నెఱపి, రాజభోగము లనుభవించిన పుణ్యశాలి సమకాలమునందే కాక నిన్నమొన్నటి వరకు అర్వా చీన కావ్యరచనలకు తనశైలిని ఒఱవడిగాబెట్టిపోయిన గురువు. విపుల కావ్యేతి హాస పురాణములనుండి ఆంధ్రరసికుల దృష్టిని ప్రబంధముల దెసకు మర లించిన యుగకర్త. చిన్ననాటనే వేదవేదాంగాది పాండిత్యమును సంపాదించి, సాంఖ్యాది సిద్ధాంతములను, శైవవైష్ణవాద్యాగమంబులను, పాతంజలాది యోగ ములను, న్యాయవైశేషికాది దర్శనములను నామూలాగ్రముగా నెఱిగిన మహా

వేత్త. ఈ సమస్త విద్యాపరిశ్రమము నాతని గ్రంథములలో ప్రసంగము వచ్చినపుడెల్ల బ్రస్ఫుటమగుచునే యుండును. సంస్కృతాంధ్రములం దెట్టి పండితుడో ప్రాకృతాదులందు నట్టివాడే యనుటకు సప్తశతి తార్కాణము. ఈతని పాండిత్యమును దగ్గుపల్లిదుగ్గన నాచికేతూపాఖ్యానమున ప్రశంసించినాడు.

సీ॥ సంస్కృత ప్రాకృతశౌరసేనీ ముఖ్యభాషా పరిజ్ఞాన పాటవంబు
పన్నగపతి సార్వభౌమ భాషితమహాభాష్య విద్యాసమభ్యాసబలము
నక్షపాద కణాదపక్షిలోదీరిత న్యాయకళా కౌశలాతిశయము
శ్రుతిపురాణాగమస్మృతి సాంఖ్యసిద్ధాంత కలనవ్యుత్పత్తి గౌరవంబు
పూర్వకవిముఖ్యవిరచి తాపూర్వకావ్యకథాపరస సుధాచర్వణ ప్రౌఢతయును
గంపళింపంగ గాశికాఖండ నైషధప్రముఖ వివిధప్రబంధము లొనర్చి.

ఇంత యుద్దండ పండితుడయ్యు నాగర్భకవిగా బుట్టుట యీవ్యక్తిలోని మహావిశేషము.

సంస్కృతకవులలో కాళిదాసు, మురారి, శ్రీహర్షుడు, భట్టబాణుడు—శ్రీనాథునకు ప్రధాన గురువులు. తెనుగున కవిత్రయము వారి యెడ నీతడట్టి గురుభావమే చూపెను. పైని పేర్కొన్న సంస్కృతకవుల శ్లోకములను సందర్భవశమున దన గ్రంథములందెల్లెడ తెనిగించుటేకాక, విశేషించి కాళిదాసు కుమారసంభవమునకు హరవిలాసమున పొసగినంత వరకు అనుసరణమనిపించు కొనదగిన అనువాదము చేసెను. అంతకంటెను విశేషము, శ్రీహర్షుని నైషధమును తెనిగించుట. వీరందఱిలో భట్టబాణుడు శ్రీనాథునికి శైలినేర్పిన గురువు. ఆ సంస్కృతకవి యాభాషలో రీతిస్ఫూర్తికి పేరువడిన యేగద్యశైలిని అవతరింపజేసెనో, తెనుగున శ్రీనాథుడా వచనశైలిని అవతరింపజేసెను. బాణుని సమాసములు, విరోధాభాసాద్యలంకారములు, పూర్ణోపమాభూయిష్ఠములైన వర్ణనలు శ్రీనాథుని గ్రంథములలో యథాతథముగ గానవచ్చును.

కవిత్రయము వారిలో తిక్కన పలుకుబడికే కవి యెక్కువగ మురియును. కాని, యీతని శైలి యా ముగ్గురిలో నెవ్వరిదికాదు. సమాస ఘటన నన్నయ నుండి, ముద్దులొలుకు తెలుగు పలుకుబడి తిక్కననుండి, ప్రసన్నత యెఱ్ఱనుండి గ్రహించి, యెవరికిని శిష్యత్వము నెఱపని శైలి నీతడు నిర్మించుకొనెను. తనను గురించి కృతవతిచే

శా॥ ఈక్షోణిన్ నినుఁబోలు సత్కవులు లేరీ నేటి కాలంబునన్
దాక్షారామ చళుక్య భీమవర గంధర్వాప్సరో భామినీ
వక్షోజద్వయ గంధసారఘుసృణ ద్వైరాజ్య భారంబు న
ధ్యక్షించుం గవి సార్వభౌమ! భవదీయప్రౌఢ సాహిత్యముల్

అని చెప్పించిన పద్యార్థము సార్థకమై చెల్లినది.

శ్రీనాథుని కృతులు

శ్రీనాథుడు నైషధ రచనకు పూర్వము మరుత్తరాట్చరితమును, శాలివాహన సప్తశతిని, పండితారాధ్య చరిత్రను రచించెను. కాని ఆ మూడును నష్టములైనవి.

1. మరుత్తరాట్చరిత్ర:

ఈ మరుత్తరాజు కథ మార్కండేయ పురాణమున కలదు. అది చిత్ర విచిత్ర సన్నివేశములతో బహుపాత్ర ప్రాధాన్యముతో, అతర్కిత పరిణామము లతో నాటకీయగుణ శోభితమై యుండును శ్రీనాథుడు దానికథా చమత్కార మునకు ముచ్చటపడి తన కావ్యమునకు ఆ కథ నితివృత్తముగా గైకొని యుండును. అతని రచన స్వతంత్రమో? లేక ఆ పేరుగల పూర్వ సంస్కృత కావ్యమునకు అనువాదమో? చెప్పలేము. ఆ పేరుగల సంస్కృత కావ్య మేదియు నుండినట్లు నేనెఱుగను. శ్రీనాథుడు చేపట్టిన యితివృత్తము గనుక అతని గ్రంథము లేకపోయినను. యితివృత్తమైనను ఆంధ్రుల దృష్టికి తెచ్చుట మంచిది యని మారన ప్రకరణమున ఆ కథను వివరించితిని.

2. శాలివాహన సప్తశతి:

శ్రీనాథునకు ఆశ్రయ మిచ్చిన పెదకోమటి వేమారెడ్డికూడ కాటయ వేమునివలె, కుమారగిరివలె మంచి విద్వాంసుడు ఈ రాజు సప్తశతిలోని నూరు శ్లోకములకు టీక వ్రాసి "సప్తశతీ సారటీక" యని పేరు పెట్టెను. తన రాజు టీక వ్రాయగా శ్రీనాథుడా గ్రంథమును పూర్తిగా తెనిగించెను కాబోలు. ఒకవేళ ఆ ఆంధ్రీకరణము పెదకోమటికే యంకిత మయ్యేనేమో! క్రీడాభిరామముగ గానవచ్చు రెండు పద్యములకు ప్రభాకరశాస్త్రిగారు మూల గాథలను గుర్తించి చూపిరి. ఆ రెండు పద్యములును శ్రీనాథుని తెలుగు సప్తశతిలోనివియై యుండు ననుటకు సందియము లేదు. ఆ పద్యము లివి:

i. మ॥ వటు ఘుంఘూకవనోత్కృణాలయములో ఛిద్రంబునన్ బట్టి కం
కటిపై ముచ్చుము ఒంగి నిర్భరవియోగగ్లాని శోషిల్లి యొ
క్కటి నిద్రించుచున్న పాంథవనితన్ గర్జావచఃప్రౌఢిమన్
దటి దుద్ద్యోతము సూపు నట్టనడురే ధారాధరశ్రేణికిన్.

ii. గీ॥ మాఘమాసంబు పులివలె మలయుచుండ
బచ్చడం బమ్మికొన్నాడు పసరమునకు
ముదిత చన్నులు పొగలేని ముర్ముర ములు
*చలికి నొఅగోయకేలుండు సైరికుండు.

ఈ రెండునుగాక ఈ క్రింది పద్యము సప్తశతిలోనిదిగా లక్షణ గ్రంథము లలో గానవచ్చుచున్నది.

వారణసేయదావ గొనవా నవవారిజమందు దేటి గ్రొ
వ్వారుచునుంట నీ వెఱుగవా ప్రియ హా తెఱగంటిగంటి కె
వ్వారికి గెంపురాదు తగవా మగవాటలమూర నీ విభుం
డారసి యానిజం బెఱుగు నంతకు నంతకు నోర్వు నెచ్చెలీ!

3. పండితారాధ్య చరిత్ర:

ఇది పాలకురికి సోమనాథుని ద్విపద కావ్యమునకు పద్యానుసరణము నైషధ కృతిపతియైన మామిడి సింగనామాత్యుని అన్నగారికిది కృతి

కం॥ జగము నుతింపఁగ జెప్పితి
ప్రెగడయ్యకు, నాయనుంగుఁ బెద్దనకు, గృతుల్
నిగమార్థసార సంగ్రహ
మగు నారాధ్యచరిత మాదిగఁ బెక్కుల్.

అని నైషధమున ప్రస్తావింపబడినది గనుక తత్పూర్వ రచనయే!

4. శృంగార నైషధము:

దీనికి మూలమైన శ్రీహర్షుని గ్రంథమునకు నైషధీయ చరితమని పేరు. ఈ కథకు మూలము భారత ఆరణ్య పర్వములోగల నలోపాఖ్యానము. కాని

* ఈ పద్యము సంపరి చివరి రెండు పంక్తులలో మూలములోని యర్థము లేదు. కవి హృదయము బోధపడ లేదు

ఆ మూల కథనంతను శ్రీహర్షుకు వ్రాయలేదు. అందుచే నైషధీయ చరితము యధార్థముగ సార్థకము గాదు వ్రాసినంతవరకు వివాహ పర్యవసాయియైన నల దమయంతుల ప్రణయగాధ మాత్రమేగల యీ గ్రంథమును శ్రీనాథుడు శృంగార నైషధ మనుటలో నెంతో ఔచిత్య మున్నది. కష్టమయమైన నాయికా నాయకుల ఉత్తర కథాభాగమును శ్రీహర్షుడు వ్రాయ తలపెట్టలేదో లేక తల పెట్టియు గ్రంథమును అసమాప్తముగానే వదలెనో నిష్కర్షగా చెప్పలేము. అయినను అతడు సంపూర్ణ కథను వ్రాయ సంకల్పించినట్లు అనుమానించుటకు కొంత అవకాశము లేకపోలేదు ఎట్లన నల దమయంతుల కష్ట పరంపరకు, కలిద్వాపరముల కోపము కారణభూతము. శ్రీహర్షుని గ్రంథమున ఈ పాత్రలు ప్రవేశ పెట్టబడినవి నిషధపురమున అవి నలుని యావేశించుటకు రంధ్రాన్వేషణ చేయుచు నివాస మేర్పరచుకొన్నట్లు కూడ నిర్దేశింప బడినది. ఉత్తర కథ వ్రాయ దలపని కవి ఆ కథా కావ్యమునకు బీజరూపమైన కవి ద్వాపర ప్రవేశ మును చేయడు. కావున ఆదియందు సమగ్ర నలచరితమునే వ్రాయ సంకల్పించియు శ్రీహర్షుడు ఏ కారణము వలననో ఉత్తర కథను వ్రాయలేదని తలచుట అంతగా తప్పుకాదు. కథా ప్రణాళికలో భారత కథకును నైషధీయ చరితమున కును భేదమేమియు లేదు. నల దమయంతుల పరస్పర ప్రేమ-హంసదౌత్యము-నలదౌత్యము- స్వయంవరము- వివాహము, అనెడి యైదు కథాంశములు ఇందును అందునుకూడ సమానమే. కాకపోతే, అసతి విస్తృతమైన పురాణ కథను వివు లాతి విపులమైన ప్రబంధ వస్తువుగా పరివర్తనము చేయునపుడు రస సంపాదన వ్యాజమున కవి ప్రదర్శించిన వర్ణనా బాహుళ్యమువల్ల ఈ కావ్యము ఇరువది రెండు సర్గముల గ్రంథముగా పెరిగినది. భారతమును దానికి పరిశిష్ట భాగమైన హరివంశమును తెనుగున నవతరించిన పిమ్మట శ్రీనాథునివంటి సాహిత్య రస లోలుపుడైన ప్రజ్ఞాశాలి విషయ ప్రధానములైన ఇతర పురాణములను కాక రస ప్రధానమైన యేదేని ఒక సంస్కృత కావ్యమును చేపట్టుట న్యాయమే కాని శ్రీహర్షునికంటె అన్ని విధముల ఉత్తముడైన కాళిదాసుని కావ్యము లుండగ ఈ ఆంధ్రకవి శ్రీహర్షునే యేల వరింపవలయును? దీనికి మూడు కారణము లుండ వచ్చునని నాకు తోచుచున్నది

మొదటిది: కృతిపతియైన మామిడి సింగనామాత్యుడు-

"శ్రీహర్ష సుకవి కవితా
వ్యాహార కథాసుధారసా స్వాద సుఖ

శ్రీహర్షోదయ నిత్య న
మాహిత మహితాంత రంగు"డు......

ఆ కృతిపతికి అభిమానపాత్ర మైన గ్రంథము నాతని కోర్కెపై తెనిగించుట కృతికర్త విధి గావున దానిని చేపట్టక తప్పదు.

రెండవది: వేమ భూపాలుని ఆస్థానమున వామనభట్టబాణుడను ఒక సంస్కృతకవి కలడు. అతడు నలాభ్యుదయ మను పేర నిషధరాజ చరితమును సంస్కృతమున నొక కావ్యముగా వ్రాసెను. అందు వామనుడు తన ప్రజ్ఞ నెంతగా ప్రదర్శించినను, శ్రీహర్షుని నైషధ ముండగా సంస్కృత వాఙ్మయమున అతని నలాభ్యుదయము రాణింపదు. అది ఫలములేని వ్యర్థ ప్రయత్నము. మామిడి సింగనామాత్యుడు వామనుని సంస్కృత గ్రంథముకంటె రెడ్డిరాజుల ఆస్థానమున శ్రీహర్షుని నైషధమునే ఆంధ్రభాషా రూపమున ప్రతిష్ఠించుట, తన కును, తన యాస్థానమునకును, కవికిని, ఆంధ్ర వాఙ్మయమునకును ప్రతిష్ఠాకర మగునని భావించి యుండును. ఆది శ్రీనాథునకును సమ్మతమై యుండును.

మూడవది: అనువాదమనగా కేవల మూల విధేయత పాటించుటగాక స్వతంత్రించి స్వీయ ప్రజ్ఞా ప్రదర్శనముతో మూలమునకు వన్నె బెట్టగల శ్రీనాథునివంటి మహాకవికి కాళిదాసు కావ్యములు ఉపకరింపవు. కవి కులగురుని కావ్యములలో అనువాదకుని స్వతంత్ర విహారమునకు అవకాశ ముండదు. మరి స్వతంత్రతను అవలంబిపకయే యథా మూలముగ రసవంతముగా, అనువదింప రాదా యనుకొన్న శ్రీనాథుని విశృంఖల ప్రతిభా విహారము ఆ నిర్బంధమును అంగీకరింపదు. అదియుగాక, శ్రీనాథుడు చిన్ననాటనే వేదవేదాంగాది పాండిత్యమును సంపాదించి, సాంఖ్యాది సిద్ధాన్తములను, శైవ వైష్ణవాద్యాగమములను పాతంజలాది యోగములను, న్యాయ వైశేషికాది దర్శనములను— ఆమూలాగ్రము ఎఱింగిన మహావేత్త. ఈ వైదుష్య మంతయు గ్రంథ రచనలో ఫలప్రదము కావలయు నన్నచో అంత వైదుష్య భూయిష్ఠమైన కావ్యమే అందులకు తగిన సారవంతమైన క్షేత్రము సంస్కృత వాఙ్మయములో అట్టి కావ్యము శ్రీహర్షుని నైషధీయ చరితమే. కావున తన ప్రజ్ఞను, స్వతంత్రతను, వైదుష్యమును, ప్రదర్శించుటకు తగిన క్షేత్రమని శ్రీనాథు డిందడుగిడి యుండ వచ్చును పై ప్రశ్నకు నాకు తోచిన సమాధానమిది.

నైషధీయ చరిత పరామర్శ

నైషధము సంస్కృత వాఙ్మయమున నతి ప్రౌఢ సాహిత్యమని పూజింపబడిన మహా కావ్యము. సాహిత్యములో ప్రౌఢియనునది కావ్యశిల్పమునకు సంబంధించినది కాని, శబ్దాడంబరమునకు సంబంధించినది కాదు. దురదృష్టవశమున ఈ యర్థమును విస్మరించి దురవబోధ నారికేళ పాకమయమైన కావ్యములనే ప్రౌఢ కావ్యములని సాహిత్యపరులు వాకొనుట పరిపాటి యైనది అది యట్లుండనిండు, శ్రీహర్షుడు సహజముగా మహామేధావి ఆ మేధావితవంటి నిసర్గకవితా ప్రతిభ కూడ కలవాడు. ఈ సహజశక్తుల కాతడు చేసిన సమస్త విద్యా వ్యాసంగమును తోడ్పడి అతనిని మహా పండితుని జేసినది. పాండిత్య రూపమైన ఈ వ్యుత్పత్తి సహజ ప్రజ్ఞకు మించిన దగుటచే నాతని కవితాకన్య మోయలేని భారమును దాల్ప వలసివచ్చెను. ఒక్కొక యెడ ఆమె సహజ సౌందర్యమునే మరుగు పరచిన కృత్రిమాలంకృతి కానవచ్చును. పాండిత్య యుతమైన మేధావిత యాతని యూహను (భావనను కాదు)* చిత్రవిచిత్ర భూముల సంచరింపజేసి అతిలోకములైన అర్థకల్పనల జేయించును. ఆ యర్థకల్పనలు అత్యుదాత్తములు ఆశ్చర్యజనకములు నై యుండును. ఈ గ్రంథమున-అలవోకగా యే గ్రంథమును స్పృశించినను-ఈ గుణములే ప్రస్ఫుటములయి పాఠకులనాశ్చర్య ప్రవాహమున మున్కలు వేయించు ఎడనెడ హృదయావర్జకమును భావనా గమ్యమును నైన సరసకవితా సృష్టియు దర్శనమిచ్చుచుండును. మొత్తముమీద ప్రజ్ఞా జన్యమైన ఈ భాగము తక్కువగను, వ్యుత్పత్తిజన్యమైన యా భాగమెక్కువగను ఉండుటన్నచో అంతగా నపరాధముకాదు. ఎంతగొప్ప వాడైనను ఈ కవి కాళిదాసాదులతో పోల్పదగినవాడు మాత్రము కాడు. రసపరిపోషణమునందేమి ఔచిత్య పరిపాలనమునందేమి కథా కథనమునందేమి, చతురస్ర శోభియైన మూర్తిసౌష్ఠవము నందేమి ఆ కవికుల గురునకు గల కౌశలము ఈతనికి లేదు. మరియెప్పటి కప్పుడే ఒక్కొక్క శ్లోకరచన ఈతని దృష్టినరి

* భావన : Imagination, ఊహ Fancy

కట్టును గాని సమగ్ర కావ్యనిర్మాణపు దెనసు ప్రసరింపదు. ఈతని అర్థకల్పనలు యెంత ఆశ్చర్య జనకములైనను వాటిలో కొన్ని అనౌచిత్య కళంకితములై యుండును. ఈ దోషారోపణము నేటి సాహిత్యధర్మముల బట్టియు ప్రమాణముల బట్టియు చేసినదికాదు శ్రీనాథుని నాటికే ఈ కవిత అట్టిదిగా సరసులకు పొడకట్టినది. ఈయనౌచిత్యముతో పాటు పునరుక్తి భావాతిచాలనము, వర్ణనా దైర్ఘ్యము ఈ కావ్యములోగల మరికొన్ని అవగుణములు. అయినను ఈ గ్రంథమున చక్కని రసపర్యట్టములు లేకపోలేదు అట్టివాటిలో నలదౌత్యము సుందరాతి సుందరము. ఆ భాగమే ఈ కావ్యమునకు ఆయువుపట్టు. శేముషీ మూర్తులైన నాయికా నాయకులిరువురు తమతమ ప్రతిజ్ఞను అచలితముగ కాపాడుకొనుటకై పరస్పర సంభాషణ చేయుసమయమున ప్రదర్శించు ఒడిన చాతుర్యము, గాంభీర్యము, స్వాభావిత ధీరత్వము అతిరమణీయములుగా నున్నవి. అందును, అభిగర్వైశ్వరియు బుద్ధిశాలినియు అగు దమయంతి వాదమున దేవదూతను గెలువలేక కంటనీరు పెట్టుకొను క్షణము సరసులకంట నీరు తెప్పించును ఇట్టి గుణాగణ సంకలితమైన ఈ కావ్యమును చేపట్టి శ్రీనాథుడెట్లు అనువదించెనో చూతము.

అనువాద పద్ధతి

శ్రీనాథుడే తన ఆంధ్రీకరణ పద్ధతిని గురించి గ్రంథాంతమున ''అశేష మనీషి హృదయంగమంబుగా, శబ్దంబు ననుసరించియు, అభిప్రాయంబు గురించియు, భావం బుపలక్షించియు, రసంబు పోషించియు, అలంకారంబు భూషించియు, ఔచిత్యంబాదరించియు, అనౌచిత్యంబు పరిహరించియు, మాతృకానుసారంబున చెప్పబడెనని వక్కాణించెను. శృంగార నైషధము కవి ప్రతిజ్ఞాను సారము మనీషి హృదయంగమంబుగా నున్నదని ఒప్పుకొని తీరవలెను. ఈ కావ్యమును హృదయంగమంబు గావించుటలో, ఆయన పాటించిన నియమములలో మొదటిది అనౌచిత్యమును పరిహరించుట, దానితోపాటు పైని పేర్కొన్న పునరుక్తిని అతిచాలనమునుకూడ పరిహరించి దీర్ఘవర్ణనలను సంగ్రహపరచుట. ఈ సంస్కారములు నిరాత్మకానుసరణములని చెప్పుటకు వీలులేదు. అనుసరణము మార్పులను అంగీకరించును.

ఇక మాతృకానుసారము అనునది మూలములోని శబ్దమును యథాతథముగ ప్రయోగించుట, అభిప్రాయమును భావమును ఉపలక్షించి ప్రసన్నతా సంపాదనార్థము విశదీకరించుట, కథానుక్రమణికను యెయ్యెడను విడనాడకుండుట, మొదలగు ప్రధానాంశములలో వ్యక్తమగుచున్నది. వీటి నన్నింటిని ఉదాహరణములతో నిరూపించుటకు ఒక ప్రత్యేక వ్యాసంగమే చేయవలెను ఆ పరిశీలనము యిందు పొసగదు ఆయినను కొలదిపాటి ఉదాహరణములతో ఆంధ్రానువాద స్వరూపమును స్థూలముగా చూపవచ్చును. మరియు అనౌచిత్యాది పరిహరణ పద్ధతిలోకూడ కొన్ని అపవాదములు కలవు. కవి ఆ జాతిలో కొన్నింటినే పరిహరించి కొన్నింటిని ఆదరించెను. అట్లే పునరుక్తులలోను కొన్నింటిని అంగీకరించెను. రస విహీనములును, సాంకేతికములునైన శాస్త్రార్థములను కొన్నింటిని త్రోసిపుచ్చి మరి కొన్నింటిని ఒప్పుకొనెను. అట్లుకాక పరిహరణీయము లన్నింటిని పరిహరించినచో విద్వాంసులు తనకు అసమర్థతా దోషమును ఆపాదింతురేమో యని శంకించి యుండవచ్చును. లేదా మూలమునకు మిక్కిలి దూరగతుడగుటకు నమ్మతింపనివాడు కావచ్చును. ఏమైననేమి, శ్రీనాథుని శృంగార నైషధము శ్రీహర్షుని నైషధీయచరితముకంటె రసవత్తరముగా నున్నదనియు ఆ గుణాధిక్యమునకు కారణము అనువాద పద్ధతి యనియు సరసులును, ఉభయభాషా కోవిదులును అయిన విద్వాంసులు త్రికరణ శుద్ధిగా నంగీకరించిరి.

ఉదాహరణములు

1. అనుచితార్థములు :

దమయంతికడ హంస చేసిన నలవర్ణనల సందర్భమున ఈ క్రింది నాలుగు శ్లోకములను శ్రీనాథుడు ముట్టలేదు.

I "శృణ్వన్ సదార స్తదుదారభావమ్
హృష్యన్ ముహుర్లోమపులోమ జాయాః
పుణ్యేన నాలోకత లోకపాలః
ప్రమోద బాష్పా వృతనేత్ర మాలః"

(దేవేంద్రుడు శచీసహితుడై నలుని ఉదారభావ కథనమును వినుచుండగా శచీదేవికి హర్ష పులకాంకురము జనించెనట. ఆ సమయమున ఆమె పుణ్యావశ

మున భర్త ఆనందబాష్పావృత నేత్రుడగుటచే చూడలేదట చూచి ఉంటే ఆమె శీలమును శంకించెడివాడు).

II ''సాపీశ్వరే శృణ్వతి తద్గుణౌఘాన్
ప్రసహ్యచేతో హరతోర్ధశమ్భుః।
అభూద పర్ణాంగుళిరుద్ధకర్ణా
కదాన కండూయన కైతవేన॥''

(ఈశ్వరుడు మనోహరములైన నలుని గుణములను ఆలకించుచుండగా, ఆయన శరీరార్ధ భాగమైన పార్వతి [యింకనూ విన్నచో మనసు చలించు ననెడి భావముచే గాబోలు] కర్ణకండూయన నెపమున వ్రేలితో చెవిని ఎన్నడు మూసికొన లేదు?)

III "అలం సజన్ ధర్మ విధౌ విధాతా
రుణద్ధి మౌనస్య మిషేణ వాణీమ్।
తత్కణ్ఠ మాలిఙ్గ్య రసస్య తృప్తామ్
న వేదతాం వేద జడస్స్వవక్త్రామ్॥"

(బ్రహ్మ అనుష్ఠానమున నిమగ్నుడై మౌనమిషచే వాణిని తన ముఖముననే [బయటకు వెడలనీకుండ] బంధించి యుంచెనట రసలుబ్ధమైన యా వక్ర స్వభావురాలు నలుని కంఠముపు కౌగిలించుకొని యుండుటను ఆవేదజడుడు ఎరుగడు. [నలుని ముఖమున సరస్వతి యున్నదని తాత్పర్యము])

IV "శ్రియస్తదా లిఙ్గన భూర్నభూతా
వ్రతక్షతిః కాఽపి పతివ్రతాయాః।
సమస్త భూతాత్మయా న భూతమ్
తద్భర్తురీర్ష్యా కలుషాణునాఽపి॥''

(లక్ష్మి నలుని కౌగిలించుకొనియే యున్నను ఆమెకు పాతివ్రత్యక్షతి యేమియు కలుగలేదు. సమస్త భూతాన్తరాత్మరై యున్న విష్ణుకు ఈషన్మాత్రమైనను ఈర్ష్య కలుగలేదు.)

జగన్మాతలైన త్రిమూర్తుల భార్యల గురించియు వారితో సమాన ప్రతిపత్తి గల శచీదేవిని గురించియు పాతివ్రత్య శంకను ఆపాదించెడి ఈ శ్లోకార్థములు యెంత చమత్కారములుగా నున్నను గ్రంథమున వ్రాయ తగినవి కావు.

శ్రీనాథుడు వీటిని వదలుట సమంజసమే। కాని, ఆయన మానవలోక స్త్రీల యెడ అట్టి యౌదార్యమును చూపలేదు. ఈ క్రింది శ్లోకము పై వాటితోపాటుగా విసర్జింప తగినదయ్యు విసర్జింపలేదు.

I "న కా నిశి స్వప్న గతం దదర్శతమ్
జగాద గోత్ర స్ఖలితేన కానలమ్
తదాత్మతాధ్యాత ధవారతేచకా
చకార నస్వస్య మనోభవోద్భవమ్"

"వాని కలలోన కానని వనజ ముఖియు
వాని మార్పు పేర్కొని మానవతియు
వానిగా నాత్మ భావించి వరుని గవయ
సప్పళింపని సతియు లేదయ్యె నెచట."

తెనిగింప కూడని ఈ శ్లోకమును తెనిగించినను మూలములోగల అశ్లీలార్థమును కొంతవరకు పెంచ పరచుట మెచ్చదగినది.

ఈ జాతిలోనిదే రంభనుగూర్చి చెప్పబడిన శ్లోకము. ఆమె దేవలోక స్త్రీ యైనను వేశ్యయే గావున ఆ శ్లోకమును తెనిగించుటలో ఏమియు దోషము లేదు. ఆ తెనిగింపు సంయుతము మూలార్థమునకు ఎంతో వన్నె పెట్టుచున్నది చూడుడు-

II "అస్మత్కృతత్రోత్ర సుధాం విధాయ
రంభాచిరంభా మతులాం నలస్య
తత్రానురక్తా తమనాప్య భేజే
తన్నామగన్ధా న్నలకూబరం సా"

(హంస దమయంతితో చెప్పుచున్నది; రంభ మా వలన అతులితమైన నలుని సౌందర్యమును గూర్చి శ్రవణ పేయముగా విని అతనియం దనురక్తురాలయ్యు పొందలేక నలనామ వాసనగల నలకూబరుని భజించెను.)

చ॥ "విని కలికి నూత్నచక్కి ప్రతివీ భువనంబునకున్ దిగంగనే
యనుపమలేక రంభయను నచ్చరలేమ నలున్ వరింప బూ
నిన తనకోర్కి నొక్క మెయినిండగ జేయుటకై భజించె దా
గొనకొని వేల్పులంమి నలకూబరు తచ్ఛుభనామ వాననన్."

మరియొక రీతినిగూడ ఈతడు అనౌచిత్యమును పరిహరించుటలో మూలమునకు మెరుగు పెట్టినాడు. ఎట్లన శ్లోకమును కేవలము విడిచి పెట్టక అందలి అనుచితములగు పదముల వదలిపెట్టి, వాటి స్థానమున సముచిత పదములు సమకూర్చి తెనిగించెను.

III ''సువర్ణశైలా దవతీర్య తూర్ణమ్
స్వర్వాహినీ వారి కణావకీర్ణైః
తం వీజయామః స్మర కేళికాలే
పక్షైః నృపం చామరబద్ధ సఖ్యైః''

మూలము నందలి ఈ యర్థము మెచ్చదగినది కాదు. నలుడు స్మర కేళీలాలసుడై యున్నపుడు హంస లాతనికి వీవన వీచెదనుట యుక్తముగాదు· పైగా అది దమయంతితో ననవలసిన మాటగాదు. ఈ విరసపు మాటను తొలగించి శ్రీనాథు దతి నిపుణముగ హంసల సేవాస్వరూపమును మార్చి మూలమునకు వన్నె పెట్టెను.

తే॥ ''కనక శైలంబు డిగ్గి యాకాశ సింధు
సలిలములదోగి మిగులంగ జల్లనైన
చారు హాటకమయగరు చ్చామరముల
వీతు నతనికి వైశాఖ వేళలందు.''

వీటికేమి– దమయంతి ప్రత్యంగ వర్ణనలోను బువ్వపుబంతి వర్ణనలోను, కలి పురుషుడు రాజసూయాశ్వమేధతంత్రములను చూచిన సందర్భమునను, ఇంతకంటే జుగుప్సావహములైన శ్లోకములు కలవు. శ్రీనాథుడు వాటిని విడిచి పుచ్చలేదు.

2. పునరుక్తి విసర్జనము:

(అ) దీనికి మొదటి ఉదాహరణముగా కావ్యారంభమునగల మొదటిరెండు శ్లోకములే చాలును అవి నలుని కీర్తి ప్రతాపవర్ణనలు కలవి.

I ''నిపీయ యస్య క్షితి రక్షిణః కథా
స్తథాద్రియన్తే న బుధా సుధామపి

నలః సితః చ్ఛత్రితకీర్తి మండలః
సరాసరాసీ న్మహసాం మహోజ్వలః''

(ఏ భూపాలకుని కథలను కర్ణపుటములతో గ్రోలి దేవతలు అమృతమునుగూడ ఆదరింపరో అట్టి సితచ్ఛత్రితముగా చేసుకొనబడిన కీర్తి మండలుడును, మహోజ్వల తేజోరాసియునైన నలుడను రాజు కలడు.

II "రసైఃకథా యస్య సుధావధీరిణీ
నల స్సభూజాని రభూద్గుణాద్భుతః
సువర్ణదణ్డైకసితాత పత్రిత
జ్వలత్ప్రతాపావళి కీర్తి మణ్డలః''

(ఎవని కథ అమృతముకంటె యెక్కువ రసవంతముగా నుండునో అట్టి నలుడను రాజు కలడు. ఆతడు తన కీర్తి మండలమును సిత చ్ఛత్రముగాను, ప్రతాపావళిని దండముగాను చేసికొనెను.)

మాటలలో భేదముతప్ప ఈ రెండు శ్లోకములలోను అర్థము ఒకటియే. అందుచే శ్రీనాథుడు మొదటిదానినివదలి రెండవదానినే "తపనీయదండైకధవళాతపత్రితోద్దండతేజః కీర్తిమండలుండు" అని ఒక సీసపాదములో తెనిగించెను.

(అ) ఈ శ్లోకములు నలుని ముఖసౌందర్యమును వర్ణించునవి :

1. "సకేళిలే సస్మిత నిన్దితేన్దునో
నిజాంశదృ క్తర్జిత పద్మసంపదః
అతద్వయీ జిత్వరసున్దరాన్తరే
న తన్ముఖస్య ప్రతిమాచరాచరే "

(మందస్మిత లేశముచే జయింపబడిన చంద్రుడు కల్గినటువంటియు, కన్గవచే తిరస్కరింపబడిన పద్మసంపద కల్గినటువంటియు, ఆతని ముఖమునకు ఆ రెండింటిని మించిన అన్యసుందరవస్తువు లేని ఈ చరాచరమునందు వేరొక ఉపమానములేదు)

2. "సరోరుహం తస్యదృశైవనిర్జితమ్
జితాఃస్మితేనైవ విధోరపి శ్రియః
కుతఃపరంభవ్య మహోమహీయసీ
తదాననస్యోప మితౌదరిద్రతా "

(అతని నేత్రములచే పద్మములు నిర్జింపబడెను. చంద్రుని శోభ అతని మందహాసముచే జయింపబడెను. అంతకంటె శ్రేష్ఠమైన వస్తువులెక్కడ గలవు. అతని ముఖముతో పోల్చుటకహో ఎంత వస్తుదారిద్ర్యమేర్పడెను.)

ఈ రెండు శ్లోకముల యర్థము ఒకటే. సరోరుహ మిత్యాది శ్లోకమున కవతారికలో "ఉక్తమేవార్థం భంగ్యన్తరేణాః" అని ఉక్తార్థమే పునరుక్తమని వ్యాఖ్యాతయగు మల్లినాథసూరియే నుడివియున్నాడు. శ్రీనాథుడిందు మొదటి శ్లోకమును మాత్రమే తెనిగించెను. ఆపద్యమిది. —

చ॥ దరహసితాపధీరిత సుధాకరబింబము నేత్రనిర్జితాం
బురుహము నైన యానిషధభూవరునుల్లసితాననంబుతో
సరిముఖియొండుగల్గమికి సంశయమేటికిఁ దద్ద్వయీవిజి
త్వరకమనీయ వస్తురహితంబగు నట్టి చరాచరంబునన్.

3. వ్యాకరణ విశేషములు :

సౌందర్యాపాదకమైన రసభావముగాని, రమణీయార్థము గాని, లేక కేవల శాస్త్రప్రసంగ మయములైన శ్లోకములు కొన్ని తెనిగింపబడలేదు. వాటిలో ఈ క్రింది శ్లోక మొకటి

"అధరం కిలబింబనామకమ్
ఫలమస్మాదితి భవ్యమన్వయమ్ ।
లభతేఒధర బిమ్బమిత్యదః
పదమస్యారద నచ్ఛదంవదత్ ॥"

(దమయంతి ఓష్ఠము బింబముకంటె (దొండపండు కంటె) అధరము గనుక (తక్కువ గనుక) ఆమె ఓష్ఠమునుగురించి అధరబింబము అని చెప్పెడి మాటకు చక్కని అన్వయము కుదిరెను.)

మరి యింతకంటెను క్లిష్టతరమైన వ్యాకరణార్థముగల ఈ క్రింది శ్లోకమును విడిచిపుచ్చక తెనింగించెను.

"ఇహకిముష సిపృచ్ఛాశంసి కింశబ్దరూప
ప్రతినియమిత వాచావా యనేనైషపృష్ట

భణపణిభవశాస్త్రే తాతఙస్థాని సౌకా
పిక విహితతుహీ నానన్తరం కోకిలోఽకూజత్

ఎట్లనగా—

పాణిని వ్యాకరణమున లోట్ ప్రథమ మధ్యమ పురుషుల ఏకవచన ప్రత్యయములు తు, హి, అనునవి. ఆశీరర్థమునందు వానికి 'తాత్' అనే ప్రత్యయము వేఱిస్థానమున అదేశమగునని ప్రశ్నింపగా కోకిలము హియని సమాధానము చెప్పినదట. తెల్లవారగనే కాకి 'కావ్, కావ్' అని అరచును. అది వసంతఋతువు గావున కోకిల అదేసమయమున 'కుహి కుహీ' యని కూయును

ఈ శ్లోకార్థము తెలుగునకు తెచ్చుట అసంభవమని సందేహించెడి వారిని నిరుత్తరులనుచేయుటకేమో యనునట్లు శ్రీనాథుడు ఈ క్రిందిపద్యమున ఎంతో సుకరముగా తెనిగించెను. ఈ అనువాదములోని సౌలభ్యము పండిత ప్రశంసార్హము.

శా॥ ప్రాతఃకాలము వాయసంబు 'పణిరాపల్వోక్తి శాస్త్రంబులోఁ
దాతఙ్స్థానము చెప్పుఁడెప్పి' యనుచుం బొప్పఁ గౌకాయనం
జాతుర్యంబున దార నుత్తరము విస్పష్టంబుగాఁ గోకిల
వ్రాతం బిచ్చెఁ దుహీతుహీయని గృహారామ ప్రదేశంబులన్.

4. దీర్ఘ వర్ణనల సంక్షిప్తత :

నలుడు అశ్వారూఢుడై సపరివారుడై గా వాహ్యాళివెడలి ఉపవన విహారము చేయుటను వర్ణించిన మూలమునందలి బహుశ్లోకములను, తాత్పర్యమాత్రముగ రెండు వచనములయందు సంగ్రహపరచి తెనుగించెను. ఆ తెనిగింపులో కొన్ని శ్లోకములు వదలిపెట్టబడినవి. అట్లే దమయంతీ విరహవర్ణన సందర్భములందు గల చంద్రోపాలంభనము మన్మథోపాలంభనము మొదలగు ఘట్టములవంటి ఘట్టములనేకము లితడు ఆంధ్రీకరణమున సంగ్రహింపబడెను. గ్రంథారంభమున మొదటి పద్యములోనే మూలమున ఏడెనిమిది శ్లోకములలో గల నలవర్ణన యందలి కొన్ని పంక్తులను వదలి, మిక్కిలినవాటిని తాత్పర్యమాత్రముగా తెనిగించెను.

ఇంక శబ్దము ననుసరించుట, అభిప్రాయమును గ్రహించుట, భావమునుపలక్షించుట మొదలగు అనువాదవిశేషములకు కొన్ని ఉదాహరణములు చూపెదను.

ఈ క్రింది శ్లోకము విదర్భరాజు ప్రాసాదముమీది గాలికి టప టప కొట్టు కొనే ధ్వజపటమును ఉత్ప్రేక్షించిన శ్లోకము.

ఆక్రాంతశ్రుతి పారపూతరసనా విఖ్యాత భూరిశ్రవా
జిహ్మబ్రహ్మముఖౌఘ విఘ్నిత నవస్వర్గక్రియాకేళినా।
పూర్వం గాధిసుతేన సామిఘటితా ముక్తాను మందాకినీ
యత్ ప్రాసాదదుకూలవల్లి రనిలాందోళై రఖేలద్దివి॥

(పూర్వము విశ్వామిత్రుడు స్వర్గమునకు ప్రతి స్వర్గము సృష్టింపబూని నపుడు, మందాకినికి ప్రతిగా వేరొకమందాకినీసృష్టివ్యాపారములో అర్ధభాగము పూర్తి యగునప్పటికి, నిరంతరవేదాభ్యాసము పవిత్రములైన నాలుగు మోములతో బ్రహ్మ ఆ ఋషిని అర్థింపగా అంతలో ఆ సృష్టి వదలిపెట్టెనట. ఇప్పుడు విదర్భరాజ ప్రాసాదము మీద ఆడుచున్న తెల్లని ధ్వజపటము, పూర్వము విశ్వామిత్రునిచే సగము నిర్మింపబడి, అంతతో వదలిపెట్టబడిన మందాకినియా అన్నట్లు స్ఫురింప జేయుచున్నదట.)

ఈ క్రింది పద్యము ఆ శ్లోకమునకు అనువాదము.

శా॥ వేదాభ్యాస విశేషపూతరసనావిఖ్యాత భూరిశ్రవా
సాక్షద్బ్రహ్మముఖౌఘ విఘ్నిత నవస్వర్గక్రియాకేళిచే
నాదింగాధితనూజుచే సగమ చేయంబడ్డ మిన్నేఱు ప్రా
సాద స్వచ్ఛదుకూలకైతవమునం జాలంగ నొప్పుం బురిన్॥

ఈ అనువాదములో మూలమందలి సమాసము యథాతథముగా ప్రయుక్తమై శబ్దానుసరణమున కిది పరమావధి అనిపించుచున్నది. అయినను మూలమునందలి 'అనిలాందోళైరఖేలత్' అనువాక్యము తెనిగింపబడక పోవుటను కొందరు ఆక్షేపించవచ్చును. ఆ ఆక్షేపమునకు సమాధానమును చెప్పవచ్చును. అట్టి యాక్షేపణ కవకాశము లేని యింకొక ఉదాహరణము చూడుడు.

అస్తివామ్యభరమస్తి కౌతుకమ్
సాస్తి ఘర్మజలమస్తి వేపథు
అస్తిభీతి రతమస్తి వాఞ్ఛితమ్
ప్రాపదస్తి సుఖమస్తి పీడనమ్

ఈ శ్లోకమునందు వైయాకరణైక వేద్యమైన విచిత్ర సమాస ఘటన మున్నది. దానిని వదలినచో పండితులు మెచ్చరనికాబోలు. ఆ సమాసములను యథాక్షరముగా తెనుగుపద్యములో నిమిడ్చి సంస్కృతమును జీర్ణించుకొనుటలో తెలుగుకు గల సౌలభ్యమును ప్రదర్శించెను.

తే॥ అస్తివామ్యభర, మస్తికౌతూహలం
బస్తిఘర్మనవిల, మస్తికంప,
మస్తిభీతి, యస్తిహర్ష, మస్తివ్యథం
బస్తివాంఛమయ్యె నపుడు రతము.

శ్రీహర్షుడిట్టి విచిత్రసమాసఘటనలలో ప్రదర్శించిన వ్యాకరణశాస్త్ర వైదుష్యము శ్రీనాథుని కూడ మురిపించియుండును. కావుననే అవి తెలుగు భాషలో వింతగాతోచినను విడనాడలేక పద్యములలో పొందించెను.

ఈ క్రిందిశ్లోకము లందుల కుదాహరణము.

సరసీఃపరిశీలితుం మయా
గమికర్మీకృత నైకనీవృతా।
అతిథిత్వమనాయి సాదృశోః
సదసత్సంశయ గోచరోదరీ ॥

(ఉన్నదా లేదా అన్నట్లు సంశయమునుగొల్పెడి యుదరముగల ఆ దమయంతి సరస్సులను వెదకుటకు అనేక దేశములు సంచరించిన నాకన్నులకు విందొనర్చెను.

ఈ శ్లోకమును తెన్గించుటలో రెండు మత్తేభములను రచించిన శ్రీనాథుడు పునరుక్తార్థమునకైనను ఒప్పుకొని మూలసమాసములనే గాక వాటితో ప్రతిభటత్వము వహించి మేల్తరము లనిపించుకొన్న సమాసములను కూడ కూర్చి తన ఉత్సాహమునకు తృప్తి చేకూర్చుకొనెను.

మ॥ మృదురీతిం బ్రతివాసరంబు గమికర్మీభూత నానా నదీ
నద కాంతారపురీ శిలోచ్చయుఁడనై నైకాద్భుత శ్రీజిత
త్రిదివంబైన విదర్భదేశమున నారీరత్నముం గాంచితిన్
సదసత్సంశయ గోచరోదరి శరత్సంపూర్ణ చంద్రాననన్.

మ॥ కమలేందీవర షండమండితలసత్కాసార సేవారతిన్
గమికర్మీకృతనై కనీవృతుఁడనై కంటిన్ విదర్భంబుననన్
రమణిం బల్లవపాణిఁ బద్మనయనన్ రాకేందుబింబాననన్
సమపీతస్తని నస్తినాస్తి విచికిత్సాహేతు శాతోదరిన్.

విధిం వధూసృష్టిమ పృచ్ఛమేవ
తద్యానయుగ్యో నలకేళియోగ్యామ్ ।
త్వన్నామవర్ణా ఇవకర్ణపీతా
మయాస్య సంక్రీడతి చక్రిచక్రే ॥

(హంస దమయంతితో అనినమాట : "బ్రహ్మరథమునకు వాహనము నైనపుడు నలకేళి యోగ్యయైన యువతీసృష్టిగురించి అడిగితిని. ఆయన రథచక్రము తిరుగుచుండగా నీ నామాక్షరములే నాచెవిని బడినట్లుండెను")

శ్రీనాథుడీ శ్లోకమునందలి భావమును స్పష్టీకరించి తెనుగుదనము మూర్తీభవించెడి నుడికారముతో మూలమునకు వన్నెపెట్టు అనువాద పద్ధతిని చూపెను.

చం॥ అడిగితి నొక్కనాఁడు కమలాసను తేరికి వారువంబనై
నడచుచు 'నుర్విలో నిషధనాథుని కెవ్వతె యొక్కొ భార్య య
య్యెడు?' నని; చక్రఘోషమున నించుక యించుకగాని, యంతయే
ర్పడ విననైతి; నీవనుచుఁ బల్కిన చందము దోఁచె మానినీ.

విశేషించి సీసపద్య రచలో శ్రీనాథు డవలంబించిన అనువాద పద్ధతి ఒక విశిష్ట గుణము కలది. అర్థ సంవాదములు కల శ్లోకములు కొన్ని యేకత్ర తటస్థించినపుడు వానిలో నొక్కొక్కదాని నొక్కొక్క సీసపద్య పాదమున నిముడ్చును. సంపూర్ణ సీసపద్య రచనకు, వలయునన్ని శ్లోకము లచ్చట లభించనిచో మిగిలిన పాదములను మూలమున లేని అర్థముతో తాను పూర్తి చేయును వలసిన వాటికంటె ఎక్కువ శ్లోకములు లభించినపుడు రెండు మూడు శ్లోకముల సారమును ఒక పాదమునకు వలయునంత మాత్రమే గ్రైకొనును. ప్రాయికముగా ఏ సీసపద్యమును చూచినను దానిలో వరస్పరము ఒండొంటితో సంవదించు శ్లోకములు ఇమిడియున్నవని గ్రహింపవలయును.

సహస్రపత్రాసనపత్రహంస
వంశస్య పత్రాణి పతత్త్రిణః స్మః ।
అస్మాదృశాం చాటురసామృతాని
స్వర్లోకలోకేతర దుర్లభాని॥

(మేము బ్రహ్మకు రథవాహకులైన హంసల సంతతివారము. మా బోటి వారి వచనామృతములు వినుట స్వర్గవాసులకు కాక ఇతరులకు దుర్లభములు)

స్వర్గాపగా హేమమృణాళినీ నామ్
నాలామృణాళాగ్ర భుజో భజామః ।
అన్నానురూపాం తను రూపబుద్ధిమ్
కార్యం నిదానాద్ధి గుణానధీతే॥

(ఆకాశగంగలోని సువర్ణ పద్మ నాళాగ్రములు భుజించి, ఆ భోజనమునకు అనురూపమైన రూపసౌందర్యము గలవారమైతిమి. కారణము నుండి కదా కార్యము గుణమును గ్రహించును।)

సీ॥ నలినసంభవు వాహనము వారువంబులు
కులము సాములు మాకు గువలయాక్షి
చదలేటి బంగారు జలరుహంబుల తూండ్లు
భోజనంబులు మాకుఁ బువ్వుఁ బోణి
సత్యలోకము దాఁక సకల లోకంబులు
నాటపట్టులు మాకు నబ్జవదన
మధురాక్షరములైన మా మాటలు వినంగ
నమృతాంధసులె యోగ్యు లనుపమాంగి

తే॥ భారతీదేవి ముంజేతి పలుకుఁ జిలుక
సమద గజయాన సబ్రహ్మచారి మాకు
వేదశాస్త్ర పురాణాది విద్య లెల్లఁ
దరుణి నీయాన ఘంటాపథంబు మాకు.

ఈ సీస పద్య చరణములలో మూడింటికి అనువైన మూలార్థములు మూడు, పై శ్లోకములలో ఉన్నవి. సీసపాదములలో మిగిలిన నాలవ దానికిని,

గీతపద్యమంతకును మూలములేదు. ఈ గీతములో సీసపాదము వలెనే పర స్వరము సంపదించు రెండు భాగములు కలవు మొత్తము పద్యము నగభాగము నకు మూలము ఆధారమనియు తక్కిన నగము మూలముతో సరితూగగల సొంత కల్పనమనియు విదితమగును. *అందును, గీతపద్యము ఈ సీసపద్యము నకు రత్నకిరీటము వంటిది.

శ్రీనాథునకు సీసపద్యమునందు ఎక్కువ మక్కువ కాబోలు. అందుచేతనే సందర్భము పొసగినపుడెల్ల మూలములో లేకున్నను సొంతకల్పనతో ఆ పద్య ములు వ్రాయును. వాటిలో ఈ క్రిందివి ఉదాహరణములు. పూర్వోదాహృతమైన 'అస్తివామ్యభర' మనెడు గీతపద్యము పైని గల సీసపాదములు నాలుగును స్వతంత్రములు.

రతివర్ణనః :

సీ॥ పతిపాణిపల్లవ చ్యుతనీవి బంధన
వ్యగ్ర బాలాహస్త వనరుహంబు
ధవకృతాధరబింబ దశనక్షతివ్యథా
భుగ్నలీలావతీ భ్రూలతంబు
ధరణీనాయకభుజా పరిరంభ మండలీ
గాఢపీడిత వధూ ఘనకుచంబు
వరనఖాంకుర మృదువ్యాపార పులకిత
నీరజాక్షి నితంబోరు యుగళి ...

హరిస్తుతి :

జయ భూర్భువస్స్వస్త్రిజగదేక నాయక,
జయసర్వ దేవతా సార్వభౌమ
జయ పూర్వగీర్వాణ సంహార కారణ
జయ కుక్షినిహిత విశ్వప్రపంచ,
జయ జహ్నుకన్యకా జనక పాదాంభోజ
జయ కోమలాంబుదశ్యామలాంగ
జయ వైజయంతి కాస్రక్ప్రభాలంకార
జయపుండరీక విశాలనయన

* ఈ గీతపద్యమునకు మూలములేదు. ఉన్నదని చూపిన వారికి [illegible]

తే॥ జయ శతక్రతుముఖ మరుచ్చక్రవాళ
కనక కోటీర చారు సంఘటిత నూత్న
రత్న నీరాజన క్రియారాజ మాన
చరణ పీఠాంతి కోద్దేశ! జయ రమేశ!

నక్షత్ర వర్ణన:

సీ॥ చుక్కలోయివి? కావు, సురలోక వాహినీ
విమలాంబు కణ కదంబనములుగాని
తారలోయివి? కావు తారాపథాంబోధి
కమనీయ పులిన సంఘములుగాని
యుడువులోయివి? కావు మృడునంబరంబునఁ
దాపించినట్టి ముత్యాలుగాని
రిక్కలోయివి? కావు రేచామ తుఱుముపైఁ
జెరివిన మల్లెక్రొవ్విరులుగాని

తే॥ యనుచు లోకంబు సందేహమందుచుండ
బొడిచె బ్రహ్మాండ పేటికాపుట కుటీర
చారు కర్పూర ఫాలికా సంచయములు
మెండుకొని యోలి నక్షత్ర మండలములు.

కలిభటుల వర్ణన :

సీ॥ పాతకంబులు నీలివట్టు బొందడములు·
పగలింటి నిద్రలు పచ్చడములు
పరదూషణంబులు ప్రాలంబహారంబు
లన్యకాంతాసక్తి యంగరాగ
మీర్ష్యా పరత్వంబు హేలావతంసంబు,
బుధజన ద్వేషంబు పువ్వుదండ
మిథ్యాప్రలాపంబు మృగనాభితిలకంబు
బహుళాశనత్వంబు పరికరంబు

తే॥ బరులఁ జూపులు వా కొల్పఁ, బ్రనలభలీ
రాసభాంగరుహోగ్రధూమ్ర ప్రకార
ఖర్బురాకారదేహులంబరము నిండి
నరన వచ్చిరి కలిరాజు సైన్యభటులు.

పురవర్ణన :

సీ॥ ప్రణిధిలోకానీత పరితోష వార్తాభి
నందితామాత్య బృందారకంబు
రాజవీథీ మహా ప్రాసాద శిఖరాగ్ర
కీలితాలంకార కేతనంబు
గ్రథకైశికాథీశ కన్యావలోకన
వ్యగ్రపౌరవధూసమాకులంబుఁ
గస్తూరికాలేప కర్పూరరంగవ
ల్ల్యభిరామ మందిర ప్రాంగణంబు...

మన్మధుని రాక :

సీ॥ రతిదేవి నెవ్వీఁగు రారాపుఁజన్నులు
గడ కన్నులకు నింపుగడలు కొలుప
గుడుసైన పూవింటఁ గూడికమ్మని తూపు
కటకాముఖపుఁ గేలఁ గరము మెఱయు,
గటి మండలంబుపైఁ గనకంపుఁ జెఱగుల
జిలుఁగుఁ బచ్చని పట్టుఁ జేలమమర
నాలీఢ పాద విన్యాసంబు శృంగార
వీరాద్భుతములకు విందుసేయఁ

తే॥ జిన్నిచిగురాకుఁ జేర్కోలఁ జేతబట్టి
పేరుటామని రాచిల్క తేరు నడుప
నుక్కడీఁడయి యేతెంచె నుక్కు మిగిలి
కలికిగారావుఁ జెలికాడు కలికి మరుడు.

కావ్య సౌందర్యా పాదన దృష్టితో చేయబడిన ఇట్టి అమూలకల్పనలు పెక్కులు కలవు. అవి మూలకారుడైన శ్రీహర్షునకే మెప్పుగొల్పు సొగసుదనము గలవి.

ఇవన్నియు గాక శ్రీనాథుడొకచోట కథా సందర్భమునుకూడ మార్చి నాడు. దమయంతీ స్వయంవరమునకు ముందు భీమరాజు తమ కులదైవతమగు విష్ణుని ప్రార్థింపగా నాదేవుని ఆదేశముచే సరస్వతి స్వయంవరా గతులైన రాజులను, దమయంతికి వర్ణించి చెప్పుటకు స్వయంవర మండపమున అవతరించి నట్లు మూలమున కలదు. ఈ కల్పనమున శ్రీహర్షునకు గల విష్ణుపరాయణత్వము సూచితమగుట తప్ప వేరు ప్రయోజనములేదు. శ్రీభీమరాజు స్వయముగా వాగ్దే వతను స్తుతింపగా ఆమె అనుగ్రహించి రాజకుమార నిరూపణార్థము స్వయంవర మండపమునకు దయచేసి నట్లు మార్చెను. మూలమున సర్వ విద్యాస్వరూపిణి యైన ఆ దేవతా మూర్తిని శ్రీహర్షుడు ఏయే విశేషణములతో వర్ణించెనో ఆ విశే షణములతోనే శ్రీనాథుడు దేవీపరముగ దండకమును రచించి భీమరాజుచే నుతిం పజేసెను. బ్రాహ్మీదత్త వరప్రసాదుడగు ఈ కవిరాజు భీమరాజు స్తుతిరూప ముగా బ్రాహ్మిని దండక రూపమున నోరారస్తుతించు నవకాశమును కల్పించు కొనెను. ఈ స్తుతిలో ఇంకొక విశేషముకలదు శృంగార నైషధ కృతిపతి యైన మామిడి సింగనామాత్యుడు 'సోమసిద్ధాంతము'నకు వ్యాఖ్యానము వ్రాసెనట. ఈ దండకములో శ్రీనాథుడు ప్రయోగించిన 'సోమసిద్ధాంత కాంతాననాయై' అనే చతుర్థ్యంత విశేషణము కృతిపతికి నెంతో పరితోషము కల్గించి యుండును.

ఏతదాంధ్రీకరణ సింహావలోకనము-తత్ప్రశస్తి

సంస్కృత వాఙ్మయము ఆంధ్రరూపము దాల్చిన చరిత్రలో శ్రీనాథుని నైషధాంధ్రీకరణము రెండవదశ. దానికిపూర్వదశ కవిత్రయమువారు దారితీసిన పురాణేతిహాసముల ఆంధ్రీకరణము. ఆ అనువాదమును భాషాంతరీకరణమని పిలుచుటయే తప్ప. భాషాంతరీ కరణనియమములను దేనిని వారు పాటింపనే లేదు. కథమాత్రమే వారుమూలమునుండి గైకొన్నద్రవ్యము. అదియు నిమిత్త మాత్రమే కాని విధాయకము కాదు. అందుచే ఆ భారతాదులను స్వతంత్ర రచన లనవలెనేకాని, ఆంధ్రీకరణములనరాదు

ఆ పద్ధతి ఆ పురాణేతిహాసములకే చెల్లినది. కావ్యాను వాదమున ఆ స్వతంత్రత చెల్లదు. శ్రీనాథుడు ప్రారంభించినదీ కావ్యానువాదము కావ్యము ప్రతిశ్లోక ప్రధాన మగుటయే కాక ప్రతి శబ్దార్థ ప్రధానమును అగును. అపరి హార్యములైన ఇష్టి మూలములను దాసభావముతో ఛాయగా ననుకరించిన వాడే

ఆంధ్రీకర్త యనిపించు కొనును. అట్లనిపించు కొనవలెనని అదాస్యమే చేసినచో ప్రజ్ఞాశాలియైన కవియనిపించు కొనడు. శ్రీనాధున కీ సంకటావస్థయే తటస్థించినది. దీనినుండి తొలగి తన ప్రతిభను నిరూపించు కొనుటకై ఆనాటికి యువకుడయ్యు నితడాత్మవ్యవస్థానార్థము ఒక ప్రణాళికను సృజించుకొని, దానిననుసరించి నడచి, కవిగా చరితార్థుడగుటయే కాక, ఆ పద్ధతి యితరులకు కూడ అనువాదవేళ నొరవడిగా నుండునట్లు నిర్దేశించి పోయెను. అందుచే పురాణభిన్నమైన కావ్యానువాద పద్ధతికి శ్రీనాథుడే గురువు. ఆయన కాక ఇంకయే కవియైనను ప్రధమ ప్రబంధానువాదము ప్రారంభించి యున్నచో అది యే వక్రమార్గమున బోయెడిదో మన మూహింపలేము.

ఆంధ్ర నైషధకర్త, అంతవేడు మోసిన ఆసంస్కృత కావ్యము నెంత గౌరవించెనో అంతవశపరచు కొనెను. దానిననుసరించునే గాని దాస్యము చేయడు బుజము బుజమొఅయునట్లు నడచునే కాని చాయవలె వెనుకనుండడు. ఏ పద్యమును మూలశ్లోకముచే బద్ధము చేయడు ఏ శ్లోకమైనను తన పద్యము నందిమిడి జీర్ణమగునట్లే చేయును అపశ్యకమగుచో నెట్టి మేటి శ్లోకమునైనను త్యజించుటకు వెను దీయడు. నవరించుట కంతకు ముందే జంకడు. ఈ స్వతంత్రత వల్లనే, ఆంధ్రనైషధము భాషాంతరీకృతియయ్యు యధామాతృకము కాక పోయినది. భాషాంతరీకర్త వివేచింప వలసిన ప్రధానాప్రధానతలకు తెలుగు నైషధము లక్ష్యభూతమైనది. పూర్వోదాహృతములైన శ్లోకములన్నియు ఈ సిద్ధాంతమునకు నిదర్శనములు. కావ్యాంతమున కవిచేసిన 'శబ్దంబనుసరించియు' ఇత్యాది ప్రతిజ్ఞయు ఈ స్వతంత్రతనే అంగీకరించుచున్నది.

కావున ఈ ఆంధ్రీకరణమును విమర్శింప బూనువారు, దీని నడుగడుగున మూలముతో బోల్చి చూచుట తప్పు. సర్వత్ర ఆ పోలిక లేదని కవి వ్రాసికొన్న వాక్యములలోనే కలదు ఈ గ్రంధమున కవి పెట్టుకొన్న పరమ లక్ష్యము యథామూలానువాదము కానే కాదు. ఆయన లక్ష్యము వేరు. నిర్వహణమును తదనుగుణముగనే ఉన్నది. శ్రీనాధుని ఈ పద్ధతి యెంతో మేల్తరముగా గానవచ్చుట చేతనే ఆ యుగములోని పెద్ద కవులందరు-పినవీరన, నందిమల్లయ, ఘంటసింగయ మొదలైనవారు-కవిసార్వభౌముని యడుగు జాడలే యనుసరించి తమ యనువాదములు సాగించిరి.

ఇక మూడవదశ ఇటీవల బొడసూపిన నాటకాంధ్రీకరణముతో ప్రారంభమయినది. శ్రవ్య కావ్యాంధ్రీకరణము కూడ ఆ దారినే పోవుచున్నది. ఈ నవీనానువాదకులు మూలము నందలి ప్రతి పదము నర్థమును తెలుగున రావలెనని పాటుపడుచున్నారు. వీరు కేవల మస్వతంత్రులు. వీరి ప్రతి పద పరివర్తనము వలన తెలుగున ధారాశుద్ధి నశించుటయే కాక, పద్యార్థము కూడ దురవగాహమగుచున్నది. మూలాపేక్ష లేక అన్వయింపరాని పద్యము లెక్కువగుచున్నవి. ఎంత పెనగులాడినను భాషాంతరీకరణమున మూలములోని శ్లోక భావమే తెలుగున వచ్చునుగాని అందలి శబ్దములన్నియు పరివర్తనము చెందవు. అట్టి పరివర్తనమే కావలయునేని మూల శ్లోకమునకు దండాన్వయము వ్రాయవచ్చును; పద్యమేల? ఈ మూడు దశలును క్రమముగా—స్వతంత్రము, స్వతంత్రాస్వతంత్రము, అస్వతంత్రము-అని పేర్కొన వచ్చును.

హర విలాసము—రచనా కాలము

నైషధ రచనకును కొండవీటి రాజ్య పతనమునకును మధ్యకాలము నందు శ్రీనాథుడు ఆ ఆస్థానమున మరి యే గ్రంథములు రచించెనో తెలియదు. రచించిన జాడయు కానరాదు. కాని శాసన కర్తగా కొన్ని శాసనములు రచించెను. ఆ కాలములో శాసన రచనలు కూడ గ్రంథ రచనలుగానే గౌరవింపబడెను. మరియు విద్యాధికారిగా ఆయన నిర్వహించిన విద్వత్కార్యము లనేకము లుండవచ్చును. ఊరక కాలము బుచ్చుట కాక అటువంటి పాండిత్య వ్యాసంగములో గౌరవప్రదమును, సుఖమయమునైన జీవితమును గడపియుండును.

ఆ రాజ్యము శత్రు హస్తగత మగుటతోడనే నిరాశ్రయుడై కీర్తి సముపార్జనార్థమో ధన సంపాదనార్థమో ఆశ్రయాంతరముల వెదకికొనుచు దేశ సంచారము జేసి యుండును. అతని జీవిత కాలములో అట్టి సంచారములు మూడు జరిగియుండునని శ్రీ వేటూరి ప్రభాకరశాస్త్రిగారు ఊహించిరి. అందు మొదటిది, కొండవీటి నుండి నిష్క్రమించుటకును, భీమఖండము రచించుటకును మధ్యగల కాలమున; రెండవది భీమఖండమునకును, కాశీ ఖండమునకును మధ్యగల కాలమున; మూడవది రాజమహేంద్రవర రెడ్డి రాజాశ్రయము కూడ తొలగిన అనంతరము.

ఈ మూడు సంచారములలో మొదటి దానియందు కాంచీనగరమున కేగి చిరపరిచితుడైన అవచి తిప్పయసెట్టికి హరవిలాసము కృతియిచ్చి యుండును. రెండవ దానియందు వల్లభామాత్యుని దర్శించి అతని పేర క్రీడాభిరామము రచించి ధన సముపార్జనము చేసి తదనంతరము విజయనగరమున కేగి ప్రౌఢదేవరాయల ముత్యాలశాలలో 'దీనార టంకాల' తీర్థమాడియుండును. మూడవ

సంచారములో శివరాత్రి మాహాత్మ్యము మొదలగుచిల్లర రచనలు చేసియుండును. పలనాటి వీరచరిత్ర కవి సార్వభౌమ ఎరుద ప్రాప్తి అనంతరము వ్రాయ బడినది. కావున బహుశః అది కాశీఖండ రచనానంతరము, తుది సంచారము లోనివై యుండును. పైన చూపిన ఈ గ్రంథ రచనానుక్రమము నిష్కర్షగా ఋజువు చేయుటకు వీలులేని యూహయే యైనను నిరుపపత్తికము కాదు. కావున నైషధమునకు తరువాతి రచన హరవిలాసము—అది 1420-25 మధ్య కాలమున లేదా భీమఖండమునకును కాశీ ఖండమునకును మధ్య కాలమున రచింపబడి యుండవచ్చును. అప్పట్ల తద్రచనా కాలము 1430-35 మధ్యయై యుండును. అది రెండవ సంచార వేళ. అంతేకాని, ఈ గ్రంథము నైషధమునకు పూర్వ మున గాని, కాశీ ఖండమునకు తరువాత గాని రచింపబడెననుట తగదు

"ఆంధ్ర భాషా నైషధాబ్జ భవుని" అని కవి తనను గురించి హరవిలాస మున చెప్పికొని యుండుటచే అది నైషధానంతర రచనయే యని ఋజువు చేయు టకు పాటుపడ నక్కరలేదు.

కాశీఖండమున కాంచీపురస్త్రీల వర్ణనగల ఈ క్రింది పద్యమునకు సందర్భ శుద్ధిలేదు.

సీ॥ ముడువంగ నేర్తురు మూలదాపటికిరాఁ
    జికురబంధము లీఁగి జీరువాఱ
బొన్న పువ్వులఁ బోలు పొక్కిళ్ళు బయలుగాఁ
    గట్టనేర్తురు చీరకటిభరమునఁ
దొడువంగ నేర్తురు నిడుద్రవేలుఁ జెవులయం
    దవతంసకంబుగా నల్లిపువ్వు
పచరింప నేర్తురు పదియాఱు వన్నియ
    పసిఁడి పాదంబులఁ బట్టుచేల

గీ॥ పయ్యెదమునుంగు బాలిండ్లఁ బ్రాకనీక
    తఱచు పూయుదు రొడల గంధంబుఁ బసుపు
    బందికత్తెలు సురత ప్రసంగవేళఁ
    గంచియఱవత లనమాస్త్రి ఖడ్గలతలు.

ఇది శివశర్మ తీర్థయాత్రా సంచారము వస్తువుగాగల ఘట్టము. ఈ పద్య మునకు పైన

ఉ॥ కాంచికిఁబోయి బ్రాహ్మణుఁడు కాంచె మదావళభూమిభృచ్ఛిరః
    కాంచన కంధరా నిలయుఁ గైటభమర్దనుఁ గామకోటిద

ర్శించి భజించె బాలశశిశేఖరు నేకరసాలనాయకు
న్దంచె ననేకపూర్వజననంబులఁ బుట్టిన పాతకౌఘముల్."

అని బ్రాహ్మణుడు కాంచికిబోయి వరదరాజస్వామిని ఏకామ్రనాథుని కామకోటిని దర్శించి, అనేక పూర్వజననంబుల పుట్టిన పాతకౌఘములను దంచి నట్లు కలదు. ఆ సీసపద్యమునకు క్రింద-

గీ॥ కాంతియందురు కొందరకాంచి పేరు
క్రమకురువింద రత్న సత్కాంతికలిమి
నవ్వు రంబున నేడునా శ్నధివసించి
బ్రాహ్మణుడు సర్వదేవతా ప్రతతిఁ గొలిచె.

అనేపద్యము కలదు. కాంచీపురస్త్రీల నభివర్ణించెడి యాసీస పద్యము అప్రస్తుత ముగా నీ రెంటి మధ్య చొప్పింపబడెను. ఆ స్త్రీలవర్ణన ఆ ఉపాఖ్యానమునకు గాని, ఆ తీర్థమునకుగాని ఘనతను గల్గించునది కాదు. అయినను శ్రీనాథుడు హర విలాస రచనాకాలమున కాంచికిబోయి నపుడు ఆ రమణీమణుల దర్శించి ఆనందముతో ఆ పద్యమును వ్రాసికొని యుండుననియు దానిని అప్రసక్తమైనను కాశీఖండమున జొనిపియుండుననియు ప్రభాకరశాస్త్రిగారు అభిప్రాయపడిరి. ఈ అభిప్రాయము సమంజసమే యని సరసులకు దోచకపోదు. అదియుగాక కొమరగిరి కాలముననేకోస్తావర్తకముచేయగల ప్రౌఢవయస్సులో నుండిన అవచి తిప్పయ శ్రీనాథుని మూడవ సంచారము కాలమునాటికి సుమారు అరువది, డెబ్బది సంవత్సరముల దీర్ఘకాలము హరవిలాసము కృతినందుటకై జీవించి యుండెననుట సంభావ్యము కాదు. పూర్వోదాహృతమైన "చిన్నారి పొన్నారి చిరుత కూకటినాడు..." అను పద్యములో హర విలాసము పేర్కొనబడలేదు. కనుక ఆ గ్రంథము కాశీఖండము తరువాతిదనెడి వాదముకూడ బలముగలది కాదు; ఎట్లన- ఆ పద్యము శ్రీనాథుని గ్రంథముల నన్నింటిని పేర్కొన్నది కాదు. కవివయోదశలను, తత్కాల రచనలను ఉదాహరించుట మాత్రమే దాని ముఖ్యోద్దేశము. ఒక వయోదశలో రెండుమూడు గ్రంథములు రచించినను వాటి నన్నింటిని పేర్కొనవలసిన ఆవశ్యకములేదు. వాటిలో ప్రధానమైన దొక్కటి ఉదాహృతమైన చాలును. మఱియు శివరాత్రి మాహాత్మ్యముగాని, హర విలాసము

గాని తదితర గ్రంథములవలె శ్రీనాథుని కావ్యకళా ప్రాగల్భ్యమునకు లక్ష్యభూతములు కాదగిన గ్రంథము కాకపోవుటచే దానిని ఆదరముతో కొండాడుకొను తలంపు లేకపోవచ్చును. కావున హరవిలాసము నైషధమునకు పూర్వముగాని కాశీఖండమునకు తరువాతగాని రచింప బడియుండుట పొసగదు.

గ్రంథ సమీక్ష

శ్రీనాథుని ఇతరకృతులతో బోల్చిచూచునపు డీ హరవిలాసముశైలి ఆ గ్రంథవర్గమున కంతటికి వెలిగా ప్రత్యేకముగా కానవచ్చును. వానిలోని సమాసభూయిష్టతా జన్యమైన శబ్దగాంభీర్య మిందులేదు. అందు ప్రదర్శితమైన యీతని నానాశాస్త్రపరిజ్ఞానమును ఇందులేదు. కాని, వానికంటె నమ సంస్కృతాంధ్ర పదమయమయి, ప్రసన్నమయి, సుబోధమయి హరవిలాసము శ్రీనాథ పండితుడుగాక శ్రీనాథకవి వ్రాసినట్లుంతును. ఈ కావ్యమున నేయెడను రసవత్తకు మాత్రము లోటురాలేదు. ఇది దేనికిని అనువాదము కాకపోవుటచే, శ్రీనాథుని స్వతంత్ర రచనకు దృష్టాంతమయి ఆ ప్రౌఢకావ్యములలో లేని స్వతంత్రతను గైకొన్నది.

ఇది పురాణమునుకాదు. కావ్యమునుకాదు. కావ్యముకావగిన వస్త్వైక్య మిందులేదు. కథలన్నియు శివసంబంధము గల్గియుండుటయే దీనగల యైక్యము. దానిని వస్త్వైక్యమనలేము. ఈ కథలన్నియు ఒక దారముతో విడివిడిగా ముడి వేయబడిన పూవులచెండవలె సున్నవిగాని అనుస్యూతములుగాలేవు. సిరియాలుని కథ, గౌరీ కళ్యాణము, దారుకా వనవిహారము, హాలాహల భక్షణము, కిరాతార్జునీయము ఇందలి కథలు. వీనిలో మొదటిది బసవపురాణమున కలదు గాని పాత్రల నామములలో రెండింటికిని కొంత భేదముకలదు. బసవపురాణమున సిరాలగర్వభంగము కథకు అంత్యానుబంధముగా నున్నది. దానికి మారుగా నిందు చిఱుతొండని పూర్వజన్మ కథనము కథకాద్యుపోద్ఘాతముగా నున్నది. కథానాయకుడైన చిఱుతొండనంబి పూర్వజన్మలో తుంబురుడను పేరుగల యొక ప్రమథుడు. అతడొక కారణమున దుర్వాసుని కోపమునకు పాత్రమై మానవ జన్మ యెత్తునట్లుగా శపింపబడి ఆ ఋషి యనుగ్రహముచేతనే పరమ మహేశ్వరులయింట సిరియాళుడుగా బుట్టెనట.

ఈ కథ కాయువు పట్టనదగిన ఘట్టము బాలవధావసరము. అది కరుణమయము. ఆ రసప్లుతి శ్రీనాథునిచేతిలో నప్రయత్నముగా నాఱుపద్యములలో వెల్లివిరిసినది గురుజనము పిల్లవానికి అంత్యోపదేశముచేయు ఈ పద్యమున భక్తివాత్సల్య శమభావములు ముప్పిరిగొని మున్నీరుగా పొంగినవి.

మ॥ మదిశంకింపకుమన్న మావలని ప్రేమస్నేహవాత్సల్య సం
పదవాటింపకుమన్న నాలుకతుదిన్ పంచాక్షరీమంత్ర ముం
బదిలంబొప్పఁ బఠింపుమన్న పరమబ్రహ్మార్థ సంసిద్ధి యి
య్యది సుమ్మన్న! యనుంగునందన! సిరాలా! వీరశైవవ్రతా!

బసవపురాణములో ఆ ఘట్టము వీరశైవతనే దాల్చినది. అనగా సోమనాథుడు దీక్షాపరుడైన వీరశైవునివలెనే పిల్లవానిని వధింపించెను గాని, మానవసహజమైన హృదయద్రవీకరణము కల్గింపలేదు. ఆతడా పట్టున వీరశైవుడే కాని కవికాడు. అనతివిస్తృతమైన ఆ చిన్నఘట్టముననే శ్రీనాథుడు మాతృభావ, పితృభావ, బాలభావములకును నిశ్చలభక్తికిని వైరుధ్యములేని సామరస్యమును వ్యక్తముచేసెను.

కాని, మాయాశివుడు పిల్లవాడున్న గురుకులమునకేగి వానికి రానున్న యాపద నెరింగించి మనసు విఱుచుటకు ప్రయత్నించినపుడు ఆ పసివాడు ప్రత్యుత్తరముగా పలికిన వేదాంతవాక్యములును ఐతిహ్యములును అతని వయసునకు మించిన పెద్దమాటలుగా గోచరించును అది సందర్భశుద్ధిలేని అతిప్రసంగమనక తప్పదు. ఆ వాక్యములు శ్రీనాథునివి గాని సిరియాళునివి కావు. "పాత్రనోట కవిపలుకులు" అనెడి అసంగత సందర్భములిట్టివే. సిరియాళునకును పుట్టుకతోనే ఆత్మజ్ఞానము, ఆ జ్ఞానమునకనుగుణమైన ఉపన్యాస ధోరణియు నలవడి యుండవచ్చునని సమర్థింపవచ్చును గాని, అట్టి సమర్థనలు మానవ సాంసారిక కథలుగల కావ్యముల విషయమున రాణింపవని నాయూహ. హాలాహల భక్షణకథను పార్వతితో చెప్ప నుపక్రమించినవాడు శివుడు. అందుచే వక్తృవాచకము ఉత్తమపురుషలో ప్రారంభింపబడినది. కాని కథ కొంతనడచునప్పటికి కథకుడు శివుడన్నమాట మరచిపోయి ఆ వక్తృవాచకమును శ్రీనాథుడు ప్రథమ పురుషలోనికి మార్చెను.

"వెలివోనిచ్చునె బుధుడూహించి చేయు సుకవిత్వంబుల్" అని పింగళి సూరన ప్రతిజ్ఞాపూర్వకముగా నిర్దేశించిన కావ్యబంధశిల్ప మర్యాదకు మన వాఙ్మయములోనే పెక్కుగ్రంథములలో భంగముగల్గుట పొడగట్టును.

గ్రంథాదిని సిరియాళునికథనే యెత్తుటకు హేతువు—ఈ కథా పురుషుడు అవచితిప్పయ వంశమునకు మూలపురుషుడుగా సంబంధముకల్పుటకు. అవతారికకును, కథారంభమునకు నిట్టి పొత్తుకలిపిన గ్రంథములు మన భాషలో జాల తక్కువ.

గౌరీకల్యాణము కాళిదాస కుమారసంభవము ననుసరించి వ్రాసినది. ఈ అనుసరణము కథానుసరణమేకాదు; నాలుగింట మూడుపాళ్ళు శ్లోకముల తెనిగింపే. ఈ తెనుగుసేత నైషధాంధ్రీకరణ పద్ధతిని స్వతంత్రాస్వతంత్రముగా నడిచినది. కాని పార్వతీ మాయాబ్రహ్మచారుల సంవాదఘట్టములో చాల వెలితిగలదు. ఒకటి రెండు పద్యములుతప్ప రతివిలాపఘట్టమును అంతే. ఏమైనను, ఆంధ్రీకరణమున శ్రీనాథుడు నైషధమును కైవసముచేసికొన్నట్లు కుమారసంభవమును చేసికొనజాలడు. యథార్థానువాదమే అనిపించుకొన్న కొన్ని పద్యములలో అతిసుకుమారమును, సుకరమును అయిన తెనిగింపు కానవచ్చును.

దారుకా వనవిహారమనునది గౌరీకల్యాణకథకు పరిశిష్టభాగమే. వివాహానంతరము శివుడు ప్రమథ పరివారసహితుడై అత్తింట ఇల్లడముండెను. హిమవంతుడు సమకూర్చిన రాజభోగోపచారముల వలన శివభటులు బలిసి కొవ్వెక్కి ఓషధీప్రస్థపురమున విశృంఖలమైన అవిధేయప్రవర్తన సాగించిరి. హిమవంతునకు అల్లునిమీదను అతని భృత్యవర్గముమీదను, రోతపుట్టెను. పరమశివుడు మామగారి హృదయమును గ్రహించి గణములను వెంటనిడుకొనిపోయి దారువనమున విడిసి భిక్షాటనము సాగించెను. అచ్చట ప్రమథులేకాక శివుడు సైతము స్వేచ్ఛావర్తనుడై ఋషులకును దేవతలకును వెగటుదనము కలిగించెను. ఈకథ అనుచితాలంబన రసాభాసమునకు ప్రబలమైన ఉదాహరణము.

ఇందలి కిరాతార్జునీయ కథ, భారతములోని పాశుపతాస్త్రప్రదానము ననుసరించి వ్రాసినది. భారవికిని దీనికిని ఏసంబంధమును లేదు. పాశుపత

లాభానంతరము, అర్జునుడు స్వర్గమునకేగుటయు. ఊర్వశిచే శప్తుడగుటయు, నివాతకవచ కాలకేయాదులను జయించుటయు, దేవేంద్రుడు రోమహర్షునిచే పాండవులకు నర్జును కుశలవార్త పంపుటయు ననెడి కథాభాగము "పాశుపతాస్త్ర ప్రదానము" అనెడి శివవిలాసగాథకు అనావశ్యకము. ఆభాగము భాగవతమున కలదుగదాయని పౌరాణిక పద్ధతిని శ్రీనాథుడిందు చేర్చెను. ఇక మిగిలిన హాలాహల భక్షణ మేపురాణమునుండి యైనను గ్రహింపవచ్చును.

మొత్తముమీద, శ్రీనాథుని ప్రౌఢకావ్యములలో హరవిలాస మొక్కటే స్వతంత్రరచనయని చెప్పదగినది.

శ్రీనాథుని ప్రథమ దేశాటనము :

కొండవీటి పతనముతో నిరాశ్రయుడైన శ్రీనాథుడు కొలది కాలము దేశ సంచారము చేయుచు కాంచీపురికేగి హరవిలాము వ్రాసె ననుకొనుట సంభావ్యమని పైన చెప్పితిని. కాని ఆ సంచారమువల్ల ఉదరపోషణ జరిగినను స్థిరమైన ఆశ్రయము దొరకదు. అట్టి ఆశగల కవి యేదైన నొక రాజాస్థానమున చేరవలయును. ఆ కాలమున అతడు చేరదగిన రాజ్యములు మూడే ఉన్నవి- రాజమహేంద్రవరము, రాచకొండ, విజయనగరము. ఈ మూడు రాజ్యములును కొండవీటికి ప్రబల శత్రు స్థానములు. స్వాభిమానమును చంపుకొని శ్రీనాథుడు వానిని చేరబోయినను ప్రవేశము లభించుట దుర్ఘటము. ఆ మూడు రాజ్యములలో రాజమహేంద్రవరము తక్కిన రెండింటివలె కాక, కొండవీటితో బాంధవము కలది కనుక 'మరణాంతాని వైరాణి' అనే ధర్మ వాక్యమును పాటించి వీర భద్రారెడ్డి కొండవీటి విద్యాధికారిని ఆదరింపవచ్చును గాని అట్టి సమాధానమునకు కొంతకాలము వేచి యుండుట మంచిదని శ్రీనాథుడు తలపోసి యుండును. అతడు సంచారమును తలపెట్టుటకిదే కారణము. రాజమహేంద్రవరమున తనకు బంధువైన బెండపూడి అన్నయామాత్యుడు మంత్రిత్వము నెఱపుచుండుట శ్రీనాథుని హృదయములో నొక ఆశాకిరణమును పుట్టించి యుండును. ఆ కిరణము జూపిన దారి వెలుగున మంత్రికి బంధువుగా సంచారానంతరము రాజమహేంద్రవరము చేరియుండును. అప్పటికే శృంగారనైషధకర్తగా శ్రీనాథుడు పేరుమోసి యుండెను గనుక అతని దర్శనము కాగానే రాజమహేంద్రవర పండితులు ఆ గ్రంథ రచనను గురించి పెక్కు రీతుల యధిక్షేపించి యుందురు.

ఆ అధిక్షేపణలు నాడేకాదు నేటికిని అక్కడక్కడ వినవచ్చుచున్నవి. శృంగార నైషధము డు, ము, వు, లు చేర్చిన హర్షనైషధమని కొందరు, మూలము నందలి కొన్ని శ్లోకములు వదలిపెట్టెనని కొందరు, లేని అర్థములు కొన్ని కలిపెనని కొందరు, గాఢపాకమని కొందరు, తేలిక తెలుగని కొందరు, నానావిధముల విమర్శించుట అతని చెవినిబడి ఆ పండితుల అధిక్షేపణలు సరకు గొనక వారిని వైతండికులని, కూపమండూకములని తృణీకరించి మంత్రి ప్రాపున నిరాఘాటముగా నా రాజధానిలో తలయెత్తుకొని సంచరించి యుండును. భీమేశ్వర పురాణము నందలి కుకవి నిందా నామకములైన ఈ క్రింది పద్యములు ఆనాటి యాతని జీవిత చరిత్రకు ప్రతీకలు —

తే॥ బోధమల్పంబు గర్వ మత్యున్నతంబు
శాంతి నిప్పచ్చరంబు మచ్చరము ఘనము
కూప మండూకములఁబోలెఁ గొంచె మెఱిఁగి
పండితంమన్యులైన వైతండికులకు.

తే॥ నికటమునఁనుండి శ్రుతిపుట నిష్ఠురముగ
నతరి కాకులు బిట్టు పెద్దఱచినప్పు
డుడిగి రాయంచ యూరకయుంట లెస్స
సైఁపరాకున్న నెందేని జనుట యొప్పు.

తే॥ ప్రౌఢి పరికింప సంస్కృతభాష యంద్రు
పలుకు నుడికారమున నాంధ్ర భాషయందు
రెవ్వరేమంద్రుగాక నాకేల కొఱత
నాకవిత్వంబు నిజము కర్ణాటభాష.

ఈ పద్యములలో చేరని ఇంకొకచాటు పద్యము "విద్వాంసుల్ రాజమహేంద్ర పట్టణమునన్ ధర్మాసనంబుంచి, ప్రధ్వంసాభావము ప్రాగభావమనుచున్ దర్కింతు రశ్రాంతమున్" అనెడి వంక్తు లుత్తరార్థముగా గలది లోక విదితమేకదా! తెలుగు కవిత్వపు పోకడలను, తన ఆంధ్రీకరణ పద్ధతిని, తన ప్రతిభా సముజ్వలతను కొంచెమేని యెరుగని శుద్ధశాస్త్ర పండితులు కాకులవలె బిట్టరచినపుడు ఎందేని చనుటకు దారియు, ఊరకుండుటకు ఉదాసీనతయులేని ఆ మహాకవి పద్యములు వ్రాయుటకంటె వేరు ప్రతీకారమేమి చేయగలడు.

బెండపూడి యన్నయామాత్యుడు—

సీ॥ వినిపించినాఁడవు వేమ భూపాలున
కఖిల పురాణ విద్యాగమములు
కల్పించినాఁడవు గాఢపాకంబైన
హర్షనైషధ కావ్య మాంధ్రభాష
భాషించినాఁడవు బహుదేశ బుధులతో
విద్యా పరీక్షణ వేళలందు
వెదచల్లినాఁడవు విశద కీర్తిస్ఫూర్తి
కర్పూరములు దిశాంగణములందుఁ

తే॥ బాకనాటింటి వాఁడవు బాంధవుఁడవు
కమలనాభుని పౌత్రుఁడ వమలమతివి
నాకుఁ గృపసేయు మొక ప్రబంధంబు నీవు
కలితగుణగణ్య! శ్రీనాథ కవివరేణ్య!

అని సన్మానించుటతో ఆ పుర పండితుల కోలాహలము కొంతవరకు చల్లారి యుండును. రాజులయొక్కయు మంత్రుల యొక్కయు ప్రాపున బ్రతికెడివారు, ఆ రాజులయొక్కయు, మంత్రుల యొక్కయు, బంధువులనుకాని, వారిచే పూజితులైన విద్వాంసులనుకాని ధిక్కరించి గౌరవముతో బ్రతుకలేరు. అన్నయామాత్యుడు భీమేశ్వర పురాణమును తనకు కృతి యిమ్మని శ్రీనాథుని అర్థించుటయేగాక, ప్రసక్తానుప్రసక్తముగా వీరభద్రారెడ్డిని కూడ కొనియాడమని కవికి సూచనచేసి యుండును. అందుచేతనే ఈ గ్రంథమున కృతిపతి వంశవర్ణనమునకు ముందు వేమ భూపాలుని వంశము వర్ణింపబడినది. ఆ రాజ సంస్తుతి వలన శ్రీనాథునకు ఆస్థాన ప్రవేశము కల్గునని మంత్రి ఆశించి యుండును. ఆ ఆశ అవ్యాక్షేపముగా, ఫలింపకున్నను కొలది సంవత్సరములకు ఫలించుటచే శ్రీనాథుడు "వీరభద్రారెడ్డి విద్వాంసుడ"య్యెను. ఆ పదవి యధిష్ఠించుటకు మంత్రి కల్పించిన ప్రథమ సోపానమే భీమేశ్వర పురాణము.

భీమేశ్వర పురాణము

స్థల పురాణములు పెక్కింటికివలెనే ఈ భీమేశ్వర పురాణమునకును స్కాందపురాణము మూలము. చారిత్రక పరిశోధకులు ఆ స్కాంద పురాణముయొక్క [illegible] కొంత శంకింతురు. ఏమనగా చారిత్రకముగా ఒక వేయి సంవత్సరము

లకు ఇటీవల వెలసిన క్షేత్రముల వృత్తాంతములు కూడ ఎన్నడో ద్వాపరయుగమున వ్యాసుడు రచించెనని చెప్పబడు స్కాంద పురాణమున వర్ణితములై ఉండుటచే ఆ క్షేత్రములు వెలసిన పిమ్మటనే వాటి మాహాత్మ్య మా పురాణముల కెక్కియుండునని వారి యనుమానము. ఈ భీమేశ్వర పురాణమును గురించి కూడ పరిశోధకుల కట్టి శంకయే కలదు.

శ్రీనాథుడు దీనిని తెలుగున రచించిన పిమ్మట అతడో మరి యింకొకడో దీనిని సంస్కృతీకరించి స్కాందపురాణమున ప్రతిష్ఠించి యుందురని వారి యూహ. మరియు లోకమునను్న స్కాందపురాణ ప్రతులు ఒకదానితో నొకటి సంవదింపవనియు, ఒకదానిలో నున్న కథలు మరియొకదానిలో నుండవనియు చారిత్రకులు వారివాదములకు బలముగా నింకొక యుక్తి చెప్పుదురు. ఈ క్షేత్రములన్నియు చారిత్రకులు భావించినట్లు కలియుగముననే వెలసినవికావనియు, దేవతా ప్రతిష్ఠాపితములై యనాదిగా భరతఖండమునందలి నదీపర్వతములతోపాటు వెలసియేయున్నవనియు, మహాపురాణములను, ఉపపురాణములను భారతము తోపాటు వేదవ్యాసుడే రచించెననియు, స్కాందపురాణ ప్రతులొంటొంటితో విరోధముండుట కాలక్రమమున జరిగిన గ్రంథ శైథిల్యమునుబట్టియనియు, ప్రాచీనతాభిమానము కలవారు చారిత్రకవాదమును పూర్వపక్షము చేయుదురు. ఇందలి సత్యాసత్యములను వ్యాసుడే తీర్చవలయును.

ఈ భీమ ఖండమునకు స్కాందపురాణమే మూలమనుకొన్నను, శ్రీనాథుడు దానిని యథాతథముగా ననువదింప ప్రయత్నము చేయలేదు. అందులేని వర్ణనలిందు చాలకలవు. ఈ అనువాదము (అనువాదమే యైనచో) భారతాంధ్రీకరణమువలె నతిస్వేచ్ఛగా నడచినది. ఎచ్చటనేని ఒక శ్లోకమునకు సరియైన తెలుగుపద్యము కానవచ్చినచో నది యాదృచ్ఛికమేగాని బుద్ధిపూర్వకముగాదు.

ఈ గ్రంథము ద్రాక్షారామ భీమేశ్వరుని ప్రతిష్ఠకు సంబంధించినది. గ్రంథాంశమునందు మాత్రము హాలాహల భక్షణము, త్రిపుర సంహారమనెడు రెండు శివలీలలు ఉపాఖ్యానములుగా చెప్పబడినవి. మరి ఈ క్షేత్ర వృత్తాంతమును తన్మహత్వంబును గురించి అగస్త్యుడు కాశినిబాసి వచ్చిన వ్యాసునకు వివరించి చెప్పును. వారిరువురి సమావేశ సన్నివేశము మిక్కిలి రసపుష్టకముగానుండును. అగస్త్యుడు అది యుగముననే వింధ్యపర్వత విజృంభణము

నరికట్టుటకొరకు దేవతల ప్రార్థనపై లోకానుగ్రహార్థము కాశిని వీడలేక వీడలే
దక్షిణాపథమునకు లోపాముద్రాసహితుడై వెడలివచ్చి దాక్షిణాత్యుడయ్యెన
మరికొంత కాలమునకు ద్వాపరాంతమున కాబోలు వ్యాసుడు శివునిచే శపింపబ
కాశినివీడి రావలసివచ్చును. ఆ క్షేత్రవియోగమును సహింపలేక దుర్భ
దుఃఖితుడైయున్న ఆ సంయమిని అన్నపూర్ణాదేవి ఓదార్చి దక్షిణకాశి యనె
పర్యాయనామముగల దక్షవాటిక, అతని కాశీవియోగబాధ నపనయించును కావు
నచటికి బొమ్మని ఉపదేశించును. ఆ ఋషి యామె యాదేశానుసారమ
దక్షిణాపథమున ప్రవేశించి ద్రాక్షారామము దెసకు వెడలుచుండగా, మధ్యేమా
మునదక్షవాటికనుండి పీఠాపురమునకు పోవు అగస్త్యుడు సాత్యవతేయుని కలి
కొనును. ఆ ఋషులిరువురు పరస్పర కుశలప్రశ్నానంతరమున ఒండొరు
తమతమ వృత్తాంతములు చెప్పుకొను సందర్భ మీగ్రంథమందు మిక్కిలి ర
మంతమైన ఘట్టము. అదియే కథాప్రారంభము కూడ. అగస్త్యుడు కా
బాయుట కాశీఖండమున కథాప్రారంభమునను, వ్యాసుడు కాశినిబాయుట
గ్రంథమున కథాంతమునకు కలదు. అచ్చట దక్షిణకాశికిబొమ్మని యన్నపూ
అతని నాదేశించినట్లు లేదు. ఈ ఉపదేశము భీమఖండమున కల్పింపబడిన
ఇట్టి పరస్పర విరోధవాక్యములు పురాణములకు సహజమే. దానికేమి; అ దే
ఉపదేశానుసారము కాశినిబాసిన వ్యాసుడు దక్షవాటికకు చేరవచ్చుట శాపాన
తరకార్యమే గనుక భీమఖండము కాశీఖండమునకు ఉత్తరకథగా గైకొనదగిన

అగస్త్యుడు పూర్వపు తనకాశీ నివాసానందమును స్మృతిపథమున
తెచ్చుకొని, వ్యాసునితో మధురస్మృతి సంజనిత బాధాగర్భితములుగా ఆడి
వాక్యములుగల ఈ క్రింది పద్యములు ఈ గ్రంథమునకు తిలకాయమానముల

సీ॥ లోలాక్షునకు నీకు లోలోన నేమేని
బోటుపుట్టదుగదా? మాట మాట
వెనకయ్య శ్రీదుంఠి విఘ్నేశ్వరస్వామి
ధిక్కరించడు గదా? తెగువ నిన్ను
నాఁకొన్న నిన్ను మధ్యాహ్న కాలంబున
నరయకుండదు గదా? యన్నపూర్ణ
వెనమేమియును లేక నీయొడాటమ్మున
దాటి దప్పడు గదా? భైరవుండు

తే॥ ఎట్టుపాసితి మిన్నేటి యిసుక తిప్ప?
యెట్టుపాసితి వాస్థలం బేమ్రగోసు?
లెట్టు పాసితి వవిముక్త హట్టభూమి?
యెట్టు పాసితి విశ్వేశు నిందుధరుని?

కం॥ కాశీనందన కందే
కాలుర శిరములకు విరులు గల్పించునొకో?
లీలా వనాంతరమునను
మా లోపాముద్ర యిడిన మల్లీవల్లుల్.

శా॥ ఆనందంబున నర్ధరాత్రములఁ జంద్రాలోకముల్ప్రాయఁగా
నానాసైకత వేదికాస్థలములన్ నల్దిక్కులన్ప్రాఁకుఁగా
శీనాధున్ దరుణేందుశేఖరు శివున్ శ్రీకంఠునిన్ బాడుదు
న్మేనెల్లన్ బులకాంకుర ప్రకరముల్ నిండార మిన్నేటిలోన్.

ఏటిలో రెండవది శ్రీనాథునకు స్వానుభవమని నాయూహ. అతడు కొండవీటిలో నుండగా పెదకోమటితో గలసి కాశీయాత్రజేసెనని యొక ప్రతీతి కలదు. అది నిజమైనచో వెన్నెలరేల గంగాసైకతముల విహరించుచు విశ్వనాథునిపై వ్రాసిన పద్యములు పఠించుచు, నానందము ననుభవించియుండును, లేదా రాజమహేంద్రవరము జేరినపిమ్మట గోదావరీ సైకతస్థలములలో వెన్నెలరేల స్వకీయ కవితాగానానందమును అనుభవించి యుండును. ఇది కావ్యములలో కవులు అచ్చటచ్చట ముద్రించెడి స్వానుభవరేఖల కొక ఉదాహరణము. కావున బట్టి శ్రీనాథుడు ప్రకృతిసౌందర్య దర్శనానందమున తన్మయత్వము గాంచెడు కవియనియు, కేవల గ్రంథపఠనమున నిమగ్నుడైన పండితుడు మాత్రము కాడనియు సులువుగా చెప్పవచ్చును. ఈ సౌందర్యదర్శన సుఖానుభూతియే అతడు చేసిన దాక్షారామ గంధర్వాప్సరల వర్ణించుటకును ప్రేరకము. వారి వరకేల, ఆకొన్నవానికి అన్నముపెట్టి పిలిచిన అన్నపూర్ణనైనను "సుధాకర వర్ణ్యంతము అన్నార్థి" వర్ణింపకమానడు.

శ్రీనాథుడు కథామాత్ర ప్రధానములైన పురాణములను వ్రాయదగిన కవి కాడు. ప్రబంధోచితమైన వర్ణనలతో కథను అలంకరించి గ్రంథమును విస్తరింపజేసిన గాని అతనికి తృప్తిగొలుపదు. అతడు నిసర్గ కవి. కవియును శిష్ట

మునకే వర్ణించువాడని అర్థము. ఆ వర్ణనలు నానావిధములుగ నుండును. వర్ణనీయమైన వస్తువు ఎట్టిదైనను దానిని తనివితీర వర్ణించుట ఈకవికి పరిపాటి. అందుచేతనే కాబోలు ఈ గ్రంథమున ఒక ద్రాక్షారామమునే గాక గోదావరీ మండలమందలి నదులు, కొండలు, గుడులు-గోపురములు, క్షేత్రములు, ఆరామములు, తీర్థములు సర్వము నతని రమణీయవర్ణనలకు పాత్రములైనవి. ప్రబంధమున నుండదగిన అష్టాదశవర్ణనలలో కొన్నింటికి ఇందు అవకాశము కల్పించి ఈ ఉపపురాణమును ప్రబంధప్రాయముగా శ్రీనాథుడు సంతరించెనని తోచును.

ప్రబంధకవులు గ్రంథాదిని పురవర్ణన చేసినట్లుగనే ఈతడును గ్రంథారంభమున ద్రాక్షారామము నతిదీర్ఘముగ వర్ణించుటేకాక, ఆ పురమునకు భీమేశ్వరుడే నాయకుడని కావ్యనాయక నిరూపణముకూడ చేసెను. మరి ఆ దేవునివలన ఆ పురమునకు మహత్త్వము, ఆదేవుని సేవించెడి వేశ్యాగణము వలన శోభయు కల్గుటవల్ల కాబోలు ఆ గంధర్వాప్సరోభామినులను దేవునితో సమప్రాధాన్యము కలుగునట్లుగా వర్ణించెను. శ్రీనాథునకు దాక్షారామ భీమేశ్వరునిపై నెంతభక్తికలదో ద్రాక్షారామ గంధర్వాంగనలపై నంత ప్రీతికలదు కావుననే పురవర్ణనలో ఇతర పౌరజనమును సంస్మరింపక పోయినను వేశ్యాంగనలనే అతిమాత్రముగా కొనియాడెను.

మరి, ఆదేవుడు ద్రాక్షారామమున ప్రతిష్ఠింపబడుట, ఉత్సవములు చేయించుకొనుట మొదలగు శుభకార్యములన్నియు ఒక సార్వభౌముడు నూత్న ప్రాసాదప్రవేశము చేయుట, వసంతోత్సవాదులగు వేడుకలను జరుపుట మొదలైన వైభవోపేతములైన రాజభోగములుగా చిత్రింపబడినవి. ఆ సందర్భముల చదువునపుడు పాఠకుల భావనలో భీమేశ్వరుడు దేవతాసార్వభౌముడుగా కాక మానవ సార్వభౌముడుగానే భాసించును. దేవుని మానవునిగా మలచిన శ్రీనాథుని చాతురి యీ గ్రంథమున గమనింపదగిన ప్రధాన శిల్పవిశేషము.

ఈ గ్రంథము గోదావరీ మండలస్తోత్రమేగాని నిజమునకు పురాణము కానేకాదు తెలుగుకవులలో స్వదేశమును ఇంతమక్కువతో తనివితీర వర్ణించిన కవి యింకొకడులేడు. ఈగ్రంథము ఆతని "ప్రౌఢనిర్భర వయఃపరిపాకమున" రచించినదగుటచే తద్వయోనుగుణమైన భావరక్తిమయు, భావనాదోహలతయు, ఈ కావ్యమునకు ఆత్మయు ప్రాణములుగా నున్నవి మరి దక్షవాటిని ఆదేవుని

ఉత్సవములను, ఎన్నిమారులు వర్ణించినను పునరుక్తి పొంతపోక వినుగుదల పుట్టింపక అనువేళ రమణీయముగా క్రొంగ్రొత్తరూపములతో ప్రదర్శించుటలో కవి చూపిన చమత్కారము ప్రశంసార్హముగా నున్నది.

రెండవ దేశాటనము

పదునైదవ శతాబ్దిలో ఆంధ్రవాఙ్మయ ప్రపంచంబున శ్రీనాథుడే అనన్య విషయమైన కవిసార్వభౌమ బిరుదమును సార్థకముగా తాల్చినవాడు. అతనికి ఆ బిరుదు భీమఖండము నాటికి లేదు. కాశీఖండరచనకు పూర్వ మెప్పుడో ఎచ్చటనో లభించియుండును. ఆ లబ్ధి యేమహారాజుయొక్క ఆస్థానముననో పండితప్రకాండుల సమక్షంబుననో కలిగియుండుటను బట్టియే అతకు దానిని విజయదుందుభి మ్రోగించినట్లుగా సగర్వముగా కాశీఖండమున ఈ క్రింది పద్యమున ప్రయోగించుకొనెను.

శా॥ ఈ క్షోణిన్నిను(బోలు సత్కవులులే రీనేఁటి కాలంబునన్
దాక్షారామ చళుక్య భీమవరగంధర్వా ప్సరోభామినీ
వక్షోజద్వయ గంధసార ఘుసృణద్వైరాజ్య భారంబు న
ధ్యక్షించున్ గవిసార్వభౌమ! భవదీయ ప్రౌఢసాహిత్యముల్.

"గౌడ డిండిమబట్టు కంచుఢక్కను పగులగొట్టి దీనారటంకాలతీర్థమాడిన ప్రౌఢరాయల (రెండవ దేవరాయలు – 1423-46) ముత్యాలశాలలో కవితా పట్టాభిషిక్తుడైన ముహూర్తముననే ఈ కవిసార్వభౌమ బిరుదుప్రదానము జరిగి యుండును. కర్ణాటదేశ కటకమైన విజయనగరమునగల కవులును, పండితు లును, కవిసార్వభౌముని ప్రశంసాపూర్వకముగా సన్మానించి యుందురు ఆ పండితులందరు విద్వత్సభలలో ఆయన దర్శనమైనపుడు సూర్యోదయవేళ తామరకొలను వలె పరమాహ్లాదముతో ఉప్పొంగియుందురు. ఆ వైభవమును కూడ ఆయన కాశీఖండముననే సూచించెను.

తే॥ ప్రాయమెంతయు మిగుల(గైవ్రాలకుండ(
గాశికాఖండమను మహాగ్రంథమేను
దెనుగుజేసెద(గర్ణాటదేశకటక
పద్మవనహేళి శ్రీనాథభట్టసుకవి.

భీమఖండరచనముతో అన్నయామాత్యుని ఆదరము లభించినను వీరభద్రారెడ్డి ప్రాపుమాత్రము లభింపలేదు. దానికి కారణ మూహింపలేము. అది లభింపనినాడు ఆ పట్టణమున కాలయాపన చేయుట తగదని ఆతడు క్రొత్త భూములు వెదకికొనుచు పోయియుండును. ఆ సంచారములో మొదట ఆతనికి ఆశ్రయమిచ్చినవాడు వల్లభామాత్యుడు. ఈ అమాత్యుడు కడపజిల్లాలో మోపూరు పట్టణమున విజయనగరమువారి పాలనలో ఉన్నత పదవియందుండెను. శ్రీనాథ వల్లభామాత్యుల కలయిక యాదృచ్ఛికమో లేక విజయనగరమునకు దారి చూపగలడని యాశతో శ్రీనాథుడే యాతనిని సమీపించెనేమో చెప్పలేము. ఏమైననేమి? వల్లభామాత్యునకు "క్రీడాభిరామము" వ్రాసిపెట్టి ఆతనిచే సత్కృతుడై దారిబత్తెముతో శ్రీనాథుడు విజయనగరమునకేగి దిగ్విజయముచేసి ఆ విజయధ్వజముతో మరల రాజమహేంద్రవరము వచ్చియుండును. అంతతో "ఈక్షోణిన్నినుబోలు సత్కవులు లేరీ నేటికాలంబునన్" అని వీరభద్రారెడ్డి హృదయపూర్వకముగానే ప్రశంసించి ఆస్థానమున జేర్చుకొని కాశీఖండ కృతిపతిత్వభాగ్యమున కర్హుడయ్యెను. శ్రీనాథుడును "వీరభద్రారెడ్డి విద్వాంసుడ"నని సగర్వముగ చెప్పుకొనదొడగెను. కావున నీరెండవ దేశసంచారములో శ్రీనాథుడు రచించిన మేటికావ్యము క్రీడాభిరామము సంపాదించిన మేటియశము దేవరాయల కొలువున కనకాభిషేకము.

క్రీడాభిరామము

ఈ శతాబ్ది ఆరంభముతో శ్రీనాథుని వీధినాటకమను పేర ఒక పద్యసంపుటి యొకరిచేతనో ప్రచురింపబడినది. అందులో శ్రీనాథుడు చెప్పిన నానాచాటు పద్యములు కలవు. అవేకాక లక్షణగ్రంథములో శ్రీనాథుని వీధినాటకమునుండియని ఉదాహరింపబడిన పద్యములు మరికొన్ని కలవు. ఆలక్షణగ్రంథ పద్యములను బట్టి శ్రీనాథునిపేర నెగడుచున్న వీధినాటకమనునది పైన పేర్కొనబడిన పద్యసంపుటియే కాబోలునని లోకము సమాధానపడినది. కొంతకాలమునకు ఆ భ్రమ తీరినది. ఎట్లనగా శ్రీ మానవల్లి రామకృష్ణకవిగారు తంజావూరు సరస్వతీమహల్ గ్రంథాలయమునుండి "క్రీడాభిరామమును" సంపాదించి ప్రకటించిరి. దానిలో "వీధినాటక పద్యసంపుటి"లో గల పద్యములు కొన్ని కానవచ్చుటచే యథార్థమైన 'వీధి' నాటకము రామకృష్ణకవిగారు ప్రకటించిన

ఆ రాజులు, ఆస్థానస్త్రీలు ఆ పాండిత్యమును గూడ చమత్కారముగానే ఆనందించి యుందురు.

శ్రీనాథుని పేర జెల్లుచున్న చాటువులలో నతడు స్వయముగ వ్రాసిన వెన్నో యితరులు కల్పించినవెన్నియో నిష్కర్షముగా జెప్పుటయే కష్టము. మొన్న మొన్నటి వరకు రామకవి ముద్రితములై యూరూరు చెప్పిన చాటు పద్యములను గొన్నిటిని లోకము శ్రీనాథుని పేర బెట్టిన పాపము వినికిడి. ఇంత స్వల్ప కాలములోనే నిష్కారణ మిన్ని పద్యములు శ్రీనాథుని మోపవలసి వచ్చినపుడు ఈ యైదువందల సంవత్సరముల వ్యవధిలో నెన్ని యాతని పేరబెట్ట బడెనో యెవడు చెప్పగలడు? శ్రీనాథుని వలెనే యితర కవుల భారమును పంచికొని పెద్దకీర్తి మోసిన వారు తెలుగున వేమన, సంస్కృతమున కాళిదాసు, జగన్నాథ పండితుడు, పారసీకమున ఉమార్ ఖయ్యామూ ఉన్నారు.

శ్రీనాథుని జీవితచరిత్ర వ్రాయుట యనగా పదునేనవ శతాబ్దినాటి యాంధ్రదేశ చరిత్ర వ్రాయుటయని చిలుకూరి వీరభద్రరావుగారు పలికిన పలుకు నిజమైనది. ఆ కాలమున నుచ్చస్థితిలో నున్న ఆంధ్ర కర్ణాట రాజ్యములతో నతనికి గల సంబంధము, రాయబారిగా నొనర్చిన సంచారమును ఆ కవిని ఆంధ్ర లోకైకకవిగా జేసినవి. కొండవీటి చరిత్ర వ్రాయు నైతిహాసికుడు శ్రీనాథుని కొక ప్రకరణమైన నంకితమీక తప్పదు. శ్రీనాథుని చరిత్రను వ్రాయువాడు రెడ్డిరాజుల చరిత్రముతో గలిపి కాని వ్రాయలేడు. అతని కనకాభిషేకమును వర్ణించువాడు ప్రౌఢదేవరాయల రాజ్యవైభవమును వర్ణింపక తీరదు. ఈ విధముగా నింకొన్ని విధములుగా ఆ మహాపురుషుని జీవితము నాటి రాజులయు, మంత్రులయు, సామాన్యులయు జీవితములతో పడుగుపేకగా నల్లుకొని, ఏ పోగును విడదీయరానిదిగా నున్నది.

కవిసార్వభౌముడు తన్నాదరించిన మిత్రులను ప్రభువులను స్మరించుచునే స్వర్గ ప్రస్థానము గావించెను. ఈ మైత్రీధర్మాభిజ్ఞతయే ఆయన లోకరంజకత్వమున కింకొక హేతువైనది. అప్రధృష్యుడు నభిగమ్యుడు నైన ఆ ధీరుడు జీవిత చరమసమయమున గూడ ఆత్మ విశ్వాసమును గోల్పోక, యీ లోకమున వలెనే స్వర్గలోకమున గూడ కవి సార్వభౌమ పదవి నధిష్ఠించుటకే తరలి పోయెను.

సమగ్రముగా నన్వయించును. కావున ఇది తెలుగున వెలసిన మొదటి హేళన కావ్యము. దీని తరువాత తంజావూరి యక్షగానములలోను, మరికొంత కాలమునకు ఈ శతాబ్దిలో వెలసిన కొన్ని ప్రహసనములలోను, హేళన కావ్యము లనిపించుకొన్న కొన్ని రచనలు కలవు గాని వానిలో క్రీడాభిరామమునందు వలె కావ్యాతిశోభ తెచ్చిన శైలీసంపన్నత లేదు. అదీగాక వీనికి క్రీడాభిరామము వలె చిరస్థాయిత్వము లేదు. ఇట్టి కావ్యములకు శాశ్వతత్వమిచ్చునది శైలీ ప్రాధానము. అనగా తేలికరచనయైన ఆ హేళనకావ్యమును సముచితము కావ్య గుణోపేతమైన సుందర వస్తువుగా తీర్చిననే తప్ప ఇది నిలువదు. ఈ విధి శ్రీనాథుని ప్రజ్ఞవలన నైషధాదులతో పాటు అనశ్వరమై యున్నది. అందుచే క్రీడాభిరామము హేళనకావ్యములలో మొదటిదే గాక ఉత్తమోత్తమమును నైనది మఱియు తెనుగున లక్షణయుక్తమైన మొదటి రూపకమును ఇదియే.

క్రీడాభిరామమున సమూహముమీద సంఘము నందలి లోపములను సహజ మనోదౌర్బల్యము గల వ్యక్తుల ధర్మవ్యతిక్రమమును ఎత్తిచూపి పరిహాసము చేయుచు కవి నోరారనవ్వి మనచే నవ్వించును. ప్రకృతివశ్యులైన ఆ దుర్బల హృదయుల చేష్టలకు వారిని వెన్నుపట్టి మందలించినట్లుండునే గాని ఆగ్రహముతో శపించినట్లుండదు.

నేటి సారస్వతాభిరుచులను బట్టి అపథ్యము లనదగిన పద్యములు దీని యందు గొన్ని కలవు. ఆ కాలమువారికవి మోటుగా నుండకపోవచ్చును. ఇతర హేళన రచనలకులేని ప్రత్యగ్రత క్రీడాభిరామమునకు కలదు. అందు పరిహసింపబడిన సాంఘికలోపములు (పేర్లుమారినను) నాడేకాదు నేడును లోకమున ఉన్నవే. నేడేకాదు ఎన్నటికిని ఉండునవే. ఎంత నాగరికత పెరిగినను సంఘము ఆ వినోదములను జూదములను కొలువులను జాతరలను త్రోసిపుచ్చ జాలదు. అవి పల్లెలలోనే గాక పట్టణములలోను ఏ మూలనో జరుగుచునే యుండును. కావున ఈకథావస్తువు ఉదాత్తము కాకపోయినను రావిపాటి తిప్పన్నకువలె శ్రీనాథునకును, శ్రీనాథునకువలె మనకును సమకాలికముగానే భాసిల్లుచుండును.

ఇంకొక విశేషము. మూలకారుడైన రావిపాటితిప్పన ప్రతాపరుద్రుని కాలమునాటివాడు కావున అప్పటికి మహావైభవోపేతముగా నున్న ఓరుగల్లు

పట్టణమును ప్రత్యక్షముగా దర్శించియుండు ననుటకు సందేహములేదు. లేకున్న ఆ వీధులు, విపణులు, జాతులు, నాతులు, దేవరలు, దేవుళ్లు, వంటపూట ఇండ్లు, వేశ్యవాటములు సాక్షాత్కరింపజేయుట పొసగదు.

ఈ గ్రంథమే లేనిచో మనకు కాకతీయసామ్రాజ్య రాజధాని నాగరికతను చదువుకొని యైనను కన్నీరునించుచు ఆనందించెడి భాగ్యముండెడిది కాదు.

అయితే ఈగ్రంథము చిత్రించిన నాగరికత, ఆ రాజధానీ నగరమందలి సర్వమానవ సంఘమునకు సంబంధించినదికాదు. అందులో ఏకదేశముమాత్రమే. ప్రతాపరుద్రుని పరిపాలనాకాలము నాటి ఆస్థానవైభవముగాని, విద్వత్సభలు గాని, వీరభటుల విక్రమములు గాని, గృహస్థుల సుఖజీవనము గాని, నాటకశాలలుగాని, దేవతాపూజలుగాని ఇందు స్మరింపబడలేదు.

ఈ కథకు నాయకుడు కాముకుడైన గోవిందమంచనశర్మ యనెడి ఒక బ్రాహ్మణయువకుడు. నాయిక కామమంజరి యనెడి వితంతు యువతి. వారిరువురు అన్యోన్యానురక్తులు. మంచనశర్మ ఆంధ్రవిష్ణు నగరమైన శ్రీకాకుళమున కాకుళేశ్వరుని తిరునాళ్లు చూచుటకేగి, కార్యాంతరవ్యాసంగుడై పురమునకు తిరిగిరాక కొంతకాలము కామమంజరికి విరహవ్యథగొల్పెను అతనికి ఆ సంచారములో టిట్టిభసెట్టియను నొక వైద్యయువకుడు స్నేహితుడయ్యెను. అతనిని తనవెంట ఏకశిలానగరమునకు దోడ్కొనివచ్చి ఆ పురవిశేషములు అతనికి చూపుచు, దినమంతయు గడపెను. మధ్యాహ్నవేళ వారిరువును పూటకూటింట భుజించిరి. పూటకూటి ఇండ్లు ప్రత్యేకముగా నొకవాడలో నుండెడివి. ఆ వీథికి అక్కలవాడ యనిపేరు అందులో ఒక రూకకే షడ్రసోపేతమైన మృష్టాన్నము లభించెడిది.

ఉ॥ కప్పుర భోగివంటకము కమ్మని గోధుమపిండి వంటయున్
గుప్పెడు పంచదారయును క్రొత్తగకాచిన యాలనే పెసర్
పప్పునుక్రొమ్ముసల్లనటిపండ్లును నాలుగునైదునంజులున్
లవ్వలతోడ క్రొంబెరుగు లక్షణవర్ఝుల ఇంట రూకకున్.

భోజనానంతరము మరల పుర దర్శనమునకు బయల్దేరిరి రాత్రివడునప్పటికి మంచనశర్మ ఒకసంకేతస్థలమున కామమంజరిని కౌగిటలో జేర్చుకొనెను. టిట్టిభ సెట్టికి గూడ నింకొక యువతి పొందుయేర్పాటు చేసి తన మైత్రిని సార్థ

కము చేసికొనెను. ఆ నాడు ఆ మిత్రులిద్దరు వేకువవేళ మొదలు రాత్రివరకు చూచిన వింతల యొక్కయు వినోదముల యొక్కయు వర్ణనయే ఈ నాటకమున గల ప్రధానాంశము.

ఇందు చిత్రింపబడిన సంఘజీవితము ఎక్కువ పాలు అనుదాత్తమును, పామరమును, అనిపించుకొనదగినది. ఆ జీవితమును గడపెడి వ్యక్తులు లఘు వర్తనులు, రాజాస్థానమునకును, విద్వత్సభలకును దూరముగా నివసించెడి అవర వర్గీయులు.

వారు, ఆ మహానగరమున రాజవీధులలో గాక సందుగొందువాడలలో జీవితమును గడుపుకొనువారు. కానీ, "ప్రతాపరుద్ర ధరణీశోపాత్తగోష్ఠి ప్రతిష్ఠా పారీణ" యైన మాచల్దేవి వారాంగన చిత్రశాలాప్రవేశము చేయుట ఇందు వర్ణింపబడినది. అవేశ్యారత్నము సందుగొందులలో నివసించినదని చెప్పలేము. కాబట్టి పామర జనుల వాడలతోబాటు, వేశ్యావాటములు కూడ ఇందలి కథా కార్యమునకు రంగస్థలముగా గైకొనబడినవి.

వీధి యనెడి రూపకము ఉదాత్త వస్తువు నంగీకరింపదు. కనుక గ్రంథకర్త లఘువర్తనుల జీవితమునే వర్ణ్యవస్తువుగా స్వీకరించెను. ప్రహసన జాతి రూపకములలో వీధి ఒకటి. హాస్యము దాని ప్రధానరసము, రాజులు, మంత్రులు మొదలైన ఉన్నత పురుషులు హాస్యరసమునకు ఆలంబన విభావము కాజాలరు. కావుననే అట్టి ఆలంబన కోసము ఈ నాటక రచయిత వెలివాడలోను, మైలసంతలోను, సందుగొందుల్లోను ప్రవేశించెను.

మరి దశవిధ రూపకములలో భాణము, ప్రహసనము, వ్యాయోగము, అంకము, వీధి, అనునవి అయిదును ఏకాంకికలు. వీటి యందలి ఇతివృత్తము ఒకనాటి కథయై యుండవలెను. వీటిలో వ్యాయోగము మాత్రము కొంచెము ఉదాత్త పాత్రచరితము కలది. తక్కిన నాల్గింటిలో వచ్చెడి పాత్రలు ధూర్తులు, పామరులు, విటీ విటులునై ఉందురనియు, సూచ్యముగానో ప్రత్యక్షముగానో కాముకవ్యవహారము నడచుననియు శాస్త్ర నిర్దేశము కలదు. ఆ కాముక క్రీడ శృంగార రసముగా భాసించినను, అది తదాభాసము మాత్రమే కాని రసము కాదు. దాని పరిపోషణము జరుగదు. క్రీడాభిరామము పట్ల ఈ లక్షణము సమగ్రముగా నన్వయించును.

కర్తృత్వము

ఈ గ్రంథమునకు కర్త వినుకొండ వల్లభామాత్యుడని ప్రస్తావనప్రాయమైన అవతారికలోను, భరత వాక్యమునందును, గద్యమునందును స్పష్టముగా కలదు. అవతారికా పద్యముల నన్నింటిని ఉల్లేఖించుట అనావశ్యకము. వానిలో వల్లభామాత్యుని వాగ్వైభవము అతిమాత్రముగా వర్ణింపబడినదని చెప్పుట చాలును. మరి భరత వాక్యమును గద్యము అనతివిస్తృతములగుటచే ఉల్లేఖించుచున్నాను.

భరతవాక్యము :

చం॥ ముదమున ముల్కినాటిపుర మోహనశైల నివిష్టకందరా
సదనుడు కాలభైరవుడు శంభునిపట్టి సమగ్రవైభవా
భ్యుదయ పరంపరావిభవముల్ కృపసేయు మహేంద్రకాంక్షిత
త్రిదశ మహీరుహంబునకు తిప్పనవల్లభరాయ మంత్రికిన్.

గద్య :

ఇది శ్రీ మన్మహామంత్రిశేఖర వినుకొండ తిప్పయామాత్య నందన చందమాంబా గర్భపుణ్యోదయ సుకవిజన విధేయ వల్లభరాయ ప్రణీతంబైన క్రీడాభిరామంబను వీధినాటకంబున సర్వంబు నేకాశ్వాసము.

ఇంత స్పష్టమైన గ్రంథస్థ నిదర్శనముండగా ఇది శ్రీనాథ విరచితమెట్లగుననియు, లక్షణ గ్రంథములలో ఉదాహరింపబడిన కొన్ని పద్యములు శ్రీనాథునివే యనియు ఆ లాక్షణికులు లోకమునందలి కింవదంతిని నమ్మినవారే గాని చారిత్రక పరిశోధనలుచేసి సత్యముచెప్పినవారు కాదనియు కొందరు విమర్శకులువల్లభామాత్యకర్తృత్వమును సమర్థింతురు. మరికొందరు అవతారికాపద్యములు ఆత్మస్తుతిభూయిష్ఠములగుటచే వల్లభుడు వ్రాసినవి కావనియు శ్రీనాథుడే వానిని వ్రాసియుండుననియు, దానివంటిదే భరతవాక్యమనియు ప్రతి వాదము చేయుదురు. ఆ ప్రస్తావనా భరతవాక్యములు సూత్రధారుని వచనములు కావున వల్లభునకు ఆత్మస్తుతిదోషము, ఆపాదింపజాలదని మొదటి పక్షమువారు సమాధానము చెప్పుదురు. కావున కర్తృత్వనిర్ణయమునకు ప్రస్తావనా భరతవాక్యములుపకరింపవు. లక్షణగ్రంథములును అంతటివే అనుకొందము.

పోతే ఈ గ్రంథమును చేతబట్టి మొదటి పద్యము చదువుటతోనే తెలుగు వాఙ్మయముతోను తెలుగు కవుల శైలీ విశేషములతోను, పరిచయముగల ఏనరను డైనను ఇది శ్రీనాథుని కవిత్వమేయని త్రికరణశుద్ధిగా నంగీకరింపక తప్పదు. ఈ అంశమును ముఖ్యాధారముగా చేకొని శ్రీ వేటూరి ప్రభాకరశాస్త్రి గ్రంథమునకు విపులమైన పీఠికవ్రాసి ఇది శ్రీనాథ విరచితమేయని సిద్ధాంతముచేసిరి. అంతకుమించి నేను చెప్పదగినది ఒక్కమాటయైనను లేమిచే ఆయన సిద్ధాంత వాక్యములే ఇచట ఉదాహరించుచున్నాను.

"క్రీడాభిరామమున పదసంవిధానము, అన్వయక్రమము, కారకప్రయోగ వైచిత్రి, వర్ణ్యవక్రమనిర్వాహములు, ప్రతి పదము శ్రీనాథుని పేరుగ్గడించు చున్నవి."

క్రీడాభిరామము నాటికి శ్రీనాథునికి నడివయస్సు దాటినది. రాజమహేంద్రవర రాజాస్థానము మీదనో విజయనగర రాజాస్థానము మీదనో చూపుపెట్టు కొని ఇంకను విద్వత్కవిమండలమున అధికియశము నార్జించు నాశతోనున్న కీర్తికాముడు నైతికదృష్టిచే నంతగా సమర్థనీయముగాని ఈ గ్రంథమును రచించుటకు సంశయించి యుండును. స్వతంత్రుడును, కవులయొక్కయు, పండితుల యొక్కయు, ఆక్షేపణలను సరకుసేయని ఉన్నతపదస్థుడునైన వల్లభామాత్యుడు దానివలనవచ్చు కీర్త్యపకీర్తులను దాను వహించుటకు తలపడి, దానిని తెనిగించుటకు ముచ్చటపడి శ్రీనాథుని సందేహమువాపి తనపేరిమీద దానిని వెలయించియుండును. వల్లభామాత్యునిపేర ఈ గ్రంథము వెలయుటకు ఇది కారణమని నాయూహ.

కాశీఖండము

కాశీమాహాత్మ్యము నభివర్ణించెడి ఈ పురాణమునకు కూడ స్కాందపురాణమే మూలము ఈకథాప్రవర్తనమునకు మూలభూతమైనపాత్ర అగస్త్యుడు. ఆ ఋషి లోకహితార్థము దేవతల యభ్యర్థనపై కాశినిబాసి దక్షిణాపథమునకు వచ్చి కొల్లాపురాది క్షేత్రములను దర్శించుట ఈ గ్రంథములోని ప్రధానాంశము. మేరుపర్వతము మీది మత్సరముతో వింధ్యాద్రి విజృంభించి సూర్యసంచారము నరికట్టుట అగస్త్యుని కాశీ నిర్గమనమునకు నిమిత్తము. కావున వింధ్యపర్వత నిరోధమే ఈ గ్రంథమునకు ప్రస్తావనాప్రాయమైనది. లోపాముద్రాసహితుడై

క్రీడాభిరామమే యనియు, తత్పూర్వమును ఆ పేరుతో ప్రచారమునందున్న చాటుపద్యసంపుటికి 'వీథి' నాటకమను పేరు కల్పితమనియు తెల్లమయ్యెను. తదాది శ్రీనాథుని వీథినాటకమనగా క్రీడాభిరామమే యని నిరూఢమయ్యెను. 'వీథి' యనగా దశవిధరూపకములలో నొకటైనదాని లక్షణ మేదియులేని ఆ పద్యసంపుటి వీథినాటక మెట్లగునని పండితులనైనను సందేహము కలుగలేదు. ఈ గ్రంథము లభించిన పిమ్మట శ్రీనాథుని పేర లక్షణగ్రంథములలో ఉదాహరింపబడిన వీథినాటకమనెడి గ్రంథము ఈ క్రీడాభిరామమే యని లోకము సంతసించినది. కావున లక్షణగ్రంథకర్తలు పేర్కొన్న శ్రీనాథుని వీథినాటకము ఈ క్రీడాభిరామమే.

రావిపాటి త్రిపురాంతకుని ప్రేమాభిరామమునకు ఈ క్రీడాభిరామము స్వేచ్ఛానువాదము కానోపునని పూర్వప్రకరణమున జెప్పితిని. శ్రీనాథుని ఇతర గ్రంథములలో కొన్ని పదక్రమములు, పద్యభాగములు ఇందు కానవచ్చుటే ఇది మూలవిధేయము కాదనుటకు ప్రబలదృష్టాంతము. అనువాదములోనే కాదు, గ్రంథనామకరణములోగూడ శ్రీనాథుడు స్వతంత్రత చూపెను. నైషధీయ చరితమును శృంగారనైషధమని పేర్కొనిన ఈ నిరంకుశుడు ప్రేమాభిరామమును క్రీడాభిరామమనుటలో నేమి వింత? అయితే నామకరణములో అతడు చూపిన స్వేచ్ఛ అన్వర్థమేకాని స్వప్రయోజనము కాదు. ఎట్లన, క్రీడాభిరామమున గల విటవిటీధూర్త శృంగారచేష్టలు త్రిపురాంతకుని దృష్టిలో ప్రేమమూలకములు. ప్రేమశబ్దమునకు ఆ చేష్టలు అర్హములు కావనియు అవి ఒక విధమైన విలాసక్రీడలనియు, శ్రీనాథుడు భావించి నామమును మార్చెను. పాపపుణ్యములు ధర్మాధర్మములు మనస్సునకు తట్టని యువజనము స్వేచ్ఛగా వయోనురూపముగా ననుభవించు సుఖముల అనుభూతియే క్రీడ. పవిత్రమును ధర్మబద్ధమునైనది ప్రేమ. సామాన్యలౌకికదృష్టితో చూచినపుడు క్రీడ పరిహసింపదగిన ఉద్వృత్తియేగాని శిక్షింపదగిన మహాపాపము కాదు. గ్రంథకర్త అట్టి ఇతివృత్తమును లోకసంస్కారాపేక్షచే గాక హాస్యరసప్రధానమైన గ్రంథము రచించెనేని అది హేళన కావ్యమగును. హేళనకావ్యమునకు మొదటి లక్షణము హాస్యరసప్రధానమగుటయేగాక, ఆ హేళనకు గురియగు వ్యక్తులు సైతము తమ్ము గురించితామే నవ్వుకొనునట్లు చేయుట. రెండవది ఆ హేళన కటువును దయారహితమును గాక మృదువును సరసమునయి ఉండుట. ఈ లక్షణము క్రీడాభిరామము పట్ల

అని అసూయావిష్టుడై ఇతరుని సంపదకు ఉద్రిక్తతతో ఉపతపించిన ఆ దురహంకారి అగస్త్యుని పునరాగమనమునకు అనుక్షణ నిరీక్షణచేయుట.

తే॥ "ముని జటాధారి శివభక్తుఁ డనఘు మూర్తి
యెవ్వఁడేతెంచు నప్పుడుఁ...
గుంభసంభవుఁడను కోర్కి కొనలుసాగ"
... ...

అత్తెత్తి చూడవలసిన దుస్థితికి వచ్చెను. ఈ కథ బోధించెడి నీతిని శ్రీనాథుడీ క్రిందివిధముగా వాక్రుచ్చెను.

తే॥ మొదలిగల పెక్కువయుఁబోయి ముడిఁగెనద్రి
కలశజుని నేత్రములఁగెంపు గానవైన
నొరుని యైశ్వర్యమీక్షించి యుపతపించు
నట్టి ఖలునకునిది పెద్దయౌనె తలప.

క॥ సిద్ధింప వీప్సితంబులు
సిద్ధించెనయేనిఁ బిదపఁజెడు నన్యుని సం
వృద్ధిఁ గనుంగొని యెవ్వని
బుద్ధి నసూయాగ్రహంబుఁబొందు నతనికిన్.

ఈ కథాసందర్భములోనే మయూరుని సూర్యశతకములోని శ్లోకములు కొన్ని సందర్భమునకు పొందుపడునట్లు ఇంచుక మార్పుతో తెనిగింపబడినవి. పాషాణములవంటి మయూరుని స్రగ్ధరలు శ్రీనాథుని సీసపద్యపుమూసలో మైనము వలె కరిగి అతనికిచ్చవచ్చిన రూపమును తాల్చినవి. ఉదాహరణార్థము నాలుగు శ్లోకములు ఇచ్చుచున్నాను.

శాతశ్శ్యామాలతాయాః పరశురివ తమోఽరణ్యవహ్నే రివార్చిః
ప్రాచ్యేవాగ్రే గృహీతుం గ్రహ కుముదవనం ప్రాగుదస్తాగ్రహస్తః
ఐక్యంశిక్షన్ ద్యుభూమ్యోరవధిరివ విధాతేవ విశ్వప్రబోధం
వాహోంహస్సో పినేణాస్మపనయతు విపన్నామధామాధిపస్య॥

[illegible] కిఱుహొస [illegible]ష్టి చ చికిలిసేయించిన
[illegible]సైగొడ్డలి నిశాగహనలతకుఁ
గావ్య[illegible] [illegible]టిరాంధకార ధారాచ్ఛటా
సత్త్ర వాటికి పితిహోత్ర జిహ్వ

నక్షత్రకుముద కాననము గిల్లడు బొందెఁ
ప్రాపయెత్తిన హస్తపల్లవాగ్ర
మరని మింటికి మంటి కైక్యసందేహంబుఁ
బరిహరింపంగఁ బాల్పడ్డయవధి

సృష్టికందెడు తొలుసంజ చెలిమికాడు
కుంటు, వినతామహాదేవి కొడుకుఁగుఱ్ఱ
సవితృసారథి, కట్టెఱ్ఱచాయఁ దెలుప
నరుణు డుదయించెఁ బ్రాగ్దిశాభ్యంతరమున.

న్యక్కుర్వన్నోషధీశే ముషిత రుచిశుచేవౌషధీః ప్రోషితాభా
భాస్వద్గ్రావోద్గతేన ప్రథమ మితకృతాభ్యుద్గతిః పావకేన
పక్షచ్ఛేదవ్రణాసృక్స్రుత ఇవదృషదో దర్శయన్ ప్రాతరద్రే
రాతామ్రః స్తీవ్ర భానోరనభిమత నుదేస్తాద్గభస్త్యుద్గమోవః.

సీ॥ ప్రాలేయ కిరణబింబంబు వెల్వెలఁబాఱి
యస్తాచలంబుపై నస్తమిల్లు
వరుసతో నోషధీవల్లిను తల్లుల
కాంతివైభవలక్ష్మి కచ్చువదల,
రవికాంతపాషాణ రత్నంబులం దుబ్బి
యగ్నిప్రత్యుత్థానమాచరింపఁ
బ్రబలాంధకార ధారాచ్ఛటాపటలంబు
వంచబంగాళమై పాఱిపోవ

నుదయపర్వత కటక గండోపలములఁ
బక్షమూలచ్ఛిదా వ్రణప్రభవమైన
నెత్తురనియెడు విచికిత్స నివ్వటిల్లి
భానుకిరణంబు లొక కొన్ని ప్రాకెనభము.

జ్యోత్స్నాంశాకర్ష పాణ్డుద్యుతి తిమిరమషీశేష కల్మాషమీష
జ్జృమ్భోద్భూతేన పిఙ్గం నరసిజరజసా సన్ధ్యయా శోణరోచిః
ప్రాతఃప్రారంభకాలే సకల మిపజగ చ్చిత్రమున్మీలయన్తీ
కాన్తి స్తీక్ష్ణత్విషోఽక్ష్ణాంముద ముపనయతా త్తూలికే వాతులాంవః.

సీ॥ తఱివి వెన్నెలలోని ధావళ్యమొకకొంత
నవసుధాకర్దమ ద్రవముకాగ
జిన్నారి పొన్నారి చిఱుతచీకటిచాయ
యసలుకొల్పిన మషీరసముగాగ
నిద్ర మేల్కాంచిన నెత్తమ్మి మొగడల
పరువంపు బుప్పొళ్ళు హారిదళముగ
దొగరువన్నియలేత తొలుసంజ కెంజాయ
కమనీయధాతురాగంబుగాగ

వర్ణములుగూడి యామినీ వ్యపగమమున
జగము చిత్రింప దూలిక చందమైన
కొమరుబ్రాయంపు నూనూగు కొదమయెండ
ప్రాచి కభినవ మాణిక్యపదకమయ్యె.

ఘూర్ణంస్త్రాగ్ర్యగ్రహాణి ధ్వజపట పవనాందోలితేందూ నిదూరం
రాహొర్గ్రాసాభిలాషా దనుసరతి పునర్దత్త చక్ర వ్యథా ని
క్రాన్త్వా శశ్వత్ప్రవాస హేలాధుత విబుధధునీ నిర్ఝరాంభాంసి భద్రం
దేయాసుర్వోఽడపీయోదివి దివసపతేః స్యందన ప్రస్థితాని.

సీ॥ ఘూర్ణంద ౦క్తిక త్రుటిత గ్రహగ్రావ
ధూళిపాళీమిళ ద్ధ్వస్తసలములు
ధ్వజపట పల్లవోద్ధత మరుత్సంపాత
పరికంపమానోడు పరివృఢములు
గ్రాసాభిలాషానుగత విధుంతుద పునః
ప్రాప్త చక్రవ్యథోపద్రవములు
క్రాంతాశ్వనిబిడ నిశ్వాసశధారోద్ధూత
స్వర్ధునీ నిర్ఝర జలచరములు

గగనపదలంఘనైక జంఘాలికములు
పద్మ బాంధవ నిజరథ ప్రస్థితములు
సాగెనని దక్షిణాయన సమయ మగుట
దర్దురముమీద మలయ భూధరముమీద,

ఈ గ్రంథమున నిట్లుతెనిగింపబడిన శ్లోకములు పదమూడు కలవు. కాశీఖండము స్కాందపురాణము నందలి కథకు యథార్థానువాదము కాదనుటకు ఈ సీసపద్యములే ప్రబలసాక్ష్యము. మయూరుని శ్లోకములు ఆ సంస్కృత పురాణమున నుండవు ఈ సీసపద్యముల లక్షణము నైషధమునందలి సీసపద్య లక్షణములకు సోదరప్రాయము.

అగస్త్యుడు కాశినిబాయుట

వింధ్యపర్వతము విజృంభించి పెరుగుటచేత సూర్యరథగమనము నిరోధింపబడెను. దానితోపాటు, జ్యోతిర్మండల సంచారములు స్తంభించి పోయెను. కాల పరిజ్ఞానమునకు హేతుభూతమైన సూర్యసంచారము లేక లోకమున యజ్ఞ యాగాది క్రతువులు జరుగవయ్యెను ఈ మహోపప్లవమును గూర్చి దేవతలు బ్రహ్మతో మొరపెట్టుకొని, ఆయన ఉపదేశానుసారము కాశిలోనున్న అగస్త్యుని వేడుకొన బోయిరి. బృహస్పతి, ఆ ప్రళయమును లోపాముద్రా సహితుడై యున్న అగస్త్యునకు విన్నవింపగా, ఆ ఋషి లోకరక్షణార్థము, తదాపన్నివారణ కార్యమునకు పూనుకొనెను. ఈ యెడ బృహస్పతిలోపాముద్రకు పతివ్రతాధర్మము లుపదేశించుట సందర్భశుద్ధిలేమిని అస్థానికముగా పొడగట్టుచున్నది. పాతివ్రత్యములో, దేవతా స్త్రీలకే ఆదర్శము కాదగిన లోపాముద్రకు బృహస్పతి ఉపదేశమేల? కాని, పురాణములు ధర్మప్రసంగములు చేయునపుడు వక్తృశ్రోతృవివేచనములు చేయవు. అవకాశము కలిగినప్పుడెల్ల ఏదో విధముగా ఆధర్మము లుపదేశించుటే పురాణసంప్రదాయము. స్కాంద పురాణమునందలి ఈ ఘట్టమున పతివ్రతా ధర్మోపదేశము కలదు గనుక శ్రీనాథుడు దానినే అనుసరించెను. ఔచిత్య దృష్టితో నైషధమును వలె దీనిని కూడ ఆతడేల సంస్కరింపరాదు? అని ప్రశ్నింతు మేని అట్టి నంస్కారము కావ్యములలో చేయతగును కాని, పురాణములలో చేయతగదు. ఆపనికే పూనుకొన్నచో, పురాణములలో సగముకంటె యెక్కువ భాగము వదిలిపెట్టవలసి వచ్చును. ఇదియే కాదు. ఈ గ్రంథములోనే ధార్మికములు, యోగికములు, పారలౌకికములు, ఆధ్యాత్మికములు, మొదలైన ప్రసంగము లనేకములు అస్థానికములు కలవు. పాఠకులు వాటి పరమార్థము గ్రహించి విజ్ఞాన వంతులు కాదగును గాని వాటి సందర్భౌచిత్యమును విమర్శింప బూనరాదు. పురాణములలోనే యేల, కావ్యముల

లోనే ఇట్టి అప్రస్తుత ప్రసంగములు చాలాచోట్ల కలవు. అది అటుండనిండు. అగస్త్యుడు కాశీని విడిచిపోవునప్పుడు పొందిన నిర్వేదము ఎంతో రసవంతముగా వ్యక్తము చేయబడినది. ఆ ఋషి దక్షిణ దేశమున నెన్ని తీర్థములు సేవించినను కాశీ విప్రయోగవ్యథ అనుభవించుచునే యుండెను.

గుణనిధికథ

గుణనిధి సదాచార సంపన్నుండును, శ్రోత్రియుడునైన యజ్ఞదత్తుడనెడి బ్రాహ్మణోత్తముని కుమారుడు. వాడు ద్యూత క్రీడాది వ్యసనములకులోనై కులాచారము ఉజ్జగించి, భ్రష్టుడై తిరుగుచుండెను. ఇంటగల వెండిబంగారు వస్తువులన్నియు తాకట్టుపెట్టి ఆధనమును దురోదరమున వ్యయము చేయుచుండెను. తల్లి వాని దుశ్చేష్టితము లెఱింగియు తండ్రికి జెప్పక లేకలేక బుట్టిన కుమారుడుగాన చాటుగా మందలించుచుండెను. తండ్రికి కుమారుని దుర్వర్తనము తెలియదు. ఆపేక్షితుడై అప్పుడప్పుడు సోమిదేవమ్మను నిలిచి కుమారుని చరితమును గూర్చి ప్రశ్నింపగా ఆమె యథార్థమును జెప్పక పుత్రవాత్సల్యముచేతను, కోపగాడైన భర్తవలని భయముచేతను కుమారుని దుర్గుణములను కప్పిపుచ్చుచుండెను. ఇట్లుండ ఒకనాడు సోమయాజి రాజు తనకు బహూకరించిన రత్నాంగుళీయకమును ఒక జూదరి వ్రేలనుండుట జూచి ఇది నీకెట్లు లభించిన దని ప్రశ్నింపగా వాడు, "నీ కుమారుడు జూదములో దీనిని నాకోడెను" అని నిజము చెప్పి,

తే॥ అఖిలధూర్తులలోన నీ యనుగు కొడుకు
బోరపుజూదరి ఉగ్రధూర్తుండు లేడు,
క్షితితలంబున యాగదీక్షితులలోన
కీర్తినీయట్టి యాగదీక్షితుడు లేడు

అని మొగమున చరచినట్లు ఆక్షేపించి వెడలిపోయెను. ఆ వృత్తాంతము బ్రాహ్మణునకు పెద్ద అవమానమై కడుం గరుగున నింటికివచ్చి బ్రాహ్మణిని మొగమెత్తుకొనక తిట్టిపెట్టి ఆమెను విసర్జించి, గార్హస్థ్య నిర్వహణార్థము రెండవ వివాహము చేసికొనెను. గుణనిధి తల్లిదండ్రులకును ఇంటికిని వెడమై అడవి దారిపట్టి పోయిపోయి ఒకానొకనాడు శివరాత్రినాటి రాత్రి ఒక శివాలయము ప్రవే

శించి, దీపము వెలిగించి అచట శివుని కర్పింపబడిన, నైవేద్యమును దొంగిలించి పాఱిపోయెను. అచట నిద్రించుచుండిన భటులు ఆ అలికిడికి లేచి పారిపోవుచున్న బ్రాహ్మణబ్రువుని వెన్నంటి తఱిమికొట్టిచంపిరి. ఆజీవుని యమలోకమునకు కొంపోవుటకై వచ్చిన యమకింకరులకును, కైలాసమునకు కొంపోవుటకై వచ్చిన శివభటులకును, వాని పుణ్య పాపములగురించి కొంతవాదము జరిగెను. శివాలయమున దీపప్రదానము చేసిన పుణ్యమునకు శివభటులు, వానినొక దివ్య రథముమీద కైలాసమునకు కొంపోయిరి. వాడు శివుని అనుగ్రహముచే మరుజన్మమున రాజుగా పుట్టెను. ఆ జన్మలో ప్రజలచే ఇంటింట శివపూజారాధనలు చేయించి తత్పుణ్యఫలముగా అపరు జన్మమున కుబేరుడై శివునకు సఖుడయ్యెను. తెలిసియో తెలియకయో ఈషత్ శివకైంకర్యము చేసిన మహాపతితులకైనను పుణ్యలోక ప్రాప్తి లభించుననెడి శివధర్మమునకొక దృష్టాంతముగా చెప్పబడిన చిన్న కథ ఇది. ఇందులో నీ మహాకవి ప్రదర్శించిన పాత్ర సృష్టి, సంక్షిప్తత, సందర్భశుద్ధి, ఔచిత్యము, వృత్తాంత కథనము, పాత్రోచితశైలి మొదలయిన లక్షణములతో తీర్చబడిన కావ్యశిల్పము, ఆధునిక కథానికలకు సైతము మేలుబంతిగా వెలుగొందుచున్నది పై ఉపాఖ్యానము ప్రయాగలో దేహము చాలించిన శివశర్మయనెడి బ్రాహ్మణుని విష్ణుకింకరులు వైకుంఠమునకుకొనిపోవునపుడు ఆ మార్గ మధ్యమున అతనికి కుబేరలోకమును చూపినపుడు చెప్పినది. వారు ఒక కుబేరలోకమునేకాక సూర్యచంద్ర మండలాది సమస్త జ్యోతిర్మండలములను, బ్రహ్మ విష్ణు మహేశ్వరులలోకములను, అతనికి వర్ణించి చెప్పిరి.

శివశర్మ కథ

శివశర్మ సంపన్నమైన గృహ జీవితమును గడిపి ముదిమిగడిచిన చివరిదశలో మోక్షప్రాప్తికొఱకు కాశికి చేరెను కాని మనసు నిలకడ చాలక ప్రయాగ మోక్షప్రదమనెడి తలంపుతో కాశిని విడిచి ప్రయాగ చేరెను. అచ్చటను, నిలుపలేక మరల కాశికి తిరిగి వచ్చెను. అప్పుడైనను, స్థిమితచిత్తుడుకాక మరల ప్రయాగకు బోయెను. ఇట్లు రెండు తీర్థముల మధ్య అనేక పర్యాయములు రాకపోకలు చేసియు ఆ రెంటినిగాక ఇతర తీర్థములను సేవించుచు వచ్చి వచ్చి, తుదకు హరిద్వారమున దేహముచాలించెను. అదివిష్ణు క్షేత్రముగనుక విష్ణు కింకరు లాతనిని వైకుంఠమునకు గొనిపోయిరి. పుణ్యానుభవము ముగిసిన పిమ్మట నా

బ్రాహ్మణుడు భూలోకమున నొక మహారాజుగా జన్మించి, చిరకాలము ప్రజా పాలనముచేసి, పూర్వజన్మ స్మృతివలన కాబోలు, నంత్యకాలమున కాశికిబోయి ప్రాణములు వదలెను. అంతతో నాతనికి జన్మరాహిత్యమయ్యెను.

తీర్థములన్నియు పుణ్యప్రదములే అయినను, మోక్షప్రదమైనది కాశీ క్షేత్రమొక్కటేయని ఉపదేశించుటకే శివశర్మోపాఖ్యానము చెప్పబడ్డది. ఈ ఉపాఖ్యానమును, అగస్త్యుడు లోపాముద్రకు జెప్పెను.

అసలీ గ్రంథమును రెండు భాగములుగా విభజింపవచ్చును. మొదటిది అగస్త్యుడు లోపాముద్రకు భౌతికములైన తీర్థయాత్రల మహిమలనే కాక యౌగికములైన అంతర తీర్థములను గురించి కూడ చేసిన ఉపన్యాసభాగము. రెండవభాగము అటుపిమ్మట స్వామిమలక్షేత్రమున కుమారస్వామిని దర్శించి ఆయన వలన కాశీమహత్త్వమును వినుట. వ్యాసుడు కాశినిబాయుట యనెడు వృత్తాంతము ఈ రెండవ భాగములోనిదే కావున, అగస్త్యుడు కాశినిబాయుట యనెడు కథ గ్రంథారంభమునను, వ్యాసుడు కాశినిబాయుట యనెడు కథ గ్రంథాంతమునను సంఘటింప బడినవి. ఆ ఇరువురి మహర్షుల వృత్తాంత కథనముచే కాశీఖండము, పావనారంభమును, పావనాంతమును అగుచున్నది. అంతేగాక మమతాశూన్యులును, నిస్పృహులును, బ్రహ్మస్వరూపులును అయిన ఆ మహర్షులే కాశీవియోగ బాధను సహింపలేక వ్యథనొందుట వలన తత్క్షేత్ర మహిమ వర్ణనాతీతమని, స్ఫురింప చేయుటయే ఈ గ్రంథము యొక్క పరమప్రయోజనము.

క్షేత్రమాహాత్మ్య గ్రంథముల పెక్కింట, తత్క్షేత్ర దేవతా మహిమవలన పతితులు సయితము పావనులయిన ఉపాఖ్యానములు చాల చెప్పబడును. ఈ కాశీఖండములో అట్టిది ఒక గుణనిధి కథ మాత్రమే కలదు. తక్కిన ఒకటి రెండుకథలు, (శివశర్మోపాఖ్యానము, కళావతి కథ) పతితులకు సంబంధించినవి కావు. ఈ గ్రంథమున ఉపాఖ్యాన భాగము చాల తక్కువగా, కాశీ మహాత్మ్య వర్ణనము చాల యెక్కువగా నున్నది. అదియుగాక, అనేక యోగశాస్త్ర ధర్మ శాస్త్రాది ప్రసంగముల వలనను, ఊర్ధ్వలోకముల వర్ణనల వలనను, గ్రంథము చాల పెరిగినది. వానివల్లనే ఈ గ్రంథమువలన కావ్యానందము కంటె, విజ్ఞాన లాభ మెక్కువ కల్గుచున్నది. ఏమ్మైననేని కావ్యపదార్థలేశమున్నచో దానిని శ్రీనాథుడు మనోబంధురముగా తీర్చిదిద్దెననుటకు సందేహములేదు. మొత్తముమీద కాశీఖండము అమూల్యమయినను, ఆస్వాదయోగ్యమైనది.

కవిసార్వభౌముని యుద్దండశైలికి ఈ గ్రంథమే లక్ష్యభూతమైనది. నైషధాదులయందు కానవచ్చు శయ్యారామణీయకమునకు ఇయ్యెడనే పరిణామము కలిగెను. మఱి అతని నానాశాస్త్ర పరిచయమునకును, లోకవృత్త పరిజ్ఞానమునకును మానవ ప్రకృతి పరిశీలనమునకును ఈ గ్రంథమే సాక్షిభూతముగా పేర్కొనదగి యున్నది.

శ్రీనాథుని మూడవ దేశాటనము

వీరభద్రారెడ్డి శ్రీనాథునకు ఆస్థానపదవి యిచ్చియే కాశీఖండమును కృతి పుచ్చుకొనెనో లేక ఆ పదవి ఈయకయే కృతి పుచ్చుకొని సత్కరించెనో చెప్పలేము. కాని, కవిసార్వభౌముడు పొలమువన్ను చెల్లింపలేక శిక్షింపబడినపుడు తన పూర్వపు టౌన్నత్యమును సంస్మరించుకొని "వీరభద్రారెడ్డి విద్వాంసు ముంజేత వియ్యమందెను గదా వెదురుగొడియ" అని వగచినట్లు కలదు కనుక అతనికి కాశీఖండము నాడు రాజమహేంద్రవరాస్థాన కవిపదవి లభించి యుండుననియే తలంచవచ్చును. పదవిలేని సత్కారమే పొందియున్నచో "వీరభద్రారెడ్డి విద్వాంసుడ" నని చెప్పుకొని యుండడు.

తదాది తనరాజుయొక్క జీవితము వరకునో, రాజ్యపతనానంతరము వరకునో ఆయాస్థానమున యుండియుండవచ్చును తదనంతరము మరల నిరాశ్రయుడై ఇంకొకరి ప్రాపును సంపాదించుకొనుటకో లేక చివరి దశలోనైనను స్వతంత్ర జీవనోపాధి చూచుకొనుటకో బయలుదేరి యుండును. ఆ దశలో బొడ్డుపల్లి గ్రామమున పొలము సత్తగొని వ్యవసాయము చేయుట అతని స్వతంత్ర జీవనాభిలాషకు సూచకగా జెప్పవచ్చును. ఆ వ్యవసాయము నిష్ఫలమై పోయిన పిమ్మటనో లేక ఆ ఊర నెలకొనక పూర్వమో శివరాత్రి మాహాత్మ్యమును రచించి యుండును. కృష్ణాతీరమున బొడ్డుపల్లి గ్రామమున కవిసార్వభౌముడు కృషీవలుడుగా జానపద జీవితమును గడుపుటకు నమకట్టి తత్ప్రాంతీయులైన జానపదులు భారతమును వలె ఆరాధించెడి పల్నాటి వీరచరిత్ర వ్రాసి యుండును. అదివదకావ్యము. దానిని తత్ప్రాంత గ్రామీణుల అభ్యర్థనముపై వ్రాసెనో లేక తనకే యట్టి ఉత్సాహము కల్గెనో చెప్పలేము. దానినటుంచి, ముందు శివరాత్రి మాహాత్మ్యమును గూర్చి ముచ్చటింతును.

శివరాత్రి మాహాత్మ్యము

పుట్టుక చేతనే గాక గుణముచే సైతము శ్రీనాథుని పద్య కావ్యములలో కనిష్ఠము శివరాత్రి మాహాత్మ్యము. ఇది శ్రీశైలము నందలి శాంతభిక్షావృత్తి మఠాధిపతికి మూలభృత్యుడైన ముమ్మడి శాంతయ్యకు కృతి యీయబడినది. సాధారణముగా గ్రంథావతారికనే ఒక ప్రబంధముగా రచించుట శ్రీనాథునకు పరిపాటి, కాని ఈ గ్రంధావతారిక తద్భిన్నముగా నతిపేలవమై యుండుటయే గాక కొన్నివట్ల బాలిశము (Childish)గా నున్నది. దీనిని బట్టి కొందరు ఈ కృతి ప్రదానమునే శంకించిరి. శ్రీనాధుని అనంతరము ఈ గ్రంథమును చేజిక్కించుకొని శాంతయ్య యెవరిచేతనో తనపేర అవతారిక వ్రాయించుకొని యుండునని వారియూహ. కాని శాంతయ్య అట్టి చౌర్యమున కొడిగట్టి యుండునని ఋజువు చేయుట కష్టము. కృతిపతిని సంబోధించెడి ఆశ్వాసము యొక్క ఆద్యంతములలో శ్రీనాథుని వాగ్గుంభనము ద్యోతిత మగుచుండునని చెప్పదగును. మఱి అవతారికలో ఆలక్షణమేల మరుగునపడెనో చెప్పలేము, కృతి ప్రదానము జరిగిన పిమ్మట శ్రీనాథుని పరోక్షమున శాంతయ్యగాని యాతని పరోక్షమున నాతని వంశీయులు గాని మొదట అనతివిస్తృతిగా నుండిన అవతారికను పెంచి వ్రాయించి యుందురని నా యూహ. కావ్య పరామర్శనమునకు కృతిపతిత్వముతో అంతగ చెప్పుకోదగిన సంబంధముండదు. కనుక దాని చర్చమాని గ్రంథమును చేకొందము.

ఈ కావ్యమునకు మూలము స్కాందపురాణమందలి ఈశానసంహిత యట. ఈ కథను మొదట బ్రహ్మవిష్ణువులకు శివుడే చెప్పగా దానిని అన్ని పురాణములవలెనే సూతుడు నైమిశారణ్యమున శౌనకాది మునులకు జెప్పెను. ఇందుగల అయిదు ఆశ్వాసములలో మొదటిది ప్రధానేతివృత్తకథాకథనమునకు ప్రస్తావనా ప్రాయముగా నున్నది. అందు విశ్వసృష్టి కర్తృత్వ ప్రాధాన్య విషయములో బ్రహ్మకును విష్ణువకును కలహము సంభవించి అహమహమికతో మహాస్త్రములు ప్రయోగించి యుద్ధము చేయుచుండగా శివుడు అనలస్తంభాకారమున నుద్భవించి, వారి గర్వముడిపి, వారి అభ్యర్థనపై శివరాత్రివ్రతము నుపదేశించి ఆ పుణ్యాదిన ప్రభావమున శివసాయుజ్యము పొందిన ఒక మహాపాపుని కథను చెప్పుట కుపక్రమించును. ఇది ప్రథమాశ్వాసము నందలి వృత్తాం

తము. ఇది శుద్ధ పౌరాణిక కథనము. ఇదిలేక పోయినను ప్రధానకథకేమియు భంగము వాటిల్లదు.

ఆ కథకు నాయకుడు సుకుమారుడనెడు ఒక బ్రాహ్మణ యువకుడు. ఇతడు కాశీఖండము నందలి గుణనిధికి సర్వథా సోదర ప్రాయుడు. పాప కార్యాచరణమున అన్నకంటె అధికుడు. అతడు జూదరియై భ్రష్టుడుకాగా, ఇతడు దుష్కాముకుడై పరమభ్రష్టుడయ్యెను. అతనికి ఇతనికి శివరాత్రి మాహాత్మ్యము వలననే శివలోక ప్రాప్తికలిగెను. గుణనిధి తనకు తానుగా ఇంటినుండి పారిపోయెను. సుకుమారుడు తన తండ్రి మంత్రిత్వము చేయు రాజుచే రాజ్యము నుండి తఱిమివేయబడెను. అడవి దారిబట్టి పోవుచాతని కొక సరస్సు చెంత అందు స్నానమాడ వచ్చిన ఒక చండాలకన్య కంటబడెను. వారిరువురు పరస్పర మోహములోపడి కొంతకాలము గడిపి తుదకు దేశాంతరమునకు లేచిపోయి కాపురము పెట్టిరి. అచ్చట ఆమె మరణింపగా వాడు, తల్లిలేని పిల్లలను పెంచి పెద్ద జేసెను. ఆపిల్లలలో ఇరువురు పెరిగిన కూతుళ్ళు కలరు. ఆ దుర్మార్గుడు, ఆ బిడ్డలను సైతము మోహించి వారియందు సంతానము కనెను. దుర్గంధ భూయిష్ఠమైన ఇట్టి జీవితమును గడుపుచుండిన ఆ కర్మచండాలుడు ఒక శివరాత్రినాటి రాత్రి తన గూడెమునకు సమీపముననున్న నాగేశ్వరాలయమునకు యాదృచ్ఛికముగా బోయి, అచ్చట జరుగుచుండిన ఉత్సవములను వీక్షించుచు, బహువిధ పుష్పాలంకృతుడై యున్న స్వామిని తెలియకయే దర్శించి ఇంటికివచ్చి కొంత కాలమునకు చనిపోయెను. ఆ జీవుని యమలోకమునకు కొనిపోవ యమకింకరులు, శివలోకమునకు కొనిపోవ శివభటులునురాగా, వారికి వారికి కలహము రేగెను. ప్రమథులు యమకింకరులను నిర్జించి, ఆ పతిత జీవునికైలాసమునకు గొని పోయిరి ఇంత పుణ్యము అంత మహాపాతకికి లభించుటకు కారణము శివరాత్రి నాడు అబుద్ధిపూర్వకముగానే జాగరముండి శివలింగదర్శనము చేయుట— ఇదియే ప్రధాన కథ. కాని చివరిదగు అయిదవ ఆశ్వాసమున ఈ ఇతివృత్తము పౌరాణిక పద్ధతిని మరి కొంత పెంచబడినది. యముడు నిరర్థకమైన తన ధర్మరాజ పదవికి చింతిల్లి కైలాసమునకుబోయి శివునితో మొఱపెట్టుకొనగా ఆ మహాదేవుడు సుకుమారునకు శివరాత్రి నాడు లభించిన పుణ్యఫలమున సర్వపాప పరిహారమయ్యెనని, నచ్చజెప్పి పంపెను. ఈ ఉపసంహార భాగములేకున్నను ప్రధానమైన సుకుమారుని కథకుగాని శివరాత్రిమాహాత్మ్య [illegible] గాని

యే విధమైన వెలితియునుండెడిది కాదు. మరియు సుకుమారుడు కన్నబిడ్డలను సైతము కామించెననెడి పరమజుగుప్సావహమైన కథాభాగము వలనకలిగిన అధిక ప్రయోజనమేదియు లేదు. అది లేకున్నను వానిపావములు నిండుగా పండియే యున్నవి. చెప్పుటకు గాని చదువుటకు గాని వినుటకుగాని రోతపుట్టిం చెడి ఆ కథాభాగము ఈ గ్రంథమున దుర్వాసన లీనచున్నది. మూలపురాణ ములో నున్నది గనుక దానిని తొలగించుటకు శ్రీనాథు డిష్టపడలేదు కాబోలు.

మఱి శ్రీనాథునకు సంస్కృత కవులలో భట్టబాణుని యందు అత్యంత తాత్పర్యము కలదు. బాణుని కాదంబరీ వచనశైలిని తెలుగున నవతరింప జేసిన వాడు శ్రీనాథుడే. పొసగినవృడెల్ల బాణుని విరోధాభాసములను, ఉపమాన గుచ్ఛ ములను, అను ప్రాసాది శబ్దాలంకారములను, అనుకరించుటలో శ్రీనాథునకు కుతూహలము మెండు. ఈ గ్రంథములో అట్టి అనుకరణమే కాక కాదంబరిలోని కొన్ని వాక్యములు యథాతథముగాను, ఈషద్భేదముతోను, అనువదింపబడి నవి. సుకుమారుని తండ్రి యజ్ఞదత్తుడను ఒకమంత్రి. అతనికి చివరకాలము సంతానములేదు. భార్య తన అనపత్యతకు ఒకనాడు మిక్కిలి ఖిన్నురాలై యుండగా ఆమెను భర్త యెంతో సరసముగా నూరార్చును. కాదంబరిలో తారాపీడ మహారాజు, తన భార్య నూరార్చిన సందర్భము ఇట్టిదే కలదు. శ్రీనాథుడా సంస్కృత వాక్యములనే తెనిగించెను. మరియు కాదంబరిలో శుకనాశుడను మంత్రి రాజకుమారునకు సత్ప్రవర్తనకు హేతుభూతమైన నీత్యుప దేశమును చేయును. ఆ భాగమునకు శుకనాశోపదేశమని పేరు. అట్లే శివరాత్రి మాహాత్మ్యమున యజ్ఞదత్తుడు తనకుమారుని చెడ్డత్రోవనుండి మరలించుటకై కొన్ని నీతులను బోధించును. ఈ నీతిబోధ కేవలము శుకనాశోపదేశమునకు ప్రతిబింబముగా నున్నది.

"యత్నేన ఆరాధితాః యథా సమీహిత ఫలానా మతి దుర్లభానా మపి వరాణాం దాతారో భవన్తి। శ్రూయతేహి పురాచణ్ణ కౌశికప్రభావా న్మగధేషు బృహద్రథోనామ రాజా జరాసంధం నామతనయంలేభే। దశరథశ్చరాజా పరిణత వయా విభాణ్డక మహాముని సుతస్య ఋష్యశృఙ్గస్య ప్రసాదా దవాప చతురః పుత్రాన్। అన్యేచ రాజర్షయః తపోధనానారాధ్య పుత్రదర్శనామృత సుఖభాజో బభూవుః"

"సర్వ జగత్ప్రసిద్ధంబుగదా యితిహాసంబు. తొల్లి చండకౌశికు వరప్రసాదంబున మగధాధిపతియగు జయద్రధుండు జనార్దనుని గెలువం దగినట్టి శౌర్యనిధి జరాసంధుంగాంచె; దశరధుండు విభాండక తనయుండగు ఋష్యశృంగు నారాధించి దిగ్గజంబులం బోలిన కుమరుల నకలలోక హితంబుగా నలుగురంబడసె నమానాధిత గురుదేవతా ప్రార్థన వశంబున.

"ప్రథమమవి స్వామినో శయన స్నానభోజన భూషణ పరిగ్రహణాదిషు సముచితేష్వపి దివసవ్యాపారేషు కథం కథమపి పరిజనప్రయత్నా త్ప్రవర్తమానా నశోకై వాసీత్।"

"పెద్ద కాలంబిమ్మహాదేవి సంతానలాభంబు దూరంబగుట కారణంబుగా శయనాసన పానభోజన విభూషణ పరిధానాది నముచిత వ్యాపారంబుల వరిజన ప్రయత్నంబున నెట్టకేలకు నిర్వర్తించుచు దేవరకు హృదయ వేదనగావింప నోపక యనవరతంబు జరిపించుచున్నది......"

''ఇయం నంవర్ధనవారిధారా—తృష్ణా విషవల్లీనామ్ వ్యాధగీతి రిన్ద్రియ మృగాణామ్। పరామర్శ ధూమలేఖా సచ్చరితచిత్రాణామ్। అకాల ప్రావృట్ గుణకలహంసకానామ్। ప్రస్తావనా కపట నాటకస్య। రాహుజిహ్వా ధర్మేందు మండలస్య''.

"ఇవ్విధంబున తృష్ణావిషవల్లి కాలవాలమైన నింద్రియ మృగంబులకు వాగురంబును, మోహనిద్రకు విభ్రమశయనంబును, దోషాశీవిషంబులకు నావాసవల్మీకంబును, సుగుణ కలహంసంబులకు ప్రావృట్కాలంబును, కపటనాటకంబునకు ప్రస్తావనయు ధర్మేందు మండలమునకు రాహు వక్త్రంబునైన''.

"గురు వచన మమలమవి సలిలమివ మహదుపజనయతి శ్రవణ స్థిత శూలమభవ్యస్య''.

''ఇది యభవ్యులకు సలిలంబునుంబోలె గర్ణస్థితంబై యుపద్రవంబుగా పాదించు".

''గురూవదేశశ్చనామ పురుషాణామఖిలమల ప్రక్షాళన క్షమ మజలం స్నానమ్, అనుపజాత పలితాదివైరూప్యం అజరం వృద్ధత్వమ్, అసువర్ణ విరచనం అగ్రామ్యం కర్ణాభరణం".

''గురూపదేశం బఖిలమలప్రక్షాళన క్షయంబైన తీర్థ స్నానంబు, జరా మరణ వైకల్యంబులేని వార్ధకంబు, మేదోభారంబులేని గౌరవంబు, సువర్ణ రచన లేని కర్ణాభరణంబు".

ఇట్లే నైషధ శ్లోకచ్ఛాయలు కొన్ని, కాశీఖండ పద్యచ్ఛాయలు కొన్ని ఈ గ్రంథమున చూపవచ్చును. కాశీఖండమున గుణనిధి యిల్లు విడిచి వెళ్ళి పోయిన విమ్మట, ఉదయపుపూట తనకు ప్రేమతో అన్నము పెట్టు తల్లిని స్మరించు కొని, విలపించిన పద్యమొకటి కలదు. ఈ గ్రంథమున సుకుమారుని ముఖమున ఆ పద్యమే వినవచ్చుచున్నది.

చ॥ అరుణగభస్తిబింబ ముదయాద్రి పయింబొడతేర గిన్నెలోఁ
బెరుఁగును వంటకంబు పడపిఁదియుఁబుం గుడువంగఁబెట్టు ని
ర్భర కరుణాధురీణయగు ప్రాణము ప్రాణము తల్లియున్నదే
హర హర యెవ్వరింక గడుపారని పెట్టెద రీప్సితాన్నముల్''.

ఈ గ్రంథ రచనలో శ్రీనాథుని జటిలమైన శయ్య యేమియు కొరవడ లేదుగాని, కథా సంధానమున అశ్రద్ధవలన దొరలిన కొంత వెలితి లేకపోలేదు. అందుచేతనే ఈ గ్రంథము పుట్టుకచేతనే గాక గుణముచేతను కనిష్ఠము అని అంటిని.

పలనాటి వీరచరిత్ర

ఇది క్రీస్తుశకము 1182 వ సంవత్సరమున పల్నాటి సీమలో జరిగిన ఒక మహాయుద్ధమునకు సంబంధించిన చారిత్రక పదకావ్యము. ముందుగ, ఈ గ్రంథమునందలి చరిత్రాంశమును వివరించెదను.

చరిత్రాంశము:

అనుగురాజు అను పేరుగల ఒక హైహయ వంశజుడు ఉత్తర దేశము నుండి సపరివారముగా ఆంధ్రభూమికి తరలివచ్చెను. అతనికి చందవోలు వెల నాటి చోళరాజు మైలమాదేవి యను పేరుగల తన కుమార్తెనిచ్చి పెండ్లిచేసి పల నాటి సీమను ఆమెకు అరణముగా నిచ్చెను. అనుగురాజు గురజాలను రాజధా నిగాజేసికొని పలనాటి రాజ్యము నేలుచుండెను. ఆతనికి మైలమాదేవిగాక విద్యల

దేవి యనెడు పట్టమహిషియు, భూరమాదేవి యనెడు మరియొక భార్యయు కలరు. వీరిలో మైలమాదేవికి నలగాముడను పుత్రుడు జనించెను. మరి విద్యల దేవికి పెదమలి దేవుడు, పినమలిదేవుడు, బాలమలిదేవుడు అను ముప్వురు పుత్రులును భూరమాదేవికి కామరాజు, నరసింగరాజు, ఘట్టిరాజు, పెరుమాళ్ళ రాజు అను నల్వురు పుత్రులును కలిగిరి. ఈ ఎనమండుగురు కొడుకులలోను నలగామరాజు పెద్దవాడు, పెదమలి దేవాదులు పిన్నవారు.

ఒకనాడు అనుగురాజు వేటకుపోయి మరలివచ్చుచుండగా జిట్టగామాల పాడు వాస్తవ్యురాలైన నాగమ్మ యనెడి ఒక రెడ్డివితంతువు, అతనికి విందు చేసి మెప్పించి, రాజాస్థానమున చనవు సంపాదించి, ఉన్నత పదస్థులైన నాయ కులను తనకు విధేయులనుచేసికొను తంత్రము నెరపుచుండెను. అనుగురాజు మంత్రియగు దొడ్డనాయుని కుమారుడు బ్రహ్మన మాత్రము ఆమెను లెక్క చేయకుండుటచే ఇరువురికి పగ యేర్పడెను.

ఇట్లుండ కొన్నినాళ్ళకు అనుగురాజు మరణించెను. మరణవేళ అతడు తన కుమారులను బ్రహ్మనాయునకప్పగించి వారందరు నైకమత్యముతో మనలు కొనునట్లుగా అరయుచు నలగామునకు పల్నాటి పట్టముకట్టి అతడు మంత్రి త్వము చేయుమని కోరెను.

ఆవసానవేళ రాజుచేసిన ఆదేశము ననుసరించి బ్రహ్మన నలగాముని పట్టాభిషిక్తునిజేసి తాను ప్రధానియై ఆతనిచే పల్నాటి రాజ్యమును చక్కగా నేలించుచుండెను. నాయకురాలు బ్రహ్మన ప్రాభవమును సహింపలేక, నలగాము నితో ఏవేవో కొండెములుచెప్పి ఆతని మనసు విరిచెను. నలగాముడామె మాటలు నమ్మి మలిదేవాదులను చెఱసాలలో బెట్టించెను. కుటుంబ కలహము లేకుండు టకై బ్రహ్మన మధ్యవర్తిత్వముజేసి రాజ్యమును రెండుగా విభజించెను. నలగా ముని భాగమునకు గురజాలయు, మలిదేవుని భాగమునకు మాచర్లయు రాజధాని నగరములయ్యెను. బ్రహ్మనాయుడు మలిదేవుని పేర తానే పరిపాలనము చేయుచు, అతడు యుక్త వయస్కుడైన పిమ్మట కళ్యాణ నగరాధీశుడైన సోమే శుని కుమార్తె నిప్పించి వివాహము చేయించి మాచర్లకు పట్టాభిషిక్తుని జేసెను. నాయుని మంత్రిత్వములో మలిదేవుని రాజ్యభాగము సిరిసంపదలతో తులతూగు టను చూచి యోర్వలేని నాయకురాలి ప్రేరణచే నలగాముడు వారిని కోడి పందె

ములకై గురుజాల పిలిపించి, మాయాజూదమున నోడించెను. గ్రంథమునసీ భాగమునకు "కోళ్ళపోర"ని పేరు.

ద్యూత నమయానుసారము మలిదేవాదులు రాజ్యమును విడిచి మండాదికి వలసపోయిరి. దీనికి మండాది వలసయని పేరు.

ఆ స్థితిలోనైనను వారు బ్రతుకుట నహింపలేని నాయకురాలు, చెంచు మూకలనుపంపి, వారి ఆలమందలను, ఆలకాపరులను చంపించెను. ఈ వృత్తాంతమునకు ''మందపోటు" అని పేరు.

అనంతరము మలిదేవాదులు ఆటనుండి తరలి, మేడపిచేరి తలదాచుకొని గడువుతీరిన పిమ్మట తమ రాజ్యభాగమునకు రాయబారము నడపిరి. ఆదౌత్యము నడపిన రాయబారి నలగాముని అల్లుడగు అలలరాజనునాతడు. నాగమ్మ ఆతనిని విషప్రయోగముచే చంపించెను. ఈ భాగమునకు ''అలరాజు రాయబారమ''ని పేరు.

అంతలో నుభయపక్షములకు యుద్ధము స్థిరమైనది. కారెమపూడిలో యుద్ధరంగనిర్మాణమునకు శంకుస్థాపనచేసిరి. ఆ వృత్తాంతమునకు 'కల్లు ప్రతిష్ఠ' అని పేరు.

ఉభయులును తమకు బాసటగా వచ్చిన మండలాధిపతులతో కారెమపూడివద్ద సేనలను విడియించిరి. యుద్ధభూమిలో ఏడిసిన పిదప తుది యత్నముగా మరల సంధి ప్రయత్నము జరిగెను. బ్రహ్మనాయుని కుమారుడగు బాలచంద్రుడు తనవారు యుద్ధసన్నాహము లొనర్చుట యెరుగనే యెరుగడు. ఆతని సాహసము దుర్నివార్యమని తలచి కాబోలు బ్రహ్మనాయుడాతనిని వెంటగొంపోలేదు. ఎట్లో యుద్ధవార్త విని స్కంధావారమునసురికిన బాలుడు సంధి ప్రయత్నములను భగ్నముచేయగా యుద్ధము తప్పనిసరియయ్యెను. నలగాముని శిరస్సుతెచ్చి బ్రహ్మనాయుని పాదములచెంత పెట్టెదనని ప్రతినచేసిన బాలుడు శత్రు సేనలపై విజృంభించి సంహారకేళి సల్పి తుదకు మరణించెను ఆతని యుద్ధము అభిమన్యుని యుద్ధమువంటిది. అపైని ఒక్కొక్క వీరుడే రణరంగమున బలియయ్యెను. దీనికి ''బాలచంద్రుని యుద్ధము" అని పేరు తుదకు ఆ యుద్ధమును చేపట్టిన బ్రహ్మన నలగాముని, నాగమ్మను వెన్నంటి తఱిమి

జయము తన్నువరింపనున్న సమయమున నాగమ్మ శరణువేడగా నామెను క్షమించి తానొ చెంతనున్న ఒక కొండ గుహలోనికి జొచ్చి అదృశ్యుడయ్యెను. ఈ తుది ప్రకరణమునకు 'బ్రహ్మనాయుని విరుగు' అని పేరు.

ఇది చరిత్రలో రెండు తరముల కాలమున నడచిన విపుల వృత్తాంతము. అది ఈశ్వర సంకల్పమేమో చెప్పలేము కాని ఈ కథ భారత కథ పునరావృత్తమైనదా అన్నట్లుండును. అక్కడవలె ఇక్కడను వచ్చిన తగవుకూడ దాయభాగమును గురించియే కౌరవ పాండవులు అన్నదమ్ముల బిడ్డలు. పలనాటి రాజులు సపత్ని పుత్రులు. ''అన్నదమ్ములలో జ్యేష్ఠుని పుత్రుడను గనుక రాజ్యమునాది'' అని దుర్యోధనుడన్నట్లుగా ''నా తల్లివంక రాజ్యమునకు నేనే అర్హుడ"నని నలగాముడనెను.

''హక్కులమాట అటుంచి, హత్తిన మనస్సులతో కలిసిమెలసి బ్రతుకుడ"ని, అక్కడి పెద్దలు, ఇక్కడి పెద్దలును కుటుంబ కలహము వారింపనుద్దేశముతో హితవు జెప్పిరి. కలసి బ్రతుకుట, దుర్యోధనునకు ఇష్టము కాక పోబట్టి కౌరవరాజ్యము విభాగింప బడినది. ఇక్కడ నలగామునకు ఇష్టము లేక పోబట్టి పలనాడు విభక్తమైనది. అక్కడ దుర్యోధనునకును ఇక్కడ నలగామునకును దుష్ట మంత్రుల ప్రేరణ నిమిత్తమైనది.

రాజ్య విభాగము న్యాయ్యము గాదనుకొని పంచి యిచ్చిన భాగమును మరల దోచుకొనుటకు శకుని ప్రేరణచే దుర్యోధనుడును, నాగమ ప్రేరణచే నలగాముడును యత్నించిరి. నిర్జీవద్యూతవ్యాజమున ధర్మరాజు వనవాసము పోగా, సజీవద్యూతవ్యాజమున మలిదేవుడు అడవి కేగెను. అడవులలో మాత్రమేల సుఖముగా బ్రతుక నీయవలెనని దుర్యోధనుడు ఘోషయాత్రా కల్పన చేసినట్లుగా నలగాముడు మందపోటు జరిపించెను. సమయ నిర్వహణానంతరము రాజ్య విభాగ మిచ్చుటకు దుర్యోధనునివలె నలగాముడును నిరాకరించెను. ఇర్వురును రాయబారులకు విషప్రయోగ ప్రయత్నములు చేసిరి. భారత కృష్ణుడు విష ప్రయోగమును శంకించి తప్పించుకొనెను. వంశనాశమును నివారించుటకు చేసిన సంధి ప్రయత్నములు, రెండుచోట్లను విఫలములుకాగా చోదితులై ఇరు భాగులు యుద్ధమునకు రారసిల్లిరి కురుక్షేత్రమునందువలె కారెంపూడి క్షేత్రమునందును ఉభయపక్ష వీర సంఘములు సర్వనాశన మయ్యెను. అయితే భారత

యుద్ధ జయముతో కురు రాజ్యము ధర్మరాజునకు లభింపగా పల్నాటి రాజ్యము మాత్రము హతశేషుడైన నలగామునకు దక్కెను. అతని రాజ్యప్రాప్తి యుద్ధ జయలబ్ధి కాదు; అది బ్రహ్మన అనుగ్రహదత్తము.

ఈ విధముగా పలనాటి కథ యంతయు భారత కథతో సంవదించుట, యే కవియు చేసిన అభూతకల్పన కాదు; స్వతః ప్రవృత్తము.

మఱి ఆంధ్రమునగల ఇటువంటి చారిత్రక పదములలో ఈ పలనాటి పదమునకు అద్వితీయమైన ప్రశస్తియు బహుళ ప్రచారమును కలవు దానికి మొదటి కారణము, భారతముతో దీనికిగల సాదృశ్యము. రెండవది బొబ్బిలి కథ మొదలైన చరిత్రలను పదములుగా వ్రాసిన రచయితలు, ఈ పలనాటి పదములను వ్రాసిన కవులతో సాటి రాగల కవితాప్రజ్ఞ కలవారు కాకపోవుట. ఆ కథలు పాడుచుండగా వినుచున్నంతవరకే హృదయావర్జకములుగా నుండును గాని, చదువ బూనగా రచన అంతగా రుచించదు. పలనాటి చరిత్రను విచ్చుకుంట్లు పాడునపుడు కలిగెడి భావోద్రేకము మాట అటుండగా, గ్రంథము చేత బట్టి చదువుట మొదలిడినచో ప్రౌఢపద్య కావ్యోచితములైన పెక్కు సొగసులు, రసభావ స్ఫోరకములైనవి అసకృత్తుగా ప్రత్యక్ష మగును. ఈ రెండు కారణములవల్ల ఈ పలనాటి పదము ఆంధ్ర చారిత్రక పద కవిత్వశాఖలో అగ్రతాంబూలార్హతను గడించుకొన్నది.

అయితే ఈ కథకు అక్షరరూపము కల్పించిన ఆది కవి యెవడో చెప్ప లేము. ఏమనగా సాంఘికములును, చారిత్రకములు నయిన ఇట్టి దేశోపద్రవములు జరిగిన వెంటనే భావావేశముగల ఒక పుట్టుకవి, వాటిని ఒక పాటగా పాడును. అంతేగాని ఆ వృత్తాంతము జరిగిన కొన్ని యేండ్లవరకు యే పండిత కవి పుట్టుకకోనమో ఆ కథలు వేచి యుండవు. సుమారేబది, అరువదియేండ్ల నాడు, గుంటూరుజిల్లా రెడ్డిపాలెం వాస్తవ్యుడును ''ఎల్లమంద కోటప్ప కొండ''లో పోలీసులపై జరిగిన తిరుగుబాటుకు నాయకుడును అయిన చిన్నపరెడ్డి బ్రిటిష్ ప్రభుత్వముచేత ఉరితీయబడిన వెంటనే "భళిరా చిన్నపరెడ్డీ! నీ పేరే బంగారపు కడ్డీ" అనెడి పదము లోకమున వెలసినది. అట్లే గాంధీజి సత్యాగ్రహోద్యమము ప్రారంభించి, బ్రిటిష్ ప్రభుత్వముతో అహింసా యుద్ధము చేయుచుండిన రోజులలోనే తుని వాస్తవ్యుడు రంగాచారి అను ఒక పుట్టుకవి ఆ

ఉద్యమమును గురించి వేలకొలది పంక్తులలో ప్రకరణ ప్రకరణములుగా పద మును వ్రాసి ఊరూర తిరిగి పాడి ప్రజల నుత్సాహ పూరితుల గావించెను. ఇట్టివి అనేకములు పేర్కొనవచ్చును కాబట్టి పలనాటి యుద్ధము జరిగిన వెంటనే ఆ సంక్షోభమును కన్నులార చూచియో, లేక చూచినవారు చెప్పగా వినియో వీర రసావిష్టుడైన యే పుణ్యాత్ముడో ఆనాడే వీనిని పదముగా పాడి యుండును. అయినచో ఇంత సుదీర్ఘమగు నితివృత్తము నంతయు, ఆతడు పద ముగా వ్రాసి యుండునా? లేక దీనిలో మిక్కిలి రసవత్తరమైన ఏదో ఒక ఘట్ట మును మాత్రమే వ్రాసి యుండునా? అని ప్రశ్నించుచో, ఇందు ఏదైనను సంభ వమే. మొదటికవి కథ నంతటినిగాక, తన హృదయమును ఆకర్షించిన ఘట్ట మును—బహుశః అది యుద్ధ ఘట్టము కావచ్చును—తొలుత, పదముగా పాడి యున్నచో తరువాత కొద్ది కాలమునకు ఇంకొక కవి ఇంకొక ఘట్టమును, మరి యొక కవి మరియొక ఘట్టమును పరిగ్రహించి కథ యంతయు కలసి వచ్చునట్లు సంపూర్ణ గ్రంథమును నిర్మించి ఉండవచ్చును. ఆ ఆది కవియును, తర్వాతి కవులును, ఆ యుద్ధ క్షేత్రమునకును సమీప గ్రామస్థులై యుందురు కాని, దూర దేశస్థులై యుండరు. ఒక ప్రాంతమున జరిగిన సంఘటన తత్ప్రాం తీయుల నాకర్షించినంతగా, దూరస్థులను ఆకర్షింపదు ఆ కథలయందు, కథా పురుషులయందు సమీపస్థుల కుండెడి అభిమానము దూర దేశస్థుల కుండదు.

ఇప్పటి ఈ గ్రంథము సంపూర్ణముగా ఒకచోట లభింపదు. పలువురు వ్రాసిన పలు ప్రకరణములను జతపరచిననే తప్ప గ్రంథసమగ్రరూపము పొడకట్టదు. ఈ పలువురును ఎవరికివారే పూర్తి కథను వ్రాసిరో లేక తమకు ముచ్చటగొల్పిన ఏదోఒక ప్రకరణమును వ్రాసిరో ఊహించుటయు దుష్కరము. అంతియేకాక ఏదైన ఒక గ్రంథభాగము లుప్తముకాగా, దానిని పూర్తిచేయు తలంపుతో రచన కుపక్రమించిరో లేక పూర్వకవికంటె బాగుగ వ్రాయవలె ననెడు కుతూహలముతో వ్రాసిరో చెప్పలేము. మరియును ఈ కథాఘట్టములను పాడెడు పిచ్చుకుంట్లు అనేక కుటుంబములవారుకలరు. కనుక ఏజట్టునకు ఆజట్టు తనకు కావలసిన ఘట్టమును ఏ కవినో ఆశ్రయించి, వ్రాయించుకొన్నదేమో తెలియదు. ఇన్ని కారణములవలన, ఈ గ్రంథము బహుకర్తృకమగుట, ఒక్కొక్క ప్రకరణము సగములుప్తమై సగముదొరకుట, అపరారికలలో గ్రంథకర్తల పేరులు కానరాకపోవుట, ఒక ఘట్టమునే పలువురు వ్రాయుట సంభవించినది.

విడివిడిగానున్న కథాభాగములను జతపరచి, కథయంతయు కలసి వచ్చునట్లు సమగ్రస్వరూపమును సంఘటించిచూడగా ఈగ్రంథమున ఈ క్రింది ప్రకరణములు కానవచ్చును.

1. అనుగురాజు పలనాటి సంపాదనము. 2. పలనాటి రాజ్యవిభాగము. 3. కోళ్ళపోరు-గోపన్న విరుగు. 4. మందాదివలస. 5. మందపోటు-లంకన్న విరుగు. 6. గురజాలయుద్ధము. 7. అలరాజు రాయబారము. 8. కల్లుప్రతిష్ఠ-బాలచంద్రుని యుద్ధము. 9. కొమ్మరాజు యుద్ధము. 10. బ్రహ్మన్న విరుగు. ఇప్పుడు లభ్యమగు ఈ భాగములు ఆ కథ జరిగినవెంటనే వ్రాసిన కవుల పాటలను ఆధారముజేసికొని, కాలక్రమమున కావ్యశోభలతో అందముగా పెంపొందింపబడినవే కాని, ఆ మూలస్వరూపములు మాత్రము కావు. ఈ పదిప్రకరణములలో తమ పేర్లు చెప్పుకొన్న కవులు ముగ్గురుమాత్రమే-శ్రీనాథుడు, కొండయ, మల్లయ. వీరిలో కొండయ, మల్లయలు 16 వ శతాబ్దమువారు. ఈ ముగ్గురిలో శ్రీనాథుడు "కల్లుప్రతిష్ఠ-బాలచంద్ర యుద్ధము"ను, 'కోళ్ళపోరు-గోపన్న విరుగు' మల్లయయు, 'కొమ్మరాజు యుద్ధము'ను కొండయయు వ్రాసినట్లు గ్రంథస్థపంక్తులు గలవు. తక్కినభాగము లెవరు వ్రాసిరో స్పష్టముగాచెప్పలేము కాని, కోళ్ళపోరు-గోపన్నవిరుగు అనుదానికి, పరిశిష్టభాగముగా పరిగణింప దగిన మందాదివలస, లంకన్న విరుగు, అలరాజురాయబారము అనునవి మల్లయయే వ్రాసియుండును. అట్లే కొమ్మరాజు యుద్ధమునకు అనుబంధముగా నున్న బ్రహ్మన్న విరుగును కొండయ వ్రాసియుండును. పోగా మొదటి రెండు ప్రకరణములను వ్రాసినవారి పేరు ఊహించుటయైనను కష్టము. అతడొక అజ్ఞాతకవి; ఇతడును కొండయ, మల్లయలవలె శ్రీనాథుని తరువాతికాలమువాడే. వీరు ముగ్గురు తమ తమ భాగముల అవతారికలలో శ్రీనాథుని పేరు భక్తిపూర్వకముగా స్మరించిరి. "గురజాల యుద్ధము" వ్రాసినకవి యెప్పటివాడో ఎవరో అసలు తెలదు.

పల్నాటి వీరచరిత్ర శ్రీనాథకృతమని చిరకాలమునుండి ప్రబలమగు జనశ్రుతికలదు. కాని ఆంధ్రమున సారస్వతవిమర్శ ప్రారంభమైన తర్వాత పెక్కుమంది పండితులు పల్నాటి వీరచరిత్రను శ్రీనాథుడు వ్రాసియుండునా? అని సందేహింప మొదలిడిరి. ఈ విధముగా సందేహించెడివారు చూపెడి యుక్తులు ఇవి :—

(అ) ఉద్దండపండితుడైన శ్రీనాథుడు పామరరచన అని ఆక్షేపించు కొనదగిన సుద్దుల కవిత్వమును వ్రాసిఉండడు.

(ఆ) శ్రీనాథుని ఇతరకావ్యములలో కానవచ్చెడి శైలీప్రౌఢి ఈ గ్రంథమున ఎచటను కానరాదు.

(ఇ) శ్రీనాథుని కర్తృకమని చెప్పబడుచున్న కల్లుప్రతిష్ఠ అవతారికయందు అతడు తాను "చెన్నకేశవ పాదసేవారతుండ" నని చెప్పుకొన్నట్లు కలదు. శ్రీనాథుడు శివభక్తిపరాయణుడే కాని విష్ణుభక్తుడుకాడు కనుక పల్నాటి వీరచరిత్రను శ్రీనాథుడు వ్రాసియుండడు.

ఈయుక్తులకు సమాధానము చెప్పుటకు ముందు 'కల్లుప్రతిష్ఠ-బాలచంద్రుని యుద్ధము" పండితకవి రచితమా లేక పామరకవి రచితమా? అని ప్రశ్నించుకొనవలయును ఈ ప్రశ్నకు అర్థము ఈ కవి విద్యావంతుడా లేక సహజకవితాప్రజ్ఞమాత్రమే కలవాడా? అని. ఇట్టిపదములను వ్రాయుటకు ఎవరికైనను సహజకవితాప్రజ్ఞఉన్నచాలును. అతనికిఇతిహాసపురాణాది ఉద్గ్రంథపరిచయము, సంగీతనాట్యాదికళల పారిభాషిక జ్ఞానము, కావ్యాలంకారశాస్త్రపరిజ్ఞానము ఉండనక్కరలేదు. ఈ పరిజ్ఞానమును వ్యుత్పత్తి అందురు. ఇది కవిచేసెడి విద్యాపరిశ్రమవల్ల కలిగెడు సంస్కారఫలము. ఇట్టి సంస్కారమున్నకవి వ్యుత్పన్నుడు. ఈ కథాభాగమును రచించినకవి వ్యుత్పన్నుడా? లేక అవ్యుత్పన్నుడా? అని పరిశీలించినచో, ఆతడు పరిపూర్ణవిద్యాసంస్కారమున్న వ్యుత్పన్నుడని, ఈ గ్రంథమునగల పంక్తులు అడుగడుగునను ఉద్ఘోషించుచునే ఉన్నవి. ఉదాహరణకు నలగామరాజు కొలువులో గాయకులును నాట్యకత్తెలును నెరపిన కళాప్రదర్శనములు వర్ణింపబడిన ఈ దిగువపంక్తులు చూడుడు.

"వింతగా గాయకుల్ వీణలుపూని
తంత్రులు బిగియించి తగశ్రుతిజేసి
సరిగమేళనమైన సప్త స్వరములు
ఆరోహ ణావరోహణ భేదములను
బహురాగ సంపూర్తి పట్టుగాచేసి
సంచారి సంస్థాయి సరస భావముల

మృదుతర శబ్దార్థ మిళితమైనట్టి
ఘనతరాలంకార గతి పరంపరలు
మూర్ఛనల్ మొదలైన ముఖ్య ధర్మములు
జంత్ర గాత్రంబుల జంటకావించి
ఎండిన మ్రాకులు ఇగురించునట్లు
పాడిరి తమతమ ప్రౌఢిమీరంగ;
చెలగి నాటక జనుల్ చేరి జోహారు
గావించి నిలిచిన కామ భూవిభుడు
సమ్మతిమై సెలవిచ్చె నాట్యంబుసేయ
వర మృదంగము లెస్సవాయించు మేటి
కుడి భాగమందున కుదురుగా నిలచె
తాళమానజ్ఞుడు తగ నెడమ దిశను
నిలచె నుత్సాహంబు నెమ్మదినిండ
ముఖవీణ వాయించు ముఖ్యుడొకండు
రాగజాలముబాడు రమణు లిద్దరును
నిండు వేడుకతోడ నిలచిరి వెనుక
కంజలోచనయను ఘనమైనపాత్ర
మదను పట్టపుదంతి మంజులవాణి
భరత శాస్త్రోచిత ప్రాణముల్ వదియు
గలిగిన యుక్త్యంత కాంతు బాణంబు
వలె వచ్చి సభవారు వర్ణించిచూడ
నిలచి నాట్యమునకు నేర్పరియైన
వేత్రపాణికి తగిన వినయంబు చూపి
ఆత దొసంగిన గజ్జె లతిభక్తితోడ
పదములగట్టుక పరిచ వన్నియల
కాసె గట్టిగకట్టి కడుజవం బమర
మద్దెల తాళంబుమధ్య నిల్చుండి
ఓర చూపుల ప్రభు నొయ్యన జూచి
సమపాదయుతమైన స్థానక స్థితిని

అఖిల దేవతలకు నలరులతోడ
పుష్పాంజలి యొసంగి పూని నాట్యంబు
ఆ వెనుక సమకట్టి యతివలుపాడు
సంగీత నాదంబు సభయెల్ల గ్రమ్మ
క్రైముడి కట్నముల్ కనుపింపచేసి
వెలయంగ తొమ్మిది విధముల్లైనట్టి
భూచారి నాట్యంబు పొందుగా సల్పి
పదహారు విధముల వరగిన యట్టి
ఆకాశచారియు నమరంగ నాడి
అంగహారాఖ్యచే నమరు నాట్యంబు
విదితమౌ తొమ్మిది విధములనాడి
గతిచారి భేదముల్ కనపడునట్లు
భ్రమణ సంయుత దీప్తి పటిమ మీరంగ
పాణి భేదంబులు వదభేదములును
స్థానక సంచయ సంయోగ మమర
పేరణి దేశిని ప్రేంఖణ శుద్ధ
దండికా, కుండలి, తగు ఒహాచారి
సప్త తాండవములు సరవిప్రకటింప
సభవార లాశ్చర్య సంయుక్తులైరి;
తరువాత నిరుమేల తగుచెలు లమర
సంయుక్త సంయుతా సంయుత హస్త
నానార్థకములు నాట్య హస్తములు
శిరమును చూపుల చెక్కిళ్ళు బొమలు
దంతోష్ఠ కంఠముల్ తగచుబుకంబు
ముఖమును వక్షంబు మొదలుగానెన్న
అంగంబులారు ఉపాంగములారు
ప్రత్యంగ సముదయంబారును కూడ
ఎనిమిది పదియగు నెసగు సంగంబు
లమరంగ నభినయం బాశ్చర్యముగను

మాచెర్ల చెన్నుని మహిమంబు తెలుపు
ఆంధ్ర సంస్కృత భాషలమరు గీతముల
భావంబులెన్నగ ప్రకటనచేయ
చూచి రంభాదులు చోద్యంబు నొంది
శిరసులు వంచియు సిగ్గుచుచెంది
రప్పుడు భూమీశుడాదరం బొప్ప
వస్త్ర భూషణములు వారలకిచ్చి
భట్టును రమ్మని పంపించెనంత.

ఇందులో కవి ప్రయోగించిన పారిభాషిక పదము లేవియు వినికిడి మాటలు కావు. అవి అతని సంగీత నాట్యశాస్త్ర పరిజ్ఞానమునకు నిదర్శనములు. శాస్త్ర పరిజ్ఞానము కలవా డగుటయేకాక నట్టువరాలు సభా ప్రవేశము చేసినది మొదలు, రాజుచే కానుకలు పొంది నిష్క్రమించు వరకునుగల సంప్రదాయ మంతయు అనుభవపూర్వకముగా యెరిగిన కవి; అంతియె కాదు, అతడు భగవద్గీతోపనిషత్తును నిత్య పారాయణముచేసి ముఖస్థము చేసికొన్న నిష్ఠాపరుడు. తలచుకొన్నచో ఆ గీతలను చక్కని సరసమైన శైలిలో తెనిగింపగల సమర్థుడు కూడ:

"సర్వ ధర్మాన్ పరిత్యజ్య
మామేకం శరణం వ్రజ
అహం త్వా సర్వ పాపేభ్యో
మోక్షయిష్యామి మాశుచః"

అని శ్రీకృష్ణుడు అర్జునునకు చేసిన చరమోపదేశ శ్లోకమును ఈ కవి ఎంత సరసముగా తెనిగించెనో చూడుడు.

"సకల ధర్మంబులు సమ్మతి విడిచి
నా శరణందితే నను జేర్చికొందు.
వగవకు మదిలోన వద్దు భయంబు
సత్య మీమాట.................. "

ఈతని యుద్ధ వర్ణనలను, అందలి పలుకు బడులను పరిశీలించుచో ఇతడు భారతమును కూలంకషముగా పఠించి యందలి సొగసులను పుణికి పుచ్చు

యే విధమైన వెలితియునుండెడిది కాదు. మఱియు సుకుమారుడు కన్నబిడ్డలను సైతము కామించెననెడి పరమజుగుప్సావహమైన కథాభాగము వలనకలిగిన అధిక ప్రయోజనమేదియు లేదు. అది లేకున్నను వానిపాపములు నిండుగా పండియే యున్నవి. చెప్పుటకు గాని చదువుటకు గాని వినుటకుగాని రోతపుట్టించెడి ఆ కథాభాగము ఈ గ్రంథమున దుర్వాసన లీనచున్నది. మూలపురాణములో నున్నది గనుక దానిని తొలగించుటకు శ్రీనాథు డిష్టపడలేదు కాబోలు.

మఱి శ్రీనాథునకు సంస్కృత కవులలో భట్టబాణుని యందు అత్యంత తాత్పర్యము కలదు. బాణుని కాదంబరీ వచనశైలిని తెలుగున నవతరింప జేసిన వాడు శ్రీనాథుడే. పొసగినపుడెల్ల బాణుని విరోధాభాసములను, ఉపమాన గుచ్ఛములను, అను ప్రాసాది శబ్దాలంకారములను, అనుకరించుటలో శ్రీనాథునకు కుతూహలము మెండు. ఈ గ్రంథములో అట్టి అనుకరణమే కాక కాదంబరిలోని కొన్ని వాక్యములు యథాతథముగాను, ఈషద్భేదముతోను, అనువదింపబడినవి. సుకుమారుని తండ్రి యజ్ఞదత్తుడను ఒకమంత్రి. అతనికి చివరకాలము సంతానములేదు. భార్య తన అనపత్యతకు ఒకనాడు మిక్కిలి ఖిన్నురాలై యుండగా ఆమెను భర్త యెంతో సరసముగా నూరార్చును. కాదంబరిలో తారాపీడ మహారాజు, తన భార్య నూరార్చిన సందర్భము ఇట్టిదే కలదు. శ్రీనాధుడా సంస్కృత వాక్యములనే తెనిగించెను. మరియు కాదంబరిలో శుకనాశుడను మంత్రి రాజకుమారునకు సత్ప్రవర్తనకు హేతుభూతమైన నీత్యుపదేశమును చేయును. ఆ భాగమునకు శుకనాశోపదేశమని పేరు. అట్లే శివరాత్రి మాహాత్మ్యమున యజ్ఞదత్తుడు తనకుమారుని చెడ్డత్రోవనుండి మరలించుటకై కొన్ని నీతులను బోధించును. ఈ నీతిబోధ కేవలము శుకనాశోపదేశమునకు ప్రతిబింబముగా నున్నది.

"యత్నేన ఆరాధితాః యథా సమీహిత ఫలానా మతి దుర్లభానా మపి వరాణాం దాతారో భవన్తి। శ్రూయతేహి పురాచణ్డ కౌశిక ప్రభావా న్మగధేషు బృహద్రథోనామ రాజా జరాసంధం నామతనయం లేభే। దశరథశ్చరాజా పరిణత వయా విభాణ్డక మహాముని సుతస్య ఋష్యశృఙ్గస్య ప్రసాదా దవాప చతురః పుత్రాన్। అన్యేచ రాజర్షయః తపోధనానారాధ్య పుత్రదర్శనామృత సుఖభాజో బభూవుః"

ఇతడు పూర్వకావ్య పరిజ్ఞానమున్న కవి మాత్రమేక సంస్కృత వ్యాకరణ మర్యాదను ఆకళించుకొన్న పండితుడని, ఆతని సమాసరచనా పద్ధతి నిరూపించుచున్నది.

"పూర్వ పర్వతశిరః పూజాగ్రమందు
ఘనతర మాణిక్య ఖచిత సౌవర్ణ
కుంభంబువలె నిల్చి గురు తేజమునను
భానుండు దిక్కుల ప్రబలె నావేళ "

సూర్యోదయవర్ణన సర్వకవి సామాన్యమయ్యేను, ఇవి కవి సమయములు తెలిసిన కవి మాత్రమే వ్రాయదగిన పంక్తులనుటకు సందేహము లేదు. ఇందలి దీర్ఘ సమాస రచన ఆ పండితుడు చేయవలసినది కాదు. అట్లే "వగలును రేలును బహు జాగ్రదాత్మ కాపాడుడీ మీరెకలవారు మాకు" అనెడి పంక్తులందలి 'బహుజాగ్రదాత్మ' అను సమాసమును సంస్కృత వ్యాకరణ సంప్రదాయ మెరిగిన పండితుడు మాత్రమే ఘటింపగలడు.

కావున పిండితార్థ మేమనగా, కల్లు ప్రతిష్ఠ మొదలుకొని బాలచంద్రుని యుద్ధాంతము వరకును వ్రాసిన ఈ కవి సామాన్యుడుకాడు; పండితులలోలెక్కింపదగినవాడు. సాహితీ సంపన్నుడు; ఇట్టివాడు, రసవంతమైన ఈ కథా భాగమును రచించి ఆంధ్రలోక మున్నంతవరకును నిల్వదగిన తన యశస్సును, శ్రీనాథునకు ధారబోయవలసిన యవసరమేమి కలదు. గ్రంథ రచనము చేయుట కవి యశము నర్జించియే కదా! గ్రంథమునుబట్టి, హస్తగతమైన ఆ యశస్సును ఆతడు వదలుకొనుటకు కారణ మూహింపగలమా! ఒకవేళ శ్రీనాథుని పేరు పెట్టిన గ్రంథమునకు పేరు వచ్చునని ఆతడు ఆ త్యాగము చేసె నందుమా, అది పొత్తుగా పొసగదు. వసలేని గ్రంథమునకు శ్రీనాథుని పేరు పెట్టినను పేరు రాదు; కాళిదాసుపేరు పెట్టినను లాభములేదు గ్రంథ యశము రచనను బట్టి వచ్చునుగాని, కవి పేరునుబట్టి రాదు ఈ గ్రంథము, కవి పేరు లేకపోయినను స్వతః ప్రభావము వలన, ఆంధ్ర మున్నంతవరకును జీవించి యుండును. కాబట్టి యెవడో అనామకుడు వ్రాసిన ఈ గ్రంథమునకు శ్రీనాథునిపేరు పెట్టెననుట యుక్తి రహితమైన వాదము.

అయినచో, ఉద్దండ పండితుడైన శ్రీనాథుడు, ఈ సుద్దుల కవిత్వము వ్రానియుండునా? యుగకర్తలని పేరుబడిన తెలుగు కవులలో శ్రీనాథుని వంటి జాతీయ కవి యింకొకడు లేడు. అతడాంధ్రదేశము నంతటిని పర్యటించి, రాజులను సందర్శించి, వారి సత్కారములను పొందెను. రాజమహేంద్రవరపు రెడ్డిరాజుల ఆస్థానమున చేరి, ఆ మంత్రికి భీమేశ్వర పురాణము కృతియిచ్చి నపుడు, తత్పురాణ రచనా వ్యాజమున, గోదావరీ మండలము నంతయును తనివితీర వర్ణించుకొనెను. అతడు కొండవీటి రెడ్డిరాజుల ఆస్థానమున విద్యాధి కారిగా ప్రఖ్యాతివహించెను ఈ పలనాటి చరిత్రకు రంగమైన సీమ, శ్రీనాథుని కాలమునాటి కొండవీటి రాజ్యములోనిది. సుప్రసిద్ధ చారిత్రక స్థలములైన గుర జాల, మాచెర్ల, కార్యమపూడి, చంద్రభాగా నదీతీరము అతనికి సుపరి చితములు.

చిన్ననాడు తన కాశ్రయమిచ్చిన కొండవీటి రాజ్యములో నొక భాగమైన ఆ పల్నాటి సీమను. ఆ పల్నాటి యుద్ధమును, ఆ వీరుల శౌర్య పరాక్రమ మును తలపునకు తెచ్చుకొని ఆవేశపూరితుడై ఆ గాధను నోరార సాధ్యమై నంతవరకు ప్రజల భాషలో పాడియుండును స్వదేశముతో తాదాత్మ్యము చెందిన కవి ఆదేశ సౌభాగ్యమును మాత్రమే కాక ఆ దేశీయ వీరుల పరాక్రమములను కూడ కొనియాడుట సహజమే.

ఈ పలనాటి వీరగాథా మహత్వమును శ్రీనాథుడు క్రీడాభిరామములో కూడ అభినివేశముతో ప్రదర్శించెను.

"ద్రుతతాళంబున వీరగుంభిత కధుం
ధుంధుం కి టాత్కారసం
గతివాయింపుచు నాంతరాళిక యతి
గ్రామాభి రామంబుగా
యతిగూఢం ద్విపద ప్రబంధమున వీ
రానీకముం బాడె నో
కృత ప్రత్యక్షరముం గుమారకులు హే
ట్కారంబునన్ దూలఁగన్"

"గర్జించి యరసి జంఘాకాండ యుగళంబు
వీరసంబెట కోలవేయు నొకడు
ఆలీఢ పాదవిన్యాస మొప్పగ వ్రాలి
కుంతాభినయము గైకొను నొకండు
బిగుఁవుగన్నుల నుబ్బు బెదురుఁ జూపులతోడ
ఫీట్కార మొనరించుఁ బెలుచఁ నొకడు
పటు భుజావష్టంభ పరిపాటి ఘటియిల్ల
ధరణి యాస్ఫోటించి దాటునొకడు

ఉద్ది ప్రకటింప నొక్కరుండోలవాఁడు
బయలు గుఱ్ఱంబు భంజళ్ళఁ బఱపునొకడు
కొదుము దాటింపుచును బెద్ద గొలువులోనఁ
బదఁటి పల్నాటి వీరులఁ బాడు నపుడు"

పల్నాటి కథలో కోళ్ళపందెము నాడు బ్రహ్మనాయడు తెచ్చిన కోడి పుంజు పొనుగంటి కలుకోడి. దాని పేరు చిట్టిమల్లు. శ్రీనాథుడు పొనుగంటి కలుకోడికి పరాక్రమమున తోడబుట్టు వనిపించుకొనదగిన కోడిపుంజునే క్రీడాభిరామము నందలి కోళ్ళ పందెములో ప్రవేశపెట్టెను:

ఆ వాక్య మిది :

"ఇదియు నొక్క సజీవ ద్యూతంబు. ఈ దురోదర క్రీడా విహారంబు నాదరింపవలయు. పొనుగంటి కలుకోడి తోడబుట్టువులు వోని యీ జగజెట్టి కోడిపుంజుల యందు ప్రత్యేకంబు"

'పొనుగంటి కలుకోడి' యనెడు ఈ నామ సామ్యము యాదృచ్ఛికము కాదు. ఆ రెండు గ్రంథముల కర్త ఒక్కడే యని చూపదగిన సాక్ష్యములలో బలవంతమైన సాక్ష్యము.

ఇంతేగాక పలనాటి వీరులపై శ్రీనాథునకు గల గౌరవ భావమునకు నిదర్శనముగా క్రీడాభిరామము నందలి యీ క్రింది పద్యములు చూడదగును.

"కులము దైవతంబు గురజాల గంగాంబ,
కలని పోతులయ్య చెలిమికాడు,
విజికి కందలేని యరుఃది యేగురు
పల్లెనాటి వీరబాంధవులకు"

"కోలదావునఁ ద్రిక్కటిఁ గూడియున్న
గచ్చచేసిన చిత్రంపు గద్దె పలక
వ్రానినారది చూడరా వైశ్యరాజ!
శీలబ్రహ్మాది వీర నాసీర చరిత"

"ఈ వీరపురుషులు మనకుఁ గార్యసిద్ధి సేయుదురు గాక పద పద మనుచుం గతిపయ పదంబు లరిగి......"

తన కవిమాన పాత్రమైన యీ పల్నాటి వీరుల వృత్తాంతమును శ్రీనాథుడు అంతః ప్రేరణ వలన, కావ్యవస్తువుగా స్వీకరించి యుండును. అంతకు ముందే వేలవముగా నున్న ఆ పదమును విచ్చుకుంట్లు పాడగా విని, అది తనకు తృప్తినీయక పోవుటచే, అంతకంటే ఉదారమైన పద్ధతిలో, ఆ వీర పురుషుల చరిత్రను, సత్కావ్య రూపమున ప్రతిష్ఠింపవలయునని ఆతడు సంకల్పించి యుండును. పురాణము వలె అతి విస్తృతమగు ఆ కథ నంతను కావ్యముగా నంతరించుట కిష్టము లేకయో, లేక తీరికలేకయో, ఆతడు మిక్కిలి రసవంతమైన యుద్ధ ఘట్టమును మాత్రమే చేపట్టియుండును. అయినచో, అతడా కథను పద్యకావ్యముగా గాక పదముగా నేల రచించెనని ప్రశ్నించుచో, దానికి సమాధానమిది. శ్రీనాథుడు అంతకుముందే ఈ కథను ప్రజలు పాడుకొనుచు వినుచు తన్మయులగుట కన్నులార జూచెను; దానిని అట్లే ప్రజలు పాడుకొని ఆనందింపవలెనని తలంచి, పద్యకావ్యమున కట్టి యోగ్యత లేదు కనుక, తాను గూడ, ఆ కథను పదరూపమున నంతరించియుండును.

శ్రీనాథుని యితర గ్రంథములలోని సంస్కృత సమాసములు, విశేషించి అతని పద గుంభనము, దుందుభిధ్వానము వలె వినిపించెడి శైలి యివేమియు నిందు కానరావేమను ప్రశ్నకు సమాధానమిది : శ్రీనాథుడు నైషధము, కాశీఖండము, భీమఖండము మొదలైన మహాకావ్యములను ప్రౌఢసారస్వతమునకు అలంకారములుగ నుండునట్లు తీర్చిదిద్ది రచించెను. తత్కావ్య ప్రయోజనమును

పొందు పరిత్ర లోకము వేరు. ఇది, అట్టిది కాక, పాడుకొనుటకు, చదువుకొనుటకు వీలుగా, సామాన్య ప్రజలకు ప్రీతికరముగా సులభశైలిలో పాండిత్య ప్రకర్ష కంటె, కవితా సౌందర్యమునకు ఎక్కువ ప్రాధాన్యమిచ్చి బుద్ధి పూర్వకముగా రచించిన పదము, అది మార్గ కవిత్వము ఇది దేశ కవిత్వము. అనగా శ్రీనాథుని పద్య ప్రబంధముల లక్షణము వేరు; ఈ పద ప్రబంధ లక్షణము వేరు. కాని శ్రీనాథుడు ఎంత తేలికగా వ్రాయతలపెట్టినను, "ఇవి ఈతడు వ్రాసి యుండునా?" అని సందేహము కలిగించు పేలవమైన కొన్ని పంక్తులు ఈ గ్రంథమున లేకపోలేదు. నా ఉద్దేశములో, ఈ పేలవమైన పంక్తులు పిచ్చుకుంట్ల నోటబడి అసలు రూపమును పోగొట్టుకొన్నవి కావచ్చును; లేదా అవి మూలగ్రంథమున కొన్ని పంక్తులు లుప్తము కాగా ఇతరులు పూరించినవి కావచ్చును. దీనికి ఇదమిత్థమని సమాధానము చెప్పుట కష్టము.

కల్లు ప్రతిష్ఠ అవతారిక యందు శ్రీనాథుడు తాను "చెన్నకేశవ పాద సేవారతు" డనని చెప్పుకొన్నట్లు కలదు. శ్రీనాథుడు శివభక్తి పరాయణుడు; అతడే దీనిని రచించి యున్నచో, ఇట్లు చెప్పుకొనునా యనెడి ఆక్షేపణయు యుక్తి యుక్తముగా తోపదు. ఏమనగా శ్రీనాథుడు ఆ అవతారికయందే "కంతు పరమేశు శివు నాత్మదలచి "అని తన శివ భక్తిని బ్రకటించుకొనియెను. అంతే గాని చెన్నకేశవు నాశ్రయించి, శివుని విడిచి పెట్టలేదు. వాదమునకు అది సరియే కాని శివభక్తి పరాయణుడైన శ్రీనాథుడు తాను "చెన్నకేశవస్వామి పాదసేవారతుడ"నని యేల చెప్పుకొనవలయును?" అని ప్రశ్నించుచో, చెన్నకేశవుడు పల్నాటి వీరులకు ఇష్టదైవము. ఆ దేవుని సంస్మరింపకుండ, పల్నాటి వీరుల కథను వ్రాయుట పొసగదు. అంతియేకాక, శ్రీనాథుడు. విష్ణు నామమును స్మరింపనేరని వీరశైవుడు కాడు. తిక్కన పోతనలు శివ పూజా ధురంధురులయ్యును, ఎట్టి శివకేశవుల భేదమును పాటింపని అద్వైతులో శ్రీనాథుడు కూడ అట్టివాడే. భీమేశ్వర పురాణములో విష్ణుక్షేత్రమైన సర్పపుర వర్ణనమును పరికించుచో, అతడు వైష్ణవుడేమోయను భ్రమకల్గును. అంతదూరమెందులకు, హరవిలాసమున శివుని లీలలను వర్ణించుటకు ఉపక్రమించిన ఈ కవి కృత్యాది మంగళా చరణ పద్యమున కంచి వరద రాజేశ్వరస్వామిని (విష్ణువు) స్తుతించెను

"శ్రీమహిళా పయోధర హరిణ్మణిహారము హస్తి భూధర
స్వామి పయోజసంభవుని జన్మముఁ గాచిన వేల్పు దేవతా
గ్రామణి కంచి శ్రీవరదరాజు మనోహర పుణ్యకోటి పీ
ఠీమణి మండితుం డవచిదేవయ తిప్పఁ గృతార్థు జేయుతన్"

హరవిలాసముననే కాదు. నైషధముననుు, మంగళాచరణ పద్యము విష్ణుపరముగానే రచింపబడెను. చూడుడు:

శా॥ "శ్రీరామా కుచమండలీ మృగమద శ్రీగంధ సంవాసిత
స్ఫారోదార భుజాంతరుండు, ధరణీ సంశ్లేష సంభావనా
పారీణుండు, కృతార్థుఁజేయుఁ గరుణా పాథోధి పద్మాక్షు డిం
పారన్ మామిడి పెద్దమంత్రి సుతు సింగామాత్య చూడామణిన్"

శ్రీనాథునకు శివకేశవభేదము లేదని సమర్థించుటకు ఇంకొక దృష్టాంతము కలదు. కాశీఖండమున శివశర్మోపాఖ్యానమునందు నూట యెనిమిది శివకేశవుల పర్యాయ నామములతో ఒక స్తోత్రము రచింపబడినది. ఆ స్తోత్రమును దాని ఫలశ్రుతిని ఇందుదాహరించుచున్నాను:

వ॥ "ఆదికాలంబునం గృతాంతుండు నిజ కింకరులతో నిట్లనియె.

సీ॥ గోవింద! భూతేశ; గోప! గంగాధర!
చాణూరమర్దన! చండికేశ!
కంసప్రణాశన! కర్పూరగౌర! గో
పీపతి! శంకర! పీతవసన!
గిరిశ! గోవర్ధనోద్ధరణ! బాల మృగాంక
వర్ణ! మాధవ! భవ! వాసుదేవ!
విషమేక్షణ! మురారి! వృషభధ్వజ! హృషీక
పతి! భూతపతి! శౌరి! ఫాలనేత్ర!

గీ॥ కృష్ణ! హర! గరుడధ్వజ! కృత్తివసన!
కల్మషారి! గౌరీపతి! కమఠ! శూలి!
యనుచుఁ బఠియింతు రెవ్వరా ఘనులు మీకు
వందనీయులు చెనకంగ వలదు వారి.

సీ॥ హరి! రజనీశ కళావతంస! రమేశ్వ
ర! పినాకపాణి! శ్రీరామ! భర్గ!
యనిరుద్ధ! శూలపాణి! నృసింహ! త్రిపథగా
ర్ద్రి జటాకలాప! మురహర! యీశ!
రాఘవ! యురగాభరణ! పద్మనాభ! యు
గ్ర! మధుసూదన! పినాకపతి! యాద్య!
ప్రమథాధినాథ! నారాయణ! మృత్యుంజ
య! పురుషోత్తమ! త్రిదశైకనాథ!

గీ॥ యచ్యుతా! కామ శత్రువ! యబ్జపాణి!
దిగ్వసన! చక్రపాణి! భూతేశ! యనుచుఁ
దలఁతు రెవ్వారు వారలుత్తములు భువన
పావనాత్మకు లందఱు ప్రభులు మీకు.

సీ॥ బ్రహ్మణ్యదేవ! శర్వ! ముకుంద! విశ్వేశ్వ
ర! సనాతన! త్రినేత్ర! రావణారి!
శ్రీకంఠ! ధర్మధురీణ! శంభువ! కమ
లాధీశ! యీశాన! యదుపతి! మృడ!
ధరణీధర! హర! యంధకహర! శార్ఙ్గపా
ణి! పురారి! విష్ణువ! నీలకంఠ!
వైకుంఠ! దేవదేవ! మధురిపుఁడ! త్రిలో
చన! కైటభ రిపుండ! చంద్రచూడ!

గీ॥ కేశినాశ! గిరీశ! లక్ష్మీపతి! త్రిపు
రారి! వసుదేవ నూనుఁడ! త్ర్యక్ష! యనుచు
జపము చేయుదు రెవ్వరవ్విపుల పుణ్య
ఘనులఁ గెలిసినప్పుడ మీకుఁగల్ల వచ్చు.

వ॥ మఱియు వినుండు. శ్రీకాంత! శివ! యసుర నిబర్హణ! మన్మథ రిపుఁడ! జనార్దన! ఖండపరశుఁడ! శంఖపాణి! శశిశేఖర! దామోదర! రిపు సూదన! యంబుధర నీల! స్థాణువ! యానందకంద! సర్వేశ్వర! యను నీ

దివ్య నామంబులు భావించు కృతార్థులు మీకు మానసీయులు నుండియని యవ్వి ధంబున నంతకుండు కింకరవర్గంబు ననుశాసించె ఈ హరిహరనామంబుల యష్టోత్తర శతంబు వినిన బఠించిన జనులకు నారోగ్యైశ్వర్యంబులు సంభవించు."

ఈ స్తోత్రమును అద్వైతి తప్ప, కేవల శైవుడుగాని, కేవల వైష్ణవుడు గాని వ్రాయలేడు. శ్రీనాథుడు కేవల శైవుడే యైనచో నై స్తోత్రమందలి నూట యెనిమిది నామములలో విష్ణు పరములైన ఏబదినాలుగు నామములను నోట పలుకలేడు. ఆ కాశీఖండముననే శివ కేశవుల అభేదభావ నిరూపకములైన మహా వాక్యములు మరికొన్ని కలవు. కావున శ్రీనాథుడు కేవల శైవు డను కొనుట మతిలేనిమాట.

శ్రీనాథుని పలనాటివీర చరిత్ర కర్తృత్వమును సమర్థించుటకు అతని మతముగూర్చి ఇంతదూరము చర్చించవలసి వచ్చినది.

పూర్వోదాహృతమైన "సకల ధర్మంబులు సమ్మతి విడిచి నా శరణం దితే నను జేర్చుకొందు. వగవకు మదిలోన వద్దు భయంబు, సత్య మీమాట" అను పంక్తులకు మూలమైన గీతా శ్లోకముతో పోల్చి చూచినచో. ఈ అనువాదము శ్రీనాథునిదే అని అంతరాత్మ ప్రబోధించును. సంస్కృత శ్లోకమును ఎంత గంభీరార్థము, జటిల శబ్దములు కలదానినైనను, సరళమైన తెలుగు పద్యమున ఇముడునట్లు అనువదించెడి నేర్పు శ్రీనాథునకు కలదు. ఆయన ఈ ప్రజ్ఞను నైషధాంధ్రీకరణమున బహుధా ప్రదర్శించెను. ఆయన అనువాద పద్ధతిని గురించి పరిశ్రమ చేసిన పండితులు ఈ పంక్తులు శ్రీనాథునివే అని చెప్పటకు సందేహింపరు.

సాధారణముగా తెలుగు కవులు, విశేష్యమునకు విశేషణమును కూర్చ వలసి వచ్చినపుడు విశేషణమును ప్రథమా విభక్త్యంతముగా నుంచి దానికి "అగు" అను క్రియాజన్య విశేషణమును జేర్చి విశేష్యముతో పొందింతురు. కాని శ్రీనాథుడు సంస్కృత కవులవలె తరచుగా విశేష్య విశేషణములను ఏక విభక్తిలోనే నిల్పుచుండును; క్రీడాభిరామము శ్రీనాథకృతమే అని ఋజువు చేయుటకు శ్రీ ప్రభాకరశాస్త్రిగారు చెప్పిన తిరుగులేని యుక్తులలో ఈ విషయ మును పేర్కొని యున్నారు విశేషణ ప్రయోగములో శ్రీనాథునకు యింకొక విచిత్రమైన పోకడ కలదు.

తెలుగు కవులు ఒక వాక్యమును విశేష్యమునకు విశేషణము చేయవలసి వచ్చినపుడు, ఆ విశేషణ వాక్యమును సమాపక క్రియతో పూర్తిజేసి, విశేష్యముతో పొందింతురు. కాని శ్రీనాథుడు అసమాపక క్రియలతో అనేక వాక్యములను మాలగా గ్రుచ్చి, ఆ విశేష్యమునకు అలంకరించుటకు ముచ్చట పడును. దీనికొక ఉదాహరణముగా, కాశీఖండమునుండి ఈ పద్యమును పేర్కొనవచ్చును

"దుర్భిక్ష దోషంబుదొరకొన్నఁగడవని
　　కడపని గృహసూతకంబునందు
నింటఁ బీనుఁగుబోయె నేనియుఁ గడపని
　　కడపని ముక్కడి గవిసెనేని
కువలయేశుడు దండుగులుగొన్న గడవని
　　కడపని భవనంబుగాలెనేని
పితృ కార్యవిధి సమీపించిన గడవని
　　కడపనిముట్టంటు గలగెనేని

వేళగాకున్నఁ గడపని వేలుపులకు
మీఁదువోకున్నఁ గడపని మిన్నకెట్లు
గడిపిరింటింట నీకాశి కాపురమునఁ
బుణ్యగేహిను లిది మహాద్భుతము గాదె?"

ఇట్లే బాలచంద్రుని యుద్ధమున, కవి, మాంచాలకురులను వర్ణించుచు విశేషణ వాక్యములను పొందించిన పద్ధతి శ్రీనాథుని తలంపించుచున్నది.

"బంభరచయమును భయమొందజేయు
కాటుక కాకచే కందగాజేయు,
చీకటి గుహలందు జేరగాదించు
కాలాంబుదంబుల గట్టుల జేర్చు
దీర్ఘమై నునుపులై తేరైన కురులు."

ఈ కారక వైచిత్రి తెలుగున ఒక్క శ్రీనాథునిదే; కనుక, పైన చెప్పిన కారణము లన్నిటినిబట్టి, పల్నాటి వీర చరిత్రను అతడు వ్రాసి యుండునని భావించుట దోషముకాదు; ఏనాటికేని భారద్వాజ గోత్రుడు, కవి సార్వ

భౌముడు ఇంకొక శ్రీనాథుడు, పరిశోధనలవల్ల బయలుపడు వరకు, శృంగార నైషధ కర్త శ్రీనాథుడే పల్నాటి చరిత్ర కర్తయని అనుకొందము.

పలనాటి వీర చరిత్రలో బాలచంద్రుని యుద్ధము వస్తుతః రసవంతమైన ఘట్టము. ఆ భాగము శ్రీనాథుడు కావ్య వస్తువుగా స్వీకరించి నిర్వహించుటచే రసవత్తరమైనది. ఈ భాగమే ఆంధ్రపదకవిత్వశాఖలో దేదీప్యమానమై వెలుగొందుచున్నది. ఇక ఈ పద కవిత్వమును గూర్చియు అందలి అంత శ్శాఖలను గూర్చియు వాటి తారతమ్యముల గూర్చియు వివరింతును. ఏ వాఙ్మయమునందైనను ఈ పద కవిత్వమే పద్య కవిత్వముకంటె ముందు పుట్టి పెరుగుననుట బహు పండితాంగీకృతమైన సిద్ధాంతము. చిత్రవిచిత్రకార్య కమనీయ పర్వతారణ్య మయమైన ప్రకృతిలో పుట్టి పెరిగిన ప్రాకృత జీవి యగు ప్రాక్తన మానవుని హృదయమున సంతోషమయమో, దుఃఖమయమో యగు ఒకానొక భావము జనించి, పరవశుని చేయగా, అతని నోటివెంట అప్ర తర్కితముగా, ఒక పాట వ్యక్తమై యుండుననియు, ఆవేశపూరితుడై అతడా పాటను, చిందులు త్రొక్కుచు పాడి యుండుననియు, అటుచు, పాడిన-ఆ పాటకు 'ఆట-పాట' లేక 'నృత్తగీతము' (Ballad-dance) అని పేరు పెట్ట వచ్చుననియు, అదియే కవిత్వమునకు శ్రీకారమని ఈ సిద్ధాంతము అనియు, Moulton అను ఆంగ్ల విమర్శకుడు ఒక సిద్ధాంతము నెలకొల్పెను.

అసలు ఒక వ్యక్తి, పరవశ స్థితియందు చేసెడి ప్రసంగము కాని, పాడెడు పాటగాని, శరీరావయవ విక్షేపముతో కూడి, అభినయ పూర్వకముగానే, వ్యక్త మగుచుండును. భావోద్వేగమనునది, ఒక్క హృదయమును మాత్రమే కది లించిన అది శరీరము నంతటిని ఊగించి వేయును.

ఈ 'ఆట-పాట'లో మూడు భిన్న కళాంశములు కలవు ''అడుగు వేయుట, రాగముతీయుట, మాట పలుకుట''. శాస్త్ర పరిభాషతో ఈ మూడిం టికిని నృత్యము, గీతము, శబ్దము అని పేరు. ఈ మూడు అంశములను మూడు శాఖలుగా కాలక్రమమున నాట్యము, సంగీతము పద్యముఅనెడి కళలుగా పరిణ మించి దేని రాజ్యమును అదియే యేలుకొనసాగెను కాని ఈ మూడింటికిని జన్మ స్థాన మొకటియే, అవి స్వతంత్ర నిరూపణార్థము ఎంత విడిపోయినను పరిణత సంపూర్ణ స్వరూపములలో మరల ఏకీభవించుచుండును. కవిత్వము గీతముతోడ

సంబంధమును విడనాడజాలదు. అట్లే సంగీతము శబ్దముతోటి పొత్తును విడిచి పెట్టదు. మరల నాట్యము, సంగీతముతోడి చెలిమి చేయుచునే యుండును. పద్యము తొలినాటి కవిత్వమునకు సాహచర్యము నెరపిన నృత్య గీతములలో నృత్తమును పూర్తిగా విడిచివుచ్చ గలిగినను గీతిని మాత్రము పూర్తిగా కాదనలేక పోయెను పద్య కవితా రాజ్యములో నృత్యమునకు ప్రవేశము లేకపోయినను గీతికి మాత్రము అప్రత్యక్షమైన అధికారము కొంతకలదు. గీతిగతమైన యేలయ నిబద్ధత కలదో అదియే పద్యగతమైన ఛంధస్సు. కనుక ఈ మూడు కళలకు. తక్కిన రెండింటిలో ఏదో ఒకదాని సాహచర్యము విడరాని బంధముగా ఉండుచునే యుండును. కాని తక్కిన రెంటి పొత్తును విసర్జించి తనకు తానై స్వతంత్రముగా వర్తించగలనని చూపుటకే వాఙ్మయమున వచన కవిత్వము సంగీతమున జంత్రవాద్యము, నాట్యమున మూకాభినయము వెలసినవి. ఈ మూడును, తమ రాజ్యమున తామే సర్వాధికారము నెరపుటకై అవి చేయు కృషి యెంతదూరము పోవునో చూపుటకు మాత్రమే ఈ విషయమును స్మరించి విడిచితిని.

ఏ గీతముకైనను ప్రధాన లక్షణము లయ నిబద్ధత; ఊరకే రాగము తీయుట గీతముకాదు. రాగతాళ యుక్తముగా పాడినదే గీతము. పాట ఎప్పుడును, లయబద్ధముగానే యుండును కావుననే గీతికి లయనిబద్ధత ప్రధాన లక్షణమైనది. గీతిగతమైన లయనుబట్టి ఛందస్సు యేర్పడినది. ఈ ఛందస్సు కతమున నే పద్యపఠనవేళ మధురమైన ఒక గీతి విశేషము, వచన పఠనముకంటే భిన్నమైనది వ్యక్తమగుచుండును. ఇది పద్య కవిత్వముతో గీతికిగల ఆ ప్రత్యక్ష సంబంధము. అట్లుగాక గీతికి ప్రత్యక్షాధికారమే ఇచ్చిన కవిత్వము పదకవిత్వము పద్యజాతికిని, పదజాతికిని ముఖ్యమైన భేదమిదియే.

ఈ పద్య కవిత్వమున శబ్దమునకెంత ప్రాధాన్యమున్నదో గీతికిని అంతే ప్రాధాన్యమున్నది. అనగా ఇందు సుందర శబ్దరచనతోపాటు మధురమైన పాటయును కలిసి యుండును. ఈ జాతిలో ఒక శాఖ కవిత్వముకంటె గానమునకే ఎక్కువ ప్రాధాన్యమిచ్చి గేయకవిత్వమనిపించుకొనెను. ఆ గేయకవిత్వములో శాస్త్ర నిర్దిష్టమైన రాగ, తాళ, స్వర ప్రశస్త రాజ్యాంగముల ప్రాధాన్యములతో ఒక అంతశ్శాఖగా గాన కళా కోవిదుల విద్యగా వెలసినది. అదియే

సంగీతము త్యాగరాజ కృతులు మున్నగునవి ఈ శాఖలోనివి. ఇంకొక గేయ కవిత్వ శాఖ, ఈ కృతులవలె శాస్త్రీయ సంగీతముతో పాడుటకు అనువైనదైనప్పటికి అభినయార్థముద్దేశింపబడి, నర్తన పాత్రముల వశమైనది. జావళీలు, పదములు మొదలై శృంగారాత్మకమైన రచనలు ఈ శాఖలోనివి. మరియొక గేయ కవిత్వ శాఖ సంగీత విద్యా నైపుణ్యమును, అభినయ విద్యా నైపుణ్యమును లేని సామాన్యులు సైతము, కొంచెము కంఠమాధుర్యమున్నచో పాడుకొని ఆనందించుకొనుటకు వీలుగా పాటలుగా వర్ధిల్లినవి. మన ముత్తైదువులు పాడు పెండ్లి పాటలు, మంగళహారతులు ఈ జాతిలోనివి. వీటిని పోలినవే భజనకీర్తనలు కూడ.

ఈ పదకవిత్వమున ఒక శాఖ గీతిని అంగీకరించియు గేయకవిత్వమని అనిపించుకొనక, కవిత్వాంశమునకే ఎక్కువ ప్రాధాన్యమిచ్చి జాతివాచకమైన పదకవిత్వము పేరనే నిల్చియున్నది. పలనాటి వీరచరిత్ర, కాటమరాజు కథ మున్నగు కావ్యములు ఈ శాఖలోనివి. ఈ కావ్యశాఖా వర్తనము భావనా ప్రధానమైన సారస్వత లోకముననే కాని, రాగతాళ ప్రధానమైన సంగీత కళాజగత్తున కాదు; అభినయ ప్రధానమైన నాట్యజగత్తున అంతకంటే కాదు. కాబట్టి, పదకవిత్వములు నానా విధములై గేయశాఖలకు విడిచిపెట్టగా మిగిలిన భాగమంతయు సారస్వత లోకమునకే చెందును. ఈ పదములలో చిన్నమ్మ కథ, కామమ్మ కథ, లక్ష్మమ్మ కథ మున్నగునవి సాంఘికములు, బొబ్బిలి కథ, కాటమరాజు కథ, దేశింగరాజు కథ, పలనాటి కథ మొదలగునవి చారిత్రకములు.

శ్రీనాథుని శైలి

ఆంధ్రమున మొదటి నుండియు నక్షర రమ్యత సాధించిన కవివర్గ మొకటియు నర్థగౌరవమును పాటించిన కవివర్గ మింకొకటియుగా రెండు భిన్న శాఖలు వెలసినవి. మొదటి వర్గమువా రాశించినది శయ్యాసౌభాగ్యము. దానికి నన్నయభట్టు ఆదిగురువు. దానిని నాచన సోముడు కొంత పరిపోషించెను. శ్రీనాథుని చేతిలోనది పరిణతిం జెందెను. సంస్కృతమున నిరుపమాన శయ్యా వైచిత్రికి పేరువడిన భట్టబాణాదులను భక్తితో గొలుచుటయు, ననుకరించుటయు నాత్మ ధర్మములుగా వర్తించిన శ్రీనాథుడు తెనుగున ఆ అక్షర రమ్యశైలిని పరిణతి జెందించుట వింతకాదు; దుష్కరమును గాదు. ఉత్తరకాలమున నావిద్య

వింపబోవు చిత్ర విచిత్రాలంకారికమైన ప్రబంధరీతికి శ్రీనాథుడే సూత్ర ధారుడయ్యెను. ఎల్లన ప్రబంధ కవుల కొసగిన భిక్ష వర్ణనాత్మకమగు శైలి మాత్రమే. ఆయన ఆలంకారిక రీతిని మాత్ర మొసగలేదు. ఈ భిక్ష పెట్టిన వాడు శ్రీనాథుడు. కావుననే ప్రబంధ కర్తలకు సన్నిహిత గురు వయ్యెను.

ఉత్తర కాల ప్రబంధ కర్తలలో పెక్కురు శబ్ద సంసేవనమే శిల్పమనుకొని అర్థ గౌరవమును గొంచెపఱచుటయు, వర్ణనాంశమే కవిత్వ మనుకొని వస్తు ప్రాధాన్యమును మఱుగు పఱచుటయు కారణములుగా నీగురువు లిద్దరును (శంభుదాస శ్రీనాథులు) జేసిన సృష్టికి దుర్విపాకము తటస్థించినది. శ్రీనాథుని రచనలలో క్వాచిత్కముగా నెచటనో తప్ప శయ్యా సౌందర్యార్థ గౌరవములు రెండును సమ ప్రాధాన్యమునే కలిగి యుండును. గంభీరములును రమణీయములు నగు సర్వసులతో పాటు జటిలములును సరళములునైన శబ్దములను జోడించుకొనుచు పద్యనేర్పు తెనుగు కవులలో శ్రీనాథునకు వలె నెవ్వరికినిలేదు. ఆతని వాక్యములకు జిగియు బిగువును రెండును గలవు. ఈ జిగి బిగువుల కల్మి నేప్రకరణమైనను వెలితిలేక- పండిన వరిచేను గాలికి బోలె తూగుచుండును. ఆ తూగు ఒక ముఖమునకు వంగుటే కాక ఉభయ ముఖముల నడచుట యగుటచే సమత యనెడు గుణ మప్రయత్న సిద్ధమయినది. ఒక్కొక్కచో వాక్య సముదాయము, యూథపతి ననుగమించు మాతంగయూథ గమనము వలె నాదరణీయమైన రీతిని ప్రదర్శించును.

ఛందః ప్రయోగములో నాతని చేతియందు సిద్ధి పొందినది-సీసపద్యము పయిని పేర్కొన్న యీ జిగి, బిగువు, తూగు సమత, తీవి మొదలగు గుణ సముదాయ మంతయు నించు మించుగ సీసముననే యేకత్ర సిద్ధిపొందినదని చెప్పవచ్చును. కందమునకు తిక్కన వలె సీసమునకు శ్రీనాథు డధిష్ఠాన దేవత. ఎట్టి క్లిష్టార్థమునైనను సీస పాదమునకు దగినట్లుగా మలచుట యీ కవికి చిన్ననాడే యలవడిన సహజశక్తి కావుననే పాషాణములవంటి మయూరుని స్రగ్ధరలీసీసపద్యపు మూసలో మైనమువలె కరగి యాతని కిచ్చవచ్చిన రూపు దాల్చినవని కాశీఖండ ప్రకరణమున నంటిని. సీస పాదోచితములైన యింద్రగణములాఱింటిలో కొన్నింటి కయిదు మాత్రలును కొన్నిటికి నాల్గు మాత్రలును గలవు. ఛందశ్శాస్త్రమునుబట్టి అవి అన్నియు నొకే వర్గమున జేరినను, వాని

అంతరమును మాత్రము శ్రవణేంద్రియము గ్రహించుచునే యుండును. ఆ గణముల పొత్తు సమబలముగ నేర్పున ఛందమ్ము తప్పకున్నను లయతప్పుట మాత్రము నిజము. లయానుసార మా గణములకు పొత్తు కుదిర్చిన మేటి కవి శ్రీనాథుడు. మఱియు 'యత్ర లయ స్తత్ర యతిః' అను శాస్త్రోక్తిని బట్టి యతి స్థానమున పదము విఱిగినచే తప్ప, విశ్రాంతి యనెడి సార్థకతయు నుండదు; లయకు శుద్ధియు నేర్పడదు. భారాసద్ధి యను నెపమున తెలుగు కవు లీ న్యాయమునే విస్మరించిరి. శ్రీనాథుడు మాత్రము తన సీసపద్యములలో నీ ధర్మమును సాధ్యమయినంతవరకు పాటించెను. ఉత్తరకాల ప్రబంధములలో మనకు మురిపెము గొలుపు సీసపద్యము లన్నియు శ్రీనాథుని సీసముల ఛాయలే.

శ్రీనాథుడు హర్షనైషధము తెనిగించి రాబోవు ప్రబంధముల కొక యొఱవడి పెట్టెను. మఱి ప్రబంధముల కుచితమైన యాలంకారిక శైలిని ప్రసాదించెను. కాని తానే పూర్ణప్రబంధ మనిపించు కొనదగిన యే కావ్యమును వ్రాయలేదు. అసలు అతని ప్రతిభ పౌరాణిక మేగాని నాటకీయమునుగాదు; ప్రాబంధికమును గాదు. అందుచేతనే చెప్పవచ్చోట్ల వస్తు సన్నివేశమర్యాదను మఱచిపోయి అనవసరములైన పౌరాణికోపన్యాసములు చేయును. హరవిలాసము యొక్కయు శివరాత్రి మాహాత్మ్యము యొక్కయు తుది ప్రకరణములు పురాణోచితములేగాని ప్రబంధోచితములు కావు.

ఇది యిట్లుండగా శ్రీనాథుడు తన శైలిని గూర్చి భీమేశ్వర పురాణమున

"ప్రౌఢిఁ బరికింప సంస్కృతభాష యండ్రు
పలుకు నుడికారమున నాంధ్రభాష యందు
రెవ్వరేమన్న నండ్రు నాకేమి కొఱఁత
నా కవిత్వంబు నిజము కర్ణాట భాష"
అని చెప్పుకొనుటను బట్టియు, చాటువులలోని

కుల్లాయుంచితిఁ గోకజుట్టితి మహాకూర్పాసముం దొడ్గితిన్
వెల్లుల్లిన్ దిలపిష్టమున్ మెసవితిన్ విశ్వస్త వడ్డింపఁగాఁ
జల్లాయంబలిఁ ద్రావితిన్ రుచులు దోసంబంచుఁ బోనాడితిన్
తల్లీ! కన్నడరాజ్యలక్ష్మి! దయలేదా నేను శ్రీనాథుఁడన్"

అను పద్యములో ''తల్లీ కన్నడ రాజ్యలక్ష్మి!'' అని సంబోధించుటను బట్టియు ఈయన కర్ణాటకుడనియు, వారి పూర్వులేనాడో తెలుగు దేశమునకు వలస వచ్చి యుందురనియు, ఆ కన్నడ రాజ్యలక్ష్మిని 'తల్లీ!' అని సంబోధించుటయు, తన భాష కర్ణాటకభాష యని చెప్పుకొనుటయు అభిజనాభిమానము చేతనే యనియు ఈ దేశమున ఒకప్పుడు దుర్వాదము వెలసినది ఈ వాదము సహింప లేని విమర్శకులు ''కర్ణాట రాజ్యముతో పూర్వ పరిచయమున్న శ్రీనాథుఁడు, దారిద్ర్య పీడితుడై, అపర వయస్సున మరల దేశ సంచారము చేయవలసి వచ్చి నపుడు, కన్నడ భూమికిపోయి, కన్నడ రాజ్యలక్ష్మిని సంబోధించుచు తనను ఎరుక పఱచుకొన్న ఆత్మ దైన్యపూరితమైన పద్యమిది'' యని సమాధానము చెప్పిరి. అది యట్టిది కావచ్చు, లేదా ప్రౌఢ దేవరాయలను దర్శించబోయిన కాలములోనే ఎన్నినాళ్ళకును రాజ దర్శనము లభింపక ఇక్కట్లు పడుచు, ఆ రాజ్యలక్ష్మితో మొఱపెట్టుకొన్న పద్యమైనను కావచ్చును. "తల్లీ!'' యని సంబోధించినంత మాత్రమున ఆ దేశము అతని స్వదేశమనెడి యర్థము రానక్కర లేదు. కాని "నా కవిత్వంబు నిజము కర్ణాటభాష" అను వాక్యమునకు సరియైన తాత్పర్యము ఇంతవరకు ఎవరును చెప్పలేదు. దీనిని గురించి నాకు తోచిన అభిప్రాయ మిది:

ఇచ్చట కర్ణాటభాష యనగా,'కర్ణాటశైలి' అని యర్థము. ఒక కవి రచనను గురించి, వాని భాష కఠినముగా ఉండును; వాని భాష రసవంతముగా ఉండును' అని మనము చెప్పునప్పుడు, అచ్చటి ఆ కాఠిన్యముగాని, రసవత్తగాని భాషకు సంబంధి-చినది గాదు; శైలికి సంబంధించినది; కనుక అక్కడ 'భాష' కును శైలి యనియే అర్థము. అయినచో 'నా కవిత్వంబు నిజము కర్ణాటశైలి' అని శ్రీనాథుడు ఎందుకు అనలేదని అడిగినచో, దానికి కారణ మిది: ఈ 'శైలి' అను పదము మనము ఆంగ్లభాషలో Style అనుదానికి పర్యాయపదముగా కల్పించుకొన్నదే కాని మన భాషలోని శబ్దము కాదు. ఇది మన అలంకార శాస్త్రములో ఎచ్చటను లేదు. ఈ 'శైలి' శబ్దమునుగూర్చి నన్నయ ప్రకరణములో ''నన్నయశైలి-ఆత్మీయత" అను శీర్షిక క్రింద కొంత చర్చించితిని. మన పూర్వు లెవ్వరును దీనిని వాడలేదు. శైలికి సన్నిహితమైన అర్థముగల శబ్దములు రీతి, శయ్య అనునవి కలవు ఆ శబ్దములనైనను, విశేషార్థములో వాడెదరు కాని సాధారణార్థములో వాదరు కావుననే శైలీ శబ్దమునకు నూతన

సంపాదనము శ్రీనాథుడు ఇయ్యెడ భాషా శబ్దమును లక్షణార్థములోనే వాడెను, వాచ్యార్థమున కాదు.

శ్రీనాథుని పద్యములోని 'కర్ణాట భాష' అను పదమునకు వాచ్యార్థమే ఉన్నదనుకొన్నచో అతడు వ్రాసిన అన్ని గ్రంథములలో ఒక్క వాక్యమైనను కన్నడ భాషలోనిది చూపగలమా? నన్నెచోడునివలె, కన్నడ పదముల నైనను విచ్చలవిడిగా వాడని శ్రీనాథుడు "నాది కర్ణాటభాష" అని వాచ్యార్థములో ఎట్లు అనగలడు?

అయినచో కర్ణాటక శైలి అనగా అర్థమేమి? సంగీతములో *మార్గ సంగీతము, దేశి సంగీతము అను రెండు భేదము లున్నవి. మొదటిది శాస్త్ర నిబద్ధమై నిర్దుష్టమైన సంగీతము. రెండవది, శాస్త్రీయము కాకపోయినను, ఆయా ప్రాంతము లందలి జనులను రంజింపజేయు ప్రజా సంగీతము. ఈ రెండును విభిన్నములైనను, ఒకదాని ప్రభావ మింకొక దానిపై నెరపు కొనుచునే యుండును. శాస్త్రీయ సంగీతములోని ఫణితులు దేశిలోనికి ప్రవేశించుట, దేశి సంగీతములోని ఫణితులు శాస్త్ర సంగీతములోనికి అవతరించుట, నిరంతరము సాగుచునే యుండును. ఈ రెంటిటి సమ్మేళనము వల్ల సర్వజన రంజకమైన ఒకానొక శైలి ఏర్పడినది. ఆ సంగీత శైలియే, ఇప్పటి కర్ణాట సంగీతము. అంతియె కాని దాక్షిణాత్యు లందరు పాడెడి సంగీతము ఒక కన్నడ దేశమునకే చెందినదికాదు.

ఈ మార్గ-దేశి అనెడి భేదము ఒక్క సంగీతమునందే కాక, సాహిత్యమందును కూడ కలదు. సుమారు ఏబదియేండ్ల క్రిందట, నట్టువరాండ్రు, తీర్చిన సభ యెదుట చేయు నాట్యమును భరత నాట్య మనియు, భరతాభినయ మనియు, పెండ్లి యూరేగింపు ముందు అడుగడుగున ఆగుచు జావళీలు పాడుచు చేయు అభినయమునకు కర్ణాటక మనియు పేర్లుండెడివి. ఈ రెండవజాతి అభినయము కేవలము భరత శాస్త్రోక్తమును కాక, కేవలము స్వారస్యము లేని చిందువేయుటయు కాక మార్గ, దేశి మేళనమున ఒకవిధమైన సాధారణ రంజకత్వము కొఱకు ప్రదర్శించెడి కళ. కనుక, దానికి కర్ణాటక నాట్యమని పేరు వచ్చినది. పెండ్లిండ్లకు నట్టువ మేళమును పిల్చినపుడు పెద్దలు అడిగెడివారు:

* ప్రాఙ్నృత్యయుగ ప్రకరణములో "మార్గ-దేశి" అను శీర్షిక క్రింద ఈ విషయము చర్చింపబడినది.

"మీ మేళములో భరతాభినయము చేసెడి నారెవరైన ఉన్నారా? అందరిదీ కర్ణాటకమేనా?" అని. ఆ మాటలు, ఆ సంప్రదాయము ఇప్పుడు పోయినవి. సంగీత నాట్యములలో వలె, కవిత్వములో కూడ మార్గ, దేశి భేదము లున్నవి. సంస్కృతమును, సాంస్కృతికమును అయిన కవిత్వము మార్గ కవిత్వము. జానుతనమును, దేశీయతయును కలది దేశి. ఈ రెండిటి ప్రభావము ఒకదానిపై ఇంకొకటి ప్రసరించి, ఉభయగుణ సమ్మేళనము వలన ఉభయ ప్రాధాన్యము గల ఒక శైలి ఏర్పడెను. ప్రత్యేకముగా సాంస్కృతికమునుగాని, దేశినిగాని చేపట్టక, రెండిటి సారమును ఆకళించుకొని చెవికి ఇంపును, మనస్సునకు పెంపును కలిగించెడి శైలిని శ్రీనాథుడు తెలుగు భాషలో అవతరింపజేసెను. ఆ శైలినే ఆతడు సంగీతనాట్య పరిభాషానుకరణముగా, కర్ణాట భాషగా పేర్కొనెను.

శ్రీనాథునకు పూర్వము, తెలుగున శబ్ద ప్రాధాన్యముగల కవిత్వ మొకటియును, అర్థ ప్రాధాన్యముగల కవిత్వ మింకొకటియును రెండు పాయలుగ ప్రవహించుచుండెడివి. ఒక శైలి సంస్కృతమయమైన శబ్దములతోను, వేరొకటి జాను తెనుగు శబ్దములతోను విభిన్న శాఖలుగా విడివడి వర్ధిల్లినవి. శబ్దార్థములకు సమప్రాధాన్యమును, సాంస్కృత దేశీయములకు సమప్రాధాన్యమును ఇచ్చి తన పేరు మీద ఒక శైలిని సృష్టించిన కవి శ్రీనాథుడు. "నా కవిత్వము శుద్ధ సాంస్కృతికమును కాదు; శుద్ధ దేశీయమును కాదు; ఉభయ ప్రాధాన్యము కలది" యని ఆయన చెప్పిన పద్యమునకు తాత్పర్యము.

బెండపూడి అన్నయామాత్యుడు శ్రీనాథుని "పాకనాటింటివాడవు బాంధవుడవు" అని సంబోధించుటబట్టి, ఇద్దరును బంధువులని స్పష్టపడుచున్నది. కనుక, శ్రీనాథుడు కర్ణాటకుడైనచో, అన్నయ కూడ కర్ణాటకుడే కావలెను. కాని ఆ మాట ఎవరును అనలేరు; అనజాలరు. బెండపూడి అన్నయ ఏ శాఖవాడో, శ్రీనాథుడును ఆ శాఖవాడే అనగా ఇద్దరును పాకనాటి నియోగులు. ఇద్దరును ఏక శాఖీయులు కానిచో వారికి చుట్టరికమే కుదురదు. బ్రాహ్మణ శాఖలలో వెలనాటి, వేగినాటి, కాసలనాటి, పాకనాటి, ఆరువేలు అను శాఖాంతరములు ఒక్క ఆంధ్ర దేశముననే కలవు కాని కన్నడ దేశములో ఉన్నట్లు నే నెరుగను; ఎవరును చెప్పలేదు.

ద్రావిడ కర్ణాట దేశముల నుండి ఆంధ్రదేశమునకు వచ్చి స్థిరపడిన శాఖల వారికి, వారి అభిజనములను తెలుపు కాని ఆంధ్రశాఖా నామములు లేవు. శ్రీనాథుని పూర్వులు ఏనాడో తెలుగు దేశమునకు వచ్చి ఇక్కడ స్థిరపడి పోయినను, వారికి తెలుగు బ్రాహ్మణ శాఖలతో స్నేహ మేర్పడునే కాని బంధుత్వ మేర్పడదు. ఆంధ్ర బ్రాహ్మణ శాఖల పేరును వారికి లభింపదు. ఏనాడో, తెలుగు దేశమునకు వచ్చిన బ్రాహ్మణులు అనగా ఆరామ ద్రావిడులు దిమిలి ద్రావిడులు మున్నగువారు, పూర్తిగా తెలుగు బ్రాహ్మణులలో లీనమై పోయినను ఇచ్చి పుచ్చుకొను బంధుత్వము చేయవలసి వచ్చినపుడు మాత్రము, వారి వారి శాఖలు దాటి అవల అడుగుపెట్టరు. మరియు తాము ద్రావిడుల మనియే చెప్పుకొందురు. తెలుగు దేశము నుండి దక్షిణాదికి వలసపోయిన రాజులు, రెడ్లు, కమ్మవారును, అరవ మొదలియారలతోను, పిళ్ళెలతోను, వెల్లాలతోను, తమ తమ శాఖలను దాటి సంబంధములు చేసినట్లు కానరాదు. మంచియో చెడ్డయో ఈ కాలమున కూడ ఈ కట్టుబాట్లు ఈ విధముగా చెల్లిపోవుచుండగా ఆ కాలమున ఇవి ఎట్లుండెడివో చెప్పనక్కరలేదు. కనుక శ్రీనాథుడు అన్నయ్యకు బంధువగునేని (అది సత్యమే) అతడు వెలనాటి నియోగి బ్రాహ్మణుడు, అచ్చముగ తెనుగువాడు. శైలి శబ్దార్థములు విమర్శించుటలో ప్రసక్తానుప్రసక్తముగ నిట్లు శ్రీనాథుని అభిజన నిర్ణయము కూడ చేయవలసి వచ్చినది.

శ్రీనాథుని ఆత్మీయత

రాజాస్థానమునందలి అతని విద్యాధికారి పదవియు మహాకావ్య వ్యవహర్తగా, సుత్తమాధికార మర్యాదాభిజ్ఞునిగా చేసెను. అతని దేశసంచారములు శాస్త్రజ్ఞానమునకు లోకజ్ఞతను జోడించెను కావుననే కవిబ్రహ్మవోలె కవిసార్వభౌముడును పాండిత్యమాత్ర నిపుణుడేకాక లోకజ్ఞతగల వ్యవహార దక్షుడయ్యెను. ఆయన వలెనే సారస్వత సింహాసనాసీనుడయి కవితా పరిపాలన చేయుటయేగాక, అన్యకవి దుర్లభములైన రాజభోగముల ననుభవించెను. మరియు కవి బ్రహ్మ బిరుదము తిక్కయజ్వకు సార్థకమైనట్లే కవి సార్వభౌమ బిరుదము శ్రీనాథునకు సార్థకమయ్యెను. నాటికిని నేటికిని ఆ రెండు బిరుదములు తాల్ప దగినవారు ఆంధ్ర కవులలో వారిరువురే. భవిష్యత్తులో అట్టి బిరుదములు ఉండవని నా నమ్మకము. ఆధునిక నాగరికత యట్టి పండితజ్ఞులకు ఆ బిరుద

ములయెడ నిరసన భావమేకాక ఏవగింపుకూడ కల్గినది. పూర్వకాలమున వాటికి ఉన్న పూజ్యత నేడు లేదు.

తిక్కనకు కవి బ్రహ్మ బిరుదము ఆయన కవితా మహత్వమును బట్టియే కాక బ్రహ్మజ్ఞాన సంపన్నతను బట్టియు అన్వర్థమయ్యెను. తిక్కన వ్యాసునివలె ఆగమపుంజ పదార్థ తత్త్వ నిస్సంశయ కారుడు. వ్యాసునివలెనే తననాడు భారతీయ సంస్కృతికి పరమ లక్ష్యములైన ధర్మార్థ కామ మోక్షములకు మూదలయైనవాడు. మఱి శ్రీనాథుని కవి సార్వభౌమబిరుదము కూడ అట్లే ఆతని కవితా మహత్వమువల్లనే కాక మహారాజలక్షణోపేతమైన జీవితమును బట్టియు అన్వర్థమైనది. ఆతని భోగలాలసత, పండిత వివాదములు, జయ ములు, ప్రతివాది పరాభవములు, కవితా దిగ్విజయాభిలాష-యివన్నియు రాజ లక్షణములే. ఆయన అభిరుచులు, అభిలాషలు, అనుభావము (Majesty) ఆయనకే చెల్లునుగాని కవి శబ్దవాచ్యులైన వారెల్లరు ఆశింపదగినవి కావు. అయన పౌలమువన్ను చెల్లింపలేక శిక్షచే ప్రొద్దుపొడుపు ఎండలో నిలబడి నిర్వేదించుటయు యుద్ధమున శత్రువుచే పట్టుబడిన యొక వీర పురుషుని స్మరింప జేయును. శ్రీనాథుని జీవితమే వీర శృంగార కావ్యోచితమైన యితి వృత్తము. కాని తిక్కనకు కవితా సామ్రాజ్యముతోపాటు మోక్ష సామ్రాజ్యము కూడ వశమయినది. శ్రీనాథునకు దాని యందాశ యున్నది కాని, లబ్ధిలేదు. తిక్కన భోగములు అనుభవించుచునే తద్వ్యామోహప్రశమనమును సైతము పొందెను.

"శ్రీమత్వా యుష్మత్వం సు
ధీమత్వ ప్రద కటాక్షః దీపితభక్త
స్తోమారామ వసంతా!
వ్యామోహ ప్రశమకరణః హరిహరనాథా!''

వ్యామోహమున దగుల్కొనక భోగము లనుభవించుట అట్టి సిద్ధులకే చెల్లును. శ్రీనాథునకో ఇహ పరములు రెంటియందును రెండు కన్ను లున్నవి. కాని తుదివరకు మొదటి దానిని జూడక మానప లేదు; రెండవదాని నందుకొను టకు చేయి చాపనులేదు. కనుకనే శరీర పతనాసన్నమున గూడ హేమ పాత్రా న్నమును, రత్నాంబరములను, కస్తూరిని స్మరించుకొనుచు స్వర్గ ప్రస్థానమును సాగించెను. ఆయన చేరినది స్వర్గమేగాని బ్రహ్మలోకము కాదు.

శ్రీనాథుడాజన్మ భోగియే గాని, యోగికాడు. అతడు కోరిన భోగములలో మొదటిది భోజనము-రాజోచితమైన షడ్రసోపేత భోజనము. లేతయు ముదురును గాని యరటియాకులలోనో, హేమపాత్రలలోనో భుజించుట యాతనికి స్వర్గ సుఖమిచ్చును. ఒక భోజనమే కాదు, పంచేంద్రియ తర్పణముచేయు సమస్త భోగములు నాతడాశించినవే. తద్ద్వారా లభించిన భావానుభవమే తన కవిత్వ మున కొక యుద్బోధక మని సూచనగా తానే వ్రాసినాడు :-

"కమలాద్రి నిలయ మార్కండేయ శివమౌళి
చంద్రాంశు నవసుధాసార ధార
వేదాద్రి నరసింహ విపుల వక్షస్థలీ
కల్హార మాలికా గంధ లహరి
కారణంబులు సుద్బోధకములు గాఁగ,
సంభవించిన సాహిత్య సౌష్ఠవమున"...

—కాశీ 1-16

అరసికులైన వారాక్షేపించినను కవిత్వమునకు ఈ భోగానుభవమునకు దగ్గఱి సంబంధమే కలదు సముచితమై లోలత్వము కానంతవఱకు దాని నాద రింప వలసినదే గాని, నిరసింపరాదు. కన్నులెత్తి ప్రకృతి సౌందర్యమును జూడగల యే కవియు ధర్మలబ్ధమైన సమస్త వస్తు జాతము ననుభవింప గోరునే కాని త్యజింప గోరడు. ఆ అనుభవము ప్రత్యక్షముగా లభింపని కొందరకు మానసికముగా నైనను కలిగి తీరును. ఈ ప్రాపంచిక యాతన ననుభవించుచు కవులు నిర్మించుకొను స్వర్గమదియే. కావున శ్రీనాథు డనుభవరసికుడైన కవి.

నేటి ఉత్తమ కవులలో Tagore ఈ జాతికవి. భోగానంద పరవశు డయి కాని రవీంద్రుడు కవిత్వమే వ్రాయలేడట. ప్రకృతి దేవతోత్సంగమున నైమఱచి పరవశులయి పాటపాడుటలో గూడ నీ యిరువురకు సామ్యము కలదు.

ఆనందంబున నర్ధరాత్రములఁ జంద్రాలోకముల్ కాయఁగా
నానా సైకతవేదికా స్థలములన్ నల్దిక్కులన్ శంభుఁ గా
శీనాథుం దరుణేందుశేఖరు శివున్ శ్రీకంఠు నీంబాడుచున్
మేనెల్లం బులకాంకుర ప్రకరముల్ నిండార మిన్నేటిలోన్"

—భీమ 2-91

ఈ మిన్నేటి యిసుక తిప్పలలో పాటలు పాడినది శ్రీనాథుడే కాని, యగస్త్యుడు కాదు.

ప్రకృతి పరిశీలనములో గూడ నతని దృష్టి అతి నిశితమైనది. ఆ నేర్పు చాటువులలో మిక్కిలి కానవచ్చును. అతడు వర్ణించిన నానావిధ స్థలములయు, వనితలయు రూపములు ప్రత్యక్షానుభూతములే. ఎంతో లోతుగా జూచిననే తప్ప వాని నట్లు వర్ణించుటయే పొసగదు. అందును, ఆ స్త్రీ వర్ణనములు మిక్కిలి చిత్రమైనవి. ఒకదాని బోలి యొకటి యుండదు. ఎచ్చటను పునరుక్తి దోషము లేదు. తెలుగు గ్రంథములలో గానవచ్చు వర్ణన లుత్తరదేశ స్త్రీలవేగాని, ఆంధ్రనారీ చిత్రములుకావు. ఆనూపురధ్వనులు, ఆ చేర్చుక్కలు, ఆ మొలనూలు, ఆ మకరికా పత్రములు యథార్థముగా తెలుగువనితల అలంకారములే కావు. ఇతివృత్తముత్తరదేశమున జరిగినపు డావర్ణనలు సంగతములే యగును. ఇతివృత్తము దేశీయమైనపుడు మాత్రమవి అసంబద్ధములు. మనలో జాతీయేతివృత్తములు గల కావ్యములే చాల తక్కువగనుక, జాతీయనారీ చిత్రణము చాల కొఱతపడినవి. ఆ కొఱతను కొంతకు గొంతయైన దీర్చినవి శ్రీనాథుని చాటువులు.

ఈ స్త్రీవర్ణన లంత మిక్కుటముగా జేయుటచేతనే కొందఱు విమర్శకు లా మహాకవి శీలమును శంకించుచున్నారు. దానిని సమర్థించుటకు గాని ఖండించుటకు గాని ప్రత్యక్షములగు నాధారములేవియు లేవు. నే వాదనికి పూనుకొనను. నేనేకాదు; కవిత్వపరామర్శలో ఎవరును ఆ దారి త్రొక్కరాదు. ఈ కవిపుట్టుకచే సౌందర్యదిదృక్షువు. దానికితోడు పరిహాస రసికుడు. చక్కనిరూపము కంటబడినపుడు మనసార నానందించి నోరార వర్ణించుటయు, హాస్యరస పాత్రము కాదగిన వింత వస్తువునో, వింతరూపమునో చూచినపుడు తాను నవ్వి మనల నవ్వించుటయు ఆతని స్వభావము. కన్నెత్తి చూచిన సుందర వస్తువునెల్ల పాపబుద్ధితోనే చూచెనను కొనుట అవివేకములలో నవివేకము. చూచినపుడు గలిగిన యనుభవమును ధీరుడైన కవి వర్ణింపదలచినచో యథాతథముగ వర్ణింపక దిగమింగుట అంత రాత్మను మోసగించుట. కావుననే శ్రీనాథుడు తాను వర్ణింప దలచుకొనిన సుందర వస్తువుల నన్నిటిని నిస్సంకోచముగా ఆ చాటువులలో జిత్రించి లోకమున కొసగి పోయెను. ఆ పరిహాసమున నీ కాలపు ధర్మమును బట్టి మోటుదనము కొంత కానవచ్చినచో నది ఆయన లోపముకాదు. ఆ కాలపు ధర్మమట్టిది.

ఔచిత్య పరిపాలనము మొదలైన సాహిత్యగుణ లతికలు రెండవ గ్రంథములో పరిపూర్ణ వికాసము చెంది మనోహరముగా వాసించెను

గౌరన రూపచిత్రణమును అతిస్వాభావికముగ, అతి సుకరముగ చేయ గలడు. స్వభావ చిత్రణమునందు కూడ అట్టి సామర్థ్యము కలవాడే ద్విపద పంక్తులను మలచుటలోను, దేశితనమును వెలార్చుటలోను పాల్కురికి సోమనాథునితో పందెము చరచి పరుగెత్తెడి వానివలె పొదగట్టును ఒక్కొక్కయెడ ఆ పందెములో సోమనాథుని అతిక్రమించిన సందర్భములును కలవు. శబ్ద ప్రయోగ నిరంకుశత్వమున సోమన కంటెను ఎక్కువ స్వతంత్రుడు ఇంచు మించు ఈతనిశైలి వ్యావహారిక భాషయేమో అనుపించునంత ధారాళముగా నుండును మరియు తెలుగుభాషలో హాస్యరసము లేదనెడి వాదును పోగొట్టిన ప్రథమ పూర్వకవి ఈ గౌరన. శ్రీనాథుని క్రీడాభిరామములో కొంత హాస్య మున్నది. కాని అది మందహాస మాత్ర పర్యవసితముగా నుండును. గౌరన సాధించిన హాస్యము పాఠకుడు విరగబడి నవ్వునట్లు చేయును.

ఈతని హాస్యరచనకు నిధానమైన పాత్రలు ఉదాత్తపాత్రలతో ప్రతి యోగమున నిల్పబడి పరమహాస్యాస్పదములయ్యెను నవనాథచరిత్రలో త్రిలోక సుందరియైన రాజకుమార్తెను కామించి నానావిధములైన పాపచేష్టలు చేసిన మర్కటరూపవంచక పురోహితుడు, ఆ యువతి సౌందర్యకాంతి పటలమును గిగ్రమింగజూచెడి మసిదొగ్గువలె పరమ హాస్యాస్పదమగుటయే గాక గర్హణీయ మును ఆయెను. అట్లే మహాపతివ్రతయు ప్రథమ చక్రవర్తి భార్యయునైన చంద్రమతిచే సూడిగము చేయించుకొనెడి పరమ నిర్భాగ్య పురోహితుని గయ్యాళి పెండ్లామైన కలహకంఠి చంద్రమతి పాత్రతోడి ప్రతియోగమున జుగుప్సావహ మును, గర్హణీయమును ఆయెను.

మరియు ఇంకొకవిశేషము. గౌరన కేవలము శైవుడు కాకపోయినను విష్ణు ద్వేషి కాకపోయినను వైష్ణవ మతము పట్ల కొంత అసహనము కలవాడనుట మాత్రము నిజము కాలకౌశికుని రూపవర్ణనలో గౌరన అతనికి వైష్ణవ చిహ్నమైన పట్టె వర్ధనములు పెట్టి వైష్ణవము మీద తన కున్న అక్కసును తీర్చుకొనెను ఆ బ్రాహ్మణుని హేయమైన వృత్తియు, రోతపుట్టించెడి రూపమును మిత్తిఖూడు కుడిచి సంపాదించిన ధన సంచయమును వర్ణించుటలో కవి కాలకౌశికుని పరమ

పోతన

భారతీయ సంస్కృతికి నిధానములైన భారత భాగవత రామాయణము లనెడిమూడు ఉద్గ్రంథములును తెలుగున బహుకర్తృకములేయైనవి. రామాయణ మంతయు భాస్కరునిచే రచియింపబడకపోయినను భాస్కర రామాయణము అను పేరనే ప్రసిద్ధికెక్కినది. అట్లే భాగవతమంతయు పోతనచే రచింపబడక పోయినను ఆయనపేరనే జరగుచున్నది భారతము మాత్రము నన్నయ పేరగాని తిక్కనపేర గాని ఎఱ్ఱనపేరగాని కాకుండ సమష్టిగా కవిత్రయకృతముగా చెప్పకొనబడుచున్నది. రంగనాథ రామాయణము ఏకకర్తృకమైనను భారత భాగవత రామాయణములను ఉమ్మడిగా పేర్కొన్నపుడు రామాయణమనగా భాస్కర రామాయణమనియే అర్థస్ఫురణము కలుగుచుండును.

భాగవత కర్త పోతన ఆ పురాణమందలి 12 స్కంధములలో 5, 6, 11, 12 తప్ప తక్కిన ఎనిమిది స్కంధములను తన చేతిమీదుగనే రచించెను. ఐదవది గంగనయు, ఆరవది ఏర్చూరి సింగనయు, తుది రెండు స్కంధములు వెలిగందల నారయయు పూర్తిచేసిరి. పోతనగారు గ్రంథమంతయు రచించెననియు కొంతకాలమునకు అందులోని కొన్ని భాగములు(అనగా పైని పేర్కొన్న నాలుగు స్కంధములు) ఉత్సన్నములు కాగా గంగయాదులు వాటిని పూరించిరనియు ఒక వదంతి కలదు. ఆ ఉత్సన్నతకు కారణముగా రెండు కథలు కల్పింపబడినవి. మొదటిది సర్వజ్ఞ - సింగభూపాలుడు ఈ గ్రంథమునకు కృతిపతి కాగోరి తన కంకితమీయుమని పోతననర్థించి నిరాకృతుడై అక్కసుచే ఆ గ్రంథమును నేలలోపూడ్చి పెట్టించెనట. రాముడు స్వప్నములో రాజు భార్యకు కనబడి ఆ గ్రంథమును పైకితీయింపుమని ఆదేశింపగా ఆమె తన భర్తకు నచ్చజెప్పి అట్లే చేయించెనట. పాతాళవాసము చేసి వచ్చిన ఆ గ్రంథమును విప్పిచూడగా అందు పూర్తిగా పై నాల్గు స్కంధములు శిథిలములై పోయినవట. అంత పోతన మిత్రులో శిష్యులో అయిన గంగయాదులు మువ్వురును ఆ స్కంధములను పూర్తిచేసిరట.

ఈ కథ ఎప్పటినుండి ప్రచారములో నున్నదో తెలియదు కాని 18 వ శతాబ్దిచివరి భాగమున గ్రంథస్థమైనది. దీనిని లోకమునుండి గ్రంథమున కెక్కించినవాడు కూచిమంచి తిమ్మకవి. అతడు తన సర్వలక్షణ సారసంగ్రహములో ఈ కథను భాగవత బహుకర్తృకత్వమునకు కారణముగా వ్రాసెను. ఈ కథ నమ్మదగినది కాదని విమర్శకులందరు త్రోసివుచ్చిరి. సర్వజ్ఞసింగడు రసికుడు, కవిపోషకుడు. అట్టివాడు ఇట్టి నీచకార్యమునకు ఒడిగట్టెననుట నమ్మతగినది కాదు. పోనీ ఎట్టి రసికుడైనను కవియొక్క నిరాకరణచే ఉద్రిక్తుడై ఆ గ్రంథమును పూడ్చిపెట్టెనేమో అనుకొందము. అగుచో అది వెలుపలికి వచ్చునప్పటికి సరిగా ఆ నాల్గు స్కంధములే శిథిలములై పోవుటయు, తక్కిన భాగములలో ప్రతి పుటయు యథాతథముగ ఉండుటయు పొసగదు.

ఇంక రెండవ కథ:- పోతనయే తన గ్రంథమును దేవతార్చన పీఠమున నెలకొల్పిపూజించెడి వాడట అయన పరమపదించిన పిమ్మట కుమారుడు దానిని తీసి చూడగా ఆ నాలుగు స్కంధములు శిథిలములై యుండుట కానవచ్చెనట. అంత అతడు గంగయాదులను అర్థించి వారిచే ఆ భాగమును పూర్తిచేయించెనట.

ఇది మొదటి కథకంటెను వింత యైనది. ఎంత భక్తుడైనను పోతనకూడ కైవల్యముతోపాటు కీర్తినికూడ ఆశించిన కవియే; తన గ్రంథము లోకమున పఠన పాఠనములచే వ్యాపించినపుడే ఆ కీర్తి లభించును గాని దాచి పెట్టినపుడు అది లభింపదు. అదియునుగాక దేవతార్చన పీఠమున బెట్టినను తాను దానిని నిత్య పారాయణము చేయవలసినవాడే కాని ఆ సరస్వతిని గాలి చొరకుండ బంధించి యుంచవలసినవాడు కాడు. మఱి పోతన కుమారుడు మల్లన ప్రౌఢ కవి యని బిరుదు దాల్చినవాడు. రుక్మాంగద చరిత్రకు కర్త. తానె శిథిల భాగమును వ్రాయదగిన సమర్థుడే కాని వ్యర్థుడు కాడు. అట్టివాడు తండ్రిగారు ప్రారంభించిన మహా యజ్ఞములో అయాచితముగా తన కొకపాలు లభింపగా దానిని గైగొనక గంగయాదులను ఆహ్వానించి దానిని వారి పరముచేసి తాను దూరముగా నిలిచి యుండుటకు ఏమి కారణము ఊహించగలము? కావున నిదియు కట్టు కథయే. అదీగాక ఆ మల్లనగాని, పోతనగారి ముని మనుమలు కేసన మల్లనలు అనెడి జంట కవులుగాని (వారు దాక్షాయణీ పరిణయ కర్తలు) భాగవత శిథిలతను గూర్చి ఒక మాటయైనను చెప్పలేదు.

పోగా భాగవతమున గంగయాదుల ప్రవేశము పోతన సమక్షముననే ఆయన సమ్మతి మీదనే జరిగి ఉండునని నా ఊహ। అట్టి బృహద్గ్రంథము తన జీవితములో పూర్తి చేయగలనో లేదో అను శంకచే ఆయనయే ఆ కవులను పిలిచి ఆ భాగములు వారి కప్పగించి యుండును. లేదా వారే ఆ పుణ్యకార్యమున తమకుకూడా కొంత ప్రవేశము కల్పింపుడని వేడగా దాని కాయన సమ్మతించి యుండును. భాస్కరరామాయణ రచనలో యితరుల కిట్టి ప్రవేశమే కలిగెను। ఎన్నటి మాటలో ఎందుకు? ఈ శతాబ్దిలో తిరుపతి వేంకట కవులు తమ దేవీ భాగవతమున నవమస్కంధమును తమ కవి మిత్రులచే వ్రాయించిరి కావున భాగవతము పోతనగారి జీవిత కాలముననే ఎనిమిది స్కంధములు ఆయన చేతను ఆయన అనుమతిపై నాలుగు స్కంధములు గంగయాదుల చేతను రచింపబడె ననుకొనుట లెస్స।

ఏర్చూరి సింగయ షష్ఠ స్కంధారంభమున ఇష్టదేవతా స్తుతి, పూర్వ కవిస్తుతి మొదలగు అంశములతో అవతారికా భాగమును కూడ రచించెను. ఆ భాగములో

"వెలయు దీక్షితుల సోమయాజుల భజించి,
ఎఱ్ఱనామాత్యు భాస్కరు నిచ్చ నుతించి,
సుకవి సోమని నాచన సోము నెఱిగి
కవి మనోనాథు శ్రీనాథు ఘనత మెచ్చి" అనియు

"ఎమ్మెలు సెప్పనేల జగమెన్నగ బన్నగరాజశాయికిన్
సొమ్ముగ వాక్సుమసంపదల పూజలు చేసిన వాని భక్తిలో
నమ్మినవాని భాగవత నైష్ఠికుడై దగువాని బేర్మితో
బమ్మెర పోతరాజు కవిపట్టపురాజు దలంచి మ్రొక్కెదన్"

అనియు శ్రీనాథ పోతరాజులను పూర్వ కవులలో జేర్చి స్తుతించుటచే ఈ సింగయ పోతనకు అనంతర కాలము వాడనియు ఆ స్కంధము పోతన సమక్షమున ఆయన కాలమున వ్రాయబడినది కాదనియు తలంచుట కొక అవకాశము కలదు. కాని సింగయ పోతనయెడ గల భక్తిచే ఆయనను నమస్కరించుటకు సమకాలికత్వము ప్రతిబంధకము కాదు. అది గురుస్తుతివంటిది. సమకాలికులను స్తుతించుట కూడ కవుల సంప్రదాయమే। "సింహాసన ద్వాత్రింశత్సాల

భంజిక'' కర్తయైన కొరవి గోపరాజు తన సమకాలికుడైన పిల్లలమఱ్ఱి పిన వీరనను అవతారికలో స్తుతించెను. అట్టి ఉదాహరణములు అనేకములు. మఱియు తన స్కంధమునకు ప్రత్యేకత సంపాదించుటకై అతడు కృత్యాది మంగళా చరణ సంప్రదాయమును పాటించెనని తలంచుట తప్పుకాదు గంగనయు, నారయయు తమ తమ స్కంధముల గద్యభాగములలో తమ పేర్లు చెప్పుకొనిరి. సింగయ గద్య భాగమునందేకాక స్కంధాదిని కూడ తన కర్తృత్వమునకు పట్టము కట్టుకొనెను. అతని అభిలాషను పోతనగారు అంగీకరించి యుందురు

సంస్కృత పురాణ వాఙ్మయములో ఇదిగాక ఇంకొక భాగవత మున్నది. అది దేవీ భాగవతము. ఈ భాగవతము విష్ణుపారమ్యమును భక్తిని ప్రబోధింపగా దేవీ భాగవతము తాంత్రిక మతమును పరాశక్తి పారమ్యమును ప్రబోధించును. అష్టాదశ పురాణములలో పేర్కొనబడిన భాగవతము దేవీ భాగవతమే అని తాంత్రికులు చెప్పుకొందురట కాని యీ భాగవతము ఇతర పురాణముల తోపాటు వ్యాసుడు రచించినదే యనియు అష్టాదశ పురాణములు వ్యాసకృతములే గనుక ఆ పురాణ వర్గములో పేర్కొనబడిన భాగవతము ఇదియే యనియు దేవీ భాగవతము కాదనియు, ద్వైతాద్వైత విశిష్టాద్వైతులు చెప్పుదురు. భరతఖండమున తాంత్రిక మతావిర్భావము వైదిక మతమునకు చిరకాలము పిమ్మట జరిగినది. కనుక దేవీ భాగవతము ఈ భాగవతమునకు అనంతరకాలమున రచింపబడి యుండును ఈ రెండు భాగవతములకును నామ సాపత్న్యము ఏర్పడిన పిమ్మట భ్రమ నివారకముగా ఈ భాగవతము విష్ణు భాగవతమను నామాంతరము తాల్చెను. తదనుగుణముగ ఈ భాగవతము శ్రీ మహావిష్ణుని అవతార లీలలను, శ్రీమన్నారాయణుని భక్తులయొక్క పావన చరిత్రములను వర్ణ్య వస్తువుగా గైకొని భక్తిమార్గ మొక్కటియే సంసార తరణోపాయముగా ప్రబోధించును. పరమ విష్ణుభక్తి ప్రతిపాదకత్వమే ఈ పురాణముయొక్క విశిష్టత. భక్తిజ్ఞాన కర్మలనెడి మూడు మోక్ష మార్గములలో భాగవతమువలె నిష్కామ కర్మ మార్గమును, భాగవతమువలె అనన్యభక్తి యోగమును ఉపదేశించిన మహాగ్రంథములు ఇతరములు లేవు నారాయణుని అనేకావతారములలో ప్రసిద్ధమైనవి మత్స్య కూర్మాది దశావతారములు మాత్రమే: వానిలో కాలక్రమమునుబట్టి చివరిదిగా పూర్ణమహత్వమునుబట్టి ప్రథమ గణ్యముగా పరిగణింపబడిన కృష్ణావతార కథనమే ఈ గ్రంథముయొక్క పరమ లక్ష్యము అందుచేతనే-

"లలిత స్కంధము, కృష్ణమూలము, శుకాలాపాభిరామంబు మం
జులతా శోభితమున్, సువర్ణ సుమనస్సుజ్ఞేయమున్, సుందరో
జ్జ్వల వృత్తంబు, మహాఫలంబు, విమల వ్యాసాల వాలంబునై
వెలయున్ భాగతాఖ్య కల్పతరు వుర్విన్ సద్ద్విజశ్రేయమై."

అనెడి ఈ పద్యములో భాగవత కల్పతరువునకు కృష్ణావతారమే మూలము అని నిర్దేశించి ఆ కృష్ణుడే మహావిష్ణువు అని గ్రంథకర్త స్పష్టముగా ప్రతిపాదించెను. అదియుగాక మోక్షప్రదములైన శ్రీకృష్ణుని కథలను వినదలచిన శౌనకాది మునులకు సూతుడు భాగవత కథనమున కుపక్రమించుట శ్రీకృష్ణ చరిత్రయే భాగవత విషయము అని గ్రంథకర్త మొదటనే స్పష్టీకరించుట అగును. ఆ పద్యములివి :

సీ॥ ఎవ్వని యవతారమెల్ల భూతములకు
సుఖమును వృద్ధియు పొందఁజేయు
నెవ్వని శుభనామ మేప్రొద్దునుడువంగ
సంసార బంధంబు సమసిపోవు
నెవ్వని చరితంబు హృదయంబుఁ జేర్చిన
భయమొంది మృత్యువు పరువువెట్టు
నెవ్వని పదనది నేపారుజలములు
సేవింప నైర్మల్య సిద్ధి కలుగుఁ

తే॥ దపసు లెవ్వని పాదంబు దగిలి శాంతి
తెఱఁగుగాంచిరి వసుదేవకులకు విభూతి
నెవ్వడుదయించెఁ దత్కథ లెల్లవినగ,
నిచ్చపుట్టెడు నెరిగింపు మిద్ధ చరిత."

ఆ॥ "అనఘ విను రసజ్ఞులై వినువారికి, మాట మాట కధిక మధురమైన
యట్టి కృష్ణు కథన మాకర్ణనము సేయఁదలఁపు గలదుమాకుఁ దనివిలేదు"

శ్రీకృష్ణచరిత్ర గల ఆదశమస్కంధము ఈ పురాణశరీరమునకు హృదయస్థానము. ఇక ఇతరావతారములలో నృసింహ, వామన, దశరథ రామావతారములు ఈషద్విపులముగా చెప్పబడినవి. ఆ అవతారములకు నిమిత్తములైన విపుల వృత్తాంతములు గలవు కనుక తత్కథనములు కూడ విపులములైనవి.

రామావతార కథనమంత కంటెను విపులతరముగ రచించదగును కాని ఆ చరిత్ర రామాయణ రూపమున వేరొక మహాగ్రంథముగా వెలసియుండుటచే దానిని మూలకర్త భాగవతమున యథావస్థముగా సంగ్రహించెనని తలంప వచ్చును రామభక్తాగ్రేసరుడైన పోతన ఆ రామాయణ కథా భాగమును తెనిగించు నపుడు మూలకారుని ఆశయమును పాటించి ఆ సంగ్రహ రూపముతోనే తృప్తి పడెను. కానిచో సందర్భ శుద్ధిని ఉల్లంఘించియైనను వేరొక రామాయణమును భాగవతమున రచింపదగిన రామభక్తి లోలుడు పోతన! మరియు నీ భక్తుడు రామకృష్ణ నామములకు భేదమే యెరుగని అద్వైతి. కథా ప్రారంభమునందు గల షష్ఠ్యంతములు శ్రీకృష్ణుని పరముగాను, స్కంధాది సంబోధన పద్యములు రామ నామాంకితములుగాను ఉండుటయే ఇందుకు పరమనిదర్శనము.

ఈ రచనలో పోతనకు తోడ్పడిన మువ్వురు కవులలో వెలిగందల నారయ తుది రెండు స్కంధములను షుమారు 150 గద్య పద్యములలో సంగ్రహపరచి నామ మాత్రముగ గ్రంథ పరిపూర్తి జేసిన వాడనిపించుకొనెను. పోతన ఈ సంక్షిప్తతను ఎట్లు సహించెనో ఊహింపలేము. దశమస్కంధము ముగియునప్పటికే పోతనకు తన జీవితము ముగియునట్టి సూచనలు కన్పించు టచే గ్రంథ పరిపూర్తి కాలేదనెడి ఆయన మనోవ్యథను తీర్చుటకై నారయ అనతికాలములో ఆ కార్యము నెరవేర్చి శాంతిగొల్పి యుండును. అంతేగాని పోతన తానై మునుముందే గంగన సింగనలతో పాటు నారయకు 11, 12 స్కంధములు పంచియిచ్చి ఉండడు ఏమనగా భాగవత దేవాలయమునకు పూను కొన్న మహాశిల్పి అనుల్లంఘనీయమైన కార్యము కట్టించినని తప్ప శిఖరా రోహణ కార్యమును ఇతరుల పరము చేసి తాను దూరముగా తొలగియుండడు. నిర్వహణానందము ఆరంభోత్సాహము కంటె పెద్దది.

ఈ పక్షమున గూడ నారయ పోతన జీవితకాలమునసే ఆయన సమక్షము ననే 11, 12 స్కంధములు రచించిన వాడగును ఈ మువ్వురు కవులలో "పోతనామాత్యుని శిష్యుడను" అని చెప్పుకొన్న కవి ఇతడే! లేదా పోతనగారు గ్రంథమును అసంపూర్ణముగా వదలిపెట్టి పోగా ఈ శిష్యుడు అనంతరము పూరించియుండును. అప్పుడైనను గురుని ఆదేశానుసారమే చేసియుండును

కాని ఆరెండుస్కంధములను సంక్షేపించుటలో నారయచూపిన వేగిరపాటు చూడ గురువుగారి అవసానమునకుముందే దానిని పూర్తిజేసి ఆయనకు తృప్తిగొలిపి యుండునను ఊహను బలపరచును.

అర్వాచీనులలో హరిభట్టు అనేకవి అగు, పదునొకండు, పండ్రెండు స్కంధములను ఆధునికులలో సింగరాచార్యులు పదునొకండు, పండ్రెండు స్కంధములను మరల వ్రాసిరి. పదకొండు పన్నెండు స్కంధములను ఎవరైనను మరల వ్రాయుటకు నారయచేసిన సంక్షిప్తతయే ప్రోద్బలకమగును. కాని హరిభట్టు ఆ రెండు స్కంధములే గాక ఆరవ స్కంధమును కూడ మరల వ్రాయబూనుటకు కారణమేమో తెలియదు. అతడు ఏర్చూరి సింగయకంటె గొప్ప కవికాక పోవుటయేగాక అతనితో సాటిరాదగినవాడునుకాదు. భాగవత కర్తలలో పోతన తరువాత పేర్కొనదగినవాడు సింగనామాత్యుడే!

తొలినాడుగాని నేడుగాని ఇతరులు ఏ ఏ స్కంధములు ఎన్నిమార్లు వ్రాసినను దశావతార కథనము మాత్రము పూర్తిగా పోతన చేతిమీదుగనే నెరవేరినది. ఆయన వ్రాసిన ఎనిమిది స్కంధములలోనే దశావతార కథలు గలవు. అంతేకాదు భాగవతమున అనేక ఉపాఖ్యానములున్నవి. పరమభాగవతోత్తములుగా భాగవత ధర్మ పరిపాలనకు ప్రథమోదాహరణములుగా ఏ భక్తుల చరిత్రలు పేర్కొందురో అట్టి ప్రహ్లాద చరిత్ర, అంబరీషోపాఖ్యానము, గజేంద్ర మోక్షముకూడ పోతనగారి పరమే అయ్యెను. కావున భగవంతుడును, భగవద్భక్తులును పోతనగారి కనిశా పూజనే స్వీకరించిరి.

తెలుగు కవులలో శ్రీకృష్ణ నామాత్మకమైన భాగవత తత్త్వ ప్రబోధము ప్రారంభించిన భక్తకవియోగి పోతనయే; అంతేకాదు, వంగదేశమున రాధాకృష్ణ మత సంప్రదాయమును నెలకొల్పి, దేశమెల్లెడల దానిని వ్యాపింపజేసిన చైతన్య స్వామి పోతన తరువాత ఏబది సంవత్సరములకు అవతరించెను. కావున చైతన్యావతారమునకు ముందే ఈ ఆంధ్ర భక్తయోగి కృష్ణతత్వమును మనదేశమున గానముచేసినవాడయ్యెను. అంతేగాదు చైతన్యుడు రాధా ప్రణయమూర్తియైన బృందావన కృష్ణుని మాత్రమే దర్శించెను. మరి పోతన దర్శించినది నవరస భరితమైన విరాట్‌పురుషమూర్తి. మరియు చైతన్యుని కృష్ణతత్త్వము అద్వైత పరబ్రహ్మాత్మకము. అసలు భాగవతము అద్వైతపరమా? అని ప్రశ్నించినచో

ఆ మహాగ్రంథము ఉభయతత్త్వ వరమని నిస్సందేహముగా చెప్పవచ్చును. అద్వైతపరముగా జ్ఞానమును, ధర్మాచరణముగా ప్రపన్నతను ఉపదేశించిన గ్రంథరాజము ఈ భాగవతమొక్కటియే। భాగవత ధర్మావలంబులైన పురుషులలో కొందరు శుద్ధజ్ఞానమును, కొందరు శుద్ధభక్తిని అవలంబించి కైవల్యప్రాప్తి పొందినట్లు ఈ గ్రంథమందలి ఉపాఖ్యానములవల్ల విదితమగుచుండును. ప్రహ్లాదుడు ఆ గర్భజ్ఞాని. గజేంద్రుడు "నీవేతప్పనితఃపరంబెరుగ" అని మొరవెట్టుకొన్న ప్రపన్నుడు. అంబరీషుడు ద్వాదశీ వ్రతనిష్ఠా గరిష్ఠుడు. ఈ మువ్వురకును మార్గములు వేరైనను ప్రాప్యస్థానమొక్కటియే. కావున భాగవతము అద్వైత పురాణమా? విశిష్టాద్వైత పురాణమా? అని సంశయించువారు అది ఉభయాత్మకమనియు, భాగవతభక్తి జ్ఞానసిద్ధమైనభక్తియే కాని మూఢభక్తి కాదనియు, భాగవతజ్ఞానము ఈశ్వరసేవా పూర్వకమే కాని భక్తిరహితజ్ఞానము కాదనియు, గ్రహింపవలయును.

అనువాద సరణి

భాగవతము భారతమువలె కథా ప్రధానముగా నడచిన స్వతంత్రానువాదము కాదు. మరి మూలమును యథాతథముగా అనుసరించిన అస్వతంత్రానువాదమును కాదు. మరియు కొన్నిచోట్ల కథామాత్ర ప్రాధాన్యము కొన్నిచోట్ల శ్లోకానువాదము, కొన్నిచోట్ల అమూలక కల్పనలు, కొన్నిచోట్ల భాగవత వ్యాఖ్యాన పంక్తుల అనువాదమును ఇందు కలవు. కథారంభమునగల నైమిశారణ్య వర్ణనమునకు మూలములేదు. అట్లే అష్టమ స్కంధమున కూర్మావతార ఘట్టమున చేయబడిన మహాకూర్మ వర్ణనయు సముద్రమథనవర్ణనయు హాలాహాల విజృంభణ వర్ణనయు సొంతములే. వీటికిగల మూలాధారము నామమాత్రము. సముద్ర మథనవేళ నావిర్భవించిన లక్ష్మీదేవియొక్క జననాదిక వర్ణనమంతయు అమూలకము. వామన చరిత్రలో కూడ కొన్ని సొంత కల్పనలు కలవు. వామనుడు బలిచక్రవర్తి యజ్ఞశాల ప్రవేశించి-

ఉ॥ స్వస్తి జగత్త్రయీ భువనశాసనకర్తకు హాసమాత్రవి
ధ్వస్త నిలింప భర్తకు సుదారపద వ్యపహర్తకున్ మునిం
ద్రస్తుత మంగళాధ్వర విధాన విహర్తకు నిర్జరీ గళ
వ్యస్త సువర్ణ సూత్ర పరిహర్తకు దానవలోక భర్తకున్.

ఆ. యజమానుని యాశీర్వదించుట పోతన్నగారుచేసిన సందర్భశుద్ధి సహితమైన కల్పన. దీనికి మూలములేదు.

శుక్రుని హితమును పాటింపక-

శా॥ ఆదిన్ శ్రీసతి కొప్పుపైఁ దనువుపై నంసోత్తరీయంబుపై
బాదాబ్జంబులపై గపోలతటిపై బాలిండ్లపై నూత్నమ
ర్యాదంజెందు కరంబు గ్రిందగుట మీదై నాకరంబుంట మేల్
గాదే రాజ్యము గీజ్యమున్ సతతమే కాయం బనాపాయమే।

అనుచు తన ధన్యత్వమును, కొండాడుకొనిన బలిచక్రవర్తి ఉదారవాక్యములకు మూలాధారములేదు మరియు వామనుడు తన మూర్తిని విశ్వవ్యాపకముగా పెంచునపుడు

మ॥ రవిబింబ ముపమింప బాత్రమగు ఛత్త్రింబై శిరోరత్నమై
శ్రవణాలంకృతియై గళాభరణమై సౌవర్ణకేయూరమై
ఛవిమత్కంకణమై కటిస్థలి నుదంచద్ఘంటయై నూపుర
ప్రవరంబై పదపీఠమై...

వెలుగొందె ననెడి రూపకల్పన పోతన ప్రతిభాజన్యము. ఈ భాగవతము నలంకరించిన మూలాధారములేని ఇట్టి పద్యరత్నములు పందలకొలది కలవు. అట్టి పద్యములవలననే భాగవతము ఆంధ్రులకు నిత్యస్మరణ పాత్రమైనది. వీటి నన్నింటిని మించినది గజేంద్ర మోక్ష ఘట్టము. గజయూథ ప్రస్థానము మొదలు యూథపతి మకరిచే పట్టువడు వరకుగల కథ మూలమునకంటె అనువాదమున యెన్ని రెట్లో పెరిగినది. నిజమునకు అందు కథ లేనేలేదు. ఉన్నదంతయు వర్ణనయే. పోతన ఇతర సందర్భములలో వలెనే ఇచ్చటకూడ వర్ణనలచేతనే ఆ ప్రకరణమును పెంపొందించెను. గజేంద్రుని స్తుతిమాత్రము ఇంచుమించు మూలానుసారముగానే యున్నదికాని, ఆ స్తుతిమాలకుఁ మేరుపూస యనదగిన ఈ క్రింది పద్యమునకు మూలములేదు.

శా॥ లావొక్కింతయు లేదు, ధైర్యము విలోలంబయ్యె ప్రాణంబులున్
ఠావుల్దప్పెను మూర్ఛవచ్చె తనువున్డస్సెన్ శ్రమంబయ్యెడిన్
నీవేతప్ప నితః పరంబెరుగ మన్నింప న్దగు న్దీనునిన్
రావే ఈశ్వర కావవే వరద సంరక్షింపు భద్రాత్మకా॥

కొండలత్తైనను మలగుం బలముగల ఆ గజేంద్రుడు విధివశమున మకరికి చిక్కి సహస్రవర్షములు పౌరుషము నెరపి దానితో పోరాడి తుదకు అలసి పురుషకార నిస్సారతను గ్రహించి ప్రపన్నుడై రావే ఈశ్వరా, కావవే వరదా అని చేసిన ఆక్రోశమే చాలును? ప్రపన్నత్రాణ పరాయణుడైన వైకుంఠుని భూలోకమునకు తీసుకొనివచ్చుటకు ఈ పద్యము భక్తి పరాయణత్వమునకు పరమావధి. ఆపై స్తోత్రమంతయు ఉపనిషత్ప్రతిపాదితమైన నిర్గుణతత్త్వ వర్ణనము

గజేంద్ర రక్షణార్థము "సిరికిన్ జెప్పక శంఖచక్ర యుగమున్ చేదోయి సంధింపక" శ్రీ మహావిష్ణువు సంరంభముతో వైకుంఠము నుండి దిగివచ్చుటయు ఆయనను వైకుంఠపురమునగల ఆబాల గోపాలము అనుసరించుటయు పోతనగారు భావించి చిత్రించిన సన్నివేశమే! మరియు దశమస్కంధములో రాస క్రీడా సందర్భమునగల రసగుళికలని చెప్పదగిన పద్యములకు మూలము మృగ్యము. ఆంధ్రులకెల్లరకు వచోవిధేయమైయున్న ఈ క్రింది పద్యము పోతనగారు ప్రసాదించిన అమృత భిక్షయే!

"నల్లనివాడు పద్మ నయనంబులవాడు కృపారసంబు పై
చల్లెడువాడు మౌళి పరిసర్పిత పింఛమువాడు నవ్వు రా
జిల్లెడు మోము వాడొకడు చెల్వల మానధనంబు దెచ్చె యో
మల్లియలార మీపొదల మాటున లేడుగదమ్మ చెప్పరే"

తెనుగునగల పురాణేతిహాసములలో భాగవతమునకుగల సర్వ ప్రజానురంజకత్వము మఱి దేనికిని లేదు. న్యాయముగా ఈ అనురంజకత్వము భాగవతముకంటే భారతమునకే యెక్కువ ఉండదగినది కాని సార్వజనీనమైన ప్రశస్తి భాగవతమునకే దక్కెను. దానికి కారణము లివి:

1. సంసార తరణోపాయముగా భారతము ఉపదేశము చేసిన పరమ ధర్మము దుష్కరమైన నిష్కామ కర్మయోగము. భాగవత మువదేశించినది సుకరమైన భక్తియోగము. నిష్కామ కర్మయోగము సామాన్యు దాచరింప దగినది కాదు. అది నిజముగా మోక్ష సాధనములలో ఉత్తమోత్తమమే యైనను తిక్కనవంటి యే పరిపూర్ణునకో తప్ప సామాన్య లోకమున కసాధ్యము. భాగవతమున ప్రతిపాదింపబడిన భక్తియోగము సర్వప్రాణిసాధారణమైన తారక మంత్రము. నేటికిని ఆపద్వేళల గజేంద్రమోక్షమును సంజీవినిగా జపింపు

వారున్నారు. గోపికాగీతములను భగవద్గీతకంటెను ఎక్కువగా నధ్యయనము చేయు వారున్నారు. గొంతెత్తి ఆ ఘట్టముల యందలి పద్యములను పాడుకొనుటకంటె ఏ జపములును తపములును అధిక ఫలప్రదములు కావు.

2. తెనుగున భారతములోనున్న శిల్ప కౌశలము సర్వ కళాసంపన్నులైన ప్రౌఢులకుగాక సామాన్యులకు అర్థముగాదు. కవిత్వమును గానముగా ఆలపింప దగిన పద్యములు భారతమున దొరకవు. ఆ గ్రంథమున పద్యముల సొగసు వరకే పద్యములు వ్రాయుట యనునది జరుగలేదు. భారతములో సందర్భము నుండి విడదీసి ఏ పద్యమును ఆనందించుట పొసగదు. అది నిబిడమైన మూర్తి నిర్మాణము. ఇక భాగవత పద్యములు భజన కీర్తనలవలె పెండ్లి పాటలవలె ఏల పదములవలె అతి మధురములై ఎల్లరు ఎల్ల వేళల పాడుకొనుటకు అనువై దేశమెల్లెడల వ్యాపించినవి. ఆ పద్యములలోని శ్రుతి లయలు ఉచ్చారణ మాత్రముననే మనస్సును లోగొను శక్తి గలవి. ఏ పద్యమున కాపద్యమే ఒక కావ్య మనిపించుకొనుచుండును. శిల్ప నిర్మాణమున భారతముకంటె న్యూనమేయయ్యు భాగవత కవిత్వము ఎక్కువ లోకరంజకమగుటకు అందలి పద్యగత గీతియే కారణము.

3. భాగవతకవి అనుభవించిన దారిద్ర్యము, దాని నెదుర్కొని పోరాడిన ఆయన ధీరత్వము ఆశ్చర్యజనకములై లోకమునకు ఆ మహానుభావుని యెడ ఎక్కువ పూజ్య భావమును కలిగించెను. ఆ భావమే భాగవతమునకును సంక్రమించెను. విమర్శకులు ఎంత కాదన్నను వ్యక్తియెడగల గౌరవాగౌరవములు తత్కృతమైన కావ్యమునకు గూడ సంక్రమించుట మానవ సహజము. మఱి మన జాతి లక్షణమునుబట్టి సంపన్నులకంటే దరిద్రులకే పెద్ద పూజలు జరుగుచుండును ఇవిగాక మరి యేమైన కారణము లుండవచ్చును.

కవిత్వ పరామర్శ

పోతన కావ్యశిల్ప మర్యాదలకు కట్టువడిన కవి గాడు. ఆ ధర్మములకు అతీతుడైన భాగవత శేఖరుడు. భాగవత పఠనవేళ ఈ మర్మమును గుర్తించుకొనకపోయినచో ఆ గ్రంథమును పూర్తిగా ఆమోదింపలేము అసలు భాగవతముననే సందర్భోచితిని పాత్రౌచితిని కోల్పోయిన ఘట్టములు కొన్ని కలవు, అట్టివి అన్ని పురాణములకును సహజములే. ఒక ఉదాహరణమును చూడుము.

హిరణ్యాక్షుని మరణమునకై విలపించుచుండిన ఆతనితల్లి దితిని ఓదార్చు సందర్భమున ఆమె రెండవ కుమారుడైన హిరణ్యకశిపుడు

సీ॥ "సర్వజ్ఞుఁ డీశుండు సర్వాత్ముఁ డవ్యయుఁ
డమలుండు సత్యుఁ డనంతు డాఢ్యు
డాత్మరూపంబున నక్రాంతమును దన
మాయాప్రవర్తన మహిమ వలన
గుణములఁ గల్పించి గుణ సంగమంబున
లింగ శరీరంబు లీలఁదాల్చి
కంపిత జలములో కదలెడి క్రియదోఁచు
పాదపంబులభంగి భ్రామ్యమాణ

ఆ॥ చక్షువుల ధరిత్రి చలితయై కానంగఁ
బడినభంగి వికలభావ రహితుఁ
డాత్మమయుఁడు కంపితాంతరంగంబునఁ
గదలినట్లు దోఁచు గదలఁడతడు.

అని ఆత్మ తత్వము నుపదేశించుటేకాక, ఆ పైని శరీరానిత్యత్వమును గూర్చి యజ్ఞోపాఖ్యానమనెడి ఒక ఐతిహ్యమును ఉదాహరించును. ఈ పలుకులు నిత్యానిత్య వివేక కలిమిచె పరమ భాగవతోత్తముడైన ప్రహ్లాదుని నానాబాధలు పెట్టి హింసించిన హిరణ్యకశిపుని నోట వెలువడ దగినవి కావు. ఇందు పాత్రౌచిత్యము లేదు. అందుచేతనే పురాణములలో వక్తృవిశేష శ్రోతృ విశేషముల విశేష వివేచన చేయతగదని ఒకచో చెప్పితిని. మూలమున అట్లున్నను ఆ కథను ఆ సందర్భమును సవరించుటకు పురాణానువాదకులు ప్రయత్నింపరు: కాని మూలమునలేని ఇట్టి అసందర్భ వాక్యములే పోతనకూడ వ్రాసెను. ప్రహ్లాదుని గుణ వర్ణనలో "కన్నుదోయికి నన్య కాంత లడ్డంబైన మాతృ భావముచేసి మరలువాడు" అనియు "భవ్య వయోబల ప్రాభవో పేతుడై కామరోషాదుల క్రందు కొనడు" అనియు వ్రాయుటలో ఔచిత్యము లేదు. ఆ బాలుడు పంచ శరద్వయస్కుఁడనికదా కథలో చెప్పబడినది! అట్టి వానికి స్వపర కాంతా భేదము, కామరోషాది భావన మొదలగు దుర్గుణములు లేవని చెప్ప దలచుటయే న్యాయము కాదు. పరమ భాగవతుల ప్రవృత్తిలో అట్టి సుగుణ సంపద ఒక

అంశము. పోతన ఆ పద్యములలో వర్ణించినది ప్రహ్లాదు డనెడి బాలునికాక ఒక పరమ భాగవతశ్రేష్ఠుని అనుకొన్నచో ఆ పద్యార్థము ఆస్వాద్య మగును. కావున ఆయన ఈ కావ్యశిల్ప ధర్మములను పాటించిన కవి కాడు.

స్వభావముచే తిక్కన కవితా ప్రతిభ నాటకీయమైనట్లు పోతనది భావ కవితా ప్రతిభ. మరియు తిక్కన శైలి బుద్ధిగమ్యము పోతనశైలి కర్ణపేయము. భాగవతము భక్తి ప్రధానమైన పురాణ మగుటయు, ఈ కవి పరంనుడు మహా భక్తుడగుటయు కారణములుగా అందలి భక్తులతో ఈయన కవితాత్మకు తాదాత్మ్యము కలిగి తానుగా, తానే వారుగా వర్తించుచున్నాడా, యనెడి ఊహను కల్గించును అందును భక్తి శృంగార భావ పరిపోషణము నందు పోతన అతి మాత్రమునకు పాల్పడు భావలోలుడు శ్రీకృష్ణుని బృందావన విహారాదుల వేళ ఆనందమున ఉప్పొంగిన యమునానది వలెనే, భాగవతమున వెల్లి విరిసిన శృంగారరస ప్రాధాన్యమునకు పోతనగారిభావలోలతయే ప్రధానకారణము పురాణేతిహాస కర్తలలో ఇట్టి భావావేశము కల వ్యక్తి ఇంకొకడు లేడు. ఈయన శృంగారము ప్రబంధ శృంగారము వంటిది గాక జీవేశ్వరైక్య ప్రతిపాదకమగు ఆధ్యాత్మిక శృంగార మగుటచే ఆ రసరాజము భాగవతమున పరమ పవిత్రతను తాల్చినది.

ఆయనది స్త్రీ జనోచితమైన సరస కోమల హృదయము. సహజముగా భక్తుల హృదయము స్త్రైణ సౌకుమార్యము కలది. (Femininely tender). భాగవతమున స్త్రీ పాత్రల పలుకులేవి ఆలకించినను చెవులకు చల్లగా హృదయమునకు హాయిగా వినబడును ఒక ఉదాహరణ: పాండవులు అశ్వత్థామను బంధించి తెచ్చి తన యెదుట పెట్టినపుడు నిరపరాధులైన తన పుత్రులను నిద్రలో చంపిన అతనిని పరుష వాక్యములతో చిత్రహింస చేయవలసిన ద్రౌపది దానికి విరుద్ధముగా తల్లివలె మృదువుగా మందలించిన వాక్యములలో గల మార్దవము పోతనగారి హృదయ మార్దవము యొక్క బహిర్గత రూపమే!

కం॥ "భూసురుడవు బుద్ధిదయా భాసురుడవు శుద్ధవీరభట సందోహా
గ్రేసరుడవు శిశుమారణ మాసుర కృత్యంబు ధర్మమగునే తండ్రీ!

శా॥ ఉద్రేకంబున రారు శస్త్రధరులై యుద్ధావనిన్ లేరు కిం
చిద్ద్రోహంబును నీకుఁ జేయరు బలోద్రేకంబుతోఁ జీకటిన్
భద్రాకారులఁ జిన్నపాపల రణప్రౌఢక్రియా హీనులన్
నిద్రాసక్తుల సంహరింప నకటా! నీ చేతులెట్లాడెనో!

సమస్త కళలకును మూలధర్మములగు శ్రుతి లయలను గవిత్వమున ఛందో నిబద్ధమగు శబ్ద మెంతవరకు సాధింపగలుగునో పోతన వలె దృష్టాంత పూర్వకముగా చూపిన పురాణ కవి యింకొకడులేడు. ఛందస్సంభవమైన మాధురి యాయనకు వలె నింకొక కవికి లభ్యము కాలేదు ఆయనకు గల శబ్దాలంకార ప్రియత్వము దీనికి మఱికొంత వన్నె పెట్టినది. మితిమీఱినచోట్ల ననుప్రాసము అర్థానౌచిత్యమునకుఁ దాల్పడిన పట్టులున్నను, సముచిత ప్రయుక్తమయినచోట్ల నది భాగవత కవితా గానమునకు మృదంగ వ్యాపారమును నిర్వహించుచున్న ట్లుండును. కవి స్వేచ్ఛగాఁ బాడుకొను భక్తి గానమును, ఆ గానమున కను రూపమైన మధురాతి మధురమైన శబ్దమును, ఆశబ్ద సంఘమునకు మకుటాయ మానమైన యంత్య ప్రాసము గలసి భాగవత కవితా పఠనమును తాళమృదంగ ములతోడి గానసభగాఁ బ్రవర్తింపజేయును.

తిక్కన - పోతన

శ్రీ ఉన్నవ లక్ష్మినారాయణ గారొకసారి ప్రసంగవశమున తిక్కన ఆంధ్ర కవులలో సూర్యునివంటి వాడనియు పోతన చంద్రునివంటి వాడనియు చెప్పిరి. అనగా ఆంధ్రలోకమునకు వీరిరువురు రెండు వెలుగులన్నమాట. ఆంధ్ర జాతికి తెలుగు వేదములనదగిన మహాగ్రంథములను ప్రసాదించిన గురు మూర్తులు. కేవల కవులు కాక ఇరువురును ప్రవక్తలని చెప్పదగిన ద్రష్టలు. హరిహరాభేదము, నిష్కామ కర్మయోగమును తిక్కన ఉపదేశము. శ్రీకృష్ణ భక్తి యోగము పోతన మంత్రము. తిక్కన ఉపదేశమునకు ఏకాక్షరములా 'సోఽహం' పోతన మంత్రమునకు 'దాసోఽహం' అయ్యె సిద్ధివేళ పోతనయు నద్వైతియే కాని,విశిష్టా ద్వైతికాదు. సూక్ష్మముగా విచారించినచో ఆంధ్రులమనః క్షేత్రముల యుగయుగముల నుండి వేరు నాటుకొని యున్న ఈ రెండు ఆధ్యాత్మిక లక్షణములను (నిష్కామ కర్మ జ్ఞాన నిరూఢమైన భక్తి) ఈ ఇరు వురి మహాకవులు తమ మహాగ్రంథములలో ప్రతిఫలింపజేసి తాము జాతికి ప్రతినిధులుగా నిలబడుటయే కాక తమ జాతి యాధ్యాత్మిక సంపదకు వ్యక్త స్వరూపమును నిలువబెట్టిరి.

పోతన జీవితము తిక్కన జీవితము వలె పరిపూర్ణమైనది కాదు. ఆయన నిస్పృహత్వము వల్ల ఐహికానుభవము దూరమైనది. ఈ కొఱతయే ఆయనకిలా

దక్షతలోను లోటు దెచ్చినది. ఆ ఉభయసిద్ధియే తిక్కనను శిల్పపారంగతుని జేసినది. లోకమును ప్రకృతిని కన్నార చూచి మనసార ననుభవించిన కవికి గలుగు అనుభవము లు శిల్పనిర్మాణములో యెంతో సహాయకారి యగును. దీని యెడ విముఖతగల కవి, సృష్టికి ప్రతిసృష్టి యనదగిన శిల్ప నిర్మాణములో కృతహస్తుడగుట సంశయాస్పదము. జీవితానుభవ మెంత విశాలముగ నున్న కవితా ప్రపంచ సృష్టియంత గంభీరముగా సజీవముగా నుండును. నిస్పృహు లైన కవులు కాల్పనిక లోకములను సృష్టింపకలరే కాని స్వాభావికమైన మానవ లోకమును సృష్టింపలేరు. అసలు కళా భేదములలోనే స్వాభావికమని యొకటి కాల్పనికమని యొకటి-రెండు కలవు ఈ రెంటిలో మొదటిది తిక్కన కళ; రెండవది పోతన కళ. స్వాభావిక కళ యనగా చూచినది చూచినట్లు చిత్రించుట కాదు. అట్టి చిత్రణము శిల్పమే కాదు. శిల్ప ప్రపంచ మెప్పుడును జగదతీతము గనే యుండును. స్వాభావికశిల్పి ఆ అతీతమును లక్ష్యముగా నుంచుకొని మానవు నక్కడకు గొంపోవుచూ, ఈ వాస్తవ జగత్తు కూడ చూపుచుండును. అనగా ప్రత్యక్ష జగత్తును ప్రతిఫలింపజేయుచునే ఆదర్శ జగత్తు సృష్టింపగల డన్నమాట. ఇక కాల్పనిక శిల్పి ఈ ప్రపంచమును సరకుగొనడు. అతని లక్ష్యము వలెనే అతని సృష్టియు లోకాతీతమే. ఈ ఇరువురకు గల ఈ భేదము సామాన్య స్థూల ధర్మముగా జెప్పినదే కాని ఏకాంత లక్షణము కాదు. తిక్కన పూర్తిగా నేకాంత వాస్తవిక శిల్పియనిగాని, పోతన ఏకాంత కాల్పనిక శిల్పియని కాని దీని యర్థముకాదు. ఈ భేదము వారి మనోధర్మములలోనే యున్నది. సహజముగా ఉత్తమ నాటకకవి విధిగా స్వభావమునే ఆశ్రయించినదచును. ఉత్తమ భావ కవి నిరంతరము ఆదర్శ జగత్తునే ఆశ్రయించును.

హృదయమున పొంగి పొరలిన రసభావముల నెప్పట్టున వట్టి పోసీక యొక బిందువును సముద్రముగా విస్తరింపజేయు శక్తి పోతనది. వెల్లివిరిసిన భావోద్రేకమును మహాకవి యెంతవరకు నిగ్రహించుకొన గలడో ప్రదర్శించిన వాడు తిక్కన. భావ పరిప్లుతి రసస్ఫూర్తికి దోహద మైనట్లే భావ నిగ్రహము కావ్య కళాసిద్ధికి ప్రాథమిక ధర్మము. రసము పేర కళా న్యూనతగాని, కళా వ్యాజమున రస లోపముగాని కలిగినపు డా రెండును వర్జనీయములే; ఆ సామ రస్య సంపాదనమే ఉత్తము కవితకు ముఖముద్ర. భావ కవులలో పెక్కురకు హృదయములు రస నిమగ్నములైనట్లే దృష్టియు అశ్రుపూరిత మగును. నీరు

గ్రమ్మిన ఆ కన్నులతో వారు పర్ణ్య వస్తువును సమగ్రముగా చూడజాలరు. అనగా బుద్ధి జ్యోతి మసకమసకలాడి కథార్పితములైన వస్తువుల సముచితాంగ ప్రత్యంగ స్థానాది ధర్మములను చక్కగా చూడజాలదు. తిక్కనకువలెనే పోతనకును శిల్పసిద్ధి యున్నచో ఆయనను మించిన కవి ఈ ప్రపంచమున నుండెడివాడు కాడు. విధివిలాస మట్టి సమగ్రత నుండనీయదు.

తిక్కన లోక ప్రవృత్తి యందువలెనే కావ్యము నందును వ్యక్తావ్యక్త స్వరూపుడుగా పట్టువడియు, పట్టువడక నడచును. ప్రతి వాక్యమునందును ఆయన మూర్తి స్ఫురించుచునే యుండును. మరల కాదనిపించుచుండును. ఇక పోతనయో సంసారమున పట్టువడక పోయినను కవిత్వమున స్పర్శ మాత్రము ననే చేతి కందును. నాటక కవులకును భావ కవులకును గల ముఖ్యభేద మిదియే।

భోగినీ దండకము

ఒక వేశ్యయువతి సుందరాకారుడైన సర్వజ్ఞ సింగమనాయకుని వలచి, వలవంతకు లోనై వ్యథ చెందుచుండగా ఆమె తల్లి అది కులాచార విరుద్ధమని కుమార్తెను మందలించి హితము గరపును. ఆ తరుణి తల్లిమాటలను సరకు గొనక తెగించి యెటో నాయకుని సన్నిధానమునకేగి పాదములపైబడి తన్నేలు కొమ్మని అర్థించును. ఆతడు ఆమె ననుగ్రహించి పేసుగుపై నూరేగించి ప్రియు రాలిగా స్వీకరించి అనుగ్రహించును. ఈ కథాలేశమే ఇందలి ఇతివృత్తము. ఇందు వేశ్యమాత పుత్రికకు చేయు హితోపదేశము చాల సొగసుగా నుండును. ఇది పోతన కృతముగా గ్రంథాంతమున ఈ క్రింది పద్యము కలదు.

ఉ॥ ''పండిత కీర్తనీయుడగు బమ్మెర పోతన యాసుధాంశు మా
ర్తాండ కులాచలాంబునిధి తారకమై విలసిల్ల భోగినీ
దండకమున్ రచించె బహుదాన విహర్తకు రావు సింగ భూ
మండల భర్తకున్ విమత మానవనాథ మదాపహర్తకున్''

ఈ సింగ భూపాలునకే సర్వజ్ఞ సింగుడను బిరుదు కలదు. ఇతని తండ్రి అనపోతనాయకుడనియు, తాత సింగభూపాలుడనియు ఈ దండకమునందే కలదు. ఇతని కాలము 1430—1475 శ్రీనాథుడు—

"ఎట్లు మెప్పించెదో నన్ను నింకమీద
రావు సింగ మహీపాలు ధీవిశాలు
నిండు కొలువున నెలకొనియుండి నీవు
సకల సద్గుణ నికురంబ శారదాంబ."

అని సరస్వతిని వేడుకొనుట ఈ రాజును సందర్శించబోవు సందర్భముననే. 1475 సంవత్సరమువరకు రాజ్య మేలినను ఈ వేశ్యా ప్రణయగాథ ఆతని అపరవయస్సున కాక కౌమార దశలోనిది కాదగును. కానిచో ప్రాయంపు టౌచిత్యమే యుండదు అప్పట్ల రాజ్యపాలన ఆరంభ కాలమున యెప్పుడో జరిగి యుండును. ఈ దండకము పోతనయే వ్రాసిన దగుచో ఆయనకూడ ముప్పది సంవత్సరముల ప్రాయము వాడగును. కాబట్టి పోతన శ్రీనాధునికంటె 15–20 సంవత్సరములు చిన్నవాడు. పోతన శ్రీనాథ సర్వజ్ఞసింగులు సమకాలికు లగుట యథార్థము. చిన్ననాడు ఈ దండకము వ్రాసిపెట్టిన చనవు బలిమినే సింగమనాయకుడు భాగవతమును తన కంకిత మిమ్మని అర్థించుటయు ఆయన నిరాకరించుటయు జరిగి యుండవచ్చును.

ఇది పోతన కవిత్వమగునా? కాదా యని చిరకాలమునుండి వివాదము కలదు. ఎన్ని కడగండ్లకైన నొప్పుకొని భాగవతమును నరాంకితము జేయని ఈ స్వార్థత్యాగి, యీ మహాభక్తుడు రావు సింగమహీపాలుని వేశ్యపై దండకమును వ్రాసెననుట సహింపలేక విమర్శకులు కొందరది పోతన కృతము కాదందురు. ఇతర కవులకు ప్రయత్న సాధ్యమును భారతకవి కాజన్మ సిద్ధము నగు ననుప్రాసాలంకార మీ దండకమున ప్రతి పంక్తిలోను పరిస్ఫుట మగు చున్నది. అదిగాక కర్తృనామము సయితము పోతనదిగానె గ్రంథస్థమయి యున్నది కావున దీనిని పోతన వ్రాసి యుండవచ్చును ఆ రోజులలో కీర్తి హేతువులుగా పరిగణింప బడినట్టియు రాజానుగ్రహకారకములైనట్టియు నిట్టి రచనలు దండకాదులు పెక్కులు గలవు ఈ రచనవలన పోతనకీర్తికి కళంకముగాని ఆయన భక్తికి మాలిన్యముగాని అంటదు. చిన్న వయసున విద్వత్ప్రభువగు నా రాజు కోర్కెపై ఆ దండకమును వ్రాసి యుండవచ్చును. గ్రంథమును నరాంకితము చేయగూడదను నియమము వయః పరిణామమునుబట్టి కలుగు సంస్కారము కావచ్చును. అదిగాక ఆంధ్ర కవులలో చాలామంది రాజుల కోర్కెలనుబట్టి వారి ప్రియురాండ్రపై పట్టపు దేవులపై అనేక శృంగార

దండకములను వ్రాసి యిచ్చిరి. రాజులు కోరిన చిత్ర పటములను రచియించెడి చిత్రకారు లుండగా, వారిని కాదని వీరినే తిరస్కరించుటకు హేతు వుండరాదు. అది వేశ్యా చిత్రమనికాని శృంగార ప్రధానమనికాని యా చిత్రకారుడు నీ కవియు నేవగించుకొని యుండరు. మఱి ఈ వేశ్యలు నేటి భోగమువాండ్రు కారు. వారికి పట్టమహిషితో సమానమైన గౌరవ ప్రపత్తు లుండెడివి. తంజా వూరిలో మధురవాణి, రంగాజమ్మ మొదలగు వేశ్యలు సమస్త విద్యా సంపత్తిచే సభలలో నగ్రస్థాన మలంకరించిన మహనీయురాండ్రు. ప్రతాపరుద్రుని ప్రియురాలు మాచల్దేవి గొప్పదనమును శ్రీనాథుడు క్రీడాభిరామమున వర్ణించెనుగదా! ఆ మర్యాదలు ఆ కాల ధర్మములు వేరు. నేటి యాచారములనుబట్టి వాటిని తిరస్కరించుట తప్పు.

భోగినీ దండకమువంటి కొన్ని తెలుగు దండకములు:

1. చంద్రకవి — మైసూరు రాజైన కృష్ణ ప్రభువు నాస్థానకవి (పద్మావతీ దండకము.)
2. నుదురుపాటి సాంబన్న — పుదుకోటలోని తొండైమాన్ ఆస్థానకవి (చంద్రాననా దండకము.)
3. లక్ష్మీదాస కవి — పద్మినీ దండకము (కూర్మేటి రాయప్ప అను సంపన్నుని కోర్కిపై వ్రాసినది)
4. గణపవరపు వెంకట కవి — విద్యావతీ దండకము ఇట్టివి పెక్కులు.

దండకములు :

పాటలవలె పదములవలె దేశమంతటా వ్యాపించి వాఙ్మయముగ బరిగణింపబడుచున్న రచనలలో దండక మొకటి. శతకములలోవలె దండకములలో కూడ నగపాలుకంటె నెక్కువ భక్తిపరములయి యున్నవి. ఆ భక్తి భావము వీటిలో స్తోత్రరూపము దాల్చును. వాఙ్మయ వ్యవస్థాపకులైన పెద్ద కవులు సైతము తమ తమ గ్రంథములలో వీనిని స్తోత్ర పరముగానే రచించిరి. భారతారణ్య పర్వమున ఈశ్వర దండకము, నైషధమందలి భీముని సరస్వతీ స్తోత్రము, కళా పూర్ణోదయ మందలి మణికంధరుని శ్రీకృష్ణ స్తోత్రము మొదలైనవి.

ఇక ప్రత్యేక దండకశాఖలో ప్రధానములైనవి మహాలక్ష్మీ దండకము, ఆంజనేయ దండకము, నృసింహ దండకము మొదలైనవి. ఇవి ఆపన్నివా రకములని ప్రజల నమ్మకము. ఇవికాక సాంఘికములగు తేలిక దండకములును గలవు. వింతలు విశేషములు జరిగినపుడో, దేశోపద్రవములు వాటిల్లినపుడో, నవ్వులాటకో, మొఱ్ఱకో ఆయా ప్రాంతీయులు వ్రాసిన దండకము లట్టివి. ఉప్పెన దండకము (బందరు), జమాబంది దండకము మొదలగునవి.

వీరభద్ర విజయము

భాగవతములో దక్షాధ్వరధ్వంస సందర్భమున పోతనచేసిన శివనిందా పాపము నమసిపోవుటకై ఆయన ఈ వీరభద్ర విజయమును రచించెనని లోకమున ఒక పుక్కిటి పురాణము గలదు. ఆ విషయమే వీరభద్ర విజయమున షష్ఠ్యంతములకు పూర్వము ఒక పద్యములో నున్నది. ఆ పద్యమిది:

ఉ॥ "భాగవత ప్రబంధమతి భాసురతన్ రచియించి దక్ష దు
ర్యాగ కథా ప్రసంగమున నల్పవచస్కుఁడనైతి తన్నిమి
త్తాగత వక్త్రదోష పరిహారముకై యజనైకశైవ శా
స్త్రాగమ వీరభద్ర విజయంబు రచియించెద వేడ్కఁనామదిన్".

ఈ పద్యము కొన్ని వ్రాతప్రతులలో లేదట. లేని మాటయే నిజమైయిది ప్రక్షిప్తమేయయి యుండినచో గ్రంథ రచనా వివాదము సగము పరిష్కారమగును. ప్రక్షిప్తము కాదనెడి వాదమును ఈ పద్యమునుబట్టియే గ్రంథము పోతన కృతము కాదని పూర్వ పక్షము చేయవచ్చును. ఎట్లనగా భాగవతమున శివనిందచేసినవాడు దక్షుడుగాని పోతనగాదు. పాత్ర నోట పల్కించిన దుర్వాక్య పాపఫలము రచయిత అనుభవింపవలసినవాడే యయినచో కవులందరును పుణ్యపురుషులనే పాత్రలుగా నెన్నుకొని వారినోట వెడలెడి సద్వాక్యములతోనే కథలు నడుపవలసివచ్చును. ఇది అసంభవము కదా! రామాయణమున రావణునిచే కథావశమున సీతారాములను నిందింపజేసిన వాల్మీకి పాప ప్రాయశ్చిత్తము చేసుకొనవలెనా? మఱి ఈ భాగవతముననే ఆ దక్షాధ్వర ధ్వంసముననే నందికేశుడు వేదములను,దేవతలను అతిపరుషముగా దూషించెను. శివనిందా పాపమువంటిదే ఈ వేదనిందా పాపముకూడ; వీరభద్ర విజయ రచనతో శివనిందా పాపము పోవుట నిజమేని మరి ఈ వేదనిందా పాపముపోవుటకు పోతన

ఇంకొక గ్రంథమును వ్రాయవలెగదా! ఇవన్నియుగాక యీ వీరభద్ర విజయము ననే దక్షాధ్వర ధ్వంస కథనము మరల కలదుకదా! వీరభద్ర విజయమునకు ఆ దక్షాధ్వరమే పూర్వరంగము మరి ఇయ్యెడను ఆ దక్షుడు శివనింద చేయ వలసి వచ్చెను. అట్లు చేయనిచో కథయే నడువదు. అందుచే యీ గ్రంథము రచించుటవలన పోతన రెండుమార్లు శివనింద చేసినవాడయ్యెను. కావున యీ గ్రంథ రచనకు శివనిందా పాప ప్రాయశ్చిత్త వ్యాజము కారణము కాజాలదు. ఆ వైపద్యమును, లోకవదంతిని విస్మరించి యీ గ్రంథ రచనా విషయమును పరిశీలింతము.

ఈ గ్రంథ రచనకు పోతనను ప్రోత్సహించినవాడు అతని గురువైన ఇవటూరి సోమశేఖరుడు. ఆ గురువు పోతనతో

తే॥ "— — — —ఇప్పుడు మాకెల్ల నూహలోన
వింతపండువు బోలెను వీరభద్ర
విజయమెల్లను వినగడు వేడ్కయయ్యె
నది దెలుంగున రచియింపు మధిమతముగ.

ఆ. వె॥ విన్నవాడననియు బెక్కు సంస్కృతులను
విననివాడననియు వెరపుమాను
మత్ప్రసాద దివ్య మహిమచే నెంతైన
కవిత చెప్ప లావుగలదు నీకు."

అని పలికెను. దీనినిబట్టి పోతన భాగవతానంతరమున కాక మిక్కిలి పూర్వమే యీ గ్రంథమును గురు నాదేశము ప్రకారము వ్రాసియుండవచ్చును. కాని అట్లయినచో శివనిందకును, యీ రచనకును ఏమియు సంబంధములేదు. కాని తీరని సందేహ మొకటి కలదు ఈ రచనా కాలమునాటికి పోతన ఇంచుమించు వీరశైవు డని చెప్పదగిన పరమమాహేశ్వరుడు. అందుకు నిదర్శనముగా అవతారికలో పద్యములు గలవు. మరి ఆ అవతారికలోనే "జనక శిక్షిత నిహితాక్షరాత్ము నుండను" అని చెప్పుకొనెను అనగా తన తండ్రియే తన విద్యా గురువు అని దాని అర్థము. అదియునుగాక గద్యలో "శ్రీ మన్మహామహేశ్వర ఇవటూరి సోమనారాధ్య దివ్యశ్రీ పాదపద్మారాధక కేసనామాత్య పుత్ర పోతయ నామ ధేయ ప్రణీతంబైన" అని సోమనారాధ్యుని గురుత్వమును అంగీకరించెను

ఇక భాగవతములో ఇందుగల వీరశైవ భక్తుల నామస్మరణమైననులేదు. తండ్రి గారు చేసిన విద్యాగురుత్వమును విస్మరించి సహజ పాండిత్యుడనని చెప్పుకొన్నాడు. తొలినాటి వీరమహేశ్వరుడు ప్రౌఢ వయస్సున వైష్ణవము పుచ్చుకొని, విద్యాగురువు మతగురువు తలపునకు రాని రెండవ జన్మ ఎత్తెనా? అనెడి సంశయము పోతన యెడ తాత్పర్యముగల విద్వల్లోకమును మిక్కిలి బాధించును. ఈ సంశయము తీర్చగల సోపపత్తికమైన వాదము ఇంతవరకు వెలువడలేదు.

ఇంకొక విషయము. భాగవతమున కానవచ్చు పోతనగారి కవితా లక్షణములు యీ గ్రంథమున మచ్చునకైనను కానరావు. ఇది చిన్ననాటి కవిత్వము కనుక భాగవతశైలి యీ గ్రంథమునాటికి పరిణమింపలేదేమో అని అనుకొందమన్నను అది పొసగదు. ఏమన పరిణామ దశయందలి శైలి విశేషములు ఆరంభ దశయందు అంకురములుగా పొడగట్టుచునే ఉండును. మొదట అంకురములేని పరిణామము ఎయ్యెడను జరగదు.

జక్కన

విక్రమార్క చరిత్ర

ఇతని విక్రమార్క చరిత్ర వెన్నెలకంటి సిద్దన మంత్రికి అంకితమీయబడినది ఆ కృతిపతి 1423 నుంచి 1447 వరకు విజయనగర రాజ్యమును పాలించిన ప్రౌఢ దేవరాయల కాలములో, ఉదయగిరి దుర్గాధిపతిగానో ఆ దుర్గ పరిపాలకుని మంత్రిగానో పెద్దపదవి యందుండిన ఒక సంపన్నుడు. ప్రౌఢ దేవరాయని ప్రధాన మంత్రియు దండనాయకుడునైన చామనామాత్యుడు ఈ సిద్ధయ మంత్రికి చామరచ్ఛత్రాందోళికాది రాజపరిచ్ఛదములనిచ్చి గౌరవించినట్లు యీ గ్రంథమున కలదు. శ్రీనాథునకు ముత్యాలశాలలో కనకాభిషేకముచేసిన విజయనగర ప్రభువు యీ ప్రౌఢ దేవరాయలే. కావున జక్కన శ్రీనాథునకు సమకాలికుడు. వయస్సున వారిరువురిలో ఎవరు జ్యేష్ఠులో చెప్పలేము. బహుశః సమవయస్కులై యుండవచ్చును.

విక్రమార్క చరిత్ర అనెడి యీ గ్రంథమునకు ఉజ్జయినీపురము నేలిన విక్రమార్క చక్రవర్తి కథానాయకుడు. ఆ చక్రవర్తి చారిత్రక పురుషుడైనను అతని గూర్చి చెప్పబడిన ఇందలి కథలు చారిత్రకములుగా కన్పట్టవు. వాటిలో కొన్నిట లేశమాత్రముగానైన వాస్తవికత ఉండిన ఉండవచ్చునుగాని అతిమానుషమైన ఆ కథా సముద్రమునుండి ఆ లేశమును ఉద్ధరించుట అసాధ్యమైన కృత్యము. కావున యీ గ్రంథము చారిత్రక పురుషుని పేరుమీద ఉన్నను గ్రంథ విషయము మాత్రము చిత్రాఖ్యాన జాతిలో చేరును. తెలుగులో దీనికి సాటిరాగల పూర్వ గ్రంథము కేతన దశకుమారచరిత్రమొక్కటియే. దాని యందువలె దీనియందును చిత్ర విచిత్రములైన సాహస కృత్యములే వర్ణింపబడినవి. అయితే దశకుమారచరిత్రలో ఆ సాహస కార్యములు నాయకునితోపాటు అతని మిత్రులుకూడ నెరవేర్చినవి. ఈ గ్రంథమున ఆ సాహసములన్నియు నాయక కృతములే. మరి దశకుమారచరిత్ర కథలలో విక్రమార్క కథలో నున్నంత ఉదాత్తతలేదు. ఈ సాహస కార్యములనుబట్టియే విక్రమా

ర్కునకు సాహసాంకుడను బిరుదు కల్గినది కాబోలు. తన పేరుమీద ఒక శకము మును నెలకొల్పిన విక్రమార్క చక్రవర్తి క్రీ. పూ. మొదటి శతాబ్దమున ఉజ్జయిని రాజధానిగా సామ్రాజ్యమును పాలించినట్లు చరిత్ర ప్రసిద్ధమే. ఆ అంశముతోపాటు వరరుచి, భట్టి, భర్తృహరి అనెడి ముగ్గురు మహానుభావులు అతని ఆస్థానమును అలంకరించినట్లు లోక వదంతి కలదు అది యెంతవరకు చారిత్రక సత్యమో లోకమెరుంగదు. ఆ నలుగురును సోదరులుగా సమర్థించెడి కథ యీ గ్రంథారంభముననే కలదు. దాని సారాంశమిది—

శృంగార శేఖరుడను ఒకరాజు మధురాపురమును పాలించుచుండెను. అతని ఆ స్థానమునకు విద్యా వినయసంపన్నుడును, సుందరాకారుడునైన ఒక బ్రాహ్మణ కుమారు డేతెంచెను. అతనిపేరు చంద్రగుప్తుడు, రాజాతనిని సర్వవిధముల మన్నించి ఒక కారణమున అతనికి తన పురోహితునియొక్కయు తనయొక్కయు, తన కోశాధికారియొక్కయు, సేనాధిపతియొక్కయు, పుత్రికలను ఇచ్చి వివాహములుచేసి తన రాజ్యమున కొంతభాగమునర్పించెను. ఆ నలుగురు కన్యలును క్రమముగ బ్రాహ్మణ, క్షత్రియ, వైశ్య, శూద్రకులసంజాతలు కనుక ఆ నలుగురకు జన్మించిన నలుగురు కుమారులు క్రమముగా ఆ కులముల వారే అయిరి వారిలో వరరుచి బ్రాహ్మణ యువతికిని, విక్రమార్కుడు క్షత్రియ యువతికిని, భట్టి వైశ్య యువతికిని, భర్తృహరి శూద్ర యువతికిని జన్మించిరి. తండ్రియైన చంద్రగుప్తుడు తన కుమారులను సర్వ విద్యాపారంగతులనుజేసి రాజ్యభారము వారికప్పజెప్పి తాను తీర్థయాత్రలు సేవింపబోయెను. తండ్రి ఆనతిని విక్రమార్కుడు పట్టాభిషిక్తుడై భట్టిని మంత్రిగా జేసికొనెను. వరరుచి ఆస్థాన విద్వాంసుడయ్యెగాబోలు. భర్తృహరి జనకుని ఐశ్వర్యమును అనుభవించుచు సుఖజీవనము చేయుచుండెను. కాని కొంతకాలమునకు భర్తృహరి తన భార్యయగు అనంగసేన అనెడి దుశ్శీలచే వంచితుడై సంసారమును రోసి తపస్సునకేగెను, ఆ సందర్భముననే ఆ విరక్తుడు సమర్థుడైన మంత్రి రాజునకు శ్రీరామరక్ష కాగలడని అన్నకు ఉపదేశించి అందుకు నిదర్శనము ననేమిరా కథ చెప్పెను. విక్రమార్కుని జననాదికమును గూర్చిన ఈ కథ కల్పితమో చారిత్రకమో తెలియదు. ఆపై కథలన్నియు ఆ రాజుచేసిన సాహస కార్యములకు సంబంధించినవి. ఈ గ్రంథమున విక్రమార్క నాయకములైన అట్టి కథలు సుమారు పది కలవు అవి అన్నియు ప్రధానముగా ఆ రాజు

యొక్క (సాహసము, వదాన్యత, త్యాగము, పరహితచింత, బుద్ధి కౌశలము, ఉపాయశాలిత్వము, కార్యపక్షత, ఉత్సాహము వశీకరణ చతురత, సరసత్వము, పరాక్రమము ఆదిగాగల) అసాధారణ గుణవిశేషములకు ఉదాహరణములుగా చెప్పబడినవి. అంతేగాని చారిత్రకముగా ఆతడు నిర్మించిన సామ్రాజ్యము గురించియు, ఆస్థానము గురించియు వినదగిన అంశములు ఇందు దొరకవు. పేరునుబట్టి ఇది చారిత్రక కావ్యమని భ్రమపడరాదు.

సంస్కృతమున విక్రమార్క చరిత్ర యనియు, భేతాళ పంచవింశతి యనియు పేర్లతో విక్రమార్కునకు సంబంధించిన కథలు గల గ్రంథములు కలవు వాటిలో మొదటి దానిలో గల కొన్ని కథలతో ఇందలి కథలకు వస్తు సామ్యము కలదు. అంతమాత్రమున అది ఈ గ్రంథమునకు మాతృక యని చెప్పజాలము. మరి జక్కన ఇది ఒక సంస్కృత గ్రంథమునకు అనువాదము అని గాని స్వతంత్ర రచన అనిగాని అవతారికలో చెప్పలేదు. అందుచే ఇందు చాలా భాగము అతని స్వంత రచనయే యని ఊహించవచ్చును.

ఇపుడు లభ్యమైయున్న "విక్రమార్క చరిత్ర" యనెడి సంస్కృత వచన గ్రంథము కాదంబరి వలె, హర్ష చరిత్ర వలె ప్రౌఢశైలి కలది కాదు. దాని శైలి కొంత పంచతంత్రశైలిని కొంత దశకుమార చరిత్ర శైలిని పోలి మధ్యమ ఫణితిని అలరారుచుండును. చిత్రాఖ్యానములకును నీతి కథలకును అట్టి శైలియే సముచితమైనది. ఆ కథలు ఈషద్భాషా పరిచయము గల సామాన్యులు తమంత చదువుకొని ఆనందించుటకు ఉద్దేశింపబడినవి. అంతేగాని కావ్య నాటకాదులవలె గురువుల నాశ్రయించి పాఠము చదువుకొనుటకు ఉద్దేశింపబడినవి కావు. జక్కన విక్రమార్క చరిత్ర పద్యమయము గావున ఆ కథలనే ఇతడు ప్రౌఢముగా ప్రబంధ శయ్యలో సంతరించుటకు ప్రయత్నించెను ఈ క్రింది పద్యము అతని సంకల్ప మట్టిదే యని చెప్పుటకు తార్కాణము :

చ॥ తలప దదీయ నాయకవితానము కంటెను సాహస క్రియా
కలిత వదాన్యతాదిగుణ గౌరవ రేఖల విక్రమార్క భూ
తలపతి యెక్కుడై నెగడ దచ్చరితంబు ప్రబంధ శయ్యగా
దెలుగున జెప్పి యా కృతిపతిత్వము మా కొడగూర్పు నేర్పునన్.

ప్రబంధ శబ్దమునకు నిర్వచనమేమి? దానికి లక్ష్య భూతములైన గ్రంథము లేవి? అనెడి ప్రశ్నలను గురించి స్థలాంతరమున చెప్పెదను. ఇచ్చట జక్కన ఉద్దేశించిన ప్రబంధ శయ్యకు అర్థము కావ్యోచితమైన శైలి అని చెప్పు కొనిన చాలును. వాఙ్మయములో కావ్యశైలికి ప్రధానముగా కావలసినది రస వత్త. రెండవది ఆలంకారిక శబ్ద విన్యాసము. కావున చక్కని పదగుంభనము రససంపాదనము గల రచన ప్రబంధ మనిపించుకొనును. అంతేగాక ఆ రచన ముక్తకాది చాటుపద్యమయము కాకుండ, వస్తు నిబద్ధమై యుండవలెను. ఆ వస్తువు యథా వస్థముగా సముచిత వర్ణనలతో అలంకరింపబడవలెను. ఇట్టి గుణ విశేషములు కల దానినే జక్కన ప్రబంధశయ్య యని నిర్దేశించి ఊహించి యుండవచ్చును.

యథార్థమైన ఉత్తమ ప్రబంధము ఈ శయ్యా మాత్రము చేతనే సిద్ధి పొందదు. దానిలో పాత్ర చిత్రణము ప్రత్యక్ష కల్పమైన నాటకీయత మొదలగు ఇతర శిల్ప విశేషము లుండును. ఆ శిల్ప నిర్మాణము రాబోవు ప్రబంధ యుగమునందు మహాప్రబంధ కర్త లనిపించుకొన్న చాలమంది పెద్దకవులకే వశమయిన కృత్యము కాదు. ఇక యథార్థమైన ప్రబంధావతరణము జరిగీ జర గని కాలములో పుట్టిన విక్రమార్క చరిత్ర యనెడి కథల సంపుటిలో ఆ శిల్పము నాశించుట నిష్ప్రయోజనము జక్కన చక్కని వెలితిలేని పదముల కూర్పుతో సుబోధముగా మల్లెపూల దండవలె గుబాళించు సమాసములతో పద్యము వ్రాయ గల మేటికవి. ఒకచో చెప్పినది మరియొకచో చెప్పవలసి వచ్చినప్పటికిని పున రుక్తి దోషమును రానీయక క్రొత్తదనమును వెలయింపగల నేర్పరి. సంస్కృ తాంధ్రముల రెండింటను సహూనాధి కారముగల శబ్ద సామగ్రి సంపన్నుడు. పూర్వ కవులందరివలెనే నా నా శాస్త్ర వైదుష్యము గల మనీషి, ఈ గుణముల కలిమివల్లనే స్తుతిపాత్రమైన పూర్వకవి వర్గమున గణింపబడెను.

విక్రమార్క చరిత్రమునే జక్కన తరువాత అర్ధ శతాబ్ది కాలములో కొఱవి గోపరాజనెడి మఱియొక కవి సింహాసన ద్వాత్రింశిక యనెడి పేరుతో రచించెను. ఈ రెండు గ్రంథములకుగల భేద సాదృశ్యములను కొఱవి గోప రాజు ప్రకరణమున జెప్పెదను.

——

అనంతామాత్యుడు

అనంతుడు జక్కనకువలెనే శ్రీనాథునకు సమకాలికుడు. కవి సార్వభౌమునికంటె వయస్సున 5-10 సంవత్సరములు చిన్నవాడని చెప్పవచ్చును.

ఇతడు భోజరాజీయ మనెడి ఒక కథా కావ్యమును, ఛందోదర్పణ మనెడి ఒక ఛందశ్శాస్త్రమును (దీనికే అనంతుని ఛందస్సని పేరు. దానిలో కొంత వ్యాకరణ విషయము కూడ కలదు), రసాభరణము అనెడి ఒక అలంకార శాస్త్రమును రచించెను. ఈ మూడు గ్రంథములును వరుసలోనే రచింపబడెను. ఎట్లనగా రసాభరణమున ఛందశ్శాస్త్రమును, ఛందశ్శాస్త్రమున భోజరాజీయమును పేర్కొనబడినవి. మూడవదియగు రసాభరణ రచన శాలివాహన శకము 1356 (క్రీ. శ. 1434) సంవత్సరమున పూర్తియైనట్లు కవియే ఈ క్రింది పద్యమున వ్రాసెను.

శా॥ జానొందన్ శక వర్షముల్ ఋతుశర జ్వాలేందువై యొప్పన
యానందాబ్దమునందు మాఘమున గృష్ణైకాదశీభౌమయు
క్తానామామృతవేళ నీ కృతి యనంతాఖ్యుండు సమ్యగ్గన
శ్రీనిండన్ ధ్రువపట్టణాధిపున కిచ్చెన్ భక్తి పూర్వంబునన్.

రసాభరణ జననవత్సరమైన క్రీ,శ. 1434కు పూర్వము తక్కిన రెండు రచించిపబడి యుండుటచే మొదటిదైన భోజరాజీయము 1425-30 మధ్య కాలమున పుట్టి ఉండును.

అనంతామాత్యుని ముత్తాత బయ్యన, తిక్కయజ్వచే భవ్య భారతి యని బిరుదు పొందిన మహాకవి. ఆ బిరుదము తమ వంశమునకే ఒక అలంకారముగా అనంతామాత్యుడును ఆతని పూర్వులును భావించి యుందురు అనంతుడా బిరుదప్రదానము నిట్లు కొనియాడుకొనెను.

చ॥ క్షితిగతు కర్తృతా మహిమ చేకొని పంచమ వేదమైన భా
రతము తెనుంగుబాస నభిరామముగా రచియించినట్టి యు
న్నత చరితుండు తిక్క కవినాయకుఁ డాదటమెచ్చి భవ్య భా
రతి యన బేరుగన్న కవి రత్నము బయ్యనమంత్రి యల్పుడే.

ఈ బయ్యన కవి ఏ మహా కావ్యమును వ్రాసి తిక్కనగారిని మెప్పించెనో ఊహించుటకైనను ఆధారములు లేవు కాని ఆ బిరుదప్రదానము తన కొక వరప్రసాదముగా ఆ భవ్యభారతి శిరసావహించి యుండును. కావుననే మను మనికి తిక్కన యని పేరు పెట్టుకొనెను. ఆ తిక్కన కుమారుడే ఈ అనంతుడు తన తాత తండ్రులు, తాను తిక్కన సోమయాజిని నిష్కళంక భక్తితో పూజిం చిరి గావుననే ఈ కవికి కావ్యశిల్ప నిర్మాణమున తిక్కనగారి పరోక్ష గురు త్వము లభించినది.

భారతదేశమున చరిత్ర ప్రసిద్ధుడైన భోజరాజు మన రాజ నరేంద్రునకు ఇంచుమించు సమకాలికుడు. ఆయన ధారానగరము రాజధానిగ లాట దేశము నకు రాజై అద్వితీయమైన కీర్తిని సంపాదించెన ఆయన యశమునకు కారణ మైనవి ఇతర రాజులకువలె యుద్ధ విజయములు, శత్రు సంహారములు, రాజ్య విస్తీర్ణములు కావు. ఆయన విస్తరింప జేసినట్టియు ఆయన యశమునకు అమర త్వమిచ్చినట్టియు సామ్రాజ్యము సారస్వత సామ్రాజ్యము.

భోజుడు మహాకవుల కాశ్రయ మిచ్చిన భాషా పోషకుడేకాక స్వయముగా తాను మహాకవి ఆయన రచించిన రామాయణ చంపువు, సరస్వతీ కంఠా భరణము, చారుచర్య (దీనిని అప్పన మంత్రి తెనిగించెను) సంస్కృత వాఙ్మ యమున నేటికిని కవి పండితుల ఆదరమునకు పాత్రములై యున్నవి. మరి కాళిదాసు ఇతని ఆస్థానకవి అని చెప్పెడి కథలలో సత్యము లేదుగాని ఉత్తమ శ్రేణికి చెందిన మహా కవు లెందరో ఆయన ఆస్థానము నలంకరించి యుందురు. ఆయనను మెప్పించి సత్కారములు పొందుటకు నలు దిక్కులనుండి కవులు, పండితులు ధారానగరమునకు తీర్థయాత్ర చేసెడి వారట. కవిత్వముగాని పాండి త్యముగాని లేకపోయినను ఉదర పోషణకై యాచించుటకు వెళ్ళిన నిర్భాగ్యుడు సయితము ఆ చక్రవర్తి ముఖమును దర్శించిన వెంటనే వానినోట కవితాస్రవంతి వెల్లివిరిసి ప్రవహించెడివట ఒక కవిత్వ కళనే కాక ఆ మహారాజు విగ్రహ శిల్పాదులైన ఇతర కళలను వర్ధిల్ల జేసెనట. ఆయనను గురించి చేసెడి ఈ వర్ణనలలో కొంత అతిశయోక్తి యున్నను మహాకవి యనియు, మహాకవి పోషకుడనియు, వదాన్యుడనియు, సరస హృదయుడనియు నిస్సంకోచముగా అంగీకరించి తీరవలయును. దేశ చరిత్రయందును, సారస్వత చరిత్రయందును

ఈ సత్యము ఉద్ఘాటింపబడి యున్నది. మరి భోజరాజీయ కావ్యమున ఆ చక్రవర్తికి సంబంధించిన ఈ సారస్వత సామ్రాజ్యకథ లేమియు లేవు. అయినను ఈ కథానాయకుడా భోజరాజే! ఈ కథారంగము ఆ ధారానగరమే! ఈ దేశము ఆ లాట దేశమే! మరి గ్రంథ విషయము మాత్రము వేరొక ముఖమున నడచినది.

ఈ కావ్యమునకు ప్రస్తావన, మహుడను పేరుగల ఒక రాజు యొక్క చరిత్ర. ఆ రాజు పురాకృత పాపవశమున కుష్ఠరోగ పీడితుడై శరీరమును త్యజించుటకు గోదావరిలో మునుగబోగా ఆ నదీ దేవత ఒక స్త్రీ రూపమున ప్రత్యక్షమై దత్తాత్రేయ మహర్షిని దర్శించినచో ఆ వ్యాధి నివారణమగునని అతనికి ఉపదేశించెను. మహుడు తదుపదేశానుసారము దత్తాత్రేయుని దర్శింపగా ఆయన అతనిని ఆరోగ్యవంతుని జేసి ప్రసంగ వశమున ప్రయాగ తీర్థ మహత్వమును కొనియాడెను దానిని వివరముగా వినదలచిన మహుని కోరికపై భోజుని పూర్వజన్మ వృత్తాంతము నీ క్రింది విధముగా జెప్పెను.

భోజుడు పూర్వజన్మమున బహుసంతానవంతుడైన ఒక దరిద్ర బ్రాహ్మణుడు. ఆతని భార్యయు పరమ మూర్ఖురాలు. అతడు సంసార భారమును భరింపలేక రోసి ప్రయాగకుబోయి జీవిత శేషము నచ్చట గడుపుటకు నిశ్చయించుకొని ప్రయాగమాధవుని సేవించుచుండెను. ఒకనాడు అతడు నదీ స్నానముచేసి తీరమున కూర్చుండి యుండగా నలుగురు యువతులు మరు జన్మమున తమకు ఎట్టి భర్తలు కావలయునో ఎవరికివారు కోరుకొని సంకల్ప పూర్వకముగా ఆ నదీ గుండమున పడి మరణించిరి. ఆ మడుగులో దేహ త్యాగము చేయువారి అంత్యకాల వాంఛలు ఉత్తర జన్మమున సిద్ధించెడివట. ఒక యువతి మహైశ్వర్యముగల వదాన్యుల కోరుకొనెను. రెండవది చక్రవర్తి తనకు భర్త కావలయునని సంకల్పించెను మూడవ యువతి సుందరాకారుడు భర్త కావలయుననెను. నాల్గవయామె చతుష్షష్టి కళావేత్తను వాంఛించెను. ప్రత్యుత్పన్న మతియగు నా బ్రాహ్మణుడు ఆ నలువురు యువతులకు తాను మరు జన్మమున భర్త కావలయునని కోరి సంకల్ప పూర్వకముగా తానును ఆ మడుగున దూకి మరణించెను; ఆ యమునానదీ గుండ మహిమ వలన ఆ ఐదుగురి సంకల్పములు సిద్ధించెను.

ఆ యువతులు కోరుకొనిన లక్షణములతో ఆ బ్రాహ్మణుడు భోజమహారాజై పుట్టెను. ఆ నలుగురు యువతులును మరు జన్మమున నాతనికి భార్య

లైరి. ఇంతవరకు జరిగిన కథ ఈ గ్రంథమునకు ప్రస్తావనా ప్రాయము. ఆ పై జరుగునది భోజరాజీయ మందలి ప్రధాన విషయము.

భోజరాజొకనాడు వేటకు వెళ్ళి ఒక చెట్టు కొమ్మకు కాళ్ళు తగిల్చి తల క్రిందులుగా తపస్సు చేయుచుండిన ఒక యోగసిద్ధునిమాచి అతనిని ప్రార్థనా పూర్వకముగా ఆహ్వానించి తన యింటికి తోడ్కొని వచ్చెను. అతని పేరు సర్పటి. ఆ సిద్ధుడు ధూమవేధివిద్య తెలిసినవాడు. రాజు నింట అతడు గడిపిన ఆ రాత్రి ఆ విద్యచే తాను విశ్రమించిన కొలువు చవికెను సువర్ణమయముచేసి రాజుతో చెప్పకుండగనే యెటకో లేచిపోయెను. మరునా డుదయము భోజుడు ఆ సిద్ధుని విద్యా ప్రభావమునకు ఆశ్చర్యపడి ఆతనివలన ఆ విద్యను నేర్వవలయు ననెడి కుతూహలముతో ఒక కపటోపాయము పన్ని అతనిని తన కొలువునకు మరల రప్పించెను. సిద్ధుడు రాజుపన్నిన కపటోపాయమును క్షమించి ధూమ వేధివిద్య నాతనికి ఉపదేశించెను. అంత వారిరువురును పరస్పర గౌరవముతో ఒక దినమెల్ల ఇష్టాగోష్ఠి సల్పుకొనిరి. అనాడు సర్పటి భోజునకు ప్రసంగ వశమున చెప్పిన కథలే భోజరాజకీయమునగల కథా సముచ్చయము. అవన్నియు మానవజీవిత ధర్మములకు ఉదాహరములుగా చెప్పబడినవి.

"ధర్మో రక్షతి రక్షితః" అనెడి ఆర్యోక్తి ప్రకారము ధర్మ పరిపాలనము యొక్క మహిమ ప్రతి కథకు ఫలశ్రుతిగానో మకుటముగానో నిబంధింప బడినది. ధర్మము లనేకములు. వాటిలో అవశ్యాచరణీయములైన వాటిని కొన్ని టిని మాత్రమే ఆశ్రయించి ఈ కథలు నడచినవి. అట్టివి సుమారు ఇరువది కథలు కలవు. అవన్నియు ఒకదాని నుండి ఒకటి ప్రతిపాదితధర్మసమర్థ నార్థము ఉప కథలుగా ఉత్పన్నము లగును. కాని యే కథ కా కథయే స్వయం సంపూర్ణమై వెలుగొందు చుండును. ఆకొన్నవారికి అన్నమిడుట, ఆడినమాట తప్పకుండుట ఇతర ప్రాణి రక్షణార్థము శరీర త్యాగము చేయుట, మిత్ర ద్రోహము చేయకుండుట, మొదలగునవి ఇందు ప్రతిపాదింపబడిన పరమ ధర్మ ములు. అందును అన్నిటికి మిన్నగా సత్యవ్రతనిష్ఠ, జీవిత పరమావధిగా కొని యాడబడినది.

కావ్యమున అంతర్వాహినిగా ప్రవహించు ఈ నైతిక నిష్ఠయే ఈ కావ్యమును ప్రకాశింపచేయు జ్యోతి నీతిబద్ధమైన మానసిక బలము (అనగా ధర్మ బలము)

శారీరక బలము కంటె సహస్రగుణముగా శక్తిమంతమనియు, ఆ శక్తి క్రూర రాక్షసులను పరమ సాధువులుగా, ఘోర వ్యాఘ్రములను గంగి గోవులుగా జేయ జాలునది యనియూ కవి చేసిన ధర్మ ప్రతిపాదనము. పరస్పర విరుద్ధములైన యీ శారీరక మానసికబలములకు పరస్పరాభి ముఖముగా ప్రతి యోగము సంఘటించి పైని పేర్కొన్న పరమ సిద్ధాంతమును సమర్థించుటకే ఈ విజ్ఞానధనుడు ఇందలి కథలను కల్పించెనా అనిపించును. ఒక కన్ను నీతివంక, ఒక కన్ను శిల్పమువంక నిలిపి రెంటి నాకర్షించి తత్సమ్మేళనమున ఆ రెండుసమాన సౌందర్యముతో వెలుగున ట్లొనర్చిన యీతని శిల్పము శిల్ప సౌందర్యము ధర్మ సౌందర్యముకంటె భిన్నము కాదను సిద్ధాంతమునకు పరమలక్ష్య మగుచున్నది. ఈ సిద్ధాంతమునకు పరమ దృష్టాంతముగా ఈ కావ్య లక్ష్మికి కల్యాణ తిలకముగా పేర్కొనదగిన కథ గోవ్యాఘ్ర సంవాదము. అడవిలో పూరి మేయబోయిన ఒక పాడి ఆవుమీద ఆకొన్న ఒక పెద్దపులి దూకుటయు, ఆ యావు నిబ్బరముతో ఆ పులిని నిలుమని పలికి తన కోసము ఎదురు తెన్నులు చూచుచుండిన దూడకు పాలిచ్చి వచ్చి పులికి ఆహార మగుదునని వేడుకొని శపథము చేయుటయు, ఆ పులి ఆ యావు చేసిన ప్రమాణములను నమ్మి దానిని పోనిచ్చుటయు, అది ఇంటికేగి దూడకు పాలు కుడిపి ఆడినమాట తప్పకుండ పులి యెదుటకు వచ్చి నిలుచుండుటయు, ఆ పులి అత్యాశ్చర్యముతో అమ్మాత పారణకు చేసినంతగా సంతోషించి ఆవును కొనియాడుటయు, భగవంతుడు ఆ గోవుయొక్క సత్య నిష్ఠకు ఈ పులికి కలిగిన స్వభావ పరివర్తనకు సంతోషించి మోక్ష మిచ్చుటయు అనునది గోవ్యాఘ్ర సంవాదమనెడి కథయొక్క సంగ్రహ కథనము. ఏ కావ్యమునందైనను ఏ కథా పాత్రకైనను సాధారణీకృతి (Universalisation) అనే రూపాంతరము కలుగనిచో ఆ కావ్యమునకు విశ్వజనీనత రాదు. ఆ పాత్రయు సర్వమానవ బంధుత్వమును సంపాదింపలేదు. అందుకు తిర్యగ్జంతువులకు సాధారణీకృతి వలన అట్టి రూపాంతర స్థితిని కలిగించుట మానవ పాత్రలకు కలిగించుటకంటె ఎక్కువ దుష్కరము. ఈ దుర్ఘట కార్యమును అవలీలగ నిసర్గమధురముగ నెరవేర్చి ఈ కథను రసవాహినిలో నడపిన మహాశిల్పి ఈ అనంతామాత్యుడు. ఈ కథలో పాత్రమైన గోవు తత్పోషకుడైన వేదవిప్రుని చతుష్పాత్ జంతువు కాదు. మరి, ప్రసవ ధర్మిణియు సర్వ భూతములకు అధిష్ఠాన దేవతయు అయిన మాతృ దేవత. మాతృమూర్తికి వాత్సల్యము

అంగభూతము. అందుచేతనే పుత్రవాత్సల్య శబ్దము తండ్రియెడకంటె తల్లియెడ ఎక్కువ సార్థక మగుచుండును. ఆకొన్న బిడ్డకు అన్నము పెట్టునది తల్లిగాని తండ్రికాదు. తల్లి తానేలోకమును విడిచి పోవలసివచ్చిన తుది గడియలలోకూడ తన బిడ్డ పస్తుండునేమో అను చింతలోనే వ్యాకుల పడుచుండును. మృత్యుదేవత ఆ మాతృ హృదయమును గ్రహించి క్షణకాలము అనుమతించినచో, ఆ వ్యవధిలోనే ఆ తల్లి ఆకొన్న తన బిడ్డకు కడుపునింపి నిశ్చింతగా పరమునకు పయన మగును. ఆదర్శమైన మాతృ ధర్మమిది. ఈ ధర్మము మానవ మానవేతర సర్వప్రాణి సాధారణము అందుచేతనే ఈ గోవ్యాఘ్ర సంవాద మనెడి కథలో చతుష్పాత్ జంతువుగా ప్రవేశ పెట్టబడిన ఆ గోవు ఆదర్శమాతృదేవతగా ప్రదర్శింపబడెను.

ఆంధ్ర వాఙ్మయమున ఇంత వ్యాప్తిగల నీతి కథ ఇంకొకటి లేదు. ఈ కథ అనంతామాత్యునకు పూర్వమే లోకమున ఉండవచ్చును. కాని నేటి దాని ప్రశస్తికి కారణము అనంతామాత్యుడు దానిని చేపట్టి సర్వాంగ సౌష్ఠవమైన శిల్ప మూర్తిగా చిత్రించి లోకమున కర్పించుటయే!

గోవ్యాఘ్ర సంవాద కథ వంటిదే మదనరేఖా వృత్తాంత మనెడి ఇంకొక కథ కలదు. ఈ రెండవ కథలో ప్రసంగ వశమున చెప్పబడినది మొదటి కథ. మదనరేఖ యనెడి ఒక రాజు కూతురు తాను చేసిన ఒక ప్రతిజ్ఞను నెరవేర్చు కొనుటకుగాను అర్ధరాత్రమున పోవుచు మార్గ మధ్యమున ఒక బ్రహ్మ రాక్షసుని బారిపడి వానిని ఒప్పించి తిరిగి వాని ముందుకు రాగా, ఆ రాక్షసు డామె సత్య సంధతను కొనియాడుటయే కాక తన్మహిమ వలన తానును పవిత్రుడయ్యెను. ఈ కథలో అనంతామాత్యుడు పాటించిన ఔచిత్యము, సౌకుమార్యము, నాగరక వృత్తి స్వభావ చిత్రణము సామాన్య కవులకు దుర్ఘటనములు. మానవుని హృదయ గహ్వరమున నిగూఢములై వర్తించు భావములను అనంతామాత్యుని నిశిత భావన అతి సుకరముగా చేపట్టి వెలార్చగల శక్తి గలది.

బాహ్య ప్రపంచ దర్శనము చేయునప్పుడు కూడ అనంతుని చక్షువు సూక్ష్మాతి సూక్ష్మ వివరములను సైతము దర్శించి తన హృదయ ఫలకమున ముద్రించుకొని, దానిని యథాతథముగా పునః సృష్టిచేసి ప్రదర్శింపగలదు. చెట్టు తొఱ్ఱలో ఉనికి యేర్పరచుకొన్న ఒక ఎలుక పిల్లయొక్కయు, దాని అవ

యపముల యొక్కయు, చెట్టు కొమ్మమీద అది యొనర్చిన సంచార విలాసముల యొక్కయు వర్ణనగల ఒక కథా భాగమును ఇచ్చట ఉదాహరించుచున్నాను అనంతుని పరిశీలకతా నిశితత్వమునకు, భావనాపటిమకు, వర్ణనాకౌశలమునకు ఇది ఉత్తమ దృష్టాంతము కాగలదు.

"మఱియు నచ్చిఱుతయెలుక తన తొఱ్ఱలోనన యుండి వెలుపలికి తన మూఁతి సాఁపుచుం దలచూపి మఱలఁ డిగుచుచు నర్త శరీరంబుదోఁప నిగిడి మడుగుచుఁ బుచ్చుంబుదక్కం దక్కిన శరీర మంతయు బయలుపడ నించుక సేపు కంపంబు నొందుచు నుండి యుండి మఱచి తలచిన ట్లవరిపడి తిరిగి తొఱ్ఱ జొచ్చుచు నెందియు నుండలేక వెలువడి శాఖామార్గంబున కొంత దవ్వుఱిగి పర్ణ రవంబు కర్ణంబులు సోకినం బెదరి కోటర ద్వారంబునకుం బఱతెంచుచు నిట్లు శైశవ క్రీడలు నడిపి తదనంతరంబ యెలఁ బ్రాయంబు పొచ్చుతు నూఁగు దోస పిందెగతి నందంబగు దేహంబును దరుణ శాకినీ మూలంబులుంబోలు వాలంబును శాల్మలీతూల కంబళంబు విధంబున నత్యంత మృదులంబగు నుదరంబును నాఖు కర్ణిపర్ణంబుల మాడ్కి రిక్కించుకొనియున్న కర్ణంబులును నలంతిపూస లంటించినట్లు దనరు కనుంగవయును నుచ్చింత పువ్వులలోని కేసరంబుల క్రియ భాసురంబగు పలువరుసయుఁ దన వయోరూపంబుల కనురూపం బగుచుండఁ జెలంగి సెలగొమ్మలెక్కి ప్రేలుచు బలిష్ఠంబులగు తిర్యక్శాఖలపై ద్రుళ్ళ గింతలు వెట్టుచు నాకు జొంపంబులు సొచ్చి దాఁగుచు నిటు బహువిధముల విహరించుచుండు నమ్మూషిక యోషం జూచి."...

గౌరన మంత్రి

గౌరన పోతనవలెనే శ్రీనాథునికంటె కొంచెము చిన్నవాడు. "ఎట్లు మెప్పించెదో నన్ను నింకమీద రావు సింగ మహీపాలు ధీవిశాలు నిండు కొలువున నెలకొనియున్న నీవు సరస సద్గుణ నికురంబ శారదాంబ" యని వాగ్దేవతను ప్రార్థించుచు శ్రీనాథుడు ఏ సర్వజ్ఞుని కొలువును ప్రవేశించెనో ఆ సర్వజ్ఞ సింగుని కుమారుడైన మాధవరాయునకు గౌరన పెద తండ్రి యగు పోతనామాత్యుడు మంత్రిగా నుండెను. కావున సర్వజ్ఞ సింగుని కుమారునకు మంత్రియైన పోతనామాత్యుని తమ్ముని కొడుకు, శ్రీనాథుని తరువాత రెండవతరము వాడై యుండుట సమంజసమే. వారిద్దరు సమకాలికులుగాని సమ వయస్కులు కారు. అదియునుకాక శ్రీనాథుని శివరాత్రి మాహాత్మ్యమును ముమ్మడి శాంతయ్యకు కృతి యిప్పించిన శ్రీశైల మఠాధిపతి శాంతభిక్షావృత్తియోగియే గౌరనచేత నవనాథ చరిత్రమను శైవ సిద్ధుల గ్రంథమును వ్రాయించినవాడు. ముమ్మడి శాంతయ్య కృతిపతిత్వము సంశయాస్పదమేయయ్యు శ్రీనాథుని కాలమున ఆ యోగీశ్వరుడు శ్రీశైల మఠాధిపతిగా మహారాజోచితమైన ప్రాభవము నెరపు చుండుటయు ఆతడే గౌరనచేత ఆ స్వామికి నవనాథ చరిత్రను అంకితమిప్పించుటయు నిజమే। గౌరన ద్విపదహరిశ్చంద్ర కావ్యకర్తగా ప్రసిద్ధికెక్కిన మేటికవి. హరిశ్చంద్రోపాఖ్యాన మనెడి ప్రత్యేక కావ్యమును తెలుగున రచియించిన మొదటి కవివతంసుడును ఈతడే। నవనాథ చరిత్రము హరిశ్చంద్ర కావ్యమువలెనే ద్విపద కావ్యమే. కాబట్టి పండ్రెండవ శతాబ్దమున తలయెత్తి రెండు శతాబ్దులు మరుగుపడిపోయిన ద్విపద కవిత్వమునకు మరల పదునైదవ శతాబ్దమునకు సారస్వతరంగ ప్రవేశము కల్గించిన ప్రశస్తి గౌరనకు దక్కినది. నవనాథ చరిత్రమును తత్పూర్వమే శ్రీ గిరి అను పేరుగల ఒక కవి పద్య ప్రబంధముగా రచించెనట. దాని ననుసరించియే గౌరన ఈ ద్విపద కావ్యమును రూపొందించెను.

పాల్కురికి సోమనాథుని పండితారాధ్య చరిత్రమును శ్రీనాథుడు పద్య కావ్యముగా పరివర్తనము చేయగా గౌరన ఆ యుగముననే శ్రీగిరి కవి పద్య కావ్యమును ద్విపదగా పరివర్తించెను. ఆనాటికి ద్విపద పునరుద్ధారణఖ్యాతి గౌరనకు దక్కినను మరి కొంత కాలమునకు అతని హరిశ్చంద్ర పద్యప్రబంధ ముగా శంకరకవిచే కూర్చబడెను. పద్యములు ద్విపదలుగాను ద్విపదలు పద్యములుగాను మారిన ఈ ప్రక్రియ ఆంధ్ర వాఙ్మయ చరిత్రలో చిరకాలము సాగినది.

ద్విపద కవులు దేశి కవితాభిమానులు పద్య ప్రబంధకర్తలు మార్గ కవి తానుయాయులు. వారి సొత్తును వీరు వీరి సొత్తును వారు ఆత్మీయత్తము చేసు కొను వూనికతో ఎంత స్పర్ధ చూపినను వారికి ఒండొరులయెడ గౌరవ భావమే యుండెడిది కాని విరోధము లేదు. అందుచేతనే ద్విపదలను పద్యములుగా మార్చిన కవులు మూల గ్రంథమును ఛాయవలె అనుసరించుటేకాక ఆ ద్విపద పంక్తులే తమ పద్యములలో అంతర్భూతము లగునట్లు వాక్య సంఘటనములను చేసిరి. ద్విపద కవులు పద్యములను అట్టే ద్విపదలలో నిమిడ్చిరి. ద్విపద రచనా రూపముననున్న ఈ దేశి కవితాభిమానము శివ కవుల వ్రతమని స్థూల ముగా స్ఫురింపవచ్చునుగాని అది సంపూర్ణ సత్యము కాదు. ఎట్లన పాల్కురికి సోమనాథుని బసవ పురాణమును అతనివలెనే పరమ మాహేశ్వరులైన పిడుపర్తి వారు గౌరన తరువాత కొంత కాలమునకు పద్య ప్రబంధములను జేసిరి. అది యునుకాక ద్విపద భారతము, ద్విపద భాగవతము మొదలైన ఉద్గ్రంథములు శైవేతరులచేతనే రచింపబడెను. కాబట్టి ద్విపద కవిత్వమునకు శైవ మతమునకు ముడిపెట్టుట కుదరదు. కాకున్న శైవమత సిద్ధాంతములు సర్వ సాధారణ భాషలో సామాన్య ప్రజలకు బోధపడునట్లు రచింపవలెనని పాల్కురికి సోమ నాథుడు సంకల్పించిన మాట సత్యమేకాని అతనిది సర్వ సామాన్య భాష కాదనియు కొన్నిచోట్ల భారతాదులకంటె ప్రౌఢతరమైనభాష కలదనియు అందుచే నాతని సంకల్పము పూర్తిగా నెరవేరలేదనియు ఇంతకుముందే చెప్పితిని. దానిని బట్టియే కాబోలు పిడుపర్తివారు ఈ ద్విపదలకు ప్రౌఢ వాఙ్మయ భాండారమున శాశ్వత స్థానము లభింపదని సంకోచించి బసవ పురాణమును ప్రబంధీకరించి యుందురు. ద్విపదలు పద్యములుగా పరివర్తన చెందుటకిదియే ప్రధాన కార ణము. ఇది యెరిగియు గౌరన తన రెండు గ్రంథములను ద్విపదలలోనే

రచించుట సామాన్య ప్రజావబోధనము కొరకేనని తలంపవచ్చును. తలచినచో నీతడు పద్య ప్రబంధమును వ్రాయలేని కవి కాడు. లక్షణ దీపిక యనెడి ఒక సంస్కృత లక్షణ గ్రంథమును వ్రాసిన పండితు డతడు. ఇంకొక విశేషము. పాల్కురికి సోమనగ్రంథములకంటె గౌరన గ్రంథములే సర్వ సాధారణ మని పించుకొన దగిన భాషలో వ్రాయబడిన వనుటలో సందియము లేదు. ఇతర ద్విపద కావ్యములవలెకాక ఈతని ద్విపద హరిశ్చంద్ర వాఙ్మయమున శాశ్వత కీర్తిని సంపాదించినది. శంకర కవియును మరి కొందరును హరిశ్చంద్రుని కథను పద్యములలో పొదిగినను వారి కావ్యములు గౌరన కృతిని అధఃకరింప జాలవాయెను. ఆ కథను ఆంధ్ర వాఙ్మయమున ప్రతిష్ఠించి ప్రచారమునకు తెచ్చిన గౌరవము గౌరనకే దక్కినది.

నవనాథ చరిత్ర

ఇది తొమ్మండుగురు శైవసిద్ధుల మహిమలను వర్ణించిన గ్రంథము. వీరు నామమాత్ర శైవసిద్ధులే కాని వారు చూపిన మహిమలలో శైవమత ప్రభావ మేమియు లేదు. కాకున్న వారిలో ప్రథముడును ముఖ్యుడును అయిన మీన నాథుడనెడి సిద్ధుడు శివతేజస్సంభూతుడగుట చేతను శివుని వలన యోగ మార్గోపదేశమును పొందిన వాడగుట చేతను అతడు శైవ సిద్ధుడుగానే పరిగణింప బడెను. తక్కిన ఎనమండుగురు అతని శిష్యు లగుటచేత వారును శైవ సిద్ధులు గానే లోకమున కొనియాడబడుచున్నారు.

మీననాథుడు: ఈ సిద్ధునకే మత్స్యేంద్రుడని మరియొక నామము కలదు. శివుని తేజమును ధరించిన ఒక ఆడ చేపకు పుట్టుటచేత అతనికి మీననాథుడని పేరు వచ్చెను. జననవేళనే పార్వతీ పరమేశ్వరులు ఆ శిశువును తమ పుత్త్రి నిగా స్వీకరించిరి. పరమేశ్వరుడు అతనికి ఆధ్యాత్మ విద్యను యోగమార్గమున నుపదేశించి ఆ విద్యలను లోకమున ప్రచారము గావింపుమని దీవించి పంపి వైచెను. ఆ సిద్ధుడు నానా దేశములు సంచరించుచు రాజమహేంద్రుడను రాజు పాలించుచున్న మాళవ దేశమునకు రాజధానియైన మాంధాతృ నగరమునకు సమీపముననున్న ఒక కొండ గుహలో తపస్సు చేయుచుండెను. సారంగధరుని వధ జరిగిన పట్టణము ఆ మాంధాతృ నగరమే: కాలు సేతులు తెగి అరణ్య రోదనము చేయుచున్న సారంగధరుని ఆక్రోశము నాలకించి మీననాథు డాతని

చెంతకేగి అదరించి ఒక విధమైన యౌగిక చికిత్సచే అతనికి మరల ఆ అవయవములు మొలచునట్లు చేసెను. నూతనముగా అంకురించిన ఆ నాలుగు అవయవములు రంగవర్ణము కలవి యగుటచే (నారింజపండు వర్ణము) అతనికి చౌరంగియని పేరుపెట్టి తనకు ప్రథమ శిష్యునిగా చేసుకొనెను. చాళుక్యరాజైన మన రాజ రాజనరేంద్రునకును, ఆ కథకును ఏమియు సంబంధములేదు. ఆ సంబంధమును ఎవరు ఎప్పుడు కల్పించిరో తెలియదు. కాని అప్పకవి నాటినుండియు అది లోకమున తెనుగు కథగా ప్రచారమయ్యెను. తదనంతరము మీననాథుడు మాల్యవంతమున పరుసవేది, చింతామణి మొదలగు ఓషధులను సంపాదించుకొని కొంతమంది శిష్యులను చేర్చుకొని పశ్చిమమున మంగళాపురమను పట్టణమును చేరెను. ఆ సమయమున ఆ పట్టణరాజు, మృతుడై యుండుటవలన పరకాయ ప్రవేశ యోగమున ఆ రాజు శరీరమున తాను ప్రవేశించి ఆ దేశపు రాజై మహాభోగములనుభవించుచు సంతానమును గూడ కనెను. తరువాత గోరక్షక సిద్ధుడను శిష్యుని ప్రబోధము వలన నిజశరీరమును దాల్చి శిష్యులతో హిమవంతంబున కేగెను. మాంధాతృపుర సమీపమున కొండగుహలో మీననాథుడు తపస్సు చేయుకాలమున రాజమహేంద్రుని గోగణమున కధికారియైన ఒక గోపాలుడు ఆ తపస్వికి నిత్యము ఆవుపాలు ఆహారముగా సమర్పించెను. మీననాథుడాతని భక్తికిమెచ్చి చౌరంగి తర్వాత అతని శిష్యునిగానో ప్రశిష్యునిగానో స్వీకరించి సిద్ధునిచేసెను. అతడే గోరక్షక సిద్ధుడు.

ఆపై ఆర్తులుగానో, జిజ్ఞాసువులుగానో వచ్చిన మరి అనేక మందిని అనుగ్రహించి ఉద్ధరించి యోగ సిద్ధులను చేసి వారందరితో కలసి హిమవంతము చేరిన మీననాథుడు నలుదెసల యోగ విద్యా ప్రచారము చేయుడని వారిని పంపివేసెను. చౌరంగిమాత్రము గురువును వెన్నంటియే యుండెను. ఆ శిష్యులలో శీలనాగార్జునుడు అను శిష్యుడు ఆంధ్రదేశమునకు వచ్చెను. అతని శిష్యుడు సిద్ధనాగార్జును డను నాతడు శ్రీశైలమును బంగరుకొండను చేయబూనగా శ్రీమహావిష్ణువు ఆతని సాహసమునకు కినిసి తన చక్రముచే అతని శిరస్సు ఖండించెనట. ఈ సిద్ధుల మహిమలలో ముఖ్యమైనవి రసవాదము, పరకాయ ప్రవేశము, ఆకాశయానము, శారీరక గరిమ, లఘిమ మొదలైనవి.

ఈ నవనాథ చరిత్ర ఏక కథాశ్రయము కాకపోవుట చేతను, హరిశ్చంద్రలో గల శిల్పప్రౌఢిమ లేనికారణమున వాఙ్మయమున ప్రసిద్ధికెక్కలేదు.

కాని ఉపాఖ్యానప్రాయములుగా నున్నను సారంగధర చరిత్ర, వంచక పురోహితుని చరిత్ర మొదలగు కొన్నిఘట్టములు రసవంతములుగా పఠన యోగ్యములుగా నుండును.

హరిశ్చంద్ర

ఈ మహారాజు చరితము వేదవాఙ్మయమున పురాణవాఙ్మయమున, కావ్యవాఙ్మయమునను ప్రసిద్ధి కెక్కెను. వేద వాఙ్మయములో ఋగ్వేదమునకు చెందిన ఐతరేయ బ్రాహ్మణమునను, పురాణ వాఙ్మయమున మార్కండేయ పురాణమునను, కావ్యవాఙ్మయమున ద్విపద కావ్యముగా, పద్య ప్రబంధముగా, నాటకముగా నానా రూపముల దాల్చెను. ఈ కథకు కావ్యవాఙ్మయమున రూప కల్పన చేసినవాడు గౌరన యని చెప్పనొప్పను. ఈ కవి.

"చెలగి ఋగ్వేద ప్రసిద్ధుడై జగతి
వెలయు హరిశ్చంద్ర విభు పుణ్య చరిత
గవితా చమత్కృతి గాంచి హర్షించి
కవులందరు శిరః కంపంబు సేయ
బచరించి పీనుల పండువుగాగ
రచయింతు......"

అని తన కథకు మూలము ఋగ్వేదమని చెప్పకొనెను. అనగా ఋగ్వేద బ్రాహ్మణమైన ఐతరేయ మనియే అర్థము. కాని అ బ్రాహ్మణము నందలి కథకును, ఈ గౌరన కథకును హరిశ్చంద్ర నామ సాదృశ్యము తప్ప వేరొక పొత్తేమియు లేదు. మార్కండేయ పురాణ కథకును ఈ కావ్య కథకును కొంత పోలిక కలదు. అయ్యు ఆ కెకూడ గౌరన కావ్యమునకు మూలమని చెప్పదగినది కాదు. భాగవత నవమ స్కంధమున కూడ ఈ కథ సూచనామాత్రముగా కలదు. కాని ఆ కథ ఇక్ష్వాకు రాజ వంశానుచరిత కథనమునకు అవశ్యకమగుట బట్టి ఉదాహరింపబడినదే కాని, హరిశ్చంద్రుని ప్రాధాన్యమును బట్టి చెప్పబడినదికాదు. మరి గౌరన హరిశ్చంద్రకు మూల మింకే పురాణమున కలదో తెలియదు. స్కాంద పురాణమున నున్నదని కొందరందురు. కావచ్చు. కాని హరిశ్చంద్రుని కథ తెలుగు దేశమున గౌరన కృతిని బట్టియే ప్రఖ్యాత మయ్యెను గాని పురాణమును బట్టి కాదు పాఠక లోకము వేదపురాణ హరిశ్చంద్ర కథల

స్వరూపమును తెలిసికొనుటకును, వాటికిని గౌరన కథకును గల భేద సాదృశ్యములను గ్రహించుటకును, కుతూహల పడునను ఉద్దేశముతో మొదట వేద పురాణ కథల సారమును ఇచ్చట చూపుచున్నాను.

ఐతరేయబ్రాహ్మణము నందలి కథ

హరిశ్చంద్రుడు చిరకాల మనపత్యుడై యుండి తనకు పుత్రుని ప్రసాదించినచో ఆ పిల్లవానినే పశువరించి నరమేధము చేసెదనని వరుణుని వేడుకొని తదనుగ్రహమున రోహితుడను పుత్రుని బడసెను. కాని చేసిన ప్రతిజ్ఞ ప్రకారము ఆ నరమేధమును చేయక పుత్రమోహముచే ఏదో ఒక సాకు కల్పించుచు కాలము గడిపి వుచ్చెనే గాని అన్నమాట చెల్లించుకొనలేకపోయెను. ఆతని అసత్యవర్తనకు వరుణుడు కోపించి శపింతునని బెదరింపగా ఆ రాజు తద్వృత్తాంతమంతయు కుమారునకు విశదపఱచెను. అప్పటికి ధనుర్గ్రహణ యోగ్యమైన వయస్సు వచ్చిన ఆ బాలుడు తండ్రి తనను బలిపెట్టునేమోయను భయముచే అడవులకు పాఱిపోయెను. అంతలో వరుణుని శాప ఫలముగా హరిశ్చంద్రునకు జలోదర వ్యాధి సంభవించెను.

తాను కారణముగా తండ్రికి మహాపద సంభవించుట సహింపని ఆ పిల్లవాడు శునశ్శేపుడనెడి యొక విప్రకుమారుని బిలిచితెచ్చి వానిని యాగపశువుగా జేసి నరమేధమును నెరవేర్చుమని తండ్రికి సమర్పించెను. హరిశ్చంద్రుడు తన కుమారునకు మారుగా ఆ విప్రకుమారుని పశువుగా బంధించి యాగసంకల్పము చేయగా దిక్కులేని యా బ్రాహ్మణ పుత్త్రుడు ఋక్కులతో దేవతలను స్తుతించెను దేవతలు ప్రీతులై ఆతనిని పాశవిముక్తుని జేసి హరిశ్చంద్రునకు యాగ ఫలము నొసగిరి. ఆతని వ్యాధియు నివారితమయ్యెను. ఆ కుమారు లిరువురును అయుష్మంతులైరి. (ఈ నరమేధమునకు విశ్వామిత్రుడే అధ్వర్యము నెరపెననియు శునశ్శేపుని నిరపరాధ నిస్సహాయత్వమునకు వగచి ఆయనయే ఆ పిల్లవానికి స్తుతి పూర్వకమైన వరుణ మంత్ర ముపదేశించెననియు దానిని జపించియే ఆ పిల్లవాడు వరుణు ననుగ్రహముచే పాశవిముక్తుడయ్యెననియు వేరొక గాథ కలదు).

మార్కండేయ పురాణము నందలి కథ

హరిశ్చంద్రు డనెడి రాజర్షి సత్యవ్రత గరిష్ఠుడు ధార్మిక వర్తనుడునై అయోధ్యానగరమున ప్రజాపాలనము చేయుచుండెను. ఆ భూపతి ఒకనాడు వేటకై అరణ్యమున కరుగ నా అడవిలో నొక దెసనుండి 'రక్షింపుము రక్షింపు'మని స్త్రీ ఆక్రందనము వినవచ్చెను. ఆర్తత్రాణ పరాయణుడైన యా రాజు అభయవాక్య ప్రదాన మొనరించుచు శీఘ్రముగా ఆ వైపునకు వెడలెను.

అచ్చట కష్టసాధ్యములైనట్టి అపాత్రునివద్ద నుండ వెఱచునట్టి బ్రహ్మ విద్యలను విశ్వామిత్రుడు వశపఱచుకొనగోరి బలవంతముగా నాకర్షించుచుండెను. అదృశ్యములుగా నున్న యా విద్యలు ఆతనివద్ద నుండ వెఱచుచు రక్షణకై ఆట్లు స్త్రీల కంఠ స్వరములతో నాక్రోశించుచుండెను. ఆర్త స్త్రీజన రక్షణార్థము ఆ దెసకు వెడలిన హరిశ్చంద్రునకు విశ్వామిత్రుడు కానవచ్చెను గాని మఱి స్త్రీజన మెవ్వరును కానరాలేదు విశ్వామిత్రుడు హరిశ్చంద్రుని హఠాత్ప్రవేశమునకు, అతని ఔద్ధత్యమునకు కోపించి ఆతని వలన ఆలు బిడ్డలును ధర్మమును, ఆతడును వెలిగా సర్వరాజ్యమును దానమడిగి పుచ్చుకొని ఆ రాజును ఆలు బిడ్డలతో రాజ్యము వెడలనడచెను

హరిశ్చంద్రుడు సతియగు చంద్రమతితో, సుతుడగు లోహితాస్యునితో జీవిత శేషమను గడపుటకు కాశికి చేరగా విశ్వామిత్రు డాతని వెన్నంటి వెళ్ళి తాను పూర్వము హరిశ్చంద్రునిచే చేయించిన యాగమున కీయవలసిన భూరి దక్షిణ నిమ్మని నిర్బంధించెను. (ఈ యాగము హరిశ్చంద్రుడు శునశ్శేపుని బంధించి చేయ నంకల్పించిన నరమేధమై యుండవచ్చును. ఈ గ్రంథమున ఆ వృత్తాంతము స్పష్టముగా లేదు) రాజు ఆ ధనమును సమకూర్ప భార్యను పుత్త్రుని ఒక వృద్ధ బ్రాహ్మణున కమ్మి తుదకు తాను కూడ ఒక కాటి కాపరికి అమ్ముడుపోయి యా ఋషి ఋణము తీర్చెను.

బ్రాహ్మణు నింట నూడిగము సేయుచున్న చంద్రమతి ఉరగదష్టుడై మరణించిన తన కుమారుని శ్మశానమునకు గొంపోయి యెలుగెత్తి యేడ్చుచుండగా కాటికాపరియైన హరిశ్చంద్రుడు ఆమెను సమీపించి గుర్తించి కుమారుని మరణ వృత్తాంతమును విని ఇక భూమిపై బ్రదుకుట నిరర్థకమను నిశ్చయముతో చితి

పేర్చుకొని నకుటుంబముగా అహుతి యగుటకుద్యుక్తుడయ్యెను. అతని సత్యవర్తనమునకు మెచ్చి దేవతలు వారిని వారించి కుమారుని బ్రదికించి సశరీర స్వర్గసుఖ మనుభవింప స్వర్గమున కాహ్వానించిరి. ఆ చక్రవర్తి తన ప్రజలను వీడి తాను స్వర్గసుఖ మనుభవించుటకు నిరాకరింపగా అతని ప్రజా ప్రణయ వృత్తికి దేవతలు మఱింత మెచ్చి లోహితునకు రాజ్యపట్ట మొసగి రాజ దంపతులకు ప్రజలకు స్వర్గనివాస మొసగిరి.

పిమ్మట వసిష్ఠ మహర్షి తన యాజ్యుడైన హరిశ్చంద్రుని నానా హింసలు పెట్టిన విశ్వామిత్రునిపై కినిసి అతనిని కొంగవై పుట్టుమని శాపమిచ్చెను. విశ్వామిత్రుడు వసిష్ఠుని ఆడేలు పక్షిగా పుట్టుమని ప్రతి శాపమిచ్చెను. ఆ ఋషులిరువురు పరస్పర శాప ప్రతిశాపములవల్ల ఆడబకములుగా మారి కోపావిష్టులై కొంతకాలము పోరాడిరి ఆ పామర వ్యాపారమును చూచి సంహింపలేక బ్రహ్మదేవుడు సాక్షాత్కరించి వారిని శాంతింపజేసి అకలహమును మాన్పించెను.

గౌరన హరిశ్చంద్ర

పై రెండు కథలలో గౌరన హరిశ్చంద్ర కథ ప్రధానాంశములలో మార్కండేయ పురాణానుసారము ఉన్నదనుట స్పష్టమే. కాని దేవలోకమున వసిష్ఠ విశ్వామిత్రులు కలహించుటయు హరిశ్చంద్రుని సత్యనిష్ఠను గూర్చి తమ పరువును పణముగా నొడ్డి పందెము వేసి వారిద్దరు ప్రతిజ్ఞలు చేయుటయు అనెడి కథా ప్రారంభమున గల వృత్తాంతము మార్కండేయ పురాణమునలేదు. విశ్వామిత్రుడు హరిశ్చంద్రుని వెంట తన శిష్యుడైన నక్షత్రకుని పంపుటయు పురాణ కథలో లేదు. ఈనక్షత్ర పాత్ర కావ్యములోని ప్రధాన పాత్రలలో నొకటి. ఇవి గాక కాశీరాజు కుమారుని చంపి నగలు దొంగలించి పారిపోవుదొంగ ఆనగలు చంద్రమతికిచ్చుటయు ఆమెయే తనకుమారుని చంపిన హంతకురాలని రాజు ఆమెకు మరణశిక్షను విధించి శిరచ్ఛేదము నిమిత్తము శ్మశానమునకు పంపుటయు, అచ్చటి కాటి కాపరి వృత్తిలోనున్న హరిశ్చంద్రుడు ఆమె శిరమును ఖండింప నుంకించుటయు, అతడెత్తిన కత్తి చంద్రమతి మెడలో పూలమాలగా మారుటయు మొదలగు అంశములన్నియు మార్కండేయ పురాణమున లేవు. ఇన్ని యిటులుండ ఆడబక యుద్ధము గౌరన కావ్యమున నేడు కానరాదు కాని ఆ వృత్తాంతమును అతడు కూడ రచించెను. ఈ ద్విపద కావ్యమును మొకట సంస్కరించి

ప్రచురించిన శ్రీవేదము వెంకటరాయ శాస్త్రిగారు ఆ కథను ముద్రణలో తొలగించిరి ఆ కథాభాగము అనౌచిత్య భూయిష్ఠమగుటచే తొలగించితినని వారు ముద్రణ పీఠికలో వ్రాసిరి. శ్రీశాస్త్రిగారు దానిని ఏ దృష్టిలో తొలగించినను ఫలితము మాత్రము కావ్యశిల్ప ధర్మబద్ధమై ఆదరపాత్రమయ్యెను. హరిశ్చంద్ర కథకు అనావశ్యకమును వస్త్వైక్యమునకు భంజకమును అయిన ఆ భాగము తొలగి పోవుటయే మేలయ్యెను. కాని యీ సంస్కారమే గౌరన చేసియుండినచో ఎంతో ప్రశంసార్హముగానుండెడిది. ఎట్లును అతడు దానిని రచించినవాడే అయ్యెనుగాన ఆ సంస్కారయశము ఆతనికి దక్కలేదు. గౌరన ఆ ఆడబక యుద్ధమును రచించుట పురాణకథను పూర్తిగా తుదివరకు అనుసరించవలెననెడు కుతూహలముచే నైయుండును. పురాణ కథలను ప్రబంధములుగా పరివర్తింప జేసిన మన పూర్వకవులలో కొందరు మూలకథనంతను అనుసరింపవలెనను కుతూహలముతో ప్రబంధోచితములు కాని ఉదంతములు కూడ పరిహరింపరైరి. అసలు ఏ యేకథావయవముల సంధానము వస్త్వైక్యమునకు ఆవశ్యకమో ఏవిఅనావశ్యకమోవిమర్శించి చూచెడి కావ్యశిల్ప దృష్టియే ప్రబంధకవులలో కొందరికిలేదు. శుద్ధ ప్రబంధయుగ మనిపించుకొన్న పదియారవ శతాబ్ది మొదట వెలసినప్రబంధములలోనే అట్టి లోపములు కలవు ఇకప్రబంధములకు స్పష్టమైన రూపురేఖ లేర్పడని తత్పూర్వ కాలమున వెలసిన ఈ హరిశ్చంద్ర మొదలగు కావ్యములలో అట్టిలోపములుండుటయు వింతకాదు. ప్రబంధకవులలో నైనను ఏ ఒకరిద్దరు తప్ప కావ్యశరీర బంధమున శిల్ప మర్యాదలు పాటించిన కవులు చాలా మంది లేరు.

గౌరన రచించిన రెండుగ్రంథములలో ఆతని కవియశమునకు నిధానమైనది హరిశ్చంద్ర కావ్యమే నవనాథ చరిత్ర సారస్వత విద్యార్థులకును, పరిశోధకులకును తప్ప సామాన్య పాఠకలోకమునకు కొంత దూరమయ్యెను దీనికి మొదటి కారణము ఆ కథ సర్వలోక పూజ్యుడైన హరిశ్చంద్రుని కథను పోలినవి కాకపోవుట. ఇది సహజమే. కావ్యప్రశస్తికి కవిరచనా సామర్థ్యమే కాక కథానాయకుని మహత్త్వము కూడ కొంత కారణము. రెండవ కారణము నవనాథ చరిత్రలోకంటె హరిశ్చంద్రలో గౌరన శిల్పకౌశలము పరిణతిచెందుట. ప్రథమ రచనలో కొనలు సాగుచున్న రససంపాదనము, పాత్ర చిత్రణము, స్వాభావికత,

ఇక ఉత్తరభాగము. ఒకనా డుద్దాలకుడు నిత్యాగ్నిహోత్ర కార్యమునకు సమిత్కుశాదులను తెమ్మని కొడుకుని నియోగింపగా, అతడు కర్మానుష్ఠానము కంటె బ్రహ్మజ్ఞాన సముపార్జనము మేల్తరమని దానికి ప్రయత్నించుట శ్రేయస్సని తండ్రితో వాదమునకు కడంగెను. తండ్రి కుమారుని అవిధేయత నహింపక యముని చూడబొమ్మని శపించెను. ఆ పిల్లవాడు మృతుడై యముని చూచి వచ్చి తాను యమునివలన విన్న ఆత్మ విద్యారహస్యమును తండ్రితో పాటు అచ్చట సమావేశమైన ఋషులందరకు వివరించి చెప్పెను

ఈ గ్రంథము అసంపూర్ణముగా కానవచ్చుటచే ఆపైన యేమైనదో ఊహింపవలసినదే కాని, తెలిసి చెప్పదగినది కాదు. బహుశః కఠోపనిషత్తు నందలి కథవలె ఆత్మ జ్ఞానమే శ్రేష్ఠతర మనెడి ధర్మ ప్రతిపాదనతో గ్రంథము పరిసమాప్తమై యుండును.

ఈ కథలో ఉత్తర భాగము ఉపనిషత్కథతోను, భారత కథతోను, సమానమే. కాకపోతే భారత కథ గోదానమహత్త్వమునకు నిదర్శనముగా చెప్పబడినది ఉపనిషత్కథయు ఇదియు ఆత్మతత్త్వ నిరూపణార్థము చెప్పబడినవి. కోపనుడైన తండ్రి పిల్లవానిని శపించుటయు, వాడు యమ లోకమునకు పోయి యముని దర్శించి వచ్చుటయు మూడింటను సమానమే. ఇక ప్రబంధ కథ యందలి పూర్వ భాగము పిల్లవాని అపూర్వ జననము గురించియు, ఆతని జననీ జనకుల అవిజ్ఞాత దాంపత్య సంబంధము గురించి, అఘటిత ఘటనా సమర్థమైన విధి విలాసము గురించియు అత్యద్భుతముగా సంధానింపబడిన ఒక చిత్ర కథ ఇట్టిది ఆంధ్ర వాఙ్మయమున ఇంకొకటి లేదు ఈ కథా నిర్వహణములో దుగ్గన చూపిన కథన కౌశలము ఎఱ్ఱన, తిక్కనల కథన కౌశలముతో సాటి వచ్చుచున్నది. భారత కవిత్వమునకు ఔచిత్యము జీవగఱ్ఱ ప్రబంధ కవులందరు, భారతమును పునః పునః పఠనము చేసినవారే అయ్యు, భారతము నందలి ఔచిత్య సౌందర్యము నలవరచుకొన్న వారు చాలామంది లేరు అనంతామాత్యుడు, పింగళి సూరన మొదలగు కొలది మందిలో ఈ దగ్గుపల్లి దుగ్గన ఒకడు. విశేషించి చంద్రావతి యవపులపాలై తనకు వచ్చిన నిష్కారణ నిందకు విలపించు సందర్భమునను, తృణబిందు ఋషి ఆమెను ఆదరించి ఆశ్రమమును చేర్చు సందర్భమునను, దుగ్గన, తిక్కన సోమయాజి నిర్వచనోత్తర రామాయణము నందలి సీతా నివాస ఘట్టము తన రచనకు మేలు

నీచ పురోహిత జాతికి ప్రతీకగా జేసెను. మన సం
విదూషకాది హాస్యపాత్రలన్నియు శైవ వైష్ణవవా
బ్రాహ్మణ పాత్రలే. గౌరన మాత్రము ఈ వింత
క్షేత్రమైన కాశీలో శ్రీరంగక్షేత్ర లక్షణమును ప్ర
సందర్భ శుద్ధిలేదు.

———

దగ్గుపల్లి దుగ్గన

పిల్లలమఱ్ఱి పినవీరభద్రుఁడు శ్రీనాథునకు పరోక్ష శిష్యుడై యుండునని ఊహించినను, దుగ్గన మాత్రము ప్రత్యక్ష శిష్యుడే. ఈతడు కాంచీమహాత్మ్యము, నాచికేతూపాఖ్యానము రచించెను ఇందులో మొదటి దానిని చందలూరి గంగయామాత్యుని కుమారుడైన దేవయామాత్యున కంకితము చేసెను. రెండవ దానిని ఆ కృతిపతి యొక్క పెదతండ్రి కుమారుడైన గంగయామాత్యున కంకితము చేసెను. ఈ గంగయామాత్యుడు ఉదయగిరి రాజగు బసవరాజు నొద్ద మంత్రిగా నుండెను. వీరు విజయనగర రాజైన సాళువ నరసింహ రాయలకు సమకాలికులు. సాళువ వంశరాజులు విజయనగర రాజ్యమునకు సామంతులై చంద్రగిరి రాజధానిగా కొంత భూభాగమును ఏలుచుండిరి. ప్రౌఢ దేవరాయలు తరువాత విజయనగర రాజుల అసమర్థత చేత కేంద్ర పరిపాలనము క్షీణింపజొచ్చెను. ఆ సంగమ వంశరాజులలో తుదివాడైన విరూపాక్ష రాయని కాలమునకు ఆ క్షీణదశ మరింత ఎక్కువ కాగా, సామంతుడైన సాళువ నరసింహ రాయలు విజయనగమునకు తరలివెళ్ళి కేంద్ర ప్రభుత్వమును స్వాధీనము చేసుకొనెను.

ఇతడు కాంచీమాహాత్మ్యమును గంగయామాత్యుని పినతండ్రి కుమారుడైన దేవయామాత్యున కంకిత మొసంగినట్లు నాచికేతూపాఖ్యానమున కృతిపతియైన గంగయామాత్యుని ప్రసంగము వలన తెలియుచున్నది.

ఉ॥ "మా పినతండ్రి గంగయ యమాత్య శిఖామణి; తత్తనూభవుం
డై పెనుపొందు దేవనవిభాగ్రణి కిచ్చితి వాంధ్రభాషఁ గాం
చీపురనాథు దివ్యకథఁ జిత్రతరంబుగ విస్తరించి; నీ
వోపుదు వార్యహృద్య మధురోక్తుల సత్కృతు లొప్పఁ జెప్పఁగన్"

ఇచ్చట కాంచీపురాధీశ్వరుడనగా ఏకామ్రేశ్వరుడని అర్థము.

"కాంచీపురనాథు దివ్యకథఁ జిత్రతరంబుగ విస్తరించి" అని గంగయామాత్యుడు పేర్కొనుట వలన, అది అప్పటికి ప్రచలితమైన గ్రంథముగా

ప్రశస్తినొంది యుండునని ఊహింపవచ్చును. కాని ఇప్పుడా గ్రంథము లభ్యముకాదు.

ఐక నాచికేతూపాఖ్యానము గురించి :

నాచికేతుని కథ కఠోపనిషత్తు నందును, మహాభారతము నందును కూడ కలదు కఠోపనిషత్తును బట్టి –

ఔద్దాలక మహర్షి విశ్వజిద్యాగము చేయుచు గోదాన సమయమున బ్రాహ్మణులకు సీరన గోవుల నిచ్చుచుండెను. తండ్రి అట్టి చిడిపి గోవులను దాన మిచ్చుట నిష్ఫలమని భావించిన నాచికేతుడను కుమారుడు నన్నెవరికి దాన మిత్తువు అని చిడిముడి పాటుతో ప్రశ్నించెను. ఆ తండ్రి వినుగుజెంది 'నిన్ను మృత్యువున కిచ్చెద'ననెను. వెంటనే కుమారుడు విగతజీవుడై యమ లోకము చేరెను. ఆ సమయమునకు యముడు ఇంట లేకుండుటచే అయన రాకకై నిరీక్షించుచు, ఆ బాలుడు నిరాహారుడై మూడు దినములందే వేచియుండెను. యముడు ఇంటికి వచ్చి ఆ పిల్లవానిని మూడు దినము లుపవసించినందుకు మూడు వరములు కోరుకొమ్మని ఆనతిచ్చెను. అప్పుడు నాచికేతుడు వరుసగా మూడు వరములు కోరెను మొదటిది తనతండ్రి తన యెడ యథాపూర్వముగా ప్రసన్న చిత్తుడగుట. రెండవది స్వర్గప్రాప్తి సాధనమైన అగ్నికార్యము తనకుపదేశించుట. మూవడది ఆత్మతత్త్వ రహస్యోపదేశము చేయుట. యముడు ప్రసన్నుడై మొదటి రెండు వరములను ప్రసాదించెను. మూడవది చెప్పరానిదనియు, అతి గుహ్యమనియు, దానిబదులు కావలసిన సామ్రాజ్యాది సర్వైశ్వర్యములను కోరు కొమ్మని ఆనతిచ్చెను. తత్త్వ జిజ్ఞాసువైన అ బాలుడు ఆ రహస్యమేకావలయునని పట్టుబట్టెను. తుదకు గత్యన్తరము లేక యముడు బ్రహ్మ విద్యను అ పిల్లవానికి ఉపదేశించెను ఈ బ్రహ్మ విద్యా ప్రదానమే ఆ ఉపనిషత్కథలోని ప్రధాన భాగము అది ఆత్మ తత్త్వ నిరూపకము. భారత అనుశాసనిక పర్వము ననుసరించి—

ఔద్దాలకి యను ఋషి ఒకనాడు తాను నదిఒడ్డున మరచివచ్చిన సమిత్కు శాది యాజ్ఞీయ వస్తువులు తెమ్మని తన కుమారుడైన నాచికేతున కాజ్ఞాపించెను. ఆ పిల్లవాడు నది చేరునప్పటికి ఆ వస్తువులు ప్రవాహమున కొట్టికొని పోగా, అతడు రిక్తహస్తములతో ఇంటికి తిరిగివచ్చెను. తండ్రి తన నిత్య కర్మానుష్ఠాన

మునకు భంగము వచ్చుటచే కుమారునిపై కినిసి, నీవు యముని చూడబొమ్మనీ శపించెను. వెంటనే కుమారుడు నిర్జీవుడై పడిపోయెను. తండ్రి పశ్చాత్తప్తుడై పిల్ల వానిని ఒడిలో పెట్టుకొని ఆ దినమంతయూ దుఃఖించుచుండగా మరునాటి ఉదయము పుత్రుడు సజీవుడై తండ్రికి యమదర్శన మును గూర్చి, ఆతడు చూపిన పుణ్యలోకములను గురించియు వివరించి సంతోషము కలుగజేసెను. తాను చూచిన పుణ్యలోకములలో కెల్ల గోదానము చేసినవారు నివసించెడి లోకము సర్వభోగ సమన్వితమైన అత్యుత్తమ పుణ్యలోకమని వివరించి చెప్పెను. ఈ కథ గోదాన ప్రభావమును తెల్పుటకు ఉదాహరణముగా చెప్పబడినది. ఈ నాచికేతుని కథ వరాహ పురాణమునను కలదు.

నాచికేతూపాఖ్యాన కథ :

బ్రహ్మ మానస పుత్రుడైన ఉద్దాలకుడను ఋషి అరణ్యములో నైష్ఠిక బ్రహ్మచారియై తపస్సు చేయుచూ తోడి మును లాతనిని వివాహము చేసుకొను మని హెచ్చరించినను ఆతడు తన వ్రతమును వీడక నిష్ఠా గరిష్ఠుడై యుండెను. బ్రహ్మ వచ్చి చెప్పినను తన పట్టు విడువకుండుటచే, చతుర్ముఖుడు కోపించి నీకు జనించిన కుమారుడే నీకును నీ భార్యకును వివాహము చేయగలడు అని అసంభావ్యమును అనూహ్యమును అయిన ఒక సంఘటనను శాపముగా ప్రతి పాదించి పోయెను. అంత కొలది దినములకు ఉద్దాలకునకు ఒక యువతితో స్వప్న సమాగమము కలిగెను. ఆతని బ్రహ్మచర్యదీక్ష భగ్నమయ్యెను.

ఆ మరునాడు మనస్వినీ రఘుమహారాజుల పుత్రిక యగు చంద్రావతి చెలికత్తెలతో నదిలో జలకేళీ విహారము చేయుచుండగా, తామరస పత్రపుటములో పొదుగబడిన ఒక పద్మము ఆమె చెంతకు నీటిలో కొట్టుకొనివచ్చెను. ఆ పుష్పము ఉద్దాలక తేజ స్సంభృతము. ఆమె ఆ పుటమును విచ్చి ఆ పుష్పము నాఘ్రా ణింపగా ఆమెకు సద్యోగర్భ చిహ్నములు పొడసూపెను.

ఆమె మిక్కిలి నిర్వేదము పొంది చెలికత్తెలచేత తలిదండ్రులకు తన దుఃస్థితిని విన్నవింపజేసెను. తండ్రి ఆమె శీలమును శంకించి కారడివిలో విడిచి పెట్టెను. ఆమె లజ్జా భయ విహ్వలయై అరణ్య రోదనము చేయుచుండగా, ఆ సమీపమున ఆశ్రమవాసియై యున్న తృణబిందుడను మహర్షి సీతను వాల్మీకి వలె, ఆమెను అదరించి ఓదార్చి తన ఆశ్రమమునకు కొంపోయెను. కొన్ని

నాళ్ళకు ఆమె మగ శిశువును ప్రసవించెను. తృణబిందు డా పిల్లవానికి జాత కర్మాదు లొనర్చి నాచికేతన డని పేరిడెను. చంద్రావతికి మాత్రము మనశ్శాంతి లేకుండెను. ఆమె ఋషికి తెలియకుండ, ఆ పిల్లవాని నొం పేటిక యందుంచి "దేవతలు నిన్ను నీ తండ్రి పాలికి చేర్చెదరు గాక" యని నదిలో విడిచెను. విధి విలాసముచే, ఆ పేటిక ఉద్దాలకుడు నదిలో స్నానము చేయుచుండగా, అతని చేతికి చిక్కెను. అతడా పేటికను తెరచి చూచి పిల్లవాని నాశ్రమమునకు తీసికొనిపోయి ముద్దుగా పెంచుచుండెను. ఇట్లు కొంతకాలము గడచినది. అచ్చట చంద్రావతి పుత్ర వియోగ వ్యాకుల చిత్తయై, ఆ పిల్లవా డెచ్చటనైన కంటబడు నేమోయనెడి ఆశతో, అడవులలో సంచరించుచుండగా నొకచోట ఆ పిల్లవాడు కానవచ్చెను. ఆమె వానిని గుర్తించి ఆతని ఉనికిని గురించియు జీవితమును గురించియు ప్రశ్నింపగా వాడు ఆమెను తమ ఆశ్రమ కుటీరమునకు తోడ్కొని పోయెను ఆ సమయమున ఉద్దాలకుడు ఇంటలేడు. చంద్రావతి అతడు వచ్చు లోపల కుటీరమును చక్కగా శుభ్రపరచి నానాలంకార శోభితము చేసెను అంతలో ఉద్దాలకుడు వనాంతరము నుండి ఇంటికి తిరిగి వచ్చుట గమనించి ఆమె చాటు చోటునకు పోయెను. ఆ ఋషి ఆ అలంకారమును చేసిన వారెవ్వ రని ఆ పిల్లవాని నడుగగా, అతడు చంద్రావతిని తండ్రి యెదుటకు రావించెను. ఆ ముద్దరాలు ప్రేమలజ్జావనత వదనయై ఋషి యెదుట నిలబడగా, అతడు తన స్వప్న సమాగత సుందరి ఆమెయే యని గుర్తించి, ఆమెను చేరదీసి భార్యగా స్వీకరింపదలచెను ఆమె తన శీలము నిష్కళంకమని తలి దండ్రు లంగీకరించి, విధ్యుక్తముగా పరిణయము చేయుట తన కభిమతమని ఋషికి విన్నవించెను. ఉద్దాలకుని ఈ వార్త వినిన రఘుమహారాజు, తన పుత్రిక నిష్కళంక చరిత యని నిర్ధారణ యగుటకు సంతసించుటే గాక బ్రహ్మ మానస పుత్రుడు తనకు అల్లుడైనందుకు ఆనందభరితుడై నారిరువురకు వైభవోపేతముగా పెండ్లి జేసెను. తల్లి దండ్రుల వివాహ వేళ నాచికేతుడు పెండ్లి పెద్దలలో తానును ఒకడై, వచ్చి రాని మాటలతో, తెలిసీ తెలియని చేష్టంతో పెండ్లి పందిరి కొక అపూర్వ శోభ తెచ్చెను. "నీకు నీ భార్యకు వివాహము చేయగల" దన్న బ్రహ్మ వాక్యము ఈ విధముగా సఫలమయ్యెను. చంద్రావతి పెనిమిటితో, పుత్రునితో ఆశ్రమము చేరి ఋషిపత్నిగా జీవితము గడుపుచుండెను ఇంతవరకు ఈ భాగము కథలో పూర్వభాగము అని చెప్పవచ్చును.

"నందక ధరున్ ఘన పురందర మణి ప్రతిము
నిందిర మనోహరు ముకుందు హరిఁగానీ
చందన మరాళబిస కుందధవళాంగు గిరి
మందిరు సుమారమణు నిందుధరుఁ గానీ
పొందుగ సదా మనసునం దలఁచియైనఁ జిర
మందమగు తత్పరమునిం దలఁచి యైనం
డెందముల పాపము వడిం దలఁగు ఘర్మమునఁ
గుంది మడుగుందఱియ డిందు వడులీలన్"

వైష్ణవ మతస్థుడైన కృష్ణ మిశ్రుడు శ్రీమహావిష్ణువుని ధ్యేయముగా పేర్కొనగా, అద్వైతులైన ఈ కవులు ఇందుధరుని కూడ పేర్కొనిరి అనువాదములో ఇటువంటి భేదములు క్వాచిత్కముులుగా ఉండును. అవి గ్రంథమునకు గుణ సంపాదకములే గాని దోషాపాదకములు కావు.

ఈ నాటకము ప్రబంధముగా తెనిగింపబడుట ఎందుచేత? ఆనాడు మన దేశమున నాటకము లాడు ఆచారము లేదేమో యనుకొన్న అతిప్రాచీనములైన యక్షగానముల యునికి ఇట్టి సందియమును లేకుండ చేయుచున్నది. కాని, ప్రబోధ చంద్రోదయము వంటి మార్గ నాటకములు, ఆ యక్షగానముల వలెనే ఏ పందిరిలోనో ఆడదగిన వీధినాటకములు కావు. వీనికి సర్వోపస్కర సంపన్నములైన రంగస్థలము లుండవలయును. అట్టి రంగములు రాజపోషణమున కాని నిర్మింపబడనేరవు ఒకవేళ సరసుడైన ఏ రాజైనను ఆ నిర్మాణమునకు పూనుకొన్నను, రాజధానీ నగరము వంటి ఒకటి, రెండు పట్టణములలో ఒకటి, రెండు శాలలు నిర్మింపగలడే కాని సమస్త ప్రజా వినోదార్థమై ఊరూర ఒకటొకటి కట్టింపలేడు నాటకమును నాటకముగానే తెనిగించుట ప్రదర్శన సౌకర్యమున్నప్పుడే చరితార్థ మగునుగాని, లేనిచో వ్యర్థమే యగును ఎమన. నాటకమును శ్రవ్య కావ్యముగా పఠించి ఆనందింపుమనుట కవికిని తగదు; ప్రజలును ఆనందింపలేరు పఠనార్థమయియే తెనిగించునపుడు అది శ్రవ్యకావ్యమగుటయే ఉచితముగాని నిరర్థకముగా దృశ్యకావ్యమగుట ఉచితముగాదు. ఈ వృథాశ్రమ మేలయని యే ఈ కృతి కర్తలును ఆ కృతి పతియును భావించి యుందురు పండిత రంజకమును శాస్త్ర సమ్మతమునగు రంగ నిర్మాణమే యుండి ఆ రంగము

బంటిగా మనో నయనముల యెదుట నిల్పుకొనెనా యని తోచును. మరియు చంద్రావతి మహారాజ పుత్రిక యైనను, ఆమె బాల్య యౌవనములను వర్ణించు సందర్భమున శ్రీనాథుని బావమరది, అవయవ సౌందర్యాది వర్ణన పొంతపోక ఆమె భావి జీవితమునకు ప్రాతిపదిక కాదగిన సాధుగుణ వర్ణనములతో ఆ సుగుణ సుందరిని చిత్రించెను. ఋషి పత్నిగా ఆశ్రమ జీవితమును గడుప నున్న ఆ రాకుమారి శరీర సౌందర్య వర్ణనకంటె మానసిక శారీరక సాధు వర్త నల వర్ణనమే కథౌచిత్యమునకును పాత్రౌచిత్యమునకును అనువై యుండునని రసజ్ఞులకు నేను చెప్ప నక్కరలేదు మరిదుగ్గన శైలియు ఎఱ్ఱన శైలివలె సాధుతా సుందరమును ప్రసన్నతా మహితమును అయి ఈ కథయే తానై అతని కర్తృత్వమును వరించినదా? అని స్ఫురింప జేయును. దుగ్గన శ్రీనాథుని ముద్దు మరదియయ్యు కవి సార్వభౌముని భావగతిగాని శబ్దగతికాని అలవరచుకొన్న వాడు కాదు. ఆ గురువు వెంట ఎంతకాలము తిరిగినను ఆ శైలి అభ్యసింప వలెనని ప్రయత్నించినవానివలె తోచదు. శ్రీనాథుని శృంగార వర్ణనోల్బణము గాని, ప్రౌఢ సమాస ఘటనగాని దుగ్గనకు పట్టువడలేదు. ఆ పద్ధతియే అలవడి యుండినచో అది ఈ కావ్య రచనకు అక్కరకు వచ్చెడిది కాదు. మరియు, ఇతనిది పారమార్థిక పరాయణమును, శమ సంపన్నమునైన చిత్తవృత్తి. కావుననే ఈతడు దైవపరమైన కాంచీ మాహాత్మ్యమును, బ్రహ్మజ్ఞాన పరమైన నాచికేతూ పాఖ్యానమును రచించుట కర్హుడయ్యెను.

ఈ నాచికేతూపాఖ్యానమునకు కృతిపతియైన చందలూరి గంగయా మాత్యుడు దీనిసేకాక, నంది మల్లయ్య ఘంట సింగయ్యల ప్రబోధ చంద్రో దయమును కూడ కృతి పుచ్చుకొనెను. అది అద్వైత తత్త్వము అంతరార్థము గాగల వేదాంత గ్రంథము. ఆ మంత్రి వర్యుడు 'సంసారయోగి' యని ప్రబోధ చంద్రోదయ కర్తలు వర్ణించిరి. కావుననే శాంతరస ప్రధానములును, జ్ఞానోపదేశకములు అయిన పై రెండు గ్రంథములకు కృతిపతి అయ్యెను. నాచికేతూపాఖ్యానమను గ్రంథమును మిక్కిలిమల్లికార్జునుడనెడి ఒక కవికూడ రచించెను. అది దుగ్గన కావ్యము నెదుట నిలువజాలదు. నిల్పకూడదు.

పిల్లలమఱ్ఱి పిన వీరన

ఇతడు రచించిన గ్రంథములలో లోకమునకు లభించినవి రెండు. జైమిని భారతము, శాకుంతలము. పోయిన పింకెన్నో కలవట. ఈ రెంటిలో జైమిని భారతమే ఉత్తమ రచన. ఇది సాళువ సింగరాయనికి (1435-93) గృతి. శాకుంతలము దీనికి పూర్వ రచన యగుటచే 1480 ప్రాంతముది కావచ్చును. ఇతడు శ్రీనాథునకు శిష్యుడని కూడ నొక వాడుక కలదు. ప్రత్యక్ష శిష్యత్వము సమర్థించు నాధారము లేవియు లేకున్నను, పరోక్షముగా నైనను శిష్యుడని చెప్పక తప్పదు. శ్రీనాథు డొనగిన ప్రబంధ శైలీ భిక్షను తా నొకచేత నందుకొని, యింకొకచేత దరువాతి ప్రబంధకవుల కందిచ్చినదీ శిష్యుడే. నైషధమునకు శ్రీనాథుడు శృంగార నైషధమని పేరు పెట్టినట్లుగా ఇతడు తన గ్రంథమునకు శృంగార శాకుంతలమని పేరు పెట్టుటలోనే ఆ శిష్యత్వము వ్యక్తమగుచున్నది.

శాకుంతలము

ఈ శృంగార శాకుంతలమునకు భారతములోని దుష్యంత చరిత్రము కొంతయు కాళిదానుని నాటకము కొంతయు మూలములు. ఈ రెండు మూలములకంటె భిన్నముగాఁ గవి స్వయముగా కల్పించిన ప్రకరణములును, కొన్ని కలవు. ఈ విషయ మీ గ్రంథముననే కృతిపతియైన పిల్లర వెన్నయామాత్యు డన్నట్లుగా కలదు. ఆ వాక్య మిది:

"భారతప్రోక్త కథ మూలకారణముగఁ
గాళిదానుని నాటక క్రమము కొంత
తావకోక్తికి అభినవశ్రీ వహింపఁ
గూర్మిఁ గృతిసేయు నాకు శాకుంతలంబు"

కాళిదాసు నాటకములో విప్రలంభాత్మకమైన ఉత్తరార్థ మితడు చేకొన లేదు భారతమునందువలెనే పుత్త్రసహితయైన శకుంతలయు రాజాస్థానమునకేగె

సంయోగముఁ గల్గించెను. పూర్వార్థమున ఋషుల ప్రార్థన, రాజు నాశ్రమ ప్రవేశము, వృక్షజల సేచనావసరమున శకుంతలాదర్శనము, కణ్వుని సోమ తీర్థ గమనము, అనసూయా ప్రియంవదల ఘటనాకౌశలత, అంగుళీయక ప్రదానము మొదలగు రసవంతములైన అంశములు కాళిదాసు నాటకమునుండి కయికొన్నవే. ఆ పై కథమాత్రము భారతానుసారి. సూత్రప్రాయముగా చెప్పవలయునన్న కథా వికాసము నాటకానుసారి యనియు తత్పరిణామము భారతానుకారి యనియు జెప్పవలెను.

నడుమ నడుమ కవి స్వయముగా కల్పించిన ఘట్టములు కొన్ని కలవు. 'తావకోక్తికి నభినవశ్రీ వహింప' అన్న కృతిపతిమాట వాటివలననే సార్థకమగును, కథా ప్రధానమైన భారతమున ఈషన్నిర్దిష్టములును, ప్రదర్శన ప్రధానమైన నాటకమున అస్థానకములునైన కొన్ని సన్నివేశములను సందర్భానుగుణముగ వీరన విపులముగా వర్ణించెను ప్రబంధమైనఈ కృతి కావర్ణన లుచితములే యగును. అవి హస్తిపుర వర్ణన, మృగయా వర్ణన మొదలగునవి.

అన్నిటికంటెను ముఖ్యమైన స్వకల్పన శకుంతలా జనన వృత్తాంత కథనము. భారతమున శకుంతలయే తానై యీ వృత్తాంతమును దుష్యంతునితో చెప్పెను. అది నరసముకామి విదితమే అందుచేతనే కాళిదాసు డాకథను చెలికత్తెలనోట అతి వినయ లజ్జాన్వితముగా నొకటి రెండు మాటలతో సూచించి అర్థోక్తిలో విడిచి పుచ్చెను. ఎట్లైన నా కథ స్త్రీ జనోక్తమగుట కంగీకరింపక వీరన దానిని కణ్వశిష్యునినోట చెప్పించెను. ఇతని సంకల్పము మంచిదే కావచ్చునుగాని, కార్యము మాత్రము చెడినది. ఏ వికారము నెరుగని ముగ్ధుడైన ఆశ్రమ బాలకుడు మేనకా విశ్వామిత్రుల పచ్చిశృంగారమును మఱింత పచ్చిగా వర్ణించుట 'ములువుచ్చి కొఱ్ఱుదచిన చంద'మయినది. వక్తృ విశేష వివేచన చేయక పోబట్టి ఈ అనౌచిత్యము తటస్థించినది. ఈ దోషము పెక్కు గ్రంథములలో కానవచ్చును. దీనిని గురించి నన్నెచోడుని కుమార సంభవ ప్రకరణమున సప్తఋషులు పార్వతిని వర్ణించిన సందర్భమున వివరించితి.

కాళిదాసు తన నాటకమున మానవప్రకృతికి మానవేతరప్రకృతికి ఋష్యాశ్రమమున సాధించిన అభిన్న సాత్మ్యము వీన వీరనయు చేజార్చక కొంతవరకు సాధించెను. కాని, ఆశ్రమమునకు మూలాధారమై దివ్య తేజో

రాశియగు కణ్వపాత్ర మీ ప్రబంధమున కొంచెము కలుషితమైనది. నాటకమున దేదీప్యమానముగా వెలుగు నా జ్యోతి ప్రబంధమున మనకగా నున్నది. ఈ ప్రబంధమున శకుంతల నత్తవారింటి కంపునపుడు కణ్వుడు పల్కిన పల్కులలో ఎంత ఆర్ద్రత ఉన్నను, ఋషిజనోచితముగాని పేలవత ఆ ఘట్టమునకు కళంకము తెచ్చినది. కుమార్తెకు ఆయన చేసిన ఉపదేశముకూడ అతిచాలనమే యైనది. నాటకమున గర్భస్థానమునఉన్న నాల్గవ అంకముననే కణ్వపాత్ర యొక్క ప్రవేశ నిష్క్రమణలు జరుగును. పర్వత శిఖరముమీద పెట్టిన అఖండ దీపము కొండ కిరు ప్రక్కలకు వెలుగు నొసంగునట్లు నాల్గవ అంకమున జ్యోతి వలె ప్రతిష్ఠింపబడిన కణ్వపాత్ర నాటక పూర్వోత్తర భాగములకు దీప్తి నొసగినది. ఉత్తర భాగమున ఆ పాత్ర లేకపోయినను, ఆ తేజము అంతర్వాహినిగా ప్రవహించుచునే యున్నది. కణ్వపాత్ర కా మహత్త్వ మీ ప్రబంధమున రాలేదు.

కాళిదాసు నాటకమున వ్యంగ్యముగా ఋష్యాశ్రమమునకు రాజాస్థానమునకుగల తారతమ్యమహత్త్వము నాటకముయొక్క పూర్వోత్తర భాగములలో నెంతో సున్నితముగా ప్రదర్శింపబడినది. ప్రాణుల పరస్పర సంయోగమున కాశ్రమములు స్థానములు; వాని వియోగమునకు రాజాస్థానములు నెలవులు. అకలుష చిత్తవృత్తికి, నిర్మల ప్రేమకు నాశ్రమములు తావులు; కాపట్యమునకు చిత్తాందోళనమునకు అన్యాయములకు రాజాస్థానములు నిలయములు. కేవల కామ ప్రేరితమైన దాంపత్యము, సౌందర్య సాపేక్షమైనది పవిత్రమును, స్థిరమును కాదు. ఆ కామ మనస్తాప రూప తపోబలముచే క్షాళితమై సౌందర్య నిరపేక్షమయినపుడు లోక పావనమును దివ్యమగును శాకుంతల నాటకమున అంతర్భూతమైయున్నజీవితమహా ధర్మము లివి. ఈ మహా ధర్మములను పరామర్శించు నుద్దేశముతోనే, ఆ జగదేక కవి భారత కథకు భిన్నముగా ఒక ప్రణాళికను నిర్మించుకొనెను కాళిదాసుడే చేపట్టక పోయినచో శకుంతలా వృత్తాంతమునకు లోకమున ఈ పూజ్యతయే లేదు. భారతమునందలి అనేకోపాఖ్యానములలో నిది యొకటియై యుండెడిది. పిన వీరన భారతానుసారిగా కథను ముగించుటచే ఈ ప్రబంధము నాటక మహత్త్వమును కోల్పోయినది. నాటకమునుండి గ్రహించిన సందర్భములలో నక్కడక్కడ సంస్కృత శ్లోకములను కొన్నింటిని చక్కగా తెనిగించెను. ఆ తెనిగింపు ఇంచుమించు శ్రీనాథుని అనువాద పద్ధతిలో నున్నది. అందున శ్రీనాథుడు నైషధమున చూపిన శబ్దా

నుకరణ సమాసానుకరణ చమత్కారము లుండవు. మరి హరవిలాసమునందలి గౌరీ కళ్యాణమున శ్రీనాథుడు చేసిన కుమారసంభవ శ్లోకానువాదమునకు వీన వీరన అనువాదము మిక్కిలి సన్నిహితముగా నుండు ననుట సత్యము. గౌరీ కళ్యాణమునందువలె శృంగార శాకుంతలము నందును భావానువాదమే ప్రధానముగా ఉన్నది. కాళిదాసుని కవిత్వముతో వీరేకాదు, యే అనువాదకుడును చెలగాట లాడలేదు. ఈ కవియే శాకుంతల మంతయు నాటకముగా తెనిగించినచో, మన వాఙ్మయమున నాటకములేని కొఱత చిరకాలము క్రిందటనే తీరుటయటుండ, సంస్కృత నాటకానువాదములకు మంచి వరుపడి యేర్పడి యుండెడిది. అనువాదమునకు కొన్ని ఉదాహరణములు-

"గ్రీవా భఙ్గాభిరామం ముహురనుపతతి స్యన్దనే బద్ధ దృష్టిః
పశ్చార్ధేన ప్రవిష్ట శ్శరపతనభియా భూయసా పూర్వ కాయమ్
దర్భై రర్ధావలీఢై శ్శ్రమ వివృతముఖ భ్రంశిభిః కీర్ణవర్త్మా
పశ్యోదగ్ర ప్లుతత్వా ద్వియతి బహుతరం స్తోకముర్వ్యాం ప్రయాతి."

చ॥ "విలుగాని వెంట వెంటఁ బృథివీపతి రాఁ శరపాత భీతిఁ దా
మలిగి మలంగి కన్గొనుచు మార్గము క్రేవకు నడ్డగించుచున్
నిలుచుచుఁ గొంతకొంత గమనించుచు నర్ధము మేసిమేసి ద
ర్భలు నివృతాస్య పార్శ్వముల రాలగ మింటికి జౌకళించుచున్"

"అసంశయ క్షత్ర పరిగ్రహక్షమా
యదార్యమస్యా మభిలాషి మే మనః
సతాం హి సన్దేహ పదేషు వస్తుషు
ప్రమాణ మన్తః కరణః ప్రవృత్తయః."

ఉ॥ సందియమేల యీ వికచసారస లోచన రాజపుత్రి నా
డెందము మౌనికన్యల బడిం జననేరదు నిక్కువంబ యే
చందమునందు సంశయ విచారపదంబగు నట్టి వస్తు సీ
మం దమ చిత్తవృత్తులు ప్రమాణము లుత్తములైన వారికిన్"

పై శ్లోకమును శ్రీనాథుడైనచో గీత పద్యమున తెనిగించి యుండును వీన వీరన వృత్తమున తెనిగించినాడు.

"అనాఘ్రాతం పుష్పం కిసలయ మనూనం కరరుహై
రనా విద్ధం రత్నం మధునవమనాస్వాదిత రసం
అఖణ్డం పుణ్యానాం ఫలమివచ తద్రూప మనఘం
నజానే భోక్తారం కమిహ సముప స్థాస్యతి విధిః."

చ॥ కొనకొని తావి మూర్కొనని క్రొవ్విరి, యెయ్యెడ వజ్రసూచి మా
యనిరతనంబు, జిహ్వ చవియానని తేనియ, గోరు మోపి గి
ల్లని చిగురాకు, లాలిత విలాస నికేతన మాలతాంగి, దా
ననుభవకర్త యే ఘనుడొ యావిధియత్న మెఱుంగనయ్యెదన్."

"పాతుం న ప్రథమం వ్యవస్యతి జలం యుష్మా స్వపీతేషుయా
నాదత్తే ప్రియ మణ్డనాఽపి భవతాం స్నేహేన యా పల్లవమ్
ఆద్యేవః కుసుమ ప్రసూతి సమయే యస్యా భవత్యుత్సవః
సేయం యాతి శకున్తలా పతిగృహం సర్వై రనుజ్ఞాయతామ్."

సీ॥ అలపెరుఁగక తాపకాలవాలములకు నెమ్మితో నిరవొంద నీరువోసి
క్రమవృద్ధిబొందు మార్గంబు లారసివచ్చి పూటపూటకు జాల ప్రోదిచేసి
ప్రేమాతిరేకతఁ బ్రియ మండనమునకు జిగురాకు కొనగోర చిదుమ వెరచి
పరిపాటి నల్లిన ప్రసవోద్గమంబైన సఖులు దానును మహోత్సవంబొనర్చి

తల్లియై పెంచె మిమ్ము సీతలిరుబోడి, యత్తవారింటి కరిగెడు నా లతాంగి
క్షితిరుహములార పుష్పిత లతికలార యనుమతింతురుగాక కళ్యాణయాత్ర."

'నలిన సంభవు'– అన్న నైషధ పద్యమును మనమున లక్షించుకొనియే పిన వీరన యీ శ్లోకమును తెనిగించినాడు ఆంధ్రీకరణమున కాపద్యము పరమావధి యని చెప్ప నొప్పును. ఈ పద్యము దానితో తులతూగుచున్నది. 'కళ్యాణ యాత్ర' యన్నది శ్రీనాథుని ప్రయోగసరణి నున్నది. ఇది సర్వథా దానివలెనే మూలమును వివరించుచు, సమతను పాటించుచున్నది. మూలార్థము సీస పద్యమునకు చాలనప్పుడు అధిక పాఠకల్పనము చేయుటయు శ్రీనాథుని సీస పద్యములనే తలపించుచున్నది.

మఱియు సీతడు శాకుంతలమునుండియేకాక, కుమారసంభవమునుండియు కొన్ని శ్లోకము లాంధ్రీకరించెను. అది విశ్వామిత్రుని తపో వర్ణనమునకు ముందు

చేసిన హిమవద్వర్ణన సందర్భము. అందలి తొలిపద్య మాంధ్రీకరణ విషయమున సరిగా 'తపసీయ దండైః' యన్న నైషధ పద్యమును బోలి యున్నది. ఎత్తుగీతి మాత్రము కాళిదాసుని మొదటి శ్లోకమునకు సరియైన తెనిగింపు.

"అస్త్యుత్తరస్యాం దిశి దేవతాత్మా
హిమాలయో నామ నగాధి రాజః
పూర్వాపరో వారినిధీ విగాహ్యా
స్థితః పృథివ్యా ఇవ మాన దండః."

"అలరి పెంపొందు పూర్వాపరంబు నిధుల
నడుమ ధరణికి మానదండంబువోలె
దేవతాత్మ ధనాధీశ దిగ్విభూష
పుణ్య నిలయంబు నీహార భూధరంబు"

"యం సర్వ శైలాః పరికల్ప్య వత్సం
మేరౌస్థితే దోగ్ధరి దోహ దక్షే
భాస్వన్తి రత్నాని మహౌషధీశ్చ
పృథూపదిష్టాం దుదుహుర్ధరిత్రీమ్"

"భూధరము లెల్ల దనువత్సముగ నొనర్చ
పృథు నృపాలోపదిష్టయై ప్రియము మీఱ
నఖిల రత్నౌషధులు జన్నవిసి పిదికె
నమర శైలంబు దోగ్ధగా నవని సురభి"

"పదం తుషారస్రుతిధౌతరక్తం
యస్మిన్నదృష్ట్వాఽపి హతద్విపానాం
విదన్తి మార్గం నఖరన్ధ్రముక్తై
ర్ముక్తాఫలైః కేసరిణాం కిరాతాః"

"వారని మంచుపైఁ బొదివి వచ్చిన పోయినచొప్పు మాసినన్
భూరి నఖాగ్ర ముక్తమయి పొల్పగు ముత్తెపు జాలువెట్టగా
దారటుశేగి కాంతురు హతద్విపకేసరి వాస సీమలన్
వీర కిరాతు లద్రి వన వీథుల సింగపు వేటలాడుచున్."

ఇతర సంస్కృత గ్రంథము లందలి శ్లోకములను తెనిగించి ఆ పద్యములకు సందర్భోచితముగ ప్రస్తుత గ్రంథమున పొందించుట శ్రీనాథుని మర్యాదయే.

జైమిని భారతము

ఇందలి శైలి శాకుంతలమునందు కంటె పరిపక్వముగా నున్నది. అందుచే శాకుంతలముకన్న దీని కెక్కువ ప్రశస్తి కలదు. శాకుంతలమునకే ప్రశస్తి లేకుండుట కింకొక కారణముకూడ కలదు. భారతానుసారిగా శాకుంతలమును వ్రాసిన వాడెవ్వడును కాళిదాస నాటకము ముందు దానిని బాగున్నదనిపింప లేదు. ఆ నాటకము ననుసరించి యే ప్రబంధము రచించినను వెలితిగా నుండును. పిన వీరన ఉత్తర భాగమెల్ల భారతానుసారిగా వ్రాయుటచే నాటకము ముందీ ప్రబంధము వన్నె కెక్కలేదు. ఈ రెండు కారణములచే జైమిని భారతమునకు వచ్చిన ప్రశస్తి శాకుంతలమునకు రాలేదు. ఈ కథ భారత కథా భాగము కనుక యుద్ధ ఘట్టములయందు శైలి, తిక్కన శైలికి ఛాయవనె కన్పట్టుచుండును; కాని శ్రీనాథ శిష్యత్వమును దృఢపరచు ప్రత్యేకతయు నందు కలదు.

ఈ కథ పాండవుల అశ్వమేధమునకు సంబంధించినది కనుక తద్యాగ ప్రయత్న నిర్వహణములయందు మాత్రము వ్యాసభారతమునకును, జైమిని భారతమునకును పోలిక కలదు. తక్కిన గ్రంథమునకు భారతముతో పోలికయే లేదు. యాగాశ్వ రక్షకుడుగా అర్జునుడు సంచరించిన దేశములైనను అందును ఇందును సమముగా లేవు వ్యాస భారతమున సూచనా మాత్రముగ ఒక వాక్యములో చెప్పబడిన దాక్షిణాత్య దేశములన్నియు జైమిని భారతమున విపులముగా వర్ణింపబడినవి. వ్యాసభారతమున బ్రహ్మ విద్యోపదేశము మెండు. ఇందా వాసనయే లేదు అందలి విశ్వరూప ప్రసక్తియు నిందులేదు. ఉత్తరా శిశువును శ్రీకృష్ణుడు బ్రతికించుటయు నిందులేదు ఇన్ని మార్పు లిందుగానవచ్చినను, ఈ భేదమునకు కారణము శ్రీకృష్ణుని మాహాత్మ్యమును కొంచెపరచు నుద్దేశమేమో అని సందేహింప వీలులేకున్నది. ఏమన ఇందలి ప్రధాన కథ యందేకాక ఉపాఖ్యానము లందును శ్రీకృష్ణుని మాహాత్మ్యము బహుధా ఉగ్గడింపబడినది. కుశలవోపాఖ్యానము, చంద్రహాస చరిత్ర, ప్రమీలార్జునీయము మొదలగు చక్కని ఉపాఖ్యానములు మహాభారతమున లేనివి ఇందు కలవు. ఈ కథలు చాల రసవంతములుగా నున్నవి. ఈ జైమిని యెవ్వరు? వ్యాస శిష్యుడును, భారత ప్రచారకులలో ఒకడైన జైమినియేనా? అగుచో గురువుగారి రచనకు భిన్నముగా తానొక భారత

మును రచించెనా? ఆదియు అష్టాదశ పర్వ నిర్వహణ సంభృతమా? అశ్వ పర్వము ఒకటియే యైనచో దానియందీ జైమినికిగల అభినివేశమునకు మేమి? యను ప్రశ్నలకు సరియైన సమాధానము కుదరదు. కాని ఈ నామమును గురించి, మార్కండేయ పురాణ ప్రకరణమున కొంత చర్చిం అందు చూడదగును.

మరి ఈ జైమిని భారత కర్త, భారత మంతను రచించినచో పో పోగా మరి ఇంకొక పర్వమైనను లభించియుంచెడిదే. అట్టిది ఎచ్చటను కా పోవుటచే ఈ ఒక్క పర్వమునే ఆతడు వ్రాసెనేమో యని అనుకొ వచ్చును. మరియు ఇతడు దక్షిణ దేశమున కెక్కువ ప్రాధాన్యమి దాక్షిణాత్యుడేమో యని కూడ అనుమానించుట కవకాశమున్నది ఈ ఊ మైనచో, ఇతడు ద్వాపరయుగము నాటివాడు కాదనియు వ్యాసుని శిష్యు మున్నే కాదనియు సిద్ధాంతీకరింపవచ్చును.

దూబగుంట నారాయణ కవి

దూబగుంట నారాయణ కవి పంచ తంత్రమును 1470 ప్రాంతమున రచించి, ఉదయగిరి ప్రభువైన బసవరాజున కంకిత మిచ్చెను. ఇది నీతి కథా సముచ్చయ మన్నమాట లోక మెరిగినదే. నీతి కథలు బాలురకు సైతము సుబోధముగా నుండగల సులభశైలిలో ఉండుట సమంజసమని సంస్కృత పంచతంత్ర మూలకర్త ఆ గ్రంథమును తదనుగుణమైన శైలిలో వ్రాసెను. నారాయణ కవి తనకు సహజమైన సరళ ధారాళ శైలిలో గ్రంథమును తెని గించి మూలకారుని ఆశయమును యథాశక్తి పాటించినా డనిపించుకొనెను. ఈ తెనిగింపులో ఆతడు స్వతంత్రించి కొన్ని వర్ణనలుచేసి గ్రంథమునకు సొబగు గూర్చెను. ఇతని వర్ణనలు స్వాభావికముగా కథలో పొంది పొసగి యుండును. కోతుల చేష్టలు గల ఈ క్రింది వర్ణనను చూడుడు

సీ॥ గుడి యెక్కి తరులపై గుప్పించునవియును
దరువుల పై నుండి దాటునవియు
నురుతర శాఖల నూగాడునవియును
బ్రాకారములు ప్రాకి పాఱునవియు
గోపురంబుల మీద గూర్చుండు నవియును
గోళ్ళ బ్రక్కలు వీపు గోకు నవియు
నిక్కుచు బొమలెత్తి వెక్కిరించెడు నవి
యొండొంటితో బోరుచుండు నవియు

గీ॥ ఇట్లు వానర యూథంబు లిట్టునట్టు
సహజమగు చాపలంబున సంభ్రమింప
వానిలోపల నొక వృద్ధ వానరంబు
దూరముగ బాసి తా విధి ప్రేరణమున

ఇతడు వ్రాసిన నీతి వాక్యములు ఒకమారు చదివి నంతనే కంఠస్థము లగునట్లుండును చూడుడు.

పౌరుష జ్ఞాన కీర్తుల బరగ నేని
వాని సంపద యొక పూటయైన జాలు
నుదర పోషణ మాత్రకై యుర్వి మీద
గాకి చిరకాలమున్న నే కార్యమగును.

మడికి సింగన కాలమునకు పూర్వమే తెలుగులో ఒక పంచ మున్నట్లు సింగన సంకలనము చేసిన సకల నీతి సమ్మత మను గ్రం అతడుదహరించిన పద్యములను బట్టి తెలియుచున్నది. కాని ఆ గ్రంథ వి కానరాదు. ఆ గ్రంథము నారాయణ కవి నాటికే లుప్తమై యుండును. అతడు ఈ రచనకే పూనుకొని ఉండడని నా ఊహ.

బైచరాజు వేంకటు నాథుడు

బైచరాజు వేంకటనాథుడు నారాయణ కవికి కొంచెము తరువాతి వాడు. ఇతడు తన పంచతంత్రము తెలుగులో భారతము వలె ప్రసిద్ధమై తాను తిక్కన యంత వాడుగా కీర్తి సంపాదింపవలెనను ఆకాంక్ష కలవాడు. ఈ విషయమున నీతడు నాచన సోమనాథు ననుసరించెను. తిక్కనార్యుని వలె గ్రంథమును హరి హరాంకితము కావించుటయే కాదు పీఠికను సైతము విరాట పర్వాది యందున్న తిక్కన్నగారి అవతారిక ననుకరించియే రచించెను.

"ఏ చనవు గలదు హరి హర
సాచివ్యము నొంద నన్యజనులకు మది నా
లోచింప దిక్కయజ్వకు
నాచన సోమునకు మఱియు నాకుందక్కన్" అని నగర్వముగా

చెప్పుకొనెను.

తన కావ్యము విద్వజ్జన సేవ్యముగా ఉండవలెనని ఈతని ఆశయము. అందుచేతనే ఆ కథలకు అసహజమైనను విద్వజ్జనతుష్టికొరకు ప్రౌఢశైలి నవలంబించెను. నారాయణ కవి పంచతంత్రము సులభమైన శైలి యందుండుటచే పేలవముగా నున్నదని భ్రమించికాబోలు ఇతడు మరల ఆ గ్రంథమునే ప్రౌఢమైన శైలిలో రచించెను. నీతికథా ప్రచురమైన ఈ కావ్యమునకు సరళ శైలి తగియున్నట్లుగా ఉజ్జ్వలమైన శైలి తగియుండదు. రెండు కావ్యములను సమాన సందర్భములలో పోల్చి చూచినప్పుడు ఈ కావ్యమునకు ముఖ్య ప్రయోజనమైన సరసకథా పూర్వక నీతి బోధనము నారాయణ కవి రచనముననే సిద్ధించెనని వ్యక్తమగును. ఇతడిందు క్రొత్త కథలను జేర్చుటయే కాక మూలములోని పాత్రల రూపు రేఖాదులను నన్నివేశములను పెంచి వర్ణించెను. శబ్దాలంకారముల పైన గూడ ఇతనికి మక్కువ కలదు. శ్లేషాద్యలంకారములతో వచనమును సైతమితడు ప్రౌఢముగ గద్యకావ్య ఫక్కికలో రచించెను. కాని యితనికి శబ్ద సార్థక్యము పై దృష్టియున్నట్లు కన్పట్టదు. కీలోత్పాటన మొనర్చిన వానరము యొక్క కథ మూలమున చాల చిన్నది. దీనిని ఆరు పద్యములలో నారాయణ కవి రచింపగా ఇతడు 22 గద్య పద్యములను పెంచెను.

——

పిడుపర్తి సోమన

ఆంధ్ర సాహిత్యమునందు వైష్ణవ మతమునకు తాళ్ళపాక వారి వలె శైవమునకు పిడుపర్తి కవులు సేవ చేసిన పుణ్యులు పాల్కురికి సోమనాధునికి ముఖ్య శిష్యుడైన శివరాత్రి కొప్పయ్య గారి వంశమందే ఈ పిడుపర్తి కవు లుద్భ వించినారు పిడుపర్తి సోమనాధుని తండ్రి పేరు బసవయ్య. ఈ బసవయ్య గురు దీక్షా బోధ, పిల్లి నైనారు కథ, బ్రహ్మోత్తర ఖండము మొదలైన గ్రంథములు వ్రాసినాడట ఇతడు పిడుపర్తి నిమ్మయ్యగారి పినతండ్రి కొడుకు. ఆ నిమ్మయ్య గారు క్రీ॥ శ॥ 1440 ప్రాంతము వాడు కాబట్టి ఇతడు కూడ ఆ ప్రాంతము వాడే యై యుండుననుట నిజము. కాబట్టి ఈ బసవ కవి యొక్క కుమారుడైన సోమనాధుడు పదునైదవ శతాబ్దము యొక్క ఉత్తరార్థమునందు రచనలు చేసి యుండునని చెప్పవచ్చును. (1480 ప్రాంతము)

ఈయన పాల్కురికి సోమనాధుని ద్విపద కావ్యమైన బసవపురాణమును చంపూ కావ్యముగా రచించి తండ్రి కోరిక మీద మూలకర్తయైన పాల్కురికి సోమనాధునికే అంకిత మిచ్చినాడు. ఆ తండ్రియే రచన మూలానుసారముగా నుండవలెనని కుమారున కుపదేశించెను.

"నీవును సోమేశుని ద్విప
దావళి యర్థములు చేయు, మందుల యర్థం
బావంతయు దిగ విడువక
యేమియు మున్ముందు లేమి విడకు కుమారా।"

పాల్కురికి సోమన, పండితారాధ్యుని పద్యములను తన ద్విపదలలో నిమిడ్చినట్టుగా ఈ పిడుపర్తి సోమన బసవపురాణ ద్విపదలను తన పద్యము లలో చాలవరకు ఇముడ్చగలిగెను. ద్విపదలు పద్యములుగాను, పద్యములు ద్విపదలుగాను మారిన ప్రక్రియలో ఇట్టి శబ్దానువాదము వాక్యానువాదము సహ జమేనని లోగడ చెప్పియుంటిని ఇతడు ప్రతి శివభక్తుని సాక్షాత్తు శివ స్వరూ పునిగానే వర్ణించును. పాల్కురికి సోమనాధుని వలె ఇతడును అమితముగా వాగ్వ్యయము చేయును. ఒక వాక్యములో సరిపోవు ఒక విషయమును చెప్పు టకు పది వాక్యములు వెదజల్లును. పెక్కింటికి సార్థకత ఉండదు. పెక్కు విశే షణములకు సుభగత్వ ముండదు. అందుచేతనే కావ్య రసా స్వాదన కుతూహల పరులకు ఈ రచన మనోజ్ఞముగా నుండదు. ఇతడు సహజ కవితా శక్తి కలవాడే అయ్యు మితిలేని భక్త్యావేశమున శబ్దార్థ స్వారస్యము నెడల అనాదరము చూపి సహజశక్తిని విఫల మొనర్చుకొనెను. ——

నంది మల్లయ - ఘంట సింగయ

దూబగుంట నారాయణ కవి పంచ తంత్రమును ఉదయగిరి ప్రభువగు బసవరాజు కృతి పుచ్చుకొనెను. అతని మంత్రియగు చందులూరి గంగయామాత్యుడు దగ్గుపిల్లి దుగ్గన నాచికేతూపాఖ్యానమునకు కృతిపతి అనియు, ఆ గంగయామాత్యుడే వీరి ప్రబోధచంద్రోదయమునకు కృతిపతి యని ఇతః పూర్వము చెప్పితిని ఇతడు సాళువ నరసింహ రాయలు విజయనగర రాజ్యమేలు కాలమున అతనికి సమకాలికుడు. ఆ సాళువరాజు పిల్లలమఱ్ఱి పినవీరన జైమినీ భారతమునకు కృతిపతి. కావున పినవీరన, నారాయణ కవి, దుగ్గన, నంది మల్లయ, ఘంట సింగయ్యలు సమకాలికులు. ఈ జంట కవులు తమ వరాహ పురాణమును సాళువ నరసింహరాయని సర్వసేనాధ్యక్షుడగు తుళువ నరస రాయలకు కృతి యిచ్చిరి ఈ సేనాధిపతియే కృష్ణదేవరాయల తండ్రి. కృతి ప్రదానము నాటికి తుళువ నరసింహరాయలింకా రాజుగా సింహాసన మెక్కలేదు. ఈ అంశము గ్రంథములోనే ఉన్నది:

కం॥ ధరణినుత దేవకీపుర
వరనిలయ, శ్రీగిరీశ వర సంపన్నే
శ్వర విభు తనయా, సాళువ
నరసింహ నృపాల దండ నాయక తిలకా।

ఈ సాళువ నరసింహరాయలకు తుళువ నరసింహరాయలు సేనాధ్యక్షుడే కాక, దగ్గర చుట్టము కూడ. తుళువ వంశపు రాజులు దేవకీపురము రాజధానిగా (అదినేటి ఉత్తరార్కాడు జిల్లాలో ఒక పల్లెగా ఉన్నది) ఒక చిన్న రాజ్యమును ఏలుచుండిరి. వారికిని చంద్రగిరి రాజులైన సాళువ వారికిని స్నేహ బాంధవ్యములు కలవు. స్వంత రాజ్యము ఏలుకొనుచునే తుళువ నరసింహ రాయలు సాళువ నరసింహ రాయునకు సర్వసేనాధ్యక్షుడై యుండెను. కావుననే తన రాజుతో కలసి తానును విజయనగరమునకు తరలిపోయెను. కృష్ణదేవ

రాయలు ఈ దేవకీపురమునసే జన్మించియుండును. ప్రభుభక్తి పరాయణుడైన ఆ సేనాధ్యక్షుడు, తన యేలిక అనంతరము, ఆతని కుమారుని కొలువున కూడ సేనాధిపతిగా ఉండి, వాడు అసమర్థుడును నీతిదూరుడును అగుట గమనించి విజయనగర రాజ్యమునకు తాను రాజయ్యెను. దీనిని బట్టి నందిమల్లయ, ఘంట సింగయలు మొదట ఉదయగిరి ఆస్థానమునను పిమ్మట విజయనగర ఆస్థానము నను, కవులుగా ఉండిరని విదితమగును ఈ ఇదువురలో సింగయకు మలయ మారుత కవియని బిరుదనామము కలదు. ఈ మలయ మారుత కవి "మదన సేనము" అనుకావ్యము ప్రత్యేకము రచించెనట. వీరిద్దరు మేనమామయు, మేనల్లుడు నగుదురు. మల్లయకు సింగయ మేనల్లుడు. కృష్ణదేవరాయని అష్టదిగ్గజములలో నొకడగు నంది తిమ్మన సింగయకు మేనల్లుడు కావున నంది మల్లయకు నంది తిమ్మన సాక్షాత్పౌత్రుడు కాకపోయినను మనుమని వరుస కలవాడు. కృష్ణ రాయని కాలమున నంది తిమ్మనయు, విజయనగర ఆస్థానమున కవులుగా ఉండుట, ఆ తుళువవంశముతో నందివంశమునకు గల స్నేహపూర్వక సంబంధము మరువరానిది.

ప్రబోధ చంద్రోదయము

ఇది యొక అంతరార్థము గల ఆధ్యాత్మిక కావ్యము (Allegorical Poem). సంస్కృతమున కృష్ణ మిశ్రుడు వ్రాసిన నాటకము దీనికి మూలము. ఇట్టి నాటక మొకటి బౌద్ధమత పరముగా అశ్వఘోషుడు రచించెను. అందలి శిథిలావశేషము టిబెట్‌లో దొరకినది. జైనమత పరముగా గూడ ఇట్టి గ్రంథ ములు గలవట. అశ్వఘోషుని నాటకములో మానవత్వ మారోపింపబడిన ఆధ్యా త్మిక పాత్రలకే కాక మానవ పాత్రలకును ప్రవేశము గలదు. ప్రబోధ చంద్రో దయమున మానవ పాత్ర లేనేలేదు. దీనిని జూచి వేదాంత దేశికుడు విశిష్టాద్వైత పరముగా సంకల్పసూర్యోదయము రచించెను. చైతన్యస్వామి పైన గూడ నిట్టి నాటక మొకటి కలదట.

ప్రబోధ చంద్రోదయము తెనుగున నొక అసమానమైన కావ్యమయి నది. దీనివలె సమగ్రముగా ఆధ్యాత్మికమైన కావ్యము తెనుగున మరియొకటి లేదు. సంస్కృత నాటకమును సమగ్రముగా తెనుగులోని కవతరింపజేసిన వారీ కవులే సమగ్రముగా తెనుగునకు వచ్చిన మొదటి రూపకము ప్రేమాభిరామ మనెడి వీధి. దాని తెనుగే శ్రీనాథుని క్రీడాభి రామము.

ఈ కావ్యమును కృష్ణ మిశ్రుడు భారత కథా ప్రణాళిక ననుసరించియే నిర్మించెను. దుర్మార్గులైన దుర్యోధనాదుల పక్ష మవలంబించి పాండవులను వేరు చేసికొన్న చంచల ధృతరాష్ట్రుని వలె, సహజ చంచల స్వభావము గల మనస్సనెడి వాడు మహామోహాదు లనెడి యొక సంతాన వర్గమును లాలించి, వివేకాదులనెడి రెండవ వర్గమును ద్రోసిపుచ్చును. దుర్యోధనునకు దుష్ట చతుష్టయము వలె మహా మోహునకు కామ క్రోధాదులు మంత్రులుగా నుందురు. మరియు, ఆ కురు రాజునకు ఆనాడు అవైదిక జాతి యంతయు ప్రాపయి నిల్చి యుండగా, ఈ మోహునకు నైతము చార్వాకాది నాస్తికు లండ యగుదురు. ధర్మజున కతని తమ్ములు వలె, వివేకునకు యమనియ మాదు లనెడి మంత్రులును, కృష్ణుడు వలె విష్ణు భక్తియు బాసటయయి శత్రు విజయమును కాంక్షింతురు. భూ రాజ్యమునకై కురు పాండవులకు జరిగిన యుద్ధము వలెనే ఈ రెండు పక్షముల వారికి ఆధ్యాత్మిక రాజ్యాక్రమణమునకై ఘోర యుద్ధము జరుగును. పాండవుల వలె వివేకాదులే జయింతురు. పుత్రనాశ ఖిన్నుడగు ధృతరాష్ట్రునకు వ్యాసుడు వలె, మహా మోహనాశ దుఃఖితుడైన మనస్సునకు వైయాసికి విద్యా జ్ఞానోపదేశము చేసి శాంతి చేకూర్ప యత్నించును. భారత చరమ భాగమున గల ఉపనిషదర్థ ప్రతి పాదనము వలెనే యీ నాటకమున చరమాంకములలో ఉపనిషద్దేవి ప్రవేశించును. వివేక సంయోగమున ఆమెయందు జనించు పుత్రుడే ప్రబోధ చంద్రుడు. ఈ కథకు మహామోహాదుల విజృంభణ బీజము, జ్ఞానోదయము నిర్వహణము.

ఈ నాటకమును తెనిగించుటలో ఈ కవులు కథా సూత్రమును గాని, శ్లోక క్రమమును గాని ఎచ్చటను మార్చలేదు. ప్రబంధమునకు ఆవశ్యకములైన వర్ణనలు మాత్రము స్వతంత్రములైనవి అచ్చటచ్చట ఒకటి రెండు కలవు. వాటిలో ముఖ్యమైనది చిదానంద నగర వర్ణనము. వేదాంత రాజ్యమునకు రాజధాని యగు ఆ నగరమునకు ఆ పేరు పెట్టిన ఈ కవుల యొక్క కల్పనాశక్తి ప్రశంసింప దగును. ఈ పేరు మూలమున లేదు. యుద్ధ ప్రకరణములో చేయబడిన సూర్యాస్తమయాది వర్ణనలు మరికొన్ని కలవు. సంవాదాత్మకమైన నాటకమును కథ నాత్మకమైన ప్రబంధముగ తెనిగించుట, అనువాద సరళికి కష్టతరము. ఈ దుర్ఘట కార్య నిర్వహణమున ఈ కవులు మంచి నైపుణి జూపి చరితార్థులైరి. వాక్య సాంగత్యము చేయు సంధి వచనములు మొదలగు నలతి

మార్పులు తప్ప కొంచమేని మూలాతిక్రమణము లేకుండ నిట్టి యనువాదమును నిర్వహించుట చేతనే వీరియు, వీరి గ్రంథము యొక్కయు కీర్తి అజరామర మయినది. శ్లోకముల తెనిగింపు సయితము శ్రీనాథ విన వీరనల పద్ధతియే. మూలము నాత్మీయముగా జేసికొని, వన్నె పెట్టి, క్రొత్త వస్తువుగా ప్రదర్శించిరి

"సంతు విలోకన భాషణ
విలాస పరిహాస పరి రంభాః
స్మరణ మపి కామినీ నా
మలమిహ మనసో వికారాయ"

"తరుణుల చూపులు మాటలు
గర గరికలు నగవు బిగువుఁ గౌఁగిటి పొందుల్
పరికింప నేల? తత్సం
స్మరణమె చాలదె మనంబు సంచల పఱుపన్."

"అహల్యాయై జారస్సురపతి రభూ దాత్మతనయాం
ప్రజానాథో నయాసీద భజత గురోరిందుర బిలామ్
ఇతిప్రాయః కోవా న పద మతథ్యే కార్యతమ యా
శ్రమో మద్బాణానాం క ఇవ భవనోన్మాథ విధిషు"

"తన కన్న కూతును తాన పెండ్లాడదే
వారిజగర్భుండు వావిదప్పి
బలభేది గౌతము భార్య నహల్య గా
మించి చేయడే నల్లమేక తప్పు
కడలేని రట్టడి కొడిగట్టుకొని యైన
గమలారి గురు తల్పగతుడుగాడె
తపన సూనుడు తార దానాక్రమింపడె
యన్న ప్రాణములకు నడ్డు తలచి

మఱియు నట్లు జగంబుల మరులు కొల్పి
యెట్టి నయనాత్ములకు నైన గుట్టుచెడిపి
కాని త్రోవల నడపించు కడిమికాదు
వాలుచూపుల గమి కవలీల గాదె.

మూల శ్లోకములో ఇంద్రునకు ప్రథమ స్థానము, బ్రహ్మకు రెండవదియు ఈయబడగా ఈ కవులు మొదటి వేల్పునకు రెండవ స్థానము తగదని అగ్ర స్థానమే ఇచ్చి గౌరవించిరి. మరియు శ్లోకార్థము సీసమునకు చాలక పోబట్టి సుగ్రీవునకు నాలుగవ పాదమును అంకిత మొనర్చి పద్యమును పూర్తి చేసిరి. ఇది శ్రీనాథుని ఫక్కికి అనుసరణమని నేను వేరె చెప్పనక్కరలేదు. ఈ క్రింది సీసపద్యము కూడ అట్టిదే.

"శ్రీదేవీ జనకాత్మజా దశముఖ స్యాసీ ద్గృహే రక్షసో
సీతా చైవ రసాతలం భగవతీ వేదత్రయీ దాన వైః
గంధర్వస్య మదాల సాంచ తనయాం పాతాల కేతుశ్ఛ లా
దై త్యేంద్రోఽపజహార హన్త విషమా వామా విధేర్వృత్తయః"

"చాఁప చుట్టఁగ జుట్టి చంకఁ బెట్టుక పోఁడె
ధరణి హిరణ్యాక్ష దానవుండు
వేదత్రయీ కాంత వెస బ్రుచ్చిలింపఁడే
చూఱపట్టిన యట్లు సోమకుండు
సాక్షా న్మహా లక్ష్మి జనక భూపాలనం
దనఁ జెఱ వట్టఁడే దశముఖుండు
కొనరక యమ్మదాలసఁ గొనిపోడె పా
తాళ కేతుఁడను నక్తంచరుండు
గాన నిం తేసి వారముగా యనంగ
రాదుపో యెట్టి పుణ్యవర్తనునికైన
సహజ వక్రంబు గాన సజ్జనుల మేలు
చూడజాలక విధితప్పఁ జూచెనేని.

పై సీసపద్యములో హిరణ్యాక్షుడు ధాత్రీదేవిని గురించిన గాథ నూతన ముగా జేర్పబడినది.

"నిత్యం స్మరన్జలద నీల ముదార హార
కేయూర కుండల కిరీట ధరం హరిం వా
గ్రీష్మే సుశీత మివ వాహ్రద మస్తశోకం
బ్రహ్మ ప్రవిశ్యభజ నిర్వృతి మాత్మ నీ నాం."

ఈ ధర్మసందేహములకు సమాధానము చెప్పగల వాడు త్రికాలజ్ఞుడును, మరణ రహితుడును అయిన మార్కండేయు డొక్కడే యని యెంచి జైమిని ఆ మహర్షిని ఆశ్రయించి వేడుకొనెను ఈ యెడ పాఠకుల కొక పెద్ద సందేహము కలుగవచ్చును. ఏదనగా—

వేదవ్యాసుడు భారత సంహితను రచించి తత్ప్రచారార్థము వైశంపాయ నాది శిష్య చతుష్టయమును నియోగించెను. ఆ నలువురలో జైమిని ఒకడు. ఈ శిష్యునకు తాను భారతమును గురు సన్నిధానమున అధ్యయనము చేసి నప్పుడు పొడమని ధర్మసందేహములు కాలాంతరమున ఎట్లు పొడమెను? తాను జిజ్ఞాసువే అయినచో ఆ సందేహములు ఆనాడే వ్యాసుడు తీర్చి యుండును గదా! ఇటువంటి ప్రశ్నలకు పురాణములు సమాధానములు చెప్పవు పురాణములు ఎవరు వ్రాసినను, ఎవరు చెప్పినను, ఎవరు విన్నను ఆ వ్యక్తులకు ప్రాధాన్యము లేదు ఎవరి పేరున వెలసినను పురాణ విషయము మాత్రమే ప్రాధాన్యము వహించును. మరి ఇంకొక విశేష మేమనగా పురాణములలో పేర్కొనబడెడు నామములు చాలా వరకు గోత్రనామములు. కౌశిక నామముగాని గౌతమ నామముగాని పలు పురాణములతో పలుచోట్ల వచ్చినపుడు, ఆ కౌశికుడు విశ్వామిత్రుడే యనియు, ఆ గౌతముడు అహల్యా భర్తయే యనియు అనుకొనరాదు వారు క్రమముగా కౌశిక గోత్ర సంజనితులో లేక గౌతమ గోత్ర సంజనితులో అయిన మునులని గ్రహింపవలయును. ఈ సంప్రదాయమును బట్టి ఈ పురాణమున మార్కండేయుని సందర్శించిన ముని వ్యాసశిష్యుడైన జైమిని కాదని యనుకొనవలయును.

ఈ జైమిని తన ధర్మ సందేహములు తీర్పుమని మార్కండేయుని అర్థింపగా ఆ మహర్షి తాను సవన దీక్షితుడై యుండుటచే ఆ సందేహము నివృత్తి చేయగల ధర్మపక్షుల యొద్దకు జైమినిని పొమ్మని యాదేశించి ఆ పక్షుల వృత్తాంతము జైమినికి తెల్పెను. ఆ పక్షులు పూర్వజన్మమున సుకృశుడు అనే ఋషీశ్వరుని కుమారులు వారు ఒక సందర్భమున తండ్రి యాజ్ఞానుసారము దేహత్యాగము చేయుట కియకొనకపోవుటచే ఆయన వారిని పక్షిజన్మ మెత్తుడని శపించెను ధర్మసాదనమైన మానవ శరీరములను త్యజించి తిర్యగ్జన్మ మెత్తవలసిన దుర్గతికి వారు విలపింపగా తండ్రి కరుణించి పక్షి జన్మలో కూడ వారికి జ్ఞాన

రాజాదరణ పాత్రమయి ఉండినచో, నాటకము ప్రబంధముగ మాఱుటయు తటస్థించదు. వాటి అభావముననే. మన పూర్వుల నాటక దర్శన కుతూహలమును శ్రవ్యకావ్య శ్రవణమే తీర్పవలసి వచ్చెను.

అదిగాక, తెలుగు ప్రబంధము ఒక వింత శిల్పనిర్మాణము. సంస్కృతమున క్వాచిత్కములగు చంపువులుదక్క, గద్య కావ్యములు వేఱు, పద్య కావ్యములు వేఱు కథ నాత్మకములగు శ్రవ్యకావ్యములు వేఱు, సంవాదాత్మకములగు దృశ్య కావ్యములు వేఱు. ఇక తెలుగు ప్రబంధమో, గద్య పద్య కథన సంవాదాత్మకమయి, సమస్త కావ్య భేదములు ఏకత్ర రాశీ భూతములయి వెలసిన సంపూర్ణమూర్తి. ఇట్టి వైలక్షణ్యము కలిగిన సమగ్రసారస్వతమూర్తి ఏ దేశ భాషలలోను లేదు. మనలో ప్రత్యేక గద్య కావ్యములు లేచిలోటు, నాటకములును లేవనెడి లోపమును ఈ ప్రబంధమే తీర్చినది. మరియు, వర్ణనాత్మకమైన భావ కవిత్వము ఇముడ్చుకొన్నదియు నీ ప్రబంధమే. ఇది కవితా శక్తుల నన్నిటిని నొఅపి చూచు స్థానమని మన పూర్వుల అభిప్రాయము. "The parts lose their individuality in the finished whole"(Moulton). ఇతర కవుల కంటె ప్రబంధ కర్తలే పెద్దలని మనవారు కొనియాడుటయు అందుచేతనే, పాశ్చాత్యాధునిక విమర్శకులు కొందఱు, కవితాశక్తి సంపూర్ణ వ్యక్తికి Epic (ప్రబంధము) వలె ఏ కావ్య భేదమును జాలదని, దానిని నిర్వహించిన వాడే మహాకవి యని ఒక కళా సిద్ధాంతమును ప్రతిపాదించిరి. అట్టి ప్రబంధము ప్రదర్శన సౌకర్యము లేని నాటకము కంటె వాఙ్మయమున చిరస్థాయిగ నుండునను నాశచె ప్రబోధ చంద్రోదయము వంటి నాటకములు తెనుగున ప్రబంధములయి యుండవచ్చును.

వరాహ పురాణము

ఇది వరాహ విష్ణువు భూదేవికి చెప్పిన పురాణము కావున దీనికి వరాహ పురాణమను పేరు వచ్చినది. ఈ కవులు రచించిన ఈ రెండు గ్రంథములలో ప్రబోధ చంద్రోదయమునకు వచ్చిన ఖ్యాతి వరాహ పురాణమునకు రాలేదు. ఆనాడు ఈ పురాణముపై గౌరవముండవచ్చును గాని కాలము గడచిన కొలది ప్రబంధ రుచి ప్రచుర మగుటచేత కొన్ని పురాణములపై ప్రజాదరము తగ్గెను, వాటిలో ఇది ఒకటి. అదియును గాక ఏవో కొన్ని ఉపాఖ్యానములు తప్ప

రసవత్కవిత్వమునకు అక్కరకు రాదగిన గ్రంథ భాగము చాల తక్కువ. అందుచేతనే కాబోలు వీరు గ్రంథ మంతయు తెనిగింపక ఉత్తర భాగమును విడిచి పుచ్చిరి. మూలమున వ్రతదాన భాగము వరకు తెనిగించి ఫలశ్రుతి చెప్పి గ్రంథము ముగించిరి. మూల గ్రంథముతో కొంత భాగమే తెనిగించినను ఈ తెలుగు గ్రంథము 12 ఆశ్వాసముల వరకును పెరిగినది. దీనికి కారణము రసవంతములైన కొన్ని ఉపాఖ్యానములను వీరు విస్తరించి వ్రాయుట. ఆ ఉపాఖ్యానములలో ముఖ్యమైనవి. (1) దుర్జయోపాఖ్యానము (2) గౌతమ్యుపాఖ్యానము (3) ధర్మవ్యాధ వృత్తాంతము.

1. దుర్జయోపాఖ్యానము :

దుర్జయుడను ఒక రాక్షసుడు ముల్లోకములు జయించి, ఏలుచు ఒక సందర్భమున గౌరముఖుడను మహర్షి ఆశ్రమమున కేగి, ఆయనచే అతిథి సత్కారములు పొందెను. ఆ కృతఘ్నుడు ఆ తపోధనుని యొద్ద నున్న చింతామణిని బలాత్కారముగ అపహరింపజూచెను. నిస్సహాయుడైన ఆ ఋషి ననుగ్రహించి శ్రీమహావిష్ణువు సాక్షాత్కరించి దుర్జయుని శిక్షించెను. ఋషికి విజయ మొనగెను.

2. గౌతమ్యుపాఖ్యానము :

ఇది గోదావరి నదియొక్క అవతరణకు సంబంధించిన కథ, ఈ కథ లోకప్రసిద్ధమే. ఒకప్పుడు ద్వాదశ వర్షక్షామము సంభవింపగ ఋషు లందరును ఆహారార్థమై గౌతమఋషి ఆశ్రమమునకు చేరిరి. ఆయన ఒకప్పుడు తపస్సుచే బ్రహ్మను మెప్పించి సస్యసంపన్న క్షేత్ర వరమును పొందెను. ఆ సంగతి యెరిగియే మునులు ఆయన ఆశ్రమము చేరిరి. క్షామకాల అనంతరమున ఆ అతిథులు తమ తమ నివాసములకు తరలి పోవుచు గౌతముని వంచింపవలెననెడి దుర్బుద్ధి పొడమి ఒక మాయా గోవును సృజించి, తమకు అన్నము పెట్టి ఆదరించిన పుణ్యుని క్షేత్రముపై త్రోలిరి. ఆ గోవు సస్యము తినుచుండగ గౌతముడు దానిని నోటితో అదలించెను. తపోమహితమైన ఆయన వాక్తీక్షణత్వముచే కాబోలు ఆ గోవు చచ్చిపడెను. ఆ మునులు తమ తంత్రము ఫలించినదని సంతోషించి గౌతముని మీద గోహత్యాపాతకమును అంటకట్టిరి. ఆయనయు తనకు నిష్కారణమున చుట్టుకన్న పాపమునకు ఎంతో వగచి శివుని గురించి ఘోర

తపస్సు చేసి ఆయనను మెప్పించెను. గంగాధరుడు తన జటా వ్యూహమున తాండవించు గంగలో ఒక పాయను విడిచి గౌతముని వెంట పంపెను. ఆ ప్రవాహము గౌతమ సస్యక్షేత్రమున చచ్చిపడి ఉన్న గోవు మీదుగా ప్రవహించుచు పోయెను. గౌతముడు తన పాపక్షాళనమునకు సంతోషించెను. ఆయన పేరు మీద ఆ ప్రవాహము గౌతమి యనియు, గోవును బ్రతికించి ఇచ్చుట చేత గోదావరి యనియు లోకమున ప్రసిద్ధి పొందెను.

3. ధర్మ వ్యాధ వృత్తాంతము :

ధర్మ వ్యాధునకు అర్జునిక అను ఒక కూతురు కలదు. ఆ కన్య విద్యా వినయ సంపన్నురాలు. తండ్రి ఆమెకు తగిన వరుని అన్వేషించుటలో మతంగ ముని కుమారుడు ఆ కన్యకు తగిన వాడని యెంచి మతంగునితో సంప్రదించి ఆ యువకునకు ఆ కన్య నిచ్చి వివాహము చేసెను కాని ఆమె కాపురము తండ్రి అనుకున్నట్లు సాగలేదు. ఆ సాధ్వి అత్తవారి ఇంట వలు పాట్లను లోనై తండ్రి వద్దకు వచ్చి తన కష్టములు వెళ్ళబోసుకొనెను. ధర్మ వ్యాధుడు ఆమెతో మతంగాశ్రమమునకు పోయి ఆమె అత్త మామలకును, భర్తకును సాంసారిక ధర్మములను బోధించి మంచి మార్గమునకు త్రిప్పెను. అంతటితో అర్జునిక భర్తతో సుఖ జీవనము చేయగలిగెను.

ఈ మూడు ఇతి వృత్తములును రసవంతములు గావున వీటిని ఉపాఖ్యానములుగా రచించుటలో రస సంపాదనమనెడి దృష్టి నిలిపి మూలములో లేని వర్ణనములతో, పాత్ర చిత్రణముతో చక్కని ఖండ కావ్యములుగా తీర్చి దిద్దిరి.

ఇటువంటి ఉపాఖ్యాన రచనా నైపుణిని బట్టియైనను వరాహ పురాణము రసులకు అవశ్య పఠనీయము కాదగిన గ్రంథము. తక్కిన భాగములలో గల దాన ధర్మములు, వ్రతానుష్ఠానములు మొదలగునవి మత సంబంధము గల సదాచార బోధకములు. ఆ భాగములు ధర్మశాస్త్రముల వలె చదువదగినవి.

రసము మాట ఎట్లున్నను శబ్ద గుంఫనమున ప్రబోధ చంద్రోదయము కంటె ఈ పురాణమే మేలతరముగా నున్నదని సాహసించి చెప్పవచ్చును.

కొరవి గోపరాజు

గోపరాజు శ్రీనాథ యుగములో తుది దశాబ్దిలోని వాడుగా పొడకట్టును. ఆపై ప్రబంధ యుగమని చెప్పదగిన పదునారవ శతాబ్దమున గూడ ఇతడు కొంతకాలము జీవించి యుండవచ్చును. అయినను, ఆ శతాబ్దికి ప్రబంధ యుగమస పేరు తెచ్చిన ప్రబంధ కర్తలలో ఇతడు చేరడు. పెద్దనాదుల ప్రబంధము లకు గల విశిష్ట లక్షణములలో ఒకటియు, ఈతని ద్వాత్రింశికకు పట్టదు. కాబట్టి ఇతనికి శ్రీనాథయుగముననే స్థాన మొసగుట న్యాయము. ఆ యుగములో వన్నెకెక్కిన పెద్ద కవులలో పిల్లలమఱ్ఱి పిన వీరన ఒకడు. అతడు తన జైమినీ భారతమును 1485-98 మధ్య విజయనగర రాజ్యమేలిన సాళువ నరసింహ రాయలకు అంకితమిచ్చుట చేత ఆ గ్రంథ రచనా కాలము 1490 ప్రాంతమని చెప్పవచ్చునని ఇతఃపూర్వము చెప్పితిని. గోపరాజు పూర్వకవిస్తుతిపరముగా వ్రాసిన ఈ క్రింది పద్యములో పినవీరనను కూడ గణించెను.

> "అనఘు హలాయుధు భాస్కరు మహాపతి పిల్లలమఱ్ఱి వీర రా
> జును ఘను నాగరాజు కవి సోముని తిక్కనసోమయాజి కే
> తన కవి, రంగనాథు నుచితజ్ఞుని నెల్లన నాచిరాజు సో
> మని నమరేశ్వరున్ తలతు మత్కుల చంద్రుల సత్కవీంద్రులన్"

ఈ పద్యము బట్టి పినవీరన, గోపరాజునకు చాల పూర్వుడని అనుకొనరాదు. కొందరు కవులు తమ సమకాలీన కవులకు కూడ నమస్కార పద్యములు సమర్పించుట కలదు సమ వయస్కుల యెడ సమకాలము వారియెడ అసూయా ద్వేషములు కల కవులున్నట్టుగానే గౌరవాభిమానము గల కవులును ఉందురు. ఈ గోపరాజునకు పిన వీరన యెడ అట్టి భక్తి భావము కలదని మనము తలంపవచ్చును. కాబట్టి పినవీరన గోపరాజునకు ఇంచుక పూర్వుడై అతని కంటె ముందు గ్రంథ రచన చేసినవాడై యుండును. అదిగాక ఈ పద్యములో గోపరాజు తనకు ఇచ్చ వచ్చిన కవులను కొందరను మాత్రమే పేర్కొనెను కాని వాఙ్మయమున తనకు పూర్వము ఖ్యాతి వహించిన కవులందరను స్మరింపదలపలేదు. కానిచో ఈ పద్యమున శ్రీనాథుని నామము లేకపోవుట సమర్థనీయము

కాదు. కాబట్టి పినవీరన కంటె కొంచెము అనంతరము కాలము వాడైన ఈ గోపరాజు 1500 ప్రాంతమున ఈ ద్వాత్రింశిక రచించి యుండును. ఇది ఇట్లుండ గోపరాజు గ్రంథావతారికలో చేసిన తన వంశావతార వర్ణనను బట్టి అతడు 15 వ శతాబ్ది మధ్యకాలమువాడై యుండునని చరిత్ర పరిశోధకులు ఊహపడిరి. కాని పిన వీరన ఆ శతాబ్ది తుది వాడగుటచేత అతనిని స్తుతించిన గోపరాజు ఆ శతాబ్ది మధ్యకాలము వాడై యుండుట పొసగదు వంశావతార పద్యములను వ్యాఖ్యానించుటలోను, తరములను లెక్కించుటలోను, తరముల కాలపరిమితిని నిర్ణయించుటలోను, చరిత్ర పరిశోధకులకు ఏకాభిప్రాయముండదు. ఆ చారిత్రక సాక్ష్యము కంటె ఈ సారస్వత సాక్ష్యమే బలవత్తర మనుటలో తప్పులేదు. ఆ వంశావతార వర్ణన బట్టియే కొందరు చారిత్రకులు, గోపరాజు పదునైదవ శతాబ్దిలో తుది దశకము వాడై యుండవచ్చుననియు నిర్ణయించిరి. ఈ భేదమునకు కారణము తరమునకు ఇన్ని సంవత్సరములు అని నిష్కర్షగా ఎవరునూ చెప్పలేకపోవుట, అది బ్రహ్మ కూడ చెప్పరగినదికాదు.

ద్వా త్రింశిక

ఈ యుగమున పుట్టిన కథా కావ్యములలో అధిక సంఖ్యాక కథలు కల గ్రంథము సింహాసన ద్వాత్రింశిక. జక్కన గ్రంథమువలె ఇదియు విక్రమార్కుని చరిత్రకు సంబంధించినదే కాని ఈ రెండిటికి కొంత భేద మున్నది. జక్కన, విక్రమార్కుని జననాదికముతో గ్రంథము ప్రారంభించి అతని సాహస కృత్యములలో కొన్నిటితో గ్రంథమును పూరించి వైభవోపేతముగా రాజ్యపాలన చేయుటతో ముగించెను. అనగా జక్కన గ్రంథము విక్రమార్కుని జీవిత కాలములో నడచిన ఉదంతములు గలది. ద్వాత్రింశికలో విక్రమార్కుని గురించి చెప్పబడిన కథలన్నియు ఆ మహరాజుయొక్క జీవితానంతరము సింహాసన సాలభంజికలచేత భోజ మహారాజునకు చెప్పబడినవి జక్కన విక్రమార్క చరిత్రలో సాహసాంకుని మహా గుణములకు ఉదాహరణముగ పది, పండ్రెండు కథలు మాత్రమే కలవు. ద్వాత్రింశికలో అట్టివి ముప్పది రెండు కలవు ఈ రెండిటను సమముగా ఉన్నవి, కొలది మాత్రమే మరి జక్కన గ్రంథములో చంద్రగుప్తుని కుమారులు నలుగురిలో విక్రమార్కునకే మాతామహుని రాజ్యమును క్షత్రియత్వమునుబట్టి తండ్రి ఇచ్చినట్లు కలదు. ద్వాత్రింశికలో

ఆ రాజ్యము భర్తృహరికి సంక్రమించినట్లును, అతడు దుశ్శీలయగు భార్యచేవంచితుడై వైరాగ్య మవలంబించి రాజ్యమును విక్రమార్కునకు సమర్పించి తపస్సునకేగినట్లును కలదు. భర్తృహరి వైరాగ్యమునకు కారణభూతమైన రసాభాసకథ రెండింటను కలదు. కాని భర్తృహరిచేత విక్రమార్కునకు రాజ్య ప్రధానము చేయబడినట్లుగా జక్కన గ్రంథములో లేదు. జక్కన గ్రంథమునకు మూలమేదియోతెలియదు. అతడుగ్రంథావతారికలో మూలగ్రంథము సంగతియే ప్రస్తావించలేదు. గోపరాజు మాత్రము తన గ్రంథము అనువాదము అని స్పష్టముగా చెప్పెను.

ఉ॥ ఈ సరసోక్తి కావ్యమొక డిమ్ముల సంస్కృతభాష నచ్చుగా
చేసిన నట్ల వీడు మరిసేయుట యేటికి యంచు జెప్పగా
చేసి అనాదరం బురక సేయకుడీ, విలుకాడు తూటుగా
నేసిన నందె పారమతి యేసిన వానిద సూటిగావునన్.

ఒక సంస్కృతగ్రంథమును తాను అనువదించుచున్నట్లు అతడుఈ పద్యములో స్పష్టీకరించెను. సంస్కృతమున విక్రమార్కుని కథలుగల ఒక గద్యపద్యాత్మక గ్రంథ మున్నది. అది గోపరాజు ద్వాత్రింశిక వలెనే భోజరాజునకు ముప్పదిరెండు సాలభంజికలచేత చెప్పబడిన విక్రమార్కుని మహాగుణకథనముగల గ్రంథము. ఉపక్రమ ఉపసంహారములలో ఈ రెండు గ్రంథములు ఏకీభవించుచునే యుండును. కావున గోపరాజు ద్వాత్రింశికకు ఈ సంస్కృత గ్రంథమే మూల మనుకొనుట భావ్యమని తోచుచున్నది. కాని గోపరాజు ఆ మూలమున నామమాత్రముగానైనను కానరాని అనేక శాస్త్ర విషయములకు ప్రవేశము గలిగించి ఆ యా శాస్త్రములలో తనకుగల విజ్ఞానపారంగత్వమును చూపుటకు చాలా గ్రంథమును పెంచి వ్రాసెను. నన్నెచోడునివలె ఇతడు కూడ చతుర్దశ విద్యలను చతుష్షష్ఠి కళలను యెరిగి యున్నవాడే కావ్యము వ్రాయవలెననెడి, వ్రాయగలడనెడి ఒక ఉద్దేశ్యము కలవాడు. ఇది పాండిత్య పక్షపాతముగల ఉద్దేశ్యమైనను కావ్యములు ఆనందదాయకములే కాక విజ్ఞాన ప్రదములు కావలెననెడి ప్రాచీన సంప్రదాయమునకు అనుగుణముగా ఉండుటబట్టి ఆ కాలమున అది లోకస్తుతి పాత్రముగా చెల్లుబడి అయ్యెను. ఆ సంస్కృత గ్రంథములో ఉన్న కథలన్నియు యథాతథముగా ద్వాత్రింశికలో లేవు. రెంటికి కొంత భేదమున్నది. అసలు ఈ విక్రమార్క చరిత్రకు కథా సరిత్సాగరము

మూలము. గోపరాజు సంస్కృత విక్రమార్క చరిత్ర అనువదించునపుడు ఎడ నెడ తనకు నచ్చినప్పుడు కథాసరిత్సాగరమునుకూడా అనుసరించి యుండును. అంతేకాదు, సందర్భమును కల్పించుకొని హర్షుని నాగానంద నాటక కథను, అమూలాగ్రము అనుసరించుటయేకాక, అందలి శ్లోకములను కూడా పెక్కింటిని తెనిగించెను. కాబట్టి ద్వాత్రింశికకు యథార్థమైన మూల గ్రంథము ఇది యని చెప్పలేము. కాకపోతే అతడు స్వేచ్ఛా విహారము చేసినను ఇది యొక సంస్కృత గ్రంథమునకు అనువాదమేనని ఒప్పుకొనెను కనుక ఆ గ్రంథము, పైని పేర్కొన్న గద్యపద్యాత్మక విక్రమార్క చరిత్రయేయని భావించవచ్చును. మరి ఇతడు అచ్చటచ్చట ప్రసంగ వశమున వివరించిన అనేక శాస్త్ర విషయములు ఆ సంస్కృత గ్రంథమున లేవని చెప్పితిని. ద్వాత్రింశికలో ఆంధ్ర ఛందోవ్యాకరణ విషయ ప్రసంగము కూడ గలదు. ఈ శాస్త్ర ప్రసంగము ఆ సంస్కృతమున ఉండుట పొసగదుకదా! ఆ సంస్కృత గ్రంథకర్త ఆంధ్రుడై యుండి స్వకీయభాషా వ్యాకరణ ఛ్ఛందస్సులను ఇతర భాషల వారికి విశదీకరించుటకు ఆ శాస్త్ర ప్రసంగము చేయ వచ్చునేమోగాని ఆ గ్రంథకర్త ఆంధ్రుడును కాడు, ఆ గ్రంథమున ఈ ఆంధ్ర భాషా విషయములును, లేవు

జక్కన తన గ్రంథమును ప్రబంధ శయ్యలో రచింపవలెనని దానికి ప్రౌఢ ప్రబంధ యశము రావలెనని సంకల్పించి అందు కృతకృత్యు డయ్యెను. గోపరాజు ప్రౌఢ శైలిలో దీనిని మహా ప్రబంధముగా నంతరించవలెనని పాటు పడలేదు. ఎంత పాటుపడ దలచినను ఈ కథలకు ప్రౌఢ కావ్యత్వసిద్ధి కలుగ దని అత డెరుగును. అందుచేతనే ఇతడు శయ్యా సౌందర్యమునెడ దృష్టి నిలుపక కథా కథనమే లక్ష్యముగా రచనను సాగించెను. ఒక్కొక్కచో వర్ణ్య, వస్తు తత్వమునుబట్టి ప్రౌఢశైలి గోచరించెడి సందర్భములును కలవుగాని అవి అతని సహజ ధారాళ శైలికి అపవాద ఘట్టములు. గోపరాజు శైలి గౌరన శైల వలె ఇంచుమించు వ్యావహారిక భాషకు సన్నిహితముగా నుండును. కొన్ని లోకోక్తులు వ్యాకరణ విరుద్ధములుగా నున్నను వాటిని యథాతథముగా ప్రయోగించునే కాని నిర్దుష్టముగా నుండునట్లు సంస్కరించుటకు పాటుపడడు. ఇన్ని ఉత్తమ గుణము లున్నను ఈ గ్రంథము నిన్న మొన్నటిదాక మరుగుపడి యుండుటకు కారణము విద్వల్లోకమునకు జక్కన గ్రంథము నందున్న గౌర

వము దీనియెడ లేకపోవుటయే. దానికి కారణము జక్కన శైలిలోకల ఆకర్షణ శక్తి. ఇంకొక విషయము; గోపరాజు తన గ్రంథమును కూడ హరిహర నాథునకే కృతి ఇచ్చెను. అయినను తిక్కనవలె, నాచన సోమునివలె కాక హరిహరులకు విడివిడిగా పద్యములు సమర్పించెను.

వెన్నెలకంటి అన్నయ్య

వెన్నెలకంటి అన్నయ్య అనుకవి షోడశకుమార చరిత్ర అను గ్రంథమును రచించెను. కాని ఆ షోడశకుమార చరిత్ర గ్రంథము సంపూర్ణముగా దొరక లేదు అందులోని కథ ఇట్లుండును.

జనమేజయుని రెండవ కుమారుడైన కమలాకరుడు ఇందు నాయకుడు. అతడు శ్రీకృష్ణుని వర ప్రసాదమున జన్మించెను జనమేజయుని పెద్ద కుమారుడు శత అనీకుడు. తండ్రి అతనిని రాజ్యమునకు అభిషిక్తునిచేసి రెండవ కుమారునికి యువరాజ పట్టము కట్టి, తాను భార్యలతో తపస్సున కేగెను. కమలాకరుడు ఎనమండుగురు మంత్రి కుమారులతోను, నలుగురు దండ నాయక తనయులతోను, ముగ్గురు పురోహిత పుత్రులతోను కలిసి ఉద్యాన వనమున కాలక్షేపము చేయుచుండగా, ఒక సాధకుడు చేరవచ్చెను. వాడు ఒక సిద్ధుని కొలిచి, అతని పనుపున ఒక దుర్ఘట కార్యము సాధింపబోవు చుండెను. వింధ్యాటవిలో ఒకచోట ఒక శింశుపా తరువు దండ పారావతాక్షుడనే నాగ రాజువద్ద వైడూర్యకాంతి అనే పేరుగల ఖడ్గమున్ను, వహ్నిదీధితి అను పేరుగల దివ్య రత్నమున్ను కలవు. ఆ వాలు ధరించినవాడు ఏడు దీవులను ఏలును. ఆ రత్నము చెంతనున్న వానికి అఖిల సిద్ధులు కలుగును. ఆ సాధకుడు వాటిని సాధింప బోవుచుండెను. రాకుమారుడు వాని నమ్మతిమీద తన మిత్రులతో వానికి తోడు పోయెను. సాధకుడు ఆ శింశుపా తరువు క్రిందగల అగ్ని కుండంబున ఖదిరేంధనంబుల వ్రేల్వ దొడగెను. అంతలో ఒక సుందరి విభ్రమంబుతో అచ్చట కరుదెంచెను. అ సాధకుడు దాని విలాస విభ్రమములకు మురిసి మంత్ర తంత్రములు మరచి సంయమభ్రష్టుడై పోయెను. అంతలో పారావతాక్షుని పనుపున ఘోరమైన భూతకోటులు అ సాధకుని పొదవి, ఆగ్రహముతో వానికడకాలువట్టి దూరముగా విసరి వైచెను. అ సాధకుని వెదకుటకు షోడశ కుమారులు అందరు అన్ని వంకల ఆ మహాటవిచొచ్చి వెదకి వెదకి దిగ్భ్రమ నొంది, వచ్చిన జాడ ఎరుగక, ఒండొరులు పొడ గానక తిరుగు చుండిరి. కమలాకరుడు కొన్ని దినంబులు మిత్రుని వెదకి వారి నెందును కానక

ఒకనాడు ఒక ఏటి దరిని అరుగుచుండెను. అంతలో ఒక కిరాతకుడు ఆ నదిలో ఒక మొసలిచే పట్టుబడి అర్తితో మొర పెట్టెను. రాకుమారుడు వెంటనే దానిని సంహరించి కిరాతుని నీటినుండి వెల్వరించెను. వాడు కృతజ్ఞతతో కమలాకరుని తన ఇంటికి అహ్వానించి, కిరాత పల్లెకి తోడ్కొనిపోయి, సమస్త సమ్మదాచారములునడపి, ఒక రమ్య సదనంబున ఆతనిని విడియించెను. ఆనాటి నిశాసమయమున రత్నదీవ విభాసితంబగు ఆ నివాసము కలయ కన్గొనునప్పుడు అచ్చట కట్టివేయబడియున్న ఒక నెమలి అతని కంటబడెను. అతడు దానిని ప్రియమార చూచి అంగళమును దువ్వి, దాని కట్టుత్రాడు విప్పెను. అంతలో నెమలి కమలాకరుని మిత్రులలో భీమభటుడు అను పేరుగల మిత్రుడుగా మారి రాజకుమారునికి మ్రొక్కెను. ఆతడు అద్భుత మోదమగ్నుడై మిత్రుని ఆదరించి నీ కీరూపము ఎట్లు వచ్చెనని అడుగగా, అతడు తన కథ చెప్ప దొడగెను. ఇట్లే తక్కిన మిత్రులు గూడ ఒక్కరొక్కరే రాకుమారుని కలసుకొని, అద్భుతములైన తమ తమ అనుభవములను చెప్పిరి. తుదకు కమలాకరుడు మాళవ దేశపురాజు కుమార్తెను వివాహమాడి మిత్రులతో కలిసి హస్తినాపురము చేరెను.

శ్రీనాథయుగ సింహావలోకనము

తెనుగు వాఙ్మయ చరిత్రలో "ఈ యుగమునకు ఈ లక్షణమని "నిరప వాదముగా నిష్కర్షగా నిర్దేశించుట చాల కష్టము అనువాదయుగ మనుకున్న కాలమున స్వతంత్ర గ్రంథములు పుట్టుటయు, స్వతంత్రయుగము అనుకున్న కాలమున అనువాదములు వెలయుటయు, పురాణయుగము అనుకొన్న కాలమున ప్రబంధములును, ప్రబంధయుగము అనుకొన్న కాలమున పురాణములును రచింప బడుటయు మొదలగు అన్యోన్య సంక్రమణము ఆదికాలము నుండి నేటి కాలము వరకును సాగుచునే ఉన్నది. కావున ఏ యుగమును గురించి యైనను మనము చేయు సిద్ధాంతము స్థూల రూపముగానే యుండును.

శ్రీ నాథుని యుగమును సంధియుగమని కొందరు అందురు. ఇది ఆంగ్లమున Age of Transition అను పదమునకు సరియైన తెనుగుగా కల్పింపబడిన పేరు. శ్రీనాథుని యుగము ఒక అర్థమున సంధి యుగమనుట నిజమే కాని, అది age of transition మాత్రము కాదు ఆంగ్ల భాషలో సంధియుగమనగా ఇట్టిది :– కొన్ని ఉత్తమ లక్షణములతో ఒక మహా యుగము కొంత కాలము నడచి ఆగిపోయిన పిమ్మట మరి కొంత కాలమునకు మరికొన్ని ఉత్తమభిన్న లక్షణములతో ఇంకొక మహాయుగము ఆవిర్భవింప నుండగా ఆ రెంటికి నడుమ చెప్పదగిన స్వతంత్ర లక్షణము లేవియు లేక అవ్యవస్థిత ముగ,అప్రధానముగ ఉండెడి కాలవ్యవధికి age of transition అని పేరు. శ్రీనాథయుగమును మన వాఙ్మయ చరిత్రలో అవ్యవస్థితమని గాని, అప్రధాన మని గాని తలచుట వివేకలక్షణము గాదు కావున ఈయుగమును ఆ అర్థమున సంధియుగ మనరాదు.

భారత కవులు పురాణానువాదమునకు దారి చూపిన గురువులు. శ్రీనాథ యుగమునందలి కవులలో ముఖ్యుడైన శ్రీనాథుడు సంస్కృత కావ్యానువాదము నకు దారి చూపిన గురువు. కావున సంస్కృత ఆంధ్రీకరణ చరిత్రలో భారత కవుల కున్నంత ప్రాధాన్యము శ్రీనాథునకును కలదు. అంతేకాక గత శతాబ్దుల

లోని పురాణాదులును, భావికాలములోని ప్రబంధములును సంగమించిన తీర్థస్థలము శ్రీనాథుని యుగము. ఈ అర్థమున దీనిని సంధియుగ మన వచ్చును.

మరియు ఈ యుగమునే ప్రబంధ పూర్వ యుగమనియు చెప్పవచ్చును అనగా అచ్చట ప్రబంధముల ఆవిర్భావమును సూచించుచు దానికి అవ్యవహిత పూర్వముగ ప్రవర్తిల్లిన కాలము అని అర్థము సూర్యోదయమునకు అరుణోదయమువలె, ప్రబంధయుగమునకు శ్రీనాథుని యుగము, ప్రబంధ పూర్వ యుగమనెడి పేరునకు అర్హత గణించుకొన్నది. ఇంచుమించు క్రీ॥ శ॥ 1350 వ సంవత్సరము వరకు భారత, రామాయణముల అనువాదములే ప్రధాన వాఙ్మయ క్రియ యైనది. క్రీ॥ శ॥ 1500 సంవత్సరములనుండి స్వతంత్రము లయిన ఆంధ్ర ప్రబంధములవతరించినవి ఆ పురాణాదుల అనువాదములకు, ఈ ప్రబంధముల స్వతంత్రతకు నడిమి కాలమయిన శ్రీనాథుని యుగము ఆ ప్రబంధ ప్రచారమునకు దారి చూపినది. ఈ యుగములో కొంత వాఙ్మయ భాగము అనువాదముగా, మరికొంత స్వతంత్రముగా, ఇంకొక కొంత యథోచితాను సరణముగా నానావిధముల ఆవిర్భవించి, సంస్కృత సారస్వత కరావలంబమును వదిలి పెట్టియు, వదలి పెట్టని రీతిగా చాల దూరము నడచి కాలు నిలువ ద్రొక్కుకొన గలిగినది ఈ యుగములోని మహాకవుల కృషియంతయు ఉత్తరకాలమున జరుగబోవు ప్రబంధ సరస్వతీ విహారమునకు మెత్తని పూల దారులు పరచుట యైనది. ఈ మహానుభావులే ప్రబంధ నాటక ప్రదర్శనమునకు పూర్వరంగ ప్రవర్తకులు. వీరు నెరవేర్చిన ప్రస్తావన కనుగుణముగానే ప్రబంధ నాటకము ప్రదర్శింపబడినది. అందుచేత ప్రబంధ యుగమున కవ్యవహిత మయిన ఈ కాలమున ప్రబంధపూర్వయుగమని పేర్కొనుటలో ఆక్షేపము ఏమియు నుండదు. దీనికి నాందీ శ్లోకమును పఠించి ప్రస్తావనను నడపిన వాడు శ్రీనాథుడు. అందుచే ప్రబంధ పూర్వ యుగమన్నను, శ్రీనాథుని యుగమన్నను అర్థము ఒక్కటియే.

ఈ కాలమున పురాణములు కూడ పుట్టినమాట నిజమే, కాని వాటియందును ప్రాబంధిక లక్షణములైన రసోత్కర్షము, వర్ణనా భూయిష్ఠత, శయ్యానిష్ఠ, అలంకార ప్రియత మొదలగునవి నెలకొని, కేవల పురాణ పద్ధతిని మరపించినవి. కాశీఖండ,భీమఖండములు నామమాత్రమునకే ఖండపురాణములు కాని,

గుణమున ప్రబంధలక్షణములు కలవియే. వరాహపురాణ కర్తలు ఆ పురాణము నందలి ఉత్తరార్థము నీరసమగుటచే అనువాదమున దానిని విసర్జించుట చూడగా ఈ యుగ పురాణ కర్తలకు కూడ చాల వరకు పూర్వాభిరుచి తగ్గినదనియే చెప్ప వచ్చును. మరియు ఈ పురాణ కర్తలు మూలమున నామమాత్రముగ, అతి సంగ్రహముగ ఉన్న చిన్న కథలను అలంకారిక రచనా శోభితములైన ఉపాఖ్యా నములుగా సంతరించుట కూడ వారి చిత్తములు ప్రబంధములకు ఉన్ముఖము లైన వనుటకు నిదర్శనముగా చెప్పవచ్చును. పురాణముల యెడ తగ్గిన రుచి ప్రబంధముల దెస హెచ్చుట సహజమే.

ఈ ప్రబంధ ప్రక్రియకు మొదట నైషధాంధ్రీకరణ రూపమున మార్గద ర్శకుడైన వాడు ఈ యుగకర్త యైన శ్రీనాథుడు. శృంగార నైషధముతో ఆంధ్రవాఙ్మయమున నొక క్రొత్తశక మారంభమయింది సంస్కృతమున ందలి పురాణేతిహాసములు, కావ్యములు, నాటకములు అనెడు ప్రధాన వాఙ్మయ శాఖలు మూడింటిలో పురాణేతిహాసముల ఆంధ్రీకరణ పద్ధతి భారతరూపమున కవిత్రయమువారే నిర్ధారణ చేసిరి. శ్రీనాథుడు చేపట్టినది కావ్యము. అది స్వతం త్రానువాదమా, అస్వతంత్రాను వాదమా, కథా ప్రధానమా, శ్లోక ప్రధానమా అన్నచో ఇది యిత్థమని చెప్పలేని ఒక అపూర్వ రచనాక్రమమును సాగించి అర్వాచీన కవులందరకు సంస్కృత శ్లోకానువాదమునకు పటిష్ఠమయిన వరవడి పెట్టెను.

ఈ మహాకవి ఉత్తరకాల ప్రబంధ కవులకు పెట్టిన వరవడులలో శైలికి సంబంధించినది యొకటి. ఆంధ్ర వాఙ్మయమున అక్షర రమ్యత సాధిం చిన కవివర్గ మొకటియు, అర్థగౌరవమును పాటించిన కవివర్గ మొకటియు స్థూల విభాగమునకు గోచరించును. ఈ రెండు విధములయిన గుణములను సమముగా సమ్మేళన మొనర్చి-శబ్దార్థములు రెంటికిని ప్రాధాన్య మిచ్చిన శిల్పియు శ్రీనా థుడే. ఉత్తరకాల ప్రబంధ కవులలో ప్రముఖులైన వారు ఈ శైలినే అనుక రించిరి.

శ్లోకానువాదములోను, వర్ణనలలోను శ్రీనాథుని గురుత్వమునే శిరసావ హించి పిల్లలమఱ్ఱి పినవీరన కొంత వరకు స్వతంత్ర ప్రబంధమే యనిపించు కొనదగిన శృంగార శాకుంతల రచనా రూపమున ప్రబంధ సరస్వతికి ఇంకొక

భూషణమలంకరించెను. గౌరన హరిశ్చంద్ర ద్విపదరచన యైనను స్వతంత్ర కావ్యముగా చెప్పఁకోదగినదే.

పై వివరణమును బట్టి శుద్ధ ప్రబంధ నాటక ప్రదర్శనమునకు జరగవలసిన ప్రస్తావన యంతయు ఈ యుగమున జరిగినదని చెప్పవచ్చును.

లోకములో ప్రజలు ఉబుసు పోకకై చెప్పుకొనెడి చిత్ర విచిత్ర కథలన్నియు ఈకాలముననే కావ్యరూపమును తాల్చినవి. జక్కన విక్రమార్క చరిత్ర, అనంతామాత్యుని భోజ రాజీయము, గోపరాజు ద్వాత్రింశిక, నారాయణ కవి పంచ తంత్రము, వేంకట నాథుని పంచతంత్రము కథా వాఙ్మయమును చాలవరకు పెంపొంద జేసినవి.

పద కవిత్వ జాతిలో ఒక ఉపశాఖయగు గేయ కవిత్వము గానాంశ ప్రధానముగా సంగీత కళా జగత్తున ప్రవర్తిల్లినదని పలనాటి వీరచరిత్ర ప్రకరణమున జెప్పితిని. ఈ కవితా శాఖను గూడ వర్థిల్లజేసిన గౌరవమును శ్రీనాథ యుగముననే దక్కినది. పద కవితా పితామహుడు, సంకీర్తనాచార్యుడు అని కీర్తికెక్కిన తాళ్ళపాక అన్నమాచార్యుడు ఈ శాఖను ఆంధ్రసాహిత్యములో సుస్థిరము చేసినవాడు.

మొత్తము మీద ఈ ప్రబంధ పూర్వయుగము ఆంధ్రవాఙ్మయమున విశిష్టమయినది. నూరు సంవత్సరముల కాలములో నింత కావ్య ప్రక్రియా వైవిధ్యమును చూపిన యుగము ఆంధ్ర వాఙ్మయ చరిత్రలో వేరొకటి లేదు.

ఈ యుగమునకు ప్రారంభదశలో కొండవీడు రాచకొండలును, మధ్య కాలములో రాజమహేంద్రవరమును ఆపై ఉదయగిరియు, అంతమున విజయ నగరమును సాహిత్య పీఠములైనవి. నాచన సోముడు బుక్కరాయల ఆస్థానమున అడుగిడెనే కాని అయ్యెడ స్థిర పడినట్లు తోచదు. ప్రౌఢ దేవరాయని ముత్యాలశాలలో శ్రీనాథుడు పొందిన కనకాభిషేకము ఆంధ్ర సరస్వతీ విజయ నగర ప్రవేశమునకు మంగళాచరణ మయ్యెను. ఈ యుగాంతము నాటికి ఆ దేవి నంది మల్లయ, ఘంట సింగయ వరాహ పురాణముల రూపమున విజయ నగరాస్థానమున సుస్థిర సింహాసన మధిష్టించినది రాబోవు చరిత్ర ఆ మహావైభవ వర్ణన.

శ్రీనాథయుగములో శాస్త్రగ్రంథములు, శ్రుతనామములు

1. మడికి అనంతయ్య-మడికి సింగన తమ్ముడు. విష్ణుమాయా నాటకం వ్రాసినాడనీ, చింతలపూడి ఎల్లనార్యుడనే కవి వ్రాసినట్లు లోకము భ్రమపడిన దని ఒక మతం. ఎల్లనార్యుని కంటే అనంతయ్య పూర్వుడైతే ఆ ప్రబంధం అనంతయ్యదే కావచ్చు.

2 వెన్నెలకంటి జన్నమంత్రి - విక్రమార్క చరిత్ర కృతిపతి సిద్ధన మంత్రికి తండ్రి. దేవకీనందన శతక కర్త, మకుటము : కృష్ణా! దేవకీనందనా!

3. కొలని గణపతి దేవుడు- శివయోగసారం, మనోబోధలు ఈ రెంటిలో శివమహత్వము, వేదాంతబోధ కలవు.

4. అయ్యల రాజు తిప్పయ్య. అయ్యలరాజు రామభద్రునకు పితామహుడు. ఒంటిమెట్ట రఘువీర శతక కర్త.

5. ఆంధ్రకవి రామయ్య-విష్ణు కాంచీమాహాత్మ్యము.

6. చెందలూరు చిక్కయ్య-నాచికేతూపాఖ్యానము.

7. పశుపతి నాగనాథుడు- విష్ణు పురాణము.

వెన్నెలకంటి సూరన విష్ణు పురాణము వలె ఇది ప్రఖ్యాతికి రాలేదు. ఒకే ఇతి వృత్తము గల, ఒక పేరు గల రెండు గ్రంథములలో మేలైనది వన్నెకెక్కుటయు, రెండవది మాసిపోవుటయు సాధారణ ధర్మము. కొన్ని యెడల అవర గ్రంథమే (Inferior) రాణించుటయు కలదు. మేలైనదే మరుగు పడి పోవుటకలదు. ఎఱ్ఱా ప్రగడ రామాయణమునకు ఈ స్థితియే కారణము.

శాస్త్ర గ్రంథములు :

1. దోనయామాత్యుడు-సస్యానందం. శాస్త్రగ్రంథం. వర్షముల ఆగమ సూచనలు. జ్యోతిశ్శాస్త్ర ప్రకారం వ్రాయబడినవి.

2. విన్నకోట పెద్దన-కావ్యాలంకార చూడామణి. ఇది ఒక్క అలంకార శాస్త్రమే కాక ఛందో వ్యాకరణాది ప్రకరణములు కూడ గల గ్రంథము. (1402-1407 మధ్య రచితము). చాళుక్య వంశజుడగు విశ్వేశ్వర భూపతికి అంకితము.

3. మణిమంచిభట్టు-అశ్వశాస్త్రము (హయలక్షణ విలాసము)

4. కూచిరాజు ఎఱ్ఱన-కొక్కోకము. ఇది కామశాస్త్రము. సంస్కృతమున రతి విలాసమనెడి గ్రంథమునకు తెనుగట.

శ్రీ కృష్ణదేవరాయుల యుగము

సంగమ వంశములో తుదివాడైన విరూపాక్షరాయలు అసమర్థుడును దుర్నీతిపరుడును అగుటచే హిందూమత రక్షణార్థమును, హిందూ ప్రజా రక్షణార్థమును పరమధ్యేయములుగా అవతరించిన ఆ సామ్రాజ్య భారమును తాను వహించి సాళువ నరసింహరాయలు 1485 వ సంవత్సరములో విజయనగర వజ్ర సింహాసనము నధిష్ఠించెను. అప్పటికి ఆ రాజ్యమును కబళించుటకు పొంచియున్న ఆసన్న శత్రురాజ్యములు రెండు కలవు. ఒకటి తురుష్కుల బహమనీ రాజ్యము, రెండు గజపతుల కళింగ రాజ్యము. ఆ ఇరువురు శత్రువులను విజయనగర సామ్రాజ్యమునకు దూరముగా నిలువరింపవలెననియు, దక్షిణ భారతమునంతను తన సామ్రాజ్యములో నంతర్భాగము చేయవలెననియు, సాళువ నరసింహ రాజు అకుంఠిత దీక్షతో మహాపరాక్రమముతో, ఎన్నో యుద్ధములు నడపెను. కాన రెడ్డిరాజ్య పతనము నాడే గజపతుల స్వాధీనమైన ఉదయగిరి దుర్గమును, అతడు జయింపలేక పోబట్టి అది గజపతుల అధీనముననే ఉండవలసి వచ్చెను. కావుననే శ్రీనాథుని యుగము నందలి, తుది దశకములోని వారైన నందిమల్లయ-ఘంట సింగయ్య అనెడి జంట కవులు తమ గ్రంథములలో నొకదానిని ఉదయగిరి దుర్గ మంత్రికిని, రెండవ దానిని సాళువ నరసింహ రాజునకును, కృతి నిచ్చుట తటస్థించెను. ఆ రాజునకు గాని ఆ మంత్రులకుగాని శత్రుపక్షమును ఆశ్రయించిన వారన్న అసూయా ద్వేషములు కవుల యెడ నుండెడివి కాదు సాళువ నరసింహరాయలు విజయనగర రాజ్య విస్తృతిని స్థిరీకరణమును నెరవేర్పక ముందే 1493వ సంవత్సరములలో దివంగతుడయ్యెను. అతని సర్వసేనాధ్యక్షుడే తుళువ నరసరాజు ఈ సేనాధ్యక్షుడు తన కుమారుని పట్టాభిషిక్తుని చేసి రాజ్యభారమును తానే వహింపవలసినదని సాళువరాజు తన సేనాధ్యక్షుని కోరెను. అతడు ప్రభు నాదేశానుసారము సాళువ తిమ్మరాజునకు పట్టము గట్టి తాను సర్వతంత్ర స్వతంత్రుడై రాజ్యము నేల జొచ్చెను. కాని దైవదుర్విపాకమున నా బాలరాజు కొలది కాలముననే మరణించెను. స్వామిభక్తి తత్పరుడైన

తుళువ నరసరాయలు, అవకాశము చిక్కెను గదాయని రాజ్యము తానే అవహరింపక చనిపోయిన యువకుని తమ్ము డొకడుండగా వాని నభిషిక్తునిచేసి తాను యథాప్రకారము రాజ్యాధికారము నిర్వహించెను. ఆ పిల్లవాని పేరు ఇమ్మడి నరసరాయలు. అతనికి పెనుగొండదుర్గము నివాసస్థలముగా యేర్పరుపబడెను. బహుశా నరసరాయలు అతని నందు నిర్బంధించె నేమో!

సర్వ సమర్థుడైన తుళువ నరసరాయలు తాను రాజ్యభారమునకు పూనినది మొదలు అవసానకాలము వరకు నిర్విరామముగా పరిశ్రమించి సహజ శత్రువులనే కాక తన అధికారమును ధిక్కరించిన దుర్గాధిపతులను సైతము అణచివైచి రాజ్యమును విస్తృతమును, ప్రబలమును చేసెను పూర్తిగా కాకున్నను ఈ రాజు కొంతవరకేని సాళువ నరసింహరాజు సంకల్పమును సఫలముచేసి, పది పండ్రెండేడ్ల పరిపాలనానంతరము 1508 వ సంవత్సరములో స్వర్గస్థుడాయెను. ఈ రాజు కాలమున కూడ ఉదయగిరి దుర్గము విజయనగరమునకు స్వాధీనము కాలేదు.

నరసరాయల అనంతరము అతని పెద్దకుమారుడు వీరనరసింహరాయలు. పెనుగొండ దుర్గములో నిర్బంధి.పబడియున్న సాళువ నరసింహరాయని రెండవ కుమారుని హత్యకావించి తాను తన తండ్రివలె రాజప్రతినిధిగా కాక స్వతంత్ర రాజుగనే సింహాసనము నెక్కెను. అతడు ఆ వైభవము ననుభవించినది ఆరు సంవత్సరములు మాత్రమే. అతని స్వామిద్రోహమును సహింపని దుర్గాధిపతులు చాలమంది తిరుగుబాటు చేసిరి. అతని అనంతరము మన వాఙ్మయ చరిత్రలో ఈ యుగమునకు యుగపురుషుడైన కృష్ణదేవరాయలు. విజయనగర సామ్రాజ్యాధిపతియై తన పూర్వతరములవారు కాంచిన స్వప్నములెల్ల నిజములుచేసి శత్రు దుర్నిరీక్ష్యమైన ప్రతాపముతో కటకము మొదలు కన్యాకుమారము వరకుగల దక్షిణ భారత భూభాగమునంతను తన యేలుబడి లోనికితెచ్చి తనది రామరాజ్యము అనిపించెను. శత్రు భయంకరుడైన వీరుడుగా, కవిపండిత సమాదరముగల భాషా పోషకుడుగా సంస్కృతాంధ్ర కవితా ప్రజ్ఞానిధిగా రాయలు పొందిన యశస్సు ఆంధ్రదేశము నేలిన మరి యే ఇతర చక్రవర్తికిని లభింపలేదు ఎంత వాడైననేమి, ఆయన పరిపాలనలో తుది ఐదారు సంవత్సరముల కాలము చిత్త శాంతిలేకయేగడచి 1530వ సంవత్సరములో దివంగతుడయ్యెను. ఆయన మనో

www.ingramcontent.com/pod-product-compliance
Lightning Source LLC
LaVergne TN
LVHW020733230825
819277LV00053B/416
* 9 7 8 1 0 2 1 2 4 3 9 5 9 *